ವಿವೇಕ ರೈ ಎಂಬ ಅಕ್ಕರೆ

AF766291

ಪ್ರೊ. ಬಿ ಎ ವಿವೇಕ ರೈ ಅವರಿಗೆ ಈಗ ಭರ್ತಿ ೭೨ ವಸಂತ. ಖಂಡಿತವಾಗಿಯೂ ವಸಂತವೇ. ಅವರ ಬದುಕೇ ಹಾಗೆ.. ಸಂಭ್ರಮವನ್ನು ಹಂಚುವ, ನೆರಳನ್ನು ನೀಡುವ ವಸಂತದ ಹಾಗೆ. ನಾನು ಹಾಗೆ ಖಚಿತವಾಗಿ ಹೇಳಲು ಸಾಧ್ಯವಾಗಿರುವುದು ಅವರ ಬದುಕಿನ ಇಷ್ಟು ವರ್ಷಗಳಲ್ಲಿ ಸರಿಸುಮಾರು ಅರ್ಧಕಾಲ ಅವರ ಜೊತೆ ಹೆಜ್ಜೆ ಹಾಕಿದ್ದೇನೆ ಎಂಬ ಕಾರಣಕ್ಕೆ.

೧೯೯೨ರಲ್ಲಿ ನಾನು 'ಪ್ರಜಾವಾಣಿ'ಯ ವರದಿಗಾರನಾಗಿ ಕಡಲನಗರಿಗೆ ಕಾಲಿಟ್ಟಾಗಿನಿಂದ ಇವರ ಜೊತೆಗಿನ ನಂಟು ಗಾಢವಾದರೂ ಇವರ ಜೊತೆ ನಾನು ಕೈ ಕುಲುಕಿದ್ದು ೧೯೮೭ರಲ್ಲಿ. ಮಂಗಳಗಂಗೋತ್ರಿಯಲ್ಲಿ ಇವರು ನಡೆಸಿದ 'ಸಾಹಿತ್ಯ ಮತ್ತು ಮಾಧ್ಯಮ' ವಿಚಾರ ಸಂಕಿರಣದಲ್ಲಿ. ತೇಜಸ್ವಿ ಹಾಗೂ ವಿವೇಕ ರೈ ಅವರನ್ನು ನೋಡಬೇಕೆಂದೇ ಬೆಂಗಳೂರಿನಿಂದ ಬಸ್ಸು ಹತ್ತಿ ಹೋಗಿದ್ದು ನಾನು ಮತ್ತು ಆರ್. ಜಿ. ಹಳ್ಳಿ ನಾಗರಾಜ್. ಬೆಂಗಳೂರು ವಿಶ್ವವಿದ್ಯಾಲಯಕ್ಕೆ ಜಿ. ಎಸ್. ಶಿವರುದ್ರಪ್ಪನವರು ಹೇಗೋ ಮಂಗಳೂರಿಗೆ ಪ್ರೊ ವಿವೇಕ ರೈ. ತಾವಿದ್ದ ಕಡೆ ಸಾಹಿತ್ಯದ ಘಮ ಹರಡುವ, ಪ್ರತಿಯೊಬ್ಬರ ಬೆನ್ನಿಗೂ ಇದ್ದೇನೆ ಎನ್ನುವ ಆತ್ಮವಿಶ್ವಾಸ ನೀಡುವ, ತಮ್ಮೊಳಗನ್ನು ಶೋಧಿಸಿಕೊಳ್ಳಲು ಅವಕಾಶ ಮಾಡಿಕೊಡುವ, ಸಕಾರಾತ್ಮಕವಾಗಿ ಯೋಚಿಸುವುದಕ್ಕೆ ದಾರಿ ಮಾಡಿಕೊಡುವ ಗುಣ ಇವರದ್ದು.

'ಪ್ರೀತಿಯ ಕರೆ ಕೇಳಿ / ಆತ್ಮನ ಮೊರೆ ಕೇಳಿ / ನೀ ಬಂದು ನಿಂದಿಲ್ಲಿ ದೀಪ ಹಚ್ಚಾ....' ಎಂದ ಎಸ್. ವಿ. ಪರಮೇಶ್ವರ್ ಭಟ್ ಅವರು ಕಟ್ಟಿದ ಕನ್ನಡ ವಿಭಾಗವನ್ನು ಇನ್ನಷ್ಟು ಹೊಸ ದಿಕ್ಕುಗಳಿಗೆ ಹರಡುವಂತೆ ಮಾಡಿದವರು, ಅಲ್ಲಿ ನಿಂತು ದೀಪ ಹಚ್ಚಿದವರು ಪ್ರೊ ಬಿ ಎ ವಿವೇಕ ರೈ.

ಹಾಮಾನಾ ಅವರ ಮಾರ್ಗದರ್ಶನದಲ್ಲಿ ವಿವೇಕ ರೈ ಅವರು ನಡೆಸಿದ ಪಿಎಚ್ ಡಿ ಸಂಶೋಧನೆ- 'ತುಳು ಜನಪದ ಸಾಹಿತ್ಯ' ಕನ್ನಡ ಸಾಹಿತ್ಯ ಪರಿಷತ್ತಿನ ಮೂಲಕ ನಮ್ಮೆಲ್ಲರನ್ನೂ ತಲುಪಿತ್ತು. ತುಳುವಿನ ಬಗ್ಗೆ, ಅದರ ಸಂಸ್ಕೃತಿಯ ಬಗ್ಗೆ ಸಮರ್ಥವಾಗಿ ಮಾತನಾಡಬಲ್ಲ, ಅದಕ್ಕೆ ಹೊಸ ಕಣ್ನೋಟ ನೀಡಬಲ್ಲ ವಿವೇಕ ರೈ ನಮ್ಮ ಒಳಗೆ ನಡೆದು ಬಂದದ್ದು ಹೀಗೆ. ಆ ನಂತರ ಅವರ 'ಗಿಳಿಸೂವೆ', 'ಇರುಳ ಕಣ್ಣು' ಅಂಕಣ ಬರಹಗಳು ನಮಗೆ ಜಗತ್ತನ್ನು ನೋಡುವ ಇನ್ನೊಂದು ಬಗೆಯನ್ನೇ ಕಲಿಸಿತು.

ಪ್ರೊ ಬಿ ಎ ವಿವೇಕ ರೈ ಅವರು ಹಾಕಿರುವ ೭೨ ಹೆಜ್ಜೆಗಳು ನನಗೆ ಮಾದರಿ. ಅವರ ನಿಷ್ಕಲ್ಮಷ ಮನಸ್ಸು, ಸದಾ ಹೊಸತನ್ನು ಕಲಿಯುವ ಅವರ ತುಡಿತ, ಸಮಾಜದ ಒಳಿತಿನ ಬಗೆಗಿನ ಕಳಕಳಿ ನನ್ನನ್ನು ನಮ್ರನನ್ನಾಗಿಸಿದೆ. ಶಿವರಾಮ ಕಾರಂತರು 'ವಿವೇಕ' ಎನ್ನುವ ಹೆಸರು ಸೂಚಿಸಿದ್ದರಿಂದ ಅವರಿಗೆ ಈ ವಿವೇಕ ಪ್ರಾಪ್ತವಾಯಿತೋ ಇಲ್ಲವೇ ಅವರಲ್ಲಿನ ವಿವೇಕವನ್ನು ಮನಗಂಡೇ ಅವರು ಆ ಹೆಸರು ಸೂಚಿಸಿದರೋ ಗೊತ್ತಿಲ್ಲ. ಅವರು 'ವಿವೇಕವಂತರು' ಎನ್ನುವುದನ್ನು ಜಗತ್ತು ಕಂಡುಕೊಂಡಿದೆ.

ವಿವೇಕ ರೈ ಅವರ ಹೆಜ್ಜೆ ಗುರುತುಗಳನ್ನು ಹಿಡಿದಿಡುವ ಪುಟ್ಟ ಪ್ರಯತ್ನ ಈ 'ಅಕ್ಕರ ಮನೆ', ಇಲ್ಲಿ ಅವರು ಬರೆದ ಮೊದಲ ಕಥೆ, ಮೊದಲ ಪ್ರಬಂಧ, ಮೊದಲ ಹಾಡಿನಿಂದ ಹಿಡಿದು ಅವರು ಈಗ ಬರೆಯುತ್ತಿರುವ ಅತ್ಯಂತ ಜನಪ್ರಿಯ 'ಉದಯವಾಣಿ' ಅಂಕಣದವರೆಗಿನ ಬರಹಗಳಿವೆ. ಒಂದು ರೀತಿಯಲ್ಲಿ ಇವು ವಿವೇಕ ರೈ ಅವರ ಬರಹ ಲೋಕದ ಹೆಜ್ಜೆ ಗುರುತುಗಳ ಲೋಕ, ತುಳು ಗಾದೆ, ಒಗಟು, ಫೇಸ್‌ಬುಕ್ ಬರಹ, ಅಂಕಣ, ಮುನ್ನುಡಿ, ಅನುವಾದ, ಚಿತ್ರಗೀತೆ, ವ್ಯಕ್ತಿಚಿತ್ರ, ವಿಶ್ಲೇಷಣೆ, ಚುಟುಕುಗಳು ಎಲ್ಲವೂ ಇವೆ.

೭೨ ತುಂಬಿದ ವಿವೇಕ ರೈ ಅವರನ್ನು ಇನ್ನಷ್ಟು ಆಪ್ತವಾಗಿಸಿಕೊಳ್ಳಲು ಈ 'ಅಕ್ಕರ ಮನೆ' ಒಂದು ಪುಟ್ಟ ಪ್ರಯತ್ನ. ವಿವೇಕ ರೈ ಅವರ ಕಾರ್ಯಕ್ಷೇತ್ರ ಎಷ್ಟು ವಿಸ್ತಾರವಾಗಿತ್ತು ಹಾಗೂ ಎಷ್ಟು ವೈವಿಧ್ಯಮಯವಾಗಿತ್ತು ಎನ್ನುವುದಕ್ಕೆ ಇದು ಪುಟ್ಟ ಕೈಗನ್ನಡಿ. ಬದುಕಿನ ಪ್ರತಿಯೊಂದರ ಬಗ್ಗೆಯೂ ಅವರಿಗಿರುವ ಆಸಕ್ತಿ, ಪ್ರತಿಯೊಂದಕ್ಕೂ ಅಪ್‌ಡೇಟ್ ಆಗುವ ಗುಣವನ್ನು ಈ ಕೃತಿ ನಮಗೆ ಸದ್ದಿಲ್ಲದಂತೆ ಮನವರಿಕೆ ಮಾಡಿಕೊಡುತ್ತದೆ.

'ಬಾಳೆಗಿಡ ಗೊನೆ ಹಾಕಿತು' ಎನ್ನುವುದು ಬಿ ಎಂ ಬಷೀರ್ ಅವರ ಕಥಾ ಸಂಕಲನ. ಯಾಕೋ ಈ ರೂಪಕ ಈಗ, ಈ ಕೃತಿ ಹೊರಬರುತ್ತಿರುವ ಸಂದರ್ಭದಲ್ಲಿ ನನ್ನನ್ನು ಮೇಲಿಂದ ಮೇಲೆ ಕಾಡುತ್ತಿದೆ. ವಿವೇಕ ರೈ ಎಂಬ ಬಾಳೆಗಿಡ ಎಷ್ಟೊಂದು ಪ್ರತಿಭೆಗಳ ಗೊನೆಗೆ ಕಾರಣವಾಗಿದೆ ಎನ್ನುವುದು ನನ್ನ ಅಚ್ಚರಿ.

– ಜಿ ಎನ್ ಮೋಹನ್

ಡಾ ಬಿ ಎ ವಿವೇಕ ರೈ

ಅಕ್ಕರ ಮನೆ

72 ಕೋಣೆಗಳು

ಬಹುರೂಪಿ

1, 'ನಾಕುತಂತಿ', ಬಸಪ್ಪ ಬಡಾವಣೆ, ಆರ್‌ಎಂವಿ 2ನೇ ಘಟ್ಟ,
ಸಂಜಯನಗರ, ಬೆಂಗಳೂರು – 560 094

ದೂರವಾಣಿ: 7019182729 editor.bahuroopi@gmail.com
online book store: bahuroopi.in
facebook: bahuroopi.official/

AKKARA MANE-
A Collection of creative writings
By **Dr B A Viveka Rai**
Published by **Bahuroopi**

Written By
Dr B A Viveka Rai
vivekaraiba@gmail.com

Published By
Bahuroopi
1, Naaku Tanti, Basappa Layout,
RMV Second Stage, Sanjayanagar,
Bangalore 560 094
--
editor.bahuroopi@gmail.com
Mobile: 70191 82729

online book store:
bahuroopi.in

First Edition: 2018

Pages: 200

Price: Rs 250/-

Photos: **Sathish Ira**

Design: **M R Guruprasad**

ಅರ್ಪಣೆ

ಅಪ್ಪ
ಅಗ್ರಾಳ ಪುರಂದರ ರೈ
ಅಮ್ಮ
ಯಮುನಾ
ಅವರಿಗೆ

ಅಕ್ಕರ ಮನೆಗೆ
ಅಕ್ಕರೆಯೆ ತೋರಣ

ನಾನು ಹುಟ್ಟಿದ್ದು ಮುಳಿಹುಲ್ಲಿನ ಸಣ್ಣ ಮನೆಯಲ್ಲಿ. ಉಸಿರಾಡಿದ್ದು ಭತ್ತ ತೆಂಗು ಕಂಗುಗಳ ಗಾಳಿಯನ್ನು. ಭತ್ತದ ತೆನೆ, ತೆಂಗು ಕಂಗುಗಳ ಗೊನೆಗಳೆಲ್ಲ ನನಗೆ ಅಕ್ಕರಗಳಾಗಿ ಕಂಡವು. ಅಪ್ಪನ ಬರೆಯುವ ಕಂಠ, ಅಮ್ಮನ ಹಾಡುವ ಕಂಠ ನಮ್ಮ ಸಣ್ಣ ಮನೆಯನ್ನು 'ಅಕ್ಕರಮನೆ ' ಮಾಡಿದವು. ಅಕ್ಕರಗಳ ಬೆನ್ನುಹಿಡಿದು ಹೊರಟಾಗ ಸಾಗುವ ದಾರಿ ಗೊತ್ತಿರಲಿಲ್ಲ. ದಾರಿಗಳ ಹೊಲಬು ಇಲ್ಲದ ಕಾರಣ ದಾರಿ ತಪ್ಪುವ ಪ್ರಮೇಯವೇ ಇರಲಿಲ್ಲ. ಅಕ್ಕರ ಕಂಡಲ್ಲೆಲ್ಲಾ ತಂಗಿದ್ದೇನೆ. ಮತ್ತೆ ಹೊಸ ಅಕ್ಷರಗಳು ಗೋಚರವಾದಾಗ ಗುಳೆ ಹೋಗಿದ್ದೇನೆ. ತಂಗಿದ ಅಕ್ಕರಮನೆಗಳು ಆಯಾ ಕಾಲಕ್ಕೆ ತಂಪು ಕೊಟ್ಟಿವೆ. ಏಳು ದಶಕ ದಾಟಿ ಸಿಂಹಾವಲೋಕನ ಮಾಡಿದಾಗ ಕಟ್ಟಿದ ನಿಂತ ಬಿಟ್ಟ ಮನೆಗಳೆಲ್ಲ ಕಾಲ ಸ್ಥಳ ಪರಿಸರ ಕಳಚಿಕೊಂಡು ಮುಖಾಮುಖಿಯಾಗಿ ಒಟ್ಟಿಗೆ ಬಂದು ನಿಂತಾಗ ನನ್ನ ಪಾಲಿಗೆ 'ಬೆರಗು' ಒಂದೇ ಭಾವ ವಿಭಾವ ಮತ್ತು ಸಂಚಾರೀಭಾವ. ದಾಟಿಕೊಂಡು ಬಂದ ಒಂದೊಂದು ಮನೆಯೂ ಒಂದೊಂದು ಕೋಣೆಯಾಗಿ ಅವೆಲ್ಲವನ್ನು ಖುಷಿ ಬಂದಂತೆ ಜೋಡಿಸಿ ಮಕ್ಕಳಾಟದಂತೆ 'ಮಹಾಮನೆ' ಒಂದನ್ನು ಕಟ್ಟುವ ಪ್ರೀತಿಯ ಕಟ್ಟುವಿಕೆ ನಿಮ್ಮ ಮುಂದಿದೆ .

ಅಪಾರ ಅಕ್ಕರೆಯಿಂದ ಈ 'ಅಕ್ಕರಮನೆ'ಯನ್ನು ಅದ್ಭುತವಾಗಿ ಕಟ್ಟಿದವರು ಜಿ ಎನ್ ಮೋಹನ್. ಅವರಿಗೆ ಯಾವ ವಿಶೇಷಣ ಹಚ್ಚಿದರೂ ಅದು ಕಡಮೆಯಾಗಿಯೇ ಉಳಿಯುತ್ತದೆ. ಮುದ್ರಣ ಮಾಧ್ಯಮದಿಂದ ಹೊರಟು ಎಲೆಕ್ಟ್ರಾನಿಕ್, ಆನ್ ಲೈನ್, ಡಿಜಿಟಲ್ ಮಾಧ್ಯಮಗಳನ್ನು ದಾಟಿ ಮೋಹನ್ ಬಹುದೂರ ಸಾಗಿದ್ದಾರೆ. ಅವರೊಳಗೆ ಇರುವ ಒಬ್ಬ ಕವಿ ಮತ್ತು ಬಂಡಾಯ ಸಂತ– ಅವರನ್ನು ಮಾಧ್ಯಮಗಳ ಸರಳ ಚೌಕಟ್ಟಿನಲ್ಲಿ ಬಂಧಿಸಲು ಬಿಡುವುದಿಲ್ಲ. ಕಳೆದ ಮೂವತ್ತು ವರ್ಷಗಳಿಂದ ನಾನು ಕಂಡ ಮೋಹನ್ ತನ್ನ ತತ್ವ ಮತ್ತು ಮನುಷ್ಯಪ್ರೀತಿಯಿಂದ ದೂರ ಸರಿದಿಲ್ಲ. 'ಅಕ್ಕರಮನೆ' ಎಂಬ ಈ ಹೆಸರಿನಿಂದ ತೊಡಗಿ, ಇಲ್ಲಿನ ಬರಹಗಳು ಎಲ್ಲವುಗಳ ಆಯ್ಕೆಯೂ ಅವರದೇ. ನನ್ನ ರಚನೆಗಳನ್ನು ಒದಗಿಸಿದ್ದು ಮಾತ್ರ ನನ್ನ ಕೆಲಸ .

ಡಿಜಿಟಲ್ ಮಾಧ್ಯಮದ ವಿಶಿಷ್ಟ ಪ್ರತಿಭೆ ಶ್ರೀಜಾ ವಿ ಎನ್ ಮಂಗಳೂರು ವಿವಿಯಲ್ಲಿ ಕಲಿಯುತ್ತಿರುವ ಕಾಲದಿಂದಲೇ ಗಮನಿಸಿದವನು ನಾನು. ನನ್ನ ಈ ಕೃತಿಯ ಸಂರಚನೆಯ ಹಿಂದಿನ ಮಿದುಳು ಶ್ರೀಜಾಳದ್ದು. 'ಬಹುರೂಪಿ'ಯ ಪ್ರಕಾಶನದ ಚೆಲುವಿನಲ್ಲಿ ಮೋಹನ್ ಮತ್ತು ಶ್ರೀಜಾ ಅವರ ಸೃಜನಶೀಲತೆ, ಚಿಂತನೆ ಮತ್ತು ಸೌಂದರ್ಯಪ್ರಜ್ಞೆ ಕಣಕಣಗಳಲ್ಲಿ ಕಾಣಿಸುತ್ತದೆ.

ಇಲ್ಲಿನ ಬರಹಗಳನ್ನು ಬೆರಳಚ್ಚು ಮಾಡಿದ್ದು ಮಂಗಳೂರಿನ ಆಕೃತಿ ಕಂಪ್ಯೂಟರ್ಸ್‌ನ ಕಲ್ಲೂರು ನಾಗೇಶ್ ಅವರ ವಿಶ್ವಾಸದಿಂದ. ಅಲ್ಲಿನ ಭಾರತಿ ಆ ಕೆಲಸವನ್ನು ಪ್ರೀತಿ ಮತ್ತು ಶ್ರದ್ಧೆಯಿಂದ ಮಾಡಿದ್ದಾಳೆ. ಸತೀಶ್ ಇರಾ ಅವರು ತೆಗೆದ ಛಾಯಾಚಿತ್ರಗಳು, ಎಂ ಆರ್ ಗುರುಪ್ರಸಾದ್ ಅವರ ವಿನ್ಯಾಸದ ಸೊಬಗು, ಸ್ವ್ಯಾನ್ ಪ್ರಿಂಟರ್ಸ್‌ನ ಕೃಷ್ಣಮೂರ್ತಿ ಅವರ ಅಚ್ಚುಕಟ್ಟುತನ ಈ ಕೃತಿಗೆ ಸೊಬಗು ನೀಡಿರುವುದು ನನಗೆ ಹಿಗ್ಗಿನ ಸಂಗತಿ .

'ಬಹುರೂಪಿ' ಅದು ಬರಿ ಹೆಸರಲ್ಲ, ಅದು ನಮಗೆ ಸದಾ ಜೀವ ತುಂಬುವ ಉಸಿರು.

ಮಂಗಳೂರು
೮ ದಶಂಬರ ೨೦೧೮

ಬಿ ಎ ವಿವೇಕ ರೈ

ಅಕ್ಕರ ಮನೆ ಅಂಗಳದಲ್ಲಿ...

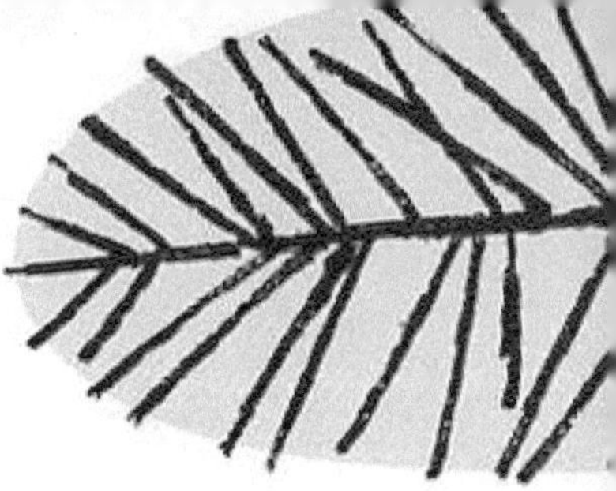

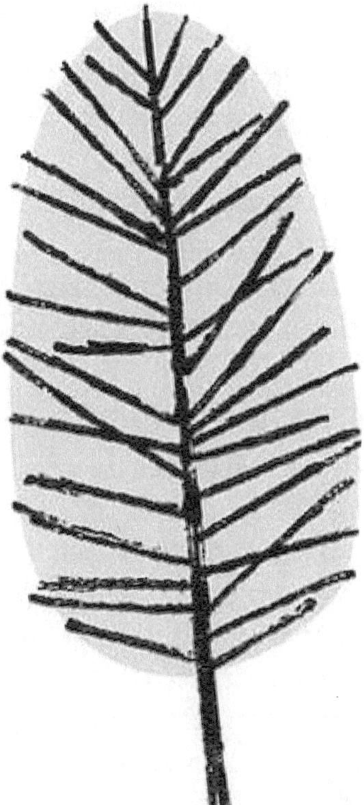

ಭಾಗ

1

ಬೆಟ್ಟ, ಕಣಿವೆ ಮತ್ತು ಸರೋವರ

"OUR WAR CRY IS ON TO DELHI! ON TO DELHI" ನೇತಾಜಿ ಸುಭಾಶ್ ಚಂದ್ರ ಬೋಸ್ ಅವರು ಸ್ಥಾಪಿಸಿದ ಇಂಡಿಯನ್ ನ್ಯಾಶನಲ್ ಆರ್ಮಿಯು (INA) ಭಾರತದ ಸ್ವಾತಂತ್ರ್ಯಕ್ಕಾಗಿ ಸಾರಿದ ಘೋಷಣಾ ವಾಕ್ಯವನ್ನು ಹೊತ್ತ ಬ್ಯಾನರ್‌ವೊಂದರ ಫೋಟೋ ಮಣಿಪುರ ರಾಜ್ಯದ ಮೈರಾಂಗ್ ಪಟ್ಟಣದ ನೇತಾಜಿ ಮ್ಯೂಸಿಯಂನಲ್ಲಿದೆ (INA War Musuem). ಸುಭಾಶ್‌ಚಂದ್ರ ಬೋಸ್ ಅವರು ತಮ್ಮ ಇಂಡಿಯನ್ ನ್ಯಾಶನಲ್ ಆರ್ಮಿಯ ಮೂಲಕ ಬ್ರಿಟಿಷರ ವಿರುದ್ಧ ಹೋರಾಡಿ ಭಾರತದ ತ್ರಿವರ್ಣ ಧ್ವಜವನ್ನು ಭಾರತದ ನೆಲದಲ್ಲಿ ಮೊತ್ತಮೊದಲ ಬಾರಿ ಹಾರಿಸಿದ ಸ್ಥಳ ಮಣಿಪುರದ ಮೈರಾಂಗ್.

Moirang Kangla ಎನ್ನುವ ಈ ಸ್ಮಾರಕ ಸ್ಥಳದಲ್ಲಿ ಈ ರೀತಿ ಬರೆಯಲಾಗಿದೆ: 'The Indian Tricolour flag was hoisted here for the first time on the sacred soil of India by Indian National Army on the 14th April 1944'. ಈ INA War Museumನಲ್ಲಿ ಇಂಫಾಲ್ ಮತ್ತು ಕೊಹಿಮಾ ಯುದ್ಧಗಳ ಫೋಟೋಗಳು ಮತ್ತು ಆಯುಧಗಳನ್ನು ಪ್ರದರ್ಶಿಸಿಲಾಗಿದೆ. ನೇತಾಜಿಯವರ ಕೊನೆಯ ಫೋಟೋಗ್ರಾಫ್ ೧೭-೮-೧೯೪೫ರಂದು ಸಾಯಿಗನ್ ವಿಮಾನನಿಲ್ದಾಣದಲ್ಲಿ ತೆಗೆದದ್ದು ಕೂಡಾ ಈ ಮ್ಯೂಸಿಯಂನಲ್ಲಿದೆ. ಭಾರತವನ್ನು ಬ್ರಿಟಿಷರಿಂದ ಸ್ವತಂತ್ರಗೊಳಿಸುವುದಕ್ಕಾಗಿ ೧೯೪೪ರಲ್ಲಿ ಮೈರಾಂಗ್‌ನಲ್ಲಿ ಯುದ್ಧವನ್ನು ನಡೆಸಿ ತಮ್ಮ ಯುದ್ಧದ ಕೂಗನ್ನು ಡೆಲ್ಲಿಗೆ ಕೇಳಿಸಬೇಕು ಎಂದು ಹೋರಾಡಿದ ನೇತಾಜಿಯವರ ಸಂದೇಶ ಮತ್ತೆ ಹೊಸರೂಪದಲ್ಲಿ ಮಣಿಪುರದ ಬೆಟ್ಟಕಣಿವೆಗಳಲ್ಲಿ ಮಾರ್ದನಿಗೊಳ್ಳುತ್ತಿದೆ. ಇದೇ ಸೆಪ್ಟಂಬರ್ ತಿಂಗಳ ಮೂರನೆಯ ವಾರದಲ್ಲಿ (೧೯೯೨) ಮಣಿಪುರಿ ವಿಶ್ವವಿದ್ಯಾನಿಲಯದ ಮಣಿಪುರಿ ವಿಭಾಗದಲ್ಲಿ ಕಾಲೇಜು ಅಧ್ಯಾಪಕರ ತರಬೇತಿ ಶಿಬಿರದಲ್ಲಿ ಉಪನ್ಯಾಸ ಕೊಡಲು ಹೋದಾಗಿನ ಒಂದು ವಾರದ ಕಾಲದ ಮಣಿಪುರದ ನನ್ನ ವಾಸ್ತವ್ಯ ಮತ್ತು ಸಂಚಾರದಲ್ಲಿ ಇಂತಹ ಮಾರ್ದನಿಗಳ ನೇರ ಅನುಭವ ಪಡೆಯುವ ಅವಕಾಶ ದೊರೆಯಿತು.

ಕೇಂದ್ರ ಮತ್ತು ಮಣಿಪುರ ಸರಕಾರಗಳ ದೃಷ್ಟಿಯಿಂದ ಮಣಿಪುರರಾಜ್ಯ ಉಗ್ರಗಾಮಿಗಳ ಹಾವಳಿ ಪೀಡಿತ ರಾಜ್ಯ. ಮಣಿಪುರದ ರಾಜಧಾನಿ ಇಂಫಾಲ್‌ನಲ್ಲಿ ಸಂಜೆ ೫.೩೦ ಆಗುತ್ತಲೇ ಅಂಗಡಿಗಳ ಬಾಗಿಲುಗಳು ಮುಚ್ಚಿಕೊಳ್ಳುತ್ತವೆ. ಸಂಜೆ ೬ ಗಂಟೆಯ ಬಳಿಕ ಮಾರ್ಗದಲ್ಲಿ ವಾಹನಗಳು ಓಡಾಡುವುದಿಲ್ಲ. ಜನರ ಸಂಚಾರ ಸ್ತಬ್ಧವಾಗುತ್ತದೆ. ಮಣಿಪುರ ವಿಶ್ವವಿದ್ಯಾನಿಲಯದ ಆವರಣದಲ್ಲೂ ಕತ್ತಲು ಕವಿಯುತ್ತಲೇ ಎಲ್ಲ ಜನ ಮನೆಸೇರುತ್ತಾರೆ. ಎಲ್ಲೆಡೆ ಸ್ಮಶಾನಮೌನ ಆವರಿಸುತ್ತದೆ. ಈ ಎಲ್ಲ ಆತಂಕಗಳಿಗೆ ಸಾಮಾನ್ಯವಾಗಿ ಸಿಗುವ ವಿವರಣೆ ಎಂದರೆ ಗುರುತಿಸಲು ಸಾಧ್ಯವಾಗದಂತೆ ಗುಪ್ತವಾಗಿರುವ ಉಗ್ರಗಾಮಿಗಳ ಭೀತಿ. ಯಾರು ಈ ಉಗ್ರಗಾಮಿಗಳು? ಮಣಿಪುರದ ಕಟ್ಟಡಗಳ ಗೋಡೆಗಳನ್ನು ತಮ್ಮ ಕೆಂಪು ಬರೆಹಗಳಿಂದ ಇವರು ತುಂಬಿದ್ದಾರೆ. R.J.C (Revolutionary Joint Action Committee) ಎನ್ನುವುದು ಇಂತಹ ವಿವಿಧ ಸಂಘಟನೆಗಳ ಒಕ್ಕೂಟ. ಇಲ್ಲಿನ ಜನ ತಿಳಿಸುವಂತೆ ಇವರೆಲ್ಲ ಮಣಿಪರದ ಯುವ ಪೀಳಿಗೆಯವರು. ಮಣಿಪುರವನ್ನು ದೆಹಲಿಯ ಆಡಳಿತದ ಸಾಂಸ್ಕೃತಿಕ ಬಂಧನದಿಂದ ಬಿಡುಗಡೆ ಮಾಡುವುದೇ ಇವರ ಧ್ಯೇಯ ಎನ್ನುವುದನ್ನು ಈ ಸಂಘಟನೆಗಳ ಅನೇಕ ಗೋಡೆಬರೆಹಗಳು ಸಾರಿ ಹೇಳುತ್ತವೆ. ಇತ್ತೀಚೆಗೆ ಮಣಿಪುರಿ ಭಾಷೆಯನ್ನು ಭಾರತದ ಎಂಟನೇ ಶೆಡ್ಯೂಲ್‌ನಲ್ಲಿ ಸೇರ್ಪಡೆಮಾಡುವಲ್ಲಿ ಈ ತರುಣರ ಆಂದೋಲನವೇ ಪ್ರಧಾನವೆಂಬುದನ್ನು ಎಲ್ಲ ಮಣಿಪುರಿಗಳೂ ಒಪ್ಪಿಕೊಳ್ಳುತ್ತಾರೆ. ಈ ಭಾಷಾ ಚಳುವಳಿಯ ಅಂಗವಾಗಿ ಮಣಿಪುರ ವಿಶ್ವವಿದ್ಯಾನಿಲಯದ ಕಟ್ಟಡವೊಂದರ ಗೋಡೆಯಲ್ಲಿ ಬರೆಯಲಾದ ಬರೆಹ 'No Manipuri,No Hindi' ಇನ್ನೊಂದು ಬರೆಹ ಹೇಳುತ್ತದೆ. 'We Want Identity'. ಈ ತರುಣ ಪೀಳಿಗೆ ತಮಗೆ ಅನನ್ಯತೆ (Identity) ಬೇಕು ಎನ್ನುವುದನ್ನು ಅನೇಕ ರೀತಿಗಳಲ್ಲಿ ಸರಕಾರಕ್ಕೆ ಮತ್ತು ಸಾರ್ವಜನಿಕರಿಗೆ ತಿಳಿಸುತ್ತಿದ್ದಾರೆ. ಇವರ ಹೋರಾಟ ದೆಹಲಿ ಸರಕಾರದ ವಿರುದ್ಧ ಮಾತ್ರ ಅಲ್ಲ. ಮಣಿಪುರ ಸರಕಾರದ ವಿರುದ್ಧ ಮತ್ತು ಅಲ್ಲಿನ ಪೋಲೀಸರ ವಿರುದ್ಧ ಕೂಡಾ ಇವರ ಯುದ್ಧ ಸಾಗಿಯೇ ಇದೆ. ಹೀಗಾಗಿಯೇ ಸಂಜೆ ಆಗುತ್ತಲೇ ಇಂಫಾಲ್ ನಗರದಲ್ಲಿ ಎಲ್ಲೆಡೆಯೂ ಬಂದೂಕು ಧಾರಿ ಪೊಲೀಸರೇ ತುಂಬಿಕೊಳ್ಳುತ್ತಾರೆ. ಮಣಿಪುರದಲ್ಲಿ ಮದ್ಯದ ಅಂಗಡಿಗಳನ್ನು, ಬಾರ್‌ಗಳನ್ನು ಕಳೆದ ಎರಡು ವರ್ಷಗಳಿಂದ ಸಂಪೂರ್ಣವಾಗಿ ಮುಚ್ಚಿಸಿದ ಈ ಉಗ್ರಗಾಮಿಗಳ ಕೆಲಸ ಅನೇಕರಿಗೆ ನೆಮ್ಮದಿ ತಂದಿದೆ.

ಮಣಿಪುರದ ಸಮಸ್ಯೆ ನಾವು ಹೊರಗಿನಿಂದ ತಿಳಿದುಕೊಂಡದ್ದಕ್ಕಿಂತ ಹೆಚ್ಚು ಸಂಕೀರ್ಣ. ಇಲ್ಲಿನ ಉಗ್ರಗಾಮಿ ಸಂಘಟನೆಗಳ ಕುರಿತು ಸಾಮಾನ್ಯವಾಗಿ ಮಣಿಪುರದ ಯಾವುದೇ ವರ್ಗದ ಜನರು ವಿಶೇಷ ವಿರೋಧವನ್ನು ಪ್ರಕಟಿಸುವುದನ್ನು ನಾನು ಕಾಣಲಿಲ್ಲ. ಮೈರಾಂಗ್ ನೇತಾಜಿ ಮ್ಯೂಸಿಯಂನಲ್ಲಿ ಸಂಚರಿಸುತ್ತಿದ್ದಾಗ ನನ್ನೊಡನಿದ್ದ ಮಣಿಪುರ ವಿಶ್ವವಿದ್ಯಾನಿಲಯದ ಮಣಿಪುರಿ ಸಾಹಿತ್ಯ ವಿಭಾಗದ ಪ್ರಾಧ್ಯಾಪಕ ಪ್ರೊ. ಐ.ಆರ್. ಬಾಬು ಸಿಂಗ್ ಈ ತರುಣರ ಬಾವನೆಗಳನ್ನು ನನಗೆ ಮನದಟ್ಟು ಮಾಡಿದರು. ಅವರು ಹೇಳಿದ್ದು: "ಭಾರತ ಸರಕಾರ ಮಣಿಪುರವನ್ನು ತೀರಾ ನಿರ್ಲಕ್ಷ್ಯ ಮಾಡಿದೆ. ಇಲ್ಲಿ ಯಾವುದೇ ಕಾರ್ಖಾನೆಗಳನ್ನು ಸ್ಥಾಪಿಸಿಲ್ಲ. ಸಮೃದ್ಧವಾಗಿ ಬಿದಿರು ಬೆಳೆಯುತ್ತಿದ್ದರೂ

ಇಲ್ಲಿನ ಬಿದಿರನ್ನು ಬೇರೆ ರಾಜ್ಯಗಳ ಕಾಗದದ ಕಾರ್ಖಾನೆಗಳಿಗೆ ಕೊಂಡೊಯ್ಯಲಾಗುತ್ತದೆ. ಇಲ್ಲಿ ಕಾಗದದ ಕಾರ್ಖಾನೆಯನ್ನು ಸ್ಥಾಪಿಸಿಲ್ಲ. ಮಣಿಪುರದಲ್ಲಿ ಕಬ್ಬು ಬೆಳೆಯುತ್ತಿದ್ದರೂ ಇಲ್ಲಿ ಕಬ್ಬಿನ ಕಾರ್ಖಾನೆಗಳಿಲ್ಲ. ಹೀಗಾಗಿ ನಿರುದ್ಯೋಗ ವಿಪರೀತವಾಗಿದೆ. ಇಲ್ಲಿನ ರಸ್ತೆಗಳು ತೀರಾ ಕೆಟ್ಟದಾಗಿವೆ. ರೈಲುಮಾರ್ಗದ ಸಂಪರ್ಕವಿಲ್ಲ. ಭ್ರಷ್ಟಾಚಾರವಂತೂ ಮಿತಿ ಮೀರಿದೆ". ಮಣಿಪುರದಲ್ಲಿ ನಾನು ಭೇಟಿಯಾದ ಎಲ್ಲ ಕ್ಷೇತ್ರಗಳ ಮಂದಿ ತಮ್ಮ ರಾಜ್ಯದ ಬಗ್ಗೆ ಹೇಳಿಕೊಳ್ಳುವಾಗ ತಮ್ಮ ರಾಜ್ಯ ಭ್ರಷ್ಟಾಚಾರದಲ್ಲಿ ಭಾರತದಲ್ಲಿಯೇ ಮೊದಲನೆಯ ಸ್ಥಾನದಲ್ಲಿದೆ ಎಂದು ವಿಷಾದ ವ್ಯಂಗ್ಯದಿಂದ ಹೇಳಿಕೊಳ್ಳುತ್ತಿದ್ದರು. ಈ ವಿಷಯದ ಕುರಿತು ಅವರ ಜೊತೆಗೆ ವಾದ ಮಾಡುವಾಗಲೆಲ್ಲ ನಾನು ಹೇಳುತ್ತಿದ್ದೆ- ನೀವು ಆಧುನಿಕ ಕರ್ನಾಟಕವನ್ನು ನೋಡಿಲ್ಲ ಎಂದು.

ಮಣಿಪುರದ ಸಮಸ್ಯೆ ಕೇವಲ ಕೇಂದ್ರ ಮತ್ತು ರಾಜ್ಯಗಳ ಸಂಘರ್ಷ ಎಂದು ಹೇಳುವಷ್ಟು ಸರಳವಾದುದಲ್ಲ. ಕೇವಲ ಪ್ರಾದೇಶಿಕತೆಯೊಂದೇ ಈ ನಾಡಿನ ಅತೃಪ್ತಿಯ ಕಾರಣವೆಂದು ನನಗೆ ಅನ್ನಿಸುತ್ತಿಲ್ಲ. ಮಣಿಪುರ ಸರಕಾರದ ಮಂತ್ರಿಗಳ, ಶಾಸಕರ ಮತ್ತು ಆಡಳಿತಶಾಹಿಯ ಭ್ರಷ್ಟಾಚಾರವನ್ನು ಸಿಟ್ಟಿನಿಂದ ವರ್ಣಿಸುವಾಗ ಮಣಿಪುರಿ ಜನ ತಮ್ಮವರೇ ಹೇಗೆ ಭ್ರಷ್ಟರಾಗಿದ್ದಾರೆ ಎನ್ನುವುದನ್ನು ನಿದರ್ಶನಗಳೊಂದಿಗೆ ವಿವರಿಸುತ್ತಾರೆ. "ಶೋಷಿತರೇ ಶೋಷಕರಾಗುತ್ತಿದ್ದಾರೆ" ಎಂದು ಇತ್ತೀಚೆಗೆ ಗೆಳೆಯ ಕವಿ ಡಾ. ಸಿದ್ಧಲಿಂಗಯ್ಯ ಖಾಸಗಿ ಮಾತುಕತೆಯೊಂದರಲ್ಲಿ ಹೇಳಿದ ಮಾತು ನೆನಪಿಗೆ ಬಂತು. ಮಣಿಪುರದಲ್ಲಿ ಆಳುವವರು ಮತ್ತು ಆಳಿಸಿಕೊಳ್ಳುವವರು ಎರಡೂ ವರ್ಗದವರು ಬೆಟ್ಟ ಮತ್ತು ಕಣಿವೆಗಳ ಜನರು.

ನಾಗಲ್ಯಾಂಡ್, ಅಸ್ಸಾಂ, ಮಿಜೋರಾಮ್ ಮತ್ತು ಬರ್ಮಾಗಳಿಂದ ಆವೃತವಾಗಿರುವ ಏಳು ಸಾಲಿನ ಪರ್ವತ ಶ್ರೇಣಿಗಳು ಮತ್ತು ಈ ಪರ್ವತ ಶ್ರೇಣಿಗಳ ನಡುವಿನ ಕಣಿವೆ ಪ್ರದೇಶ- ಇದು ಪುಟ್ಟ ಮಣಿಪುರ ರಾಜ್ಯದ ಆಕೃತಿ. ಇಲ್ಲಿನ ಬೆಟ್ಟಗಳಲ್ಲಿ ನಾಗ, ಮಿಜೋ, ಮಾವೋ ಕಬೂಯಿ, ಗಂಗ್ಟೆ, ಕೊಯಿರಾವು, ತಂಗ್‌ಕುಲ್, ಕೊಮ್, ಪೈತೆ-ಹೀಗೆ ಸುಮಾರು ೩೦ರಷ್ಟು ಸಂಖ್ಯೆಯ ಬುಡಕಟ್ಟು ಜನಾಂಗಗಳು ವಾಸಿಸುತ್ತಿವೆ. ಈ ಪರ್ವತ ಪ್ರದೇಶದಲ್ಲೇ ಪಟ್ಟಣಗಳು, ವಸತಿಗಳು ಹೆಚ್ಚಿನ ಸಂಖ್ಯೆಯಲ್ಲಿವೆ. ಈ ಕಣಿವೆಯ ಜನ ಅಂದರೆ ಮೈತೇಯಿಗಳು. ಇವರಲ್ಲಿ ಬಹುಮಂದಿ ವೈಷ್ಣವ ಧರ್ಮಕ್ಕೆ ಮತಾಂತರಗೊಂಡವರು. ಶೂದ್ರ ಜನಾಂಗದ ಈ ಮೈತೇಯಿಗಳಿಗೆ 'ಸಿಂಗ್' ಎನ್ನುವುದು ಜನಪ್ರಿಯ ಉಪನಾಮ. ಶಿಕ್ಷಣ ಸಂಪತ್ತುಗಳ ದೃಷ್ಟಿಯಿಂದ ಈ ಮೈತೇಯಿಗಳು ಬೆಟ್ಟದ ಜನರಿಗಿಂತ ಮುಂದುವರಿದವರು. ಈ ಕಣಿವೆಯಲ್ಲೇ ಕಾಣಿಸುವ ಇನ್ನೊಂದು ಜನವರ್ಗ ಬ್ರಾಹ್ಮಣರು. 'ಶರ್ಮ' ಎನ್ನುವುದು ಇವರ ಜನಪ್ರಿಯ ಉಪನಾಮ. ಇಂಫಾಲ್ ನಗರವಾಗಲೀ ಸರಕಾರಿ ಕಚೇರಿಗಳಾಗಲೀ ಶಿಕ್ಷಣ ಸಂಸ್ಥೆಗಳಾಗಲೀ ಅಲ್ಲೆಲ್ಲ ಮಣಿಪುರಿ ಜನರೆಂದರೆ ಪ್ರಧಾನವಾಗಿ ಮೈತೇಯಿಗಳು ಮತ್ತು ಶರ್ಮಗಳು. ಈಗೀಗ ಬೆಟ್ಟದ ಜನಗಳು ಶಿಕ್ಷಣ ಸಂಸ್ಥೆಗಳಲ್ಲಿ ಕಾಣಿಸಿಕೊಳ್ಳುತ್ತಿದ್ದಾರೆ.

ಬೆಟ್ಟ ಮತ್ತು ಕಣಿವೆಯ ನಡುವೆ ದ್ವೇಷ ಸಂಘರ್ಷವೇನೂ ಕಾಣಿಸುವುದಿಲ್ಲ. ನಾನು ಮಣಿಪುರದಲ್ಲಿದ್ದಾಗ ಆಶ್ಚರ್ಯವೆನ್ನಿಸುವಂತೆ ಬೆಟ್ಟಗಳ ಎರಡು ಬುಡಕಟ್ಟು

ಜನಾಂಗಗಳ ನಡುವೆಯೇ ಗುಂಪುಸಮರ ನಡೆದು ಪ್ರಕ್ಷುಬ್ಧ ಪರಿಸ್ಥಿತಿ ಏರ್ಪಟ್ಟಿತ್ತು. ಇದಕ್ಕೆ ರಾಜಕಾರಣಿಗಳು ಕಾರಣ ಎಂದು ಸ್ಥಳೀಯ ಪತ್ರಿಕೆಗಳಲ್ಲಿ ಆಪಾದನೆಗಳಿದ್ದುವು. ಆದರೂ ಸ್ಥಳೀಯ ಜನಾಂಗಗಳ ನಡುವೆ ಆಂತರಿಕ ಸಂಘರ್ಷ ನಡೆಯುತ್ತದೆ ಎನ್ನುವ ವಾಸ್ತವವನ್ನು ಅಲ್ಲಗಳೆಯಲು ಆಗುವುದಿಲ್ಲ. ಹೀಗಾಗಿ ಮಣಿಪುರದ ಪ್ರಾದೇಶಿಕತೆ ಎಂದು ಹೇಳುವಾಗಲೂ ಮತ್ತೆ ಕಣಿವೆಯ ಜನರ ಮತ್ತು ಬೆಟ್ಟದ ಜೀವಗಳ, ಬೆಟ್ಟದ ಜನರ ಬೇರೆ ಬೇರೆ ಗುಂಪುಗಳ ಅಪೇಕ್ಷೆ ಮತ್ತು ಆಶೋತ್ತರಗಳು ಒಂದೇ ಆಗಿರಬೇಕಾಗಿಲ್ಲ. ಹಾಗಾಗಿಯೇ ದೆಹಲಿ ಮತ್ತು ಇಂಫಾಲ್ ಎದುರು ಬದುರು ಆಗಿರುವಂತೆ ಮಣಿಪುರದ ಒಳಗೆ–ಬೆಟ್ಟ ಮತ್ತು ಕಣಿವೆ, ಒಂದು ಬೆಟ್ಟ ಮತ್ತು ಇನ್ನೊಂದು ಬೆಟ್ಟ ಪರಸ್ಪರ ಮುಖಾಮುಖಿ ಆಗಬಹುದು. ಇವೆಲ್ಲ ತೀರಾ ಬಾಹ್ಯ ರೂಪದಲ್ಲಿ ಕಾಣಿಸಿಕೊಳ್ಳದಿರಬಹುದು; ಆದರೆ ಅತೃಪ್ತಿಯ ಸ್ಫೋಟಗಳು ಹೇಗೆ ಎಲ್ಲಿ ಸಂಭವಿಸುತ್ತವೆ ಎಂದು ಹೇಳಲಾಗುವುದಿಲ್ಲ.

ಮಣಿಪುರಿ ಜನರು ತಮ್ಮ ಸಾಂಸ್ಕೃತಿಕ ಅನನ್ಯತೆಯನ್ನು ತಮ್ಮ ಭಾಷೆ, ವೇಷಭೂಷಣ, ಆಹಾರ, ಕ್ರೀಡೆಗಳು ಹೀಗೆ ಬಹು ಬಗೆಗಳಲ್ಲಿ ಪ್ರಕಟಿಸುತ್ತಾರೆ. ಮಣಿಪುರಿಗಳ ಆಹಾರದಲ್ಲಿ ಹೆಚ್ಚು ಬಳಕೆಯಾಗುವ ಸಸ್ಯವೆಂದರೆ ಮರೋಯಿ ನಾಕುಪ್ಪಿ. ತಮ್ಮ ಎಲ್ಲ ರೀತಿಯ ಪದಾರ್ಥಗಳೊಡನೆ ಈ ಸಸ್ಯದ ಎಲೆಗಳನ್ನು ಬೆರೆಸಿಕೊಳ್ಳುವ ಮಣಿಪುರಿ ಜನ ತಮ್ಮ ತಲೆಯ ಸ್ನಾನಕ್ಕೆ ಇದೇ ಎಲೆಯ ಶಾಂಪೂವನ್ನು ಬಳಸುತ್ತಾರೆ. ಪೋಲೋ ಮತ್ತು ಕಾಂಗ್ ಮಣಿಪುರಿ ಜನರ ವಿಶಿಷ್ಟ ಜನಪದ ಕ್ರೀಡೆಗಳು. ಮಣಿಪುರಿ ವಿಶ್ವವಿದ್ಯಾನಿಲಯದ ಪ್ರಾಧ್ಯಾಪಕ ಡಾ. ಬೆಹಾರಿ ಸಿಂಗ್ ಜೊತೆಗೆ ಇಂಫಾಲಿನಲ್ಲಿ ಕಾಂಗ್ ಆಟವನ್ನು ನೋಡುವ ಮತ್ತು ಆಡಲು ಪ್ರಯತ್ನಿಸುವ ಅವಕಾಶ ನನಗೆ ದೊರೆಯಿತು. ಏಳು ಮಂದಿಯ ಎರಡು ತಂಡಗಳು ಎದುರು ಬದುರಾಗಿ ಸಾಕಷ್ಟು ಅಂತರದಲ್ಲಿ ಕುಳಿತುಕೊಂಡು ನೇರ ರೇಖೆಯ ಮೂಲಕ ಉದ್ದ ಪಲ್ಲೆಯಾಕಾರದ 'ಕಾಂಗ್'ನ್ನು ತಳ್ಳುವ ಮತ್ತು ಗುರಿಮುಟ್ಟಿಸುವ ಕ್ರೀಡೆ ನೋಡಲು ಬಹು ಸುಲಭವೆಂದು ಕಂಡರೆ ಆಡಲು ತೀರಾ ಶ್ರಮದಾಯಕವಾದುದು. ದೊಡ್ಡವರು, ಹುಡುಗಿಯರು, ಮಕ್ಕಳು ಬಹಳ ಸಲೀಸಾಗಿ ಕಾಂಗ್‌ನ್ನು ತಮ್ಮ ಬಲಗೈಯ ನಡುಬೆರಳಿನಿಂದ ಮೀಟಿ ಗುರಿಮುಟ್ಟಿಸುವುದನ್ನು ಕಂಡು ನಾನೂ ಪ್ರಯತ್ನಿಸಿದಾಗ ಅದು ನೇರ ರೇಖೆಯಲ್ಲಿ ಅರ್ಧ ದಾರಿಯನ್ನೂ ಕ್ರಮಿಸಲಿಲ್ಲ!

ಏಕಾಗ್ರತೆ ಮತ್ತು ಸಮತೋಲನ ಇಂತಹ ಕ್ರೀಡೆಗಳಿಗೆ ಬೇಕಾದ ಮುಖ್ಯ ಮನಸ್ಥಿತಿ. ಮಣಿಪುರದ ಜನ ಅದರಲ್ಲೂ ಹೆಣ್ಣುಮಕ್ಕಳು ಇಂತಹ ಏಕಾಗ್ರತೆ ಮತ್ತು ಸಮತೋಲನವನ್ನು ವಿಶೇಷ ರೀತಿಯಲ್ಲಿ ಸಾಧಿಸಿದ್ದಾರೆ. ಇಲ್ಲಿನ ಬಹುಪಾಲು ಹೆಣ್ಣುಮಕ್ಕಳು ಸೈಕಲ್ ಸವಾರಿ ಮಾಡುವುದು ಮತ್ತು ಕಾಂಗ್ ಆಡುವುದು ಅವರ ಏಕಾಗ್ರತೆ ಮತ್ತು ಸಮತೋಲನ ಮನಸ್ಥಿತಿಯ ಕಾರಣಗಳು ಮತ್ತು ಅಭಿವ್ಯಕ್ತಿಗಳು. ಮನೆಯ ಹೊರಗೆಯೂ ಮಹಿಳೆಯರು ತಮ್ಮ ಸ್ವಾತಂತ್ರ್ಯವನ್ನು ಮತ್ತು ಅಸ್ತಿತ್ವವನ್ನು ಗಟ್ಟಿಯಾಗಿ ಸ್ಥಾಪಿಸಿಕೊಂಡಿದ್ದಾರೆ. ಪಾಶ್ಚಿಮಾತ್ಯ ನಾಗರಿಕತೆಗಿಂತ ಭಿನ್ನವಾಗಿ ಅದರ ಪ್ರಭಾವವೇ ಇಲ್ಲದೆ ಇಲ್ಲಿನ ಮಹಿಳೆಯರು ತಮ್ಮತನವನ್ನು ವಿಶಿಷ್ಟವಾಗಿ ಪ್ರಕಟಿಸುತ್ತಾರೆ; ಆತ್ಮವಿಶ್ವಾಸವನ್ನು ಹೊಂದಿದ್ದಾರೆ. ಉಡುಗೆತೊಡುಗೆಗಳ

ದೃಷ್ಟಿಯಿಂದಲೂ ಮಣಿಪುರದ ಹೆಣ್ಣುಮಕ್ಕಳು ತಮ್ಮ ಅನನ್ಯತೆಯನ್ನು ಅಪೂರ್ವವಾಗಿ ಪ್ರಕಟಿಸುತ್ತಾರೆ. ತಮ್ಮ ಆಕರ್ಷಕ ಸಾಂಪ್ರದಾಯಿಕ ಮಣಿಪುರಿ ಉಡುಪನ್ನು ಎಲ್ಲ ಸಂದರ್ಭಗಳಲ್ಲೂ ಬಹಳ ನಿರಾತಂಕವಾಗಿ ಆದರೆ ಅಭಿಮಾನದಿಂದ ಅವರು ಧರಿಸುತ್ತಾರೆ. ಪ್ರತಿಯೊಂದು ಜನಾಂಗದವರನ್ನು ಅವರು ಉಡುವ ಬಟ್ಟೆಯ ಬಣ್ಣ ಮತ್ತು ವಿನ್ಯಾಸದಿಂದ ಗುರುತಿಸಲು ಸಾಧ್ಯ ಎನ್ನುತ್ತಾರೆ. ಮಣಿಪುರ ವಿಶ್ವವಿದ್ಯಾನಿಲಯದ ವಿದ್ಯಾರ್ಥಿನಿಯರು ಕೂಡಾ ನೂರಕ್ಕೆ ನೂರು ಮಂದಿ ಸಾಂಪ್ರದಾಯಿಕ ಉಡುಪನ್ನೇ ದಿನನಿತ್ಯ ಧರಿಸುತ್ತಾರೆ.

ರಾಸಲೀಲ, ಲಾಯಿಹರಾವೋಬ, ಗೋಸ್ಥಲೀಲಾ, ನಟ ಸಂಕೀರ್ತನ್ ಇವು ಮಣಿಪುರದ ಮೈತೇಯಿಗಳ ಮುಖ್ಯ ರಂಗಕಲೆಗಳು; ಕುಣಿತ ಹಾಡು ಪ್ರಧಾನವಾದ ಪ್ರದರ್ಶನಗಳು. ರಾಸಲೀಲ ವೈಷ್ಣವಧರ್ಮ ಪ್ರಧಾನವಾದುದಾದರೆ, ಲಾಯಿ ಹರಾವೋಬ ಮೈತೇಯಿಗಳ ಒಂದು ಧಾರ್ಮಿಕ ರಂಗಪ್ರದರ್ಶನ. ಹರಾವೋಬ ದೇವತೆಯ ಗುಡಿಗಳ ಮುಂದೆ ಈ ಪ್ರದರ್ಶನಗಳು ನಡೆಯುತ್ತವೆ. ಖಂಬ ತೋಯಿಬಿ ಇದು ಮಣಿಪುರಿಗಳ ಜನಪ್ರಿಯ ಕಥನಕವನ; ಅವರ ಅನನ್ಯತೆಯ ಸಂಕೇತ ಕೂಡಾ ಹೌದು. ಸುಮಂಗ್‌ಲೀಲಾ ಮಣಿಪುರದ ಒಂದು ಜನಪ್ರಿಯ ಜನಪದರಂಗಭೂಮಿ.

ಸಾಂಸ್ಕೃತಿಕವಾಗಿ ಬಹು ಶ್ರೀಮಂತವಾದ ಮತ್ತು ವೈವಿಧ್ಯಮಯವಾದ ಜನಪದ ಕಲೆಗಳು ಮತ್ತು ರಂಗಭೂಮಿ ಇರುವ ಮಣಿಪುರದಲ್ಲಿ ಆಧುನಿಕ ರಂಗಭೂಮಿಗೆ ಸಾಂಸ್ಕೃತಿಕ ಆಯಾಮಗಳನ್ನು ಕೊಡಲು ಪ್ರಯತ್ನಗಳು ಆರಂಭವಾಗಿವೆ. ಡಾ. ಪ್ರೇಮ್‌ಚಂದ್ ನೊಂಗೋಂ ಥೋಂಬಂ ಇವರು ಇಂಫಾಲಿನ ಕಾಲೇಜೊಂದರಲ್ಲಿ ಇಂಗ್ಲಿಷ್ ಅಧ್ಯಾಪಕರಾಗಿದ್ದು ಜಾನಪದದ ಆಧುನಿಕ ತಿಳುವಳಿಕೆಯನ್ನು ಆಂಧ್ರ ಕರ್ನಾಟಕಗಳಲ್ಲಿ ನಡೆದ ಜಾನಪದಕಮ್ಮಟಗಳಿಂದ ಪಡೆದವರು. ಇವರ ಆಸಕ್ತಿಯ ಕ್ಷೇತ್ರ ಆಧುನಿಕ ರಂಗಭೂಮಿಯಲ್ಲಿನ ಪ್ರಯೋಗಗಳು. ಇಂಫಾಲಿನ ಜನಪ್ರಿಯ ಹಾಗೂ ಪ್ರಾಚೀನ ಆರ್ಯನ್ ಥಿಯೇಟರ್‌ನ ಒಳಗೆಯೇ ಪ್ರೇಮಚಂದ್ ಜಾನಾಂಗಿಕ ನಾಟಕರಚನೆಯ ಬೆಳವಣಿಗೆಗೆ (Development of Ethno-Dramaturgy) ಯೋಜನೆಯೊಂದನ್ನು ಸಿದ್ಧಪಡಿಸಿ ಪ್ರಯೋಗಗಳನ್ನು ಆರಂಭಿಸಿದ್ದಾರೆ. ಗೆಳೆಯ ಡಾ. ಪ್ರೇಮಚಂದ್‌ರ ಆಹ್ವಾನದಂತೆ ಈ ಸಂಸ್ಥೆಯಲ್ಲಿ ಮಣಿಪುರದ ಸಾಹಿತಿಗಳು, ಕಲಾವಿದರು, ನಾಟಕಾರರು ಮತ್ತು ಸಮಾಜ ವಿಜ್ಞಾನಿಗಳನ್ನು ಉದ್ದೇಶಿಸಿ ಜನಪದ ಪ್ರದರ್ಶಕಕಲೆಗಳ ರಂಗಭೂಮಿಯ ಸಾಧ್ಯತೆಗಳನ್ನು ಕುರಿತು ಉಪನ್ಯಾಸ ಕೊಡುವ ಸಂದರ್ಭ ನನಗೆ ಒದಗಿಬಂತು. ಮಣಿಪುರದ ಆಧುನಿಕ ರಂಗಭೂಮಿಯ ಪ್ರಯೋಗಗಳನ್ನು ತಿಳಿದುಕೊಳ್ಳಲು ಇದು ಒಳ್ಳೆಯ ಅವಕಾಶವನ್ನು ಕಲ್ಪಿಸಿತು. ಡಾ. ಪ್ರೇಮಚಂದ್ Ethno-Dramaturgy ವಿವರಣೆಯನ್ನು ಈ ರೀತಿ ಕೊಡುತ್ತಾರೆ: 'By Ethno-Dramaturgy we mean the process of evolving a play text or performance text with the help of Ethnographic data and experience gathered from one or more culture specific groups of pepole through a field study done in the right context and actuaization of the same text into action in a given performance area'. 'Ethno-Dramaturgy'ಯ ಒಂದು ಉದಾಹರಣೆ ೧೯೮೭ರಲ್ಲಿ ಈ ತಂಡ ನಡೆಸಿದ 'Ima Keithel' ಎಂಬ ಪ್ರಯೋಗ. ಇಂಫಾಲ್ ಪಟ್ಟಣದ ಕೇಂದ್ರಸ್ಥಳದಲ್ಲಿ ಜನಪ್ರಿಯವಾಗಿರುವ ಮಹಿಳೆಯರ ಮಾರ್ಕೆಟ್‌ಗೆ ಸಂಬಂಧಪಟ್ಟಿದ್ದು- ಈ ನಾಟಕ. ಈ ಮಹಿಳೆಯರ ಮಾರ್ಕೆಟ್ ಸಂಪೂರ್ಣವಾಗಿ ಮಹಿಳೆಯರೇ ನಡೆಸುತ್ತಿರುವ ದೇಶದಲ್ಲೇ ಅಪೂರ್ವವಾದ ಒಂದು ಸ್ಥಳ. ಈಗಲೂ ಸಾಂಪ್ರದಾಯಿಕ ದೀಪದ ಬೆಳಕಿನಲ್ಲಿಯೇ ನಡೆಯುತ್ತಿರುವ ಈ ಮಾರ್ಕೆಟ್ ಸ್ಥಳದಲ್ಲಿ ಪ್ಲಾಜಾ ಕಾಂಪ್ಲೆಕ್ಸ್ ಒಂದನ್ನು ಕಟ್ಟಲು ರಾಜ್ಯ ಸರಕಾರ ನಿರ್ಧರಿಸಿದಾಗ ಈ ಮಾರ್ಕೆಟ್‌ನ ಸುಮಾರು ನಾಲ್ಕು ಸಾವಿರಕ್ಕೂ ಹೆಚ್ಚಿನ ಮಣಿಪುರಿ ಮಹಿಳೆಯರು ಪ್ರತಿಭಟಿಸಿದರು ಮತ್ತು ಸರಕಾರದ ಪ್ರಯತ್ನವನ್ನು ವಿಫಲಗೊಳಿಸಿದರು. ನಾಟಕ ನಿರ್ಮಾಣ ತಂಡವು ಈ ಮಾರ್ಕೆಟ್ ಸ್ಥಳವನ್ನು ಸಂದರ್ಶಿಸಿ ಪ್ರತಿಭಟಿಸುತ್ತಿದ್ದ ಮಹಿಳೆಯರನ್ನು ಅನೇಕ ಬಾರಿ ಮಾತನಾಡಿಸಿ ಅವರ ಅಪೇಕ್ಷೆಗಳು ಮತ್ತು ನೋವುಗಳನ್ನು ಅರ್ಥ ಮಾಡಿಕೊಂಡು, ಅವರನ್ನು ತಮ್ಮ ನಾಟಕದ ರಂಗಭೂಮಿಗೆ ಆಹ್ವಾನಿಸಿ ಅವರ ಬದುಕು, ಪದ್ಧತಿಗಳು, ಸಂಪ್ರದಾಯಗಳು, ನಡವಳಿಕೆಗಳು, ಕತೆಗಳು, ಅವರ ಪ್ರತಿಭಟನೆಯ ಇತಿಹಾಸ, ಪ್ರತಿಭಟನೆಯ ಘೋಷಣೆಗಳು, ಸರಕಾರದ ಕುರಿತ ಅವರ ಧೋರಣೆ-ಇವೆಲ್ಲವನ್ನು ಒಟ್ಟುಸೇರಿಸಿ ನಾಟಕದ ಜಾನಾಂಗಿಕ ಪಠ್ಯವೊಂದನ್ನು ರೂಪಿಸಿತು. ಡಾ. ಪ್ರೇಮಚಂದ್ ಹೇಳುವ ಹಾಗೆ ಅವರು ನಿಜವಾಗಿಯೂ ಮಾರ್ಕೆಟ್‌ನ ಈ ಮಹಿಳೆಯರನ್ನು ಸರಿಯಾಗಿ ಅರ್ಥಮಾಡಿಕೊಂಡದ್ದು ನಾಟಕ ನಿರ್ಮಾಣದ ಈ ಪ್ರಕ್ರಿಯೆಯ ಮೂಲಕವೇ.

ಬೆಟ್ಟ ಕಣಿವೆಗಳ ಪುಟ್ಟ ರಾಜ್ಯ ಮಣಿಪುರದ ಕೇಂದ್ರ ಎನ್ನುವಂತೆ ವಿಶಾಲವಾದ ಲೋಕ್ತಕ್ ಸರೋವರವಿದೆ. ಸುಮಾರು ೧೮ ಚ.ಕಿ.ಮೀ ವಿಸ್ತೀರ್ಣವುಳ್ಳ ಸಿಹಿನೀರಿನ ಈ ಸರೋವರ ಮಣಿಪುರದ ಅನೇಕ ಪುಟ್ಟ ನದಿಗಳು ಸಂಗಮವಾಗುವ ಒಂದು ಕಿರು ಸಾಗರ. ಗೆಳೆಯರಾದ ಪ್ರೊ. ಬಾಬು ಸಿಂಗ್ ಮತ್ತು ಡಾ. ಬೆಹಾರಿ ಸಿಂಗ್‌ರ ಜೊತೆಗೆ ಲೋಕ್ತಕ್ ಸರೋವರದ ದಡದಲ್ಲಿ ನಿಂತಿದ್ದಾಗ ಸರೋವರದ ಉದ್ದಕ್ಕೂ ತೇಲುವ ಗುಡಿಸಲುಗಳನ್ನು ತೋರಿಸಿ ಅವರು ಹೇಳಿದರು. "ಇವೆಲ್ಲ plum (ತೇಲುವ ದಪ್ಪ ಪದರು)ನ ಮೇಲಿನ ಗುಡಿಸಲುಗಳು. ತೇಲುವ ಗುಡಿಸಲುಗಳು. ಗಾಳಿ ಜೋರಾಗಿ ಬೀಸಿದಾಗ ಗುಡಿಸಲುಗಳು ಒಂದೆಡೆಯಿಂದ ಇನ್ನೊಂದೆಡೆ ಚಲಿಸುತ್ತವೆ. ಆದರೆ ಅವು ಸರೋವರದ ಮೇಲ್ಮೈಯಲ್ಲೇ ಇರುತ್ತವೆ."

ಮಣಿಪುರದ ಜನಗಳ ಬದುಕು ಬೆಟ್ಟ ಕಣಿವೆ ಸರೋವರಗಳ ಎಲ್ಲ ಸುಖಗಳನ್ನು ಮತ್ತು ಸಮಸ್ಯೆಗಳನ್ನು ಒಳಗೊಂಡದ್ದು. ಪ್ರವಾಸಿಗರಿಗೆ ನಿಸರ್ಗ ಎನ್ನುವುದು ಒಂದು ಭಾವೋನ್ಮಾದದ ಸುಖ ಮಾತ್ರ ಆಗಬಹುದು. ನಿಸರ್ಗದ ನಡುವೆಯೇ ಹುಟ್ಟಿ ಬೆಳೆದವರಿಗೆ ಅದು ಹಿಂಸೆಯೇ ಅಥವಾ ಬಿಡುಗಡೆಯೇ? ಜಾನಾಂಗಿಕ ರಂಗಭೂಮಿಯ ಪ್ರಯೋಗಗಳು ಈ ಪ್ರಶ್ನೆಗೆ ಉತ್ತರ ಕಂಡುಕೊಳ್ಳಲು ಸಾಧ್ಯವಾದಾಗ ಮಣಿಪುರದ ಸಮಸ್ಯೆಗಳಿಗೆ ಸಾಂಸ್ಕೃತಿಕ ರಾಜಕೀಯ ಪರಿಹಾರ ದೊರೆಯಬಹುದೇ?

೧೮ ಅಕ್ಟೋಬರ್ ೧೯೯೨, 'ಮುಂಗಾರು' (ಗಿಳಿಸೂವೆ)

ಪ್ರಕೃತಿ ಮತ್ತು ಸಂಸ್ಕೃತಿ: ಸಾಹಿತ್ಯದ ಪ್ರತಿಫಲನಗಳು

ಶಿವರಾಮ ಕಾರಂತರ 'ಚೋಮನ ದುಡಿ' ಕಾದಂಬರಿಯ ಕೊನೆಯಲ್ಲಿ ಬರುವ ಸಾಲುಗಳು:

"ಹಿಡಿದ ದುಡಿ, ಎತ್ತಿದ ಕೈ, ತುಂಬಿದ ಆವೇಶ! ಎಲ್ಲವೂ ಇದ್ದಕ್ಕಿದ್ದಂತೆಯೇ ಇವೆ. ಆದರೆ ಚೋಮನಿಲ್ಲ!"

ತೇಜಸ್ವಿ ಅವರ 'ಕರ್ವಾಲೊ' ಕಾದಂಬರಿಯ ಕೊನೆಯಲ್ಲಿ ಹಾರುವ ಓತಿ ಹಾರಿಹೋದ ಸನ್ನಿವೇಶಕ್ಕೆ ಕರ್ವಾಲೊ, ನಿರೂಪಕ, ಮಂದಣ್ಣ, ಕರಿಯಪ್ಪ, ಎಂಗ್ಟ ಅವರ ಪ್ರತಿಕ್ರಿಯೆ:

"ನಿಜಕ್ಕೂ ನಮಗಾರಿಗೂ ಅಷ್ಟೊಂದು ಬೇಸರವೇನೂ ಆಗಿರಲಿಲ್ಲ. ಕಾಲ ದೇಶದ ಆಚೆಗಿನ ಯಾವುದೋ ವಿಸ್ಮೃತಿಯ ತುಣುಕು ನಮ್ಮೆದುರು ಮಿಂಚಿ ಮತ್ತೆ ಅದೇ ವಿಸ್ಮೃತಿಯಲ್ಲಿ ಲೀನವಾಗಿ ಹೋಗಿತ್ತು."

"ಹಾರೋ ಪ್ರಯತ್ನದಲ್ಲಿ ಅದು ತಪ್ಪುದಾರಿ ಹಿಡೀತು ಅಂತ ಕಾಣ್ತದೆ. ಕೈಗಳ ಬದಲು ಪಕ್ಕೆ ಉಪಯೋಗಿಸಿತು ಸಾರ್. ಅದಕ್ಕೇ ಅದು ಹಾಗೇ ಉಳೀತು. ಮಿಕ್ಕವು ರೆಕ್ಕೆ ಪುಕ್ಕ ಬೆಳೆಸಿಕೊಂಡು ಹಕ್ಕಿ ಆಗಿಬಿಟ್ಟವು" ಎಂದೆ.

"ತಪ್ಪು ಸರಿ ಹೇಗೆ ಹೇಳ್ತಿರಿ. ನಮಗೆ ಈ ಕ್ಷಣ, ಇಲ್ಲಿ ಹೀಗನ್ನಿಸಿದೆ. ಜೀವವಿಕಾಸಕ್ಕೆ ಎಲ್ಲಿದೆ ಕೊನೆ!" ಎಂದರು ಕರ್ವಾಲೊ.

ಕನ್ನಡ ಸಾಹಿತ್ಯದಲ್ಲಿ ಪ್ರಕೃತಿ ಮತ್ತು ಸಂಸ್ಕೃತಿಗಳ ಸಂಬಂಧಗಳ ಸಂಕೀರ್ಣತೆ ಮತ್ತು ಸವಾಲುಗಳನ್ನು ತಮ್ಮ ಸಾಹಿತ್ಯಕೃತಿಗಳ ಮೂಲಕ ಚರ್ಚಿಸಿದ ಇಬ್ಬರು ಮಹತ್ವದ ಲೇಖಕರು ಶಿವರಾಮ ಕಾರಂತ ಮತ್ತು ಪೂರ್ಣಚಂದ್ರ ತೇಜಸ್ವಿ ಅವರು. ಅವರ ಕಾದಂಬರಿಗಳ ಕೊನೆಯ ಸಾಲುಗಳನ್ನು ಇಲ್ಲಿ ಉಲ್ಲೇಖಿಸಿದ ಉದ್ದೇಶವೆಂದರೆ ಅವರಿಬ್ಬರೂ ಒಂದು ತೀರ್ಮಾನವನ್ನು ಕೊಡದೆ ಮುಕ್ತಮಕ್ತಾಯದ ಮೂಲಕ ತಮ್ಮ ಕೃತಿಗಳನ್ನು ಓದುಗರ ಚರ್ಚೆಗೆ ತೆರೆದುಕೊಳ್ಳಲು ಅವಕಾಶ ಕಲ್ಪಿಸಿದ್ದು.

ಒಂದು ನಿರ್ದಿಷ್ಟ ಭೌಗೋಳಿಕ ಪ್ರದೇಶಕ್ಕೆ ವಿಶಿಷ್ಟವಾದ ಸಾಂಸ್ಕೃತಿಕ ಅನನ್ಯತೆಯೊಂದು ಇರುತ್ತದೆಯೇ ಎನ್ನುವ ಪ್ರಶ್ನೆಗೆ ಉತ್ತರಿಸುವಾಗ ಅಂತಹ ಪ್ರದೇಶದ ವ್ಯಾಪ್ತಿಯಲ್ಲಿ ಬರುವ

ನಿಸರ್ಗ ಮತ್ತು ಸಂಸ್ಕೃತಿಗಳ ಸ್ವರೂಪ, ವೈವಿಧ್ಯ ಮತ್ತು ಸಂಬಂಧಗಳು ಮುಖ್ಯವಾಗುತ್ತವೆ. ಸಾಹಿತ್ಯ ನಿರ್ಮಾಣದ 'ಪರಿಸರ' ಎನ್ನುವುದು ಸಂಸ್ಕೃತಿಯ ಜಾನಾಂಗಿಕ, ಪ್ರಾದೇಶಿಕ ಮತ್ತು ಕಾಲಬದ್ಧ ಗುಣಗಳನ್ನು ಹೊಂದಿರುತ್ತದೆ. ನಿರ್ದಿಷ್ಟ ಪ್ರದೇಶವೊಂದಕ್ಕೆ ಪರಂಪರೆಯೊಂದು ವಿಶಿಷ್ಟವಾಗುವುದು, ಒಂದು ಪ್ರದೇಶದ ಪರಂಪರಾಗತ ವಿಶಿಷ್ಟತೆಯನ್ನು ವಿವರಿಸುವುದು ಹೇಗೆ ಎನ್ನುವುದು ಸಂಸ್ಕೃತಿಯ ಚಲನಶೀಲತೆಗೆ ಸಂಬಂಧಿಸಿದ ಮುಖ್ಯ ಪ್ರಶ್ನೆ. ಒಂದು ಪ್ರದೇಶದಲ್ಲಿ 'ಪರಂಪರೆಯ ಹವಾಮಾನ'ವು ಬೇರೆ ಬೇರೆ ಸಂದರ್ಭಗಳಲ್ಲಿ ಬೇರೆ ಬೇರೆ ರೀತಿಗಳಲ್ಲಿ ಅನುಭವಕ್ಕೆ ಬರುತ್ತದೆ. ಭೌತಿಕ ಆವರಣ ಮತ್ತು ಜನರ ಜೀವನವಿಧಾನದ ನಡುವಿನ ಸಂಬಂಧವು ವಿಶಿಷ್ಟವಾಗಿ ಸಂಸ್ಕೃತಿಯ ಒಂದು ರೂಪದಲ್ಲಿ ಪ್ರಕಟವಾಗುತ್ತದೆ. ಸಂಸ್ಕೃತಿಯ ನಿರ್ದಿಷ್ಟ ಸಂದರ್ಭದದ ಜೊತೆಗಿನ ಮುಖಾಮುಖಿಯಾಗಿ ಸಾಹಿತ್ಯದ ರಚನೆಗಳು ಮೌಖಿಕ ಮತ್ತು ಲಿಖಿತ ರೂಪಗಳಲ್ಲಿ ಕಾಣಿಸಿಕೊಳ್ಳುತ್ತವೆ. ಹಾಡು, ಕುಣಿತ, ಆಟ, ಹಬ್ಬ, ಊಟ, ಕತೆ ಎಲ್ಲವೂ ಅಂತಹ ನಿರ್ಮಾಣಗಳು. ಒಂದು ಪ್ರದೇಶದ ಸಂಸ್ಕೃತಿಯ ವಿಶಿಷ್ಟತೆಯು ಅದರ ಜನಪ್ರಿಯ ಪರಂಪರೆಯನ್ನಷ್ಟೇ ಅಲ್ಲದೆ ಸಾಮಾಜಿಕ ಸಂಘಟನೆ ಮತ್ತು ಆರ್ಥಿಕ ರಚನೆಗಳನ್ನು ಕೂಡಾ ರೂಪಿಸಿಸುತ್ತದೆ ಮತ್ತು ಪ್ರಭಾವಿಸುತ್ತದೆ.

ಸಸ್ಯ, ಪ್ರಾಣಿ ಮತ್ತು ವಸ್ತುಲೋಕಗಳ ಒಟ್ಟು ಪರಿಸರವನ್ನು 'ನಿಸರ್ಗ' ಎಂದು ಪರಿಕಲ್ಪಿಸಿಕೊಂಡಾಗ, ಮನುಷ್ಯರು ತಮ್ಮನ್ನು ಅಂತಹ ಪರಿಸರದ ಕೇಂದ್ರದಲ್ಲಿ ಇಟ್ಟುಕೊಂಡು, ನಿಸರ್ಗದ ಅವಯವಗಳನ್ನು ತಮ್ಮ ಅನುಭವಗಳ ಮೂಲಕ ನೋಡಿದರು, ಗ್ರಹಿಸಿದರು. ಹೀಗಾಗಿಯೇ 'ನಿಸರ್ಗ' ಎನ್ನುವ ಪರಿಕಲ್ಪನೆಯು ಪರಿಸರವನ್ನು ಕುರಿತ ಮನುಷ್ಯರ ಗ್ರಹಿಕೆಯ ಒಂದು ರೂಪ. ಪ್ರತಿಯೊಂದು ಪ್ರದೇಶದ ಜನರು ತಮ್ಮ ಪರಿಸರದ ನಿಸರ್ಗವನ್ನು ಗ್ರಹಿಸುವ ಮತ್ತು ಅನುಭವಿಸುವ ಬಗೆಗಳು ಬಹುರೂಪದವು.

ಮನುಷ್ಯರು ನಿಸರ್ಗವನ್ನು ಎದುರಿಸುವ ಕೆಲಸ ಒಂದು ಬಗೆಯಾದರೆ, ಅವರು ನಿಸರ್ಗದ ಮೇಲೆ ಯಜಮಾನಿಕೆಯನ್ನು ಸ್ಥಾಪಿಸುವುದು ಇನ್ನೊಂದು ಬಗೆ. ಮನುಷ್ಯರು ನಿಸರ್ಗದಿಂದ ಬಿಡುಗಡೆಯನ್ನು ಹೊಂದಲು ಮಾಡುವ ಪ್ರಯತ್ನಗಳೆಲ್ಲವೂ ಅವರ ಸಂಸ್ಕೃತಿಯನ್ನು ರೂಪಿಸುವ ಚಟುವಟಿಕೆಗಳಾಗುತ್ತವೆ. ಕೃಷಿ ಎನ್ನುವುದು ಅಂತಹ ಒಂದು ಸಂಸ್ಕೃತಿಯ ರೂಪ. ಬೆಟ್ಟಗಳ ತಪ್ಪಲಿನಲ್ಲಿ ಹೊಲಗಳನ್ನು ಮಾಡಿ, ಕಾಡುಪ್ರಾಣಿಗಳಿಂದ ಆ ಬೆಳೆಗಳನ್ನು ರಕ್ಷಿಸಿ, ಆ ಬೆಳೆಗಳ ಉತ್ಪನ್ನಗಳಿಂದ ಬದುಕುವ ಸಾಹಸ ವಿಶೇಷವಾದುದು. ಹೀಗಾಗಿ ನಿಸರ್ಗ ಮತ್ತು ಸಂಸ್ಕೃತಿಯ ರೂಪಕಗಳಾಗಿ ಕಾಡು ಮತ್ತು ಕೃಷಿ ಮುಖಾಮುಖಿ ಆಗುತ್ತವೆ. 'ಕಾಡು' ಎನ್ನುವ ನಿಸರ್ಗದ ಗರ್ಭದಲ್ಲಿ ಕಾಡಿನಲ್ಲಿ ಬೆಳೆದ ಸಸ್ಯಗಳು ಮತ್ತು ಕಾಡುಪ್ರಾಣಿಗಳು ಜೀವಂತವಾಗಿ ಇರುತ್ತವೆ. 'ನಾಡು' ಎನ್ನುವ ಸಂಸ್ಕೃತಿಯ ಆವರಣದಲ್ಲಿ ಜನರು ನೆಟ್ಟ ಸಸ್ಯಗಳು ಮತ್ತು ಅವರು ಸಾಕಿದ ಪ್ರಾಣಿಗಳು ಕ್ರಿಯಾಶೀಲವಾಗಿ ಇರುತ್ತವೆ. ಜನರು ಬಿತ್ತಿ ಬೆಳೆದ ಗಿಡಮರಗಳು ಒಟ್ಟಿನಲ್ಲಿ 'ಕೃಷಿ' ಎಂಬ ಸಂಸ್ಕೃತಿಯನ್ನು ರೂಪಿಸುತ್ತವೆ. ಕೃಷಿ ಸಂಸ್ಕೃತಿಯ ಸಜೀವ ಭಾಗವಾಗಿಯೇ ಜನರು ಸಾಕುವ ಜಾನುವಾರುಗಳು ಮುಖ್ಯವಾಗುತ್ತವೆ. ಆದ್ದರಿಂದಲೇ 'ಕೃಷಿ' ಎನ್ನುವುದು ಮನುಷ್ಯರು ನಿಸರ್ಗದ ಮೇಲೆ ಸ್ಥಾಪಿಸಿದ ಯಜಮಾನಿಕೆ. ನಿಸರ್ಗವನ್ನು ಸಮರ್ಪಕವಾಗಿ ತಮ್ಮ ಹತೋಟಿಯಲ್ಲಿ

ಇಟ್ಟುಕೊಂಡು, ಅದನ್ನು ತಮ್ಮ ನಿರ್ದಿಷ್ಟ ಉದ್ದೇಶಗಳಿಗೆ ಬಳಸಿಕೊಳ್ಳುವುದಕ್ಕಾಗಿ ಜನರು ಸಂಸ್ಕೃತಿಯ ಅನೇಕ ಉತ್ಪನ್ನಗಳನ್ನು ನಿರ್ಮಿಸಿದರು. ಆಚರಣೆಗಳು ಆರಾಧನೆಗಳು ಹಬ್ಬಗಳು ಆಟಗಳು ಕುಣಿತಗಳು ಬಯಲಾಟಗಳು ತಿಂಡಿ ತಿನಸುಗಳು ಅಲಂಕಾರಗಳು ಹಾಡುಗಳು ಕತೆಗಳು ಔಷಧಗಳು –ಹೀಗೆ ಆಯಾ ಪ್ರದೇಶದ ನಿಸರ್ಗದ ಅವಯವಗಳನ್ನು ತಮ್ಮ ಅಗತ್ಯ ಮತ್ತು ಆಲೋಚನೆಗಳಿಗೆ ಅನುಗುಣವಾಗಿ ಕಲ್ಪಿಸಿಕೊಂಡರು ಕಟ್ಟಿಕೊಂಡರು.

ನಿಸರ್ಗದೊಡನೆ ಮನುಷ್ಯನ ಸಂಬಂಧ ಎನ್ನುವುದು ಮೊದಲು ರೊಮ್ಯಾಂಟಿಕ್ ಕಾವ್ಯಗಳಲ್ಲಿ, ಬಳಿಕ ವಾಸ್ತವವಾದಿ ಕಾದಂಬರಿಗಳಲ್ಲಿ ವಿಶೇಷವಾಗಿ ಕಾಣಿಸಿಕೊಂಡಿತು. ಕೈಗಾರಿಕೀಕರಣಕ್ಕೆ ಪ್ರತಿಯಾಗಿ 'ನಿಸರ್ಗದಲ್ಲಿ ಮನುಷ್ಯನ ಸ್ಥಾನ' ಎಂಬ ವಿಷಯವನ್ನು ಸಾಹಿತ್ಯದಲ್ಲಿ ಬಹಳ ಶಕ್ತವಾಗಿ ಪ್ರತಿಪಾದಿಸಲಾಯಿತು. ನಿಸರ್ಗವನ್ನು ಕುರಿತ ಆಲೋಚನೆ ಮತ್ತು ಭಾವನೆಗಳ ಸಂಕೀರ್ಣ ಶರೀರವನ್ನು ನಿಸರ್ಗಕೇಂದ್ರಿತ ಕಾದಂಬರಿಗಳು ಚರ್ಚಿಸುತ್ತವೆ. ಹೊರಪ್ರಪಂಚದೊಂದಿಗೆ ಮರುಸೇರ್ಪಡೆಗೊಳ್ಳುವ ಕ್ರಿಯೆಯೊಂದಿಗೆ ವೈಯಕ್ತಿಕ ಆತ್ಮವು ತನ್ನ ಕಳೆದುಹೋದ ಅಖಂಡತೆಯನ್ನು ಮರಳಿ ಪಡೆಯುತ್ತದೆ ಎನ್ನುವುದು ನಿಸರ್ಗವನ್ನು ಕುರಿತ ರೊಮ್ಯಾಂಟಿಕ್ ಸಿದ್ಧಾಂತ. ಸಂಸ್ಕೃತಿ ಮತ್ತು ನಾಗರಿಕತೆಯೊಂದಿಗೆ ಮನುಷ್ಯರು ಸೇರ್ಪಡೆಗೊಳ್ಳುವುದನ್ನು ವ್ಯಕ್ತಿತ್ವ ವಿಭಜನೆಯ ಒಂದು ಯಾತನೆಯ ಪ್ರಯಾಣ ಎಂದು ಭಾವಿಸಲಾಗಿತ್ತು. ಈ ಪ್ರಯಾಣದಲ್ಲಿ ಮನುಷ್ಯರ ಅಪೇಕ್ಷೆಗಳಿಗೆ ಸಮರ್ಪಕವಾದ ವಸ್ತುಪ್ರತಿರೂಪಗಳು ದೊರೆಯುವುದಿಲ್ಲ ಎನ್ನುವ ನಂಬಿಕೆ ಇತ್ತು.

ಶಿವರಾಮ ಕಾರಂತರ ಬೆಟ್ಟದ ಜೀವ, ಮರಳಿ ಮಣ್ಣಿಗೆ, ಕುಡಿಯರ ಕೂಸು, ಚೋಮನ ದುಡಿಯಂತಹ ಕಾದಂಬರಿಗಳು ನಿಸರ್ಗ ಮತ್ತು ಮನುಷ್ಯರ ಸಂಬಂಧಗಳ ಭಿನ್ನ ವಿನ್ಯಾಸಗಳನ್ನು ಕಟ್ಟಿಕೊಡುತ್ತವೆ. 'ಬೆಟ್ಟದ ಜೀವ'ದಲ್ಲಿ ಗೋಪಾಲಯ್ಯ ನಿಸರ್ಗವನ್ನು ಸವಾಲಾಗಿ ಸ್ವೀಕರಿಸಿ ತನ್ನ ವ್ಯಕ್ತಿತ್ವವನ್ನು ರೂಪಿಸುವ ದೃಷ್ಟಿ ಇದ್ದರೆ, 'ಮರಳಿ ಮಣ್ಣಿಗೆ' ಕಾದಂಬರಿಯಲ್ಲಿ ನಿಸರ್ಗಕ್ಕೆ ಮರಳಿ ಬರುವ ಆಶಯ ವಿಶಿಷ್ಟವಾಗಿದೆ; 'ಕುಡಿಯರ ಕೂಸು' ಕಾದಂಬರಿಯಲ್ಲಿ ನಿಸರ್ಗ ಮತ್ತು ಸಂಸ್ಕೃತಿ ಸಂಬಂಧವನ್ನು ಚರ್ಚಿಸುತ್ತಾ ಕಾಡು ಮತ್ತು ಕುಡಿಯರು ಪರಸ್ಪರ ಪ್ರಭಾವ ಹೊಂದಿದ ಮತ್ತು ಕುಡಿಯರು ನಿಸರ್ಗದ ಮೇಲೆ ಯಜಮಾನಿಕೆಯನ್ನು ಹೊಂದಲು ಮಾಡಿದ ಪ್ರಯತ್ನಗಳ ವಿವರಣೆ ಇದೆ. 'ಚೋಮನ ದುಡಿ' ಕಾದಂಬರಿಯಲ್ಲಿ ನಿಸರ್ಗದ ನಡುವಿನಿಂದ ಹುಟ್ಟಿಕೊಂಡ ಚೋಮನು 'ಕೃಷಿ'ಯಂತಹ ಸಂಸ್ಕೃತಿಯನ್ನು ಹೊಂದಲು ಮಾಡುವ ಪ್ರಯತ್ನಗಳು ಮತ್ತು ಅದಕ್ಕೆ ಪ್ರತಿಕೂಲವಾಗಿ ಕೆಲಸಮಾಡುವ ನಿಸರ್ಗದ ಮೇಲಿನ ಯಜಮಾನಿಕೆಯಿಂದ ಹುಟ್ಟಿಕೊಂಡ ಭೂಮಾಲೀಕತ್ವ ಮತ್ತು ಸಂಸ್ಕೃತಿಯ ಧಾರ್ಮಿಕ ಉತ್ಪನ್ನವಾದ ಪಂಜುರ್ಲಿ ಭೂತದ ಆರಾಧನೆ – ಇವು ನಿಸರ್ಗಸಹಜ ಬಯಕೆಗಳನ್ನು ಅದುಮುವ ಪರೋಕ್ಷ ಹಿಂಸೆಯ ಚಿತ್ರಣವಿದೆ. ಹಿಂಸೆಯನ್ನು ನಿರಾಕರಿಸುವ 'ಕುಡಿಯರ ಕೂಸು'ವಿನ ಕರಿಯನ ಮನಸ್ಸು ನಿಸರ್ಗದ ಪರಿಶುದ್ಧತೆಗೆ ಹೆಚ್ಚಿನ ಮಹತ್ವವನ್ನು ಕೊಡುತ್ತದೆ. 'ಚೋಮನ ದುಡಿ'ಯಲ್ಲಿ ಭೂಮಿಯನ್ನು ಪಡೆಯಬೇಕೆಂಬ ಚೋಮನ ಬಯಕೆಯಲ್ಲಿ ಮುಖ್ಯವಾಗಿರುವುದು ನಿಸರ್ಗದಿಂದ ಸಂಸ್ಕೃತಿಯ ಕಡೆಗೆ ಚಲಿಸುವ ಪ್ರವೃತ್ತಿ. ನಿಸರ್ಗದಿಂದ ಬಿಡುಗಡೆ ಎನ್ನುವ ಹಾಗೆ ಕಾಣಿಸುವ ಈ ಪ್ರವೃತ್ತಿಯು ಕೃಷಿಯ

ರೂಪದಲ್ಲಿ ನಿಸರ್ಗದ ಮೇಲೆ ಯಜಮಾನಿಕೆಯನ್ನು ಸ್ಥಾಪಿಸಲು ಬಯಸುವಂಥದ್ದು. ನಿಸರ್ಗದ ಮೇಲೆ ಯಜಮಾನಿಕೆಯನ್ನು ಸ್ಥಾಪಿಸಲು ತೊಡಗುವಾಗಲೆಲ್ಲ ಈ ಉದ್ದೇಶದ ಭಿನ್ನ ಸಂಸ್ಕೃತಿಗಳ ನಡುವೆ ಸಂಘರ್ಷ ಏರ್ಪಡುತ್ತದೆ. ನಿಸರ್ಗದ ಯಜಮಾನಿಕೆಯು ಯಜಮಾನ ಸಂಸ್ಕೃತಿಗೆ ಅವಕಾಶ ಕಲ್ಪಿಸುತ್ತದೆ. ಇಂತಹ ಎರಡು ರೂಪಗಳನ್ನು 'ಕುಡಿಯರ ಕೂಸು' ಮತ್ತು 'ಚೋಮನ ದುಡಿ' ಕಾದಂಬರಿಗಳಲ್ಲಿ ಕಾಣಬಹುದು.

ವಿಜ್ಞಾನವು ಮನುಷ್ಯ ಮತ್ತು ನಿಸರ್ಗಗಳ ಸಂಬಂಧವನ್ನು ವಿಘಟಿಸುತ್ತದೆ ಮತ್ತು ಬೇರ್ಪಡಿಸುತ್ತದೆ. ವಿಜ್ಞಾನದ ಪ್ರಗತಿ ಹೆಚ್ಚಾದಂತೆ ಸಾಹಿತ್ಯವು ಹೆಚ್ಚು ಹೆಚ್ಚು ವಾಸ್ತವವಾದಿ ಗುಣವನ್ನು ಹೊಂದುತ್ತಾ ಬರುತ್ತದೆ. ಆಧುನಿಕರು ನಿಸರ್ಗವನ್ನು ಅವಲೋಕಿಸುವ ಮತ್ತು ಗ್ರಹಿಸುವ ಬಗೆಗಳು ಬಹಳ ಸಂಕೀರ್ಣವಾದುವು. ನಿಸರ್ಗದ ಒಳಗೆ ಬದುಕುತ್ತಿರುವವರು ಅದನ್ನು ಹೊರಗಿನಿಂದ ನೋಡಲು ಬಯಸಿದರೆ, ನಿಸರ್ಗದ ಹೊರಗಿರುವವರು ಅದನ್ನು ಒಳಗಿನಿಂದ ಕಾಣಲು ಪ್ರಯತ್ನಿಸುತ್ತಾರೆ. ತೇಜಸ್ವಿ ಅವರ 'ಕರ್ವಾಲೋ' ಕಾದಂಬರಿಯಲ್ಲಿ ಮಂದಣ್ಣ ಮತ್ತು ಕರ್ವಾಲೋ ನಿಸರ್ಗವನ್ನು ಪರಸ್ಪರ ವಿರೋಧ ದಿಕ್ಕುಗಳಿಂದ ಅವಲೋಕಿಸುತ್ತಾರೆ. ಅಂತಹ ಎರಡು ದೃಷ್ಟಿಕೋನಗಳು ಒಟ್ಟು ಸೇರಿದ ಸಮಗ್ರ ಗ್ರಹಿಕೆ ಆಧುನಿಕ ಜಗತ್ತಿಗೆ ನಿಸರ್ಗದ ಬಗ್ಗೆ ಹೊಸ ನೋಟವನ್ನು ಕೊಡಲು ಸಾಧ್ಯ ಎನ್ನುವ ಆಶಯ ಆ ಕಾದಂಬರಿಯಲ್ಲಿ ಧ್ವನಿತವಾಗಿದೆ. ಹೀಗಾದಾಗ ನಿಸರ್ಗ ಮತ್ತು ಸಂಸ್ಕೃತಿ ಕೇವಲ ಎರಡು ಭಿನ್ನ ನೆಲೆಗಳಾಗಿ ಉಳಿಯುವುದಿಲ್ಲ. ಅವುಗಳ ನಡುವೆ ನಿರಂತರ ಆತ್ಮೀಯ ಸಂವಾದ ಸಾಧ್ಯ ಆಗುತ್ತದೆ ಮತ್ತು ಆಗಬೇಕು.

ನಿಸರ್ಗವನ್ನು ಪ್ರೀತಿಸುವುದು ಮತ್ತು ಪೂಜಿಸುವುದು, ಸಕಲ ಜೀವರಾಶಿಗಳ ಜೊತೆಗೆ ಒಡನಾಡುವುದು, ಮೊಳಕೆ–ಮರಿ–ಮಗು: ಇವುಗಳಲ್ಲಿ ಸಮಾನತೆಯ ಮಮಕಾರವನ್ನು ತಾಳುವುದು, ಜೀವಕೇಂದ್ರಿತ ಕುಟುಂಬವನ್ನು ಕಟ್ಟಿಕೊಳ್ಳುವುದು: ಇಂತಹ ಅವಿನಾಭಾವ ಪ್ರಕ್ರಿಯೆಯ ಒಂದೊಂದು ಕ್ಷಣವೂ ಒಂದೊಂದು ಹಬ್ಬದ ಸಂಭ್ರಮದ ತೋರಣ.

೨೦೧೭, 'ಸುಧಾ' ಯುಗಾದಿ ಸಂಚಿಕೆ

ಕಾಫ್ಕ ಪಣಂಬೂರಿಗೆ ಬಂದ ಹಾಗೆ

"ಒಂದು ಬೆಳಿಗ್ಗೆ ಸಂಸ ಅನಿಷ್ಟ ಕನಸುಗಳಿಂದ ಎಚ್ಚೆತ್ತುಕೊಂಡಾಗ ಹಾಸಿಗೆಯಲ್ಲಿ ತಾನೊಂದು ದೈತ್ಯಾಕಾರದ ಹುಳುವಾಗಿ ಪರಿವರ್ತನೆಗೊಂಡದ್ದು ವ್ಯಕ್ತವಾಯಿತು. ಕಬ್ಬಿಣದ ತಗಡಿನಂತೆ ಗಟ್ಟಿಯಾದ ತನ್ನ ಬೆನ್ನಿನ ಮೇಲೆ ಮಲಗಿದ್ದ ಅವನು ತಲೆಯನ್ನು ಸ್ವಲ್ಪ ಮೇಲೆತ್ತಿ ನೋಡಲು ಕಮಾನು ಕಮಾನಾಗಿ ಭಾಗಗೊಂಡ ಕಂದುಬಣ್ಣದ ದೊಡ್ಡ ಗೋಳಾಕಾರದ ಹೊಟ್ಟೆ ಕಣ್ಣಿಗೆ ಬಿತ್ತು. ಆ ಹೊಟ್ಟೆಯ ಮೇಲೆ ನಿಲ್ಲಲಾರದ ಹೊದಿಕೆ ಇನ್ನೇನು ಜಾರಿ ಕೆಳಗೆ ಬೀಳುವುದರಲ್ಲಿತ್ತು. ಅವನ ಅಸಂಖ್ಯಾತವಾದ ಕಾಲುಗಳು ಶರೀರದ ಒಟ್ಟು ಗಾತ್ರ ಹೋಲಿಸಿದಾಗ ಕರುಣಾಜನಕವಾಗಿ ಕಾಣಿಸುವ ಪುಟ್ಟ ಪುಟ್ಟ ಕಾಲುಗಳು– ಅವನ ಕಣ್ಮುಂದೆ ಅಸಹಾಯಕವಾಗಿ ಲಿವಿ ಲಿವಿ ಒದ್ದಾಡಿದವು. ಏನಾಯಿತು ನನಗೆ? ಸಂಸ ಯೋಚಿಸಿದ ಇದೇನು ಕನಸಲ್ಲ."

ಫ್ರಾನ್ಜ್ ಕಾಫ್ಕನ Metamorphosis (ಕನ್ನಡ ಅನುವಾದ: ಗಿರಿಯವರ 'ರೂಪಾಂತರ': ೧೯೭೮) ಕಾದಂಬರಿಯ ಆರಂಭದ ಈ ಸಾಲುಗಳು ನೆನಪಾದದ್ದು ಮೇ ೧೭ರ 'ಮುಂಗಾರು'ವಿನ 'ದಕ್ಷಿಣ ಕನ್ನಡದಲ್ಲಿ ಕವಿಯುತ್ತಿರುವ ಕೈಗಾರಿಕೀಕರಣ' ಲೇಖನವನ್ನು ಓದಿದಾಗ. ಪಣಂಬೂರು ಸುರತ್ಕಲ್ ಪರಿಸರದಲ್ಲಿ ಈಗಾಗಲೇ ತಲೆ ಎತ್ತಿರುವ, ತಲೆ ಎತ್ತುತ್ತಿರುವ, ತಲೆ ಎತ್ತಲು ಸಿದ್ಧವಾಗುತ್ತಿರುವ ಬೃಹತ್ ಕೈಗಾರಿಕೆಗಳ ಪರಿಣಾಮವನ್ನು ಲೇಖಕರು ಬಹು ಬಗೆಗಳಲ್ಲಿ ವಿವರವಾಗಿ ಚರ್ಚಿಸಿದ್ದಾರೆ. ಒಂದು 'ಭೌಗೋಳಿಕ ಪ್ರದೇಶ' ಎನ್ನುವುದು ಒಂದು 'ಸಾಂಸ್ಕೃತಿಕ ಪ್ರದೇಶ' ಕೂಡಾ ಆಗಿರುತ್ತದೆ. ಇಂತಹ ಸಾಂಸ್ಕೃತಿಕ ಪ್ರದೇಶವು ಕೇವಲ ವಿಸ್ತೀರ್ಣಗಳ ಮಾನದಂಡದ ಭೂಪ್ರದೇಶ ಮಾತ್ರ ಆಗಿರದೆ ಒಂದು ನಿರ್ದಿಷ್ಟ ಸ್ವರೂಪದ ಜೈವಿಕ ಪರಿಸರ (Biosphere) ವನ್ನು ಹೊಂದಿರುತ್ತದೆ. ಹೀಗೆ ಜೈವಿಕ ಪರಿಸರ ಮತ್ತು ಸಾಂಸ್ಕೃತಿಕ ಪರಿಸರಗಳು ಒಂದರೊಡನೊಂದು ಸೇರಿಕೊಂಡು ಸಮತೋಲನದ ವ್ಯವಸ್ಥೆಯೊಂದನ್ನು ರೂಪಿಸಿರುತ್ತವೆ. ಇಂತಹ ಸಮತೋಲನವು ಜೀವಿಪರಿಸ್ಥಿತಿ ಶಾಸ್ತ್ರದ ತತ್ವಕ್ಕೆ ಸಂಬಂಧಪಟ್ಟ ಸಮತೋಲನವೂ ಆಗಿರುತ್ತದೆ. ಜೀವಿ ಪರಿಸ್ಥಿತಿ ಶಾಸ್ತ್ರದ ದೃಷ್ಟಿಯಿಂದ ಒಂದು ಪರಿಸರದ ಸಮತೋಲನವನ್ನು ಅವಲೋಕಿಸುವಾಗ ಮನುಷ್ಯ ಮತ್ತು ನಿಸರ್ಗದ ನಡುವಿನ ಪರಸ್ಪರ ಸಂಬಂಧ ಮತ್ತು ಅವಲಂಬನೆ ಮುಖ್ಯ

ವಾಗುತ್ತದೆ. ಇಲ್ಲಿ ಮನುಷ್ಯ ಮತ್ತು ನಿಸರ್ಗದ ನಡುವಿನ ಸಂಬಂಧ, ಮನುಷ್ಯ ಮತ್ತು ಮನುಷ್ಯರ ನಡುವಿನ ಸಂಬಂಧ ಎರಡೂ ಇರುತ್ತವೆ. ಒಂದು ನಿರ್ದಿಷ್ಟ ಜೈವಿಕ ಪರಿಸರದಲ್ಲಿ ಹುಟ್ಟಿ ಬೆಳೆದು ಬಹಳ ದೀರ್ಘಕಾಲ ಆ ಪರಿಸರದ ಅವಿಭಾಜ್ಯ ಅಂಗವಾಗಿ ಕ್ರಿಯಾಶೀಲ ರಾಗಿದ್ದ ಜನರನ್ನು ಸ್ಥಳಾಂತರಗೊಳಿಸಿದಾಗ ತಮ್ಮ ಸಾಂಸ್ಕೃತಿಕ ಬೇರುಗಳನ್ನು ಅವರು ಕಳೆದುಕೊಂಡು ಹೊಸ ಸ್ಥಳದಲ್ಲಿ ಬೇರೆಯೇ ಜೀವಿಗಳ ಹಾಗೆ ಪರಕೀಯ ಬದುಕನ್ನು ಯಾತನೆಯಿಂದ ನಡೆಸಬೇಕಾಗುತ್ತದೆ. ಈ ದೃಷ್ಟಿಯಲ್ಲಿ ಇಂತಹ ಜನರು ಕಾಫ್ಕನ 'ರೂಪಾಂತರ' ಕಾದಂಬರಿಯ ಸಂಸ ದೈತ್ಯಾಕಾರದ ಹುಳುವಾಗಿ ಅಸಹಾಯಕವಾಗಿ ಲಿವಿ ಲಿವಿ ಒದ್ದಾಡಿದಂತೆ ನೋವನ್ನು ಅನುಭವಿಸಬೇಕಾಗುತ್ತದೆ.

ಕಳೆದುಹೋದ ಭೂಮಿಗೆ ಬದಲಿ ಭೂಮಿ ಎನ್ನುವುದು ಗಣಿತದ ಲೆಕ್ಕಾಚಾರದಲ್ಲಿ ಸರಿ ಎನ್ನಿಸಬಹುದಾದರೂ ಸಾಂಸ್ಕೃತಿಕ ಸಮತೋಲನದ ದೃಷ್ಟಿಯಿಂದ ಅಪಾಯಕಾರಿಯೇ ಆಗುತ್ತದೆ. ತಮ್ಮ ಬದುಕಿನ ಬಹುಪಾಲು ಭಾಗವನ್ನು ಒಂದು ಸಾಂಸ್ಕೃತಿಕ ಪರಿಸರದಲ್ಲಿ ಕಳೆದವರು ಬದಲಿಯಾಗಿ ದೊರೆತ ಪರಿಹಾರಧನದಿಂದಲೋ, ತುಂಡು ಭೂಮಿ ಯಿಂದಲೋ ತಮ್ಮ ಮೊದಲ ಮನುಷ್ಯರೂಪವನ್ನು ಪಡೆಯಲಾರರು. ಕಾಫ್ಕನ ಕಾದಂಬರಿಯ ಸಂಸ ದೈತ್ಯಾಕಾರದ ಹುಳುವಾಗಿ ರೂಪಾಂತರಗೊಂಡ ಬಳಿಕ ತನ್ನ ಸಮಸ್ತ ಚಟುವಟಿಕೆಗಳನ್ನು ತನ್ನ ಒಂದು ಕೋಣೆಗೇ ಸೀಮಿತಗೊಳಿಸಬೇಕಾಯಿತು. ತನ್ನ ಮನೆ ಒಳಗೆಲ್ಲ ಅಡ್ಡಾಡಲು ಸ್ವಾತಂತ್ರ್ಯವಿದ್ದ, ಮನೆಯ ಹೊರಗೆ ತಿರುಗಾಡಲು ಅನುಕೂಲವಿದ್ದ ಆತ ಈಗ ಒಂದು ಚಿಕ್ಕ ಕೋಣೆಯೊಳಗೆ ಹುಳುವಿನ ಹಾಗೆ ಹರಿದಾಡಬೇಕಾಯಿತು. ಇದಕ್ಕೆ ಅನುಗುಣವಾಗಿಯೇ ಆತನ ಆಹಾರವ್ಯವಸ್ಥೆ ಬದಲಾಯಿತು. ಮನುಷ್ಯ ರೂಪ ದಲ್ಲಿದ್ದಾಗ ತಿನ್ನಲಾಗದೇ ಹೊರಚೆಲ್ಲುತ್ತಿದ್ದ ಪದಾರ್ಥಗಳು ಈ ಹುಳುವಿನ ರೂಪದ ಆತನ ಆಹಾರವಾಗುತ್ತವೆ. ಸಣ್ಣ ಪ್ರಮಾಣದ ಗದ್ದೆ ತೋಟದಂತಹ ಕೃಷಿಭೂಮಿಯನ್ನು ಕಳೆದುಕೊಂಡು ಬೆಟ್ಟದ ಮೇಲೊಂದು ಖಾಲಿ ಜಾಗವನ್ನು ಪಡೆದಾಗ ಹಸುರಿನ ಜೊತೆಗೆ ಬೆಳೆದ ಜನರ ಮನಸ್ಸು ನಿರ್ಜೀವ ಪರಿಸರವೊಂದನ್ನು ಒಪ್ಪಿಕೊಳ್ಳುವುದು ಕಷ್ಟ. ತಮ್ಮ ಮೂಲ ಪರಿಸರದಲ್ಲಿದ್ದ ಅಡ್ಡಾಡುವ ಸ್ಥಳಗಳು ಅಥವಾ ಬೈಲುಗಳು ಅವರ ಬದುಕಿನ ಶ್ವಾಸಕೋಶಗಳಾಗಿರುತ್ತವೆ. ನಿರಾಳವಾಗಿ ನಡೆದಾಡುವ, ಗಾಳಿ ಹೀರುವ, ತಮ್ಮ ಖಾಲಿ ವೇಳೆಯನ್ನು ತುಂಬುವ ಅವಕಾಶವಿದ್ದ ಈ ಬೈಲುಗಳನ್ನು ಕಳೆದುಕೊಂಡು ಖಾಲಿಸ್ಥಳಗಳ ಬಯಲಿಗೆ ಬಂದಾಗ ಜನರಿಗಾಗುವ ಅನುಭವ ಕಾಫ್ಕನ ಕಾದಂಬರಿಯಲ್ಲಿ ರೂಪಾಂತರಗೊಂಡ ಸಂಸನಿಗಾದ ಅನುಭವಕ್ಕಿಂತ ಬೇರೆಯಾಗಿರಲು ಸಾಧ್ಯವಿಲ್ಲ. ನಾವು ಇರುವ ಪರಿಸರಗಳೇ ನಮ್ಮ ಜೀವನದೃಷ್ಟಿಯನ್ನು ರೂಪಿಸುತ್ತವೆ. ನೆರಳಿನಲ್ಲಿ ಇರುವವರ ಜೀವನ ದೃಷ್ಟಿ ಸುಡುಬಿಸಿಲಿಗೆ ಬಂದಾಗ ಬೇರೆಯೇ ಆಗಿಬಿಡುತ್ತದೆ.

ಸ್ಥಳಾಂತರ ತರುವ ಇನ್ನೊಂದು ಸಮಸ್ಯೆಯೆಂದರೆ ಮನುಷ್ಯಸಂಬಂಧಗಳಲ್ಲಿ ಆಗುವ ಏರಿಳಿತ. ಕಾಫ್ಕನ 'ರೂಪಾಂತರ' ಕಾದಂಬರಿಯ ಸಂಸ ಒಬ್ಬನೇ ದುಡಿದು ತನ್ನ ಕುಟುಂಬ ವನ್ನು ಸಾಕುತ್ತಿದ್ದವನು – ಅಪ್ಪ, ಅಮ್ಮ ಮತ್ತು ತಂಗಿಯನ್ನು. ಈಗ ಅವನೇ ದೈತ್ಯಹುಳುವಾಗಿ ರೂಪಾಂತರಗೊಂಡಾಗ ಮತ್ತು ಅದರ ಪರಿಣಾಮವಾಗಿ ದುಡಿದು ಮನೆಯವರನ್ನು

ಸಾಕಲು ಅಸಮರ್ಥನಾದಾಗ ಆತನ ಕುರಿತು ಮನೆಯವರ ನಿಲುವುಗಳು ಬದಲಾಗುತ್ತವೆ. ಅನುಕಂಪೆ, ಜುಗುಪ್ಸೆ, ಅಸಹನೆ, ಸಿಟ್ಟು, ದುಃಖ ಹೀಗೆ ಭಾವನೆಗಳು ತಾತ್ಕಾಲಿಕವಾಗಿ ಬರುತ್ತಾ ಹೋಗುತ್ತಾ ಅವರೆಲ್ಲರನ್ನು ನಿಷ್ಕ್ರಿಯರನ್ನಾಗಿ ಮಾಡುತ್ತವೆ. ಭೂಮಿ ಕಳೆದುಕೊಂಡವರಿಗೆ ಕೊಡುವ ಪರಿಹಾರದ ಹಣ ಎಂಬುದು ಸಾಂಸ್ಕೃತಿಕ ಶೂನ್ಯವನ್ನು ತುಂಬಲಾರದು. ಈ ಹಣದ ಮೊತ್ತವೇ ಒಂದು ಕುಟುಂಬದ ಸದಸ್ಯರ ನಡುವೆ ಪರಸ್ಪರ ಅವಿಶ್ವಾಸವನ್ನು ಆಂತರಿಕ ಸಂಘರ್ಷವನ್ನು ಮಾನಸಿಕ ವೈಷಮ್ಯಗಳನ್ನು ತಂದುಹಾಕಬಹುದು. ಏಕೆಂದರೆ ಈ ಹಣಕ್ಕೆ ಯಾವುದೇ ಸಾಂಸ್ಕೃತಿಕ ಪರಿಸರವೊಂದು ಇಲ್ಲ. ಬದಲಾಗಿ ವ್ಯಾವಹಾರಿಕ ಉದ್ದೇಶ ಒಂದು ಮಾತ್ರ ಇರುತ್ತದೆ.

ಹೊಸದಾಗಿ ತಲೆ ಎತ್ತುವ ಕೈಗಾರಿಕೆಗಳು ನಿರಾಶ್ರಿತರಿಗೆ ಕೊಡುವ ನೌಕರಿ ಎನ್ನುವುದು ಅನೇಕ ಬಾರಿ ಯಾಂತ್ರಿಕ ಅನಿವಾರ್ಯತೆ ಆಗಬಹುದು 'ರೂಪಾಂತರ' ಕಾದಂಬರಿಯ ಸಂಸನ ಅಪ್ಪ ಮಾಡುವ ಜವಾನನ ಕೆಲಸದಂತೆ. ತಮ್ಮ ಮನಸ್ಸಿಗೆ ಒಗ್ಗದ, ಆದರೆ ಜೀವನೋಪಾಯಕ್ಕಾಗಿ ಯಾಂತ್ರಿಕವಾಗಿ ಮಾಡಬೇಕಾದ ಕೆಲಸ ಎನ್ನುವುದು ಮನುಷ್ಯರ ಎಲ್ಲಾ ಚಟುವಟಿಕೆಗಳನ್ನೂ ಕುಗ್ಗಿಸಿ ಅವರು ಹುಳುಗಳಂತೆ ನರಳುವಂತೆ ಮಾಡುತ್ತದೆ. ಔದ್ಯಮೀಕರಣ ಎನ್ನುವುದು ಮನುಷ್ಯರನ್ನು ಮನುಷ್ಯರಿಂದ ದೂರ ಮಾಡುತ್ತಲೇ ಅದರ ನಡುವೆಯೇ ಬದುಕಬೇಕಾದ ಅನಿವಾರ್ಯತೆಯನ್ನು ಉಂಟುಮಾಡುತ್ತದೆ. ಇಂತಹ ಸಂದಿಗ್ಧತೆ, ಅನಿವಾರ್ಯತೆ, ಮನುಷ್ಯರ ಮೂಲಸ್ಥಿತಿಗಳಲ್ಲಿ ಒಂದು. ಆದರೆ ಔದ್ಯಮೀಕರಣದ ಪೂರ್ಣಪ್ರಮಾಣದ ಬದಲಾವಣೆಯಿಂದ ನಿರ್ಮಾಣವಾಗುವ ಪರಿಸರವು ನಾವು ಮನುಷ್ಯರು ಎಂಬ ಅರಿವನ್ನು ತೊಡೆದುಹಾಕದೆ ನಮ್ಮನ್ನು ಹುಳುಗಳನ್ನಾಗಿ ಪರಿವರ್ತಿಸುವ ಸಾಧ್ಯತೆಗಳನ್ನು ಹೊಂದಿದೆ. ಕಾಫ್ಕನ ಕಾದಂಬರಿಯ ಸಂಸ, ಹುಳುವಿನ ರೂಪವನ್ನು ಹೊಂದಿಯೂ ಮನುಷ್ಯ ಸಂವೇದನೆಯನ್ನು ಉಳ್ಳವನಾಗಿ ಇದ್ದುದು ಅವನ ದುರಂತ. ಇದು ಅಭಿವೃದ್ಧಿಯ ಹೆಸರಿನಲ್ಲಿ ಕೈಗಾರೀಕರಣ ಸೃಷ್ಟಿ ಮಾಡುವ ಆಧುನಿಕ ಜೀವಿಗಳ ತೊಳಲಾಟ. ಆಧುನಿಕತೆಯ ಬುಲ್ಡೋಸರ್‌ನ ಅಡಿಯಲ್ಲಿ ಬಿದ್ದು ನಲುಗುವ, ಒದ್ದಾಡುವ ಜೀವಿಗಳ ಸಂವೇದನೆಯನ್ನು ಅರ್ಥಮಾಡಿಕೊಳ್ಳಲು ಸಾಧ್ಯವಾದಾಗ ಮಾತ್ರ ಅಭಿವೃದ್ಧಿ ಮತ್ತು ಸಂಸ್ಕೃತಿಗಳ ನಡುವಿನ ಸಂವಾದವನ್ನು ನಡೆಸಲು ಸಾಧ್ಯ. ವ್ಯಕ್ತಿಗಳಿಗೆ ಸಂವೇದನೆಗಳೇ ಬೇಕಾಗಿಲ್ಲ, ವ್ಯಕ್ತಿಗಳ ಹಿತಗಳೆಲ್ಲವೂ ಸಮಾಜ ಎಂದು ಕರೆಯಲಾಗುವ ಸಮುದಾಯ ಒಂದರ ಹಿತಕ್ಕೆ ವಿಧೇಯವಾಗಿರಬೇಕು, ಇಂತಹ ಸಮುದಾಯದ ಹಿತವು ದೇಶದ ಪ್ರಗತಿಗೆ ಪೂರಕವಾಗಿರಬೇಕು, ಇಂತಹ ದೇಶದ ಪ್ರಗತಿಯು ಕೈಗಾರಿಕೀಕರಣದಿಂದ ಮಾತ್ರ ಸಾಧ್ಯ ಎನ್ನುವ ವಾದಸರಣಿಯಲ್ಲಿ ಮನುಷ್ಯರ ಸಂವೇದನೆಯ ಸೂಕ್ಷ್ಮಗಳಿಗೆ ಸ್ಥಾನ ಇರುವುದಿಲ್ಲ. ಆದರೆ ಎಲ್ಲಾ ವಾದ ತರ್ಕಗಳನ್ನು ಬದಿಗಿರಿಸಿ, ಸ್ಥಳಾಂತರಗೊಂಡು ಬೆಟ್ಟದ ಮೇಲೆ ತಗಡಿನ ಮಾಡಿನ ಮನೆಗಳಲ್ಲಿ ಬೇಯುವ ಮತ್ತು ನೋಯುವ ಜನರ ಸಂವೇದನೆಗಳನ್ನು ಅರ್ಥಮಾಡಿಕೊಂಡಾಗ, ಪಣಂಬೂರು ಪರಿಸರದಲ್ಲಿ ಕಾಫ್ಕನ ಸಾಹಿತ್ಯವು ದೃಶ್ಯರೂಪದಲ್ಲಿ ಪ್ರಯೋಗವಾಗುತ್ತಿದೆ ಅನ್ನಿಸುತ್ತಿದೆ.

೨೯ ಮೇ ೧೯೯೪, 'ಮುಂಗಾರು' ದಿನಪತ್ರಿಕೆ (೧೪ಸೂವೆ)

ನಂಬಿಸುವ ಅರ್ಥಶಾಸ್ತ್ರ ಮತ್ತು ನಂಬಲಾಗದ ಬಜೆಟ್‌ಶಾಸ್ತ್ರ

ಸಂಸತ್ತಿನಲ್ಲಿ ಹಣಕಾಸು ಸಚಿವ ಪ್ರಣಬ್ ಮುಖರ್ಜಿಯವರ ಬಜೆಟ್ ಮಂಡನೆಯ ಬಳಿಕ ಸಂಪ್ರದಾಯದಂತೆ ಆಳುವ ಪಕ್ಷದವರು ಅದನ್ನು ಸ್ವಾಗತಿಸಿದರೆ, ವಿರೋಧಪಕ್ಷದವರು ಟೀಕಿಸಿದ್ದಾರೆ. ಅರ್ಥಶಾಸ್ತ್ರದ ಪಂಡಿತರು ಎಂದಿನಂತೆ ಭಿನ್ನವ್ಯಾಖ್ಯಾನಗಳ ಚರ್ಚೆಯನ್ನು ನಡೆಸಿದ್ದಾರೆ. ಮುಂಗಾರು ಅಧಿವೇಶನದ ಈ ಬಜೆಟ್‌ನ ವೇಳೆಗೆ ಹಿಂದಿನಂತೆ ಮಳೆಗಾಲದಲ್ಲಿ ಆಹಾರದಾಸ್ತಾನು ಕಡಿಮೆಯಾಗಿ, ದೈನಂದಿನ ವಸ್ತುಗಳ ಬೆಲೆಗಳು ಗಗನಕ್ಕೇರಿವೆ. ದುಬಾರಿ ಬೆಲೆಯ ಧಾನ್ಯಗಳ ಧ್ಯಾನದಲ್ಲಿ ಮುಳುಗಿರುವ ಜನ, ತಮ್ಮ ಭವಿಷ್ಯದ ಶ್ರೀಮಂತಿಕೆಗಿಂತ ವರ್ತಮಾನದ ಬಡತನದ ಒಗ್ಗೆ ಚಿಂತಾಕ್ರಾಂತರಾಗಿದ್ದಾರೆ.

ಬಜೆಟ್ ಮಂಡನೆ ಒಂದು ವಾರ್ಷಿಕ ಶಾಸ್ತ್ರವಾಗಿ, ಆಚರಣೆಯಾಗಿ ನಿರಂತರವಾಗಿ ನಡೆದುಬರುತ್ತಿದೆ. ಒಂದೆಡೆ ಆರ್ಥಿಕತಜ್ಞರ ವಿಶ್ಲೇಷಣೆಗಳು, ಇನ್ನೊಂದೆಡೆ ಷೇರು ಮಾರುಕಟ್ಟೆಯ ಏರಿಳಿತಗಳು–ಇವುಗಳ ನಡುವೆಯೇ ಜನಸಾಮಾನ್ಯರು ಒಂದು ಮಳೆಗಾಲದಿಂದ ಇನ್ನೊಂದು ಮಳೆಗಾಲಕ್ಕೆ ತಮ್ಮ ಯಾತನೆಯ ಬದುಕಿನ ಯಾನವನ್ನು ಮುಂದುವರೆಸುತ್ತಾರೆ. ಜನಪ್ರಿಯತೆಯ ಮೇಲೆ ಕಣ್ಣಿಟ್ಟು ಮಂಡಿಸುವ ರಾಜಕೀಯ ಬಜೆಟ್‌ಗಳು ಕೂಡಾ ಅನುಷ್ಠಾನದ ಹಂತದಲ್ಲಿ ವಿಫಲವಾಗುತ್ತಿರುವುದರಿಂದ, ತಾತ್ಕಾಲಿಕವಾಗಿಯಾದರೂ ಸಂತೃಪ್ತಿಯನ್ನು ಕೊಡಲು ಅಸಾಧ್ಯವಾಗಿವೆ. ಬಜೆಟ್‌ನ ನಿಜವಾದ ಪರಿಣಾಮಗಳ ಬಗ್ಗೆ ನಿರಾಶೆ ಹೊಂದಿರುವ ಜನರು, ಅಂಕೆ ಸಂಖ್ಯೆಗಳ ಮೂಲಕ ಹೆಚ್ಚಳ ಅಥವಾ ಕೊರತೆಯನ್ನು ಬಿಂಬಿಸುವ 'ನಂಬಿಸುವ ಅರ್ಥಶಾಸ್ತ್ರ'ದ ಬಗ್ಗೆ ಭ್ರಮನಿರಸನಗೊಂಡಿದ್ದಾರೆ.

'ಹಣ' ಎನ್ನುವುದು ಆಕಾರದಲ್ಲಿ, ಬೆಲೆಯಲ್ಲಿ ಮತ್ತು ಉಪಯೋಗದಲ್ಲಿ ಕಾಲದಿಂದ ಕಾಲಕ್ಕೆ ತೀವ್ರ ಬದಲಾವಣೆಯನ್ನು ಹೊಂದುತ್ತಾ ಬಂದಿದೆ. ಲೋಹದ ತುಂಡೊಂದು 'ನಾಣ್ಯ'ವೆಂಬ ಹೆಸರಿನಲ್ಲಿ ಬೆಲೆಯನ್ನು ಉಳ್ಳ ವಸ್ತುವಾಗಿ ಜಣಜಣಿಸುತ್ತಾ ಇದ್ದದ್ದು, 'ನೋಟು' ಎನ್ನುವ ಕಾಗದದ ಚೂರಿನ ಮೂಲಕ ಹಗುರವಾಗಿ ಗಾಳಿಯಲ್ಲಿ ಹಾರಾಡಲು ತೊಡಗಿತು. ಮುಂದೆ ಚೆಕ್, ಡಿ.ಡಿ.ಗಳಂತಹ ಕಾಗದದ ಅನ್ಯರೂಪಗಳಲ್ಲಿ ಬೆಲೆಯನ್ನು ಹೊಂದಿದಾಗಲೂ ಅದು ಎಲ್ಲ ಸಂದರ್ಭದಲ್ಲೂ ನಗದಾಗಿ ಪರಿವರ್ತನೆ ಹೊಂದುತ್ತದೆ ಎಂಬ ಭರವಸೆಯೇನೂ

ಉಳಿಯಲಿಲ್ಲ. ಪ್ಲಾಸ್ಟಿಕ್ ಕ್ರೆಡಿಟ್ ಕಾರ್ಡುಗಳ ರೂಪದಲ್ಲಿ ಹಣ ಜಾರಲು ತೊಡಗಿದಾಗ, ಅದು 'ಗುಪ್ತನಿಧಿ'ಯ ಯಂತ್ರಗ ಒಳಹೊಕ್ಕು ಹೊರಬಂದು ಹಿರಣ್ಯಗರ್ಭದೊಳಗಿನ ಕಾಗದದ ಚೂರುಗಳನ್ನು ಉದುರಿಸುವ 'ಮಾಂತ್ರಿಕ ಕಾರ್ಡ್' ಆಯಿತು. ಆದರೆ ಊಟಕ್ಕೆ, ಬಟ್ಟೆಗೆ, ಸಿಕ್ಕಸಿಕ್ಕ ಸಾಮಾಗ್ರಿಗಳನ್ನು ಕೊಳ್ಳಲು ಮತ್ತು ಕೊಳ್ಳೆಹೊಡೆಯಲು ಈ ಜಾರುವ 'ಮಾಂತ್ರಿಕ ಕ್ರೆಡಿಟ್ ಕಾರ್ಡ್' ಬಳಕೆಯಾದಂತೆಲ್ಲಾ ಹಣವೂ ಜಾರಿತು, 'ಕ್ರೆಡಿಟ್' ಮಾತ್ರ ಉಳಿಯಿತು.

ಅರ್ಥವ್ಯವಸ್ಥೆಯಲ್ಲಿ 'ವಿನಿಮಯ' ಪದ್ಧತಿಯನ್ನು ತುಂಬ ಪ್ರಾಚೀನವಾದ ಮತ್ತು ಇಂದಿನ ಕಾಲಕ್ಕೆ ಅನಾಗರಿಕವಾದ ಕ್ರಮವೆಂದು ತಿಳಿಯಲಾಗುತ್ತದೆ. ನಮ್ಮ ಹಳ್ಳಿಗಳಲ್ಲಿ ಭತ್ತ-ಅಕ್ಕಿಯನ್ನು ಕೊಟ್ಟು ಉಪ್ಪು, ಬೇಳೆ, ಮೆಣಸು ಮುಂತಾದವುಗಳನ್ನು, ತೆಂಗಿನಕಾಯಿ ಅಡಕೆಯನ್ನು ಕೊಟ್ಟು ಬಟ್ಟೆ, ಬೆಲ್ಲ, ಜೀನಸು, ಮಡಕೆ ಇತ್ಯಾದಿಗಳನ್ನು ಹೀಗೆ ವಿನಿಮಯ ಮಾಡುವ ಕಾಲದಲ್ಲಿ ಹಣದ ಸದ್ದು ಕೇಳುತ್ತಿರಲಿಲ್ಲ ಮತ್ತು ಗರಿನೋಟಿನ ನೋಟ ಕಾಣಿಸುತ್ತಿರಲಿಲ್ಲ. ಯಾವಾಗ 'ಹಣ' ಎನ್ನುವುದು ನಮ್ಮ ಅಗತ್ಯವಸ್ತುಗಳ ನಡುವೆ ಬಂದು 'ದಳ್ಳಾಳಿ'ಯಾಗಿ ಹುಟ್ಟಿಕೊಂಡಿತೋ ಅಂದಿನಿಂದಲೇ ಈ 'ದಲ್ಲಾಳಿ'ಯ ಶಕ್ತಿ ಮತ್ತು ಬೆಲೆ ನಮ್ಮ ಬದುಕನ್ನು ನಿಯಂತ್ರಿಸಲು ಮತ್ತು ಆಳಿಯಲು ಆರಂಭಿಸಿತು.

ಹಣಕ್ಕೆ ಇರುವ ಕ್ರೂರ ಗುಣವೆಂದರೆ, ಅದು ಪ್ರತಿಭಾವಂತರನ್ನು ಕ್ರಿಯಾಶೀಲರನ್ನು ಗುಲಾಮರನ್ನಾಗಿ ನಿಯಂತ್ರಿಸುವುದು. ಬುದ್ಧಿವಂತ ಕ್ರಿಯಾಶೀಲ ಗೃಹಿಣಿ ಹೆಂಡತಿಯೊಬ್ಬಳನ್ನು ಕೆಟ್ಟ ಸ್ವಭಾವಗಳ ಗಂಡನೊಬ್ಬ ತನ್ನ ಹಣದ ಕಾರಣಕ್ಕಾಗಿ ನಿಯಂತ್ರಿಸುತ್ತಾನೆ ಮತ್ತು ಹಿಂಸಿಸುತ್ತಾನೆ. ಗಂಡನ ಸಕಲ ದುರ್ಗುಣಗಳನ್ನೂ ಆತನು ತನ್ನ ಒಡವೆ-ಬಟ್ಟೆಗಳಿಗಾಗಿ, ತಿನಿಸುಗಳಿಗಾಗಿ, ಮನೆಯ ಯೋಗಕ್ಷೇಮಕ್ಕಾಗಿ ಕೊಡುವ ಹಣದ ಕಾರಣಕ್ಕಾಗಿ ಹೆಂಡತಿಯಾದವಳು ಸಹಿಸಿಕೊಳ್ಳಬೇಕಾದ ದುರಂತ ಅನೇಕ ಮನೆಗಳಲ್ಲಿ ನಡೆಯುತ್ತಿರುತ್ತದೆ.

ಸಾಮಾಜಿಕ ಬದುಕಿನಲ್ಲಿ ಶ್ರೀಮಂತರು ಬೇರೆಬೇರೆ ಕ್ಷೇತ್ರಗಳ ಬುದ್ಧಿವಂತರನ್ನು ಕ್ರಿಯಾಶೀಲರನ್ನು ತಮ್ಮ ಹಣದ ಮೂಲಕ ಹತೋಟಿಯಲ್ಲಿಟ್ಟುಕೊಳುತ್ತಾರೆ. ದಾನ, ಕೊಡುಗೆ, ಬೆಂಬಲ, ಉದ್ಯೋಗ-ಇಂತಹ ಅನೇಕ ರೂಪಗಳಲ್ಲಿ ಹಣ ಸಮರ್ಥರನ್ನು ಗುಲಾಮರನ್ನಾಗಿಸುತ್ತದೆ. ಸಾಹಿತಿ, ಕಲಾವಿದರು, ವಿಜ್ಞಾನಿಗಳು, ಕುಶಲಿಗಳು- ಇವರನ್ನೆಲ್ಲ ಇವರ ಚಟುವಟಿಕೆಗಳಿಗೆ ಹಣದ ನೆರವನ್ನು ಕೊಡುವ ಮೂಲಕ ಶ್ರೀಮಂತನೊಬ್ಬ ಅವರೆಲ್ಲರಿಗಿಂತ ಶ್ರೇಷ್ಠನೆಂಬ ಸ್ಥಾನವನ್ನು ಪಡೆಯುತ್ತಾನೆ, ಗೌರವಕ್ಕೆ ಪಾತ್ರನಾಗುತ್ತಾನೆ. ಸಾಹಿತ್ಯಕಲೆಗಳ ಗೋಷ್ಠಿ, ಸಮ್ಮೇಳನ ನಡೆಯಬೇಕಾದರೆ ಅದರ ಊಟದ ವೆಚ್ಚವನ್ನು ಭರಿಸುವ ಶ್ರೀಮಂತನು ಸಾಹಿತ್ಯಪೋಷಕನಾಗುತ್ತಾನೆ. ಮುಂದೆ ಅವನೇ ಸಾಹಿತಿ, ಕಲಾವಿದನೆಂಬ ಬಿರುದನ್ನು ಪಡೆದು, ನಿಜವಾದ ಸಾಹಿತಿಗಳಿಗಿಂತ ಮೇಲೇರುತ್ತಾನೆ.

ದಲ್ಲಾಳಿಯಾದ ಹಣವು, ಕಾಗದದ ಚೂರಿನ ರೂಪದ ನೋಟು ಆದಮೇಲಂತೂ ಅದರ ಬೆಲೆ ನಿರ್ಧರಿಸುವವರು ತಮ್ಮ ಪ್ರಯೋಜನಕ್ಕೆ, ಅನುಕೂಲಕ್ಕೆ ತಕ್ಕಂತೆ ಅದನ್ನು ಬದಲಾಯಿಸುತ್ತಾರೆ. ಅರ್ಥಶಾಸ್ತ್ರಜ್ಞರು ರೂಪಾಯಿಯ ಬೆಲೆಯನ್ನು ಇಷ್ಟು ಪೈಸೆಗಳು ಎಂದು ಲೆಕ್ಕ ಹಾಕುತ್ತಾರೆ. ಆದರೆ, ನಮ್ಮ ಸಾರ್ವಜನಿಕ ಬದುಕಿನಲ್ಲಿ ಎಷ್ಟೋ ಬಾರಿ ಒಂದೇ

ದಿನದಲ್ಲಿ ಸಂದರ್ಭಕ್ಕೆ ಅನುಗುಣವಾಗಿ ಮನೋಧರ್ಮಕ್ಕೆ ಅನುಗುಣವಾಗಿ ಅದರ ಬೆಲೆ ಏರುತ್ತದೆ ಅಥವಾ ಇಳಿಯುತ್ತದೆ.

ಶ್ರೀಮಂತ ಹೊಟೇಲಿಗೆ ಹೋಗಿ ಸಮೃದ್ಧವಾಗಿ ಉಂಡುತಿಂದು ಬಿಲ್ ಪಾವತಿ ಮಾಡುವ ವೇಳೆಗೆ ಅನೇಕರ ಪಾಲಿಗೆ ಐದರಿಂದ ಹತ್ತು ಸಾವಿರ ರೂಪಾಯಿ ಸಾಮಾನ್ಯ ಮೊತ್ತವಾಗಿ, ಅದರ ಮೇಲೆ ನೂರಿನ್ನೂರು ರೂಪಾಯಿಯ ಟಿಪ್ಸ್‌ಗಳನ್ನು ಎಸೆಯುವ ಸಂದರ್ಭದಲ್ಲಿ ಹಣದ ಬೆಲೆ ತಗ್ಗಿರುತ್ತದೆ. ಆದರೆ ಅವರೇ ಬಳಿಕ ಮಧ್ಯರಾತ್ರಿಯಲ್ಲಿ ಆಟೋರಿಕ್ಷಾ ಒಂದರಲ್ಲಿ ಕುಳಿತು ಮನೆಗೆ ಹೋದ ಮೇಲೆ ಆಟೋದವನು ಐವತ್ತು ರೂಪಾಯಿಗಳನ್ನು ಬಾಡಿಗೆಗೆ ಎಂದು ಕೇಳಿದರೆ, ಅವನ ಜೊತೆ ಚೌಕಾಶಿ ಮಾಡಿ ಜಗಳವಾಡಿ ಐದರಿಂದ ಹತ್ತು ರೂಪಾಯಿಗಳ ರಿಯಾಯಿತಿ ಪಡೆಯುವಾಗ ಅವರ ಪಾಲಿನ ಹಣದ ಬೆಲೆ ಏರಿರುತ್ತದೆ. ಸೀರೆ ಅಥವಾ ಚಿನ್ನಾಭರಣಗಳ ಅಂಗಡಿಗಳಿಗೆ ಹೋದ ಹೆಂಗುಸರು, ಲಕ್ಷಮೌಲ್ಯದ ಒಡವೆ-ವಸ್ತ್ರಗಳನ್ನು ಕೊಳ್ಳುವಾಗ, ಅವರ ಪಾಲಿನ ಹಣದ ಬೆಲೆ ತುಂಬಾ ಕಮ್ಮಿ ಇದ್ದರೆ, ಮಾರ್ಕೆಟ್‌ನಲ್ಲಿ ಸೊಪ್ಪು ಮಾರುವವರು, ತರಕಾರಿಯವಳು, ಅಥವಾ ಮೀನು ಮಾರುವವಳ ಜೊತೆಗೆ ಐವತ್ತು ಪೈಸೆಯಿಂದ ಐದು ರೂಪಾಯಿವರೆಗೆ ಚೌಕಾಶಿ ಮಾಡುವಾಗ ಹೆಂಗುಸರ ರೂಪಾಯಿಯ ಬೆಲೆ ದಿಢೀರನೆ ಮೇಲಕ್ಕೇರಿರುತ್ತದೆ. ನಮ್ಮ ರೂಪಾಯಿಯ ಬೆಲೆಯು ನೋಟುಗಳೆಂಬ ಕಾಗದದ ಚೂರಿನಲ್ಲಿ ಇರದೆ, ನಮ್ಮ ಮನಸ್ಸಿನ ಆಸೆಗಳ ಆಳದಲ್ಲಿ ಹುದುಗಿಕೊಂಡಿರುತ್ತದೆ.

ಎಷ್ಟೋ ಬಾರಿ ಹಣ ಇದ್ದರೂ ಅದು ನಿರಪಯುಕ್ತವಾಗುವ ಸನ್ನಿವೇಶ ಇರುತ್ತದೆ. ಎಷ್ಟೇ ಹಣ ಇದ್ದರೂ ವಸ್ತುವಿನ ಅಭಾವ ಇದ್ದಾಗ ಹಣ ನಿಷ್ಪ್ರಯೋಜಕವಾಗುತ್ತದೆ. ಅಕ್ಕಿ ಕೊಳ್ಳಲು ಅಂಗಡಿಗೆ ಹೋದಾಗ, ಅಕ್ಕಿಯ ಬದಲು ಚಾಕಲೇಟ್ ಕೊಟ್ಟರೆ ಅದರಿಂದ ಹೊಟ್ಟೆ ತುಂಬಿಸಲು ಸಾಧ್ಯವಾಗುವುದಿಲ್ಲ. ಆಧುನಿಕ ಮಾರುಕಟ್ಟೆ ಕೆಲವು ವಸ್ತುಗಳ ಅಭಾವವನ್ನು, ಇನ್ನು ಕೆಲವುವಸ್ತುಗಳ ಹೆಚ್ಚಳವನ್ನು ಸೃಷ್ಟಿಸಿ ಜನರಿಗೆ ಬೇಕಾದದ್ದನ್ನು ಕೊಡುವುದರ ಬದಲು ತನ್ನಲ್ಲಿ ಇರುವುದನ್ನು ಮಾರುವ ತಂತ್ರಗಾರಿಕೆಯನ್ನು ಹೊಂದಿರುತ್ತದೆ. ಕೆಲವೊಮ್ಮೆ ನಮ್ಮಲ್ಲಿರುವ ಹಣ ಚಲಾವಣೆಯಾಗದ ಆರ್ಥಿಕ ಸಾಮ್ರಾಜ್ಯಗಳಿರುತ್ತವೆ. ಪಶ್ಚಿಮದ ದೇಶಗಳಲ್ಲಿ ಭಾರತೀಯ ರೂಪಾಯಿ ನಡೆಯುವುದಿಲ್ಲ. ಆದರೆ ಡಾಲರ್, ಪೌಂಡ್, ಯೂರೋಗಳು ಅನೇಕ ದೇಶಗಳಲ್ಲಿ- ತಮ್ಮ ದೇಶದ್ದು ಅಲ್ಲದಿದ್ದರೂ ಚಲಾವಣೆಯಲ್ಲಿರುತ್ತವೆ. ಅಂದರೆ, ಶ್ರೀಮಂತರಿಗೆ ಎಲ್ಲ ದೇಶಗಳಲ್ಲಿಯೂ ಚಲಾವಣೆ ಇದೆ, ಬಡವರಿಗೆ ತಮ್ಮ ಊರಲ್ಲಿ ಮಾತ್ರ ಅಸ್ತಿತ್ವ.

ವಸ್ತುಗಳ ಬೆಲೆಗಳು ಒಂದೇ ಊರಿನಲ್ಲಿ ಬೇರೆಬೇರೆ ಪರಿಸರಗಳಲ್ಲಿ ಭಿನ್ನವಾಗುತ್ತವೆ. ಇಡ್ಲಿಯೊಂದು ಬೀದಿಬದಿಯಲ್ಲಿ ತುಂಬಾ ಕಡಿಮೆ ಬೆಲೆಗೆ ದೊರೆತರೆ, ಅದೇ ಇಡ್ಲಿ ದರ್ಶಿನಿಯಲ್ಲಿ ಮತ್ತೆ ಉಪಾಹಾರಗೃಹಗಳಲ್ಲಿ ತನ್ನ ಬೆಲೆಯನ್ನು ಹೆಚ್ಚಿಸುತ್ತಾ ಹೋಗುತ್ತದೆ. ಗಗನದಲ್ಲಿ ಚಲಿಸುವ ವಿಮಾನಗಳ ಆವಾಸಸ್ಥಾನದಲ್ಲಿ ತನ್ನ ಯೋಗ್ಯತೆಗೆ ಅನುಗುಣವಾಗಿ ಇಡ್ಲಿಯ ಬೆಲೆ ಗಗನಕ್ಕೇರುತ್ತದೆ. ಹಾಗಾಗಿ, ಒಂದು ರೂಪಾಯಿಯಿಂದ ನೂರು ರೂಪಾಯಿಯವರೆಗೆ ಇಡ್ಲಿದೋಸೆಗಳು ಒಂದೇ ಊರಿನಲ್ಲಿ ತಮ್ಮ ಒಡೆಯರ ಅಂತಸ್ತಿಗೆ ಅನುಗುಣವಾಗಿ ಬಡತನ ಮತ್ತು ಸಿರಿತನವನ್ನು ಅನುಭವಿಸುತ್ತವೆ.

ಆಧುನಿಕ ಅರ್ಥಶಾಸ್ತ್ರದ ಬಂಡವಾಳ ಪದ್ಧತಿಯಲ್ಲಿ ಮಾರುಕಟ್ಟೆ ನಿಯಂತ್ರಣದ ಮೂಲಕ ಹಣಕ್ಕೆ ಬೆಲೆಯನ್ನು ಕೊಡುವ ಕಾರಣ, ನಾವು ಅಕ್ಕಿಯನ್ನು ಮಾರಿ ರೂಪಾಯಿಯನ್ನು ಪಡೆದು, ಮತ್ತೆ ರೂಪಾಯಿಯನ್ನು ಕೊಟ್ಟು ಬೇಳೆ ಮತ್ತು ಬೆಲ್ಲವನ್ನು ಕೊಳ್ಳಬೇಕು. ಈ ರೀತಿ ವಸ್ತುವಿನಿಂದ ಹಣಕ್ಕೆ ರೂಪಾಂತರ, ಹಣದಿಂದ ಮತ್ತೊಮ್ಮೆ ವಸ್ತುವಿಗೆ ರೂಪಾಂತರ ಆಗುವಾಗ, ಹಣದ ಬೆಲೆ ಏರುತ್ತದೆ. ವಸ್ತುಗಳ ಪ್ರಮಾಣ ಇಳಿಯುತ್ತದೆ. ಜಾಗತಿಕ ಅರ್ಥವ್ಯವಸ್ಥೆಯಲ್ಲಿ ಅಮೆರಿಕಾದ ಡಾಲರ್ ಮತ್ತು ಇಂಗ್ಲೆಂಡಿನ ಪೌಂಡ್ ತಮ್ಮ ಶಕ್ತಿಯ ನಿಯಂತ್ರಣವನ್ನು ಮಾಡಿಕೊಂಡಿರುವುದು ಇದೇ ರೀತಿಯಲ್ಲಿ. ಈಗ ಸ್ವಲ್ಪ ಮಟ್ಟಿಗೆ ಯುರೋಪಿನ 'ಯುರೋ' ಸ್ಪರ್ಧಿಸುತ್ತಿದೆ. ಹೀಗೆ ಎರಡು-ಮೂರು ರೀತಿಯ ಜಾಗತಿಕ ಹಣದ ರೂಪಕಗಳು ಮಾತ್ರ ಜಗತ್ತಿನ ಅರ್ಥವ್ಯವಸ್ಥೆಯನ್ನು ನಿಯಂತ್ರಿಸುವ ಕಾರಣ, ನಮ್ಮ 'ರೂಪಾಯಿ' ಕೂಡ ನಮ್ಮ ಹಳ್ಳಿಯಲ್ಲಿನ ಉಪ್ಪು-ಬೆಲ್ಲಗಳಿಗಿಂತ ಹೆಚ್ಚಿನ ಬೆಲೆಯನ್ನು ಪಡೆಯುವುದಿಲ್ಲ. ಹೀಗಾಗಿ 'ಹಣ' ಎನ್ನುವ ದಲ್ಲಾಳಿ, ಮಾರುವ ಮತ್ತು ಕೊಳ್ಳುವ ವ್ಯಾಪಾರದ ಎರಡೂ ಕಡೆಯಿಂದ ಲಾಭವನ್ನು ಪಡೆದು ಶ್ರೀಮಂತರ ಶ್ರೀಮಂತಿಕೆ ಮತ್ತು ಬಡವರ ಬಡತನವನ್ನು ಏಕಕಾಲಕ್ಕೆ ಹೆಚ್ಚಿಸುವ ಕೆಲಸವನ್ನು ಮಾಡುತ್ತದೆ. ಸಾಮಾನ್ಯ ಸನ್ನಿವೇಶದಲ್ಲಿ ವಿನಿಮಯದ ರೂಪದಲ್ಲಿ ನಮ್ಮ ಅಗತ್ಯಗಳ ಬೇಡಿಕೆ ಮತ್ತು ಪೂರೈಕೆಗಳನ್ನು ಮಾಡುವ ಅವಕಾಶವಿದ್ದರೂ 'ಹಣ' ಅದಕ್ಕೆ ಆಸ್ಪದ ಕೊಡದೇ ತನ್ನ ಮೂಲಕವೇ ಪೂರೈಕೆ ಬೇಡಿಕೆಗಳು ನಡೆಯಬೇಕು ಎನ್ನುವ ನಿರ್ಬಂಧವನ್ನು ಹೇರುತ್ತದೆ. ಆದ್ದರಿಂದಲೇ ಇಡೀ ದೇಶದ ರೂಪಾಯಿಗೆ ಇಷ್ಟು ಬೆಲೆ ಎನ್ನುವುದನ್ನು ಷೇರು ಮಾರುಕಟ್ಟೆ ಮುಂಬಯಿಯಲ್ಲಿ ನಿರ್ಣಯ ಮಾಡಿದರೆ, ಜಾಗತಿಕ ಮಾರುಕಟ್ಟೆಯನ್ನು ಅಮೆರಿಕಾ, ಇಂಗ್ಲೆಂಡ್, ಮತ್ತು ಯುರೋಪಿನ ಯೂನಿಯನ್‌ಗಳು ನಿರ್ಧರಿಸುತ್ತವೆ. ಹಾಗಾಗಿ, ನಮ್ಮ ರೈತರು ಬೆಳೆದ ತೊಗರಿಬೇಳೆ ಮುಂಬೈ ಷೇರು ಮಾರುಕಟ್ಟೆಗೆ ಹೋಗಿ, ಅಲ್ಲಿಂದ ರಿಸರ್ವ್ ಬ್ಯಾಂಕ್‌ನ್ನು ಪ್ರವೇಶಿಸಿ, ಅಲ್ಲಿಂದ ನೋಟುಗಳನ್ನು ನಾಣ್ಯಗಳನ್ನು ಹಿಡಿದುಕೊಂಡು ಮತ್ತೆ ನಮ್ಮ ಹಳ್ಳಿಗೆ ಹಾರುತ್ತಾ ಬರಬೇಕು.

ಕ್ರೆಡಿಟ್ ಕಾರ್ಡ್‌ಗಳ ಪಾವತಿಯ ಪ್ರಮಾಣ ಕುಗ್ಗಿರುವುದು ಮತ್ತು ಕಾರ್ಡ್‌ಗಳ ಬಳಕೆ ಕಡಿಮೆಯಾಗಿರುವುದನ್ನು ಅರ್ಥಶಾಸ್ತ್ರಜ್ಞರು ಯಾವುದೇ ರೀತಿ ವಿವರಿಸಿದರೂ, ನಾಳೆ ದೊರಕಲಾರದ ಹಣಕ್ಕೆ ಇಂದು ಹೊಟ್ಟೆ ತುಂಬ ಉಂಡು ಬೀಗುವ, ತುಪ್ಪ ತಿಂದು ಸಾಲ ಮಾಡುವ 'ಅಭಿಲಾಷೆ' ಮುಖ್ಯವಾದ ಕಾರಣ. ಇಂದು ಅಧಿಕಾರದ ಗದ್ದುಗೆಯಲ್ಲಿ ಕುಳಿತಿರುವುದು ಅರ್ಥಶಾಸ್ತ್ರವೇ ಹೊರತು ರಾಜಕೀಯವಲ್ಲ. ರಾಜಕೀಯವು ಅರ್ಥಶಾಸ್ತ್ರದ ಗುಲಾಮ, ಜನರು ರಾಜಕೀಯದ ಗುಲಾಮರು ಆಗಿರುವ ಇಂದಿನ ಸಂದರ್ಭದಲ್ಲಿ 'ಸಮೃದ್ಧಿ' ಎನ್ನುವುದನ್ನು 'ನಂಬಿಸುವ ಅರ್ಥಶಾಸ್ತ್ರ'ವೇ ನಮ್ಮ ಬಜೆಟ್‌ಗಳ ಅಂತರಾಳದ ಸೂತ್ರ. ಅನ್ನ, ಬಟ್ಟೆ, ಮನೆಯೊಂದಿಗೆ ಮೊಬೈಲ್ ಕೂಡ ಬೇಕು ಎನ್ನುವ ಈ ಕಾಲದಲ್ಲಿ, ಕೊರತೆ ಇರುವುದು 'ಕರೆನ್ಸಿ'ಗೆ ಮಾತ್ರ.

೧೭ ಜುಲೈ ೨೦೦೯, 'ಇರುಳ ಕಣ್ಣು', ಪ್ರಜಾವಾಣಿ

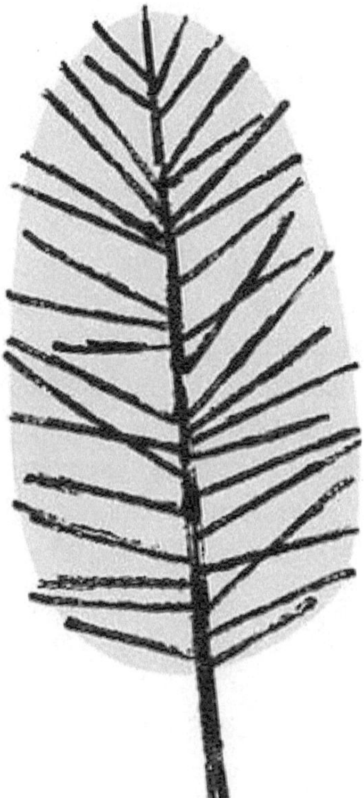

ಭಾಗ 2

ಮತ್ತೆ ಪಡೆದ ಶಕುಂತಲೆ ಮತ್ತು ತೋಡಿದ ಬಾವಿಗಳು

'ಅದೃಶ್ಯವಾದ ತನ್ನ ಹುಡುಗನೊಡನೆ ಶಕುಂತಲೆ ವಾಸಿಸುವಲ್ಲಿ
ದೇವತೆಗಳಿಂದಾಕೆಯನ್ನು ಹೊಚ್ಚ ಹೊಸದಾಗಿ ದುಷ್ಯಂತ ಪಡೆಯುವಲ್ಲಿ
ನಿನಗೆ ವಂದನೆ, ಓ ಪವಿತ್ರ ನಾಡೇ, ಸ್ವರಗಳ ನಾಯಕನೇ
ಹೃದಯದ ಧ್ವನಿಯೇ, ಮೇಲೆತ್ತು ನನ್ನನು
ಸ್ವರ್ಗದ ಮೂಲಕ ನಿನ್ನಲ್ಲಿಗೆ'

ಪ್ರಸಿದ್ಧ ಜರ್ಮನ್ ಕವಿ Johann Gottfried Herder (೧೭೪೪-೧೮೦೩)ನು ಕಾಳಿದಾಸನ ಶಕುಂತಲೆಯ ನಾಡು ಭಾರತಕ್ಕೆ ಗೌರವವನ್ನು ಸಲ್ಲಿಸಿದ ರೀತಿ ಇದು. ಹರ್ಡರ್‌ಗೆ ಭಾರತದ ಪರಿಚಯವಾದದ್ದು ಜಾರ್ಜ್ ಫಾರ್‌ಸ್ಟರ್‌ನು (೧೭೫೪-೧೭೯೪) ಅನುವಾದಿಸಿದ ಜರ್ಮನ್ 'ಶಾಕುಂತಲ'ದ ಮೂಲಕ (೧೭೯೧). ಈ ಕೃತಿಯ ಮೂಲಕವೇ ಹರ್ಡರ್ ಗಯತೆಯ ಗಮನವನ್ನು ಭಾರತದ ಸಾಹಿತ್ಯದ ಕಡೆಗೆ ಸೆಳೆದದ್ದು. ಫಾರ್‌ಸ್ಟರ್‌ನ ಜರ್ಮನ್ ಶಾಕುಂತಲದ ಮೂಲಕವೇ ಭಾರತೀಯ ಸಾಹಿತ್ಯದ ಕುರಿತು ಜರ್ಮನಿಯಲ್ಲಿ ಆಸಕ್ತಿ ಬೆಳೆದು, ಅಧ್ಯಯನದ ಹೊಸ ಯುಗವೊಂದು ಆರಂಭವಾದದ್ದು. ತನ್ನ 'Local And General Knowledge' ಎಂಬ ಲೇಖನದಲ್ಲಿ ಫಾರ್‌ಸ್ಟರ್ ಈ ರೀತಿ ಬರೆಯುತ್ತಾನೆ:

"ನಮ್ಮ ಒಳಗೆ ಮತ್ತು ಹೊರಗೆ ಕ್ರಿಯಾಶೀಲವಾಗಿರುವ ಶಕ್ತಿಯ ಎಲ್ಲಾ ಅಂಶಗಳ ಸರಿಯಾದ ಪರಿಜ್ಞಾನವನ್ನು ಹೊಂದುವುದಕ್ಕಾಗಿ, ನಾವು ಜಗತ್ತಿನ ಎಲ್ಲಾ ಪ್ರದೇಶಗಳ ಪ್ರತಿಭೆಗಳ ಕಾವ್ಯಗಳಲ್ಲಿ ಹಂಚಿಹೋಗಿರುವ ಎಲ್ಲಾ ಹೂವುಗಳನ್ನೂ ಎಚ್ಚರದಿಂದ ಒಟ್ಟುಮಾಡಬೇಕು".

ಕಳೆದ ವಾರ ಫೆಬ್ರುವರಿ ೧೯, ೨೦, ೨೧ (೨೦೦೯)ರಂದು ಮಂಗಳೂರಿನಲ್ಲಿ ಬಾಸೆಲ್ ಮಿಷನಿನ ರೂಪಾಂತರವಾದ ಕರ್ನಾಟಕ ಥಿಯೋಲಾಜಿಕಲ್ ಕಾಲೇಜಿನಲ್ಲಿ 'ರೂಪಾಂತರವನ್ನು ಸಂಭ್ರಮಿಸುವುದು' ಎನ್ನುವ ಅಂತಾರಾಷ್ಟ್ರೀಯ ಸಮಾಲೋಚನಾ ಸಮ್ಮೇಳನ ನಡೆಯಿತು. ಬಾಸೆಲ್ ಮಿಷನರಿಗಳು ಭಾರತಕ್ಕೆ ಬಂದು ೧೭೫ ವರ್ಷಗಳು ಸಂದ ನೆನಪಿಗಾಗಿ ಭಾರತದ ಮಿಷನ್ ಕುಟುಂಬದವರೊಂದಿಗೆ ಜರ್ಮನಿ ಮತ್ತು

ಬಾಸೆಲ್‌ನ ಕೆಲವು ಸಮಾನಮನಸ್ಕರು ಒಟ್ಟು ಸೇರಿ ಕಳೆದ ೧೭೫ ವರ್ಷಗಳಲ್ಲಿ ನಡೆದ ರೂಪಾಂತರಗಳನ್ನು ನೆನಪಿಸಿಕೊಳ್ಳುತ್ತಾ, ಭವಿಷ್ಯದ ರೂಪಾಂತರಗಳನ್ನು ಚರ್ಚಿಸಿದರು. ಸ್ವಿಟ್ಜರ್‌ಲೆಂಡಿನ 'ಬಾಸೆಲ್' ಎಂಬ ಊರಿನಲ್ಲಿ ೧೮೧೫ರಲ್ಲಿ ಆರಂಭವಾದ ಬಾಸೆಲ್ ಮಿಷನರಿ ಸೊಸೈಟಿಯ ಮಿಷನರಿಗಳು ಭಾರತಕ್ಕೆ ಬಂದದ್ದು ೧೮೩೪ರಲ್ಲಿ. ಕೇರಳದ ಮಲಬಾರ್ ಕರಾವಳಿ, ಕರಾವಳಿ ಕರ್ನಾಟಕ, ಉತ್ತರ ಕರ್ನಾಟಕ ಮತ್ತು ನೀಲಗಿರಿ ಪ್ರದೇಶಗಳಲ್ಲಿ ಕೆಲಸ ಮಾಡಿದ ಈ ಮಿಷನರಿಗಳು, ಧಾರ್ಮಿಕ ಬದಲಾವಣೆಗಳಿಗಿಂತ ಹೆಚ್ಚಾಗಿ ಸಾಂಸ್ಕೃತಿಕ ಸಾಧನೆಗಳನ್ನು ಮಾಡುವಲ್ಲಿ ಯಶಸ್ವಿಯಾದರು. ಒಂದು ಅರ್ಥದಲ್ಲಿ ಕ್ರಿಶ್ಚಿಯನ್‌ಧರ್ಮಕ್ಕೆ ಮತಾಂತರ ಮಾಡುವ ಮಿಷನ್‌ನ ಕೆಲಸಕ್ಕಿಂತ ಹೆಚ್ಚಾಗಿ ಶಿಕ್ಷಣ, ಸಾಹಿತ್ಯ, ಆರೋಗ್ಯ, ಕೈಗಾರಿಕೆ ಮತ್ತು ಕೃಷಿ ಕ್ಷೇತ್ರಗಳಲ್ಲಿ ಜನಮುಖಿಯಾದ ಕೆಲಸಗಳನ್ನು ಮಾಡಿದರು. ಕನ್ನಡ ಮಲೆಯಾಳಂ ಮತ್ತು ತುಳು ಭಾಷೆಯ ಸಾಹಿತ್ಯದ ಕ್ಷೇತ್ರದಲ್ಲಿ ವಿದ್ವತ್ತಿನ ಬಹುಮುಖಿ ಕೆಲಸಗಳು ಮಿಷನರಿಗಳಿಂದ ಸಾಧ್ಯವಾದುವು. 'ಪ್ರೊಟೆಸ್ಟೆಂಟ್' ಎನ್ನುವ ವಿಶೇಷಣವು ಕ್ರೈಸ್ತ ಧರ್ಮದ ಶಾಖೆಯಾಗಿಯೇ ಹೊರತು ಸ್ಥಳೀಯ ಸಂಸ್ಕೃತಿಯ ಪ್ರತಿರೋಧವಾಗಿ ಕೆಲಸ ಮಾಡಲಿಲ್ಲ. ಹೀಗಾಗಿ ಕನ್ನಡದಲ್ಲಿ ಕಿಟೆಲ್, ಮೋಗ್ಲಿಂಗ್, ವೈಗ್ಲೆ, ತುಳುವಿನಲ್ಲಿ ಮ್ಯಾನರ್, ಬ್ರಿಗೆಲ್, ಮಲೆಯಾಳಂನಲ್ಲಿ ಗುಂಡರ್ಟ್ ಸಾಹಿತ್ಯ ಮಿಷನರಿಗಳಾಗಿ ಇಂದಿಗೂ ನಮ್ಮೊಡನಿದ್ದಾರೆ.

ಸ್ವಿಟ್ಜರ್‌ಲೆಂಡಿನ 'ರೈನ್' ನದಿಯ ಎರಡೂ ಬದಿಗಳಲ್ಲಿ ಬೆಳೆದು ನಿಂತಿರುವ ನಗರ 'ಬಾಸೆಲ್'. ಮುಖ್ಯ ವ್ಯಾಪಾರ ಕೇಂದ್ರವೂ ಆಗಿರುವ ಬಾಸೆಲ್‌ನಲ್ಲಿ ಇರುವ 'ಮಿಷನ್ ಹೌಸ್'ನ ಹೆಸರು. ಪ್ರವಾಸಿಗರ ಕೈಪಿಡಿಯಲ್ಲಿ ಇಲ್ಲ. ಕನ್ನಡ, ತುಳು, ಮಲೆಯಾಳಂ ಸಂಶೋಧಕರು ಮಾತ್ರ ಬಾಸೆಲ್‌ನಲ್ಲಿ 'ಮಿಷನ್ ಹೌಸ್'ನ್ನು ಹುಡುಕಿಕೊಂಡು ಬರುತ್ತಾರೆ. 'ಬಾಸೆಲ್‌ನ ಬೀದಿಗಳಲ್ಲಿ ಅಲೆಯುವಾಗ ಪಾಸ್‌ಪೋರ್ಟ್‌ನ್ನು ಮರೆಯಬೇಡಿರಿ' ಎನ್ನುವುದು ಒಂದು ಜನಪ್ರಿಯ ನುಡಿಗಟ್ಟು. ಬಾಸೆಲ್ ನಗರವು ಸ್ವಿಟ್ಜರ್‌ಲೆಂಡ್, ಜರ್ಮನಿ ಮತ್ತು ಫ್ರಾನ್ಸ್ ದೇಶಗಳ ಗಡಿಯಲ್ಲಿದೆ. ಬಾಸೆಲ್‌ನ ಬೀದಿಗಳಲ್ಲಿ ನಡೆದುಕೊಂಡು ಹೋದರೆ, ನೇರವಾಗಿ ಫ್ರಾನ್ಸ್ ಅಥವಾ ಜರ್ಮನಿಗೆ ಹೋಗಬಹುದು. ಆದರೆ, 'ಬಾಸೆಲ್ ಮಿಷನ್ ಹೌಸ್'ನ ಸಂಗ್ರಹಾಲಯದ ಒಳಗಡೆ ಪ್ರವೇಶಿಸಿ ಅಪೂರ್ವ ಗ್ರಂಥಗಳಲ್ಲಿ ಪರಕಾಯ ಪ್ರವೇಶ ಮಾಡಿದರೆ, ನಾವು ಕರ್ನಾಟಕದೊಳಗಡೆ ಸಂಚರಿಸಬಹುದು. ನಾನು ೧೯೯೩ ಮತ್ತು ೨೦೦೩ರಲ್ಲಿ ಬಾಸೆಲ್‌ನಲ್ಲಿದ್ದ ಅವಧಿಯಲ್ಲಿ ಕನ್ನಡ ಮತ್ತು ತುಳುವಿನ ಅನುವಾದಗಳು, ಪಠ್ಯಪುಸ್ತಕಗಳು, ಅಪೂರ್ವ ಜನಪದ ಸಂಗ್ರಹಗಳು ಇವನ್ನು ವಿವರವಾಗಿ ನೋಡಲು ನನಗೆ ಸಾಧ್ಯವಾಯಿತು.

'ಜೆನಿಸಿಸ್'ನ ಅಧ್ಯಾಯ–೨೬ರಲ್ಲಿ 'ಬಾವಿಗಳು ಮತ್ತು ಜಗಳಗಳು' ಎನ್ನುವ ಪ್ರಸ್ತಾವ ಇದೆ. ಬರಗಾಲದ ವೇಳೆಯಲ್ಲಿ ನೀರಿಗಾಗಿ ಜಗಳಗಳಾಗುತ್ತಿದ್ದವು. ತನ್ನ ತಂದೆ ಅಬ್ರಹಾಂ ಕಾಲದಲ್ಲಿ ತೋಡಿ ಪಾಳುಬಿದ್ದ ಬಾವಿಗಳನ್ನು ಅವನ ಮಗ ಐಸಾಕ್ ಮತ್ತೆ ಅಗೆಯುತ್ತಾನೆ. ಇದರಿಂದಾಗಿ, ಬರಗಾಲದ ವೇಳೆ ನೀರಿಗಾಗಿ ಜಗಳಮಾಡುವುದು ತಪ್ಪುತ್ತದೆ. ನಿರಂತರ ಪ್ರಯಾಣ ಮಾಡುತ್ತಿರುವವರು, ತಾವು ಡೇರೆ ಹಾಕಿದ ಕಡೆಗಳಲ್ಲಿ ಬಾವಿ ತೋಡುತ್ತಾ

ಬರುತ್ತಾರೆ. ಹಾಗೆ ತೋಡಿದ ಬಾವಿಗಳು ಮುಂದೆ ಬರುವವರಿಗೆ ನೀರನ್ನು ಒದಗಿಸುತ್ತವೆ. ಬಾಸೆಲ್‌ನ ಮಿಷನರಿಗಳು ತೋಡಿದ ಅನೇಕ ಬಾವಿಗಳು ಕಾಲಕ್ರಮೇಣ ಮುಚ್ಚಿಹೋಗಿವೆ. ಅವನ್ನು ಮತ್ತೆ ತೋಡುವ ಮತ್ತು ಹೊಸ ರೂಪಗಳಲ್ಲಿ ಕಟ್ಟುವ ಪ್ರಕ್ರಿಯೆಯ ಭಾಗವಾಗಿ ಕಳೆದವಾರ ಸಮ್ಮೇಳನ ನಡೆಯಿತು.

ಭಾರತಕ್ಕೆ ಬಂದ ಬಾಸೆಲ್ ಮಿಷನರಿಗಳು ಸ್ಥಳೀಯರನ್ನು ಕ್ರೈಸ್ತ ಧರ್ಮಕ್ಕೆ ಮತಾಂತರ ಮಾಡಿರುವ ಬಗ್ಗೆ ಎಲ್ಲೂ ಮುಚ್ಚುಮರೆ ಮಾಡಿಲ್ಲ. ಇಲ್ಲಿಂದ ಬಾಸೆಲ್‌ಗೆ ಕಳುಹಿಸಿದ ನಿಗದಿತ ವರದಿಗಳಲ್ಲಿ ಮತಾಂತರದ ಪ್ರಯತ್ನಗಳು, ಅವುಗಳ ಸೋಲು-ಗೆಲುವು ವಿವರವಾಗಿ ದೊರೆಯುತ್ತವೆ. ಜರ್ಮನ್ ಭಾಷೆಯಲ್ಲಿ ಇರುವ ಇಂಥ ವರದಿಗಳ ಸಮಗ್ರ ಸಂಗ್ರಹ ಬಾಸೆಲ್‌ನಲ್ಲಿ ಇದೆ. ಈಗ ಅವುಗಳನ್ನೆಲ್ಲ ಮಂಗಳೂರಿನ ಕರ್ನಾಟಕ ಥಿಯೋಲಾಜಿಕಲ್ ಕಾಲೇಜಿಗೆ ತಂದಿಡಲಾಗಿದೆ. ಮಿಷನರಿಗಳು ನಡೆಸಿದ ಸ್ಥಳೀಯರ ಮತಾಂತರದ ಪ್ರಯತ್ನಗಳು ವಿಶಿಷ್ಟವಾಗಿವೆ, ಕೆಲವೊಮ್ಮೆ ಹಾಸ್ಯಾಸ್ಪದವಾಗಿವೆ. ವಿಶೇಷವೆಂದರೆ, ಕರಾವಳಿ ಕರ್ನಾಟಕದಲ್ಲಿ ತೀರ ಕೆಳವರ್ಗದವರು ಈ ಪಂಥಕ್ಕೆ ಹೆಚ್ಚು ಮತಾಂತರಗೊಂಡಿಲ್ಲ. ಹೆಚ್ಚಿನ ಸಂಖ್ಯೆಯಲ್ಲಿ ಬಿಲ್ಲವರು, ಬಂಟರು, ಮೊಗವೀರರು, ಸ್ವಲ್ಪ ಪ್ರಮಾಣದಲ್ಲಿ ಬ್ರಾಹ್ಮಣರು, ಸಾರಸ್ವತ ಬ್ರಾಹ್ಮಣರು ಮತಾಂತರಗೊಂಡ ವಿವರಗಳು ದೊರೆಯುತ್ತವೆ. ಬಿಲ್ಲವರನ್ನು ಶ್ರೇಣೀಕೃತ ಸಮಾಜ ಹೊರಗಿಟ್ಟ ಕಾರಣ, ಸಾಮಾಜಿಕ ಸ್ಥಾನಮಾನಗಳಿಗಾಗಿ ಆ ಸಮೂಹದಿಂದ ಹೆಚ್ಚು ಮತಾಂತರಗೊಂಡಿರುವ ವಿಚಾರ ತಿಳಿಯುತ್ತದೆ.

ಈ ರೀತಿ ಮತಾಂತರಗೊಂಡವರಿಗೆ ಆರ್ಥಿಕ ಸ್ವಾವಲಂಬನೆಗಾಗಿ ಗುಡಿಕೈಗಾರಿಕೆಗಳನ್ನು ಮಿಷನರಿಗಳು ಆರಂಭಿಸಿದರು. ನೇಯ್ಗೆ, ಪುಸ್ತಕದ ಬುಕ್ ಬೈಂಡಿಂಗ್, ಮುದ್ರಣ, ವಾಚ್ ತಯಾರಿಸುವುದು, ಹೊಲಿಗೆ-ಈ ರೀತಿಯ ಕಿರುಕೈಗಾರಿಕೆಗಳು ಕರಾವಳಿಯಲ್ಲಿ ಬೆಳೆಯಲು ಮಿಷನರಿಗಳು ಅವಕಾಶ ಕಲ್ಪಿಸಿದರು. ಹೆಂಚಿನ ಕಾರ್ಖಾನೆಗಳು, ಕೈಮಗ್ಗದ ಮಿಲ್‌ಗಳು- ಅನೇಕ ಕಾರ್ಮಿಕರಿಗೆ ಉದ್ಯೋಗ ಮತ್ತು ಆರ್ಥಿಕ ಭದ್ರತೆ ನೀಡಿದವು.

ಸರ್ವಧರ್ಮ ಸಮಾನತೆಯ ತತ್ತ್ವ (Ecumenicalism) ಗಳನ್ನು ಮಿಷನರಿ ತತ್ತ್ವದ ರೂಪದಲ್ಲಿ ಪ್ರತಿಪಾದಿಸಲಾಯಿತು. ಹೀಗಾಗಿ ವೀರಶೈವತತ್ತ್ವ ಮತ್ತು ಮಿಷನರಿತತ್ತ್ವಗಳ ನಡುವೆ ಸಮಾನವಾದ ತಾತ್ವಿಕ ನೆಲೆಗಟ್ಟನ್ನು ಕಾಣಬಹುದು. ಬೇರೆಬೇರೆ ಜಾತಿಗಳಿಂದ ಬಂದವರು ಮಿಷನರಿಗಳ ಪ್ರೊಟೆಸ್ಟೆಂಟ್ ಪಂಥವನ್ನು ಸ್ವೀಕರಿಸಿದ ನಂತರ ಸಮಾನರಾಗುತ್ತಾರೆ. ಉಳಿದ ಕ್ರೈಸ್ತ ಧರ್ಮದ ಪಂಥಗಳಲ್ಲಿ ಇರುವ ಹಾಗೆ ಮತಾಂತರಗೊಂಡ ಬಳಿಕ ಜಾತಿಪದ್ಧತಿಯ ಭೇದ ಮಿಷನರಿಗಳಲ್ಲಿ ಕಾಣಿಸುವುದಿಲ್ಲ.

೧೭೫ ವರ್ಷಗಳ ಸುದೀರ್ಘ ಕಾಲಾವಧಿಯಲ್ಲಿ ದಕ್ಷಿಣ ಕನ್ನಡ, ಉಡುಪಿ ಮತ್ತು ಕೊಡಗು ಜಿಲ್ಲೆಗಳಲ್ಲಿ ಇರುವ ಮಿಷನರಿ ಕ್ರೈಸ್ತರ ಸಂಖ್ಯೆ ಕೇವಲ ೨೮,೦೦೦. ಕಳೆದ ಅನೇಕ ವರ್ಷಗಳಿಂದ ಈ ಸಂಖ್ಯೆ ಬದಲಾಗಿಲ್ಲ. ಮತಪರಿವರ್ತನೆಗಿಂತ ಜೀವನ ಪರಿವರ್ತನೆ ಮುಖ್ಯ ಎಂಬ ಧ್ಯೇಯವನ್ನು ಹೊಂದಿರುವ ಈ ಪಂಥದವರು ಸ್ಥಳೀಯ ಭಾಷೆ ಮತ್ತು ಸಂಸ್ಕೃತಿಯನ್ನು ಅಪ್ಪಿಕೊಂಡಷ್ಟು ಮತ್ತು ಪ್ರಸರಿಸಿದಷ್ಟು ಪ್ರಮಾಣದಲ್ಲಿ ಸ್ಥಳೀಯರಿಗೇ ಅದನ್ನು ಮಾಡಲು ಸಾಧ್ಯವಾಗಿಲ್ಲ. ಮಂಗಳೂರು ಬಲ್ಮಠದಲ್ಲಿರುವ ಕರ್ನಾಟಕ ಥಿಯೋಲಾಜಿಕಲ್

ಕಾಲೇಜಿನ ಆವರಣದಲ್ಲಿ ಮುಂಜಾನೆಯ ಕಾಲ್ನಡಿಗೆ ಸಂಚಾರದಿಂದ ತೊಡಗಿ, ಯಾವುದೇ ಸಂದರ್ಭದಲ್ಲಿ ನೋಡಿದರೂ ವಿದ್ಯಾವಂತರ ದೈನಂದಿನ ಮಾತುಗಳಲ್ಲಿ ಕನ್ನಡ, ತುಳು ಬಿಟ್ಟರೆ ಇಂಗ್ಲಿಷ್‌ನ ಪ್ರಭಾವ ಕಾಣಿಸುವುದೇ ಇಲ್ಲ. ಆಧುನಿಕ ನಗರ ಮಂಗಳೂರಿನಲ್ಲಿ 'ಕನ್ನಡದ್ದೇ ದ್ವೀಪ' ಎನ್ನುವ ಹಾಗೆ ಬಲ್ಮಠದ ಮಿಷನ್ ಆವರಣ ಇದೆ. ಅಲ್ಲಿನ ಚರ್ಚ್‌ಗಳಲ್ಲಿ ಕನ್ನಡದಲ್ಲೇ ಸಂಪೂರ್ಣವಾಗಿ ಪ್ರಾರ್ಥನೆ, ಉಪನ್ಯಾಸಗಳು ನಡೆಯುತ್ತವೆ.

ಕರ್ನಾಟಕ ಥಿಯೋಲಾಜಿಕಲ್ ಕಾಲೇಜಿನ ಈಗಿನ ಪ್ರಾಂಶುಪಾಲರಾದ ಡಾ.ಜೆ. ಎಸ್. ಸದಾನಂದ ಅವರು ಆಧುನಿಕ ಚಿಂತನೆಯ ವೈಚಾರಿಕ ಮತ್ತು ಪ್ರೀತಿ–ವಾತ್ಸಲ್ಯದ ಬಾಸೆಲ್ ತತ್ತ್ವದ ಒಬ್ಬ ನಿಜವಾದ 'ಮಿಷನರಿ'. ಅವರ ಪ್ರಯತ್ನದಿಂದ ಜರ್ಮನಿ ಮತ್ತು ಬಾಸೆಲ್‌ನಲ್ಲಿರುವ ಎಲ್ಲ ಕರ್ನಾಟಕ ಸಂಬಂಧಿ ಸಾಮಗ್ರಿಗಳು ಇಲ್ಲಿನ ಸಂಗ್ರಹಾಲಯದಲ್ಲಿ ಬಂದು ಸೇರಿವೆ. ಜೊತೆಗೆ ಜಾತ್ಯತೀತ ನೆಲೆಯಲ್ಲಿ ಆಧುನಿಕ ಚಿಂತನೆಗಳ ಮೂಲಕ ಕನ್ನಡ ಭಾಷೆ, ಸಾಹಿತ್ಯ, ಇತಿಹಾಸದ ಅಧ್ಯಯನ ಇಲ್ಲಿ ನಡೆಯುತ್ತಿದೆ. ಕನ್ನಡ ವಿಶ್ವವಿದ್ಯಾಲಯ, ಹಂಪಿಯ ಮಾನ್ಯತೆಯ ಸಂಶೋಧನಾ ಕೇಂದ್ರ–ಈ ಸಂಸ್ಥೆಯ ಭಾಗವಾಗಿದೆ. ಕನ್ನಡದ ಮೊದಲ ಪತ್ರಿಕೆ 'ಮಂಗಳೂರ ಸಮಾಚಾರ'ದಿಂದ ತೊಡಗಿ ಕಿಟೆಲ್ ನಿಘಂಟಿನಿಂದ ಮುಂದುವರೆದು ಕನ್ನಡ–ತುಳುಗಳ ಸಮಗ್ರ ವಾಙ್ಮಯ ಮತ್ತೆ ಅಧ್ಯಯನಕ್ಕೆ ತೆರೆದುಕೊಂಡಿದೆ.

ಹಳೆಯ ಬಾವಿಗಳನ್ನು ಮತ್ತೆ ತೋಡಿ ಹೊಸ ನೀರನ್ನು ಪಡೆದು ಮತಧರ್ಮಗಳ ಜಗಳಗಳನ್ನು ಕಡಿಮೆ ಮಾಡುವ ದೃಷ್ಟಿಯಿಂದ ಮಿಷನರಿ ಆಗಮನದ ೧೭೫ನೇ ವರ್ಷದ ಆಚರಣೆ ಹೊಸ ಬೆಳಕಿನಡೆಗೆ ದಾರಿ ತೋರಿಸಬಲ್ಲದು. ಸಹಯೋಗ ಮತ್ತು ಸಮಾಗಮಗಳ ಮೂಲಕ ಹೆಚ್ಚಿನ ಪ್ರಮಾಣದಲ್ಲಿ ಪರಸ್ಪರ ಅರ್ಥಮಾಡಿಕೊಳ್ಳಲು ಸಾಧ್ಯ ಎನ್ನುವುದನ್ನು ಧರ್ಮದ ಉದಾರವಾದಿ ನೆಲೆಯಿಂದ ನೋಡಲು ಇದು ಸರಿಯಾದ ಅವಕಾಶ ಮತ್ತು ಸಂದರ್ಭ. ಮತೀಯ ಮೂಲಭೂತವಾದ ಮತ್ತು ಜಾಗತೀಕರಣಗಳು ಬರಗಾಲದಲ್ಲಿ ನೀರಿಗಾಗಿ ಜಗಳಗಳನ್ನು ಹೆಚ್ಚಿಸುತ್ತಿರುವಾಗ, ಪ್ರಯಾಸದಿಂದ ಪ್ರಯಾಣಿಸುವ ಯಾತ್ರಿಕರಿಗಾಗಿ ಡೇರೆಗಳನ್ನು ಕಟ್ಟುವುದು, ಕುಡಿಯುವ ನೀರಿಗಾಗಿ ಬಾವಿಗಳನ್ನು ತೋಡುವುದು: ಎಲ್ಲ ಜನರೂ ಒಟ್ಟುಸೇರಿ ಮಾಡಬೇಕಾದ ನಿಜವಾದ ಧರ್ಮ.

ಕನ್ನಡದ ಹಿರಿಯ ಕಲಾವಿದ ಕೆ.ಕೆ.ಹೆಬ್ಬಾರ್ ಅವರ 'ಸ್ಯಾಕ್ರಿಫೈಸ್' ಎಂಬ ಹೆಸರಿನ ವರ್ಣಚಿತ್ರವೊಂದು ಬಾಸೆಲ್ ಮಿಷನ್‌ನಲ್ಲಿದೆ. ಒಬ್ಬ ಕಲಾವಿದನಾಗಿ ತನಗೆ ಪ್ರೇರಣೆಯನ್ನು ಕೊಟ್ಟ ಆಡಿ. P. E. Burckhardt ಅವರ ನೆನಪಿಗಾಗಿ ಹೆಬ್ಬಾರರು ಇದನ್ನು ಬಾಸೆಲ್ ಮಿಷನ್‌ಗೆ ಕೊಟ್ಟಿದ್ದಾರೆ. ಏಸುವಿನ ಒಂದು ಕೈಯಲ್ಲಿ ಶಿಲುಬೆಯನ್ನು ಹಿಡಿದಿರುವ ವರ್ಣಚಿತ್ರ ಇದು. ಇಲ್ಲಿ ಏಸುವಿನ ಕೈ ಮಾತ್ರ ಇದೆ, ದೇಹವಿಲ್ಲ. ಇದು ರಕ್ತದ ಪ್ರವಾಹದ ಭಯದಿಂದ ತಲ್ಲಣಗೊಂಡ ಮನುಷ್ಯರು ಶಾಂತಿಗಾಗಿ ಕೈಯನ್ನು ಚಾಚುವ ರೂಪಕ. ಈ ವರ್ಣಚಿತ್ರವನ್ನು ಬಾಸೆಲ್ ಮಿಷನ್‌ಗೆ ಅರ್ಪಿಸುವಾಗ ಹೆಬ್ಬಾರರು ಹೇಳಿರುವ ಮಾತು: "ಇದು ನಿಮ್ಮ ವಿಶ್ವಾಸದ ಕೇಂದ್ರ" ಮತ್ತು "ಇವು ನನ್ನ ಕೈಗಳು".

'ಇರುಳಕಣ್ಣು' ಪ್ರಜಾವಾಣಿ, ೨೭ ಫೆಬ್ರವರಿ ೨೦೦೯

ನೆಕ್ಕರ್ ನದಿ, ಹೋಲ್ಡೆರ್ಲೀನ್ ಕವಿ ಮತ್ತು ಚಲಿಸುವ ರಂಗಭೂಮಿ

ಟ್ಯೂಬಿಂಗನ್ (ಜರ್ಮನರು ಕರೆಯುವ ತ್ಯೂಬಿಂಗನ್) ಪಟ್ಟಣಕ್ಕೆ ಬರುವ ಹೊಸಬರಿಗೆ ಪಟ್ಟಣದ ನಡುಭಾಗದಲ್ಲಿ ಹರಿಯುವ ನೆಕ್ಕರ್ ನದಿ ಒಂದು ಮುಖ್ಯ ಆಕರ್ಷಣೆಯ ಕೇಂದ್ರ. ನೆಕ್ಕರ್ ನದಿಯ ತೀರದಲ್ಲಿರುವ ಕೋನಾಕಾರದ ಗೋಪುರವುಳ್ಳ ಚಿಕ್ಕ ಮನೆಯೊಂದು ಕೂಡ ಪ್ರವಾಸಿಗರು ಸಾಮಾನ್ಯವಾಗಿ ಸಂದರ್ಶಿಸುವ ಸ್ಥಳ. 'ಹೋಲ್ಡೆರ್ಲೀನ್ ಗೋಪುರ' ಎಂದು ಕರೆಯಲಾಗುವ ಅದು ಕವಿ ಫ್ರೀಡ್‌ರಿಷ್ ಹೋಲ್ಡೆರ್ಲೀನ್ (೧೭೭೦- ೧೮೪೩) ತನ್ನ ಬದುಕಿನ ಕೊನೆಯ ೩೬ ವರ್ಷಗಳ ವಿಚಿತ್ರ ಬದುಕನ್ನು ಕಳೆದ ಮನೆ. ಅದನ್ನು ಈಗ ಹೋಲ್ಡೆರ್ಲೀನ್ ವಸ್ತು ಸಂಗ್ರಹಾಲಯವನ್ನಾಗಿ ಪರಿವರ್ತಿಸಿ ಪ್ರವಾಸಿ ಕೇಂದ್ರವನ್ನಾಗಿ ರೂಪಾಂತರಿಸಲಾಗಿದೆ. ಟ್ಯೂಬಿಂಗನ್‌ಗೆ ಬಂದ ಆರಂಭದಲ್ಲಿ ಪ್ರವಾಸೀ ಮನೋಧರ್ಮದಿಂದ ಹೋಲ್ಡೆರ್ಲೀನ್ ಬಗ್ಗೆ ಕೆಲವು ಮಾಹಿತಿಗಳನ್ನು ಪಡೆದಿದ್ದೆ. ಹೋಲ್ಡೆರ್ಲೀನ್ ಮನೆ ವಸ್ತು ಸಂಗ್ರಹಾಲಯವನ್ನು ಸಂದರ್ಶಿಸಿದ್ದೆ. ಆದರೆ ಹೋಲ್ಡೆರ್ಲೀನ್ ಸಾಹಿತ್ಯವನ್ನು ಆತನನ್ನು ಕುರಿತ ಅಧ್ಯಯನಗಳನ್ನು ಓದಿರಲಿಲ್ಲ. ಟ್ಯೂಬಿಂಗನ್‌ನ ಎಲ್ಲಾ ಪುಸ್ತಕದ ಅಂಗಡಿಗಳಲ್ಲಿ ಹೋಲ್ಡೆರ್ಲೀನ್ ಸಾಹಿತ್ಯ ಕೃತಿಗಳ ಅಧ್ಯಯನಗಳು ದೊರೆಯುತ್ತವೆ. ಆದರೆ ಅವೆಲ್ಲವೂ ಜರ್ಮನ್ ಭಾಷೆಯವು. ಇಂಗ್ಲಿಷ್ ಅನುವಾದವುಳ್ಳ ಒಂದೇ ಒಂದು ಪುಸ್ತಕ ಇಲ್ಲಿ ನನಗೆ ದೊರೆಯಲಿಲ್ಲ. ಈ ಸಂದರ್ಭದಲ್ಲಿ ಟ್ಯೂಬಿಂಗನ್‌ನಲ್ಲಿ ಹೋಲ್ಡೆರ್ಲೀನ್ ಕುರಿತು ಜರ್ಮನ್ ನಾಟಕವೊಂದನ್ನು ಪ್ರದರ್ಶಿಸುತ್ತಾರೆ ಎಂಬ ವಿಷಯ ಸ್ನೇಹಿತರಿಂದ ತಿಳಿಯಿತು. ಸಮೀಪದ ಹಳ್ಳಿ ಎಂದು ಕರೆಯಬಹುದಾದ ಊರು Lindon-hofನ ನಾಟಕ ತಂಡದವರು ಸ್ತುತ್‌ಗಾರ್ತ್‌ನ ನಾಟಕ ತಂಡದವರ ಸಹಯೋಗದಲ್ಲಿ ಜುಲೈ ೫ರಿಂದ ಸೆಪ್ಟೆಂಬರ ೧೫ರ ವರೆಗೆ ಪ್ರತೀ ದಿನ ರಾತ್ರಿ ನೆಕ್ಕರ್ ನದಿಯ ಬದಿಯಲ್ಲಿರುವ ನೆಕ್ಕರ್ ದ್ವೀಪದಲ್ಲಿ ಪ್ರದರ್ಶಿಸುವ ಈ ನಾಟಕವು ಸ್ಥಳ ಮತ್ತು ಕಾಲವನ್ನು ಹೊಸ ಬಗೆಯಲ್ಲಿ ವ್ಯಾಖ್ಯಾನಿಸುವ, ಬಯಲು

ರಂಗಭೂಮಿಯ ಕಲ್ಪನೆಯಲ್ಲೇ ಹೊಸ ಆಯಾಮದ ಪ್ರಯೋಗ ಎಂಬ ವಿವರಗಳನ್ನು ಪಡೆದ ಬಳಿಕ ಸಹಜವಾಗಿ ಕುತೂಹಲದಿಂದ ಈ ನಾಟಕ ನೋಡಲು ಬಯಸಿದೆ. ಇದಕ್ಕೆ ಪೂರ್ವಭಾವಿಯಾಗಿ ಹೋಲ್ಡೆರ್ಲೀನ್ ಸಾಹಿತ್ಯವನ್ನು ಹೇಗಾದರೂ ಓದಬೇಕೆಂದು ನಿರ್ಧರಿಸಿದೆ. ಪ್ರೊ. ಬ್ರೂಕ್ನರ್‌ರು ಫ್ರಾಂಕ್‌ಪರ್ತ್‌ನಿಂದ ತರಿಸಿಕೊಟ್ಟ ಹೋಲ್ಡೆರ್ಲೀನ್ ಆಯ್ದ

ಕವನಗಳ ಇಂಗ್ಲಿಷ್ ಅನುವಾದದ ಓದು ಹೋಲ್ಡರ್ಲೀನ್ ನಾಟಕವನ್ನು ನೋಡಲು ನನಗೆ ಪೂರ್ವಸಿದ್ಧತೆಯನ್ನು ಒದಗಿಸಿತು. Friedrich Holderlin - Selected Poems : Translated by David Constantine (Bloodaxe Books 1990). ಈ ಗ್ರಂಥದಲ್ಲಿ ಕವಿ ಹೋಲ್ಡರ್ಲೀನ್‌ನ ೩೩ ಕವನಗಳು ಮತ್ತು ಕವನಭಾಗಗಳು ಇಂಗ್ಲಿಷ್‌ನಲ್ಲಿ ದೊರೆಯುತ್ತವೆ. ಆರಂಭದಲ್ಲಿ ಕವಿ ಮತ್ತು ಕಾವ್ಯವನ್ನು ಕುರಿತ ಸಂಕ್ಷಿಪ್ತವಾದ ಆದರೆ ಸಮರ್ಪಕವಾದ ವಿವರಣೆ ಇದೆ. ಈ ಸಂಕಲನದ ಪದ್ಯಗಳಿಗೆ ಸಂಬಂಧಿಸಿದಂತೆ ಗ್ರಂಥದ ಕೊನೆಯಲ್ಲಿ ವಿವರವಾದ ಉಪಯುಕ್ತ ಟಿಪ್ಪಣಿಗಳಿವೆ. ಈ ಗ್ರಂಥದ ಓದಿನ ಮಾನಸಿಕ ಸಿದ್ಧತೆಯಿಂದ ಜುಲೈ ೨೨ ರ ರಾತ್ರಿ ಹೋಲ್ಡರ್ಲೀನ್ ನಾಟಕ "............ wenn mit dem Neckar herab" (When down along with the Neckar) ನೋಡಿದೆ. ನಾಟಕ ನೋಡುವ ಪೂರ್ವದಲ್ಲಿ ಕನ್ನಡದ 'ಟಿಪಿಕಲ್ ಕೈಲಾಸಂ' 'ನೀಗಿಕೊಂಡ ಸಂಸ' ನಾಟಕಗಳ ಚಿತ್ರಗಳನ್ನು ಕಲ್ಪಿಸಿಕೊಂಡಿದ್ದೆ. ಆದರೆ ಈ ನಾಟಕ ವಿಶಿಷ್ಟವಾದ ಹೊಸ ಅನುಭವವೊಂದನ್ನು ಕೊಟ್ಟಿತು. ಈ ಚಲಿಸುವ ರಂಗಭೂಮಿಯಲ್ಲಿ ಹರಿಯುವ ನೆಕ್ಕರ್ ನದಿ, ನದಿಯಲ್ಲಿ ಚಲಿಸುವ ದೋಣಿಗಳು, ನದಿಯಿಂದ ಆವೃತವಾದ ವಿಸ್ತಾರವಾದ ನೆಕ್ಕರ್ ದ್ವೀಪ, ಆ ದ್ವೀಪದಲ್ಲಿನ ಗಿಡಮರಗಳು ಎಲ್ಲವೂ ಜೀವಂತ ಪಾತ್ರಗಳಾಗುತ್ತವೆ. ಹೋಲ್ಡರ್ಲೀನ್‌ಗೋಪುರದ ಮನೆಯ ಸಹಿತ, ಎರಡೂವರೆ ಗಂಟೆ ಅವಧಿಯ ಈ ನಾಟಕದ ಬಹುಭಾಗ ಪ್ರೇಕ್ಷಕರೆಂದು ಭಾವಿಸಿಕೊಂಡ ನಾವೆಲ್ಲ ನೆಕ್ಕರ್ ದ್ವೀಪದ ಉದ್ದಗಲದಲ್ಲಿ ಭೌತಿಕವಾಗಿ ಮತ್ತು ಮಾನಸಿಕವಾಗಿ ಚಲಿಸಿಕೊಂಡೇ ನಾಟಕವನ್ನು ಅನುಭವಿಸುತ್ತೇವೆ. ಕವಿಯ ಅಥವಾ ಸಾಹಿತಿಯ ಬದುಕು ಮತ್ತು ಸಾಹಿತ್ಯವನ್ನು ಬೇರೆ ಬೇರೆ ಕಾಲಘಟ್ಟಗಳಲ್ಲಿ, ಪರಿಸರಗಳಲ್ಲಿ ಜನಾಂಗಗಳಲ್ಲಿ ಬೇರೆ ಬೇರೆ ರೀತಿಯಾಗಿ ವ್ಯಾಖ್ಯಾನಿಸುತ್ತಾರೆನ್ನುವುದು ಸಾಹಿತ್ಯದ ಅಧ್ಯಯನದಲ್ಲಿ ಒಂದು ಮುಖ್ಯ ತಾತ್ವಿಕ ತಿಳುವಳಿಕೆ. ಇಂಥ ವ್ಯಾಖ್ಯಾನಗಳನ್ನು ಮೌಲ್ಯಾತ್ಮಕವಾಗಿ ವಿವೇಚಿಸುವುದು ಆಧುನಿಕ ಸಾಹಿತ್ಯ ವಿಮರ್ಶೆಯ ಒಂದು ಮುಖ್ಯ ದೃಷ್ಟಿಕೋನ. ಸಾಹಿತಿ ಅಥವಾ ಸಾಹಿತ್ಯವನ್ನು ಉಪಯೋಗಿಸಿಕೊಳ್ಳುವುದು ಅನೇಕ ಉದ್ದೇಶಗಳಿಗೆ ಬಳಕೆಯಾಗಬಹುದು. ಇತಿಹಾಸದ ಉದ್ದಕ್ಕೂ 'ರಾಜಕೀಯ'ವೂ ಅದರ ಬಹಿರ್‌ರೂಪದಲ್ಲಿ ಮತ್ತು ಸೂಕ್ಷ್ಮರೂಪಗಳಲ್ಲಿ ಸಾಹಿತಿ ಮತ್ತು ಸಾಹಿತ್ಯಗಳನ್ನು ಉಪಯೋಗಿಸಿಕೊಂಡಿರುವುದಕ್ಕೆ ನಿದರ್ಶನಗಳು ದೊರೆಯುತ್ತವೆ. ಇಂಥ ಉಪಯೋಗಗಳನ್ನು ಮುಂದಿನ ಪೀಳಿಗೆಯವರು 'ದುರುಪಯೋಗ' ಎಂದು ಕರೆಯಬಹುದು. ಏಕೆಂದರೆ ಸಾಹಿತಿ ಮತ್ತು ಸಾಹಿತ್ಯವನ್ನು ಒಂದು ಪ್ರಭುತ್ವಾತ್ಮಕ ಉದ್ದೇಶದ ಸಾಧನವಾಗಿ ಬಳಸಿಕೊಂಡಾಗ 'ದುರುಪಯೋಗ'ದ ಪ್ರಶ್ನೆ ಎದುರಾಗುತ್ತದೆ. ಇಂಥ 'ದುರುಪಯೋಗ' ಅತ್ಯಂತ ಒರಟಾಗಿ ಮತ್ತು ಬಹಿರಂಗವಾಗಿ ಆಡಳಿತದ ರಾಜಕೀಯದಲ್ಲಿ ನಡೆಯಬಹುದು. ಸಾಹಿತಿಗಳು ಸತ್ತ ಬಳಿಕ ಅವರ ಬದುಕು ಸಾಹಿತ್ಯಗಳನ್ನು ಈ ರೀತಿ 'ಉಪಯೋಗಿಸಿಕೊಳ್ಳಲು' ಅಥವಾ 'ದುರುಪಯೋಗಪಡಿಸಿಕೊಳ್ಳಲು' ವಿಪುಲ ಅವಕಾಶ ಗಳು ಸಿಗುತ್ತವೆ. ಪ್ರಭುತ್ವವನ್ನು ಬದುಕಿನುದ್ದಕ್ಕೂ ಧಿಕ್ಕರಿಸಿದ ಕವಿ ಹೋಲ್ಡರ್ಲೀನ್‌ನನ್ನು ಅವನ ಮರಣದ ನೂರು ವರ್ಷಗಳ ಬಳಿಕ ಜರ್ಮನಿಯಲ್ಲಿ ಹಿಟ್ಲರನ ಆಡಳಿತದ ನಾಜಿ ಪ್ರಭುತ್ವವು ರಾಷ್ಟ್ರೀಯ ಕವಿಯೆಂದು ಗೌರವಿಸಿ ವೈಭವೀಕರಿಸಲು ಪ್ರಯತ್ನಿಸಿದ್ದು ಇಂಥ ಒಂದು ನಿದರ್ಶನ. ಬಯಲು ರಂಗಭೂಮಿಯಲ್ಲಿ ನಡೆಯುವ ಹೋಲ್ಡರ್ಲೀನ್ ನಾಟಕವು ಬಯಲು

ಮಾಡುವುದು ಇಂಥ ಅನೇಕ ಉಪಯೋಗಗಳನ್ನು ಮತ್ತು ದುರುಪಯೋಗಗಳನ್ನು. ಗತಕಾಲದ ಕವಿಯೊಬ್ಬನ ಮೇಲೆ ಕೇಂದ್ರೀಕರಿಸಿರುವ ಈ ನಾಟಕದ ದೃಷ್ಟಿಕೋನ ಸಮಕಾಲೀನವಾದುದು ಮತ್ತು ರಾಜಕೀಯವಾದುದು. ಹಾಗಾಗಿಯೇ ಇದು ಚಲನಶೀಲ ವಾದುದು. ಕವಿ ಹೋಲ್ಡೆರ್ಲೀನ್‌ನ ಬದುಕಿನ ರಚನೆಯನ್ನು, ತಾತ್ವಿಕತೆಯನ್ನು ಮತ್ತು ಗತಿಶೀಲತೆಯನ್ನು ಈ ನಾಟಕದ ವಸ್ತು, ಸಂವಿಧಾನ, ರಂಗಭೂಮಿಗಳ ಮೂಲಕದ ಸಮಗ್ರ ಪ್ರದರ್ಶನ ಹೊಸತಾಗಿ ಅರ್ಥೈಸುವ ಸಾಧ್ಯತೆಗಳು ನಾಟಕದ ಉದ್ದಕ್ಕೂ ಕಾಣಿಸುತ್ತವೆ. ಹೀಗಾಗಿಯೇ ನಾಟಕಕ್ಕೆ ಮುಖ್ಯ ಹಿನ್ನೆಲೆಯಾಗಿ ಹೋಲ್ಡೆರ್ಲೀನ್ ಬಗ್ಗೆ ಮುಖ್ಯ ವಿವರಗಳನ್ನು ತಿಳಿದುಕೊಳ್ಳಬೇಕಾಗುತ್ತದೆ.

ಹೋಲ್ಡೆರ್ಲೀನ್ ಜನಿಸಿದ್ದು ೧೭೭೦ರಲ್ಲಿ ಜರ್ಮನಿಯ ದಕ್ಷಿಣ ಭಾಗದ ಸ್ವೇಬಿಯಾ (Swabia) ಪ್ರಾಂತದ ಲೌಫೆನ್‌ನಲ್ಲಿ. (ಸ್ಟುತ್‌ಗಾರ್ಥ್ ಪಟ್ಟಣದ ಉತ್ತರಕ್ಕೆ ಲೌಫೆನ್ ಇದೆ) ಆತ ಬೆಳೆದದ್ದು ನೆಕ್ಕರ್ ನದಿಯ ಪಕ್ಕದ ನ್ಯೂರ್ತಿಂಗನ್‌ನಲ್ಲಿ. ಅವನ ವಿದ್ಯಾಭ್ಯಾಸ ನಡೆದದ್ದು 'ಸ್ವೇಬಿಯಾ' ಪ್ರಾಂತದ ವ್ಯಾಪ್ತಿಯ ಒಳಗೆಯೇ– ದೆಂಕೆನ್ ದೋರ್ಫ್, ಮೌಲ್‌ಬ್ರಾನ್ ಮತ್ತು ಟ್ಯೂಬಿಂಗನ್‌ಗಳಲ್ಲಿ. ಬಾಲ್ಯದಲ್ಲಿ ಹೋಲ್ಡೆರ್ಲೀನ್‌ನನ್ನು ಬೆಳೆಸಿದ್ದು ಅವನ ಮಹತ್ವಾಕಾಂಕ್ಷಿ ತಾಯಿ ಮತ್ತು ತಂದೆ. ಏಳು ವರ್ಷದ ಹುಡುಗನಾಗಿದ್ದಾಗ ಅವನ ತಂದೆ ಸತ್ತ ಬಳಿಕ ಅವನ ತಾಯಿಯ ಎರಡನೇ ಗಂಡ, ಮಲತಂದೆಯ ಅವಲಂಬನೆಯ ವಾತಾವರಣದಲ್ಲಿ ಹೋಲ್ಡೆರ್ಲೀನ್ ಬೆಳೆದದ್ದು. ಅವನ ಸ್ವಭಾವಕ್ಕೆ ವಿರುದ್ಧವಾದ ಅಂತಹ ಅವಲಂಬನೆಯಿಂದ ಅವನು ಎಂದೂ ತಪ್ಪಿಸಿಕೊಳ್ಳಲು ಸಾಧ್ಯವಾಗಲಿಲ್ಲ. ಮೊದಲು ಆತನ ತಾಯಿಯ ಅವಲಂಬನೆ. ಸಾಕಷ್ಟು ಅನುಕೂಲಸ್ಥ ಕುಟುಂಬವಾಗಿದ್ದರೂ ಹೋಲ್ಡೆರ್ಲೀನ್‌ನ ತಾಯಿ ಆತನನ್ನು ಸದಾ ಹಣದ ಕೊರತೆಯ ಪರಿಸ್ಥಿತಿಯಲ್ಲೇ ಇಟ್ಟಳು. ಅವನಿಗೆ ಸ್ವತಂತ್ರವಾಗಿ ಬದುಕಲು ಆಕೆ ಅವಕಾಶ ಕೊಡಲಿಲ್ಲ. ಮುಂದೆ ಆತ ಒಳಗಾದದ್ದು ಸರಕಾರದ ಅವಲಂಬನೆಗೆ. ಅವನಿಗೆ ಚರ್ಚ್ ಮೂಲಕದ ಉಚಿತ ಶಿಕ್ಷಣವನ್ನು ಒದಗಿಸಲಾಯಿತು. ಆದರೆ ಇದಕ್ಕೆ ಪ್ರತಿಯಾಗಿ ಅವನ ಮೇಲೆ ವಿಧಿಸಿದ ಶರತ್ತೆಂದರೆ, ಆತ ಶಿಕ್ಷಣ ಮುಗಿಸಿದ ಬಳಿಕ ಚರ್ಚ್‌ನ ಮೂಲಕ ಸರಕಾರದಲ್ಲಿ ಸೇವೆ ಸಲ್ಲಿಸಬೇಕೆಂದು. ಈ ಹಂಗಿನ ಅರಮನೆಯ ಅವಲಂಬನೆಯನ್ನು ಅವನು ಬದುಕಿನುದ್ದಕ್ಕೂ ಪ್ರತಿಭಟಿಸಿದನು.

ಹೋಲ್ಡೆರ್ಲೀನ್ ೧೭೯೩ರಲ್ಲಿ ಟ್ಯೂಬಿಂಗನ್‌ನಲ್ಲಿ ತನ್ನ ವಿದ್ಯಾಭ್ಯಾಸವನ್ನು ಮುಗಿಸಿದೊಡನೆಯೇ ಚರ್ಚ್‌ನ ವಶದಲ್ಲಿ ಕೆಲಸ ಮಾಡುವುದರಿಂದ ತಪ್ಪಿಸಿಕೊಳ್ಳಲು ತಕ್ಷಣ ಕ್ರಮಗಳನ್ನು ಕೈಗೊಂಡ. ಆತ 'ವಿದೇಶಕ್ಕೆ' ತೆರಳಿದ. ಅಂದರೆ ಚರ್ಚ್‌ನ ಅಧಿಕಾರ ವ್ಯಾಪ್ತಿಯಿಂದ 'ಸ್ವೇಬಿಯಾ' ಪ್ರಾಂತದಿಂದ ಹೊರಗೆ. ಏಕೆಂದರೆ 'ಸ್ವೇಬಿಯಾ' ಪ್ರಾಂತದ ಚರ್ಚಿಗೆ ಮತ್ತು ಸರಕಾರಕ್ಕೆ ತನ್ನ ವ್ಯಾಪ್ತಿಯಿಂದ ಹೊರಗಿನ ಜರ್ಮನಿಯಲ್ಲಿ ಹೋಲ್ಡೆರ್ಲೀನ್‌ನ ಮೇಲೆ ಅಧಿಕಾರ ಚಲಾಯಿಸಲು ಸಾಧ್ಯವಿರಲಿಲ್ಲ. ಸುಲಭವಾಗಿ ದೊರೆಯುತ್ತಿದ್ದ ಚರ್ಚ್‌ನ ಮತ್ತು ಸರಕಾರದ ಹಂಗಿನ ಉದ್ಯೋಗವನ್ನು ನಿರಾಕರಿಸಿದ ಹೋಲ್ಡೆರ್ಲೀನ್ ತನ್ನ ಜೀವನೋಪಾಯಕ್ಕಾಗಿ ಮನೆಪಾಠ ಹೇಳುವ ಕೆಲಸ ಮಾಡಿದ. ಅಂತಹ ಕೆಲಸವನ್ನು ನಾಲ್ಕು ಕಡೆಗಳಲ್ಲಿ ಆತ ನಿರ್ವಹಿಸಿದ. ತನ್ನ ಬೌದ್ಧಿಕ ಮತ್ತು ಕಲಾಸಂಬಂಧಿ ಬದುಕನ್ನು

ಮುಂದುವರಿಸಲು ಬಯಸುವುದು ಆ ವಯಸ್ಸಿನ ತರುಣನಿಗೆ ತೀರಾ ಸಹಜವಾಗಿತ್ತು. ಆದರೆ ಹೋಲ್ಡರ್ಲೀನ್ ಬದುಕಿನಲ್ಲಿ ಮಾಡಿಕೊಂಡದ್ದು ನೋವಿನ ರಾಜಿಯನ್ನು. ಅವನ ಕೆಲಸವೆಂದರೆ ಶ್ರೀಮಂತರ ಮಕ್ಕಳಿಗೆ ಅವರ ಮನೆಗಳಲ್ಲಿ ಮನೆಪಾಠ ಹೇಳುವುದು. ವೇತನ ಪಡೆಯುವವನಾಗಿ ಆತನದ್ದು ಮನೆಯ ಆಶ್ರಿತನ ಸ್ಥಾನ. ಆದರೆ ಆತನ ಪ್ರತಿಭೆ ಮತ್ತು ಸಂವೇದನೆಗಳಿಂದಾಗಿ ಕೆಲಸ ಮಾಡಿದ ಎಲ್ಲಾ ಮನೆಗಳಲ್ಲೂ ಮನೆಯ ಒಡೆಯರಿಗಿಂತ ಹೆಚ್ಚಿನ ಗೌರವವನ್ನು ಆತ ಪಡೆದಿದ್ದ. ಶ್ರೀಮಂತರ ಮನೆಗಳಲ್ಲಿ ಮನೆ ಪಾಠ ಹೇಳುವವರ ದುರದೃಷ್ಟಕರ ಸನ್ನಿವೇಶವು ಆಗಿನ ಕಾಲದ ಜರ್ಮನಿಯ ಕಲಾವಿದರ ಮತ್ತು ಬುದ್ಧಿಜೀವಿಗಳ ದುರದೃಷ್ಟಕರ ಸನ್ನಿವೇಶದ ಸಂಕ್ಷಿಪ್ತ ರೂಪವಾಗಿತ್ತು; ಅದು ಸಮಾಜದಲ್ಲಿ ಅಂಚುರೂಪದ್ದು ಮತ್ತು ಅವಲಂಬನೆಯದು. ಈ ಮನೆಪಾಠ ಹೇಳುವವರು ಶ್ರೀಮಂತರ ಮನೆಗಳಿಗೆ ಸಂಸ್ಕೃತಿಯನ್ನು ತುಂಬುತ್ತಿದ್ದರು –ಅಲಂಕಾರದಂತೆ ಮತ್ತು ಹೆಚ್ಚಿನ ಮೆರುಗಿನಂತೆ. ಈ ದೃಷ್ಟಿಯಿಂದ ಸಹಜವಾಗಿಯೇ ಅವರು ಶ್ರೀಮಂತರ ಮನೆಗಳ ಹೆಂಗುಸರೊಂದಿಗೆ ಹೆಚ್ಚು ನಿಕಟರಾಗುತ್ತಿದ್ದರು. ಏಕೆಂದರೆ ಶ್ರೀಮಂತರ ಮನೆಗಳಲ್ಲಿ ಹೆಂಗುಸರ ಪಾತ್ರವು ಕೂಡ ಅವಲಂಬನೆಯದ್ದು ಮತ್ತು ಅಲಂಕಾರದ್ದು ಆಗಿತ್ತು. ಹೋಲ್ಡರ್ಲೀನ್ ಮನೆಪಾಠ ಹೇಳುವ ಉದ್ಯೋಗವನ್ನು ಕೈಗೊಂಡ ಎರಡನೇ ಸ್ಥಳ – ಬ್ಯಾಂಕರುಗಳ ನಗರ ಎಂದು ಜರ್ಮನಿಯಲ್ಲಿ ಖ್ಯಾತವಾಗಿದ್ದ ಫ್ರಾಂಕ್‌ಪರ್ಟ್. ಅಲ್ಲಿ ಅವನು ಕಂಡದ್ದು ಮಾನವೀಯತೆ ಅವಹೇಳನಕ್ಕೆ ಒಳಗಾಗಿ ಮೂಲೆ ಸೇರಿದ್ದನ್ನು, ಕುರುಡು ಕಾಂಚಾಣ ಕುಣಿಯುತ್ತಿದ್ದುದನ್ನು.

ಫ್ರಾಂಕ್‌ಪರ್ಟ್‌ನಲ್ಲಿ ಹೋಲ್ಡರ್ಲೀನ್‌ನನ್ನು ಕೆಲಸಕ್ಕೆ ನೇಮಿಸಿಕೊಂಡಾತ ಶ್ರೀಮಂತ ವ್ಯಾಪಾರಿ ಯಾಕೊಬ್ ಗೊಂತಾರ್ಡ್. ಸುಂದರಿ ಸುಸಂಸ್ಕೃತೆ ಬುದ್ಧಿವಂತ ಹೆಣ್ಣು ತ್ಸೂಜೆಟ್ (Susette) ಳನ್ನು ಮದುವೆಯಾಗಿದ್ದರೂ ಗೊಂತಾರ್ಡ್‌ಗಿದ್ದ ಧ್ಯೇಯವೆಂದರೆ 'ವ್ಯಾಪಾರ ಮೊದಲು'. ಹೋಲ್ಡರ್ಲೀನ್ ಆ ಮನೆಗೆ ಬಂದಾಗ, ಸಹಜ ಜೊತೆಗಾರರಾದ ಹೆಣ್ಣು ಮತ್ತು ಕವಿ – ತ್ಸೂಜೆಟ್ ಮತ್ತು ಹೋಲ್ಡರ್ಲೀನ್ ಪರಸ್ಪರ ಪ್ರೇಮಕ್ಕೆ ಒಳಗಾದರು. ಅವನು ಅವಳ ಕವನಗಳಲ್ಲಿ ದಿಓತಿಮಾ (Diotima) ಆದಳು; ಜಗತ್ತಿನಲ್ಲಿ ಆದರ್ಶ ಬದುಕೊಂದು ಸಾಧ್ಯ ಎನ್ನುವುದಕ್ಕೆ ಆಕೆ ಸಾಕ್ಷಿಯಾದಳು. ಅವಳನ್ನು ಪ್ರೀತಿಸುವುದು ಮತ್ತು ಅವಳ ಪ್ರೀತಿಗೆ ಪಾತ್ರನಾಗುವುದು ಈ ಮೂಲಕ ಹೋಲ್ಡರ್ಲೀನ್ ತಾತ್ಕಾಲಿಕವಾಗಿ ಮಾನವೀಯತೆಯ ಸಂತೃಪ್ತಿಯ ಸ್ಥಿತಿಯನ್ನು ಅನುಭವಿಸಿದ. ಅವನು ಕಂಡ ಆದರ್ಶ ಒಮ್ಮೆಗೆ ನಿಜವಾಯಿತು; ಆದರೆ ಮತ್ತೆ ಕಳೆದುಹೋಯಿತು. ಅವರು ಅಗಲಿದರು; ಅವಳು ಸತ್ತಳು; ಆತನ ಮನಸ್ಸು ಸ್ಥಿಮಿತವನ್ನು ಕಳೆದುಕೊಂಡಿತು. ಫ್ರಾಂಕ್‌ಪರ್ಟ್‌ನಂತಹ ವಾಣಿಜ್ಯ ಸಂಸ್ಕೃತಿಯ ಕರಾಳ ರಾತ್ರಿಯ ನಗರದಲ್ಲಿ ಅವಳ ಇರುವಿಕೆ ಅವನಿಗೆ ಪವಾಡವೆನ್ನಿಸಿತು. ಅವನ ಪಾಲಿಗೆ ಅವಳು ಮರಳಿ ಪಡೆದ, ಮತ್ತೆ ಬದುಕಿನಲ್ಲಿ ಸ್ಥಾಪನೆಗೊಂಡ 'ಗ್ರೀಸ್' ಆಗಿದ್ದಳು; ಅವಳು 'ಹೊಸಯುಗ'ಕ್ಕೆ ಸಲ್ಲುವ ಹೆಣ್ಣಾಗಿದ್ದಳು. ಫ್ರಾನ್ಸ್‌ನಲ್ಲಿ ಸಂಸ್ಥೆಗಳನ್ನು ಬದಲಾಯಿಸುವ ಪ್ರಯತ್ನ ವಿಫಲವಾದಾಗ ಅನೇಕ ಆದರ್ಶವಾದಿಗಳು ಅದಕ್ಕೆ ಬದಲಾಗಿ ಹೃದಯಗಳ ಮತ್ತು ಮನಸ್ಸುಗಳ ಪರಿವರ್ತನೆಯಲ್ಲಿ ಭರವಸೆಯನ್ನು ತಾಳಿದರು. ಮಾನವಕುಲ ಹೇಗೆ ಇತ್ತು ಮತ್ತು ಹೇಗಿರಬೇಕು ಎನ್ನುವುದರ ಪ್ರತಿರೂಪವಾಗಿ ತ್ಸೂಜೆಟ್ ಕಾಣಿಸಿಕೊಂಡಳು.

ತ್ಸೂಜೆಟ್‌ಳಲ್ಲಿ ಹೋಲ್ಡರ್ಲೀನ್ ತನ್ನದೇ ಆದ ಕಾವ್ಯಧ್ವನಿಯನ್ನು ಕಂಡುಕೊಂಡ. ಅದಕ್ಕಿಂತ ಮೊದಲು ಆತ ಇತರ ಲೇಖಕರ, ವಿಶೇಷವಾಗಿ ಷಿಲ್ಲರ್‌ನ ಪ್ರಭಾವಕ್ಕೆ ಒಳಗಾಗಿದ್ದ. ಫ್ರಾಂಕ್‌ಪರ್ತ್‌ಗೆ ಬಂದಾಗ ಆತ Hyperlon ಎಂಬ ಕಾದಂಬರಿಯನ್ನು ಬರೆಯುತ್ತಿದ್ದ. ತ್ಸೂಜೆಟ್‌ಳನ್ನು ಭೇಟಿಯಾದ ಬಳಿಕ ಆತ ಮತ್ತೆ ಆ ಕಾದಂಬರಿಯನ್ನು ಬರೆದ. ಆ ಕಾದಂಬರಿಯ ನಾಯಕಿ ದಿಓತಿಮಾ. ಕಾದಂಬರಿಯ ಎರಡನೇ ಸಂಪುಟದಲ್ಲಿ ದಿಓತಿಮಾ ಸಾಯುತ್ತಾಳೆ. ಆ ಕೃತಿಯನ್ನು ಹೋಲ್ಡರ್ಲೀನ್ ತ್ಸೂಜೆಟ್‌ಳಿಗೆ ಅರ್ಪಣೆ ಮಾಡಿದ. ೧೭೯೮ರ ಸಪ್ತಂಬರದಲ್ಲಿ ಅವಳ ಮನೆಯಿಂದ ಹೊರಹಾಕಲ್ಪಟ್ಟ ಬಳಿಕ ಆತ ಹತ್ತಿರದ ಹೋಂಬರ್ಗ್ ಪಟ್ಟಣಕ್ಕೆ ಬಂದ. ತಾನು ಗಳಿಸಿದ ಸಂಪಾದನೆಯಿಂದ ಅಲ್ಲಿ ಸ್ವಲ್ಪ ಕಾಲ ಜೀವನ ಸಾಗಿಸಿದ. ತನ್ನದೇ ಆದ ಬದುಕನ್ನು ರೂಪಿಸಲು ಪ್ರಯತ್ನಿಸಿದ. ಅವನ ಉತ್ತಮ ಕವನಗಳು ಆಗ ರಚನೆಗೊಂಡವು. Empedoclec ಎಂಬ ದುರಂತ ನಾಟಕವನ್ನು ಬರೆಯಲು ಆರಂಭಿಸಿ, ಮೂರು ಬಾರಿ ಪರಿಷ್ಕರಿಸಿ ಕೊನೆಗೂ ಅದನ್ನು ಪೂರ್ಣಗೊಳಿಸಲಿಲ್ಲ. ನ್ಯೂರ್ತಿಂಗನ್, ಸ್ವಿಜರ್‌ಲೇಂಡ್ ಮತ್ತು ಬೊರ್ದೋ(ದಕ್ಷಿಣ ಪ್ರಾನ್ಸ್‌ನಲ್ಲಿರುವ ಪಟ್ಟಣ)ಗಳಲ್ಲಿ ಅವನು ಶೋಕ ಗೀತೆಗಳನ್ನು ಬರೆದ – 'Bread and Wine', 'Homecoming'. ಪಿಂಡಾರನ ಶೈಲಿಯಲ್ಲಿ ಬರೆದ ಶ್ರೇಷ್ಠ ರಚನೆಗಳು – 'The Rhine', 'Germonica' ಮತ್ತು 'Patmos'. ಅವನ ಬಹುತೇಕ ಶ್ರೇಷ್ಠ ಕವನಗಳು ೧೭೯೮ರಿಂದ ೧೮೦೬ರ ಅವಧಿಯಲ್ಲಿ ರಚನೆಗೊಂಡವು. ಅವು ಹೋಲ್ಡರ್ಲೀನ್‌ನ ಅತ್ಯಂತ ಪಕ್ವತೆಯ ದಿನಗಳು. ಜರ್ಮನ್ ಸಾಹಿತ್ಯದ ಶ್ರೇಷ್ಠ ಕವನಗಳು ನಿರ್ಮಾಣವಾದ ದಿನಗಳು.

೧೮೦೧–೦೨ ಚಳಿಗಾಲದಲ್ಲಿ ಹೋಲ್ಡರ್ಲೀನ್ ಫ್ರಾನ್ಸಿನ ಬೊರ್ದೋವಿಗೆ ಪ್ರಯಾಣ ಮಾಡಿದ. ಇಲ್ಲಿ ಮನೆಪಾಠ ಹೇಳುವ ಕೆಲಸ ಮಾಡಿದ. ಅದು ಕೊನೆಯದು. ೧೮೦೨ರ ಮೇಯಲ್ಲಿ ಅಲ್ಲಿಂದ ಹೊರಟು ಪ್ಯಾರೀಸ್ ಮೂಲಕ ಊರಿಗೆ ಹಿಂದಿರುಗಿದ. ಅದೇ ಜೂನ್‌ನಲ್ಲಿ ಜರ್ಮನ್ ಸಿಡುಬುರೋಗದಿಂದ ತ್ಸೂಜೆಟ್ ಸತ್ತಳು. ಹೋಲ್ಡರ್ಲೀನ್‌ನು ಸ್ತುತ್‌ಗಾರ್ತ್ ಮತ್ತು ನ್ಯೂರಿಂಗ್‌ತನ್‌ಗಳಲ್ಲಿ ಕಾಣಿಸಿಕೊಂಡಾಗ ಆತನ ಗೆಳೆಯರು ಮತ್ತು ಕುಟುಂಬದವರು ಹೋಲ್ಡರ್ಲೀನ್‌ಗೆ ತಲೆಕೆಟ್ಟಿದೆ ಎಂದು ಭಾವಿಸಿದರು. ಬಳಿಕದ ನಾಲ್ಕು ವರ್ಷಗಳಲ್ಲಿ (೧೮೦೨–೧೮೦೬) ದಣಿವು ಮತ್ತು ಚಿತ್ತಚಾಂಚಲ್ಯದ ವಿರುದ್ಧ ಆತ ಹೋರಾಡಿದ. ಆ ಅವಧಿಯಲ್ಲಿ ಅದ್ಭುತ ಕವನಗಳನ್ನು ಆತ ಬರೆದ – Patmos, Mnemosyne ಮತ್ತು Remembrance. ಹೋಂಬರ್ಗ್‌ನ ಮಹಾನುಭಾವನೊಬ್ಬನ ಬಳಿ ಕೆಲಸ ಮಾಡದೆಯೇ ಸಂಭಾವನೆ ಪಡೆಯುವ ಗ್ರಂಥಪಾಲಕನ ಹುದ್ದೆಯನ್ನು ಅವನಿಗೆ ಕೊಡಲಾಯಿತು. ಆದರೆ ಆ ಪಟ್ಟಣದಲ್ಲಿ ಅವನನ್ನು ನಿಭಾಯಿಸುವುದು ಅಸಾಧ್ಯವೆಂದು ಗೊತ್ತಾದಾಗ, ೧೮೦೬ರ ಸಪ್ತಂಬರದಲ್ಲಿ ಅವನನ್ನು ಟ್ಯೂಬಿಂಗನ್‌ಗೆ ಕರೆತರಲಾಯಿತು. ಅಲ್ಲಿನ ಆಸ್ಪತ್ರೆಯಲ್ಲಿ ಎಂಟು ತಿಂಗಳ ಕಾಲ ಅವನಿಗೆ ಮಾನಸಿಕ ಅಸ್ವಾಸ್ಥ್ಯಕ್ಕೆ ಚಿಕಿತ್ಸೆ ಮಾಡಲಾಯಿತು. ಕೊನೆಗೂ ಅವನನ್ನು ಗುಣಪಡಿಸಲು ಅಸಾಧ್ಯವೆಂದು ಹೇಳಿ ಆಸ್ಪತ್ರೆಯಿಂದ ಬಿಡುಗಡೆ ಮಾಡಲಾಯಿತು. ಹೆಚ್ಚೆಂದರೆ ಆತ ಇನ್ನು ಮೂರು ವರ್ಷಗಳ ಕಾಲ ಬದುಕಬಹುದೆಂದು ಡಾಕ್ಟರರು ತಿಳಿಸಿದರು. ಆದರೆ ಹೋಲ್ಡರ್ಲೀನ್ ಮತ್ತೆ ೩೬ ವರ್ಷಗಳ ಕಾಲ ಬದುಕಿದ. ತನ್ನ ಆಯುಷ್ಯದ ಅರ್ಧಭಾಗದಷ್ಟು

ಕಾಲ, ಹುಚ್ಚನೆಂದು, ಗುಣಪಡಿಸಲು ಅಸಾಧ್ಯವೆಂದು ಪರಿಗಣಿತನಾದ ಹೋಲ್ಡರ್ಲೀನ್‌ನನ್ನು ಟ್ಯೂಬಿಂಗನ್‌ನಲ್ಲಿ ೩೬ ವರ್ಷಗಳ ಕಾಲ ನೋಡಿಕೊಂಡದ್ದು ಎರ್ನ್‌ಸ್ಟ್ ಫ್ರೀಡ್‌ರಿಷ್ ತ್ಸಿಮ್ಮರ್ ಎಂಬ ಬಡಗಿಯ ಕುಟುಂಬ. ಈಗ ಹೋಲ್ಡರ್ಲೀನ್ ಸ್ಮಾರಕ ವಸ್ತುಸಂಗ್ರಹಾಲಯವಾಗಿರುವ ಈ ಕಟ್ಟಡವನ್ನು ೧೮೦೭ರಲ್ಲಿ ಕೊಂಡುಕೊಂಡ ಬಡಗಿ ತ್ಸಿಮ್ಮರ್ ಅದೇ ವರ್ಷ ಹೋಲ್ಡರ್ಲೀನ್ ನನ್ನು ಈ ಮನೆಗೆ ಕರೆತಂದ. ಅವನು ಮತ್ತು ಅವನ ಕುಟುಂಬ ವಿಶೇಷವಾಗಿ ಅವನ ಮಗಳು ೩೬ ವರ್ಷಗಳ ಕಾಲ ಈ ಮನೆಯಲ್ಲಿ ಪ್ರೀತಿಯಿಂದ ಹೋಲ್ಡರ್ಲೀನ್‌ನ ಆರೈಕೆ ಮಾಡಿದರು. ಅವನ ಕವನಗಳನ್ನು ಓದಿ ಮೆಚ್ಚಿಕೊಂಡಿದ್ದ ಅಭಿಮಾನಿಗಳು ಈ ಮನೆಯಲ್ಲಿ ಅವನನ್ನು ಸಂದರ್ಶಿಸುತ್ತಿದ್ದರು; ಕವನಗಳಿಗಾಗಿ ಅವನನ್ನು ಕೇಳುತ್ತಿದ್ದರು. ಅವನು ಪ್ರಾಸಬದ್ಧ ಪದ್ಯ ಗಳನ್ನು ಸ್ಥಳದಲ್ಲಿಯೇ ರಚಿಸಿ, ವಿಚಿತ್ರವಾದ ಹೆಸರುಗಳಿಂದ ಸಹಿಹಾಕಿ, ಅವರಿಗೆ ಉಡುಗೊರೆ ಯಾಗಿ ಕೊಡುತ್ತಿದ್ದನು. ೧೮೪೩ ಜೂನ್ ೭ರ ರಾತ್ರಿ ಅದೇ ಮನೆಯಲ್ಲಿ ಅವನು ನಿಧನನಾದನು.

ಹೋಲ್ಡರ್ಲೀನ್ ಜನಿಸಿದ ವರ್ಷವೇ (೧೭೭೦) ಹೆಗೆಲ್, ವರ್ಡ್ಸ್‌ವರ್ತ್ ಮತ್ತು ಬಿಥೋವೆನ್ ಕೂಡ ಜನಿಸಿದರು. ಆ ಪೀಳಿಗೆ ಬೆಳೆದದ್ದು 'ಈ ಜಗತ್ತನ್ನು ನಮಗೆಲ್ಲರಿಗೂ ಸೇರಿದ ಜಗತ್ತನ್ನು ಉತ್ತಮಿಕೆಯ ಕಡೆಗೆ ಪರಿವರ್ತಿಸಬಹುದು; ಪ್ರೀತಿ, ವಿಚಾರ, ನ್ಯಾಯವನ್ನು ಈ ಜಗತ್ತಿನಲ್ಲಿ ಸ್ಥಾಪಿಸಬಹುದು' ಎಂಬ ವಿಶ್ವಾಸದ ಮೂಲಕ. ಆದರೆ ಅವರೆಲ್ಲಾ ನಿರಾಶೆಯನ್ನು ಅನುಭವಿಸಿದರು. ಏನೇ ಆದರೂ ನಿರಾಶೆಯು ಭರವಸೆಯನ್ನು ತೊಡೆದು ಹಾಕಲಾರರು. ಹೋಲ್ಡರ್ಲೀನ್ ತನ್ನ ಆದರ್ಶವನ್ನು ಕಲ್ಪಿಸಿಕೊಂಡದ್ದು ಬಹುತೇಕವಾಗಿ ಗ್ರೀಕ್ ಪರಿಭಾಷೆಯಲ್ಲಿ. ಪೆರಿಕ್ಲೆಸ್‌ನ ಕಾಲದ ಅಥೆನ್ಸ್‌ನ ನಾಗರಿಕತೆಯ ಮಾನವ ಜನಾಂಗ ಆವರೆಗೆ ಸಾಧಿಸಿದ ಅತಿ ಶ್ರೇಷ್ಠ ಸಂಸ್ಕೃತಿ ಎನ್ನುವ ನಂಬಿಕೆ ಮತ್ತು ಅದಕ್ಕೆ ಸಮಾನವಾದುದನ್ನು ಸಮಕಾಲೀನ ಯುಗದಲ್ಲಿ ನಾಡಿನಲ್ಲಿ ಸಾಧಿಸಬೇಕು ಎನ್ನುವುದು ಹೋಲ್ಡರ್ಲೀನ್‌ನ ಬಯಕೆ ಯಾಗಿತ್ತು. ಫ್ರೆಂಚ್ ಕ್ರಾಂತಿ ಅಂತಹ ಪುನರುಜ್ಜೀವನವನ್ನು ತರಬಹುದೆಂದು ಅವನ ನಿರೀಕ್ಷೆ ಯಾಗಿತ್ತು. ಅದೂ ಸಾಧ್ಯವಾಗದೆ ಇದ್ದಾಗ ಆತ ನಾಸ್ಟಾಲ್ಜಿಯಾಕ್ಕೆ ಒಳಗಾದ. ಗತಕಾಲದಲ್ಲಿ ಮರೆಯಾಗಿ ಹೋದ ಆದರ್ಶಸ್ಥಿತಿಯೊಂದರ ಕನಸು ಕಂಡ. ಇದನ್ನು ಸರಿದೂಗಿಸುವುದಕ್ಕಾಗಿ ಆತ ತನ್ನನ್ನು ವರ್ತಮಾನಕ್ಕೆ ಬದ್ಧನನ್ನಾಗಿ ಮಾಡಿಕೊಂಡ. ವರ್ತಮಾನ ಕಾಲಕ್ಕೆ ಮತ್ತು ವರ್ತಮಾನದ ಸ್ಥಳಕ್ಕೆ. ಇದಕ್ಕಾಗಿ ಆದರ್ಶ ಭವಿಷ್ಯವೊಂದನ್ನು ಅವನು ಕಲ್ಪಿಸಿಕೊಂಡ. ಈ ತಾತ್ವಿಕತೆಗೆ ಅನುಗುಣವಾಗಿ ಅವನ ಅನೇಕ ಕವನಗಳಲ್ಲಿ ಎರಡು ಧ್ರುವಗಳಿವೆ. ಒಂದು ಕಡೆ – ಗ್ರೀಸ್, ಇನ್ನೊಂದು ಕಡೆ ಹೆಸ್ಪೇರಿಯಾ. ಹೆಸ್ಪೇರಿಯಾದ ಹೃದಯದಲ್ಲಿ ಇದ್ದದ್ದು ಅವನ ಊರು 'ಸ್ವೇಬಿಯಾ'. ಆಲ್ಪ್ಸ್ ಪರ್ವತಗಳ ಉತ್ತರದ ತನ್ನ ನಾಡನ್ನು ಅದರ ಪಟ್ಟಣ ಗಳನ್ನು ಬೆಟ್ಟಗಳನ್ನು, ವಿಶೇಷವಾಗಿ ನದಿಗಳನ್ನು ಅವನು ಮತ್ತೆ ಮತ್ತೆ ನೆನೆದುಕೊಳ್ಳುತ್ತಾನೆ. ಆತನ ಪಾಲಿಗೆ ಆ ನಾಡು ಒಂದು ಆದರ್ಶ. ಒಂದು ಕಾಲಕ್ಕೆ ಗ್ರೀಸ್‌ನಲ್ಲಿ ನಿಜವಾದದ್ದು – ಮತ್ತೆ ಬಯಸುವಂಥದ್ದು. ಮತ್ತೆ ಮತ್ತೆ ಆತ ಕಳೆದುಹೋದ ಗ್ರೀಸ್‌ನ್ನು ಹೆಸ್ಪೇರಿಯಾ ದೊಂದಿಗೆ ಕಲ್ಪಿಸಿಕೊಳ್ಳುತ್ತಾನೆ. ಈ ರೀತಿಯ ಆಲೋಚನೆ–ಆದರ್ಶ ಗತಕಾಲ, ಅತೃಪ್ತ ವರ್ತಮಾನ, ಆದರ್ಶ ಭವಿಷ್ಯ ಹೋಲ್ಡರ್ಲೀನ್ ಯುಗದ ವೈಶಿಷ್ಟ್ಯವಾಗಿತ್ತು. ಆದರೆ ಈ ತಾತ್ವಿಕತೆಗೆ ಆತ

ಕೊಟ್ಟ ಅಭಿವ್ಯಕ್ತಿ ಮಾತ್ರ ನಿರ್ದಿಷ್ಟವಾದುದು ಮತ್ತು ಇಂದ್ರಿಯಗ್ರಾಹಿ ಯಾದುದು. ಅವನು ತನ್ನ ಕಾವ್ಯಾತ್ಮಕ ಆಲೋಚನೆಗಳನ್ನು ತನ್ನ ಪರಿಚಿತ ನೆಲಜಲಗಳ ಮೂಲಕ ಪ್ರಕಟಿಸಿದನು. ಕೆಲವು ಅವನು ಸ್ವತಃ ತಿರುಗಾಡಿ ಅನುಭವಿಸಿದ ಸ್ಥಳಗಳು, ಇನ್ನೂ ಕೆಲವು –ಗ್ರೀಕ್ ಸಂಸ್ಕೃತಿ – ಅವನು ಫ್ರೆಂಚ್ ಮತ್ತು ಇಂಗ್ಲಿಷ್ ಪ್ರವಾಸಿಗಳ ಬರವಣಿಗೆಗಳ ಮೂಲಕ ಓದಿ ತಿಳಿದುಕೊಂಡವು. ಅವನ 'Remembrance' ಕವನದಲ್ಲಿ ಭಾರತದ ಉಲ್ಲೇಖ ಬರುತ್ತದೆ: 'But now the men have gone to the people of India'. ಇದೇ ಕವನದಲ್ಲಿ ಭಾರತವನ್ನು 'Source' ಎನ್ನುತ್ತಾನೆ. ಪ್ರಾಚೀನ ನಾವಿಕರು ಭಾರತಕ್ಕೆ ಸಮುದ್ರದ ಮೂಲಕ ಪ್ರಯಾಣಿಸುತ್ತಿದ್ದ ವಿವರಗಳನ್ನು ತಿಳಿದು ಇಲ್ಲಿ ಅದನ್ನು ತನ್ನ ನೆನಪಾಗಿ ಬಳಸಿಕೊಂಡಿದ್ದಾನೆ. ಅವನ 'Ister' ಕವನದಲ್ಲಿ ಭಾರತದ 'ಸಿಂಧೂ' ನದಿಯ ಉಲ್ಲೇಖ ಇದೆ. 'We have sung our way from the Indus' [ಇಲ್ಲಿ ಉಲ್ಲೇಖಿಸಿದ ಸಾಲುಗಳು ಇಂಗ್ಲಿಷ್ ಅನುವಾದದವು]

ಜರ್ಮನಿಯ ಸಾಹಿತ್ಯವಲಯದಲ್ಲಿ ಹತ್ತೊಂಬತ್ತನೆಯ ಶತಮಾನದಲ್ಲಿ ಹೋಲ್ಡರ್ಲೀನ್ ಹೆಚ್ಚಿನ ಅಧ್ಯಯನಕ್ಕೆ ಒಳಗಾಗಲಿಲ್ಲ. ಹೋಲ್ಡರ್ಲೀನ್ ಸಾಹಿತ್ಯವನ್ನು ಓದಿ ಮೆಚ್ಚಿಕೊಂಡವನು ಹತ್ತೊಂಬತ್ತನೆಯ ಶತಮಾನದಲ್ಲಿದ್ದ ಜರ್ಮನ್ ತತ್ವಶಾಸ್ತ್ರಜ್ಞ ನೀತ್ಸೆ. ಆ ಬಳಿಕ ಹೋಲ್ಡರ್ಲೀನ್ ಸಾಹಿತ್ಯವು ಜರ್ಮನ್ ಓದುಗರ ಗಮನವನ್ನು ಸೆಳೆಯಿತು. ೨೦ನೇ ಶತಮಾನದ ಆರಂಭದಲ್ಲಿ ಜರ್ಮನ್ ಕವಿಗಳು ಹೋಲ್ಡರ್ಲೀನ್‌ನನ್ನು ಮತ್ತೆ ಕಂಡುಕೊಳ್ಳುವ ಪ್ರಯತ್ನ ಮಾಡಿದರು. ಆ ಬಳಿಕ ಜರ್ಮನಿಯಲ್ಲಿ ಅವನ ಜನಪ್ರಿಯತೆ ಹೆಚ್ಚಿತು. ಇದನ್ನು ಹಿಟ್ಲರ್ ಪ್ರಭುತ್ವದ ನಾಜಿಗಳು ತಮ್ಮ ರಾಜಕೀಯ ಉದ್ದೇಶಕ್ಕೆ ಬಳಸಿಕೊಂಡರು. ನಾಜಿ ತತ್ವದ ಜರ್ಮನ್ ರಾಷ್ಟ್ರೀಯತೆಯ ಪ್ರಚಾರದ ಅಂಗವಾಗಿ, ಎರಡನೇ ಮಹಾಯುದ್ಧ ಮುಗಿಯುವ ಎರಡು ವರ್ಷಗಳ ಮೊದಲು, ೧೯೪೩ರಲ್ಲಿ ಟ್ಯೂಬಿಂಗನ್‌ನಲ್ಲಿ 'ಹೋಲ್ಡರ್ಲೀನ್ ಸಂಘ'ವನ್ನು ಸ್ಥಾಪಿಸಲಾಯಿತು. ಆ ಸಂದರ್ಭದಲ್ಲಿ ಟ್ಯೂಬಿಂಗನ್‌ನಲ್ಲಿರುವ ಅವನ ಸಮಾಧಿ ಸ್ಥಳದಲ್ಲಿ ನಾಜಿ ಮುಖಂಡರು ಅವನ ಗುಣಗಾನ ಮಾಡಿದರು; ಆತನನ್ನು ಜರ್ಮನ್ ಭಾಷೆಯ ಸಂರಕ್ಷಕ ಮತ್ತು ಪುನರುಜ್ಜೀವಕ ಎಂದೂ, ಪಿತೃಭೂಮಿ ಜರ್ಮನಿಯ ದಾರ್ಶನಿಕನೆಂದೂ ಘೋಷಿಸಿದರು. ಎರಡನೇ ಮಹಾಯುದ್ಧದ ಬಳಿಕ ನಾಜಿ ಹಿಡಿತದ ಹೋಲ್ಡರ್ಲೀನ್ ಸಂಘ ತನ್ನ ಅಸ್ತಿತ್ವವನ್ನು ಕಳೆದುಕೊಂಡಿತು. ೧೯೪೬–೪೭ರಲ್ಲಿ ಮತ್ತೆ ಭಿನ್ನರೀತಿಯಲ್ಲಿ ಒಂದು ಸಾಂಸ್ಕೃತಿಕ ಸಂಸ್ಥೆಯಾಗಿ 'ಹೋಲ್ಡರ್ಲೀನ್ ಸಂಘ' ಹೊಸ ರೂಪವನ್ನು ಪಡೆಯಿತು. ಹೋಲ್ಡರ್ಲೀನ್ ಸಾಹಿತ್ಯವನ್ನು ಅಧ್ಯಯನ ಮಾಡಲು, ಅವನ ಬದುಕು ಸಾಹಿತ್ಯ ಮತ್ತು ಅವನ ಕಾಲದ ಇತಿಹಾಸದ ಕುರಿತು ಸಂಶೋಧನೆ, ಪ್ರದರ್ಶನ, ಪ್ರಕಟಣೆಗಳನ್ನು ನಡೆಸಲು ಇದರಲ್ಲಿ ಅವಕಾಶ ಕಲ್ಪಿಸಲಾಗಿದೆ. ಈ ಸಂಸ್ಥೆಯೇ ಈಗ ಹೋಲ್ಡರ್ಲೀನ್ ಮನೆ ಮತ್ತು ವಸ್ತು ಸಂಗ್ರಹಾಲಯವನ್ನು ನೋಡಿಕೊಳ್ಳುತ್ತಿದೆ.

ನೆಕ್ಕರ್ ನದಿಯಂತೆ ಹೋಲ್ಡರ್ಲೀನ್ ಬದುಕು ಕೂಡಾ ಸಂಚಾರಿಯಾದುದು. ತನ್ನ ಹುಟ್ಟೂರು, ವಿದ್ಯಾಭ್ಯಾಸಕ್ಕಾಗಿ ಟ್ಯೂಬಿಂಗನ್, ಉದ್ಯೋಗಕ್ಕಾಗಿ ಅನೇಕ ಊರುಗಳಲ್ಲಿ ಅಲೆದಾಟ: ಫ್ರಾಂಕ್‌ಫರ್ಟ್, ಹೋಂಬರ್ಗ್, ಬೊರ್ದೋ, ಫ್ರಾನ್ಸ್ ಇತ್ಯಾದಿ. ಮತ್ತೆ ಊರಿಗೆ, ಹೋಂಬರ್ಗ್‌ಗೆ, ಕೊನೆಗೆ ಟ್ಯೂಬಿಂಗನ್‌ಗೆ. ಭ್ರಮಾತ್ಮಕ ಕಲ್ಪನೆಗಳು ಮತ್ತು ಕಠೋರ

ವಾಸ್ತವಗಳು ಆತನ ಬದುಕಿನಲ್ಲಿ ಉದ್ದಕ್ಕೂ ಒಟ್ಟಿಗೆ ಕಾಣಿಸಿಕೊಂಡವು. ಫ್ರೆಂಚ್ ಕ್ರಾಂತಿಯ ಪರಿಣಾಮ, ತ್ಸುಜೆಟ್‌ಳ ಮರಣ, ಜರ್ಮನಿಯಲ್ಲಿ ಮೌಲ್ಯನಾಶ ಇವುಗಳ ಆಘಾತದಿಂದ ತಪ್ಪಿಸಿಕೊಳ್ಳಲು ಅವನಿಗೆ ಸಾಧ್ಯವಾಗಲಿಲ್ಲ. ಆತ ನೆಕ್ಕರ್ ನದಿಯ ದಡದ ಮನೆಯಲ್ಲಿ ಮೂವತ್ತಾರು ವರ್ಷಗಳ ಕಾಲ ಬದುಕಿದ್ದು ನದಿಯ ಇನ್ನೊಂದು ಬದಿಯಲ್ಲಿನ ನೆಕ್ಕರ್ ದ್ವೀಪದಂತೆ. ಆ ದ್ವೀಪದ ಎರಡೂ ಪಕ್ಕಗಳಲ್ಲಿ ನದಿಯ ಎರಡು ಕವಲುಗಳು ಚಲಿಸುತ್ತವೆ. ದ್ವೀಪದ ಮೇಲೆಲ್ಲಾ ಪ್ರಾಧ್ಯಾಪಕರು, ಕಲಾವಿದರು, ಪ್ರೇಮಿಗಳು, ಕನಸುಗಾರರು ಸಂಚರಿಸುತ್ತಾರೆ. ನಾಜಿಗಳು ಅದೇ ದ್ವೀಪದಲ್ಲಿ ವೃತ್ತ ರಚಿಸಿ ರಾಜಕೀಯ ವೇದಿಕೆ ಸ್ಥಾಪಿಸಿದರು, ಭಾಷಣ ಮಾಡಿದರು. ಆದರೆ ದ್ವೀಪ ಅದಕ್ಕೆಲ್ಲಾ ಸಾಕ್ಷಿ; ಅದು ಮಾತಾಡಲಾರದು. ಹೋಲ್ಡರ್ಲೀನ್ ಮೂವತ್ತಾರು ವರ್ಷಗಳ ಕಾಲ ಆ ಮನೆಯಲ್ಲಿದ್ದಾಗ ಅನೇಕ ಮಂದಿ ಅವನನ್ನು ಸಂದರ್ಶಿಸಿದರು. ಆದರೆ ಅವನು ಅಲ್ಲಿಂದ ಹೊರಗೆ ಚಲಿಸಲಾರದವನಾಗಿದ್ದ. ಹೋಲ್ಡರ್ಲೀನ್ ಸತ್ತ ಬಳಿಕವೂ ಅವನ ಬದುಕು, ಸಾಹಿತ್ಯ, ಮನೆ, ನೆಕ್ಕರ್ ನದಿ, ದ್ವೀಪ, ಅವನ ಕನಸುಗಳು ಅನೇಕ ವಿವರಣೆಗಳಿಗೆ ವ್ಯಾಖ್ಯಾನಗಳಿಗೆ ಒಳಗಾದುವು.

ಒಂದು ವೇಳೆ ಹೋಲ್ಡರ್ಲೀನ್ ಮತ್ತೆ ಸಮಾಧಿಯಿಂದ ಎದ್ದು ಬಂದು ತನ್ನ ಬದುಕನ್ನು ತನ್ನ ಬಗೆಗಿನ ವ್ಯಾಖ್ಯಾನಗಳನ್ನು ಕುರಿತು ಮಾತನಾಡಲು ಸಾಧ್ಯವಾದರೆ? ನೆಕ್ಕರ್ ದ್ವೀಪ ತನ್ನ ಮೌನವನ್ನು ಮುರಿದು ಮಾತನಾಡಲು ಸಾಧ್ಯವಾದರೆ? "Wenn mit dem Neckar herab" ನಾಟಕ ಅಂತಹ ಒಂದು ವಿಶಿಷ್ಟ ಪ್ರಯೋಗ. ಈ ನಾಟಕದ ಬಗ್ಗೆ ಬರೆಯುವ ಮೊದಲು ಇನ್ನೊಂದು ಬಾರಿ ನಾಟಕವನ್ನು ನೋಡಬೇಕು. ಅದಕ್ಕಿಂತ ಮೊದಲು ಈ ನಾಟಕ ತಂಡದವರೊಡನೆ, ನಿರ್ದೇಶಕರು ಕಲಾವಿದರೊಡನೆ ಮಾತನಾಡಬೇಕು ಎನ್ನುವ ನನ್ನ ಇಚ್ಛೆಗೆ ಪ್ರತಿಕ್ರಿಯೆಯಾಗಿ ಈ ದಿನ (ಆಗಸ್ಟ್ ೧೧) ನಾಟಕ ತಂಡದವರು ಸಂಜೆಯ ವೇಳೆ ನನಗಾಗಿ ಸುಮಾರು ಎರಡೂವರೆ ಗಂಟೆ ಕಾಲದ ಬಿಡುವು ಮಾಡಿಕೊಂಡಿದ್ದಾರೆ. ಈ ನಾಟಕ ನೋಡಿದ್ದು ನನಗೆ ಮರೆಯಲಾಗದ, ಮಹತ್ವದ ಅನುಭವ.

೨೨ ಆಗಸ್ಟ್ ೧೯೯೩, 'ಮುಂಗಾರು' (ಗಿಳಿಸೂವೆ)

ವ್ಯೂರ್ತ್ಸ್‌ಬುರ್ಗ್ ನಗರ : ಜರ್ಮನಿಯ ಮಹಾಶ್ವೇತೆ

ಇಂಡಾಲಜಿ ಎನ್ನುವ ಭಾರತ–ಅಧ್ಯಯನದ ತವರು, ಜರ್ಮನಿಯನ್ನು ಮೊತ್ತಮೊದಲ ಬಾರಿ ನಾನು ಕಂಡದ್ದು ೧೯೮೯ರಲ್ಲಿ. ಕನ್ನಡ ಮತ್ತು ತುಳು ಭಾಷೆ ಸಾಹಿತ್ಯದ ಅಧ್ಯಯನವನ್ನು ೮೦ರ ದಶಕದ ಆರಂಭದಲ್ಲಿ ಪ್ರವೇಶಿಸಿದ ಪ್ರೊ. ಹೈಡ್ರೂನ್ ಬ್ರೂಕ್ನರ್, ಜರ್ಮನಿಯ ಹೈಡಲ್‌ಬರ್ಗ್ ವಿಶ್ವವಿದ್ಯಾಲಯದ ದಕ್ಷಿಣ ಏಷ್ಯಾ ಸಂಸ್ಥೆಯಲ್ಲಿ ಪ್ರಾಧ್ಯಾಪಿಕೆಯಾಗಿದ್ದು ಅವರ ಸ್ನೇಹದ ಆಹ್ವಾನದಂತೆ ಹೈಡಲ್‌ಬರ್ಗ್‌ಗೆ ಹೋಗಿ ತುಳು ಜಾನಪದ ಮತ್ತು ಕನ್ನಡ ಕಾದಂಬರಿಗಳನ್ನು ಕುರಿತು ಎರಡು ಉಪನ್ಯಾಸಗಳನ್ನು ಕೊಟ್ಟದ್ದು. ಹೀಗೆ ಕನ್ನಡ ಮತ್ತು ತುಳುವಿನ ಮೂಲಕ ಜರ್ಮನಿಯೊಂದಿಗೆ ಆರಂಭವಾದ ಸಂಬಂಧ ಮತ್ತೆ ಮತ್ತೆ ಅಲ್ಲಿಗೆ ಭೇಟಿ ಕೊಡುವ ಮತ್ತು ಕೆಲಸ ಮಾಡುವ ಅವಕಾಶಗಳ ಬಾಗಿಲುಗಳನ್ನು ತೆರೆಯಿತು. ೧೯೮೯ರಲ್ಲಿ ಹೈಡಲ್‌ಬರ್ಗ್ ಸಮೀಪದ ತ್ಯೂಬಿಂಗನ್ ವಿಶ್ವವಿದ್ಯಾಲಯ ಸಂದರ್ಶಿಸಿ ಅಲ್ಲಿನ ಗ್ರಂಥಾಲಯದಲ್ಲಿ ಸಂರಕ್ಷಿತವಾಗಿದ್ದ ಕನ್ನಡ ಪ್ರತಿಗಳನ್ನು ಪರಿಶೀಲಿಸುತ್ತಿದ್ದಾಗ, ಆವರೆಗೆ ಯಾರ ಗಮನಕ್ಕೂ ಬಾರದ ತುಳು ಪಾಡ್ದನಗಳ ಹಸ್ತಪ್ರತಿಯೊಂದು ಕಣ್ಣಿಗೆ ಬಿತ್ತು. ಕಾಂತೇರಿ ಜುಮಾದಿಯ ಪಾಡ್ದನ ಮತ್ತು ದೇವು ಪೂಂಜನ ಕಥೆಯನ್ನು ಒಳಗೊಂಡಿದ್ದ ಈ ಪಾಡ್ದನ ಆವರೆಗೆ ಎಲ್ಲೂ ಪ್ರಕಟವಾಗಿರಲಿಲ್ಲ. ಜೊತೆಗೆ ತ್ಯೂಬಿಂಗನ್ ವಿವಿ ಕನ್ನಡದ ಆಧುನಿಕ ಸಂಶೋಧನೆಯ ಮೊದಲ ಶ್ರೇಣಿಯ ಜರ್ಮನ್ ವಿದ್ವಾಂಸರಾದ ಮೋಗ್ಲಿಂಗ್, ಕಿಟ್ಟೆಲ್, ವೈಗ್ಲೆ ಮುಂತಾದವರು ಕೆಲಸ ಮಾಡಿದ ಕೇಂದ್ರವಾಗಿತ್ತು. ಕನ್ನಡ ಭಾಷೆ ಸಾಹಿತ್ಯ ಕ್ಷೇತ್ರಗಳಲ್ಲಿ ಮಾಡಿದ ಸಾಧನೆಗಾಗಿ ತ್ಯೂಬಿಂಗನ್ ವಿವಿಯು ಮೊಗ್ಲಿಂಗ್ ಮತ್ತು ಕಿಟ್ಟೆಲ್ ಅವರಿಗೆ ಡಾಕ್ಟರೇಟ್ ಪದವಿಗಳನ್ನು ಕೊಟ್ಟಿದೆ. ಹೀಗೆ ಅನೇಕ, ಅಪೂರ್ವ ಕನ್ನಡ ಮತ್ತು ತುಳು ಹಸ್ತಪ್ರತಿ ಮತ್ತು ಪ್ರಾಚೀನ ಗ್ರಂಥಗಳ ಅಧ್ಯಯನದ ಯೋಜನೆಯೊಂದನ್ನು ಸಿದ್ಧಪಡಿಸಿ, ಜರ್ಮನ್ ಶೈಕ್ಷಣಿಕ ವಿನಿಮಯ ಸಂಸ್ಥೆಗೆ ನಾನು ಸಲ್ಲಿಸಿದ ಪ್ರಸ್ತಾವ ಅಂಗೀಕಾರವಾಗಿ ಮತ್ತೆ ಜರ್ಮನಿಗೆ ಹೋಗುವ ಅವಕಾಶ ದೊರೆಯಿತು. ಅದು ೧೯೯೩ರಲ್ಲಿ. ಮೂರು ತಿಂಗಳ ಕಾಲ ತ್ಯೂಬಿಂಗನ್ ವಿವಿಯಲ್ಲಿ ಸಂದರ್ಶಕ ಪ್ರಾಧ್ಯಾಪಕನಾಗಿ.

೧೯೯೩ರಲ್ಲಿ ಮೂರು ತಿಂಗಳಿನ ತ್ಯೂಬಿಂಗನ್ ವಿ.ವಿ.ಯ ವಾಸ್ತವ್ಯ, ಜರ್ಮನಿಯ ವಿವಿ ನಗರವೊಂದರ ಮೂಲಕ ಈ ದೇಶವನ್ನು ಅರ್ಥ ಮಾಡಿಕೊಳ್ಳುವ ಅರಿವಿನ ಬಾಗಿಲನ್ನು

ತೆರೆಯಿತು. ಪ್ರೊ. ಹೈಡ್ರೂನ್ ಬ್ರೂಕ್ನರ್ ತ್ಯೂಬಿಂಗನ್ ವಿವಿಯ ಇಂಡಾಲಜಿ ವಿಭಾಗದಲ್ಲಿ ಪ್ರಾಧ್ಯಾಪಿಕೆಯಾಗಿ ಬಂದ ಕಾರಣ ಅವರ ಆಸಕ್ತಿಯ ಫಲವಾಗಿ ಶೈಕ್ಷಣಿಕ ಮಟ್ಟದಲ್ಲಿ ಕನ್ನಡ ಮತ್ತು ತುಳು ಅಧ್ಯಯನಕ್ಕೆ ಅವಕಾಶ ಕಲ್ಪಿಸಲಾಯಿತು. ನನ್ನ ಸಂಶೋಧನೆಯ ಕೆಲಸದೊಂದಿಗೆ ಜರ್ಮನ್ ವಿದ್ಯಾರ್ಥಿಗಳಿಗೆ ಎಂಎಯ ಮಟ್ಟದಲ್ಲಿ ಕನ್ನಡ ಭಾಷೆಯನ್ನು ಕಲಿಸುವ ಮತ್ತು ಕನ್ನಡ ಸಾಹಿತ್ಯವನ್ನು ಪರಿಚಯಿಸುವ ಮೊದಲ ಅಧ್ಯಾಯ ಆರಂಭವಾದುದು ಇಲ್ಲಿ. ವಿವಿಯ ಶೈಕ್ಷಣಿಕ ಕಾರ್ಯಕ್ರಮದ ವ್ಯಾಪ್ತಿಯಲ್ಲಿ ಪೂರ್ಣಪ್ರಮಾಣದಲ್ಲಿ ಕನ್ನಡಕ್ಕೆ ಅಧ್ಯಯನ ವಿಷಯದ ಗೌರವ ಜರ್ಮನಿಯಲ್ಲಿ ಮೊತ್ತಮೊದಲನೆಯ ಬಾರಿಗೆ ದೊರೆತುದು ಈ ಸಂದರ್ಭದಲ್ಲಿ. ಆ ಕಾಲದಲ್ಲಿ ನನ್ನ ಮೊದಲ ತಂಡದ ಕನ್ನಡ ವಿದ್ಯಾರ್ಥಿನಿಯಾಗಿದ್ದ ಜರ್ಮನ್ ಹುಡುಗಿ ಅನ್ನಾ ಎಸ್ಪಿತೋ ಎನ್ನುವವಳು ಈಗ ಜರ್ಮನಿಯ ವ್ಯೂರ್ತ್ಸ್‌ಬುರ್ಗ್‌ನಲ್ಲಿ ಕನ್ನಡವನ್ನು ಕಲಿಸುವ ಅಧ್ಯಾಪಕಿಯಾಗಿ ಕೆಲಸ ಮಾಡುತ್ತಿದ್ದಾಳೆ. ತ್ಯೂಬಿಂಗನ್ ನಗರದ ನಡುವೆ ಹರಿಯುವ ನೆಕ್ಕರ್ ನದಿಯ ತೀರದಲ್ಲಿ ನಾನು ಓಡಾಡಿದ ಸಂಜೆಗಳು ಅಲ್ಲೇ ತೋಪಿನಲ್ಲಿ ಮತ್ತು ನದಿಯಲ್ಲಿ ನೋಡಿದ ಕವಿ ಹೋಲ್ಡರ್ಲಿನ್ ಕುರಿತ ನಾಟಕಗಳು. ದಕ್ಷಿಣಕ್ಕೆ ಬಂದಾಗ ಜರ್ಮನಿಯ ಗಡಿಭಾಗದಲ್ಲಿ ದಟ್ಟವಾಗಿ ಹಸುರಾಗಿ, ತಂಪಾಗಿ ಕಣ್ಮನ ತಣಿಸುವ ಬ್ಲೇಕ್ ಫಾರೆಸ್ಟ್‌ನ ಅಲೆದಾಟ– ಹೀಗೆ ಗ್ರಾಮಾಂತರ ಜರ್ಮನಿಯ ಸೊಗಡು ನನ್ನನ್ನು ಬಹಳವಾಗಿ ತಟ್ಟಿದೆ.

೨೦೦೩ರಲ್ಲಿ ಜರ್ಮನಿಯ ಸ್ತುತ್‌ಗಾರ್ತ್‌ನಲ್ಲಿ ಕನ್ನಡ ನಿಘಂಟುವಿನ ಪಿತಾಮಹ ಫರ್ಡಿನಾಂಡ್ ಕಿಟ್ಟೆಲರ ನಿಘಂಟುವಿನ ಶತಮಾನೋತ್ಸವದ ವಿಚಾರಸಂಕಿರಣಕ್ಕೆ ಆಹ್ವಾನಿತನಾಗಿ ಹೋಗಿ ಪ್ರಬಂಧ ಮಂಡಿಸಿದೆ. ಆ ವೇಳೆಗೆ ಪ್ರೊ. ಬ್ರೂಕ್ನರ್ ಮಧ್ಯ ಜರ್ಮನಿಯ ವ್ಯೂರ್ತ್ಸ್‌ಬುರ್ಗ್ ನಗರದ ವಿವಿಯ ಇಂಡಾಲಜಿ ವಿಭಾಗದಲ್ಲಿ ಪ್ರಾಧ್ಯಾಪಕಿ ಮತ್ತು ಮುಖ್ಯಸ್ಥೆಯಾಗಿ ಬಂದಿದ್ದರು. ಅವರ ಆಹ್ವಾನದಂತೆ ಸ್ತುತ್‌ಗಾರ್ತ್‌ನಿಂದ ವ್ಯೂರ್ತ್ಸ್‌ಬುರ್ಗ್‌ಗೆ ಹೋದೆ. ಅವರ ಅತಿಥಿಯಾಗಿದ್ದುಕೊಂಡು ವ್ಯೂರ್ತ್ಸ್‌ಬುರ್ಗ್ ವಿವಿಯ ಇಂಡಾಲಜಿ ವಿಭಾಗದಲ್ಲಿ ಕನ್ನಡ ಸಾಹಿತ್ಯವನ್ನು ಕುರಿತು ಉಪನ್ಯಾಸಗಳನ್ನು ಕೊಟ್ಟೆ ಪ್ರೊ. ಬ್ರೂಕ್ನರ್ ಹೈಡಲ್‌ಬರ್ಗ್‌ನಿಂದ ತ್ಯೂಬಿಂಗನ್‌ಗೆ, ತ್ಯೂಬಿಂಗನ್‌ನಿಂದ ವ್ಯೂರ್ತ್ಸ್‌ಬುರ್ಗ್‌ಗೆ ತಮ್ಮ ಕನ್ನಡದ ರಥವನ್ನು ಎಳೆದು ತಂದಿದ್ದರು. ಹಾಗಾಗಿ ಸ್ಥಳ ಬೇರೆಯಾದರೂ ವಿದ್ಯಾರ್ಥಿಗಳು ಹೊಸಬರಾದರೂ ತಿರುಳು ಕನ್ನಡವೇ ಆಗಿತ್ತು.

ವ್ಯೂರ್ತ್ಸ್‌ಬುರ್ಗ್ ವಿವಿಯಲ್ಲಿ ಮಹಿಳಾ ಪ್ರದರ್ಶಕಿಯರನ್ನು ಕುರಿತ ಸಂಕಿರಣದಲ್ಲಿ ಪಾಲುಗೊಂಡು ಪ್ರಬಂಧ ಮಂಡಿಸಲು ಆಹ್ವಾನಿತನಾಗಿ ೨೦೦೫ರಲ್ಲಿ ಮತ್ತೆ ವ್ಯೂರ್ತ್ಸ್‌ಬುರ್ಗ್‌ಗೆ ಬಂದೆ. ಸಂಕಿರಣದ ಬಳಿಕ ವಿಭಾಗದಲ್ಲಿ ಉಪನ್ಯಾಸಗಳು, ನಗರದಲ್ಲಿ ಸುತ್ತಾಟಗಳು. ಆದರೆ ಆ ವೇಳೆಗಾಗಲೇ ನಾನು ಹಂಪಿಯ ಕನ್ನಡ ವಿವಿಯಲ್ಲಿ ಕುಲಪತಿಯ ಜವಾಬ್ದಾರಿಯನ್ನು ವಹಿಸಿಕೊಂಡದ್ದರಿಂದ ಶೈಕ್ಷಣಿಕವಾಗಿ ಹೆಚ್ಚು ಕೆಲಸ ಮಾಡಲು ಸಾಧ್ಯವಾಗಲಿಲ್ಲ. ೨೦೦೬ರಲ್ಲಿ ಮತ್ತೆ ವ್ಯೂರ್ತ್ಸ್‌ಬುರ್ಗ್‌ಗೆ ನಾನು ಹೋದದ್ದು ಹಂಪಿ ವಿಶ್ವವಿದ್ಯಾನಿಲಯ ಮತ್ತು ಆ ವಿಶ್ವವಿದ್ಯಾನಿಲಯದೊಂದಿಗೆ ಶೈಕ್ಷಣಿಕ ಒಡಂಬಡಿಕೆ ಸಹಿ ಹಾಕಲು. ವ್ಯೂರ್ತ್ಸ್‌ಬುರ್ಗ್ ವಿವಿಯಲ್ಲಿ ಆಗ ಅಧ್ಯಕ್ಷರಾಗಿದ್ದ ಪ್ರೊ. ಅಕ್ಸೆಲ್ ಹಾಸೆ

ಅವರೊಂದಿಗೆ ಈ ಐತಿಹಾಸಿಕ ಒಡಂಬಡಿಕೆಗೆ ಸಹಿ ಹಾಕಿದೆ. ಕರ್ನಾಟಕ ರಾಜ್ಯದಿಂದ ಈ ವಿವಿಗೊಂದಿಗೆ ಇದು ಮೊದಲನೆಯ ಸಂಪರ್ಕ ಕೊಂಡಿ. ೧೪೦೨ರಲ್ಲಿ ಸ್ಥಾಪನೆಗೊಂಡ ವ್ಯೂರ್ತ್ಸ್‌ಬುರ್ಗ್ ವಿವಿ ೬೦೦ ವರ್ಷಗಳಷ್ಟು ಹಳೆಯದು. ಜಗತ್ತಿನ ಶ್ರೇಷ್ಠ ೧೦೦ ವಿವಿಗಳ ವ್ಯಾಪ್ತಿಯ ಒಳಗೆ ಸ್ಥಾನ ಪಡೆದಿದೆ. ೧೪ ಮಂದಿ ನೊಬೆಲ್ ಪ್ರಶಸ್ತಿ ಸಂಶೋಧಕರನ್ನು ಕೊಟ್ಟ ಸಂಸ್ಥೆ ಹಾಗಾಗಿ ೧೨ ವರ್ಷ ವಯಸ್ಸಿನ ಕನ್ನಡ ವಿವಿ ಆ ವಿವಿಯೊಂದಿಗೆ ಒಡಂಬಡಿಕೆ ಮಾಡಿಕೊಂಡದ್ದು ನನಗಂತೂ ಸಂಭ್ರಮದ ಸಂಗತಿಯಾಗಿತ್ತು. ಮತ್ತೆ ನಿರಂತರವಾಗಿ ಅಲ್ಲಿಗೆ ಬರಲು ಆಹ್ವಾನ ಬರುತ್ತಿದ್ದಾಗ ಎರಡು ವರ್ಷಗಳ ಕಾಲ ಅದನ್ನು ನಿರಾಕರಿಸುತ್ತಾ ಮುಂದೂಡುತ್ತಾ ಬಂದ ನಾನು ೨೦೦೯ರಲ್ಲಿ ಅಕ್ಟೋಬರ್ ಸೆಮಿಸ್ಟರ್ ಆರಂಭದಿಂದ ಮೊದಲಾಗುವ ಶೈಕ್ಷಣಿಕ ವರ್ಷದಲ್ಲಿ ಅಲ್ಲಿಗೆ ಬರಲು ಒಪ್ಪಿಕೊಂಡೆ. ಬಹುಮಟ್ಟಿಗೆ ಇದು ಒಂದು ವರ್ಷದ ಹಿಂದೆ ಒಪ್ಪಿಕೊಂಡ ಮತ್ತು ಸಿದ್ಧತೆ ಮಾಡಿಕೊಂಡ ಜವಾಬ್ದಾರಿ. ಈಗ ಇಡೀ ಯುರೋಪ್‌ನಲ್ಲಿ ಜರ್ಮನಿಯನ್ನು ಸೇರಿಸಿಕೊಂಡು ವಿ.ವಿ. ಮಟ್ಟದಲ್ಲಿ ಅಧಿಕೃತವಾಗಿ ಕನ್ನಡ ಭಾಷೆ ಸಾಹಿತ್ಯವನ್ನು ಅಧ್ಯಯನ ಮಾಡಲು ಅವಕಾಶವಿರುವುದು ವ್ಯೂರ್ತ್ಸ್‌ಬುರ್ಗ್ ವಿವಿಯಲ್ಲಿ ಮಾತ್ರ. ೧೯೯೩ರಲ್ಲಿ ತ್ಯೂಬಿಂಗನ್‌ನಲ್ಲಿ ನಾನು ಆರಂಭಿಸಿದ ಈ ಸಣ್ಣ ಕಾಯಕ ಸಮರ್ಪಕವಾಗಿ ಮುಂದುವರಿಯಲು ನನ್ನ ಸಾಧ್ಯವಾದ ನೆರವು ಅಗತ್ಯ ಎನ್ನುವ ಕರೆಗೆ ಓಗೊಟ್ಟು ಮತ್ತೆ ೨೦೦೯ ಅಕ್ಟೋಬರ್‌ನಲ್ಲಿ ವ್ಯೂರ್ತ್ಸ್‌ಬುರ್ಗ್‌ಗೆ ಬಂದೆ, ಅಲ್ಲಿ ಕಳೆದ ಒಂದು ವರ್ಷದಿಂದ ಚಳಿಗಾಲದ ಮತ್ತು ಬೇಸಗೆಕಾಲದ ಎರಡು ಸೆಮಿಸ್ಟರ್‌ಗಳನ್ನು ಕಳೆದಿದ್ದೇನೆ. –೨೫ ಡಿಗ್ರಿಯಿಂದ +೨೫ಡಿಗ್ರಿಯವರೆಗಿನ ಹವಾಮಾನದಲ್ಲಿ ವ್ಯೂರ್ತ್ಸ್‌ಬುರ್ಗ್‌ನ್ನು ಕಂಡಿದ್ದೇನೆ, ಅನುಭವಿಸಿದ್ದೇನೆ. ಕನ್ನಡ ಭಾಷೆಯನ್ನು ಕಲಿಸುವ ಪ್ರಾಥಮಿಕ ಸಂಗತಿಯಿಂದ ತೊಡಗಿ ಕನ್ನಡ ಸಾಹಿತ್ಯದ ಕೃತಿಗಳ ಅಧ್ಯಯನದಿಂದ ಮುಂದುವರಿದು ಕರ್ನಾಟಕದ ಮೌಖಿಕ ಪರಂಪರೆಯ ಪಠ್ಯ ಮತ್ತು ಪ್ರದರ್ಶನಗಳ ವಿಚಾರ ಸಂಕಿರಣಗಳನ್ನು ನಡೆಸಿದ್ದೇನೆ. ನಾಲ್ಕು ಹಂತದಲ್ಲಿ ಜರ್ಮನ್ ವಿದ್ಯಾರ್ಥಿಗಳೊಂದಿಗೆ ಕನ್ನಡ ಮತ್ತು 'ಕರ್ನಾಟಕ ಅಧ್ಯಯನ' ಎನ್ನುವ ಹೊಸ ವಿಷಯ ಒಂದನ್ನು ರೂಪಿಸಿ ಆಧುನಿಕ ಕರ್ನಾಟಕದ ಸಾಮಾಜಿಕ, ರಾಜಕೀಯ, ಆರ್ಥಿಕ, ಶೈಕ್ಷಣಿಕ ಮತ್ತು ಸಾಂಸ್ಕೃತಿಕ ಪುಟಗಳನ್ನು ತೆರೆದು ತೋರಿಸಿದ್ದೇನೆ. ಕನ್ನಡ ಸಾಹಿತ್ಯದ ಭಾಗಗಳನ್ನು ಜರ್ಮನ್ ಭಾಷೆಗೆ ಅನುವಾದಿಸಲು ಜರ್ಮನ್ ವಿದ್ಯಾರ್ಥಿಗಳಿಗೆ ಪ್ರೇರಣೆಯನ್ನು ಕೊಟ್ಟಿದ್ದೇನೆ.

ಹೀಗೆ, ವ್ಯೂರ್ತ್ಸ್‌ಬುರ್ಗ್‌ನಲ್ಲಿ ಎರಡು ಸೆಮಿಸ್ಟರ್‌ಗಳ ಒಂದು ಶೈಕ್ಷಣಿಕ ವರ್ಷವನ್ನು ಈ ವರ್ಷ ಜುಲೈಯಲ್ಲಿ ಮುಗಿಸುವ ವೇಳೆಗೆ ಮತ್ತೆ ಅಲ್ಲಿಗೆ ಬರಲು ಆಹ್ವಾನ ಬಂದಿದೆ. 'ಎ ನ್ಯೂ ಪ್ಯಾಸೆಜ್ ಆಫ್ ಇಂಡಿಯಾ' ಎನ್ನುವ ಹೊಸ ಶೈಕ್ಷಣಿಕ ಕಾರ್ಯಕ್ರಮವನ್ನು ಜರ್ಮನ್ ಶೈಕ್ಷಣಿಕ ವಿನಿಮಯ ಸೇವೆಯ ಸಂಸ್ಥೆ(ಡ್ಯಾಡ್) ಇದೇ ಅಕ್ಟೋಬರ್ ೧೦ರಿಂದ ಆರಂಭಿಸಿದೆ. ಈ ಹೊಸ ಕಾರ್ಯಕ್ರಮದಲ್ಲಿ ನಮ್ಮ ದೇಶದಿಂದ ಮೊದಲನೆಯ ಪ್ರಾಧ್ಯಾಪಕನಾಗಿ ನನ್ನನ್ನು ಆಹ್ವಾನಿಸಿದ ಗೌರವಕ್ಕೆ ಮಣಿದು ಮತ್ತೆ ನನ್ನ ದೇಶ ನನ್ನ ಕರ್ನಾಟಕ ಮತ್ತು ನನ್ನ ಊರಿನ ಮೂರು ವಾರಗಳ ವಾಸ್ತವ್ಯದ ಬಳಿಕ ವ್ಯೂರ್ತ್ಸ್‌ಬುರ್ಗ್‌ಗೆ ತೆರಳಿದ್ದೇನೆ. ಅಕ್ಟೋಬರ್‌ದಿಂದ ಇಲ್ಲಿ ಶೈಕ್ಷಣಿಕ ವರ್ಷ ಆರಂಭ. ೨೦೧೧ರಲ್ಲಿ ಜುಲೈ ಕೊನೆಗೆ ಬೇಸಗೆಯ ಸೆಮಿಸ್ಟರ್ ಮುಗಿಯುತ್ತದೆ. ಇಲ್ಲಿ ಕನ್ನಡ ಭಾಷೆ ಸಾಹಿತ್ಯದ ಅಧ್ಯಾಪನ, ಸಂಶೋಧನ ಯೋಜನೆಗಳ

ನಿರ್ವಹಣೆ, ಸಂಶೋಧಕರಿಗೆ ಅನುವಾದಗಳ ಕೆಲಸ–ಹೀಗೆ ಕನಸುಗಳು ನೂರಾರು, ಕೆಲಸಗಳು ಹತ್ತು ಹಲವಾರು.

ಜರ್ಮನಿಯ ದಕ್ಷಿಣಭಾಗದ ಉತ್ತರದಿಕ್ಕಿನ ಕೇಂದ್ರ ಸ್ಥಾನದಲ್ಲಿರುವ ಚಾರಿತ್ರಿಕ ಪುಟ್ಟನಗರ ವ್ಯೂರ್ತ್ಸ್‌ಬುರ್ಗ್. ಫ್ರಾಂಕ್‌ಫರ್ಟ್ ವಿಮಾನ ನಿಲ್ದಾಣದಿಂದ ಒಂದೂವರೆ ಗಂಟೆಯ ರೈಲು ಅಥವಾ ರಸ್ತೆ ಮಾರ್ಗದ ಅಂತರದಲ್ಲಿದೆ ವ್ಯೂರ್ತ್ಸ್‌ಬುರ್ಗ್. ಸ್ಪೇಸಾರ್ಟ್, ರೋನ್ ಮತ್ತು ಸ್ಟೀಗೇರ್‌ವಲ್ಡ್ ಎನ್ನುವ ಮೂರು ಅರಣ್ಯಗಳಿಂದ ಆವೃತ್ತವಾಗಿರುವ ಈ ನಗರ ಸುಮಾರು ಕ್ರಿ.ಪೂ. ಒಂದು ಸಾವಿರ ವರ್ಷಗಳ ಹಳೆಯ ಅವಶೇಷಗಳನ್ನು ಉಳ್ಳದ್ದು. ಕ್ರಿ.ಶ. ೭೦೪ರಲ್ಲಿ ವ್ಯೂರ್ತ್ಸ್‌ಬುರ್ಗ್‌ನ ಹೆಸರು ಮೊತ್ತಮೊದಲು ಅಧಿಕೃತವಾಗಿ ದಾಖಲೆಯಾಗಿದೆ. ಫ್ರಾಂಕೋನಿಯಾ ಪ್ರಾಂತ್ಯದ ಮುಖ್ಯ ಕೇಂದ್ರ ಸ್ಥಳವಾದ ವ್ಯೂರ್ತ್ಸ್‌ಬುರ್ಗ್ ಆ ಪ್ರದೇಶದ ರಾಜರ ಆಳ್ವಿಕೆಗೆ ಒಳಪಟ್ಟಿತ್ತು. ಬಿಷಪ್ ರಾಜರುಗಳು ಇದನ್ನು ಆಳಿದವರು. ಚರ್ಚ್ ಮತ್ತು ಅರಮನೆ ಎರಡೂ ಒಂದೇ ಆಗಿತ್ತು. ಧರ್ಮ ಮತ್ತು ರಾಜಕೀಯ ಒಟ್ಟಾದ ಆಡಳಿತದ ಇತಿಹಾಸವೊಂದು ಇಲ್ಲಿ ದೊರೆಯುತ್ತದೆ. ೧೫೨೫ರಲ್ಲಿ ನಡೆದ ರೈತರ ಹೋರಾಟದಲ್ಲಿ ವ್ಯೂರ್ತ್ಸ್‌ಬುರ್ಗ್ ಪಟ್ಟಣವು ರೈತರ ಪರವಾಗಿ ನಿಲ್ಲುತ್ತದೆ. ೧೮೦೨ರಲ್ಲಿ ಬಿಷಪ್‌ರಾಜ ಆಳ್ವಿಕೆ ಕೊನೆಗೊಂಡು ಪ್ರಜಾಪ್ರಭುತ್ವದ ಆಡಳಿತ ಆರಂಭವಾಗುತ್ತದೆ. ೧೮೧೪ರಲ್ಲಿ ವ್ಯೂರ್ತ್ಸ್‌ಬುರ್ಗ್‌ನ್ನು ಬವೇರಿಯಾ ಪ್ರಾಂತ್ಯಕ್ಕೆ ಸೇರಿಸಲಾಗುತ್ತದೆ. ಈಗಲೂ ಅದು ಮ್ಯೂನಿಕ್ ರಾಜಧಾನಿಯಾಗಿ ಉಳ್ಳ ಬವೇರಿಯಾ ಪ್ರಾಂತದ ಉತ್ತರ ಭಾಗದ ಫ್ರಾಂಕೋನಿಯಾದ ಮುಖ್ಯ ಕೇಂದ್ರ.

ಐತಿಹಾಸಿಕವಾಗಿ ಬಿಷಪ್ ರಾಜರ ಅರಮನೆ 'ರೆಸಿಡೆಂಟ್' ಯುನೆಸ್ಕೋದಿಂದ ಮಾನ್ಯತೆ ಪಡೆದ ಜಾಗತಿಕ ಪ್ರವಾಸಿ ಕೇಂದ್ರ. ವ್ಯೂರ್ತ್ಸ್‌ಬುರ್ಗ್ ನಗರದ ಎಡಭಾಗದಲ್ಲಿ ಮಾಯಿನ್ ನದಿ ಹರಿಯುತ್ತದೆ. ಹೀಗೆ ನದಿಯ ಎಡಬಲದಲ್ಲಿರುವ ಮರಗಳ ವಿಶಾಲ ತೋಪುಗಳ ನಡುವಿನ ಪ್ರಶಾಂತ ನಗರ ವ್ಯೂರ್ತ್ಸ್‌ಬುರ್ಗ್. ಸುಮಾರು ೧,೩೫,೦೦೦ ಜನಸಂಖ್ಯೆ ಉಳ್ಳ ಈ ನಗರ ಯುರೋಪ್ ಮತ್ತು ಹೊರಗಿನ ಅನೇಕ ದೇಶಗಳ ಪ್ರವಾಸಿಗರನ್ನು ನಿರಂತರವಾಗಿ ಆಕರ್ಷಿಸುತ್ತಿದೆ.

ವ್ಯೂರ್ತ್ಸ್‌ಬುರ್ಗ್‌ನಲ್ಲಿ ಜೂಲಿಯಸ್ ಮ್ಯಾಕ್ಸ್‌ಮಿಲಿಯನ್ ವಿಶ್ವವಿದ್ಯಾಲಯ ಸ್ಥಾಪನೆಯಾದದ್ದು ೧೪೦೨ರಲ್ಲಿ. ಸುಮಾರು ೬೦೦ ವರ್ಷಗಳಿಂದ ಈ ವಿಶ್ವವಿದ್ಯಾಲಯ ಜಾಗತಿಕ ಮಟ್ಟದಲ್ಲಿ ವಿಜ್ಞಾನ ಮತ್ತಿತರ ಕ್ಷೇತ್ರಗಳಲ್ಲಿ ವಿಶೇಷ ಮನ್ನಣೆ ಪಡೆದಿದೆ. ಒಟ್ಟು ೧೪ ಮಂದಿ ನೊಬೆಲ್ ಪುರಸ್ಕಾರ ಪಡೆದವರು ಈ ವಿಶ್ವವಿದ್ಯಾನಿಲಯದೊಂದಿಗೆ ಸಂಬಂಧ ಹೊಂದಿದವರು. ಎಕ್ಸ್‌ರೇಯನ್ನು ಕಂಡುಹಿಡಿದ ವಿಲ್‌ಹೆಲ್ಮ್ ಕೊನ್ರಾಡ್ ರೋಂತ್‌ಗನ್ ಸಂಶೋಧನೆ ನಡೆಸಿದ್ದು ವ್ಯೂರ್ತ್ಸ್‌ಬುರ್ಗ್‌ನಲ್ಲಿ. ಕ್ಯಾನ್ಸರ್ ವೈರಸ್‌ಗಳ ಬಗ್ಗೆ ಸಂಶೋಧನೆ ನಡೆಸಿ ೨೦೦೮ರಲ್ಲಿ ವೈದ್ಯಕೀಯ ಕ್ಷೇತ್ರದಲ್ಲಿ ನೊಬೆಲ್ ಪ್ರಶಸ್ತಿ ಪಡೆದ ಹೆರಾಲ್ಡ್ ಹೌಸೆನ್ ವ್ಯೂರ್ತ್ಸ್‌ಬುರ್ಗ್‌ನವರು.

ಈಗ ವ್ಯೂರ್ತ್ಸ್‌ಬುರ್ಗ್‌ನಲ್ಲಿ ೧೦ ನಿಕಾಯಗಳಲ್ಲಿ ಸುಮಾರು ೨೧ ಸಾವಿರ ವಿದ್ಯಾರ್ಥಿಗಳು ಅಧ್ಯಯನ ನಡೆಸುತ್ತಿದ್ದಾರೆ. ಇದರಲ್ಲಿ ಸುಮಾರು ೧,೫೦೦ ಮಂದಿ ವಿದೇಶಿ ವಿದ್ಯಾರ್ಥಿಗಳಿದ್ದಾರೆ. ಮಾನವಿಕ, ಕಾನೂನು, ಅರ್ಥಶಾಸ್ತ್ರ, ಜೀವ ವಿಜ್ಞಾನ ಮತ್ತು

ಭೌತಿಕ ವಿಜ್ಞಾನ ಮತ್ತು ತಂತ್ರಜ್ಞಾನ ಕ್ಷೇತ್ರಗಳಲ್ಲಿ ಅಧ್ಯಯನಕ್ಕೆ ಅವಕಾಶ ಇದೆ. ತನ್ನದೇ ಆಸ್ಪತ್ರೆಗಳನ್ನು ಹೊಂದಿರುವ ವಿಶ್ವವಿದ್ಯಾಲಯದ ಒಟ್ಟು ಸಿಬ್ಬಂದಿಯ ಸಂಖ್ಯೆ ೧೦ಸಾವಿರ. ಮೂರು ಸಾವಿರ ಮಂದಿ ಶೈಕ್ಷಣಿಕ ಸಿಬಂದಿಯಲ್ಲಿ ೪೦೦ ಮಂದಿ ಪ್ರಾಧ್ಯಾಪಕರಿದ್ದಾರೆ. ಒಟ್ಟು ಸುಮಾರು ೧೦೦ ವಿಷಯಗಳಲ್ಲಿ ಪದವಿ, ಸ್ನಾತಕೋತ್ತರ ಮತ್ತು ಸಂಶೋಧನೆಯ ಅಧ್ಯಯನಕ್ಕೆ ಅವಕಾಶಗಳಿವೆ. ಸಂಶೋಧನೆಯ ಕ್ಷೇತ್ರದಲ್ಲಿ ವ್ಯೂರ್ತ್ಸ್‌ಬುರ್ಗ್ ವಿವಿ ಜಾಗತಿಕ ಮಟ್ಟದಲ್ಲಿ ವಿಶೇಷ ಮನ್ನಣೆ ಪಡೆದಿದೆ. ಜಗತ್ತಿನ ಅತ್ಯುನ್ನತ ೧೦೦ ವಿವಿಗಳ ವ್ಯಾಪ್ತಿಯಲ್ಲಿ ಮತ್ತು ಯುರೋಪ್‌ನ ಅತ್ಯುತ್ತಮ ೩೦ ವಿವಿಗಳ ವ್ಯಾಪ್ತಿಯಲ್ಲಿ ಇದಕ್ಕೆ ವಿಶಿಷ್ಟ ಸ್ಥಾನವಿದೆ.

ಆಫ್ರಿಕಾ, ಅಮೆರಿಕಾ, ಏಷ್ಯಾ, ಆಸ್ಟ್ರೇಲಿಯಾ ಮತ್ತು ಯುರೋಪ್‌ನ ಅನೇಕ ವಿಶ್ವವಿದ್ಯಾಲಯಗಳೊಂದಿಗೆ ಈ ವಿಶ್ವವಿದ್ಯಾನಿಲಯಕ್ಕೆ ಶೈಕ್ಷಣಿಕ ಸಹಯೋಗ ಇದೆ. ಭಾರತದ ಜವಹರಲಾಲ್ ನೆಹರೂ ವಿವಿ (ದೆಹಲಿ), ಹೈದರಾಬಾದ್ ವಿವಿ, ಕನ್ನಡ ವಿವಿ ಹಂಪಿ ಮತ್ತು ಮಂಗಳೂರು ವಿವಿಗಳೊಂದಿಗೆ ಅಧಿಕೃತ ಒಡಂಬಡಿಕೆಗೆ ಸಹಿ ಹಾಕಿರುವ ಈ ವಿಶ್ವವಿದ್ಯಾನಿಲಯಕ್ಕೆ ಇವಲ್ಲದೆ ಭಾರತದ ಸುಮಾರು ೩೦ರಷ್ಟು ಉನ್ನತ ಶಿಕ್ಷಣ ಸಂಸ್ಥೆಗಳಿಂದ ವಿದ್ಯಾರ್ಥಿಗಳು ಬರುತ್ತಿದ್ದಾರೆ. ಜೀವವಿಜ್ಞಾನದ ಅಧ್ಯಯನಕ್ಕಾಗಿ ಹೆಚ್ಚಿನ ಸಂಖ್ಯೆಯಲ್ಲಿ ಭಾರತದ ಸಹಿತ ಅನೇಕ ದೇಶಗಳಿಂದ ಸಂಶೋಧಕರು ಸೇರುತ್ತಿದ್ದಾರೆ.

ನಗರದ ನಡುವೆ ಜುಳುಜುಳು ಹರಿಯುವ ಮಾಯಿನ್ ನದಿ, ನಗರವನ್ನು ಸುತ್ತುವರಿದಿರುವ ಬೆಟ್ಟಗಳು, ಬೆಟ್ಟದ ತಪ್ಪಲಿನಲ್ಲಿ ವಿಸ್ತಾರವಾಗಿ ಚಾಚಿಕೊಂಡಿರುವ ವೈನ್ ಉತ್ಪಾದನೆಯ ದ್ರಾಕ್ಷಿಬಳ್ಳಿಗಳ ತೋಟಗಳು, ಬೆಟ್ಟಗಳ ಆಚೆ ವಿಸ್ತಾರವಾಗಿ ಹರಡಿಕೊಂಡಿರುವ ಹಚ್ಚಹಸುರಿನ ಹುಲ್ಲುಗಾವಲು ಮತ್ತು ಮರಗಳ ಕಾಡುಗಳ ನಡುವಿನ ನಗರದ ಕೇಂದ್ರಭಾಗದಲ್ಲಿ ಮಾರ್ಕೆಟ್‌ಸ್ಥಳದಲ್ಲಿ ಸದಾ ಲವಲವಿಕೆಯ ಅಂಗಡಿ ಮಳಿಗೆಗಳು ಮತ್ತು ಗಾನಸುಧೆಯ ಸುತ್ತಸುಳಿಯುವ ಜನಸಂದಣಿ– ಎಲ್ಲೆಲ್ಲೂ ನಿರಾಳತೆ ನಗು ಮತ್ತು ಉಲ್ಲಾಸದ ವಾತಾವರಣ. ಯುರೋಪ್‌ನ ಜನಜಂಗುಳಿಯ ಒತ್ತಡದ ನಗರಗಳ ಜೊತೆಗೆ ಹೋಲಿಸಿದರೆ ವ್ಯೂರ್ತ್ಸ್‌ಬುರ್ಗ್ ಇನ್ನೂ ಮುಗುದೆ ಮತ್ತು ಮಹಾಶ್ವೇತೆ. ವಿಶ್ವವಿದ್ಯಾನಿಲಯದ ಒಳಗೆ ನಗರವೋ ನಗರದ ಒಳಗೆ ವಿಶ್ವವಿದ್ಯಾನಿಲಯವೋ ಎನ್ನುವ ಧ್ಯಾನದಲ್ಲಿಯೇ ಚಳಿಗಾಲದಲ್ಲಿ ಇಡೀ ನಗರವನ್ನು ಬಿಳಿಯ ಹಿಮ ಮೆತ್ತಿಕೊಂಡು ಶ್ವೇತವಸನಧಾರಿಯಾದರೆ ಬೇಸಿಗೆಯಲ್ಲಿ ನಗುವ ಸೂರ್ಯ ಮಾಯಿನ್ ನದಿಯ ನೀರಿನಲ್ಲಿ ತನ್ನ ಬಿಂಬವನ್ನು ಚೆಲ್ಲುತ್ತ, ತಂಗಾಳಿಯಲ್ಲಿ ತಾನೂ ತಂಪಾಗಿ ಮಂಜು ಕರಗುವ ನಡಿಗೆ ದಾರಿ ತೋರಿಸುತ್ತಾನೆ. ನಗರದ ನಡುವಿರುವ ವಿಶ್ವವಿದ್ಯಾಲಯದ ಅತಿಥಿಗೃಹದ ಮಹಡಿಯಿಂದ ಮೊನ್ನೆ ನಾನು ಹೊರಗೆ ಇಣುಕಿದಾಗ ಹೊರಗೆ ಹಿಮದಲ್ಲಿ ಮಕ್ಕಳು ಆಡುತ್ತಿರುವ ಮನೋಹರ ದೃಶ್ಯ ಸೊಗಸಾಗಿ ಕಾಣಿಸುತ್ತದೆ. 'ಓ ನನ್ನ ಚೇತನಾ, ಆಗು ನೀ ಅನಿಕೇತನ' ಎಂಬ ಕುವೆಂಪು ಹಾಡನ್ನು ನನ್ನ ಲ್ಯಾಪ್‌ಟಾಪ್‌ನಿಂದ ಆಲಿಸುವ ಬೆನ್ನಲ್ಲೇ 'ಇದು ಬರೀ ಬೆಳಗಲ್ಲೋ ಅಣ್ಣಾ' ಎಂಬ ಬೇಂದ್ರೆ ಸಾಲು ಕೇಳಿಸಿದಾಗ, ಅಲ್ಲಮನ ವಚನ 'ಎತ್ತಣ ಮಾಮರ ಎತ್ತಣ ಕೋಗಿಲೆ' ನೆನಪಾಗುತ್ತದೆ; ಮಾಯಿನ್ ನದಿಯ ಅಲೆಗಳಲ್ಲಿ ಕನ್ನಡ ಕಲರವ ಗುನುಗುನಿಸುತ್ತದೆ.

ಅಕ್ಟೋಬರ್ ೨೦೧೦, 'ಉದಯವಾಣಿ' ದೀಪಾವಳಿ ವಿಶೇಷಾಂಕ

ಹಿಮಗಿರಿಯ ನೆನಪಿನಲ್ಲಿ ಕಾಡಿನ ನಡುವಿನ ಲೋಹ್ರ್‌ನಲ್ಲಿ ಒಂದು ದಿನ

ಕಳೆದ ಭಾನುವಾರ, ೨೦೧೧ ಜುಲೈ ೧೭ರನ್ನು ಸಿನ್ಹ ದಂಪತಿಗಳ ಆಹ್ವಾನದಂತೆ ನಾನು ಮತ್ತು ಕೋಕಿಲ ವ್ಯೂರ್ತ್ಸ್‌ಬುರ್ಗ್‌ನಿಂದ ರೈಲಿನಲ್ಲಿ ಲೋಹ್ರ್‌ಗೆ ಹೋಗಿದ್ದೆವು. ಸಿನ್ಹ ಅವರ ಪೂರ್ಣ ಹೆಸರು ನೀಲು ಸಿನ್ಹ. ಸುಮಾರು ಎಪ್ಪತ್ತು ವರ್ಷದ ಸಿನ್ಹರನ್ನು ನಾನು ಮೊದಲು ನೋಡಿದ್ದು ೨೦೦೯ರ ಅಕ್ಟೋಬರದಲ್ಲಿ ವ್ಯೂರ್ತ್ಸ್‌ಬುರ್ಗ್ ವಿಶ್ವವಿದ್ಯಾಲಯದ ಇಂಡಾಲಜಿ ವಿಭಾಗದ ದೀಪಾವಳಿ ಆಚರಣೆಯಲ್ಲಿ. ಆ ದೀಪಾವಳಿಯ ಪೂಜೆ, ಅದರ ಮಹತ್ವದ ವಿವರಣೆ ಜರ್ಮನ್ ಭಾಷೆಯಲ್ಲಿ, ಬಳಿಕ ಎಲ್ಲರೊಡನೆ ಸಂಭಾಷಣೆ–ಎಲ್ಲಾ ಸಿನ್ಹ ಅವರದ್ದೇ. ಅವರ ಜೊತೆಯಲ್ಲಿ ಬಂದಿದ್ದ ದೊಡ್ಡ ಕುಟುಂಬ ನನ್ನ ಗಮನ ಸೆಳೆಯಿತು. ಜರ್ಮನ್ ಹೆಂಡತಿ, ಮೂವರು ಮಕ್ಕಳು ಮತ್ತು ನಾಲ್ವರು ಮೊಮ್ಮಕ್ಕಳು–ಹೀಗೆ ತುಂಬು ಕುಟುಂಬ ಅವರದ್ದು. ಒಬ್ಬ ಮಗ ಮತ್ತು ಇಬ್ಬರು ಹೆಣ್ಣು ಮಕ್ಕಳು–ಎಲ್ಲರೂ ಮದುವೆಯಾಗಿ ಬೇರೆ ಬೇರೆ ಕಡೆ ವಾಸವಾಗಿದ್ದವರು ಆ ದಿನ ದೀಪಾವಳಿಯಲ್ಲಿ ಅಲ್ಲಿ ಒಟ್ಟು ಸೇರಿದ್ದರು. ಮಕ್ಕಳ ಹೆಸರು ಕೇಳಿದಾಗ ಎಲ್ಲರಿಗೂ ಎರಡು ಹೆಸರುಗಳ ಜೋಡಿ ಇತ್ತು. ಮೊದಲ ಹೆಸರು ಭಾರತೀಯ, ಎರಡನೆಯದು ಜರ್ಮನ್. ಮಕ್ಕಳು ಮೊಮ್ಮಕ್ಕಳಲ್ಲಿ ಕೆಲವರ ಮೈ ಬಣ್ಣ ಅಪ್ಪಟ ಭಾರತೀಯ, ಇನ್ನು ಕೆಲವರದ್ದು ಜರ್ಮನಿನ ಹಿಮಬಿಳಿ. ಸಿನ್ಹ ಇಲ್ಲಿಯ ಇಂಡೋ ಜರ್ಮನ್ ಸಂಘದ ಸಕ್ರಿಯ ಹಿರಿಯ ಸದಸ್ಯ. ನಿಜವಾದ ಅರ್ಥದಲ್ಲಿ ಅವರ ಕುಟುಂಬವೇ ಒಂದು ಇಂಡೋ ಜರ್ಮನ್ ಸೊಸೈಟಿ ರೀತಿಯಲ್ಲಿ ಇದೆ.

ಸಿನ್ಹ ಮತ್ತು ಅವರ ಹೆಂಡತಿ ಬಾರ್ಬರ ಅವರನ್ನು ಆಮೇಲೆ ಸಾಕಷ್ಟು ಬಾರಿ ನಾನು ಭೇಟಿ ಆಗಿದ್ದೇನೆ, ಮಾತುಕತೆ ನಡೆಸಿದ್ದೇನೆ. ಭಾರತದ ಉತ್ತರ

ಪ್ರದೇಶದ ಲಕ್ನೋದಲ್ಲಿ ಹುಟ್ಟಿ ಬೆಳೆದ ನೀಲು ಸಿನ್ಹ ಭಾರತದಲ್ಲಿ ಇಂಜಿನಿಯರಿಂಗ್ ಪದವಿ ಪಡೆದು, ಮತ್ತೆ ಹೆಚ್ಚಿನ ಶಿಕ್ಷಣಕ್ಕಾಗಿ ಜರ್ಮನಿಗೆ ಬಂದದ್ದು ಸುಮಾರು ನಲುವತ್ತೈದು ವರ್ಷಗಳ ಹಿಂದೆ. ಇಲ್ಲಿ ಮತ್ತೆ ತಾಂತ್ರಿಕ ಶಿಕ್ಷಣದ ಪದವಿ ಪಡೆದು, ಜರ್ಮನ್ ಕಂಪೆನಿಗಳಲ್ಲಿ ಇಂಜಿನಿಯರ್ ಆಗಿ ಕೆಲಸ ಮಾಡಿದರು. ಆರಂಭದ ದಿನಗಳಲ್ಲೇ ಅವರು ಪ್ರೀತಿಸಿ ಮದುವೆ ಆದ ಜರ್ಮನ್ ಹುಡುಗಿ ಬಾರ್ಬರ. ಸಿನ್ಹ ಅವರು ಜರ್ಮನಿಯ ಬ್ಲೊಶ್ ಕಂಪೆನಿಯಲ್ಲಿ ದೀರ್ಘಕಾಲ ಕೆಲಸಮಾಡಿ ಈಗ ನಿವೃತ್ತರಾಗಿದ್ದಾರೆ. ಆದರೆ ಈಗಲೂ ಆ ಕಂಪೆನಿಯವರು

ಇವರನ್ನು ಸಲಹೆಗಾರರನ್ನಾಗಿ ಇಟ್ಟುಕೊಂಡಿರುವ ಕಾರಣ, ವಾರದಲ್ಲಿ ಎರಡು ದಿನ ಬ್ರೊಷ್ ಕಚೇರಿಗೆ ಹೋಗುತ್ತಾರೆ. ಬ್ರೊಷ್ ಕಂಪೆನಿಯ ಮುಖ್ಯ ಕಚೇರಿ ಇರುವುದು ಒಂದು ಸಣ್ಣ ಪಟ್ಟಣ ಲೋಹ್ರ್‌ನಲ್ಲಿ. ಸಿನ್ಹ ಕಳೆದ ಇಪ್ಪತ್ತೇಳು ವರ್ಷಗಳಿಂದ ಆ ಕಾರಣಕ್ಕಾಗಿಯೇ ಲೋಹ್ರ್ ನಲ್ಲಿ ಬೆಟ್ಟದ ತಪ್ಪಲಿನಲ್ಲಿ ಸುಂದರ ಮನೆಯೊಂದನ್ನು ಕಟ್ಟಿಕೊಂಡು ಪಟ್ಟಣದ ಒಳಗಿನ ಬೆಟ್ಟದ ಜೀವ ಆಗಿದ್ದಾರೆ.

ಲೋಹ್ರ್, ಜರ್ಮನಿಯ ಬವೇರಿಯ ಪ್ರಾಂತ್ಯದ ಕೆಳಗಿನ ಫ್ರಾಂಕೊನಿಯ ಪ್ರದೇಶದ ಸ್ಪೆಸ್ಸರ್ತ್ ಜಿಲ್ಲೆಯ ಒಂದು ಪುಟ್ಟ ಪಟ್ಟಣ. ಜನಸಂಖ್ಯೆ ೧೫, ೭೦೮. ಲೋಹ್ರ್ ಹೊಳೆಯು ಮಾಯಿನ್ ನದಿಯೊಂದಿಗೆ ಕೂಡುವ ಸಂಗಮ ಸ್ಥಳ 'ಲೋಹ್ರ್.' ಸ್ಪೆಸ್ಸರ್ತ್ ಅರಣ್ಯದ ಎರಡು ದೊಡ್ಡ ಕಣಿವೆಗಳ ನಡುವೆ ಇರುವ ಲೋಹ್ರ್ ತಿಳಿಮುಗಿಲ ತೊಟ್ಟಿಲಲಿ, ಬನದ ಮಡಿಲಲ್ಲಿ ಮಲಗಿರುವ ಚಂದದ ಮುದ್ದುಮಗುವಿನಂತೆ ಕಾಣಿಸುತ್ತದೆ. ಲೋಹ್ರ್‌ನ್ನು 'ಸ್ಪೆಸ್ಸರ್ತ್‌ನ ಹೆಬ್ಬಾಗಿಲು' ಎಂದು ಕರೆಯುತ್ತಾರೆ. ಕಡಿದಾದ ಮಾಯಿನ್ ನದಿ ಕಣಿವೆ-ನಿಸರ್ಗದ ರಹಸ್ಯದ ಕತೆಗಳನ್ನು ಪಿಸುಗುಟ್ಟಬಲ್ಲುದು. ಅದು ಹೇಳಿದ ಅಂತಹ ಒಂದು ಅದ್ಭುತ ಕತೆ-'ಹಿಮಗೌರಿ ಮತ್ತು ಏಳು ಜನ ಕುಳ್ಳರು.'

ಜಗತ್ತಿನ ಜನಪದ ಕತೆಗಳಲ್ಲಿ ಬಹಳ ಜನಪ್ರಿಯವಾದ ಒಂದು ಕತೆ 'Snow White and Seven Dwarfs'. 'ಸ್ನೋ ವೈಟ್' ಕತೆ ಮೊದಲು ಸಂಗ್ರಹರೂಪದಲ್ಲಿ ಸಿಗುವುದು ಜರ್ಮನಿಯ ಗ್ರಿಮ್ ಸಹೋದರರಾದ ಜಾಕೊಬ್ ಗ್ರಿಮ್ (೧೭೮೫-೧೮೬೩) ಮತ್ತು ವಿಲ್ ಹೆಲ್ಮ್ ಗ್ರಿಮ್ (೧೭೮೬-೧೮೫೯) ಇವರು ಸಂಗ್ರಹಿಸಿ ಪ್ರಕಟಿಸಿದ 'Kinder-und Hausmarchen' (೧೮೧೨) [Children's and Household Tales] ಸಂಕಲನದಲ್ಲಿ. ಇದು ಜನಪದ ಕತೆಗಳ ಮೊತ್ತಮೊದಲ ಸಂಕಲನ. 'ಸ್ನೋ ವೈಟ್' ಕತೆಯ ಪಾಠಗಳು ಜಗತ್ತಿನಾದ್ಯಂತ ಸಿಗುತ್ತವೆ. ಅಂತಾರಾಷ್ಟ್ರೀಯ ಜನಪದ ಕತೆಗಳ ವರ್ಗಸೂಚಿ, ಆರ್ನೆ-ಥಾಂಪ್ಸನ್‌ನಲ್ಲಿ, ವರ್ಗ ೭೦೯-'ಸ್ನೋ ವೈಟ್ ಮತ್ತು ಏಳು ಜನ ಕುಳ್ಳರು' ಕತೆ. ಜರ್ಮನ್ ಜನಪದ ಕತಾಸಂಗ್ರಹದಲ್ಲಿ ಮೊದಲ ಬಾರಿ ಕಾಣಿಸಿಕೊಂಡ ಈ ಕತೆಯ ಐತಿಹಾಸಿಕ ಸಂಬಂಧವನ್ನು ಶೋಧಿಸುವ ಪ್ರಯತ್ನಗಳೂ ಜರ್ಮನಿಯಲ್ಲಿ ನಡೆದಿವೆ. ಅದರ ಫಲವಾಗಿಯೇ, ಸ್ನೋ ವೈಟ್ ಕತೆಯು ಹುಟ್ಟಿದ ಸ್ಥಳ- 'ಲೋಹ್ರ್' ಎಂದು ಅಭಿಪ್ರಾಯ ಪಡಲಾಗಿದೆ. ಮರಿಯಾ ಸೋಫಿಯ ಮಾರ್ಗರೆಥ ಕ್ಯಾಥರಿನ ಏರ್ಥ್‌ಲ್ ಇವಳು ಫಿಲಿಪ್ ಕಿಸ್ಟೋಫ್ಟ್ ಏರ್ಥ್‌ಲ್‌ನ ಮಗಳು. ಅವಳು ಲೋಹ್ರ್‌ನಲ್ಲಿ ವಾಸವಾಗಿದ್ದಳು ಮತ್ತು ಅವಳು ಸ್ನೋ ವೈಟ್‌ಳಂತೆ ಮಲತಾಯಿಯ ಹಿಂಸೆಗೆ ಒಳಗಾಗಿದ್ದಳು ಎನ್ನುವ ಕಥನ ಸಿಗುತ್ತದೆ. ಲೋಹ್ರ್ ಸುತ್ತಲಿನ ಕಾಡು ಮತ್ತು ಕಣಿವೆಯ ಪರಿಸರವು ಸ್ನೋ ವೈಟ್ ಕತೆಯ ಆವರಣವನ್ನು ನೆನಪಿಸುತ್ತದೆ. ಹೀಗೆ ಈಗಿನ ಕೈಗಾರಿಕೆಗಳ ಕೇಂದ್ರ ಪುಟ್ಟ ಪಟ್ಟಣ ಲೋಹ್ರ್-ಹಿಮಬಿಳಿಯ ಹುಡುಗಿ, ಮಲತಾಯಿ, ಏಳು ಜನ ಕುಳ್ಳರು, ಮಾಯದ ಕನ್ನಡಿ, ವಿಷದ ಸೇಬು, ಶವಪೆಟ್ಟಿಗೆ, ಕಾಡಿನ ರಹಸ್ಯಗಳ ಸುತ್ತ ಅಸೂಯೆ, ಕರುಣೆ ಮತ್ತು ಪ್ರೇಮದ ಅದ್ಭುತ ಕತೆಯೊಂದನ್ನು ಬಿತ್ತರಿಸುತ್ತದೆ:

"ಒಂದಾನೊಂದು ಕಾಲದಲ್ಲಿ ಒಂದು ಊರಿನಲ್ಲಿ ಒಬ್ಬಳು ರಾಣಿ ಇದ್ದಳು. ಅವಳು ಒಂದು ದಿನ ತನ್ನ ಕಿಟಕಿಯ ಪಕ್ಕ ಕುಳಿತು ಸೂಜಿಯಲ್ಲಿ ಬಟ್ಟೆ ಹೊಲಿಯುತ್ತಿದ್ದಾಗ, ಸೂಜಿ

ಅವಳ ಬೆರಳಿಗೆ ತಾಗಿತು. ಅದರಿಂದ ಮೂರು ಹನಿ ರಕ್ತ ಕೆಳಗೆ ಕಿಟಕಿಯ ಬೀಟಿ ಮರದ ಚೌಕಟ್ಟಿನ ಮೇಲೆ ಬಿದ್ದಿದ್ದ ಹಿಮದ ಮೇಲೆ ಬಿತ್ತು. ರಾಣಿಗೆ ಮಕ್ಕಳಿರಲಿಲ್ಲ. ಆಕೆ ಆಗ ಹಂಬಲಿಸಿದಳು : 'ನನಗೆ ಈ ಹಿಮದಷ್ಟು ಬಿಳಿಯ ಮೈಬಣ್ಣ ಇರುವ, ಈ ರಕ್ತದಷ್ಟು ಕೆಂಪು ಬಣ್ಣದ ತುಟಿ ಇರುವ, ಈ ಬೀಟಿ ಮರದಷ್ಟು ಕಪ್ಪು ಬಣ್ಣದ ಕೂದಲು ಇರುವ ಹೆಣ್ಣು ಮಗುವೊಂದು ಬೇಕು'. ಆ ರಾಣಿ ಗರ್ಭಿಣಿಯಾದಳು. ಒಂದು ಸುಂದರ ಹೆಣ್ಣು ಮಗು ವೊಂದನ್ನು ಹೆತ್ತಳು. ಹಿಮದಷ್ಟು ಬಿಳಿಯ ಮೈಬಣ್ಣ, ರಕ್ತದಷ್ಟು ಕೆಂಬಣ್ಣದ ತುಟಿ, ಬೀಟಿ ಮರದಷ್ಟು ಕಪ್ಪು ಬಣ್ಣದ ಹೊಳೆಯುವ ತಲೆಕೂದಲಿನ ಆ ಮಗುವಿಗೆ 'ಹಿಮಗೌರಿ' (ಹಿಮಾನಿ) (ಸ್ನೋವೈಟ್) ಎಂದು ಹೆಸರಿಟ್ಟರು. ಮಗು ಹುಟ್ಟಿದ ಕೆಲವೇ ಸಮಯದಲ್ಲಿ ರಾಣಿ ನಿಧನಳಾದಳು. ರಾಜ ಮತ್ತೊಬ್ಬ ಸುಂದರಿಯನ್ನು ಮದುವೆಯಾದ. ಅವಳಲ್ಲಿ ಒಂದು ಅದ್ಭುತ 'ಮಾಂತ್ರಿಕ ಕನ್ನಡಿ' ಇತ್ತು. ಅದು ಜಗತ್ತಿನ ಯಾವ ರಹಸ್ಯವನ್ನಾದರೂ ಹೇಳುವ ಮಾಂತ್ರಿಕ ಶಕ್ತಿ ಹೊಂದಿತ್ತು. ರಾಜನ ಎರಡನೆಯ ಹೆಂಡತಿ ರಾಣಿಯು ಆ ಮಾಂತ್ರಿಕ ಕನ್ನಡಿಯಲ್ಲಿ ಒಂದು ದಿನ ಕೇಳಿದಳು : 'ಕನ್ನಡಿ ಕನ್ನಡಿ, ಜಗತ್ತಿನಲ್ಲಿ ಅತ್ಯಂತ ಸುಂದರಿ ಯಾರು'? ಆ ಮಾಂತ್ರಿಕ ಕನ್ನಡಿ ಹೇಳಿತು : 'ಜಗತ್ತಿನಲ್ಲಿ ಅತ್ಯಂತ ಸುಂದರಿ ನೀನೇ!' ರಾಣಿ ತನ್ನ ಸೌಂದರ್ಯದ ಹೆಮ್ಮೆಯಿಂದ ಬೀಗಿ ಹೋದಳು. ಪುಟ್ಟ ಹುಡುಗಿ ಹಿಮಗೌರಿ ಮುದ್ದು ಮುದ್ದಾಗಿ ಬೆಳೆಯುತ್ತಿದ್ದಳು. ಅವಳಿಗೆ ಏಳು ವರ್ಷ ತುಂಬಿತು.

ಒಂದು ದಿನ ರಾಣಿ ಮತ್ತೊಮ್ಮೆ ತನ್ನ ಮಾಯದ ಕನ್ನಡಿಯಲ್ಲಿ ಕೇಳಿದಳು : 'ಕನ್ನಡಿ ಕನ್ನಡಿ, ಜಗತ್ತಿನಲ್ಲಿ ಈಗ ಅತ್ಯಂತ ಸುಂದರಿ ಯಾರು?' ಮಾಯದ ಕನ್ನಡಿ ಹೇಳಿತು : 'ರಾಣಿ, ನೀನು ಅದ್ಭುತ ಸುಂದರಿ. ಆದರೆ ನಿನಗಿಂತ ಹೆಚ್ಚು ಸುಂದರಿ ಎಂದರೆ ಹಿಮಗೌರಿ ಒಬ್ಬಳೇ.' ಈಗ ರಾಣಿಯ ಅಹಂಕಾರಕ್ಕೆ ಏಟು ಬಿತ್ತು. ಅವಳ ಅಸೂಯೆ ಅಧಿಕವಾಯಿತು. ಹೇಗಾದರೂ ಮಾಡಿ ತನ್ನ ಮಲಮಗಳು ಹಿಮಗೌರಿಯನ್ನು ಕೊಲ್ಲಬೇಕು ಎಂದು ರಾಣಿ ಕುತಂತ್ರ ಹೂಡಿದಳು. ಅವಳು ಒಬ್ಬ ಬೇಟೆಗಾರನನ್ನು ಕರೆದು, ಹೇಗಾದರೂ ಮಾಡಿ ಆ ಹುಡುಗಿ ಹಿಮಗೌರಿಯನ್ನು ಕಾಡಿನಲ್ಲಿ ಕೊಂದು ಬರಲು ಆಜ್ಞೆ ಮಾಡಿದಳು. ಅವಳನ್ನು ಕೊಂದದ್ದಕ್ಕೆ ಪುರಾವೆ ತರಲು ಕಟ್ಟಪ್ಪಣೆ ಮಾಡಿದಳು. ಆ ಬೇಟೆಗಾರನು ಹಿಮಗೌರಿಯನ್ನು ಉಪಾಯ ದಿಂದ ಕಾಡಿಗೆ ಕರೆದುಕೊಂಡು ಬಂದನು. ಆದರೆ ಆ ಪುಟ್ಟ ಹುಡುಗಿಯನ್ನು ಕೊಲ್ಲಲು ಅವನಿಗೆ ಮನಸ್ಸು ಬರಲಿಲ್ಲ. ಆತ ಕನಿಕರ ತಾಳಿ ಅವಳನ್ನು ಕಾಡಿನಲ್ಲಿ ಓಡಿ ಹೋಗಲು ಬಿಟ್ಟನು. ಅವಳನ್ನು ಕೊಂದದ್ದನ್ನು ರಾಣಿಗೆ ನಂಬಿಸಲು ಹಂದಿಯೊಂದರ ಪಕ್ಕೆಲುಬು ಮತ್ತು ಪಿತ್ತಕೋಶಗಳನ್ನು ಕೊಂಡುಹೋಗಿ ರಾಣಿಗೆ ಒಪ್ಪಿಸಿದನು. ಹಿಮಗೌರಿ ಸತ್ತಿದ್ದಾಳೆ ಎಂದೇ ರಾಣಿ ನಂಬಿದಳು. ಈ ಕಡೆ, ಪುಟ್ಟ ಹುಡುಗಿ ಹಿಮಗೌರಿ ಕಾಡಿನಲ್ಲಿ ಅಲೆಯುತ್ತಾ ಕಾಡಿನ ನಡುವೆ ಇರುವ ಸಣ್ಣ ಗುಡಿಸಲಿಗೆ ಬಂದಳು. ಅದೊಂದು ಕುಳ್ಳರ ಮನೆ. ಅಲ್ಲಿ ಏಳು ಕುಳ್ಳರು ವಾಸವಾಗಿದ್ದರು. ಹಿಮಗೌರಿಯನ್ನು ನೋಡಿ ಕನಿಕರ ತಾಳಿದ ಆ ಕುಳ್ಳರು ಅವಳಿಗೆ ಆಶ್ರಯ ಕೊಡಲು ಒಪ್ಪಿದರು. ಅವಳಿಗೆ ಅವರ ಮನೆಯನ್ನು ನೋಡಿಕೊಳ್ಳುವ ಕೆಲಸ. ಅವಳ ರಕ್ಷಣೆ ಮತ್ತು ಯೋಗಕ್ಷೇಮದ ಹೊಣೆ ಆ ಕುಳ್ಳರದು. ಅವರದು ಸದಾ ಕಾಡಿನಲ್ಲಿ ಸುತ್ತಾಡುವ ಸಂಚಾರದ ಬದುಕು.

ಕೆಲವು ಕಾಲ ಕಳೆಯಿತು. ಮಗದೊಮ್ಮೆ ರಾಣಿ ತನ್ನ ಮಾಂತ್ರಿಕ ಕನ್ನಡಿಯನ್ನು ಹಿಡಿದುಕೊಂಡು ಮತ್ತೆ ಅದೇ ಪ್ರಶ್ನೆ ಕೇಳಿದಳು: 'ಜಗತ್ತಿನಲ್ಲಿ ಅತ್ಯಂತ ಸುಂದರಿ ಯಾರು?' ಎಂದು. ಆಗ ಮಾಯದ ಕನ್ನಡಿ ಹೇಳಿತು : 'ಅತಿ ಸುಂದರಿ ನೀನೇ. ಆದರೆ ನಿನಗಿಂತ ಹೆಚ್ಚು ಸುಂದರಿ ನಿನ್ನ ಮಲಮಗಳು ಹಿಮಗೌರಿ' ಎಂದು. ಆಗ ರಾಣಿಗೆ ಸಂಶಯ ಬಂತು, ಹಿಮಗೌರಿ ಬದುಕಿದ್ದಾಳೆ ಎಂದು. ಅವಳು ಕಾಡಿನಲ್ಲಿ ಕುಳ್ಳರ ಗುಡಿಸಲಿನಲ್ಲಿ ಇರುವ ವಿಷಯ ತಿಳಿಯಿತು. ರಾಣಿ ವೇಷ ಪಲ್ಲಟಿಸಿ, ಸಂಚಾರಿ ವ್ಯಾಪಾರಿಯ ವೇಷದಲ್ಲಿ ಕಾಡಿನಲ್ಲಿ ಹಿಮಗೌರಿ ಇರುವಲ್ಲಿಗೆ ಹೋದಳು. ಕುಳ್ಳರು ಇಲ್ಲದ ಸಮಯ ನೋಡಿ, ಹಿಮಗೌರಿಯನ್ನು ಕಂಡು, ಅವಳಿಗೆ ಕಸೂತಿಯ ಬಟ್ಟೆ ತೊಡಿಸಿದಳು. ಬಹಳ ಬಿಗಿಯಾದ ಆ ಬಟ್ಟೆ ಧರಿಸಿದ ಹಿಮಗೌರಿ ಉಸಿರುಕಟ್ಟಿ ಮೂರ್ಛೆ ಹೋದಳು. ಕುಳ್ಳರು ಬಂದು ನೋಡುವಾಗ, ಹಿಮಗೌರಿ ಇನ್ನೇನು ಉಸಿರುಕಟ್ಟಿ ಪ್ರಾಣ ಬಿಡುವುದರಲ್ಲಿ ಇದ್ದಳು. ಕುಳ್ಳರು ಅವಳ ಬಿಗಿ ಬಟ್ಟೆಯನ್ನು ಸಡಿಲಿಸಿದರು. ಅವಳು ಕಣ್ಣು ತೆರೆದು ಚೇತರಿಸಿಕೊಂಡಳು. ಹಿಮಗೌರಿ ಜೀವಂತ ಇರುವ ವಿಷಯ ತಿಳಿದ ರಾಣಿ ಎರಡನೆಯ ಬಾರಿ ಮುದುಕಿಯೊಬ್ಬಳ ವೇಷ ಧರಿಸಿ ಕಾಡಿಗೆ ಬಂದಳು. ಕುಳ್ಳರು ಹೊರಗೆ ಹೋಗಿದ್ದ ಸಮಯ ನೋಡಿ, ಹಿಮಗೌರಿಯ ಬಳಿಗೆ ಬಂದಳು. ಮರುಳು ಮಾತು ಗಳಿಂದ ಅವಳನ್ನು ನಂಬಿಸಿ, ವಿಷದ ಬಾಚಣಿಗೆಯಿಂದ ಅವಳ ತಲೆ ಬಾಚಿದಳು. ಇನ್ನೇನು ವಿಷದಿಂದ ಹಿಮಗೌರಿ ಸತ್ತೇ ಹೋಗುತ್ತಿದ್ದಳು. ಅಷ್ಟರಲ್ಲಿ ಕುಳ್ಳರು ಬಂದು ತಮ್ಮಲ್ಲಿ ಇದ್ದ ವಿಷದ ಗಿಡಮೂಲಿಕೆ ಮದ್ದಿನಿಂದ ಅವಳನ್ನು ಪಾರು ಮಾಡಿದರು. ಹಿಮಗೌರಿ ಇನ್ನೂ ಬದುಕಿ ಉಳಿದ ಸಂಗತಿ ತಿಳಿದ ರಾಣಿಯು ಮೂರನೆಯ ಬಾರಿ ಮತ್ತೆ ಪ್ರಯತ್ನ ನಡೆಸಿದಳು. ಈ ಬಾರಿ ರೈತನ ಹೆಂಡತಿಯ ವೇಷ ಧರಿಸಿ, ವಿಷ ಹಾಕಿದ ಸೇಬುಹಣ್ಣನ್ನು ಹಿಡಿದುಕೊಂಡು ಕಾಡಿಗೆ ಹಿಮಗೌರಿ ಇದ್ದಲ್ಲಿಗೆ, ಕುಳ್ಳರು ಇಲ್ಲದ ವೇಳೆ ಬಂದಳು. ಸೇಬುಹಣ್ಣನ್ನು ಅವಳಿಗೆ ತಿನ್ನಲು ಕೊಟ್ಟಳು. ಹಿಮಗೌರಿ ಸಂಶಯಪಟ್ಟು ಸೇಬುಹಣ್ಣು ತಿನ್ನಲು ಒಪ್ಪಲಿಲ್ಲ. ಆಗ ರೈತನ ಹೆಂಡತಿಯ ವೇಷದಲ್ಲಿದ್ದ ರಾಣಿಯು ಆ ಸೇಬನ್ನು ಕತ್ತರಿಸಿ, ಅದರ ಬಿಳಿಯ ಅರ್ಧಭಾಗವನ್ನು ತಾನು ತಿಂದು ಅವಳಲ್ಲಿ ವಿಶ್ವಾಸ ಮೂಡಿಸಿದಳು. ಬಳಿಕ ವಿಷ ಸೇರಿಸಿದ ಕೆಂಬಣ್ಣದ ಉಳಿದ ಅರ್ಧಭಾಗವನ್ನು ಹಿಮಗೌರಿಗೆ ತಿನ್ನಲು ಕೊಟ್ಟಳು. ಕಪಟ ಅರಿಯದೆ ಹಿಮಗೌರಿ ಆ ವಿಷದ ಸೇಬನ್ನು ತಿಂದಳು. ಕೂಡಲೇ ಗಾಢ ನಿದ್ರೆಯಲ್ಲಿ ಮುಳುಗಿದಳು. ಕುಳ್ಳರು ಬಂದು ನೋಡಿದಾಗ ಅವಳು ಪ್ರಜ್ಞಾಹೀನ ಸ್ಥಿತಿಯಲ್ಲಿ ಇದ್ದಳು. ಈ ಬಾರಿ ಎಲ್ಲ ಪ್ರಯತ್ನಗಳನ್ನು ಮಾಡಿಯೂ ಅವಳನ್ನು ಎಚ್ಚರಿಸಲು ಅವರಿಗೆ ಸಾಧ್ಯ ಆಗಲಿಲ್ಲ. ಅವಳು ಸತ್ತಿದ್ದಾಳೆ ಎಂದು ಭಾವಿಸಿ ಅವರು ಅವಳನ್ನು ಗಾಜಿನ ಒಂದು ಶವಪೆಟ್ಟಿಗೆಯಲ್ಲಿ ಇರಿಸಿದರು.

ಒಂದು ಊರಿನ ಒಬ್ಬ ರಾಜಕುಮಾರ ಒಂದು ದಿನ ಸಂಚರಿಸುತ್ತಾ ಆ ಕಾಡಿನ ದಾರಿಯಲ್ಲಿ ಬಂದ. ಅಲ್ಲಿ ಗಾಜಿನ ಶವಪೆಟ್ಟಿಗೆಯಲ್ಲಿ ಮಲಗಿದ್ದ ಹಿಮಗೌರಿಯನ್ನು ಕಂಡ. ಅವಳ ಸೌಂದರ್ಯ ಅವನನ್ನು ಬಹಳವಾಗಿ ಆಕರ್ಷಿಸಿತು. ಅವನಿಗೆ ಅವಳಲ್ಲಿ ಪ್ರೇಮ ಮೊಳೆಯಿತು. ಆ ರಾಜಕುಮಾರ ಆ ಗಾಜಿನ ಶವಪೆಟ್ಟಿಗೆಯ ಸಹಿತ ಅವಳನ್ನು ತನ್ನ ಸೇವಕರ ಮೂಲಕ ತನ್ನ ಅರಮನೆಗೆ ಕೊಂಡೊಯ್ಯಲು ನಿರ್ಧರಿಸಿದ. ಸೇವಕರು ಗಾಜಿನ ಶವಪೆಟ್ಟಿಗೆ ಯನ್ನು ಹೊತ್ತರು. ಅದನ್ನು ಹೊತ್ತುಕೊಂಡು ಅವರು ಕಾಡಲ್ಲಿ ಅಲೆಯುವಾಗ

ಕುಲುಕಾಟದಲ್ಲಿ ಅವಳ ಗಂಟಲಿನಿಂದ ಆ ವಿಷದ ಸೇಬು ಹೊರಕ್ಕೆ ಬಿತ್ತು. ಹಿಮಗೌರಿಗೆ ಪ್ರಜ್ಞೆ ಬಂತು. ರಾಜಕುಮಾರ ಸಂತಸಗೊಂಡ. ಅವಳೊಡನೆ ಮದುವೆಯ ಸಿದ್ಧತೆಗಳು ಆದುವು. ಮದುವೆ ಸಂಭ್ರಮದಿಂದ ಚೆನ್ನಾಗಿ ಆಯಿತು.

ರಾಣಿ ಮತ್ತೆ ತನ್ನ ಮಾಯದ ಕನ್ನಡಿಯಲ್ಲಿ ಕೇಳಿದಳು. ಹಿಮಗೌರಿ ಬದುಕಿರುವ ಮತ್ತು ರಾಜಕುಮಾರರೊಡನೆ ಮದುವೆ ಆದ ಕತೆ ಗೊತ್ತಾಯಿತು. ರಾಣಿಯ ದುಷ್ಕೃತ್ಯಗಳಿಗಾಗಿ ಅವಳಿಗೆ ಕಠಿಣ ಶಿಕ್ಷೆ ಕೊಡಲಾಯಿತು. ಕಾಯಿಸಿದ ಕಬ್ಬಿಣದ ಬೂಟ್ಸ್‌ಗಳಲ್ಲಿ ಪಾದ ತೂರಿಸಿ ನರ್ತಿಸಲು ಅವಳಿಗೆ ಆಜ್ಞೆ ಮಾಡಲಾಯಿತು. ನಿರುಪಾಯಳಾಗಿ ಆಕೆ ಕಾದ ಕಬ್ಬಿಣದ ಬೂಟ್ಸ್ ಧರಿಸಿಕೊಂಡು ನರ್ತಿಸಬೇಕಾಯಿತು, ಕುಣಿಯುತ್ತಾ ಕುಣಿಯುತ್ತಾ ಆಕೆ ಸತ್ತುಹೋದಳು".

ಈ ಜನಪದ ಕತೆಯನ್ನು ಆಧರಿಸಿ ಬಹುಬಗೆಯ ಸಾಹಿತ್ಯ ನಿರ್ಮಾಣ ಆಗಿದೆ. ಅನೇಕ ನಾಟಕಗಳು ರಚನೆಗೊಂಡು ರಂಗದಲ್ಲಿ ಪ್ರದರ್ಶನಗೊಳ್ಳುತ್ತಾ ಬಂದಿವೆ. ಸಿನೆಮಾಗಳು, ಕಿರುಚಿತ್ರಗಳು ರೂಪುತಾಳಿ, ಪ್ರದರ್ಶನಗಳ ಮೂಲಕ ಜನಪ್ರಿಯ ಆಗಿವೆ. ಆ ಕತೆಯ ಸಂದೇಶ ಗಳನ್ನು ಭಿನ್ನ ಮಾಧ್ಯಮಗಳಲ್ಲಿ ಬಳಸಿಕೊಳ್ಳಲಾಗಿದೆ. ಎಲ್ಲ ಕಾಲ ಮತ್ತು ಎಲ್ಲ ದೇಶಗಳಿಗೆ ಅನ್ವಯ ಆಗುವ ಸೂಕ್ಷ್ಮ ಎಳೆಗಳು ಇಲ್ಲಿ ಅಡಕವಾಗಿವೆ.

ಅಸೂಯೆ ಮತ್ತು ಅಸಹನೆ ಎಲ್ಲ ಕ್ಷೇತ್ರಗಳಲ್ಲೂ ಇಂದು ವಿಷದಂತೆ ಹರಡಿವೆ. ದ್ವೇಷದ ವಿಷದ ಬಾಚಣಿಗೆಯ ಮೂಲಕ ನಮ್ಮ ತಲೆಯ ನರಮಂಡಲದ ನರನರಗಳಲ್ಲಿ ವಿಷ ಒಳ ಪ್ರವೇಶಿಸಿದೆ. ಬಹುಬಗೆಯ ನಿಯಂತ್ರಣಗಳ ಬಿಗಿ ಬಟ್ಟೆ ಧರಿಸಿಕೊಂಡು ನಾವು ಉಸಿರುಕಟ್ಟಿ ಸಾಯುತ್ತಿದ್ದೇವೆ. ಕಬ್ಬಿಣದ ಕುದಿಯುವ ಎಣ್ಣೆಯ ಬಾಣಲೆಯಲ್ಲಿ ಕೈಹಾಕಿ ನಮ್ಮ ಸತ್ಯವನ್ನು ಸಾಬೀತುಮಾಡಬೇಕಾದ ಮಧ್ಯಕಾಲೀನ ಆಣೆ–ಪ್ರಮಾಣಗಳ ಲೋಕಕ್ಕೆ ನಾವು ಮತ್ತೆ ಮರಳಿದ್ದೇವೆ. ಅಧಿಕಾರದ, ಸಂಪತ್ತಿನ, ಅಹಂಕಾರದ ಮಾಯದ ಕನ್ನಡಿಯಲ್ಲಿ ನಮ್ಮನ್ನು ನೋಡಿಕೊಂಡು ನಾವೇ ಸರ್ವಶ್ರೇಷ್ಠರೆಂದು ಸಾರಿಕೊಳ್ಳುವ 'ನಂಬರ್ ಒನ್'ನ ಜೂಜಾಟದಲ್ಲಿ ನಾವು ಮೈಮರೆತಿದ್ದೇವೆ. 'ಸತ್ತಂತಿಹರನು ಬಡಿದೆಚ್ಚರಿಸು' ಎಂಬ ಕವಿವಾಣಿಗೆ ರಾಗತಾಳ ಜೋಡಿಸಿ ಆರ್ಕೆಸ್ಟ್ರಾದಲ್ಲಿ ನಾವು ಜೋರಾಗಿ ಹಾಡುತ್ತೇವೆ. ಕುಳ್ಳರ ಬದಲು ಕಳ್ಳರು ನಮ್ಮ ಕಾಡುಗಳಲ್ಲಿ ಮನೆ ಮಾಡಿದ್ದಾರೆ. ನಮ್ಮ ಪಶ್ಚಿಮ ಘಟ್ಟದ ಕಾಡುಗಳನ್ನು ವಿಶ್ವಪರಂಪರೆಗೆ ಸೇರಿಸುವ ಬದಲು ಅದರ ಶವಪೆಟ್ಟಿಗೆಗೆ ಮೊಳೆ ಹೊಡೆಯುವ ಅವಸರದಲ್ಲಿ ಅವರು ಇದ್ದಾರೆ.

ಮೊನ್ನೆ ಭಾನುವಾರ ನಾವು ಲೋಹ್ರ್‌ಗೆ ಹೋದ ಬಳಿಕ ಅಲ್ಲಿ ಇಡೀ ದಿನ ಜಿಟಿಜಿಟಿ ಮಳೆ ಬೀಳುತ್ತಿತ್ತು. ಸಂಜೆ ಸಿನ್ಹ ಮತ್ತು ಬಾರ್ಬರರನ್ನು ಬೀಳ್ಕೊಂಡು ರೈಲು ಹತ್ತಿದಾಗ ಕವಿ ಕೆ.ಎಸ್. ನರಸಿಂಹಸ್ವಾಮಿ ಅವರ ಕವನ 'ರೈಲು ನಿಲ್ದಾಣದಲ್ಲಿ' ನೆನಪಾಯಿತು. ಮತ್ತೆ ಮತ್ತೆ ನೆನಪಾದಳು–ಹಿಮಗೌರಿ.

'ಎಲ್ಲಿದ್ದಿಯೆ ಹಿಮಗೌರಿ?' 'ಇಲ್ಲೇ ಇದ್ದೇನಮ್ಮ!'

ಧ್ವನಿ ಅನುರಣನಗೊಳ್ಳುತ್ತಿದ್ದದ್ದು ಲೋಹ್ರ್ ಕಣಿವೆಯ ಸುತ್ತಲಿನ ಸ್ಪೆಸ್ಸರ್ಟ್ ಕಾಡಿನ ಮೂಲೆ ಮೂಲೆಗಳಿಂದ.

೨೦ ಜುಲೈ ೨೦೧೧

ಜರ್ಮನಿಯಲ್ಲಿ ಕನ್ನಡ ಬೇಸಗೆ ಶಿಬಿರ ೨೦೧೩

ಜರ್ಮನಿಯ ವ್ಯೂರ್ಟ್ಸ್‌ಬುರ್ಗ್ ವಿಶ್ವವಿದ್ಯಾನಿಲಯದ ಇಂಡಾಲಜಿ ವಿಭಾಗದ ಆಶ್ರಯದಲ್ಲಿ 'ಅಂತಾರಾಷ್ಟ್ರೀಯ ಕನ್ನಡ ಬೇಸಗೆ ಶಿಬಿರ ೨೦೧೩' ಸಪ್ಟಂಬರ ೨ರಿಂದ ೧೪ರವರೆಗೆ ನಡೆಯಿತು. ಕನ್ನಡದ ಯಾವುದೇ ಪರಿಜ್ಞಾನ ಇಲ್ಲದ ಯುರೋಪಿಯನ್ನರಿಗೆ ಪ್ರಾಥಮಿಕ ಹಂತದಲ್ಲಿ ಕನ್ನಡವನ್ನು ಮಾತನಾಡಲು, ಓದಲು ಮತ್ತು ಬರೆಯಲು ಕಲಿಸುವ ಎರಡು ವಾರಗಳ ತೀವ್ರ ಕಲಿಕೆಯ ಈ ಶಿಬಿರದಲ್ಲಿ ನಾನು ಮತ್ತು ಡಾ. ಕತ್ರಿನ್ ಬಿಂದರ್ ಅಧ್ಯಾಪಕರಾಗಿ ಕೆಲಸಮಾಡಿದೆವು. ಸಾರಾ ಮೆರ್ಕ್ಲೆ ಶಿಬಿರಾರ್ಥಿಗಳಿಗೆ ಕನ್ನಡದ ಅಕ್ಷರಾಭ್ಯಾಸದ ಜೊತೆಗೆ, ನಾವು ಮಾಡಿದ ಪಾಠಗಳಿಗೆ ಸಂಬಂಧಿಸಿದಂತೆ ಪೂರಕ ವ್ಯಾಸಂಗದ ಅಭ್ಯಾಸಮಾಡಿಸಿದರು. ಪ್ರೊ. ಹೈದ್ರೂನ್ ಬ್ರೂಕ್ನರ್ ಅವರು ಕರ್ನಾಟಕದ ಇತಿಹಾಸ, ಸಂಸ್ಕೃತಿ, ಸಾಹಿತ್ಯ ಮತ್ತು ಕಲೆಗಳ ಬಗ್ಗೆ ಜರ್ಮನ್ ಭಾಷೆಯಲ್ಲಿ ಉಪನ್ಯಾಸಗಳನ್ನು ಕೊಟ್ಟರು.

ಕನ್ನಡವನ್ನು ಕನ್ನಡೇತರರಿಗೆ ಕಲಿಸಲು ಕನ್ನಡ ಮತ್ತು ಇಂಗ್ಲಿಷ್‌ನಲ್ಲಿ ಸಾಕಷ್ಟು ಪುಸ್ತಕಗಳು ಇದ್ದರೂ ಪ್ರಾಯೋಗಿಕವಾಗಿ ಇಂತಹ ಎರಡು ವಾರಗಳ ತೀವ್ರ ಕಲಿಕೆಗೆ ಅವು ಸಹಕಾರಿ ಆಗಿಲ್ಲ. ಹಾಗಾಗಿ ನಾವೇ ಒಂದು ಪ್ರತ್ಯೇಕ ಕೈಪಿಡಿಯನ್ನು ಸಿದ್ಧಪಡಿಸಿ, ಕಳೆದ ಎರಡು ಶಿಬಿರಗಳಿಂದ ಬಳಸುತ್ತಿದ್ದೇವೆ. ಇದರಲ್ಲಿ ಪರಸ್ಪರ ಭೇಟಿಯ ಮೊದಲ ಮಾತುಗಳಿಂದ ತೊಡಗಿ, ಸೌಜನ್ಯದ ನುಡಿಗಳ ಪರಿಚಯ ಮಾಡಿಕೊಟ್ಟು, ಬಳಿಕ ದಿನಬಳಕೆಯ ಪದಗಳ ವಿಷಯಾನುಸಾರ ಪಟ್ಟಿಗಳ ಮೂಲಕ ಕನ್ನಡ ಪದಬಳಕೆಯ ಅಭ್ಯಾಸ ಮಾಡಿಸುತ್ತೇವೆ.

ಕನ್ನಡದ ಧ್ವನಿಮಾಗಳ ಪರಿಚಯ ಮಾಡಿಸಿ ಉಚ್ಚಾರಣೆಯ ಅಭ್ಯಾಸದ ತರಬೇತಿಯನ್ನು ನಾನು ಕೊಡಿಸುತ್ತೇನೆ. ಸಾಮಾನ್ಯವಾಗಿ ಯುರೋಪಿಯನ್ನರಿಗೆ ಹೆಚ್ಚು ತೊಡಕಾಗುವುದು ಮೂರ್ಧನ್ಯ ಧ್ವನಿಮಾಗಳ ಉಚ್ಚಾರಣೆ: ಟ, ಡ, ಣ, ಳ – ಇವುಗಳ ಉಚ್ಚಾರಣೆಯನ್ನು ದಂತ್ಯ ಧ್ವನಿಮಾಗಳಾದ ತ, ದ, ನ, ಲಗಳ ಜೊತೆಗೆ ಹೋಲಿಸಿ ಅಭ್ಯಾಸಮಾಡಿಸಲಾಗುತ್ತದೆ.

ಇದಕ್ಕಾಗಿ ಭಿನ್ನ ಅರ್ಥದ ಪದಗಳ ಜೋಡಿಗಳನ್ನು ಉದಾಹರಿಸಲಾಗುತ್ತದೆ : 'ಅಣ್ಣ' ಮತ್ತು 'ಅನ್ನ'; 'ಆಟ' ಮತ್ತು 'ಆತ'; 'ಒಡೆ' ಮತ್ತು 'ಒದೆ'; 'ಕಳ್ಳು' ಮತ್ತು 'ಕಲ್ಲು'.

ಕ್ರಿಯಾಪದಗಳ ಪಟ್ಟಿ ಒಂದು ಕಡೆ ಇರುತ್ತದೆ. ವಿಭಕ್ತಿ ಪ್ರತ್ಯಯಗಳ ಪ್ರಯೋಗಗಳ ಯಾದಿ ಜೊತೆಗೆ ಇರುತ್ತದೆ. ಹೀಗೆ ಪದಗಳ ಪರಿಚಯ, ವಿಭಕ್ತಿ ಪ್ರತ್ಯಯಗಳ ಬಳಕೆಯ ಕ್ರಮಗಳನ್ನು ಅರಿತುಕೊಂಡು, ಸರಳ ವಾಕ್ಯಗಳನ್ನು ರಚಿಸಿ ಬಳಸಲು ಅಭ್ಯಾಸ ಮಾಡುತ್ತೇವೆ. ಬೇಕು, ಬೇಡ, ಸಾಕು, ಸಾಲಲ್ಲ, ಇಷ್ಟ, ಇಷ್ಟ ಇಲ್ಲ, ಗೊತ್ತು ಗೊತ್ತಿಲ್ಲ – ಇವುಗಳ ಬಳಕೆಯ ಮೂಲಕ ಕನ್ನಡವನ್ನು ಸರಳವಾಗಿ ಬಳಸಲು ಅಭ್ಯಾಸಮಾಡಿಸಲಾಗುತ್ತದೆ. ವಿಭಕ್ತಿ ಪ್ರತ್ಯಯಗಳನ್ನು ಷಷ್ಠೀ, ಚತುರ್ಥಿ, ದ್ವಿತೀಯಾ, ಸಪ್ತಮಿ ಮತ್ತು ತೃತೀಯ ಹಾಗೂ ಪಂಚಮೀ – ಈ ಅನುಕ್ರಮಣಿಕೆಯಲ್ಲಿ ಹಂತಹಂತವಾಗಿ ಪರಿಚಯ ಮಾಡಿಕೊಡುವ ಮೂಲಕ ಯಾವುದೇ ರೀತಿಯ ವಾಕ್ಯಗಳನ್ನು ರಚಿಸಲು ಸಾಧ್ಯವಾಗುವ ತರಬೇತಿ ಕೊಡಲಾಗುತ್ತದೆ.

ಮುಂದೆ ವಿಧ್ಯರ್ಥಕ, ಉತ್ತೇಜಕ ಮತ್ತು ಅನುಮೋದನೆಯ ವಾಕ್ಯಗಳ ರಚನೆಯ ಪ್ರಯೋಗ ನಡೆಯುತ್ತದೆ. ಬಳಿಕದ ಹಂತ –ವರ್ತಮಾನ ಕಾಲದ 'ಇರ್' ಮತ್ತು 'ಇದ್'ಗಳ ಪ್ರಯೋಗ. ಮುಂದೆ ವರ್ತಮಾನ ಕಾಲ, ಭವಿಷ್ಯತ್ ಕಾಲ ಮತ್ತು ಭೂತಕಾಲಗಳ ರಚನೆ ಮತ್ತು ಪ್ರಯೋಗವನ್ನು ಬಹುತೇಕ ಎಲ್ಲ ದಿನಬಳಕೆಯ ಕ್ರಿಯಾಧಾತುಗಳನ್ನು ಬಳಸಿ ಪ್ರಯೋಗಿಸಲು ಅಭ್ಯಾಸಮಾಡಿಸಲಾಗುತ್ತದೆ. ಕೊನೆಗೆ ಭೂತ ಕೃದಂತದ ಪ್ರಯೋಗವನ್ನೂ ಕಲಿಸಲಾಗುತ್ತದೆ.

ಎರಡು ವಾರಗಳ (ಭಾನುವಾರಗಳನ್ನು ಹೊರತುಪಡಿಸಿ) ಈ ಶಿಬಿರದ ಆರಂಭದ ದಿನದಿಂದಲೇ ಕನ್ನಡ ವರ್ಣಮಾಲೆಯ ಪರಿಚಯ ಮತ್ತು ಬಳಕೆಯ ಕ್ರಮಗಳನ್ನು ಬೇರೆ ಬೇರೆ ರೀತಿಗಳಲ್ಲಿ ಹೇಳಿಕೊಡಲಾಗುತ್ತದೆ. ಆದ್ದರಿಂದ ಕನ್ನಡ ವ್ಯಾಕರಣ, ಪದಕೋಶ, ವಾಕ್ಯರಚನೆ ಮತ್ತು ಆಡು ಮಾತು – ಈ ಎಲ್ಲವನ್ನೂ ಜೊತೆ ಜೊತೆಗೆ ಕಲಿಸಲಾಗುತ್ತದೆ. ಹಾಗಾಗಿ ನಮ್ಮ ನಿರೀಕ್ಷೆಗೂ ಮೀರಿ ಅಭ್ಯರ್ಥಿಗಳು ಕನ್ನಡವನ್ನು ಮಾತಾಡಲು ಓದಲು ಮತ್ತು ಬರೆಯಲು ಕಲಿತುಕೊಳ್ಳುತ್ತಾರೆ.

ನಮ್ಮ ಕನ್ನಡ ಶಿಬಿರದಲ್ಲಿ ವಿದ್ಯಾರ್ಥಿಗಳ ಕಲಿಯುವಿಕೆಯನ್ನು ಸೂಕ್ಷ್ಮಗೊಳಿಸಲು ಮತ್ತು ಅದನ್ನು ನಿರಂತರವಾಗಿ ಗ್ರಹಿಸಿಕೊಂಡು ನಮ್ಮ ಕಲಿಸುವಿಕೆಯ ಕ್ರಮಗಳನ್ನು ದಿನ ದಿನ ರೂಪಿಸಿಕೊಳ್ಳಲು ನಾವು ನಮ್ಮದೇ ಆದ ಒಂದು ವಿಧಾನವನ್ನು ಅನುಸರಿಸುತ್ತಿದ್ದೇವೆ. ಪ್ರತೀ ದಿನ ನಾವು ಮೂವರು ಅಧ್ಯಾಪಕರು ನಮ್ಮ ನಮ್ಮ ತರಗತಿಗಳಲ್ಲಿ ನಾವು ಕಲಿಸಿದ್ದು ಮತ್ತು ಅದನ್ನು ವಿದ್ಯಾರ್ಥಿಗಳು ಗ್ರಹಿಸಿದ್ದು –ಇವನ್ನು ಕುರಿತು ಅಭಿಪ್ರಾಯಗಳನ್ನು ನಮ್ಮ ತರಗತಿಗಳ ಬಳಿಕದ ಬಿಡುವಿನ ಹದಿನೈದು ನಿಮಿಷಗಳ ಸಮಯದಲ್ಲಿ ಒಟ್ಟಿಗೆ ಸೇರಿ ಹಂಚಿಕೊಳ್ಳುತ್ತೇವೆ ಮತ್ತು ಅದಕ್ಕೆ ಅನುಗುಣವಾಗಿ ಮುಂದಿನ ನಮ್ಮ ತರಗತಿಯ ವಿಷಯ ಹಾಗೂ ಅಭ್ಯಾಸದ ಕ್ರಮವನ್ನು ಹೊಸತಾಗಿಯೇ ರೂಪಿಸಿಕೊಳ್ಳುತ್ತೇವೆ. ಹೀಗೆ ಪ್ರತೀದಿನ ಮೂರು ಬಾರಿ ನಾವು ಒಟ್ಟಾಗಿ ಸಮಾಲೋಚನೆ ನಡೆಸುತ್ತೇವೆ. ಹಾಗೆಯೇ

ಹಿಂದಿನ ಶಿಬಿರಗಳಲ್ಲಿ ವಿದ್ಯಾರ್ಥಿಗಳು ಕೊಟ್ಟ ಪ್ರತಿಕ್ರಿಯೆಗಳನ್ನು ಗಮನಿಸಿಕೊಂಡು ನಮ್ಮ ಕಲಿಸುವಿಕೆಯ ಕ್ರಮಗಳನ್ನು ಬದಲಾಯಿಸಿಕೊಳ್ಳುತ್ತೇವೆ.

ಎರಡನೆಯ ವಾರದ ಕೊನೆಯಲ್ಲಿ ಅಭ್ಯರ್ಥಿಗಳ ಕನ್ನಡ ಕಲಿಕೆಯ ಮಟ್ಟವನ್ನು ಲವಲವಿಕೆಯ ಸರಳ ವಿಧಾನಗಳಿಂದ ಅಳೆಯಲಾಗುತ್ತದೆ. ಇಬ್ಬರು ವಿದ್ಯಾರ್ಥಿಗಳು ಸಂತೆಯಲ್ಲಿ, ಅಂಗಡಿಯಲ್ಲಿ, ಹೋಟೆಲಿನಲ್ಲಿ ವ್ಯಾವಹಾರಿಕ ರೂಪದಲ್ಲಿ ಮಾತುಕತೆ ಆಡುವ ಸ್ವಾರಸ್ಯಕರ ಪ್ರಸಂಗಗಳನ್ನು ಅವರೇ ನಿರ್ಮಿಸಿಕೊಳ್ಳಲು ಅವಕಾಶ ಕಲ್ಪಿಸಲಾಗುತ್ತದೆ. ಅವರ ಓದುವ ಅಭ್ಯಾಸದ ಮೌಲ್ಯಮಾಪನಕ್ಕೆ ಒಂದು ಚಿಕ್ಕ ಕತೆಯನ್ನು ಕೊಟ್ಟು, ಅದನ್ನು ಓದಿ ಅದರ ಅರ್ಥ ವಿವರಿಸಲು ಹೇಳಲಾಗುತ್ತದೆ. ಬರವಣಿಗೆಯ ಕೌಶಲವನ್ನು ಪರಿಶೀಲಿಸಲು, ಅವರು ಕರಿಹಲಗೆಯಲ್ಲಿ ಕನ್ನಡ ಪದಗಳನ್ನು ಮತ್ತು ಬೇರೆ ಬೇರೆ ಕಾಲಸೂಚಕ ಕನ್ನಡ ವಾಕ್ಯಗಳನ್ನು ಬರೆದು ತೋರಿಸಲು ಸೂಚಿಸಲಾಗುತ್ತದೆ. ತುಂಬಾ ಉತ್ಸಾಹ ಮತ್ತು ಲವಲವಿಕೆಯಿಂದ ನಮ್ಮ ವಿದ್ಯಾರ್ಥಿಗಳು ಈ ಎಲ್ಲ ಪರೀಕ್ಷೆಗಳನ್ನು ಚೆನ್ನಾಗಿ ನಿರ್ವಹಿಸಿದರು.

ಸಪ್ಟಂಬರ್ ೨೦೧೩

ಫಿನ್ನಿಷ್ ಸೌನ ಮತ್ತು ಜನ

ಫಿನ್ಲೆಂಡ್ ದೇಶದ ಜನರಲ್ಲಿ ಅತ್ಯಂತ ವಿಶಿಷ್ಟವಾದ, ಅನನ್ಯವಾದ ಸಂಸ್ಕೃತಿ ಯಾವುದು ಎಂದು ಕೇಳಿದರೆ ನಮಗೆ ದೊರೆಯಬಹುದಾದ ಸಮಾನ ಉತ್ತರವೆಂದರೆ 'ಸೌನ' ಎಂದು. ಸೌನ ಸಂಸ್ಕೃತಿ ಇಂದು ಯುರೋಪಿನ ಅನೇಕ ದೇಶಗಳಲ್ಲಿ, ಪಶ್ಚಿಮದ ದೇಶಗಳಲ್ಲಿ ಪ್ರಸಾರವಾಗಿದೆ. ಆದರೆ ಸೌನದ ತವರೂರು ಫಿನ್‌ಲೆಂಡ್‌ನಲ್ಲಿ ಅದು ಒಂದು ಆಚರಣೆ, ಒಂದು ಶ್ರಮಪರಿಹಾರದ ವಿಧಾನ, ಅಷ್ಟೇ ಅಲ್ಲದೆ ಅದೊಂದು ಶಿಷ್ಟಾಚಾರದ ಆತ್ಮೀಯತೆಯ ಅನನ್ಯ ಸಂಕೇತವೂ ಹೌದು. ಫಿನ್ನಿಷ್‌ಭಾಷೆ ಜಗತ್ತಿಗೆ ಕೊಟ್ಟ ಅತೀ ಮಹತ್ವದ ಶಬ್ದವೆಂದು 'ಸೌನ'ವನ್ನು ಫಿನ್ನಿಷ್ ಜನರು ಅಭಿಮಾನದಿಂದ ಹೇಳಿಕೊಳ್ಳುತ್ತಾರೆ. ಸುಮಾರು ೨೦೦೦ ವರ್ಷಗಳಿಂದಲೂ ಫಿನ್ನಿಷ್ ಜನರು ಸೌನದ ಬಳಕೆಯನ್ನು ತಿಳಿದಿದ್ದರು. ಇಂದು ಸೌನದ ಸಂಸ್ಕೃತಿ ಬೇರೆ ದೇಶಗಳಲ್ಲಿ ಪ್ರಚಲಿತವಾಗಿದ್ದರೂ ಈಗಲೂ ಫಿನ್ನಿಷ್ ಸೌನ ಎನ್ನುವುದು ಜಗತ್ತಿನಲ್ಲೆ ಒಂದು ಆಕರ್ಷಣೆಯ ಶಬ್ದ. ಸೌನವು ಫಿನ್ನಿಷ್ ಜನರ ಸಂಸ್ಕೃತಿಯ ಅವಿಭಾಜ್ಯ ಅಂಗ. ಫಿನ್ನಿಷ್ ಸೌನದ ವಿಧಾನಗಳು ತಂತ್ರಜ್ಞಾನ, ಆಧನಿಕತೆಗೆ ಅನುಗುಣವಾಗಿ ಬದಲಾವಣೆಗೊಂಡಿವೆ. ಆದರೆ ಸೌನವನ್ನು ಕುರಿತ ನಂಬಿಕೆಗಳು, ಧೋರಣೆಗಳು, ಮೌಲ್ಯಗಳು ವಿಶೇಷವಾಗಿ ಬದಲಾವಣೆಗೊಂಡಿಲ್ಲ. ಫಿನ್ಲೆಂಡಿನಲ್ಲಿ ಸೌನಸಂಸ್ಕೃತಿಯನ್ನು ಕುರಿತು, ಸಾಕಷ್ಟು ಸಂಶೋಧನೆಗಳು ನಡೆದಿವೆ, ಲೇಖನಗಳು ಪ್ರಟವಾಗಿವೆ. ಸೌನಸಂಬಂಧಿ ನಂಬಿಕೆಗಳು ಆಚರಣೆಗಳು ಐತಿಹ್ಯಗಳು ಸಂಗ್ರಹವಾಗಿವೆ. ಲೌಕಿಕ ಸುಖವನ್ನು ಕೊಡುವುದರ ಜೊತೆಗೆಯೇ ಮಾನಸಿಕ ಒತ್ತಡ ನಿವಾರಣೆಯನ್ನು ನಿರಾಳತೆಯನ್ನು ತಂದುಕೊಡುವ ಸೌನವನ್ನು ಫಿನ್ನಿಷ್ ಜನರ ಧ್ಯಾನಕೇಂದ್ರಗಳೆಂದೂ ವ್ಯಾಖ್ಯಾನಿಸಬಹುದು. ಹಾಗೆಂದು ಅವು ಧಾರ್ಮಿಕ ರೂಪದವಂತೂ ಅಲ್ಲ.

ಫಿನ್ನಿಷ್ ಸೌನಕ್ಕೆ ಅಪರಿಚಿತರು ಮೊದಲಬಾರಿ ಪ್ರವೇಶಿಸುವಾಗ ಆತಂಕ, ಭಯ, ಅನುಮಾನ, ನಾಚಿಕೆ ಈ ಎಲ್ಲಾ ಭಾವನೆಗಳು ಒಟ್ಟು ಸೇರಿರುತ್ತವೆ. ಸೌನ ಮುಗಿಸಿ ಹೊರಬರುವಾಗ ಇವೆಲ್ಲವೂ ದೇಹದ ಬೆವರು ಹರಿದು ಹೋದಂತೆ ಕಾಣೆಯಾಗಿರುತ್ತವೆ. ಚಿಕ್ಕ ಕೋಣೆಯೊಂದರಲ್ಲಿ ಮರದ ಹಲಗೆಗಳನ್ನು ಜೋಡಿಸಿ ಪೂರ್ಣವಾಗಿ ನೆಲ, ಗೋಡೆ ಎಲ್ಲವನ್ನೂ ಮರಗಳಿಂದಲೇ ಮುಚ್ಚಿರುತ್ತಾರೆ. ಮರದ ಎರಡು ಚಿಕ್ಕ ಅಂತಸ್ತುಗಳು

ಕುಳಿತುಕೊಳ್ಳುವ ಜಾಗ. ಈ ಅಂತಸ್ತುಗಳ ಮುಂದುಗಡೆ ಬೆಂಕಿಯ ಕುಲುಮೆಯೊಂದನ್ನು ನಿರ್ಮಿಸಿರುತ್ತಾರೆ. ಈ ಕುಲುಮೆಯಲ್ಲಿ ಸಣ್ಣ ಗಾತ್ರದ ಕಲ್ಲಿನ ತುಂಡುಗಳನ್ನು ಚೆನ್ನಾಗಿ ಕಾಯಿಸಲಾಗುತ್ತದೆ. ಈ ರೀತಿ ಕಲ್ಲುಗಳನ್ನು ಕಾಯಿಸಲು ಪರಂಪರಾಗತ ಸಂಸ್ಕೃತಿಯಲ್ಲಿ ಮರದ ತುಂಡುಗಳಿಗೆ ಬೆಂಕಿ ಹಾಕುವ ಪದ್ಧತಿಯಿತ್ತು. ಅವುಗಳ ಹೊಗೆ ಹೊರಹೋಗಲು ಕೊಳವೆಯ ವ್ಯವಸ್ಥೆ ಇತ್ತು. ಇಂತಹ ಸೌನವನ್ನು 'ಹೊಗೆ ಸೌನ' (Smoke Sauna) ಎನ್ನುತ್ತಾರೆ. ಆಧುನಿಕತೆಯ ಅನುಕೂಲತೆಗಳನ್ನು ಬಳಸಿಕೊಂಡು ನಗರದ ಸೌನಗಳಲ್ಲಿ ಈಗ ಕುಲುಮೆಯ ಕಲ್ಲುಗಳನ್ನು ಕಾಯಿಸಲು ವಿದ್ಯುತ್ ಬಳಸುತ್ತಾರೆ. ವಿದ್ಯುತ್‌ನ ಮೂಲಕ ಕಲ್ಲನ್ನು ಚೆನ್ನಾಗಿ ಕಾಯಿಸುವಾಗ ಕೋಣೆಯ ತುಂಬಾ ಬೆಂಕಿಯ ಕಾವು ತುಂಬಿಕೊಳ್ಳುತ್ತದೆ. ಆಧುನಿಕ ವಿದ್ಯುತ್ ಸೌನದಲ್ಲಿ ಕೋಣೆಯ ಉಷ್ಣತೆಯನ್ನು ಅಳೆಯಲು ಮಾಪಕಗಳನ್ನು ಜೋಡಿಸಿರುತ್ತಾರೆ. ಹೊಗೆ ಸೌನವಾಗಲಿ, ವಿದ್ಯುತ್ ಸೌನವಾಗಲೀ ಅವುಗಳ ಮುಖ್ಯ ತಾಂತ್ರಿಕತೆ ಒಂದೇ ರೀತಿಯದು. ಕುಲುಮೆಯ ಕಲ್ಲು ಚೆನ್ನಾಗಿ ಕಾದು ಕಾದು ಸೌನದ ಕೋಣೆಯಿಡೀ ಉಷ್ಣದ ಕಾವಿನಿಂದ ತುಂಬಿಕೊಳ್ಳುತ್ತದೆ. ಈ ರೀತಿ ಉಷ್ಣತೆಯಿಂದ ಕಾದಿರುವ ಕೋಣೆಯೊಳಗೆ ಪ್ರವೇಶಿಸಿ ಕುಲುಮೆಯ ಮುಂದುಗಡೆ ಇರುವ ಮರದ ಅಟ್ಟಣಿಗೆಗಳಲ್ಲಿ ಕುಳಿತುಕೊಳ್ಳಬೇಕು. ಆ ರೀತಿ ಕುಳಿತಾಗ ನಮ್ಮ ಮುಂದೆ ನೀರಿನ ಬಾಣಲೆಯೊಂದಿರುತ್ತದೆ. ಅದರಲ್ಲಿ ಒಂದು ದೊಡ್ಡ ಸೌಟು. ಈ ಸೌಟಿನಲ್ಲಿ ಬಾಣಲೆಯಿಂದ ನೀರನ್ನು ತುಂಬಿ ಕಾದು ಕೆಂಡವಾಗಿರುವ ಕುಲುಮೆಯ ಕಲ್ಲುಗಳ ಮೇಲೆ ನೀರನ್ನು ಚೆಲ್ಲಬೇಕು. ಆಗ ಕಾದ ಕಲ್ಲುಗಳಿಂದ ಜಗ್ಗನೆ ತೆಳು ಹೊಗೆಯ ರೂಪದಲ್ಲಿ ಕಾವು ಮೇಲಕ್ಕೇರುತ್ತದೆ. ಸೌನದ ಕೋಣೆ ಇನ್ನೂ ಬಿಸಿಯಾಗುತ್ತದೆ. ಆ ವೇಳೆಗೆ ದೇಹದಿಂದ ಬೆವರು ಹೊರಹೊಮ್ಮಲು ಆರಂಭ. ಸೌನದ ಕೋಣೆಗೆ ಪ್ರವೇಶಿಸುವುದು ಯಾರೇ ಆದರೂ ಎಲ್ಲಾ ಬಟ್ಟೆಗಳನ್ನು ಕಳಚಿಯೇ. ಅಪರಿಚಿತರಿಗೆ ಇದೊಂದು ಹೊಸ ಮತ್ತು ಮುಜುಗರದ ಅನುಭವ. ಆದರೆ ಈ ರೀತಿ ಆತ್ಮೀಯರನ್ನು ಮಾತ್ರ ಫಿನ್ ಜನರು ತಮ್ಮ ಸೌನಗಳಿಗೆ ಆಹ್ವಾನಿಸುತ್ತಾರೆ. ಸೌನದೊಳಗಡೆ ಬೆಂಕಿಯ ಕಾವು ಹೆಚ್ಚಿದಂತೆಲ್ಲಾ ದೇಹದಿಂದ ಬೆವರು ಸುರಿಯುವ ಪ್ರಮಾಣ ಹೆಚ್ಚುತ್ತಾ ಹೋಗುತ್ತದೆ. ಇದೊಂದು ಶಮನಗೊಳಿಸುವ, ದೇಹವನ್ನು ಸಡಿಲಗೊಳಿಸುವ ಬಹಳ ಪರಿಣಾಮಕಾರಿಯಾದ ವಿಧಾನ. ಈ ರೀತಿ ಬೆವರು ಹೆಚ್ಚು ಹೆಚ್ಚು ಸುರಿಯುತ್ತಾ ಬಂದಂತೆಲ್ಲ ಬಿರ್ಚ್ (Birch) ಮರದ ಸೊಪ್ಪಿನ ಟೊಂಗೆಗಳ ಸೂಡಿಯನ್ನು ಬಾಣಲೆಯ ನೀರಿಗೆ ಮುಳುಗಿಸಿ ಮೈಮೇಲೆ ಹೊಡೆದುಕೊಳ್ಳುವ ಕ್ರಿಯೆ ಆರಂಭವಾಗುತ್ತದೆ. ಈ ಸೂಡಿ ತುಂಬ ಬಿರ್ಚ್ ಎಲೆಗಳೇ ತುಂಬಿರುತ್ತವೆ. ಈ ಸೊಪ್ಪಿನ ಸೂಡಿಯಿಂದ ದೇಹದ ಮೇಲೆಲ್ಲಾ ನಿಧಾನವಾಗಿ ಹಂತಹಂತವಾಗಿ ಹೊಡೆದುಕೊಳ್ಳುತ್ತಾರೆ. 'ವಸ್ತ' ಅಥವಾ 'ವಿಹ್ತ' ಎನ್ನುವ ಬಿರ್ಚ್ ಎಲೆಗಳ ಸೂಡಿ ಸೌನದ ಒಂದು ಮುಖ್ಯಭಾಗ. ಇತಿಹಾಸ ಪೂರ್ವದ ಕಾಲದಿಂದಲೂ ಇದು ಫಿನ್ನಿಷ್ ಸೌನದ ಒಂದು ಮುಖ್ಯವಾದ ಅಂಗ. ಈ ಎಲೆಗಳ ಸೂಡಿಯಿಂದ ದೇಹಕ್ಕೆ ಹೊಡೆದುಕೊಂಡಾಗ ಸ್ನಾಯುಗಳು ಪ್ರಚೋದನೆಗೊಳ್ಳುತ್ತವೆ ಮತ್ತು ಬಿರ್ಚ್ ಎಲೆಗಳ ಸುಗಂಧ ಸೌನದ ಕೋಣೆಯನ್ನು ತುಂಬುತ್ತದೆ. ಇಂತಹ ಬಿರ್ಚ್ ಎಲೆಗಳ 'ವಸ್ತ'ವನ್ನು ಬಹಳ ಎಚ್ಚರದಿಂದ ಆರಿಸಿ ನಿರ್ಮಿಸಿ ಜೋಪಾನ ಮಾಡುತ್ತಾರೆ. ಎಲ್ಲರಿಗೂ ಇದನ್ನು ಮಾಡಲು ಸಾಧ್ಯವಾಗುವುದಿಲ್ಲ. ಈ ಸೂಡಿಗಳನ್ನು ನಿರ್ಮಿಸುವ

ಕಲೆಗಾರಿಕೆಯೇ ವಿಚಿತ್ರವಾದುದು. ಅದಕ್ಕಾಗಿಯೇ ಇಂತಹ ಸೂಡಿಗಳನ್ನು ಕೆಲವು ವರ್ಷಗಳವರೆಗೆ ಜೋಪಾನವಾಗಿ ಇಟ್ಟಿರುತ್ತಾರೆ. ಸೌನದಲ್ಲಿ ಕುಳಿತಿದ್ದಾಗ ಫಿನ್ನಿಷ್ ಜನ ತಮ್ಮ ಬಿರ್ಚ್ 'ವಸ್ತ'ಗಳ ಸೊಗಸನ್ನು, ಪ್ರಾಚೀನತೆಯನ್ನು, ಗುಣವೈಶಿಷ್ಟ್ಯವನ್ನು ವಿಶೇಷವಾಗಿ ಪ್ರಸ್ತಾವಿಸುತ್ತಾರೆ. ತುಳುವ ಸಂಸ್ಕೃತಿಗಳಲ್ಲಿ ಕೆಲವು ಮಾಂತ್ರಿಕ ಆಚರಣೆಗಳಲ್ಲಿ ಬಳಕೆಯಾಗುವ ನೆಕ್ಕಿಸೊಪ್ಪಿನ ಸೂಡಿಯನ್ನು ಬಿರ್ಚ್ ಸೂಡಿ ನೆನಪಿಗೆ ತರುತ್ತದೆ.

ಫಿನ್ಲೆಂಡಿನಲ್ಲಿ ಇಂತಹ ಸೌನದ ಸುಖವನ್ನು ಅನುಭವಿಸಿದಾಗೆಲೆಲ್ಲ ನನಗೆ ನಮ್ಮ ತುಳುವ ಸಂಸ್ಕೃತಿಯ ಮಾಂತ್ರಿಕ ಆಚರಣೆ ಸೊಪ್ಪು ಹಾಕುವ ಆಚರಣೆ ನೆನಪಾಗುತ್ತಿತ್ತು. ಎಲೆಗಳು ದೇಹದ ಸ್ನಾಯುಗಳಿಗೆ ಚೆನ್ನಾಗಿ ತಾಗಿದಾಗ ಅವುಗಳಿಂದ ದೇಹಕ್ಕೆ ನಿರಾಳತೆ ಉಂಟಾಗುತ್ತಿತ್ತು. ಈ ರೀತಿ ಸೌನದ ಕೋಣೆ ಇಡೀ ಕಾದು ದೇಹವಿಡೀ ಬೆವರು ಸುರಿದು ಇನ್ನು ಕಾವು ತಾಳಲಾರೆವು ಎಂದಾದಾಗ ಸೌನದ ಕೋಣೆಯಿಂದ ಹೊರಬರುತ್ತಾರೆ. ಬಳಿಕ ತಣ್ಣೀರಿನ ಒಂದು ಸಣ್ಣ ಸ್ನಾನ. ಮತ್ತೆ ಸೌನದ ಕೋಣೆಗೆ ಪ್ರವೇಶ. ಅಲ್ಲಿ ಹಿಂದಿನದೇ ವಿಧಿ ವಿಧಾನಗಳು. ಈ ಬಾರಿ ಸೌನದ ಒಳಗಡೆ ಇರುವ ಅವಧಿ ಮೊದಲಬಾರಿಗಿಂತ ಸ್ವಲ್ಪ ಕಡಿಮೆ. ಮತ್ತೆ ಕಾವು ಸಹಿಸಲಸಾಧ್ಯವೆಂದಾದಾಗ ಹೊರಬಂದು ತಣ್ಣೀರಿನ ಜಳಕದಲ್ಲಿ ಸುಖದ ಅನುಭವ ದೊರೆಯುತ್ತದೆ. ಕೆಲವೊಮ್ಮೆ ಆಸಕ್ತರು ಮೂರನೇ ಬಾರಿ ಸೌನದ ಕೋಣೆಗೆ ಪ್ರವೇಶಿಸಿ ಕೆಲವು ನಿಮಿಷ ಕಾವಿನ ಅನುಭವ ಹೊಂದುವುದು ಉಂಟು. ಅದು ಕಾವನ್ನು ಸಹಿಸುವ ಅವರವರ ಸಾಮರ್ಥ್ಯವನ್ನು ಹೊಂದಿಕೊಂಡಿರುತ್ತದೆ. ಸುಮಾರು ೧೨೦ ಡಿಗ್ರಿ ಸೆಂಟಿಗ್ರೇಡ್‌ನವರೆಗೆ ಸೌನದ ಕೋಣೆಯ ಕಾವು ಏರಬಹುದು. ಆದರೆ ಹೆಚ್ಚಾಗಿ ೧೦೦ ಡಿಗ್ರಿ ಸೆಂಟಿಗ್ರೇಡ್ ಗರಿಷ್ಠ ಪ್ರಮಾಣದಲ್ಲಿ ಅನುಭವಿಸಬಹುದಾದ ಸೌನದ ಸುಖ.

ಫಿನ್ನಿಷ್ ಜನರು ಅತಿಥಿಗಳನ್ನು ಸೌನಕ್ಕೆ ಆಹ್ವಾನಿಸಿದರೆಂದರೆ ಅದನ್ನು ನಿರಾಕರಿಸಬಾರದು, ಆ ರೀತಿ ನಿರಾಕರಿಸಿದರೆ ಅದು ಅತಿಥಿಗಳು ಆತಿಥೇಯರಿಗೆ ತೋರಿಸುವ ಅಗೌರವ ಮತ್ತು ಅಸೌಜನ್ಯ ಎಂದು ಭಾವಿಸಲಾಗುತ್ತದೆ. ಏಕೆಂದರೆ ಫಿನ್ನಿಷ್ ಜನ ಎಲ್ಲರನ್ನೂ ತಮ್ಮ ಮನೆಯ ಸೌನಕ್ಕೆ ಆಹ್ವಾನಿಸುವುದಿಲ್ಲ. ತೀರಾ ಆಪ್ತರನ್ನು, ಸ್ನೇಹಿತರನ್ನು ಮಾತ್ರ ಆಹ್ವಾನಿಸುತ್ತಾರೆ. ಹೀಗಾಗಿಯೆ ಒಬ್ಬರ ಮನೆಯಲ್ಲಿ ಸೌನಕ್ಕೆ ಆಹ್ವಾನಿಸಿದರು ಎಂದಾದರೆ ಅದನ್ನು ಅತಿಥಿಯೊಬ್ಬರಿಗೆ ತೋರಿಸುವ ಅತೀ ದೊಡ್ಡ ಗೌರವ ಎಂದು ಪರಿಗಣಿಸಲಾಗುತ್ತದೆ. ಫಿನ್ಲೆಂಡಿನ ರಾಷ್ಟ್ರಾಧ್ಯಕ್ಷರಿಂದ ತೊಡಗಿ ಗ್ರಾಮೀಣ ರೈತರವರೆಗೆ ಅತಿಥಿಗಳನ್ನು ಸೌನಕ್ಕೆ ಆಹ್ವಾನಿಸುವ ಶಿಷ್ಟಾಚಾರ ಬಹಳ ಮಹತ್ವವನ್ನು ಪಡೆದಿದೆ. ಫಿನ್ಲೆಂಡಿನ ರಾಷ್ಟ್ರಾಧ್ಯಕ್ಷರು ವರ್ಷದಲ್ಲಿ ಒಂದು ಬಾರಿ ತಮ್ಮ ಬೇಸಿಗೆ ಅರಮನೆಯಲ್ಲಿ ಸಮಾಜದ ಪ್ರತಿಷ್ಠಿತರನ್ನು ತಮ್ಮ ಜೊತೆ ಸೌನಕ್ಕೆ ಆಹ್ವಾನಿಸುತ್ತಾರಂತೆ.

ಸಾರ್ವಜನಿಕ ಸೌನಗಳಲ್ಲಿ ಗಂಡುಸರಿಗೆ ಪ್ರತ್ಯೇಕ, ಹೆಂಗುಸರಿಗೆ ಪ್ರತ್ಯೇಕ ವೇಳೆಗಳಿರುತ್ತವೆ. ಮನೆಗಳಲ್ಲೂ ಹೆಂಗುಸರ ಸೌನ ಮುಗಿದ ಬಳಿಕವೇ ಗಂಡುಸರು ಸೌನಕ್ಕೆ ಪ್ರವೇಶಿಸುತ್ತಾರೆ. ಮನೆಯಲ್ಲಿ ಕುಟುಂಬದ ಸದಸ್ಯರಾದರೆ ಗಂಡು ಹೆಣ್ಣು ಒಟ್ಟಿಗೆ ಸೌನ ಮಾಡುವ ಪದ್ಧತಿಯಿದೆಯಂತೆ. ಫಿನ್ನಿಷ್ ಜನರು ಸೌನವನ್ನು ಒಂದು ಆಚರಣೆಯ ರೂಪದಲ್ಲಿಯೂ ಪರಿಭಾವಿಸಿಕೊಂಡಿದ್ದಾರೆ. ಈ ಕಾರಣವಾಗಿಯೇ ಸೌನವನ್ನು ಕುರಿತು ಅನೇಕ

ನಂಬಿಕೆಗಳು, ಐತಿಹ್ಯಗಳು ಹುಟ್ಟಿಕೊಂಡಿವೆ. ಸೌನದ ಒಳಗೆ ಕುಳಿತುಕೊಂಡು ಕೆಟ್ಟದ್ದನ್ನು ಮಾತನಾಡಬಾರದು, ಮದ್ಯಪಾನ ಮಾಡಬಾರದು ಮುಂತಾದ ಅನೇಕ ನಂಬಿಕೆಗಳಿವೆ. ಒಂದು ವೇಳೆ ಸೌನಸಂಸ್ಕೃತಿಯ ನಿಯಮಗಳನ್ನು ಮೀರಿದರೆ ಸೌನದ ದೆವ್ವವು ಕನಸಿನಲ್ಲಿ ಬಂದು ಕಾಡುತ್ತದೆ ಎನ್ನುವ ನಂಬಿಕೆ ಇದೆ.

ಸೌನದೊಳಗೆ ಕಾದ ಆವರಣದಲ್ಲಿ ಕುಳಿತು ದೇಹದಿಂದ ಬೆವರು ಹೊರಹೊಮ್ಮಲು ಕಾಯುತ್ತಿರುವಾಗ ಫಿನ್ನಿಷ್ ಜನರು ಧ್ಯಾನಮಗ್ನ ಸ್ಥಿತಿಯನ್ನು ಹೋಲುತ್ತಾರೆ. ವಾರವಿಡೀ ದುಡಿದು ದಣಿದ ದೇಹಕ್ಕೆ ಮನಸ್ಸಿಗೆ ಉಪಶಮನವನ್ನು ಕೊಡುವ ಪ್ರಕ್ರಿಯೆಯಾಗಿ ಅವರಿಗೆ ಸೌನ ಒಂದು ಯೋಗದ ಅವಸ್ಥೆಯಂತೆ. ಮನಸ್ಸಿನ ಜಂಜಡಗಳನ್ನು ಮರೆತು ಪ್ರಶಾಂತ ಸ್ಥಿತಿಗೆ ಮನಸ್ಸನ್ನು ತಂದುಕೊಳ್ಳಲು ಸೌನ ಅತ್ಯಂತ ಪ್ರಶಸ್ತವಾದ ಆವರಣ. ಹೀಗಾಗಿ ಫಿನ್ನಿಷ್ ಜನರಿಗೆ ವಾರಾಂತ್ಯವೆಂದರೆ ಅದು ಸೌನದ ಆಚರಣೆಯ ಸಂದರ್ಭ. ಶನಿವಾರದ ಸಂಜೆ ಈ ಕಾರಣಕ್ಕಾಗಿಯೇ ಪರಂಪರಾಗತವಾಗಿ ಸೌನದ ದಿನ ಎಂದು ಪರಿಗಣಿತವಾಗುತ್ತದೆ. ಸೌನವನ್ನು ಇಂತಹದ್ದೇ ದಿನ ಮಾಡಬೇಕೆನ್ನುವ ನಿಯಮವೇನೂ ಇಲ್ಲ. ಆದರೆ ಅದು ನಿರಂತರ ಕೆಲಸದ ಬಳಿಕ ನಡೆಸುವ ಒಂದು ಅವಭೃತ ಸ್ನಾನದಂತೆ.

ಮೂಲತಃ ಸೌನ ಎನ್ನುವುದು ಫಿನ್‌ಲೆಂಡಿನ ಗ್ರಾಮೀಣ ಸಂಸ್ಕೃತಿಯ ಮುಖ್ಯಭಾಗ. ಹೊಗೆಯ ಸೌನ ಇನ್ನೂ ಫಿನ್ಲೆಂಡಿನ ಹಳ್ಳಿಗಳಲ್ಲಿ ಪ್ರಚಲಿತವಾಗಿರುವ ಸಂಸ್ಕೃತಿ. ಮೊದಮೊದಲು ಪಟ್ಟಣಿಗರು ತಮ್ಮ ಮನೆಗಳೊಳಗೆ ಸೌನದ ಕೋಣೆಯನ್ನು ಕಟ್ಟಿಕೊಳ್ಳಲು ಇಷ್ಟಪಡುತ್ತಿರಲಿಲ್ಲ. ಅದು ಗ್ರಾಮಿಣ ಸಂಸ್ಕೃತಿಯ ಕುರುಹು ಎಂದು ತಿರಸ್ಕಾರದಿಂದ ಕಾಣುತ್ತಿದ್ದರು. ಆದರೆ ಕ್ರಮೇಣ ಅದು ಪಟ್ಟಣಿಗರಲ್ಲೂ ಜನಪ್ರಿಯವಾಗುತ್ತಾ ಬಂದು ಈಗ ಮನೆಯಲ್ಲಿ ಸೌನವಿರುವುದು ನಗರವಾಸಿಗಳಿಗೆ ಪ್ರತಿಷ್ಠೆಯ ಒಂದು ಸಂಕೇತವೂ ಆಗಿದೆ. ಅನೇಕ ಮನೆಗಳಿರುವ ಅಪಾರ್ಟ್‌ಮೆಂಟ್ ಕಟ್ಟಡಗಳಲ್ಲಿ ಇಡೀ ಕಟ್ಟಡಕ್ಕೆ ಒಂದೊಂದು ಸೌನದ ಕೋಣೆಗಳಿರುತ್ತವೆ. ಒಂದು ಕಾಲಕ್ಕೆ ಪಟ್ಟಣಗಳಲ್ಲಿ ಸಾರ್ವಜನಿಕ ಸೌನದ ಮನೆಗಳು ಜನಪ್ರಿಯವಾಗಿದ್ದುವಂತೆ. ಮಧ್ಯಮದರ್ಜೆಯ ಆದಾಯದವರು ಇಂತಹ ಸಾರ್ವಜನಿಕ ಸೌನದ ಮನೆಗಳ ಅನುಕೂಲವನ್ನು ಪಡೆಯುತ್ತಿದ್ದರು. ಆದರೆ ಇಂದು ಹೆಚ್ಚಿನ ಮನೆಗಳಲ್ಲಿ ಸೌನದ ವ್ಯವಸ್ಥೆ ಇರುವುದರಿಂದ ಸಾರ್ವಜನಿಕ ಸೌನಗೃಹಗಳ ಸಂಖ್ಯೆ ತೀರಾ ಕಡಿಮೆಯಾಗಿದೆ. ಸೌನದ ಕೋಣೆಯ ಒಳಗೆ ಫಿನ್ನಿಷ್ ಜನ ತಮ್ಮ ಅತಿಥಿಗಳೊಂದಿಗೆ ಆತ್ಮೀಯವಾಗಿ ಅನೇಕ ವಿಷಯಗಳನ್ನು ಚರ್ಚಿಸುತ್ತಾರೆ, ತಮ್ಮ ಹಳೆಯ ನೆನಪುಗಳನ್ನು ಬಿಚ್ಚಿಕೊಳ್ಳುತ್ತಾರೆ. ತಮ್ಮ ಸೌನ ಸಂಸ್ಕೃತಿಗೆ ಸಂಬಂಧಿಸಿದ ಜಾನಪದ ವಿವರಗಳನ್ನು ವರ್ಣಿಸುತ್ತಾರೆ. ಈ ದೃಷ್ಟಿಯಿಂದಲೂ ಸೌನದ ಕೋಣೆಗಳು ಅಧ್ಯಯನದ, ಸಂಶೋಧನೆಯ ಆಕರಗಳ ಮಾಹಿತಿಕೇಂದ್ರಗಳೂ ಹೌದು. ಹೀಗೆ ಅನೇಕ ದೃಷ್ಟಿಗಳಿಂದ, ಅನೇಕ ಕಾರಣಗಳಿಂದ, ಅನೇಕ ಪರಿಣಾಮಗಳಿಂದ 'ಸೌನ' ಫಿನ್ನಿಷ್ ಜನರ ಸಾಂಸ್ಕೃತಿಕ ಅನನ್ಯತೆಯ ಒಂದು ಮುಖ್ಯ ಪ್ರತೀಕ.

ಒಂದು ರಾಷ್ಟ್ರವಾಗಿ ಫಿನ್ನಿಷ್ ಜನರು ಧಾರ್ಮಿಕ ಸ್ವರೂಪದವರಲ್ಲ, ಫಿನ್ನಿಷ್ ಜನಸಮುದಾಯದ ಶೇಕಡಾ ತೊಂಬತ್ತು ಪಾಲು ಮಂದಿ ಲೂಥರನ್ ಚರ್ಚ್ ಸಮುದಾಯಕ್ಕೆ ಸೇರಿದ ಕ್ರಿಶ್ಚಿಯನ್‌ರು. ರೋಮನ್ ಕೆಥೋಲಿಕ್ ಚರ್ಚ್ ಮತ್ತು ಅರ್ಥೋಡಕ್ಸ್ ಚರ್ಚ್

ಮುಂತಾದ ಇತರ ಗುಂಪುಗಳಿಗೆ ಸೇರಿದ ಕ್ರಿಶ್ಚಿಯನ್ನರು ತೀರಾ ಕಡಿಮೆ ಪ್ರಮಾಣದಲ್ಲಿದ್ದಾರೆ. ಅಲ್ಪಸಂಖ್ಯಾತ ಧಾರ್ಮಿಕ ಗುಂಪುಗಳಾಗಿ ಸುಮಾರು ಒಂದು ಸಾವಿರ ಜನಸಂಖ್ಯೆಯ ಯಹೂದಿಯರು, ಸುಮಾರು ಒಂದು ಸಾವಿರದಷ್ಟಿರುವ ಮುಸ್ಲಿಮರು ಫಿನ್ಲೆಂಡಿನಲ್ಲಿದ್ದಾರೆ. ಶೇ. ೯೦ರಷ್ಟು ಫಿನ್ನಿಷ್ ಮಕ್ಕಳು ವಿಧಿವತ್ತಾಗಿ ಚರ್ಚ್‌ನ ಆಚರಣೆಗಳಿಗೆ ಒಳಗಾಗುತ್ತಾರೆ. ಚರ್ಚ್‌ನಲ್ಲಿ ಮದುವೆಯಾಗುವ ಸಂಪ್ರದಾಯ ಇಂದಿಗೂ ಜನಪ್ರಿಯವಾಗಿದೆ. ಇಷ್ಟನ್ನು ಬಿಟ್ಟರೆ ಫಿನ್ಲೆಂಡ್‌ನಲ್ಲಿ ಧರ್ಮ ಎಂದೂ ಸಾಮಾಜಿಕ ಬದುಕಿನಲ್ಲಿ ಪ್ರವೇಶ ಮಾಡಿಲ್ಲ. ಫಿನ್ಲೆಂಡಿನ ಸಮಾಜದಲ್ಲಿ ಧರ್ಮನಿರಪೇಕ್ಷ ಗುಣ ಬಹಳ ಮುಖ್ಯವಾದ ಒಂದು ಲಕ್ಷಣ. ಅಲ್ಲಿ ಚರ್ಚ್ ಮತ್ತು ಸರಕಾರದ ಸಂಬಂಧ ತೀರಾ ಸಡಿಲವಾದುದು. ಧಾರ್ಮಿಕ ಉತ್ಸವಗಳಾದ ಕ್ರಿಸ್‌ಮಸ್ ಮತ್ತು ಈಸ್ಟರ್ ವಾಣಿಜ್ಯರೂಪದ ಉತ್ಸವಗಳ ಹಾಗೆ ಆಚರಣೆಗೊಳ್ಳುತ್ತಿವೆ. ಫಿನ್ಲೆಂಡಿನ ಇನ್ನೊಂದು ಬಹಳ ಮುಖ್ಯ ಉತ್ಸವವೆಂದರೆ ನಡುಬೇಸಗೆಯ ಉತ್ಸವ (Mid Summer Festival). ಜೂನ್ ತಿಂಗಳ ಮೂರನೇ ವಾರದ ವಾರಾಂತ್ಯದಲ್ಲಿ ಬರುವ 'ನಡುಬೇಸಗೆ ಉತ್ಸವ' ಒಂದು ರೀತಿಯಲ್ಲಿ ಫಿನ್ನಿಷ್ ಜನರ ರಾಷ್ಟ್ರೀಯ ಹಬ್ಬ. ಆ ದಿನ ರಾಷ್ಟ್ರಧ್ವಜವನ್ನು ಎಲ್ಲೆಡೆಯು ಹಾರಿಸಲಾಗುತ್ತದೆ. ಜನರು ರಾಷ್ಟ್ರೀಯ ಉಡುಗೆಯಲ್ಲಿ ಮಿಂಚುತ್ತಾರೆ. ವರ್ಷದ ಉದ್ದಕ್ಕೂ ಚಳಿಯ ಕೊರೆತದಲ್ಲಿ ದಿನಗಳನ್ನು ಕಳೆದ ಫಿನ್ನಿಷ್ ಜನರು ನಡುಬೇಸಗೆಯ ಮಧ್ಯರಾತ್ರಿಯ ಸೂರ್ಯನನ್ನು ಸಂಭ್ರಮದಿಂದ ಕಾಣುವ ಉತ್ಸವವಿದು. ಬೇಸಗೆಯನ್ನು ಸಂಭ್ರಮದಿಂದ ಸ್ವಾಗತಿಸುವುದು, ಸೂರ್ಯನನ್ನು ಕಂಡು ಸಂಭ್ರಮಿಸುವುದು. ಇದು ಫಿನ್ಲೆಂಡಿನ ನಿಸರ್ಗದ ಉತ್ಸವವೂ ಹೌದು. ಫಿನ್ಲೆಂಡಿನ ಸಾರ್ವಜನಿಕ ಎಲ್ಲಾ ಆಚರಣೆಗಳಲ್ಲೂ ಕಾಫಿ ಒಂದು ಮುಖ್ಯವಾದ ಸಾಮಾನ್ಯ ಅಂಶ. ಪ್ರತಿಯೊಬ್ಬ ವ್ಯಕ್ತಿ ಸೇವಿಸುವ ಕಾಫಿಯ ಪ್ರಮಾಣವನ್ನು ಲೆಕ್ಕ ಹಾಕಿದಾಗ ಜಗತ್ತಿನಲ್ಲಿಯೇ ಫಿನ್ನಿಷ್ ಜನ ಅತೀ ಹೆಚ್ಚು ಕಾಫಿಯನ್ನು ಕುಡಿಯುವವರು. ಹುಟ್ಟುಹಬ್ಬದ ಕಾಫಿ, ನಾಮಕರಣದ ಕಾಫಿ, ನಿಶ್ಚಿತಾರ್ಥ ಕಾಫಿ, ಮದುವೆಯ ಕಾಫಿ, ಉತ್ತರ ಕ್ರಿಯೆಯ ಕಾಫಿ, ಪದವಿ ಪ್ರದಾನದ ಕಾಫಿ– ಹೀಗೆ ಸಾಮಾಜಿಕ ಸಂದರ್ಭಗಳಲ್ಲೂ ಅವರಿಗೆ ಕಾಫಿ ಕುಡಿಯುವುದು ಒಂದು ಆಚರಣೆ.

ಪ್ರಾಚೀನ ಫಿನ್ಲೆಂಡಿನಲ್ಲಿ ದೊಡ್ಡ ಕುಟುಂಬಗಳು ಅಸ್ತಿತ್ವದಲ್ಲಿದ್ದುವು. ಆದರೆ ಈಗ ಹೆಚ್ಚು ಹೆಚ್ಚು ಜನರು ಗ್ರಾಮಾಂತರ ಪ್ರದೇಶಗಳಿಂದ ನಗರಗಳಿಗೆ ಬಂದು ಕೃಷಿಯ ಹೊರತಾಗಿ ಇತರ ಉದ್ಯೋಗಗಳನ್ನು ಹೊಂದುತ್ತಿರುವುದರಿಂದ ಚಿಕ್ಕ ಕುಟುಂಬಗಳೇ ಹೆಚ್ಚಾಗಿ ಕಾಣಿಸುತ್ತಿವೆ. ಸುಮಾರು ಅರುವತ್ತರ ದಶಕದಲ್ಲಿ ಹಳ್ಳಿಗಳಿಂದ ನಗರಗಳಿಗೆ ಜನರ ವಲಸೆ ಆರಂಭವಾದಾಗ ಪಟ್ಟಣಗಳಲ್ಲಿ ವಸತಿಯ ಸಮಸ್ಯೆ ತಲೆದೋರಿತು. ಇದರ ನಿವಾರಣೆಗಾಗಿ ಪ್ರತಿಯೊಬ್ಬರೂ ಸ್ವಂತ ಮನೆಯನ್ನು ಹೊಂದಲು ಪ್ರೋತ್ಸಾಹ ಕೊಡಲಾಯಿತು. ಬ್ಯಾಂಕುಗಳು ವಿಶೇಷವಾದ ಆರ್ಥಿಕ ನೆರವನ್ನು ಒದಗಿಸಿದವು. ಹೀಗಾಗಿ ಫಿನ್ಲೆಂಡಿನಲ್ಲಿ ಸ್ವಂತ ಮನೆಗಳನ್ನು ಹೊಂದಿರುವವರ ಸಂಖ್ಯೆ ಅಧಿಕವಾಗಿದೆ. ಫಿನ್ಲೆಂಡಿನ ಈಗ ವರ್ಗವ್ಯತ್ಯಾಸ ಕನಿಷ್ಟ ಪ್ರಮಾಣದಲ್ಲಿದೆ. ಸರಕಾರ ಒದಗಿಸುತ್ತಿರುವ ಸಾಮಾಜಿಕ ಭದ್ರತೆಯು ಜನರಿಗೆ ಆರೋಗ್ಯ ರಕ್ಷಣೆ, ಮಕ್ಕಳುಳ್ಳ ಕುಟುಂಬಗಳಿಗೆ ಸಾಮಾಜಿಕ ಸೇವೆ, ನಿರುದ್ಯೋಗಿಗಳಿಗೆ ಸಬ್ಸಿಡಿ, ವೃದ್ಧರಿಗೆ ಸವಲತ್ತುಗಳು ಹೀಗೆ ಬಡತನದ ನಿವಾರಣೆ ವ್ಯವಸ್ಥಿತವಾಗಿ ನಡೆದಿದೆ.

ಆದಾಯದ ವರ್ಗಗಳಲ್ಲಿ ವ್ಯತ್ಯಾಸಗಳಿದ್ದರೂ ಶಿಕ್ಷಣ, ಆರೋಗ್ಯ, ವಸತಿ, ರಕ್ಷಣೆಯಂತಹ ಸೌಲಭ್ಯಗಳು ಎಲ್ಲರಿಗೂ ಲಭ್ಯವಾಗಿವೆ. ಬ್ಯಾಂಕುಗಳ ಸಾಲದ ಸೌಲಭ್ಯಗಳನ್ನು ಬಹಳವಾಗಿ ಬಳಸಿಕೊಂಡ ಕಾರಣ ಅನೇಕ ಮಂದಿ ಅವುಗಳ ಮರುಪಾವತಿಗಾಗಿ ಆರ್ಥಿಕ ಸಮಸ್ಯೆಗಳನ್ನು ಎದುರಿಸುವ ಪರಿಸ್ಥಿತಿಯು ನಗರಗಳಲ್ಲಿ ಕಾಣಿಸುತ್ತಿದೆ. ಅರುವತ್ತರ ದಶಕದಲ್ಲಿ ಕೈಗಾರಿಕೆಗಳ ಬೆಳವಣಿಗೆಯಿಂದಾಗಿ ಹೆಂಗುಸರು ಹೆಚ್ಚು ಹೆಚ್ಚು ಉದ್ಯೋಗಗಳನ್ನು ಪಡೆಯುತ್ತಿದ್ದಾರೆ. ಫಿನ್ನಿಷ್ ಹೆಂಗಸರು ತಮ್ಮ ದಿಟ್ಟತನ, ಸ್ವತಂತ್ರ ಮನೋಧರ್ಮ, ಮನೋಸ್ಥೈರ್ಯಗಳಿಗೆ ಹೆಸರುವಾಸಿಯಾದವರು. ತಮ್ಮ ಅಭಿಪ್ರಾಯಗಳನ್ನು ಯಾವುದೇ ದಾಕ್ಷಿಣ್ಯವಿಲ್ಲದೆ ನೇರವಾಗಿ ಹೇಳುವ ಸಾಮರ್ಥ್ಯವುಳ್ಳವರು. ಇದರ ಜೊತೆಗೆಯೇ ಮಹಿಳಾ ಅಧ್ಯಯನದ ಕೇಂದ್ರಗಳು ಫಿನ್ಲೆಂಡಿನ ವಿಶ್ವವಿದ್ಯಾನಿಲಯಗಳಲ್ಲಿ ಸಕ್ರಿಯವಾಗಿ ಕೆಲಸ ಮಾಡತ್ತಿವೆ. ಎಲ್ಲಾ ಶೈಕ್ಷಣಿಕ ಶಿಸ್ತುಗಳಲ್ಲಿಯೂ ಮಹಿಳೆಯರು ತಮ್ಮ ಅನನ್ಯತೆಯನ್ನು ತಮ್ಮ ಸಾಧನೆಗಳ ಮೂಲಕ ಪ್ರಕಟಿಸುತ್ತಾರೆ. ಮನೆಯ ಕೆಲಸ ಮತ್ತು ಮಕ್ಕಳ ಯೋಗಕ್ಷೇಮ ಇವು ಅಲ್ಲಿ ಗಂಡಹೆಂಡತಿ ಸಮಾನವಾಗಿ ಹಂಚಿಕೊಳ್ಳುವ ಜವಾಬ್ದಾರಿಗಳು.

೧೧ ಜುಲೈ ೧೯೯೩, 'ಮುಂಗಾರು' (೧೪೩ಸೂವೆ)

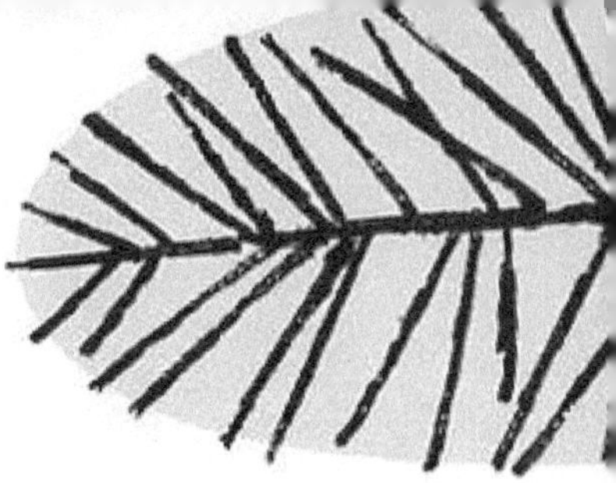

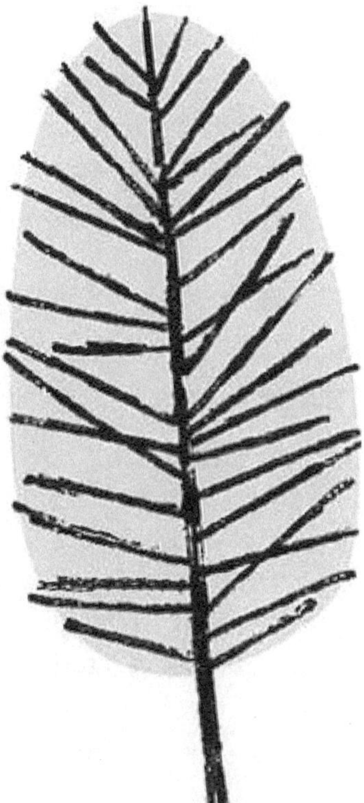

ಭಾಗ 3

ಫೇಸ್‌ಬುಕ್ ಬರಹಗಳು

ಇಲ್ಲಿ ಹಿಮ ತೋರಣ

ಈಗ ಇಲ್ಲಿ ವ್ಯೂರ್ತ್ಸ್‌ಬರ್ಗ್‌ನಲ್ಲಿ ಬೆಳಗ್ಗೆ ಏಳು ಗಂಟೆ. ಈ ವರ್ಷದಲ್ಲಿ ಮೊದಲ ಬಾರಿ ಹಿಮ ಬೀಳುತ್ತಿದೆ. ೦.೪ ಡಿಗ್ರಿ ಇದೆ. ಈಗ ಎಂಟು ಗಂಟೆಗೆ ನನ್ನ ಕನ್ನಡ ತರಗತಿ. ಹಿಮದ ಮೊದಲ ಸ್ಪರ್ಶ ಸುಖದ ರೋಮಾಂಚನದಲ್ಲಿ ನಡೆವ ದಾರಿಯಲ್ಲಿ ಹಿಮದ ತೋರಣ.

ನವೆಂಬರ್ ೨೫, ೨೦೧೦

ಕೊನೆಗೂ ರವಿಯೂ ಇಣುಕಿ ನೋಡಲು ಹೊರಗೆ ಬಂದ

ಈ ದಿನ ವ್ಯೂರ್ತ್ಸ್‌ಬುರ್ಗ್‌ನಲ್ಲಿ ಬೆಳಗಾದಾಗ ಎಲ್ಲೆಲ್ಲೂ ಹಿಮದ ರಾಶಿ. ಈ ವರ್ಷದ ಪೂರ್ಣ ಪ್ರಮಾಣದ ಹಿಮದ ಮುಸುಕಿನ ದರ್ಶನ. ಮರ, ಗಿಡ, ಹುಲ್ಲು, ಹಸುರು, ಕಾರ್, ಬಸ್, ಚಾವಣಿ, ದಾವಣಿ–ಎಲ್ಲೆಲ್ಲೂ ಬಿಳಿಯ ನೊರೆಯ ಮುಸುಕಿನ ನೋಟ. ಮೈನಸ್ ೩ ಡಿಗ್ರಿ ಚಳಿಯಲ್ಲಿ ನಗರದಲ್ಲಿ ನಡೆದುಕೊಂಡು ಒಂದು ಸುತ್ತು ಬಂದೆ. ಮಾರ್ಕೆಟ್ ಸಂತೆಯಲ್ಲಿ ಜನವೋ ಜನ. ಕ್ರಿಸ್‌ಮಸ್ ವಸ್ತುಗಳ ಸಂತೆಯ ಅಂಗಡಿಗಳಿಗೆ ನೂಕು ನುಗ್ಗಲು. ಕೊನೆಗೂ ರವಿಯೂ ಇಣುಕಿ ನೋಡಲು ಹೊರಗೆ ಬಂದ.

ನವೆಂಬರ್ ೨೮–೨೦೧೦

ಹಿಮ ಮತ್ತು ಮಳೆ

ನಾವು ಹುಡುಗರಾಗಿದ್ದಾಗ ಮಳೆ ಮತ್ತು ಬಿಸಿಲು ಒಟ್ಟಿಗೆ ಬಂದಾಗ 'ಮಂಗನ ಮದುವೆ' ಎಂದು ಕರೆಯುತ್ತಿದ್ದರು. ಇವತ್ತು ಇಲ್ಲಿ ವ್ಯೂರ್ತ್ಸ್‌ಬುರ್ಗ್‌ನಲ್ಲಿ ಹಿಮ

ಮತ್ತು ಮಳೆ ಒಟ್ಟಿಗೆ ಬೀಳುತ್ತಿದೆ. '೦' ಡಿಗ್ರಿ ಇದ್ದಾಗ ಹೆಚ್ಚಾಗಿ ಹೀಗೆ ಆಗುತ್ತದೆ. ಕಳೆದ ಕೆಲವು ದಿನಗಳಿಂದ - ೧೫ರವರೆಗೆ ಇದ್ದದ್ದು ಸೊನ್ನೆಗೆ ಬಂದದ್ದು ಸಮಾಧಾನ. ಸೊನ್ನೆಯಿಂದ ಸೊನ್ನೆಗೆ ಏನು ಅರ್ಥ? ಹಿಮ-ಮಳೆಯ ಮದುವೆಗೆ ಮುಹೂರ್ತ?

ದಶಂಬರ ೬, ೨೦೧೦

ಹಿಮದಲ್ಲಿ ಮುಳುಗಿ ಬಂದೆ

ಜರ್ಮನಿಯಲ್ಲಿ ಕಳೆದ ಎರಡು ದಿನಗಳಿಂದ ಅಧಿಕ ಹಿಮಪಾತ. ರೈಲು, ವಿಮಾನ ಸಂಚಾರ ಅಸ್ತವ್ಯಸ್ತ. ಈ ದಿನ ವ್ಯೂರ್ತ್ಸ್‌ಬುರ್ಗ್‌ನಲ್ಲಿ -೮ ಡಿಗ್ರಿ ಇತ್ತು. ಆದರೆ ಮಾರ್ಕೆಟ್ ಜಾಗಕ್ಕೆ ಹೋದರೆ ಜನಜಂಗುಳಿಯಲ್ಲಿ ಕಾಲಿಡಲು ತೆರಪಿಲ್ಲ. ಕ್ರಿಸ್ಮಸ್ ಸಂತೆಯ ಅಂಗಡಿಗಳಿಗೆ ನೂಕು ನುಗ್ಗಲು. ಬೆಳಗ್ಗೆ ಮತ್ತು ಸಂಜೆ ಸಂತೆಯಲ್ಲಿ ಸುತ್ತಾಡಿ ಹಿಮದಲ್ಲಿ ಮುಳುಗಿ ಬಂದೆ. ಮಾಯಿನ್ ನದಿಯ ಭೋರ್ಗರೆತ ಅದ್ಭುತ. ಪುಟಾಣಿ ಮಕ್ಕಳು ಹಿಮದ ರಾಶಿಯಲ್ಲಿ ಆಡುವುದನ್ನು ನೋಡುವುದೇ ಚಂದ. ನಿಸರ್ಗದ ಆಟದಲ್ಲಿ ನೋವು-ನಲಿವು ಒಡನಾಡಿಗಳು.

ದಶಂಬರ ೧೯, ೨೦೧೦

ಕಿ ರಂ ನಾಗರಾಜ

ಕಿರಂ ನಿಧನದ ಸುದ್ದಿ ಈಗ ತಾನೇ ತಿಳಿಯಿತು. ತುಂಬಾ ದುಃಖದ ಸಂಗತಿ. ಸಾಹಿತ್ಯವನ್ನು ಉಸಿರಾಡುತ್ತಿದ್ದ ಕಿರಂ ಒಬ್ಬ ಸಾಹಿತ್ಯಕ ಅವಧೂತ ಆಗಿದ್ದರು. ಸುಮಾರು ನಲುವತ್ತು ವರ್ಷಗಳ ನಮ್ಮ ಸ್ನೇಹದ ಸಂಬಂಧದಲ್ಲಿ ಅನೇಕ ಬಾರಿ ಅವರ ಮಾತುಗಳನ್ನು ಕೇಳಿದ್ದೇನೆ. ಅವರದು ಬದ್ಧತೆ. ಪ್ರಾಮಾಣಿಕತೆ ಮತ್ತು ಸಂಸ್ಕೃತಿ ಚಿಂತನೆಯ ಅಪೂರ್ವ ವ್ಯಕ್ತಿತ್ವ. ದೂರದ ಇಂಗ್ಲೆಂಡಿನಲ್ಲಿ ಈ ಅಪರ ರಾತ್ರಿಯಲ್ಲಿ ಕಿರಂ ಇನ್ನು ಇಲ್ಲ ಎನ್ನುವ ಸುದ್ದಿಯೇ ಕರಾಳವಾಗಿ ಕಾಡುತ್ತಿದೆ.

ಆಗಸ್ಟ್ ೮, ೨೦೧೦

ಬಾನಿನಲ್ಲಿ ಕನ್ನಡ

ಕರ್ನಾಟಕದಲ್ಲಿ ಎಲ್ಲ ಖಾಸಗಿ ಸಂಸ್ಥೆಗಳಲ್ಲೂ ಕನ್ನಡವನ್ನು ಕಡ್ಡಾಯಗೊಳಿಸಬೇಕು. ಇಲ್ಲವಾದರೆ ಹೋಟೆಲ್‌ಗಳಿಗೆ ಪರವಾನಿಗೆ ಕೊಡಬಾರದು. ಮೊನ್ನೆ ನಾನು ಇಂಗ್ಲೆಂಡಿನಿಂದ ಬೆಂಗಳೂರಿಗೆ ಎಮಿರೇಟ್ಸ್ ವಿಮಾನದಲ್ಲಿ ಬಂದೆ. ಆ ವಿಮಾನದಲ್ಲಿ ದುಬೈ- ಬೆಂಗಳೂರು- ಮೆನು ಕಾರ್ಡಿನಲ್ಲಿ ಉಪಾಹಾರದ ವಿವರಗಳನ್ನು ಮೂರು ಭಾಷೆಗಳಲ್ಲಿ ಕೊಟ್ಟಿದ್ದರು-ಇಂಗ್ಲಿಷ್, ಕನ್ನಡ ಮತ್ತು ಅರೇಬಿಕ್ ಭಾಷೆಗಳಲ್ಲಿ. ನಾನು

'ಬಟಾಟೆ ಅವಲಕ್ಕಿ' ತಿಂದೆ. ಕರ್ನಾಟಕಕ್ಕೇ ಬರುವ ವಿದೇಶಿ ವಿಮಾನದಲ್ಲಿ ಕನ್ನಡ ಮೆನು ಕಾರ್ಡ್ ಇರುವಾಗ, ಕರ್ನಾಟಕದ ಒಳಗಿನ ಹೋಟೆಲ್‌ಗಳು ಮೆನು ಕಾರ್ಡ್ ಮತ್ತು ಸೇವೆಯಲ್ಲಿ ಕನ್ನಡವನ್ನು ಬಳಸಲೇಬೇಕು. ಇಲ್ಲವಾದರೆ ಅವು ಇಲ್ಲಿ ಇರಬಾರದು. ಕಾನೂನು ಕಡ್ಡಾಯ ಇದಕ್ಕೆ ಪರಿಹಾರ.

ಸೆಪ್ಟೆಂಬರ್ ೨೯, ೨೦೧೦

ಜರ್ಮನ್ ಕನ್ನಡ ವಿದ್ಯಾರ್ಥಿಗಳಿಗೆ ಧನ್ಯವಾದ

ನಿನ್ನೆ ನಮ್ಮ ವ್ಯೂರ್ತ್ಸ್‌ಬುರ್ಗ್ ವಿಶ್ವವಿದ್ಯಾಲಯದ ಬೇಸಗೆ ಸೆಮೆಸ್ಟರಿನ ಕೊನೆಯ ದಿನ. ನನ್ನ ಈ ಬಾರಿಯ ಕನ್ನಡ ತರಗತಿಗಳು. ವಿಚಾರ ಸಂಕಿರಣಗಳು ಮತ್ತು ಪರೀಕ್ಷೆಗಳನ್ನು ಮುಗಿಸಿದೆ. ನನ್ನ ಜರ್ಮನ್ ಕನ್ನಡ ವಿದ್ಯಾರ್ಥಿಗಳು ನನ್ನನ್ನು ಇಲ್ಲಿಯ ಭಾರತೀಯ ಉಪಾಹಾರ ಗೃಹ 'ಗುರು'ವಿಗೆ ಮಧ್ಯಾಹ್ನದ ಊಟಕ್ಕೆ ಕರೆದಿದ್ದರು. ಮಿಗುಎಲ್, ವೆನ್ಜೆಲ್, ಸ್ಟೆಫಾನ್, ಅನ್ನೆತ್ತೆ, ಪೌಲಿನೆ, ನದ್ಯಾ, ಮರಿಯ ಮತ್ತು ಕನ್ನಡ ಟ್ಯೂಟರ್ ಸಾರಾ ಮೆರ್ಕ್ಲೆ. ಕನ್ನಡ ಸಹಾಯಕ ಬೆನ್ಜಮೆನ್ ಹಾಹ್ನ್ ಭಾರತದಲ್ಲಿ ಇದ್ದಾರೆ. ಫ್ರಾನ್ಸಿಸ್ಕಾ ವೀಸಕ್ಕಾಗಿ ಮ್ಯೂನಿಕಿಗೆ ಹೋಗಿದ್ದಾಳೆ.

ಆಪ್ತ ಮಾತುಕತೆ, ಒಳ್ಳೆಯ ಊಟ, ರಜಾದ ಕುರಿತ ಯೋಜನೆಗಳ ವಿನಿಮಯ, ಕನ್ನಡ-ಕರ್ನಾಟಕದ ನೆನಪು, ಮತ್ತೆ ಬೇಸಗೆ ಸೆಮೆಸ್ಟರ್‌ನಲ್ಲಿ ಭೇಟಿ ಆಗುವ ಆಶಯ. 'ವರ್ಣ ಮಾತ್ರಂ ಕಲಿಸಿದಾತಂ ಗುರು' 'ಅನ್ನಪೂರ್ಣಂ ಕೊಟ್ಟವರು ಶಿಷ್ಯರ್'- 'ಗುರು' ಉಪಾಹಾರ ಗೃಹದಲ್ಲಿ!

ಫೆಬ್ರವರಿ ೧೨, ೨೦೧೧

ಗೊಟ್ಟಿಂಗನ್‌ನಲ್ಲಿ 'ಸ್ವ ಮತ್ತು ಅನ್ಯದ ನಡುವೆ'

ನಿನ್ನೆ ಗೊಟ್ಟಿಂಗನ್ ವಿಶ್ವವಿದ್ಯಾಲಯವನ್ನು ಸಂದರ್ಶಿಸಿದೆ. ವಿವಿ ಗ್ರಂಥಾಲಯ ಒಂದು ಮಹಾಸಾಗರ, ಅದ್ಭುತ. ಇಲ್ಲಿ ಪಿಎಚ್‌ಡಿ ಮಾಡುತ್ತಿರುವ ಉಡುಪಿಯ ತರುಣ ಮಿತ್ರ ಗ್ಲೇಡ್‌ಸನ್ ಜತ್ತಣ್ಣ ಅವರೊಂದಿಗೆ ಇಲ್ಲಿನ ಉಪಾಹಾರಗೃಹದಲ್ಲಿ ಊಟ ಮಾಡಿದೆ. ಗೊಟ್ಟಿಂಗನ್ ಒಂದು ಸರ್ವಾಂಗೀಣ ವಿಶ್ವವಿದ್ಯಾಲಯ ನಗರ. ವಿದ್ಯಾರ್ಥಿಗಳು, ಅಧ್ಯಾಪಕರು ಮತ್ತು ಸಿಬ್ಬಂದಿ-ಇವರೇ ಈ ನಗರದ ಒಟ್ಟು ಪ್ರಜೆಗಳು. ಹಳೆಯ ಕಟ್ಟಡಗಳು, ಅಗಲ ಕಿರಿದಾದ ಓಣಿಗಳು, ಪ್ರಶಾಂತ ಆವರಣ. ನಾಳೆಯ ನನ್ನ ಪ್ರಬಂಧ ಮಂಡನೆಗೆ ಪೂರಕವಾದ ಹಿನ್ನೆಲೆ ದೊರಕಿದೆ.

ಫೆಬ್ರವರಿ ೧೮, ೨೦೧೧

ಇಂದು ಲೋಹಿಯಾ ಹುಟ್ಟಿದ ದಿನ: ಅಧ್ಯಯನ, ಆಂದೋಲನ, ಅನುಷ್ಠಾನ–ಲೋಹಿಯಾ ಥೀಸಿಸ್

ಇವತ್ತು ಡಾ. ರಾಮಮನೋಹರ ಲೋಹಿಯಾ (೨೩ ಮಾರ್ಚ್ ೧೯೧೦–೧೨ ಅಕ್ಟೋಬರ್ ೧೯೬೭) ಅವರ ಹುಟ್ಟಿದ ದಿನ. ನಮ್ಮ ದೇಶ ಕಂಡ ಮಹತ್ವದ ಸಮಾಜವಾದಿ ಹೋರಾಟಗಾರ ಚಿಂತಕ ಲೋಹಿಯಾ, ಇಂದಿನ ಸೋಗಿನ ರಾಜಕಾರಣದ ಸಂದರ್ಭದಲ್ಲಿ ನಮಗೆ ಮತ್ತೆ ಹೊಸ ನಾಡು ಕಟ್ಟಲು ಪ್ರೇರಣೆಯಾಗಬೇಕು.

ಲೋಹಿಯಾ ಅಕ್ಟೋಬರ ೧೯೨೯ರಿಂದ ಮಾರ್ಚ್ ೧೯೩೩ರವರೆಗೆ ಜರ್ಮನಿಯ ಬರ್ಲಿನಿನ ಫ್ರೀದಿಶ್ ವಿಲ್ಹೆಮ್ಸ್ ವಿಶ್ವವಿದ್ಯಾಲಯ (ಈಗಿನ ಹುಮ್ಬೋಲ್ಟ್ ವಿವಿ)ದಲ್ಲಿ ಡಾಕ್ಟರೇಟ್ ಪದವಿಗಾಗಿ ಅಧ್ಯಯನ ನಡೆಸಿದರು. ಜರ್ಮನ್ ಭಾಷೆಯಲ್ಲಿ ಬರೆದ ಅವರ ಡಾಕ್ಟರೇಟ್ ಪ್ರಬಂಧದ ವಿಷಯ– 'ಭಾರತದಲ್ಲಿ ಉಪ್ಪಿನ ತೆರಿಗೆ'. ಅವರು ತಮ್ಮ ಸಂಶೋಧನೆಗಾಗಿ 'ರಾಷ್ಟ್ರೀಯ ಆರ್ಥಿಕತೆ' ಎಂಬ ವಿಷಯವನ್ನು ಮುಖ್ಯ ವಿಷಯವಾಗಿಯೂ, ತತ್ವಶಾಸ್ತ್ರ ಮತ್ತು ಇತಿಹಾಸ ವಿಷಯಗಳನ್ನು ಎರಡನೆಯ ವಿಷಯಗಳನ್ನಾಗಿಯೂ ಅಧ್ಯಯನ ಮಾಡಿದರು. ಶೂಮೆಕರ್, ಬೆರ್ನ್ಹಾರ್ದ್, ಒಂಕೆನ್ ಮತ್ತು ದೆಸ್ಸೊಇರ್ ಎಂಬ ನಾಲ್ವರು ಜರ್ಮನ್ ಪ್ರಾಧ್ಯಾಪಕರು ಲೋಹಿಯಾ ಅವರ ಮೌಖಿಕ ಪರೀಕ್ಷೆ ನಡೆಸಿದರು. 'ಮೆಚ್ಚುಗೆ–ಮನ್ನಣೆಯೊಂದಿಗೆ ತೇರ್ಗಡೆ' ಸಮಗ್ರ ಫಲಿತಾಂಶ. ಲೋಹಿಯಾ ಡಾಕ್ಟರೇಟ್ ನಿಬಂಧ ಲಭ್ಯವಾಗಿಲ್ಲ. ಅಧ್ಯಯನ, ಆಂದೋಲನ ಮತ್ತು ಅನುಷ್ಠಾನ–ಲೋಹಿಯಾ ನಮಗೆ ಬಿಟ್ಟು ಹೋದ ಥೀಸಿಸ್.

ಮಾರ್ಚ್ ೨೩, ೨೦೧೧

ಎಷ್ಟು ಥ್ಯಾಂಕ್ಸ್ ಹೇಳಿದರೂ ಕಡಿಮೆ

ನಾನು ಮತ್ತು ಪ್ರೊ. ಹೈಡ್ರೂನ್ ಬ್ರೂಕ್ನರ್ ನಮ್ಮ ಬದುಕಿನಲ್ಲಿ ಸದಾ ನೆನಪಿನಲ್ಲಿ ಇಡುವ ಒಂದು ಅದ್ಭುತ ಕಾರ್ಯಕ್ರಮ ಇದು. ಬೆಂಗಳೂರಿನಲ್ಲಿ ಕೆಲ ದಿನ ನಾನು ಹಾಗೂ ವ್ಯೂರ್ತ್ಸ್‌ಬುರ್ಗ್ ವಿವಿಯ ಇಂಡಾಲಜಿ ಪೀಠದ ಮುಖ್ಯಸ್ಥರಾದ ಪ್ರೊ. ಬ್ರೂಕ್ನರ್ ಇದ್ದಾಗ ಇಂತಹ ಸ್ವಾಗತ ಸಿಗುತ್ತದೆ ಎಂದು ಖಂಡಿತಾ ಅಂದುಕೊಂಡಿರಲಿಲ್ಲ.

ಶ್ರೀನಿವಾಸ ಜಿ ಕಪ್ಪಣ್ಣ ಮತ್ತು ಮನೆಯವರು ಅಂತಹ ಒಂದು ಸುಂದರ ನೆನಪು ಉಳಿಸುವ ಸ್ವಾಗತ ನೀಡಿದರು. ಜರ್ಮನಿಯ ತುಂಬಾ ಬ್ರೂಕ್ನರ್ ಆಗಲೇ ಆ ದಿನದ ನೆನಪುಗಳನ್ನು ಹಂಚಿಕೊಳ್ಳುತ್ತಾ ಓಡಾಡುತ್ತಿದ್ದಾರೆ. ನನಗೂ ಅಷ್ಟೇ ನಾನು ಕಂಡ ಹಲವು ಕಾರ್ಯಕ್ರಮಗಳಲ್ಲಿ ಇದು ಮರೆಯಲಾಗದ ಸಂಭ್ರಮ ನೀಡಿದೆ.

ಕಪ್ಪಣ್ಣ ಮತ್ತು ಮನೆಯವರಿಗೆ ಎಷ್ಟು ಥ್ಯಾಂಕ್ಸ್ ಹೇಳಿದರೂ ಕಡಿಮೆ.

ಭವ್ಯ ಭೂಪಟ

'ಭವ್ಯಭೂಪಟಗಳು' ಲಂಡನಿನ ಬ್ರಿಟಿಶ್ ಲೈಬ್ರೆರಿಯಲ್ಲಿ ನಡೆಯುತ್ತಿರುವ ಅಪೂರ್ವ ವಸ್ತುಪ್ರದರ್ಶನ ಕಂಡೆ. ೧೪೦೦ರಿಂದ ಇಂದಿನವರೆಗಿನ ಮ್ಯಾಪ್‌ಗಳ ಭವ್ಯ ಪ್ರದರ್ಶನ. ಜಗತ್ತಿನ ಅತ್ಯಂತ ದೊಡ್ಡ ಮ್ಯಾಪ್, ೧೬೬೦ರ ಕ್ಲೆಂಕೆ ಅಟ್ಲಾಸ್ ಅಲ್ಲಿ ಇತ್ತು. ಅರಮನೆಗಳ ಒಳಗಿನಿಂದ ಶಾಲೆಗಳ ಕೊಠಡಿಗಳಿಗೆ ಬಂದು, ಮತ್ತೆ ಮನೆಗಳಿಗೆ ಪ್ರವೇಶಿಸಿ ಮ್ಯಾಪ್‌ಗಳು ಸಾಂಕೇತಿಕತೆಯನ್ನು ಶೋಧಿಸಿವೆ. ಚಹಾದ ಶೋಧ ಮತ್ತು ಪ್ರಸರಣ–ಇದರ ಮ್ಯಾಪ್‌ನಲ್ಲಿ ಭಾರತಕ್ಕೂ ಸ್ಥಾನ ಇದೆ. ಬಹು ಅನನ್ಯತೆಗಳ ಜನರನ್ನು ಒಂದುಗೂಡಿಸುವ ಮ್ಯಾಪ್‌ಗಳನ್ನು ಬಿಡಿಸಲು ನಾವು ಕಲಿಯಬೇಕು.

೨೧, ೨೨ ಆಗಸ್ಟ್ ೨೦೧೦

ಸ್ಕಾಟ್‌ಲೆಂಡ್‌ನಲ್ಲಿ ಭಾರತದ ಸ್ವಾತಂತ್ರ್ಯೋತ್ಸವ

ದೇಶದ ಸ್ವಾತಂತ್ರ್ಯ ದಿನವನ್ನು ನಾಳೆ ಸ್ಕಾಟ್‌ಲೇಂಡಿನ ಗ್ರಾಂಗ್‌ಮೌತ್‌ನಲ್ಲಿ ಡಾ. ದಿನಕರ ಹೆಗ್ಡೆ ಮತ್ತು ಶ್ರೀಮತಿ ವನಮಾಲ ಹೆಗ್ಡೆ ಅವರ ಮನೆಯಲ್ಲಿ ಆಚರಿಸುತ್ತಿದ್ದೇವೆ. ಹೆಗ್ಡೆ ದಂಪತಿಗಳು ಸುಮಾರು ಐವತ್ತು ವರ್ಷಗಳ ಹಿಂದೆಯೇ ಇಲ್ಲಿ ಬಂದು ಡಾಕ್ಟರ್ ಆಗಿ ಸೇವೆ ಸಲ್ಲಿಸಿದವರು. ನಾಳೆ ಮತ್ತು ನಾಡದು ಇಲ್ಲಿ ಅವರ ಹಿಮಾಲಯವಾದ ಹೈಲೆಂಡ್ಸ್ ಮತ್ತು ಜ್ಞಾನೋದಯದ ಕೇಂದ್ರವಾದ ಏಡಿನ್‌ಬರೋವನ್ನು ನೋಡುವ ಕಾರ್ಯಕ್ರಮ ಇದೆ. 'ಜ್ಞಾನೋದಯ'ವೇ 'ಸ್ವಾತಂತ್ರ್ಯ'ಕ್ಕೆ ನಾಂದಿ. ಇಂಗ್ಲೆಂಡ್ ಮತ್ತು ಸ್ಕಾಟ್‌ಲೆಂಡ್‌ನಲ್ಲಿ ಅತ್ಯಧಿಕ ಸಂಖ್ಯೆಯ ಜಾನಾಂಗಿಕ ಅಲ್ಪಸಂಖ್ಯಾತರು ಭಾರತೀಯರು. ಅವರು ಈ ದೇಶಗಳಿಗೆ ಮತ್ತು ತಮ್ಮ ಭಾರತ ದೇಶದ ಅಭಿವೃದ್ಧಿಗೆ ತಮ್ಮ ಕೊಡುಗೆಗಳನ್ನು ಕೊಡುತ್ತಾ ಬಂದಿದ್ದಾರೆ.

ಆಗಸ್ಟ್ ೧೪, ೨೦೧೦

ಬದುಕುವುದು ಮತ್ತು ಸಾಯುವುದು

ಲಂಡನಿನ ಬ್ರಿಟಿಶ್ ಮ್ಯೂಸಿಯಂನ್ನು ಸಂದರ್ಶಿಸಿದೆ. ಏಷ್ಯ, ಭಾರತ–ಅಮರಾವತಿ, ಪ್ರಾಚೀನ ಈಜಿಪ್ಟ್, ಪ್ರಾಚೀನ ಗ್ರೀಸ್, ರೋಮ್, ಮಧ್ಯಪೂರ್ವ ಯುರೋಪ್ ಭಾಗಗಳನ್ನು ನೋಡಿದೆ. ಭಾರತದ ಧಾರ್ಮಿಕ ವಾಸ್ತುಶಿಲ್ಪ–ಹಿಂದೂ, ಬೌದ್ಧ, ಜೈನ – ಆಸಕ್ತಿದಾಯಕ ಆಗಿತ್ತು. ಸಂಸ್ಕೃತಿಗಳ ವಿಕಾಸವು ಯಾವಾಗಲೂ ಮನೋರೂಪ ಮತ್ತು ವಸ್ತುರೂಪಗಳಲ್ಲಿ ಕಾಣಿಸಿಕೊಳ್ಳುತ್ತದೆ. ಈಗ ಇಲ್ಲಿ ನಡೆಯುತ್ತಿರುವ 'ಬದುಕುವುದು ಮತ್ತು ಸಾಯುವುದು' ಎಂಬ ವಸ್ತುಪ್ರದರ್ಶನ ಶೈಕ್ಷಣಿಕವಾಗಿ ಮತ್ತು ಅನ್ವೇಷಕ ದೃಷ್ಟಿಯಿಂದ ಮಹತ್ವದ್ದು. ನಾವು ಬದುಕನ್ನೂ ಸಾವನ್ನೂ ಸಮಾನವಾಗಿ ವೈಭವೀಕರಿಸುತ್ತೇವೆ.

೨೩ ಆಗಸ್ಟ್ ೨೦೧೦

'ಬ್ಲಾಗಿಲನು ತೆರೆದು', ೨೦೧೧

ಭಾಗ
4

ಹೆಸರು ತಂದುಕೊಟ್ಟ ಕಾರಂತರ ನೆನಪಿನ ಚಿತ್ರಗಳು

ನನ್ನ ಅಪ್ಪ ಅಗ್ರಾಳ ಪುರಂದರ ರೈ (೩೧ ಆಗಸ್ಟ್ ೧೯೧೬–೫ಮೇ ೨೦೦೧) ದಕ್ಷಿಣ ಕನ್ನಡ ಜಿಲ್ಲೆಯ ಆಗಿನ ಪುತ್ತೂರು ತಾಲೂಕಿನ ಪುಣಚಾ ಗ್ರಾಮದ ಅಗ್ರಾಳ ಎಂಬ ತಮ್ಮ ಹಿರಿಯರ ಕುಟುಂಬದ ಮನೆಯಲ್ಲಿ ಇದ್ದ ಅವರು ಸ್ವಾತಂತ್ರ್ಯ ಹೋರಾಟಗಾರರಾಗಿ ಬದುಕಿನ ಕೊನೆಯವರೆಗೂ ಅಪ್ಪಟ ಗಾಂಧಿವಾದಿಯಾಗಿ ಬದುಕಿದವರು. ಸಣ್ಣ ಕೃಷಿಕರಾಗಿ, ಸಾಹಿತ್ಯದ ಗೀಳು ಹಚ್ಚಿಕೊಂಡು, ಬರಹ, ಪತ್ರಿಕಾ ವರದಿ, ಸಮಾಜಸೇವೆ ಮಾಡುತ್ತಾ ಜೀವನ ಸಾಗಿಸಿದವರು. ಅವರು ೧೯೩೧ರಲ್ಲಿ ಪುತ್ತೂರಿನ ಬೋರ್ಡ್ ಹೈಯರ್ ಎಲಿಮೆಂಟರಿ ಶಾಲೆಯಲ್ಲಿ ವಿದ್ಯಾರ್ಥಿಯಾಗಿ ಸೇರಿ, ಬಳಿಕ ೧೯೩೩ರಿಂದ ೧೯೩೫ರವರೆಗೆ ಅಲ್ಲಿನ ಬೋರ್ಡ್ ಹೈಸ್ಕೂಲ್‌ನಲ್ಲಿ ವಿದ್ಯಾಭ್ಯಾಸ ಮಾಡಿದರು. ಇದೇ ಅವಧಿ ಡಾ. ಶಿವರಾಮ ಕಾರಂತರು ಕೋಟದಿಂದ ಪುತ್ತೂರಿಗೆ ಬಂದು ತಮ್ಮ ಸಾರ್ವಜನಿಕ ಚಟುವಟಿಕೆಗಳನ್ನು ಆರಂಭಿಸಿದ ಕಾಲ.

ಕಾರಂತರು ಮೊಳಹಳ್ಳಿ ಶಿವರಾಯರ ಪ್ರೇರಣೆಯಿಂದ ಪುತ್ತೂರನ್ನು ತನ್ನ ಕಾರ್ಯಕ್ಷೇತ್ರವನ್ನಾಗಿ ಆರಿಸಿಕೊಂಡು ಸುರುಮಾಡಿದ ಕಾರ್ಯಕ್ರಮಗಳಲ್ಲಿ ಮುಖ್ಯವಾದುದು ಅವರು ೧೯೩೦ರಲ್ಲಿ ಆರಂಭಿಸಿದ 'ಮಕ್ಕಳ ಕೂಟ'. ಪುತ್ತೂರು ಹೈಯರ್ ಎಲಿಮೆಂಟರಿ ಶಾಲೆ–ಕಾರಂತರ 'ಮಕ್ಕಳಕೂಟ' ಪ್ರಯೋಗದ ತರಬೇತಿಯ ಮುಖ್ಯ ಕೇಂದ್ರ ಆಗಿತ್ತು. ಆಗ ಅಲ್ಲಿ ವಿದ್ಯಾರ್ಥಿ ಆಗಿದ್ದ ನನ್ನ ಅಪ್ಪ ೧೯೩೧ರಲ್ಲೆ ಕಾರಂತರ 'ಮಕ್ಕಳಕೂಟ'ದ ಸದಸ್ಯ ಆದರು. ಕಾರಂತರ ಪ್ರಯೋಗದ ಅಂತಹ ಒಂದು ನಾಟಕದಲ್ಲಿ ತಾನು ನಾನಾ ಫಡ್ನನೀಸನ ಪಾತ್ರ ಮಾಡಿದ್ದನ್ನು ಅಪ್ಪ ಅವರ ಆತ್ಮಕಥನದಲ್ಲಿ ಬರೆದಿದ್ದಾರೆ. ಹೀಗೆ ವಿದ್ಯಾರ್ಥಿ ಆಗಿ ಆರಂಭ ಆದ ಕಾರಂತರ ಬಗೆಗಿನ ಅಭಿಮಾನ, ಭಕ್ತಿ, ಗೌರವ ಬೆಳೆಯುತ್ತಾ ಬಂದಹಾಗೆಲ್ಲ ಕಾರಂತರ ಸಾಹಿತ್ಯದ ಓದು ಮತ್ತು ಬದುಕಿನ ಆದರ್ಶಗಳನ್ನು ಅಪ್ಪ ತಮ್ಮ ಬದುಕಿನಲ್ಲಿ ಅಳವಡಿಸಲು ತೊಡಗಿದರು. ಮುಂದೆ ಅವರು ಕಾರಂತರ ಅಭಿಮಾನಿಯಾಗಿ, ಆಪ್ತ ಬಳಗದ ಒಬ್ಬ ಆತ್ಮೀಯ ಸದಸ್ಯ ಆದರು. ಅಪ್ಪ ಜೀವಂತ ಇದ್ದಾಗ, ಕಾರಂತರ ಜೊತೆಗಿನ ಅವರ ಒಡನಾಟದ ಅನೇಕ ಸಂಗತಿಗಳನ್ನು ಮಕ್ಕಳಾದ ನಮ್ಮೊಡನೆ ಹಂಚಿಕೊಳ್ಳುತ್ತಿದ್ದರು.

ಅವೆಲ್ಲವನ್ನು ದಾಖಲಿಸಿ ಇಡಲಾಗಲಿಲ್ಲ ಎನ್ನುವ ಕೊರಗು ಈಗ ಕಾಡುತ್ತಿದೆ. ಅವುಗಳಲ್ಲಿ ಕೆಲವು ಈಗಲೂ ನನ್ನ ನೆನಪಿನಲ್ಲಿ ಜೀವಂತವಾಗಿವೆ.

ಅಪ್ಪನ ಮೂಲಕ ನನ್ನ ಅಮ್ಮ ಯಮುನಾ (೧೯೨೧-೨೦೧೦) ಕೂಡ ಕಾರಂತರ ಕುಟುಂಬಕ್ಕೆ ತುಂಬಾ ಆತ್ಮೀಯರಾಗಿದ್ದರು. ಕಾರಂತರ ಶ್ರೀಮತಿ ಲೀಲಾ ಕಾರಂತರು ಮತ್ತು ನನ್ನ ಅಮ್ಮ ಬಹಳ ಆಪ್ತ ಸಂಬಂಧವನ್ನು ಹೊಂದಿದ್ದರು. ನನ್ನ ಅಮ್ಮನಿಗೆ ಬಹಳ ರುಚಿಕರವಾದ ತರಕಾರಿ ಅಡುಗೆಗಳನ್ನು ಕಲಿಸಿದ್ದು ಲೀಲಾ ಕಾರಂತರು ಮತ್ತು ಲೀಲಾ ಕಾರಂತರಿಗೆ ಅದನ್ನು ಕಲಿಸಿದ್ದು ಶಿವರಾಮ ಕಾರಂತರು ಎಂದು ಅಮ್ಮ ಹೇಳುತ್ತಿದ್ದರು. ಅಪ್ಪ ಮತ್ತು ಅಮ್ಮ ಹೇಳುತ್ತಿದ್ದ ಸಂಗತಿಗಳನ್ನು ಸೇರಿಸಿಕೊಂಡು ಈ ಕಥನವನ್ನು ಬರೆಯುತ್ತಿದ್ದೇನೆ.

ನಮ್ಮ ಕುಟುಂಬದಲ್ಲಿ ನನಗಿಂತ ಮೊದಲು ಹುಟ್ಟಿದವರು ನನ್ನ ಇಬ್ಬರು ಅಕ್ಕಂದಿರು- ಜೀವನಲತಾ ಮತ್ತು ಆಶಾಲತಾ. ಮೊದಲ ಮಗ ಹುಟ್ಟಿದಾಗ ಏನು ಹೆಸರು ಇಡುವುದು ಎಂದು ಕೇಳಲು ಅಪ್ಪ ಅಗ್ರಾಳದ ಮನೆಯಿಂದ ಪುತ್ತೂರಿನ ಬಾಲವನಕ್ಕೆ ಆರು ಮೈಲು ನಡೆದುಕೊಂಡು ಹೋದರು. ಕಾರಂತರಲ್ಲಿ ಮಗನಿಗೆ ಹೆಸರು ಏನು ಇಡುವುದೆಂದು ಕೇಳಿದರು. ಕಾರಂತರು ಹೆಸರು ಸೂಚಿಸಿದರು- 'ವಿವೇಕ.....' ಅಪ್ಪನಿಗೆ ಸ್ಪಷ್ಟವಾಗಿ ಕೇಳಿಸಲಿಲ್ಲ. "ವಿವೇಕಾನಂದ ಎಂದೇ?" ಅಪ್ಪನ ಮರುಪ್ರಶ್ನೆ. "ಆನಂದ ಗೀನಂದ ಏನೂ ಬೇಡ. ವಿವೇಕ ಇದ್ದರೆ ಆನಂದ ತಾನಾಗಿಯೇ ಬರುತ್ತದೆ. ಬರೇ 'ವಿವೇಕ' ಸಾಕು." ಈ ಪ್ರಸಂಗವನ್ನು ಅಪ್ಪ ಅನೇಕ ಬಾರಿ ನನ್ನಲ್ಲಿ ಹೇಳಿದ್ದರು. ಒಂದು ಬಾರಿ ಕಾರಂತರು ಮಂಗಳೂರು ವಿಶ್ವವಿದ್ಯಾನಿಲಯದ ಕಾರ್ಯಕ್ರಮಕ್ಕೆ ಬಂದಾಗ ಸ್ವಾಗತ ಭಾಷಣ ಮಾಡುತ್ತಾ ಈ ಪ್ರಸಂಗವನ್ನು ನಾನು ಉಲ್ಲೇಖ ಮಾಡಿದ್ದೆ. ಕಾರಂತರು ಹೊಟ್ಟೆತುಂಬಾ ನಕ್ಕಿದ್ದರು. ಹೀಗೆ ಪ್ರಯತ್ನ ಇಲ್ಲದೆಯೇ ಕಾರಂತರಿಂದ ನಾನು 'ಹೆಸರು' ಪಡೆದದ್ದು ಒಂದು ಭಾವನಾತ್ಮಕ ನಂಟಿನ ಪ್ರಸಂಗ.

ನಮ್ಮ ಅಗ್ರಾಳದ ಮನೆಯ ಹೆಸರು 'ಜೀವನಕುಟಿ'. ಜೀವನಕ್ಕನ ಹೆಸರಿನ, ಮುಳಿಹುಲ್ಲು ಹೊದಿಸಿದ ಒಂದು ಗುಡಿಸಲು. ಅದರ ಪಕ್ಕದಲ್ಲೇ ಅಪ್ಪ ಅವರ ಓದುಬರಹಕ್ಕೆಂದು ಒಂದು ಕೊಟ್ಯ (ಕೊಟ್ಟಿಗೆ) ಕಟ್ಟಿಸಿದ್ದರು. ಅದರ ಹೆಸರು 'ಉದ್ಯೋಗ ಮಂದಿರ'. ಅದರಲ್ಲಿ ಊರಿನ ಮಕ್ಕಳನ್ನೆಲ್ಲ ಕೂಡಿಹಾಕಿ ನಾಟಕ, ಹಾಡು, ಕುಣಿತ ಇತ್ಯಾದಿ ಚಟುವಟಿಕೆಗಳನ್ನು ಅಪ್ಪ ಮತ್ತು ಅಮ್ಮ ನಡೆಸುತ್ತಿದ್ದರು. ಅಮ್ಮ ತುಂಬಾ ಚೆನ್ನಾಗಿ ಹಾಡುತ್ತಿದ್ದರು. ಕುಮಾರವ್ಯಾಸ ಭಾರತ ಮತ್ತು ಜೈಮಿನಿ ಭಾರತದ ಸಂಧಿಗಳನ್ನು ಗ್ರಂಥಗಳನ್ನು ನೋಡದೆಯೇ ಪರಂಪರೆಯ ಧಾಟಿಯಲ್ಲಿ ಹಾಡುತ್ತಿದ್ದರು. ಹಾಗಾಗಿ ಮಕ್ಕಳ ವಾರ್ಷಿಕ ಕಾರ್ಯಕ್ರಮ ನಮ್ಮ ಮನೆಯ ಅಂಗಳದಲ್ಲಿ ಸಂಭ್ರಮದಿಂದ ನಡೆಯುತ್ತಿತ್ತು. ಲೀಲಾ ಕಾರಂತರು ಕೆಲವು ಬಾರಿ ಈ ಕಾರ್ಯಕ್ರಮಕ್ಕಾಗಿ ನಮ್ಮ ಅಗ್ರಾಳ ಮನೆಗೆ ಬಂದು ಅಮ್ಮನ ಜೊತೆಗೆ ಇದ್ದು, ಮಕ್ಕಳ ಕಾರ್ಯಕ್ರಮಕ್ಕೆ ಮಾರ್ಗದರ್ಶನ ನೀಡುತ್ತಿದ್ದರು. ಲೀಲಾ ಕಾರಂತರಿಂದ ಕಲಿತು ಅಮ್ಮ ಅದ್ಭುತವಾಗಿ ಹಾಡುತ್ತಿದ್ದದ್ದು ಕಾರಂತರ ಗೀತ ನಾಟಕಗಳ ಗೀತಗಳನ್ನು. ಕಿಸಾ ಗೋತಮಿ, ಸೋಮಿಯ ಸೌಭಾಗ್ಯ, ಯಾರೋ ಅಂದರು, ಬುದ್ಧೋದಯ-ಇವೆಲ್ಲಾ ನಾನು ಕೇಳಿದ್ದು ನನ್ನ ಬಾಲ್ಯದ ಆರಂಭದ ದಿನಗಳಲ್ಲಿ ನಮ್ಮ ಮನೆಯ ಅಂಗಳದಲ್ಲಿ.

ಅಪ್ಪ ಮತ್ತು ಅಮ್ಮನ ಕಾರಣಕ್ಕಾಗಿ ನಮಗೆ ಮಕ್ಕಳಿಗೆ ಕಾರಂತ ಕುಟುಂಬದ ಸಂಪರ್ಕ ದೊರಕಿತ್ತು. ಇದರ ಹೆಚ್ಚಿನ ಪ್ರಯೋಜನ ಸಿಕ್ಕಿದ್ದು ನನ್ನ ದೊಡ್ಡ ಅಕ್ಕ ಜೀವನಕ್ಕನಿಗೆ. ಕಾರಂತರ ದೊಡ್ಡ ಮಗಳು ಮಾಳವಿಕಾ ಮತ್ತು ಜೀವನಕ್ಕ ಒಂದೇ ವಯಸ್ಸಿನವರು. ಹಾಗಾಗಿ ಅವರು ನಮ್ಮ ಮನೆಗೆ ಬಂದುಹೋಗುತ್ತ ಬಹಳ ಆಪ್ತ ಸ್ನೇಹಿತರಾದರು. ಮಾಳವಿಕಾ ನಮ್ಮ ಅಗ್ರಾಳ ಮನೆಯಲ್ಲಿ ಬಂದು ಕೆಲವು ದಿನ ಇದ್ದು ಜೀವನಕ್ಕನ ಜೊತೆಗೆ ಗುಡ್ಡ ತೋಟ ಸುತ್ತಿದ್ದು, ಬಗೆ ಬಗೆಯ ಹಣ್ಣು ಕಾಯಿ ತಿಂದದ್ದು, ನಮ್ಮ ತೋಟದ ಕೆರೆಯಲ್ಲಿ ಈಜಿದ್ದು ಎಲ್ಲವನ್ನೂ ಅಕ್ಕ ಹೇಳುತ್ತಿರುತ್ತಾರೆ. ಒಮ್ಮೆ ಮಾಳವಿಕಾ ಜೊತೆಗೆ ಕಾರಂತರ ಉಳಿದ ಇಬ್ಬರು ಮಕ್ಕಳು ಉಲ್ಲಾಸ ಮತ್ತು ಕ್ಷಮಾ ಬಂದು ನಮ್ಮಲ್ಲಿ ಇದ್ದದ್ದು, ಅಕ್ಕ ಮತ್ತು ಮಾಳವಿಕಾ ಕೆರೆಯಲ್ಲಿ ಈಜುತ್ತಿದ್ದಾಗ ಚಿಕ್ಕ ಹುಡುಗ ಉಲ್ಲಾಸ್ ಕೂಡಾ ಕೆರೆಗೆ ಹಾರಿದ್ದು, ಇವರಿಬ್ಬರೂ ಅವನನ್ನು ಮೇಲಕ್ಕೆ ಎತ್ತಿದ್ದು, ಅದನ್ನು ಅಮ್ಮ ಮತ್ತು ಲೀಲಾ ಕಾರಂತರಿಗೆ ಹೇಳಲು ಹೆದರಿ, ಅಡಗಿಕೊಂಡು ಮನೆಯಲ್ಲಿ ಅವಿತುಕೊಂಡದ್ದು- ಇಂತಹ ಅನೇಕ ಸ್ವಾರಸ್ಯ ಕತೆಗಳು ಅಕ್ಕನ ನೆನಪಲ್ಲಿ ಈಗಲೂ ಇವೆ. ನಾನು ಆ ಕಾಲದಲ್ಲಿ ಲೀಲಾ ಕಾರಂತರನ್ನು ಕಂಡದ್ದು, ನನ್ನನ್ನು ಮಗನಂತೆ ಅವರು ನೋಡಿಕೊಳ್ಳುತ್ತಿದ್ದ ಮಸುಕು ನೆನಪು ಮಾತ್ರ ನನ್ನಲ್ಲಿ ಈಗ ಉಳಿದಿರುವುದು. ನನ್ನ ತಮ್ಮನಿಗೆ 'ಉಲ್ಲಾಸ' ಎಂದು ಹೆಸರು ಇಟ್ಟದ್ದು ಕಾರಂತರ ಮಗನ ಹೆಸರಿನ ಪ್ರೇರಣೆಯಿಂದ. ನನ್ನ ತಮ್ಮ ಉಲ್ಲಾಸ್, ಕಾರಂತರ ಮಗ ಉಲ್ಲಾಸ್‌ಗಿಂತ ಒಂದು ವರ್ಷ ಚಿಕ್ಕವನು.

ಪುತ್ತೂರಿನ ಬಾಲವನದಲ್ಲಿ ಇದ್ದ ಕಾರಂತರ ಮನೆಗೆ ದಕ್ಷಿಣ ಕನ್ನಡ ಜಿಲ್ಲೆಯ ಹೊರಗಿನ ಸಾಹಿತಿಗಳು ಬಂದು ಅನೇಕ ದಿನ ಅಲ್ಲಿ ಇದ್ದಾಗ ಅಪ್ಪನಿಗೆ ಅಲ್ಲಿಗೆ ಬರಲು ಕರೆ ಬರುತ್ತಿತ್ತು. ಅಪ್ಪ, ಕೆಲವೊಮ್ಮೆ ಅಮ್ಮ ಕೂಡಾ ಬಾಲವನಕ್ಕೆ ಹೋಗಿ ಅಲ್ಲಿ ಕೆಲವು ದಿನ ಇದ್ದು ಬರುತ್ತಿದ್ದರು. ಮನೆಗೆ ಬಂದ ಬಳಿಕ ಅಲ್ಲಿನ ಅನುಭವಗಳನ್ನು ನಮಗೆ ಮಕ್ಕಳಿಗೆ ಹೇಳುತ್ತಿದ್ದರು. ನಮಗೆ ಅದೊಂದು ರೀತಿಯ ಶಿಕ್ಷಣ ಇದ್ದ ಹಾಗೆ. ಕಾರಂತರ ಮನೆಗೆ ಆಗ ಬರುತ್ತಿದ್ದ ಅನೇಕ ಸಾಹಿತಿಗಳಲ್ಲಿ ಕೆಲವರು ಪ್ರಮುಖರು- ವಿ. ಸೀತಾರಾಮಯ್ಯ, ಜಿ.ಪಿ. ರಾಜರಾತ್ನಂ, ನಾ. ಕಸ್ತೂರಿ. ಈ ಸಾಹಿತಿಗಳೊಡನೆ ಪಟ್ಟಾಂಗ-ಸುಖಸಂಕಥಾವಿನೋದ-ಕ್ಕಾಗಿ ಅಪ್ಪ ಅಮ್ಮನ ಹಾಗೆ ಪುತ್ತೂರಿನಿಂದ ಕಾರಂತರ ಮೆಚ್ಚುಗೆಯ ಆಪ್ತರನ್ನು ಕರೆಸುತ್ತಿದ್ದರು. ವಿ. ಸೀತಾರಾಮಯ್ಯ ಅವರ 'ವಿಶ್ವಾಸ' ಕವನ-ಅಪ್ಪನಿಗೆ ಬಹಳ ಇಷ್ಟವಾದದ್ದು, ಅದರ ವೈಚಾರಿಕ ಧಾಟಿಗಾಗಿ: 'ಮಾನವನೆತ್ತರ ಆಗಸದೇರಿಗೆ......' ಅಪ್ಪನಿಗೆ ಹಾಡುವಿಕೆಯ ಕಲೆಗಾರಿಕೆ ಎಂದೂ ಇರಲಿಲ್ಲ. ಆತ್ಮ ತೃಪ್ತಿಗಾಗಿ ಅನೇಕ ಬಾರಿ ಒಬ್ಬರೇ ಇದ್ದಾಗಲೂ 'ವಿಶ್ವಾಸ' ಕವನವನ್ನು ಅವರು ಹಾಡುತ್ತಿದ್ದರು. ಇದು ಕಾರಂತರಿಗೂ ಬಹಳ ಇಷ್ಟವಾದ ಕವನ ಎಂದು ಅಪ್ಪ ಹೇಳುತ್ತಿದ್ದರು.

ಇಂತಹ ಬಾಲವನ ಭೇಟಿಯ ಬಳಿಕ ಕಾರಂತರ ಬದುಕಿನ ಆದರ್ಶ ಮತ್ತು ವಾಸ್ತವಗಳ ಸಮೀಕರಣದ ಸಂಗತಿಗಳನ್ನು ಅಪ್ಪ ಮತ್ತು ಅಮ್ಮ ಮನೆಗೆ ಬಂದ ಮೇಲೆ ನಮಗೆ ವಿವರಿಸುತ್ತಿದ್ದರು. ಅಮ್ಮ ಹೇಳುತ್ತಿದ್ದ ಒಂದು ವಿಷಯ: ಕಾರಂತರು ವಾರದಲ್ಲಿ, ಆ ಕಾಲಕ್ಕೆ ಭಾನುವಾರ- ಒಂದು ದಿನ ತಾವೇ ಅಡುಗೆ ಮಾಡುತ್ತಿದ್ದರಂತೆ. ಗಾಂಧೀಜಿಯವರ ದೃಷ್ಟಿಯಲ್ಲಿ ಎಲ್ಲರೂ ಮೊದಲು ಕಲಿಯಬೇಕಾದ ಪಾಠಗಳಲ್ಲಿ ಮುಖ್ಯವಾದದ್ದು ಅಡುಗೆ

ಮಾಡುವುದು ಎಂದು ಹೇಳುತ್ತಿದ್ದರಂತೆ. ಗಂಡುಸರು ಅಡುಗೆ ಕಲಿಯಬೇಕು ಎಂದು ಹೇಳುತ್ತಿದ್ದರಂತೆ. (ನನಗೆ ಇದು ಅರ್ಥವಾದದ್ದು ಬಹಳ ತಡವಾಗಿ. ವಿದೇಶಗಳಲ್ಲಿ ಬಹಳ ಕಾಲ ಒಬ್ಬನೇ ಇದ್ದಾಗ. ಅಡುಗೆಯ ಪಾಠಗಳನ್ನು ಮೊದಲೇ ಚೆನ್ನಾಗಿ ಕಲಿತಿದ್ದರೆ ಎಷ್ಟು ಅನುಕೂಲ ಆಗುತ್ತಿತ್ತು ಎಂದು ಈಗ ಅನ್ನಿಸುತ್ತಿದೆ. ಜರ್ಮನಿಯಲ್ಲಿ ತರಗತಿಯಲ್ಲಿ ಪಾಠ ಮಾಡುವುದಕ್ಕಿಂತ ಸವಾಲಿನದು ನನ್ನ ಅಪಾರ್ಟ್‌ಮೆಂಟ್‌ನಲ್ಲಿ ನಾನೇ ಅಡುಗೆ ಮಾಡಿಕೊಳ್ಳುವುದು!) ಹೀಗೆ ಒಳ್ಳೆಯ ಸಸ್ಯಾಹಾರಿ ಅಡುಗೆಯನ್ನು ಶಿವರಾಮ ಕಾರಂತರು ಲೀಲಾ ಕಾರಂತರಿಗೆ ಕಲಿಸಿದ್ದು, ಲೀಲಾ ಕಾರಂತರಿಂದ ಅಮ್ಮ ಕಲಿತದ್ದು.

ಕಾರಂತರ ಸೂಕ್ಷ್ಮದೃಷ್ಟಿಯ ಪ್ರಸಂಗವನ್ನು ಅಮ್ಮ ಯಾವಾಗಲೂ ಹೇಳುತ್ತಿದ್ದರು. ಸಾಹಿತಿ ವಿ. ಸೀತಾರಾಮಯ್ಯ ಅವರು ಒಮ್ಮೆ ಬಾಲವನಕ್ಕೆ ಬಂದಿದ್ದಾಗ ಅಪ್ಪ ಅಮ್ಮ ಅಲ್ಲಿಗೆ ಹೋಗಿದ್ದರು. ಕಾರಂತರು, ವಿಸೀ, ಅಪ್ಪ, ಅಮ್ಮ ಊಟಕ್ಕೆ ಕುಳಿತಿದ್ದರು. ಲೀಲಾ ಕಾರಂತರು ಬಡಿಸುತ್ತಿದ್ದರು. ಅಮ್ಮ ಊಟದ ಪಂಕ್ತಿಯ ಒಂದು ತುದಿಯಲ್ಲಿ ಕುಳಿತಿದ್ದರು. ಕಾರಂತರು ತಲೆಬಗ್ಗಿಸಿ ಊಟ ಮಾಡುತ್ತಿದ್ದವರೇ, ಅಮ್ಮನ ಎಲೆಯನ್ನು ತೋರಿಸಿ, 'ಲೀಲಾ, ನೋಡು ಆ ಎಲೆಗೆ ಚಟ್ನಿ ಬರಲಿಲ್ಲ' ಎಂದರಂತೆ. ಕಾರಂತರ ಈ ಸೂಕ್ಷ್ಮ ಅವಲೋಕನ ಮತ್ತು ಗ್ರಹಣ ಶಕ್ತಿಯನ್ನು ಮುಂದೆ ಅನೇಕ ಬಾರಿ ನಾನು ಕಂಡಿದ್ದೇನೆ. ಕಾರ್ಯಕ್ರಮಗಳಲ್ಲಿ ತಲೆ ಬಗ್ಗಿಸಿ, ಒಂದು ಕೈಯನ್ನು ತಲೆಗೆ ಅಥವಾ ಗಲ್ಲಕ್ಕೆ ಆನಿಸಿ ಕುಳಿತುಕೊಂಡು, ಬೇರೆಯವರು ಹೇಳುವುದನ್ನು ಆಲಿಸುತ್ತಾ, ಸುತ್ತಲೂ ನಡೆಯುತ್ತಿರುವುದನ್ನು ಅವಲೋಕಿಸುತ್ತ ಗ್ರಹಿಸುತ್ತಾ ಇರುತ್ತಾರೆ. ಮಕ್ಕಳನ್ನು, ನಿಸರ್ಗವನ್ನು, ಕಲೆಗಳನ್ನು ಸಂವೇದನೆಯ ಭಾಗವಾಗಿ ಕಾರಂತರು ಮಾಡಿಕೊಂಡದ್ದು ಈ ಶಕ್ತಿಯಿಂದಲೇ.

ಕಾರಂತರ ಮಾತಿನ ಮೊನಚು, ವ್ಯಂಗ್ಯ, ವಿಡಂಬನೆಯ ಶಕ್ತಿಯ ಪ್ರಸಂಗಗಳನ್ನು ಅಪ್ಪ ನಮಗೆ ಹೇಳುತ್ತಿದ್ದರು. ಅಂತಹ ಒಂದು ಘಟನೆ: ಕಾರಂತರು ಒಮ್ಮೆ ಅಸ್ಸಾಮಿಗೆ ಪ್ರವಾಸ ಹೋಗಿದ್ದರಂತೆ. ಅಸ್ಸಾಮಿನಲ್ಲಿ ಆಗ ಲೀಲಾ ಕಾರಂತರ ಸಹೋದರಿ ವಾಸಿಸುತ್ತಿದ್ದರು. ಕಾರಂತರು ಅವರನ್ನು ಅಲ್ಲಿ ಕಂಡು ಬಂದರು. ಪುತ್ತೂರಿಗೆ ಹಿಂದಿರುಗಿ ಬಂದಾಗ, ಬಾಲವನದಲ್ಲಿ ಲೀಲಾ ಕಾರಂತರ ತಾಯಿ ಇದ್ದರು. ಅಸ್ಸಾಮಿನಲ್ಲಿ ಇರುವ ತನ್ನ ಮಗಳು ಹೇಗೆ ಇದ್ದಾಳೆ ಎಂದು ಅವರು ಅಲ್ಲಿಗೆ ಹೋಗಿ ಬಂದ ಕಾರಂತರಲ್ಲಿ ವಿಚಾರಿಸಿದರು. ತಾಯಿ ತುಳುವಿನವರು. ತುಳು ತಾಯಂದರಿಗೆ ತಮ್ಮ ಹೆಣ್ಣುಮಕ್ಕಳು ಚಂದ ಕಾಣುವುದೆಂದರೆ 'ದಪ್ಪ' ಆಗುವುದು, ಮೈ ತುಂಬ ಮಾಂಸ ತುಂಬಿಕೊಳ್ಳುವುದು. ದಕ್ಷಿಣಕನ್ನಡದ ಭಾಷೆಯಲ್ಲಿ 'ತೋರ' ಆಗುವುದು. ಇದಕ್ಕೆ ತುಳುವಿನಲ್ಲಿ 'ಮಾಸೊ ಬರ್ಪುನೆ' (ಮಾಂಸ ಬರುವುದು) ಎನ್ನುವ ನುಡಿಗಟ್ಟು ಬಳಕೆಯಲ್ಲಿ ಇದೆ. 'ಮಾಂಸ ಬರುವುದು' ಎಂದರೆ 'ತೋರ (ದಪ್ಪ) ಆಗುವುದು'. ಲೀಲಾ ಕಾರಂತರ ತಾಯಿ ಕಾರಂತರಲ್ಲಿ ತಮ್ಮ ಅಸ್ಸಾಮಿನ ಮಗಳ ಬಗ್ಗೆ ಕೇಳಿದರು: "ಆಳೆಗ್ ಮಾಸೊ ಬತ್ತ್ಂಡೋ? (ಅವಳಿಗೆ ಮಾಂಸ ಬಂದಿದೆಯೋ?)" ಅದಕ್ಕೆ ಕಾರಂತರ ಉತ್ತರ: "ಬಂದಿತ್ತು, ಜಿಂಕೆಯದ್ದು" ಅಸ್ಸಾಂನಲ್ಲಿ ಬೇಟೆಯಾಡಿದ ಜಿಂಕೆಯ ಮಾಂಸವನ್ನು ತಿನ್ನಲು ಮನೆಗೆ ತರುತ್ತಾರೆ! ಇವು ೧೯೪೬ರಿಂದ ೧೯೫೫ರವರೆಗಿನ ನನ್ನ ಬಾಲ್ಯದ ಕೆಲವು ನೆನಪುಗಳು.

ನಾನು ೧೯೬೦ರಲ್ಲಿ ನಮ್ಮ ಹಳ್ಳಿಯ ಮನೆ ಅಗ್ರಾಳದಿಂದ ಪುತ್ತೂರಿಗೆ ವಿದ್ಯಾಭ್ಯಾಸಕ್ಕೆ ಬಂದೆ. ೧೯೬೦ರಿಂದ ೧೯೬೩ರವರೆಗೆ ಪುತ್ತೂರು ಬೋರ್ಡ್ ಹೈಸ್ಕೂಲ್ ನಲ್ಲಿ ವಿದ್ಯಾರ್ಥಿ ಆಗಿದ್ದೆ. ೧೯೬೪ರಿಂದ ೧೯೬೭ರವರೆಗೆ ಪುತ್ತೂರು ಫಿಲೋಮಿನಾ ಕಾಲೇಜಿನಲ್ಲಿ ಪಿಯುಸಿ ಮತ್ತು ಬಿ.ಎಸ್ಸಿ. ವಿದ್ಯಾರ್ಥಿಯಾಗಿ ಶಿಕ್ಷಣ ಪಡೆದೆ. ೧೯೬೭-೧೯೬೮ರಲ್ಲಿ ನಾನು ಕಲಿತ ಪುತ್ತೂರು ಬೋರ್ಡ್ ಹೈಸ್ಕೂಲಿನಲ್ಲಿ ವಿಜ್ಞಾನ ಮಾಸ್ತರು ಆಗಿ ಪಾಠ ಮಾಡಿದೆ. ಈ ಅವಧಿಯಲ್ಲಿ ಕಾರಂತರನ್ನು ಕಂಡದ್ದು, ಅವರ ಮಾತುಗಳನ್ನು ಕೇಳಿದ್ದು, ಅವರ ಯಕ್ಷ ರಂಗದ ಮೊದಲ ಪ್ರಯೋಗವನ್ನು ಕಂಡದ್ದು – ಇಂತಹ ಸಾಕಷ್ಟು ನೆನಪುಗಳು ಇವೆ.

ನಾನು ಪುತ್ತೂರಿಗೆ ಬರುವ ಕಾಲಕ್ಕೆ 'ಪುರದ ಪುಣ್ಯ' ಮೊಳಹಳ್ಳಿ ಶಿವರಾಯರು ಪುತ್ತೂರು ಬಿಟ್ಟು ಹೋಗಿದ್ದರು. ಶಿವರಾಮ ಕಾರಂತರು ವಿಶಿಷ್ಟವಾಗಿ ನಡೆಸುತ್ತಿದ್ದ 'ಪುತ್ತೂರು ದಸರಾ'ದ ವೈಭವದ ದಿನಗಳು ಕಳೆದುಹೋಗಿದ್ದವು. ಅದರ ಪಳಿಯುಳಿಕೆಯಾಗಿ ಪುತ್ತೂರು ಕರ್ನಾಟಕ ಸಂಘದ ಅಧ್ಯಕ್ಷರಾಗಿದ್ದ ಕಾರಂತರು ಹೊರಗಿನ ಸಾಹಿತಿಗಳನ್ನು ಕರೆಸಿ ಉಪನ್ಯಾಸಗಳನ್ನು ಏರ್ಪಡಿಸುತ್ತಿದ್ದರು. ಟೌನ್ ಬ್ಯಾಂಕಿನ ಮಾಳಿಗೆಯ ಹಾಲ್‌ನಲ್ಲಿ ಆ ಕಾರ್ಯಕ್ರಮಗಳು ನಡೆಯುತ್ತಿದ್ದುವು. ಅಪ್ಪ ಪುರಂದರ ರೈ ಪತ್ರಕರ್ತರಾಗಿ ಮುಂದಿನ ಸಾಲಿನಲ್ಲಿ ಕುಳಿತುಕೊಂಡು ಟಿಪ್ಪಣಿ ಮಾಡುತ್ತಿದ್ದರು. ವಿದ್ಯಾರ್ಥಿಯಾಗಿದ್ದ ನಾನು ಹಿಂದೆ ಕುಳಿತುಕೊಂಡು ಕೇಳುತ್ತಿದ್ದೆ. ನನ್ನ ನೆನಪಿಗೆ ಬರುವಂತೆ ಸಾಹಿತಿಗಳಾದ ವಿ. ಸೀತಾರಾಮಯ್ಯ, ಜಿಪಿ ರಾಜರತ್ನಂ, ನಾ ಕಸ್ತೂರಿ ಅವರ ಭಾಷಣಗಳನ್ನು ಕೇಳುವ ಅವಕಾಶ ದೊರೆತಿತ್ತು. ಬೌದ್ಧ ಧರ್ಮದ ಬಗ್ಗೆ ಜಿಪಿ ರಾಜರತ್ನಂ ಮಾಡಿದ ಭಾಷಣ ತುಂಬಾ ಪರಿಣಾಮಕಾರಿಯಾಗಿತ್ತು. ಪ್ರತೀ ಉಪನ್ಯಾಸದ ಕೊನೆಯಲ್ಲಿ ಕಾರಂತರು ತಮ್ಮ ಅಧ್ಯಕ್ಷ ಭಾಷಣದಲ್ಲಿ ಸಂಕ್ಷಿಪ್ತವಾಗಿ ತಮ್ಮದೇ ಆದ ಹೊಸ ವಿಚಾರಗಳನ್ನು ಹೇಳುತ್ತಿದ್ದರು.

ಅಪ್ಪ ಮತ್ತು ಅಮ್ಮ ಕಾರಂತ ದಂಪತಿಗಳ ವಿಶ್ವಾಸದ ಕುಟುಂಬಿಕರಾಗಿದ್ದ ಕಾರಣ ನನಗೂ ಕಾರಂತರ ಮನೆಗೆ ಬಾಲವನಕ್ಕೆ ಹೋಗುವ ಅವಕಾಶಗಳು ಕೆಲವು ಬಾರಿ ಸಿಕ್ಕಿದ್ದವು. ಮುಖ್ಯವಾಗಿ ಅಪ್ಪ ಕೇಳಿದ ಪುಸ್ತಕಗಳನ್ನು ಕಾರಂತರಿಂದ ತರುವುದು ಮತ್ತು ಅವುಗಳನ್ನು ಅವರಿಗೆ ಹಿಂದಿರುಗಿಸಿ ಕೊಡುವುದು. ಬಾಲವನದಲ್ಲಿ ಕಾರಂತರು ಇರುತ್ತಿದ್ದ ಸುರುಳಿ ಮೆಟ್ಟಲಿನ ಮಾಳಿಗೆಯ ಮೇಲೆ ಹೋಗುವುದು, ಪುಸ್ತಕ ಕೊಡುವುದು /ತೆಗೆದುಕೊಳ್ಳುವುದು, ಅಳುಕಿನಿಂದ ಒಂದೆರಡು ಮಾತು ಅಷ್ಟೇ. ಕೆಲವೊಮ್ಮೆ ಅವರು ಅಲ್ಲೇ ಪಕ್ಕದ ಪ್ರೆಸ್ ಹರ್ಷ ಮುದ್ರಣಾಲಯದಲ್ಲಿ ಸಿಗುತ್ತಿದ್ದರು. ಬನಿಯನ್‌ನಲ್ಲಿ ಕವರ್ ಪೇಜ್ ಮುದ್ರಣ ಯಂತ್ರದ ಬಳಿಯೋ, ಮೊಳೆ ಜೋಡಿಸುವಲ್ಲಿಯೋ, ಬಣ್ಣ ಮಿಶ್ರ ಮಾಡುವಲ್ಲಿಯೋ ತಾವೇ ಸ್ವತಃ ಕೆಲಸದವರಂತೆ ದುಡಿಯುವುದನ್ನು ಕಂಡಿದ್ದೇನೆ. ದುಡಿಮೆಯ ಬಹುರೂಪಗಳಿಗೆ ಕಾರಂತರೊಂದು ಜೀವಂತ ರೂಪಕ. ಲೀಲಾ ಕಾರಂತರು ನನ್ನನ್ನು ಕಂಡರೆ ಕರೆದು ಕಾಫಿ ಕೊಡುತ್ತಿದ್ದರು, ಅಮ್ಮನನ್ನು ವಿಚಾರಿಸುತ್ತಿದ್ದರು. ಆ ಕಾಲದಲ್ಲಿ ಪ್ರಕಟವಾದ ಕಾರಂತರ ಕಾದಂಬರಿಗಳು ನಾನು ಓದಿದವುಗಳು: ಜಗದೋದ್ಧಾರನಾ, ಶನೀಶ್ವರನ ನೆರಳಲ್ಲಿ, ಅಳಿದ ಮೇಲೆ, ಆಳ ನಿರಾಳ, ಇದ್ದರೂ ಚಿಂತೆ, ಸ್ವಪ್ನದ ಹೊಳೆ, ಒಂಟಿ ದನಿ. ಇವುಗಳಲ್ಲಿ ನನಗೆ ಬಹಳ ಮೆಚ್ಚುಗೆ ಆದವು–ಅಳಿದ ಮೇಲೆ ಮತ್ತು ಸ್ವಪ್ನದ ಹೊಳೆ.

ಮತ್ತೆ ೧೯೬೮ರಲ್ಲಿ ಮಂಗಳೂರಿಗೆ ಬಂದ ಮೇಲೆ, ೧೯೭೦ರಲ್ಲಿ ಮಂಗಳೂರಲ್ಲಿ ಸ್ನಾತಕೋತ್ತರ ಕೇಂದ್ರದಲ್ಲಿ ಕನ್ನಡ ವಿಭಾಗದಲ್ಲಿ ಅಧ್ಯಾಪಕ ಆಗಿ ಸೇರಿದ ಬಳಿಕ, ೧೯೮೦ರಲ್ಲಿ ಮಂಗಳೂರು ವಿಶ್ವವಿದ್ಯಾನಿಲಯ ಆದ ಬಳಿಕ, ಅಲ್ಲಿನ ಕನ್ನಡ ವಿಭಾಗದಲ್ಲಿ ೧೯೮೮ರಿಂದ ಮುಖ್ಯಸ್ಥನಾಗಿ, ಪ್ರಸಾರಾಂಗದ ನಿರ್ದೇಶಕ ಆಗಿ, ಶಿವರಾಮ ಕಾರಂತ ಪೀಠವನ್ನು ಸ್ಥಾಪಿಸಿ, ಕಾರಂತರ ಬಿಡಿಬರಹಗಳನ್ನು ಎಂಟು ಸಂಪುಟಗಳಲ್ಲಿ ಪ್ರಕಟಿಸಿ, ಕನ್ನಡ ವಿಭಾಗದ ಕರ್ಣಧಾರತ್ವದ ನನ್ನ ಹದಿನೆಂಟು ವರ್ಷಗಳ ಅವಧಿಯಲ್ಲಿ ಸುಮಾರು ಐವತ್ತು ಬಾರಿ, ಅವರನ್ನು ಕರೆಸಿ ಮಾತನಾಡಿಸಿ, ಅವರಿಂದ ಅವರ ಗೀತ ನಾಟಕಗಳನ್ನು ಹಾಡಿಸಿ, ಅವರ ಯಕ್ಷರಂಗದ ಪ್ರಾತ್ಯಕ್ಷಿತೆಯ ದಾಖಲಾತಿಗಾಗಿ ಅವರಿಂದ ಕುಣಿಸಿ, ಅವರ ಬದುಕು ಬರಹಗಳಿಂದ ವೈಚಾರಿಕವಾಗಿ ನನ್ನ ಬದುಕನ್ನು ಕಟ್ಟಿಕೊಂಡ ಹಲವು ನೆನಪುಗಳು ಇವೆ.

೧೯೮೫ರಲ್ಲಿ ಮಂಗಳೂರು ವಿಶ್ವವಿದ್ಯಾನಿಲಯ ತನ್ನ ಮೊತ್ತಮೊದಲನೆಯ ಘಟಿಕೋತ್ಸವವನ್ನು ಮಾಡಿದಾಗ ಅದರಲ್ಲಿ ಡಾ. ಕಾರಂತರಿಗೆ ಗೌರವ ಡಿ.ಲಿಟ್ ಪದವಿಯನ್ನು ಕೊಡಲಾಯಿತು. ೧೯೮೮ರಲ್ಲಿ ನಾನು ಕನ್ನಡ ವಿಭಾಗದ ಮುಖ್ಯಸ್ಥನಾದಾಗ ಒಂದು ಮಹತ್ತ್ವದ ವಿಚಾರ ಸಂಕಿರಣ ನಡೆಸಿದೆವು: 'ಕನ್ನಡ ಕಾದಂಬರಿಯ ಮೊದಲ ಹೆಜ್ಜೆಗಳು' ಅಂತ. ಆ ಕಾರ್ಯಕ್ರಮವನ್ನು ಡಾ. ಕಾರಂತರು ಉದ್ಘಾಟನೆ ಮಾಡಿದರು. ಆ ಬಳಿಕ ಕಾರಂತರು ನಿರಂತರವಾಗಿ ನಮ್ಮ ಕನ್ನಡ ವಿಭಾಗಕ್ಕೆ ಬರುತ್ತಾ ಇದ್ದರು. ೧೯೮೯ರಲ್ಲಿ 'ಕಡೆಂಗೋಡ್ಲು ಸಾಹಿತ್ಯ' ಎನ್ನುವ ವಿಚಾರಸಂಕಿರಣ ಮಾಡಿದಾಗ ಡಾ. ಕಾರಂತರು ಅದನ್ನು ಉದ್ಘಾಟನೆ ಮಾಡಿದರು ಆ ಬಳಿಕವೂ ಅವರು ಪ್ರತೀ ವರ್ಷ ಬರುತ್ತಾ ಇದ್ದರು. ಪ್ರೊ. ಶಫೀಯುಲ್ಲಾ ಅವರು ಕುಲಪತಿಗಳಾಗಿದ್ದ ಕಾಲಕ್ಕೆ ಕಾರಂತರನ್ನು ಕನ್ನಡ ವಿಭಾಗದಲ್ಲಿ ಸಂದರ್ಶಕ ಪ್ರಾಧ್ಯಾಪಕರನ್ನಾಗಿ ನೇಮಕ ಮಾಡಿದರು. ಕಾರಂತರು ಕನ್ನಡ ವಿಭಾಗದಲ್ಲಿ ೧೨ ಉಪನ್ಯಾಸಗಳನ್ನು ಕೊಟ್ಟರು. ೧೯೮೭ರ ಮಾರ್ಚ್ ೧೨ನೆಯ ತಾರೀಕು ಬಂದವರು ೨೮ರವರೆಗೆ ನಿರಂತರವಾಗಿ ಭಾರತೀಯ ರಂಗಭೂಮಿ, ಪಾಶ್ಚಾತ್ಯ ರಂಗಭೂಮಿ, ದೇಶೀಯ ರಂಗಭೂಮಿ, ಚಿತ್ರಕಲೆ, ಕೈಗಾ ಅಣು ಸ್ಥಾವರ, ವಾಸ್ತುಶಿಲ್ಪ ವಿವಿಧ ವಿಷಯಗಳಿಗೆ ಸಂಬಂಧಿಸಿದಂತೆ ಉಪನ್ಯಾಸಗಳನ್ನು ಕೊಟ್ಟರು. ಬೆಳಗಿನ ಹೊತ್ತು ಉಪನ್ಯಾಸ ಮಾಡಿ ಮತ್ತೆ ಮಧ್ಯಾಹ್ನದ ಮೇಲೆ ಎರಡು ವಾರಗಳ ಕಾಲ ಕ್ಯಾಂಪಸ್‌ನಲ್ಲಿ ಅವರಿದ್ದರು. ಆಮೇಲೆ ೧೯೮೭ರಲ್ಲಿ ನಾವು 'ಕನ್ನಡ ಸಂಶೋಧನ ಶಿಬಿರ' ನಡೆಸಿದಾಗ ಅವರು ಅದರ ಸಮಾರೋಪ ಭಾಷಣ ಮಾಡಿದರು. ಬಳಿಕ ಸುಮಾರು ಆರೇಳು ವರ್ಷಗಳ ಕಾಲ ನಮ್ಮ ಕನ್ನಡ ಎಂ.ಎ ವಿದ್ಯಾರ್ಥಿಗಳು ಶಿವರಾಮ ಕಾರಂತರನ್ನು 'ವಿಶೇಷ ಸಾಹಿತಿ' ಎಂದು ಪಾಠಪಟ್ಟಿಯ ಭಾಗವಾಗಿ ಅಭ್ಯಾಸ ಮಾಡುತ್ತಿದ್ದರು. ಈ ರೀತಿಯಾಗಿ ಅಭ್ಯಾಸ ಮಾಡುತ್ತಿರುವಾಗ ಪ್ರತೀ ವರ್ಷ ಕಾರಂತರು ಕನ್ನಡ ವಿಭಾಗಕ್ಕೆ ಬಂದು ನಮ್ಮ ತರಗತಿಯಲ್ಲಿ ಎಂ.ಎ.ವಿದ್ಯಾರ್ಥಿಗಳ ಜೊತೆಗೆ ಸಂವಾದ ನಡೆಸಿದ್ದಾರೆ. ಎಂ.ಎ. ವಿದ್ಯಾರ್ಥಿಗಳು ಪ್ರಶ್ನೆ ಕೇಳುವುದು, ಕಾರಂತರು ಅವರಿಗೆ ಉತ್ತರ ಕೊಡುವುದು ನಡೆಯುತ್ತಿತ್ತು. ಬಹಳ ಲವಲವಿಕೆಯ ಕಾರ್ಯಕ್ರಮಗಳಲ್ಲಿ ಅವರು ಭಾಗವಹಿಸುತ್ತಿದ್ದರು. ಆ ಬಳಿಕ ೧೯೯೫ರ

ವೇಳೆಗೆ ಮಂಗಳೂರು ವಿಶ್ವವಿದ್ಯಾನಿಲಯದಲ್ಲಿ ಶಿವರಾಮ ಕಾರಂತ ಪೀಠವನ್ನು ಆರಂಭ ಮಾಡುವ ಯೋಜನೆ ಆರಂಭವಾಯಿತು. ಎಂ. ವೀರಪ್ಪ ಮೊಯಿಲಿಯವರು ಕರ್ನಾಟಕದ ಮುಖ್ಯಮಂತ್ರಿಯಾಗಿದ್ದಾಗ ಇದನ್ನು ಒಪ್ಪಿಕೊಂಡು ಅನುಮೋದನೆ ಕೊಟ್ಟರು. ನಾನು ಕಾರಂತ ಪೀಠದ ನಿರ್ದೇಶಕನ ಜವಾಬ್ದಾರಿಯನ್ನು ಹೊತ್ತುಕೊಂಡೆ. ನಾನು ಕಾರಂತರನ್ನು ಸಂಪರ್ಕಿಸಿ ಮತ್ತು ಶ್ರೀಮತಿ ಮಾಲಿನಿ ಮಲ್ಯ ಅವರ ಸಹಕಾರದಿಂದ ಕಾರಂತರ ಎಲ್ಲ ಬಿಡಿ ಲೇಖನಗಳನ್ನು ಎಂಟು ಸಂಪುಟಗಳಲ್ಲಿ ಪ್ರಕಟ ಮಾಡುವ ಯೋಜನೆ ಕೈಗೊಂಡೆನು. ೩ ವರ್ಷಗಳ ನಮ್ಮ ಯೋಜನೆ ಎರಡೂವರೆ ವರ್ಷಗಳಲ್ಲೇ ಮುಕ್ತಾಯ ಕಂಡಿತು. ಆ ೮ ಸಂಪುಟಗಳನ್ನು ಕಾರಂತಪೀಠದ ಹೆಸರಿನಲ್ಲಿ ಪ್ರಸಾರಾಂಗದಿಂದ ನಾನು ಪ್ರಕಟ ಮಾಡಿದೆ. ಆ ಎಲ್ಲ ಸಂಪುಟಗಳ ಬಿಡುಗಡೆ ಕಾರ್ಯಕ್ರಮಗಳಿಗೆ ಕಾರಂತರು ಬಂದಿದ್ದಾರೆ, ಪ್ರತೀ ಬಾರಿಯೂ ಹೊಸ ವಿಚಾರಗಳನ್ನು ಹೇಳಿದ್ದಾರೆ.

ಕಾರಂತ ಪೀಠದಲ್ಲಿ ಕಾರಂತರಿಗೆ ಸಂಬಂಧಿಸಿದ ಪುಸ್ತಕಗಳು, ಅಪೂರ್ವ ಭಾವಚಿತ್ರಗಳು, ಸ್ಮರಣಿಕೆಗಳು, ಧ್ವನಿಮುದ್ರಿಕೆಗಳು, ದೃಶ್ಯಮುದ್ರಿಕೆಗಳನ್ನು ಸಂಗ್ರಹ ಮಾಡಿದ್ದೇನೆ. ನಾನು ಕಾರಂತರ ಮನೆಗೆ ಸಾಲಿಗ್ರಾಮಕ್ಕೆ ಹೋದಾಗಲೆಲ್ಲಾ ಕಾರಂತರು ಬಹಳ ವಿಶ್ವಾಸದಿಂದ ಅಲ್ಲಿನ ಅನೇಕ ಸಾಮಗ್ರಿಗಳನ್ನು ಕಾರಂತ ಪೀಠಕ್ಕೆ ಕೊಟ್ಟಿದ್ದಾರೆ. ಅವುಗಳಲ್ಲಿ ಅಪೂರ್ವವಾದ ಸ್ಮರಣಿಕೆಗಳಿವೆ. ಮಂಗಳೂರು ವಿಶ್ವವಿದ್ಯಾನಿಲಯ ಅವರಿಗೆ ಕೊಟ್ಟ ಗೌರವ ಡಿ.ಲಿಟ್‌ನ ಪ್ರಮಾಣಪತ್ರವಿದೆ ಕಾರಂತರೇ ಹೇಳಿದರು 'ನೀವು ಕೊಟ್ಟದ್ದು ನಿಮಗೇ ಇರಲಿ' ಎಂದು. ಹಾಗಾಗಿ ಅವರ ಗೌರವ ಡಾಕ್ಟರೇಟ್‌ನ ಪ್ರಮಾಣಪತ್ರ ಕಾರಂತ ಪೀಠದಲ್ಲಿದೆ. ಕಾರಂತಪೀಠದ ವತಿಯಿಂದ ಸುಮಾರು ೪ ವರ್ಷಗಳ ಕಾಲ ಕಾರಂತರಿಗೆ ಸಂಬಂಧಪಟ್ಟ ಅನೇಕ ದಾಖಲಾತಿಯನ್ನು ಮಾಡಲಾಗಿದೆ. ಸಾಲಿಗ್ರಾಮದ ಅವರ 'ಮಾನಸ'ದ ಮನೆಯಲ್ಲಿ ಅನೇಕ ಬಾರಿ ಬೆಳಗ್ಗೆಯಿಂದ ಸಂಜೆಯವರೆಗೆ ಅವರು ಕಾಲಿಗೆ ಗೆಜ್ಜೆ ಕಟ್ಟಿ ಬರೀ ಬನಿಯನ್‌ನಲ್ಲಿ ಗಂಟೆಗಟ್ಟಲೆ ಕುಣಿದಿದ್ದಾರೆ. ಯಕ್ಷರಂಗದಲ್ಲಿ ಅವರು ಮಾಡಿದ ತರಬೇತಿಯ ಮಾದರಿಯಲ್ಲಿ ಕೆಲವು ಬಾರಿ ಮೂರು ಗಂಟೆಗಳ ಕಾಲ ಉತ್ಸಾಹದಿಂದ ಕುಣಿದಿದ್ದಾರೆ. ಗೀತನಾಟಕಗಳನ್ನು ಕೆಲವು ದಿನಗಳ ಕಾಲ ಸಂಪೂರ್ಣವಾಗಿ ವಾಚನ ಮಾಡಿದ್ದಾರೆ. ಅದರ ಶ್ರವ್ಯ ಕ್ಯಾಸೆಟ್‌ಗಳು ಕಾರಂತಪೀಠದಲ್ಲಿವೆ. ಮಂಗಳೂರು ವಿಶ್ವವಿದ್ಯಾನಿಲಯ, ಕನ್ನಡ ವಿಭಾಗ, ಕಾರಂತಪೀಠ ಇವುಗಳೊಂದಿಗೆ ಕೊನೆಯ ಕ್ಷಣದವರೆಗೂ ಅವರು ಪ್ರೀತಿಯ ಸಂಬಂಧವನ್ನು ಇಟ್ಟುಕೊಂಡಿದ್ದರು.

೧೯೯೭ರಲ್ಲಿ ನಮ್ಮ ದೇಶದ ಸ್ವಾತಂತ್ರ್ಯ ಸುವರ್ಣ ಮಹೋತ್ಸವ ಕಾಲಕ್ಕೆ ಮಂಗಳೂರು ವಿಶ್ವವಿದ್ಯಾನಿಲಯದಲ್ಲಿ 'ನಮ್ಮ ದೇಶ' ಉಪನ್ಯಾಸ ಮಾಲಿಕೆಯಲ್ಲಿ ಕಾರಂತರ ಉಪನ್ಯಾಸ ಏರ್ಪಡಿಸಲು ನಾನು ಸಾಲಿಗ್ರಾಮಕ್ಕೆ ಹೋಗಿ ಅವರನ್ನು ವಿನಂತಿಸಿ ಒಪ್ಪಿಸಿದೆ. ಅವರು ಮಾತಾಡಿರುವಂಥದ್ದು ಅಕ್ಟೋಬರ್ ತಿಂಗಳಲ್ಲಿ. ಇಡೀ ದೇಶ ಸ್ವಾತಂತ್ರ್ಯ ಸುವರ್ಣ ಮಹೋತ್ಸವದ ಭಾವಾವೇಶದಲ್ಲಿ ಮುಳುಗಿದ್ದಾಗ ಕಾರಂತರು ಹೇಳಿದರು. 'ಬ್ರಿಟಿಷರು ನಮ್ಮ ದೇಶವನ್ನು ಬಿಟ್ಟು ಹೋದದ್ದು ನಮ್ಮ ಅಹಿಂಸಾ ಚಳವಳಿಯ ಕಾರಣಕ್ಕಾಗಿ ಅಲ್ಲ, ಗಾಂಧೀಜಿಯ ಹೋರಾಟಕ್ಕಾಗಿ ಅಲ್ಲ. ಇಡೀ ಬ್ರಿಟನ್ ಆರ್ಥಿಕವಾಗಿ ಬಹಳ ಮುಗ್ಗಟ್ಟಿನಲ್ಲಿ

ಇದ್ದ ಕಾರಣ ಅವರಿಗೆ ನಮ್ಮ ದೇಶವನ್ನು ಆಳುವ ಶಕ್ತಿಯಿರಲಿಲ್ಲ. ಆದ ಕಾರಣ ಅವರು ನಮ್ಮ ದೇಶವನ್ನು ಬಿಟ್ಟು ಹೋದರು. ಅನೇಕ ವಸಾಹತು ದೇಶಗಳನ್ನು ಬ್ರಿಟಿಷರು ಬಿಟ್ಟು ಹೋಗಲಿಕ್ಕೆ ಕಾರಣ ಅವುಗಳ ಆರ್ಥಿಕ ನಿರ್ವಹಣೆ ಮಾಡಲು ಅಸಾಧ್ಯವಾದದ್ದು'. ಹೀಗೆ ತಮ್ಮ ಕೊನೆಯ ಕ್ಷಣದವರೆಗೂ ಕಾರಂತರು ಬಹಳ ಚಿಂತನಾಪರರಾಗಿ ಇದ್ದರು.

ನಾನು ಕರ್ನಾಟಕ ತುಳು ಸಾಹಿತ್ಯ ಅಕಾಡೆಮಿಯ ಅಧ್ಯಕ್ಷನಾಗಿದ್ದಾಗ ಮೊದಲ ಸ್ವಾತಂತ್ರ್ಯ ಹೋರಾಟಗಾರ್ತಿ ಎಂಬ ಪ್ರಸಿದ್ಧಿಯ ಅಬ್ಬಕ್ಕಳ ನೆನಪಿಗಾಗಿ 'ಅಬ್ಬಕ್ಕ ಉತ್ಸವ'ವನ್ನು ಅವಳು ನೆಲೆಸಿದ್ದ ಉಳ್ಳಾಲದಲ್ಲಿ ೧೯೯೭ರಲ್ಲಿ ಆರಂಭಮಾಡಿದ್ದೆ. ಭಾರತ ಸ್ವಾತಂತ್ರ್ಯ ಸುವರ್ಣಮಹೋತ್ಸವದ ಹೆಸರಿನಲ್ಲಿ ಉಳ್ಳಾಲದಲ್ಲಿ ಕೋಮು ಸೌಹಾರ್ದವನ್ನು ಗಟ್ಟಿಗೊಳಿಸುವ ಉದ್ದೇಶ ನನ್ನದಾಗಿತ್ತು. ೧೯೯೭ ನವಂಬರ ೮ ಮತ್ತು ೯ರಂದು ಉಳ್ಳಾಲದ ಭಾರತ್ ಹೈಸ್ಕೂಲಿನಲ್ಲಿ ಏರ್ಪಾಡು ಆದ 'ಅಬ್ಬಕ್ಕ ಉತ್ಸವ'ದ ಉದ್ಘಾಟನೆಯಲ್ಲಿ ಅತಿಥಿಯಾಗಿ ಶಿವರಾಮ ಕಾರಂತರನ್ನು ಕರೆಯಲು ಸಾಲಿಗ್ರಾಮಕ್ಕೆ ಹೋದೆ, ಆಹ್ವಾನಿಸಿದೆ. ನನಗೆ ತುಳು ಮಾತಾಡಲು ಬರುವುದಿಲ್ಲ. ನಿಮ್ಮ ತುಳು ಅಕಾಡೆಮಿಗೆ ಯಾಕೆ ಕರೆಯುತ್ತೀರಿ?' ಎಂದರು ಕಾರಂತರು. 'ಸರ್, ನೀವು ಕನ್ನಡದಲ್ಲಿ ಸ್ವಾತಂತ್ರ್ಯದ ಕಲ್ಪನೆಯ ಬಗ್ಗೆ ಮಾತಾಡಿ' ಎಂದೆ. ಅವರು ಒಪ್ಪಿಕೊಂಡರು. ನವಂಬರ್ ೮ರಂದು ಸಂಜೆ ಉಳ್ಳಾಲ ಭಾರತ್ ಹೈಸ್ಕೂಲಿಗೆ ಬಂದರು. ಅವರ ವಾಚ್ ಕೈಕೊಟ್ಟ ಕಾರಣ ಕಾರ್ಯಕ್ರಮ ಆರಂಭವಾಗುವುದಕ್ಕಿಂತ ಒಂದು ಗಂಟೆ ಮುಂಚಿತವಾಗಿ ಬಂದರು. ನಾನು ಸ್ಥಳದಲ್ಲಿ ಇದ್ದೆ. ಏನು ಮಾಡುವುದೆಂದು ನನಗೆ ತೋಚಲಿಲ್ಲ. 'ಶಾಲೆಯ ಹೊರಗೆ ಬಯಲಿನಲ್ಲಿ ಕುಳಿತುಕೊಳ್ಳುತ್ತೇನೆ, ಗಾಳಿ ಚೆನ್ನಾಗಿದೆ' ಎಂದರು ಕಾರಂತರು. ಶಾಲೆಯಿಂದ ಒಂದು ಹಳೆಯ ಮರದ ಕುರ್ಚಿಯನ್ನು ಹೊರಗೆ ಇಟ್ಟೆ, ಕಾರಂತರು ಅಲ್ಲಿ ಕುಳಿತಕೂಡಲೇ ಅವರನ್ನು ನೋಡಲು ಶಾಲೆಯ ಮಕ್ಕಳು ಹತ್ತಿರ ಬಂದರು. ಕಾರಂತರು ಮಕ್ಕಳನ್ನು ಪ್ರೀತಿಯಿಂದ ಮಾತಾಡಿಸಿ ಒಬ್ಬೊಬ್ಬರಲ್ಲೂ ತಮಗೆ ಗೊತ್ತಿರುವ ಹಾಡು, ಗಾದೆ, ಕತೆ ಹೇಳಲು ಹೇಳಿದರು. ಕಾರಂತರ ಸಮ್ಮುಖದಲ್ಲಿ ಬಯಲಿನಲ್ಲಿ ಒಂದು ಮುಕ್ತ ಮಕ್ಕಳ ಕೂಟ ನಡೆಯಿತು. ಆ ಅಪೂರ್ವ ದೃಶ್ಯ ಈಗಲೂ ನನ್ನ ಕಣ್ಣ ಮುಂದೆ ಇದೆ. ಅಬ್ಬಕ್ಕ ಉತ್ಸವದ ಸಭಾ ಕಾರ್ಯಕ್ರಮದಲ್ಲಿ ಕಾರಂತರು ಅಬ್ಬಕ್ಕನ ಹೆಸರಿನಲ್ಲಿ ಸ್ವಾತಂತ್ರ್ಯದ ಪರಿಕಲ್ಪನೆಯ ಬಗ್ಗೆ ಅದ್ಭುತವಾಗಿ ಮಾತಾಡಿದರು. ಇದು ಅವರ ಕೊನೆಯ ಸಾರ್ವಜನಿಕ ಕಾರ್ಯಕ್ರಮ ಆಗುತ್ತದೆ ಎಂದು ಕನಸಿನಲ್ಲೂ ಎಣಿಸಿರಲಿಲ್ಲ. ಸರಿಯಾಗಿ ಒಂದು ತಿಂಗಳ ಬಳಿಕ ದಶಂಬರ ೯ರಂದು ಕಾರಂತರನ್ನು ನಮ್ಮನ್ನು ಅಗಲಿದರು.

ಶಿವರಾಮ ಕಾರಂತರು ಅಗಲಿದ ದಿನ ದಶಂಬರ ಒಂಬತ್ತು ೧೯೯೭ರಂದು ನಾನು ಇಡೀ ದಿನ ಕೋಟದ ಪರಿಸರದಲ್ಲಿ ಇದ್ದೆ. ಕೋಟ ಶಾಲೆಯಲ್ಲಿ ಮಲಗಿದ್ದ ಕಾರಂತರು, ಸಾವಿರಾರು ಮಂದಿ ಕಣ್ಣೀರು ಸುರಿಸುತ್ತಿದ್ದ ದೃಶ್ಯ, ಮತ್ತೆ ಬೆಂಕಿಯಲ್ಲಿ ಲೀನವಾದ ನೋಟ– ಎಲ್ಲವೂ ನನ್ನ ಕಣ್ಣ ಮುಂದೆ ಇಂದಿಗೂ ಇವೆ.

೯ ದಶಂಬರ ೨೦೧೧

ಪ್ರೀತಿಯ ಶಿಷ್ಯರ ಆತ್ಮೀಯ ಗುರು ಎಸ್‌ವಿಪಿ

ಶಿವಮೊಗ್ಗ ಜಿಲ್ಲೆಯ ತೀರ್ಥಹಳ್ಳಿ ತಾಲೂಕಿನ ಮಲೆನಾಡಿನಲ್ಲಿ ಹುಟ್ಟಿ, ನಿಸರ್ಗದ ನಡುವೆ ಬೆಳೆದ ಪರಮೇಶ್ವರ ಭಟ್ಟರು (೮ ಫೆಬ್ರವರಿ ೧೯೧೪ – ೨೭ ಅಕ್ಟೋಬರ್ ೨೦೦೦) ಸಹಜ ಕವಿಯಾಗಿ ಬೆಳೆದವರು. 'ರಾಗಿಣಿ' ಕವನ ಸಂಕಲನ ಅವರ ಮೊದಲ ಕೃತಿ. ಅವರ ಎಲ್ಲ ಸಾಹಿತ್ಯಸಾಧನೆಗಳ ವಿಸ್ತಾರದ ನಡುವೆಯೂ ಅವರೊಬ್ಬ ಅಪ್ಪಟ ಕವಿ ಮತ್ತು ಕವಿಹೃದಯದ ಸಹೃದಯ. ಕನ್ನಡದ ಪ್ರಾಚೀನ ಕಾವ್ಯ ಪ್ರಕಾರಗಳನ್ನು ಮತ್ತು ಛಂದೋಪ್ರಭೇದಗಳನ್ನು ಅವರು ಹೊಸಗನ್ನಡ ಕಾವ್ಯರೂಪದಲ್ಲಿ ಪುನರುಜ್ಜೀವನ ಮಾಡಿದರು. ಸಾಂಗತ್ಯ, ತ್ರಿಪದಿ, ಏಳೆ, ವಚನ ಪ್ರಕಾರಗಳು ಅವರ ಕಾವ್ಯಪ್ರಯೋಗದ ಮೂಲಕ ಹೊಸ ಅರ್ಥವನ್ನು ಪಡೆದವು. ಇಂದ್ರಚಾಪ, ಚಂದ್ರವೀಧಿಯಂತಹ ಸಾಂಗತ್ಯ ಕೃತಿಗಳು; ಉಪ್ಪುಕಡಲು, ಪಾಮರದಂತಹ ವಚನಸಂಕಲನಗಳು; ಸುರಗಿ ಸುರಹೊನ್ನೆಯಂತಹ ತ್ರಿಪದಿ ಮುಕ್ತಕಗಳು; ಇಂದ್ರಗೋಪದಂತಹ ಏಳೆ ರಚನೆಗಳು–ಇವು ಪ್ರಯೋಗಗಳೂ ಹೌದು, ಕನ್ನಡ ದೇಸಿಯ ಅನನ್ಯತೆಯನ್ನು ಉಳಿಸಿದ ಸಾಹಸಗಳೂ ಹೌದು. ಜನಪದ ಸಾಹಿತ್ಯದ ಜನಪ್ರಿಯ ಪ್ರಕಾರಗಳಾದ ಗಾದೆ ಮತ್ತು ಒಗಟುಗಳನ್ನು ಆಧುನಿಕ ಕಾಲದಲ್ಲಿ ಕಾವ್ಯಸೃಷ್ಟಿಯ ರೂಪದಲ್ಲಿ ಸ್ವತಂತ್ರ ರಚನೆಗಳನ್ನಾಗಿ ಎಸ್‌ವಿಪಿ ನಿರ್ಮಿಸಿ, ಜನಪದ ಸಾಹಿತ್ಯಕ್ಕೆ ಆಧುನಿಕ ಕಾವ್ಯದ ಜೊತೆಗೆ ಮನ್ನಣೆ ತಂದುಕೊಟ್ಟರು. 'ಮಂಥಾನ' ಅವರ ಸ್ವತಂತ್ರ ಗಾದೆಗಳ ಸಂಕಲನ; 'ಕಣ್ಣುಮುಚ್ಚಾಲೆ' ಸ್ವತಂತ್ರ ಒಗಟುಗಳ ರಚನೆ.

ವಿದ್ವತ್ತಿನ ವಲಯದಲ್ಲಿ ಪ್ರೊ. ಪರಮೇಶ್ವರ ಭಟ್ಟರದ್ದು ಸಂಸ್ಕೃತದ ಕ್ಲಾಸಿಕ್‌ಗಳನ್ನು ಕನ್ನಡಕ್ಕೆ ತಂದುಕೊಟ್ಟ ಭೂಮ ಪ್ರತಿಭೆ. ಹಾಲನ 'ಗಾಥಾ ಸಪ್ತಶತಿ' ಯನ್ನು ಮೊದಲ ಬಾರಿ ಕನ್ನಡದಲ್ಲಿ ಸರಸರೂಪದಲ್ಲಿ ತಂದ ಎಸ ವಿಪಿ, ಬಳಿಕ ಕಾಳಿದಾಸ, ಭಾಸ, ಹರ್ಷ, ಭವಭೂತಿ, ಭರ್ತೃಹರಿ –ಹೀಗೆ ಇವರ ಎಲ್ಲರ ಕಾವ್ಯ ನಾಟಕಗಳ ಅನುವಾದಗಳ ಸಮಗ್ರ ಸಂಪುಟಗಳನ್ನು ತಂದರು.ಸಂಸ್ಕೃತ, ಕನ್ನಡಗಳ ಜೊತೆಗೆ ಇಂಗ್ಲಿಷ್‌ನಲ್ಲೂ ಒಳ್ಳೆಯ ಪ್ರಭುತ್ವ ಇದ್ದ ಅವರು 'ಇಂಗ್ಲಿಷ್ ಪ್ರಬಂಧಗಳು' ಎಂಬ ಇಂಗ್ಲಿಷ್ ಎಸ್ಸೆಗಳ ಕನ್ನಡ ಅನುವಾದದ ಗ್ರಂಥವನ್ನು ಪ್ರಕಟಿಸಿದರು. ಇದರಲ್ಲಿ ಪ್ರಬಂಧ ಪ್ರಕಾರದ ಸರಿಯಾದ ಪ್ರವೇಶ ಇದೆ. ವಿಮರ್ಶೆಯ ಕ್ಷೇತ್ರದಲ್ಲಿ ಎಸ್‌ವಿಪಿ ಅವರದ್ದು ಪೌಳಿಕ ಪರಂಪರೆಯ ಮಾದರಿ.ಅವರ

ಭಾಷಣಗಳಿಗೂ ಬರಹಕ್ಕೂ ಬಹಳ ವ್ಯತ್ಯಾಸ ಇಲ್ಲ. ಅವರಿಗೆ ಇಷ್ಟವಾದ ಭಾರತೀಯ ಕಾವ್ಯಮೀಮಾಸೆಯ ಒಂದು ಉಕ್ತಿ: 'ರೀತಿಯೇ ಕಾವ್ಯದ ಆತ್ಮ'. ಹಾಗಾಗಿ ಭಾಷೆಗೆ ಭಾವದ ಆಲಿಂಗನ ಅವರ ಎಲ್ಲ ಬರಹಗಳಲ್ಲೂ ವಿಶೇಷವಾಗಿ ಕಾಣಿಸುತ್ತದೆ. ಅವರ ಭಾಷಣಗಳು, ಮುನ್ನುಡಿಗಳು, ಪ್ರಬಂಧಗಳು –ಎಲ್ಲವೂ ವಿಮರ್ಶೆಗಳೇ. ಮುದ್ದಣ ಕವಿ ಅವರ ಮೆಚ್ಚಿನ ಕವಿ. ಮುದ್ದಣನ ಕೃತಿಗಳನ್ನು ರಾಮಪಟ್ಟಾಭಿಷೇಕ, ಅದ್ಭುತ ರಾಮಾಯಣಗಳನ್ನು ಸಂಪಾದನೆ ಮಾಡುವುದರ ಜೊತೆಗೆ ಕರಾವಳಿಯ ಅಲಕ್ಷಿತ ಕವಿ ಮುದ್ದಣನಿಗೆ ಕರ್ನಾಟಕದ ವ್ಯಾಪ್ತಿಯಲ್ಲಿ ಹೆಸರು ತಂದುಕೊಟ್ಟವರಲ್ಲಿ ಎಸ್‌ವಿಪಿ ಪ್ರಮುಖರು. ನಾನು ಪದವಿ ತರಗತಿಯಲ್ಲಿ ಇದ್ದಾಗ ೧೯೬೫ರಲ್ಲಿ ಅವರ ವಿಮರ್ಶಾ ಲೇಖನಗಳ ಸಂಕಲನ 'ಸೀಳುನೋಟ' ನಮಗೆ ಅಧ್ಯಯನಕ್ಕೆ ದೊರಕಿತ್ತು. ನನಗೆ ಆಗ ಏನೂ ಗೊತ್ತಿಲ್ಲದ ಕನ್ನಡ ಸಾಹಿತ್ಯದ ಜಗತ್ತನ್ನು ತೆರದು ತೋರಿಸಿದ್ದವು ಅದರಲ್ಲಿನ ಲೇಖನಗಳು. ಆ ಸಂಕಲನದ 'ಪಂಪನು ಬೆಳಗಿದ ಲೌಕಿಕದ ಒಂದು ಚಿತ್ರ' ಎಂಬ ಲೇಖನ ನನ್ನ ಬಹಳ ಮೆಚ್ಚಿನದ್ದು. ಕಳೆದ ಎರಡು ವರ್ಷಗಳಿಂದ ಬ್ಲಾಗ್ ಬರಹಗಳನ್ನು ಬರೆಯುತ್ತಿರುವ ನನಗೆ ಈಗ ಎಸ್‌ವಿಪಿ ಅವರ ಕನ್ನಡ ಪದಸಂಪತ್ತು ಮತ್ತು ಬರಹದ ಶಕ್ತಿಯ ಮಹತ್ತ್ವ ಹೆಚ್ಚು ಅರ್ಥವಾಗುತ್ತಿದೆ.

ಗುರುಗಳ ಬಗ್ಗೆ ಹಿರಿಯ ಸಾಹಿತಿಗಳ ಬಗ್ಗೆ ಎಸ್ವಿಪಿ ಅವರಿಗೆ ಅಪಾರ ಗೌರವ. ತಮ್ಮ ತೀರ್ಥಹಳ್ಳಿಯ ಗುರುಗಳಾದ ಕಮಕೋಡು ನರಸಿಂಹ ಶಾಸ್ತ್ರಿಗಳ ಬದುಕು ಬರಹದ ಬಗ್ಗೆ ಒಂದು ಒಳ್ಳೆಯ ಅಭಿನಂದನಾ ಗ್ರಂಥವನ್ನು ಅವರು ಸಂಪಾದಿಸಿ ಪ್ರಕಟಿಸಿದರು. ಅದಕ್ಕೆ ನನ್ನಿಂದಲೂ ಒಂದು ಲೇಖನ ಬರೆಸಿದರು. ಈ ಪುಸ್ತಕದ ಬಿಡುಗಡೆ ಕಾರ್ಯಕ್ರಮ ತೀರ್ಥಹಳ್ಳಿಯಲ್ಲಿ ನಡೆಯಿತು. ಅದಕ್ಕೆ ನನ್ನನ್ನೂ ಕರೆದುಕೊಂಡು ಹೋಗಿದ್ದರು. ನರಸಿಂಹ ಶಾಸ್ತ್ರಿಗಳನ್ನು ನಾನು ಅಲ್ಲೇ ಮೊದಲು ನೋಡಿದ್ದು. ಯು.ಆರ್. ಅನಂತಮೂರ್ತಿ ಅವರ ಸಹಿತ ತೀರ್ಥಹಳ್ಳಿ ಪರಿಸರದ ಆ ಕಾಲದ ಸಾಹಿತಿಗಳನ್ನು ಸಮಾಜವಾದಿ ಚಿಂತಕರನ್ನು ಒಟ್ಟಿಗೆ ನಾನು ನೋಡಿದ್ದು ಆ ಕಾರ್ಯಕ್ರಮದಲ್ಲಿ. ಎಸ್ವಿಪಿ ಅವರು ತಮ್ಮ ತರಗತಿಗಳಲ್ಲಿ ಸ್ವಲ್ಪ ಸಮಯವನ್ನು ತಮ್ಮ ಗುರುಗಳ ನೆನಪುಗಳ ಮೂಲಕ ಅವರ ವಿಚಾರಗಳ ವೈಶಿಷ್ಯಗಳನ್ನು ತಿಳಿಸಲು ಬಳಸುತ್ತಿದ್ದರು. ಟಿಎಸ್ ವೆಂಕಣ್ಣಯ್ಯ, ಕುವೆಂಪು, ಡಿಎಲ್ ನರಸಿಂಹಾಚಾರ್, ತೀನಂಶ್ರೀ ಇವರೆಲ್ಲಾ ಅವರ ಕೃತಿಗಳ ಆಚೆಗೂ ನನಗೆ ಮಾನಸಿಕ ಗುರುಗಳಾಗಿ ದಕ್ಕಿದ್ದು ಎಸ್ವಿಪಿ ಅವರ ಪಾಠಗಳಿಂದ.

೧೯೬೮ರ ಜುಲೈಯಲ್ಲಿ ಹನಿ ಕಡಿಯದೆ ಸುರಿಯುತ್ತಿದ್ದ ಧಾರಾಕಾರ ಮಳೆಗೆ, ಬಂಟ್ವಾಳದ ನೆರೆಗೆ ಅಂಜದೆ ಮೈಸೂರಿನಿಂದ ಘಟ್ಟ ಇಳಿದು ಮಂಗಳೂರಿಗೆ ಇಳಿದು ಬಂದ ಎಸ್. ವಿ. ಪರಮೇಶ್ವರ ಭಟ್ಟರು ಕೇವಲ ಮಂಗಳೂರು ವಿಶ್ವವಿದ್ಯಾನಿಲಯದ ಸ್ನಾತಕೋತ್ತರ ಕೇಂದ್ರದ ನಿರ್ದೇಶಕರಾಗಿ, ಕನ್ನಡ ಸ್ನಾತಕೋತ್ತರ ವಿಭಾಗದ ಪಾಧ್ಯಾಪಕ ಮುಖ್ಯಸ್ಥರಾಗಿ ೧೯೭೪ರ ಮಾರ್ಚ್‌ನಲ್ಲಿ ನಿವೃತ್ತರಾಗಲಿಲ್ಲ. ಸುಮಾರು ಆರು ವರ್ಷಗಳ ಈ ಅವಧಿಯಲ್ಲಿ ಅವರು ಮಂಗಳೂರನ್ನು ಸಾಹಿತ್ಯ ಸಂಸ್ಕೃತಿಗಳ ಕೇಂದ್ರವಾಗಿಟ್ಟುಕೊಂಡು ಕರಾವಳಿಯ ಉದ್ದಕ್ಕೂ ದಿಗ್ವಿಜಯ ಸಾಧಿಸಿದರು. ಅಲ್ಲಿ ಯುದ್ಧವಿಲ್ಲ, ಸಾವು ನೋವುಗಳಿಲ್ಲ. ಅದೊಂದು ಬುದ್ಧನ ಶಾಂತಿಯಾತ್ರೆಯಂತೆ; ಅಲ್ಲಿನ ಮಂತ್ರ ಕನ್ನಡ, ಮಾತು ಸಾಹಿತ್ಯ ಬದುಕು ಸಂಸ್ಕೃತಿ.

ಎಸ್‌ವಿಪಿ ೧೯೬೮ರ ಜುಲೈಯಲ್ಲಿ ಮಂಗಳೂರು ಸ್ನಾತಕೋತ್ತರ ಕೇಂದ್ರಕ್ಕೆ ಕನ್ನಡ ಪ್ರೊಫೆಸರ್ ಆಗಿ ಬಂದಾಗ ಅಲ್ಲಿ ಕಚೇರಿ ಇರಲಿಲ್ಲ. ಸಿಬ್ಬಂದಿ ಇರಲಿಲ್ಲ. ಗ್ರಂಥಾಲಯ

ಇರಲಿಲ್ಲ. ತಾವೊಬ್ಬರೇ ಕಚೇರಿಯಾಗಿ, ಸಿಬ್ಬಂದಿಯಾಗಿ ನಡೆದಾಡುವ ಗ್ರಂಥಾಲಯವಾಗಿ ಕನ್ನಡ ವಿಭಾಗವನ್ನು, ಸ್ನಾತಕೋತ್ತರ ಕೇಂದ್ರವನ್ನು ತಮ್ಮ ಮಾಂತ್ರಿಕ ಶಕ್ತಿಯಿಂದ ನಿರ್ಮಾಣ ಮಾಡಿದರು. ವಿಜ್ಞಾನದ ಪದವೀಧರನಾಗಿದ್ದ ನಾನು ಆಗಿನ ಕನ್ನಡದ ಏಕೈಕ ದಿನಪತ್ರಿಕೆ ನವಭಾರತದಲ್ಲಿ ಕನ್ನಡ ಎಂಎಗೆ ಅರ್ಜಿ ಸಲ್ಲಿಸುವ ಅವಕಾಶದ ಬಗ್ಗೆ ಓದಿ ತಿಳಿದು ಅರ್ಜಿ ಸಲ್ಲಿಸಿದೆ. ಒಂದು ದಿನ ಕಾರ್ಡಿನಲ್ಲಿ ಎಸ್‌ವಿಪಿಯವರದೇ ಹಸ್ತಾಕ್ಷರದಲ್ಲಿ ಎಂಎ ಪ್ರವೇಶಕ್ಕೆ ಆಯ್ಕೆಯಾದ ಸೂಚನೆ ಬಂದಾಗ ನನಗೆ ದಿಗಿಲು ಮತ್ತು ಬೆರಗು. ಮಂಗಳೂರಿಗೆ ಸಾಕಷ್ಟು ಹೊಸಬನಾದ ನಾನು ದಾರಿ ಹುಡುಕುತ್ತಾ ಸ್ಕೆಂಟ್ ಎಲೋಶಿಯಸ್ ಕಾಲೇಜಿನ ತಳ ಅಂತಸ್ತಿನ ಒಂದು ಕೊಠಡಿಯ ಒಳ ಹೊಕ್ಕು ಎಸ್‌ವಿಪಿಯವರನ್ನು ವಿಚಾರಿಸಿದೆ. ಆಗ ಬೆಳ್ಳಿಗೂದಲ, ಕುಳ್ಳ ದೇಹದ ನಗುಮುಖದವರೊಬ್ಬರು 'ಬನ್ನಿ, ಬನ್ನಿ' ಎಂದು ಒಳ ಕರೆದು ತಮ್ಮೆದುರಿನ ಕುರ್ಚಿಯಲ್ಲಿ ಕುಳಿತುಕೊಳ್ಳಲು ಹೇಳಿದರು. ಅಕ್ಕರೆಯಿಂದ ವಿಚಾರಿಸಿಕೊಂಡು ಕನ್ನಡದ ಬಗ್ಗೆ ಪ್ರೀತಿ ಮೊಳೆಯುವಂತಹ ಮಾತುಗಳನ್ನು ಆಡಿ ಬೆನ್ನುತಟ್ಟುವ ಸಂಭ್ರಮವನ್ನು ಕಂಡ ನನಗೆ ಹೊಸತೊಂದು ಲೋಕದ ಅನುಭವವಾಯಿತು. ಮುಂದೆ ೧೯೬೮ರಿಂದ ೧೯೭೦ರವರೆಗೆ ಎರಡು ವರ್ಷಗಳ ಕಾಲ ಅವರ ಮೊದಲ ತಂಡದ ವಿದ್ಯಾರ್ಥಿಯಾಗಿ, ಹದಿನಾರರಲ್ಲಿ ಒಬ್ಬನಾಗಿ ನಾನು ಕಂಡ, ಕೇಳಿದ, ಅನುಭವಿಸಿದ ವಿಷಯಗಳು ನೂರಾರು. ಎಸ್‌ವಿಪಿಯವರ ಪಾಠ ಅದೊಂದು ರಸಲೋಕದ ಪ್ರಯಾಣದಂತೆ ೧೬ ಮಂದಿಯ ತರಗತಿಯಾಗಲೀ, ಸಾವಿರ ಮಂದಿಯ ಸಭೆಯಾಗಲೀ, ಆ ಮಾತಿನ ರೀತಿ, ರೂಪಕಗಳ ಸರಮಾಲೆ ತಮ್ಮ ಗುರು ಪರಂಪರೆಯ ಸಂಬಂಧದ ಅನುಭವಗಳನ್ನು ಬಿಚ್ಚುತ್ತಿದ್ದ ವೈಖರಿ, ವಿಷಯದ ಮಂಡನೆಯೊಂದಿಗೆ ಜೋಡಣೆಗೊಳ್ಳುತ್ತಿದ್ದ ನೂರಾರು ಅನುಭವದ ರಸಮಯ ತುಣುಕುಗಳು– ಹೀಗೆ ಒಂದು ಗಂಟೆ ಮುಗಿಯುವುದರೊಳಗೆ ಒಂದು ರಸವಿಶ್ವಕೋಶದೊಳಗಡೆ ತಿರುಗಾಟದ ಅನುಭವವಾಗುತ್ತಿತ್ತು. ಪಂಪನ ಆದಿಪುರಾಣದಂತಹ ಕಾವ್ಯವಾಗಲೀ, ಭಾರತೀಯ ಕಾವ್ಯಮೀಮಾಂಸೆಯಂತಹ ಶಾಸ್ತ್ರವಾಗಲೀ, ಅಕ್ಕಮಹಾದೇವಿಯ ವಚನಗಳಾಗಲೀ, ಇಂಗ್ಲಿಷ್‌ನ ಲಲಿತ ಪ್ರಬಂಧಗಳ ಅನುವಾದಗಳಾಗಲೀ ಎಸ್‌ವಿಪಿಯವರ ಪಾಠ ಅವರ ಅನುಭವ ಲೋಕದ ಅನಾವರಣದ ಮೂಲಕವೇ ನಮಗೆ ಭಾವಗಮ್ಯವಾಗುತ್ತಿತ್ತು.

ತರಗತಿಯ ಒಳಗಿನ ಪಾಠಪ್ರವಚನಗಳ ಸೊಗಸು ಒಂದು ಕಡೆಯಾದರೆ ಕನ್ನಡವನ್ನು ಪ್ರೀತಿಸಲು ನೂರಾರು ಬಗೆಯ ರಹದಾರಿಗಳನ್ನು ಎಸ್‌ವಿಪಿ ನಮಗೆ ತೋರಿಸಿಕೊಟ್ಟರು. ಕವಿಗಳ, ಸಾಹಿತಿಗಳ, ವಿದ್ವಾಂಸರ ಉಪನ್ಯಾಸಗಳನ್ನು ಏರ್ಪಡಿಸುತ್ತಿದ್ದುದು ಅಂತಹ ಒಂದು ಅಪೂರ್ವ ಅವಕಾಶ. ಬೇಂದ್ರೆ, ಕಾರಂತ, ಮಾಸ್ತಿ, ಜಿ.ಪಿ.ರಾಜರತ್ನಂ, ಅಡಿಗರಿಂದ ಹಿಡಿದು ಕನ್ನಡದ ಹಿರಿಯ–ಕಿರಿಯ ಸಾಹಿತಿಗಳನ್ನು ಸೆಳೆದು ತಂದು ವಿಭಾಗದಲ್ಲಿ ಉಪನ್ಯಾಸ ಮಾಡಿಸುತ್ತಿದ್ದರು. ಉಳಿದ ವಿಭಾಗಗಳ ವಿದ್ಯಾರ್ಥಿಗಳು ಎಷ್ಟೋ ಬಾರಿ ನಮ್ಮ ವಿಭಾಗದ ಬಗ್ಗೆ ಆ ಕಾಲಕ್ಕೆ ತಮಾಷೆ ಮಾಡುತ್ತಿದ್ದ ಮಾತೆಂದರೆ–ಮಂಗಳೂರು ಹಂಪನಕಟ್ಟೆಯ ಬಸ್ಸು ನಿಲ್ದಾಣದಲ್ಲಿ ಇಳಿಯುವ ಯಾವುದೋ ಸಾಹಿತಿಯನ್ನು ನಾವು ಎಳೆದು ತಂದು ವಿಭಾಗದಲ್ಲಿ ಕಾರ್ಯಕ್ರಮ ನಡೆಸುತ್ತಿದ್ದೆವು. ಎಂದು. ನನಗೆ ನೆನಪಿರುವ ಹಾಗೆ ಕುವೆಂಪು ಅವರೊಬ್ಬರನ್ನು ಬಿಟ್ಟರೆ ೧೯೬೮ರಿಂದ ೧೯೭೪ರ ಅವಧಿಯಲ್ಲಿ ನಮ್ಮ ವಿಭಾಗಕ್ಕೆ ಬಾರದ. ಮಾತನಾಡುವ ಆ ಕಾಲದ ಸಾಹಿತಿ ಯಾರೂ ಇರಲಿಲ್ಲ.

ಎಸ್‌ವಿಪಿ ಅವರ ಕನ್ನಡ ಪ್ರೀತಿಯ ಇನ್ನೊಂದು ಗೀಳೆಂದರೆ ಪುಸ್ತಕ ಪ್ರಕಟಣೆ. ಬಹಳ ಬಾರಿ ಸಾಲ ಮಾಡಿ ಮನೆ ತುಂಬಾ ರಾಶಿರಾಶಿಯಾಗಿ ಸೇರಿಸಿಟ್ಟ ಗ್ರಂಥಗಳ ನಡುವೆ ಇವರು ಸಿಕ್ಕಿ ಹಾಕಿಕೊಂಡಿದ್ದಾರೋ ಎನ್ನುವಷ್ಟು ಸಂಖ್ಯೆಯಲ್ಲಿ ಗ್ರಂಥಗಳನ್ನು ಇವರು ಪ್ರಕಟಿಸಿದರು. ಸಹೋದ್ಯೋಗಿಗಳ, ಶಿಷ್ಯರ, ತಮ್ಮ ಸಂಪರ್ಕಕ್ಕೆ ಬಂದ ಅನೇಕ ಅಭಿಮಾನಿಗಳ ಪುಸ್ತಕಗಳನ್ನು ಪ್ರಕಟಿಸಲು ಉತ್ತೇಜನ ಕೊಟ್ಟರು. ಅದಕ್ಕಾಗಿ ತಮ್ಮ ತನು-ಮನ-ಧನಗಳನ್ನು ಅಕ್ಷರಶಃ ವಿನಿಯೋಗಿಸಿದರು. ಹಾಗಾಗಿ ಗ್ರಂಥ ಪ್ರಕಟಣೆ ಮತ್ತು ಗ್ರಂಥ ಬಿಡುಗಡೆ ಅವರ ಕಾಲದಲ್ಲಿ ನಿತ್ಯೋತ್ಸವವಾಯಿತು. ನಾವು ವಿದ್ಯಾರ್ಥಿಗಳೇ ಬರೆದ ಕವನಗಳ ಸಂಕಲನ 'ಮಂಗಳ ಗಂಗೆ'ಯನ್ನು ನಾವು ಗುರುಗಳಾದ ಎಸ್‌ವಿಪಿಯವರಿಗೇ ಗೌರವದಿಂದ ಅರ್ಪಣೆ ಮಾಡಿದ್ದೆವು.

೧೯೭೦ರಲ್ಲಿ ಎಂ.ಎ. ಮುಗಿಸಿ ನಾನು ಕಲಿತ ವಿಭಾಗದಲ್ಲಿ ಉಪನ್ಯಾಸಕನಾಗಿ ಸೇರುವಲ್ಲಿ ಗುರುಗಳ ಆಶೀರ್ವಾದ ಬಹಳ ಮುಖ್ಯವಾಗಿತ್ತು. ಕೆಲವು ತಿಂಗಳ ಹಿಂದಿನ ಶಿಷ್ಯನನ್ನು ಸಹೋದ್ಯೋಗಿಯೆಂದು ಪ್ರೀತಿಯಿಂದ ಬರಮಾಡಿಕೊಂಡು ಅಧ್ಯಾಪನದ ದೀಕ್ಷೆಯನ್ನು ಕೊಟ್ಟ ಪ್ರೊಫೆಸರ್ ಸಾಹಿತ್ಯದ ಓದಿನಿಂದ ತೊಡಗಿ ಕನ್ನಡದ ಕೆಲಸಗಳನ್ನು ಮೈ ತುಂಬಾ ಹಚ್ಚಿಕೊಂಡು, ಒತ್ತಡಗಳ ನಡುವೆಯೇ ಸುಖವನ್ನು ಕಾಣುವ ದಾರಿಯನ್ನು ತೋರಿಸಿದರು. ನಾವು ನಾಲ್ವರು ಅಧ್ಯಾಪಕರೇ ನಮ್ಮ ಹೆಸರಿನ ಮೊದಲ ಅಕ್ಷರಗಳನ್ನು ಜೋಡಿಸಿ 'ಪಲಚಂವಿ' ಪ್ರಕಾಶನವನ್ನು (ಪರಮೇಶ್ವರ ಭಟ್ಟ, ಲಕ್ಕಪ್ಪ ಗೌಡ, ಚಂದ್ರಶೇಖರ್ ಐತಾಳ ಮತ್ತು ವಿವೇಕ ರೈ) ಆರಂಭಿಸಿ ನಾಲ್ಕು ಪುಸ್ತಕಗಳನ್ನು ಪ್ರಕಟಿಸಿದೆವು. ಕನ್ನಡ ಪುಸ್ತಕಗಳ ಬಗ್ಗೆ ಮಂಗಳೂರು ಪರಿಸರದಲ್ಲಿ ಆಸಕ್ತಿ ತೀರಾ ಕಡಿಮೆಯಿದ್ದ ಆ ದಿನಗಳಲ್ಲಿ 'ಮನೆ ಮನೆಗೆ ಸರಸ್ವತಿ'ಯೆಂಬ ಪುಸ್ತಕ ಅಭಿಯಾನವನ್ನು ಆರಂಭಿಸಿದರು. ಸಹೋದ್ಯೋಗಿಗಳ, ವಿದ್ಯಾರ್ಥಿಗಳ ಜೊತೆಗೆ ಹೆಗಲಿಗೆ ಚೀಲ ನೇತುಹಾಕಿ ಅದರಲ್ಲಿ ಪುಸ್ತಕಗಳನ್ನು ತುಂಬಿಕೊಂಡು ಬಿಸಿಲಿನಲ್ಲಿ ನಡೆದಾಡುತ್ತ ಎಲ್ಲರಲ್ಲೂ ತಮ್ಮ ನಗೆ ಮಾತುಗಳಿಂದ ಉತ್ಸಾಹವನ್ನು ತುಂಬುತ್ತಾ ಮನೆಯಿಂದ ಮನೆಗೆ, ಅಂಗಡಿಯಿಂದ ಅಂಗಡಿಗೆ ಕನ್ನಡ ಪುಸ್ತಕಗಳನ್ನು ಮಾರಾಟ ಮಾಡುವ ಕಾಯಕವನ್ನು ಕೈಗೊಂಡರು.

ಯಕ್ಷಗಾನದ ಮಾತುಗಾರಿಕೆ ಮತ್ತು ಪ್ರದರ್ಶನದಿಂದ ವಿಶೇಷ ಪ್ರಭಾವಿತರಾಗಿದ್ದ ಎಸ್‌ವಿಪಿ ಅನೇಕ ತಾಳಮದ್ದಲೆಗಳನ್ನು ಏರ್ಪಡಿಸಿದರು. ಆಗ ಮಂಗಳೂರಿನ ನೆಹರೂ ಮೈದಾನದಲ್ಲಿ ನಡೆಯುತ್ತಿದ್ದ ಕಾಂಗ್ರೆಸ್ ವಸ್ತು ಪ್ರದರ್ಶನದ ಟೆಂಟಿನ ಒಳಗಡೆ ಕಾಲೇಜು ವಿದ್ಯಾರ್ಥಿಗಳಿಗಾಗಿ ಯಕ್ಷಗಾನ ಬಯಲಾಟ ಸ್ಪರ್ಧೆಯನ್ನು ಏರ್ಪಡಿಸಿದರು. ವಿದ್ಯಾರ್ಥಿಗಳಾಗಿದ್ದ ನಾವು ವಸ್ತು ಪ್ರದರ್ಶನದೊಳಗಡೆ ಕನ್ನಡ ಪುಸ್ತಕಗಳ ಸ್ಟಾಲು ತೆಗೆದು ಪುಸ್ತಕ ಮಾರಾಟ ಮಾಡಿದ್ದು, ರಾತ್ರಿಯಿಡೀ ಯಕ್ಷಗಾನ ಬಯಲಾಟಗಳ ಏರ್ಪಾಟು ಮಾಡಿದ್ದು ಇವೆಲ್ಲ ರೋಮಾಂಚಕ ಅನುಭವಗಳು ತಾಳಮದ್ದಲೆಯ ಅರ್ಥಗಾರಿಕೆಯನ್ನು ಮೆಚ್ಚುತ್ತಿದ್ದ ಪ್ರೊಫೆಸರ್ ಅದರ ಅತೀ ವಾಚಾಳಿತನವನ್ನು ಕೆಲವೊಮ್ಮೆ ತಮಾಷೆಯಾಗಿ ವಿಮರ್ಶೆಯೂ ಮಾಡುತ್ತಿದ್ದರು. ಹಾಗಾಗಿ ತರಗತಿಯಲ್ಲಿ ಪಾಠ ಮಾಡುವಾಗ ಕಾವ್ಯವನ್ನು ವ್ಯಾಖ್ಯಾನಿಸುವುದಕ್ಕೆ ತಾಳಮದ್ದಲೆ ಮಾಡುವುದು ಎನ್ನುತ್ತಿದ್ದರು.

ಮಂಗಳೂರಿನ ಸ್ನಾತಕೋತ್ತರ ಕೇಂದ್ರಕ್ಕೆ 'ಮಂಗಳಗಂಗೋತ್ರಿ'ಯೆಂದು ನಾಮಕರಣ ಮಾಡಿದವರು ಅವರೇ. ನನ್ನ ಸಹಪಾಠಿ ಗೆಳೆಯ ಎನ್.ಕೆ.ಚೆನ್ನಕೇಶವ ಮತ್ತು ನಾನು ಒಂದು ದಿನ ಪ್ರೊಫೆಸರ್ ಮನೆಯಿಂದ ಒಟ್ಟಿಗೆ ನಡೆದುಕೊಂಡು ಬರುತ್ತಿದ್ದಾಗ ಈ ಕೇಂದ್ರಕ್ಕೆ ಹೆಸರಿಡುವ ಮಾತು ಬಂತು. ಮಾನಸ ಗಂಗೋತ್ರಿಯ ಪ್ರೇರಣೆಯಿಂದ ಮಂಗಳ ಗಂಗೋತ್ರಿಯೆಂಬ ಹೆಸರನ್ನು ಆ ದಿನ ಉಲ್ಲೇಖಿಸಿದವರು ಎಸ್‌ವಿಪಿ. ಮುಂದೆ ಅದು ಮೈಸೂರು ವಿಶ್ವವಿದ್ಯಾನಿಲಯದಿಂದ ಅಧಿಕೃತ ಅಂಗೀಕಾರವನ್ನು ಪಡೆಯಿತು.

ಕರೆದಲ್ಲಿಗೆಲ್ಲ, ಎಷ್ಟೇ ಕಷ್ಟವಾದರೂ ಸರಿಯಾದ ವಾಹನವಿರಲಿ, ಇಲ್ಲದಿರಲಿ ಹೋಗಿ ಎಲ್ಲಾ ಆಯಾಸಗಳನ್ನು ಮರೆತು ಸ್ಫೂರ್ತಿದಾಯಕ ಭಾಷಣ ಮಾಡಿ ಆ ಊರಿನ ಹೆಸರಿನ ಮೆಚ್ಚುಗೆಯ ವಿವರಣೆಯಿಂದ, ತಮ್ಮ ಸಂಮೋಹಿನಿ ವಿದ್ಯೆಯಿಂದ ಜನರನ್ನು ಸೆಳೆಯುತ್ತಿದ್ದ ಅವರು ಭಾಷಣದ ವೈಖರಿಯನ್ನು ಅನೇಕ ಬಾರಿ ಅವರ ಜೊತೆಗೆ ಕೇಳಿದ, ಕಂಡ ನೆನಪುಗಳು ಒಂದು ಕನಸಿನ ಜಗತ್ತನ್ನು ಕಟ್ಟಿಕೊಡುತ್ತವೆ.

ಪ್ರೊಫೆಸರ್ ಎಸ್ವಿಪಿ ಅವರು ಜವಾನ ನಾರಾಯಣ ಗಟ್ಟಿಯಲ್ಲಿ ಹೇಳುತ್ತಿದ್ದ ಒಂದು ಮಾತು ಸರಳವಾಗಿ ಹಾಸ್ಯದ ನುಡಿಯ ಹಾಗೆ ಕಂಡರೂ ನನಗೆ ಬದುಕಿನ ತಾತ್ವಿಕತೆಯಂತೆ ಕಂಡಿದೆ. ಪ್ರೊಫೆಸರ್ ಹೇಳುತ್ತಿದ್ದದ್ದು: "ನಾರಾಯಣ, ನೀನು ಕವರ್‌ಗಳಿಗೆ ಸ್ಟಾಂಪ್ ಹಚ್ಚುವಾಗ ದೇವರು ನಿನ್ನನ್ನು ಸೃಷ್ಟಿಸಿದ್ದು ಕವರ್‌ಗೆ ಸ್ಟೇಂಪ್ ಹಚ್ಚಲು ಮಾತ್ರ ಎಂದು ಭಾವಿಸಿಕೊಂಡು ಕೆಲಸಮಾಡಬೇಕು. ನೀನು ಊಟ ಮಾಡುವಾಗ ದೇವರು ನಿನ್ನನ್ನು ಸೃಷ್ಟಿಸಿದ್ದು ಊಟ ಮಾಡಲು ಮಾತ್ರ ಎಂದು ಮನಸ್ಸಿನಲ್ಲಿ ಇಟ್ಟುಕೊಂಡು ಊಟಮಾಡಬೇಕು. ಸ್ಟೇಂಪ್ ಹಚ್ಚುವಾಗ ಊಟದ ಚಿಂತೆ ಮಾಡಬಾರದು, ಊಟಮಾಡುವಾಗ ಸ್ಟೇಂಪ್ ಹಚ್ಚುವ ಯೋಚನೆ ಮಾಡಬಾರದು." ಕಾಯಕ ತತ್ವವನ್ನು ಇದಕ್ಕಿಂತ ಚೆನ್ನಾಗಿ ಹೇಳಲು ಸಾಧ್ಯವಿಲ್ಲ. ನಾನು ಈ ತತ್ವವನ್ನು ಬಹಳ ಬಾರಿ ಪಾಲಿಸಲು ಯತ್ನಿಸಿದ್ದೇನೆ. ನಾವು ಮಾಡುವ ಯಾವುದೇ ಕೆಲಸವಾದರೂ ಅದು ಊಟವಾಗಲೀ ಪಾಠವಾಗಲೀ ಅದರಲ್ಲಿ ತಲ್ಲೀನತೆ, ತಾದಾತ್ಮ್ಯ ಇದ್ದರೆ ಅದು ಜೀರ್ಣವಾಗುತ್ತದೆ, ಕೊನೆಗೆ ಸಂತೃಪ್ತಿಯ ಸುಖ ಸಿಗುತ್ತದೆ.

ನಾವೆಲ್ಲ ಕಂಡಿರದ, ಕೇಳಿರದ ಊರುಗಳಿಗೆ ಅವರು ಹೋದವರು, ಕಂಡವರು, ಗೆದ್ದವರು. ಆ ಕಾಲದ ಜನ ಎಸ್‌ವಿಪಿ ಮಾತುಗಳ ಧ್ವನಿ ಅನುರಣನವನ್ನು ತಮ್ಮ ಮನೋಭೂಮಿಕೆಯಲ್ಲಿ ಇಂದಿಗೂ ಕೇಳಬಲ್ಲವರಾಗಿದ್ದಾರೆ. ಪರಂಪರೆಯ ಬಗ್ಗೆ ಅಪಾರವಾದ ಗೌರವ, ಹಿರಿಯರ ಬಗ್ಗೆ ಗುರುಗಳ ಬಗ್ಗೆ ಅವರ ಸದ್ಗುಣಗಳ ಬಗ್ಗೆ ಅಚಲ ವಿಶ್ವಾಸ, ಕಿರಿಯರ ಶಕ್ತಿಯ ಬಗ್ಗೆ ಭರವಸೆ, ವಿಶ್ವಾಸ ಹೊಂದಿದ್ದ ಎಸ್‌ವಿಪಿ ಒಬ್ಬ ಅಜಾತಶತ್ರು. ಹಸಿದ ಹೊಟ್ಟೆಯಲ್ಲೇ ಪಾಠ ಮಾಡಬಲ್ಲ, ಶ್ರೀಮತಿಯವರ ಕಾಯಿಲೆಯ ವೇಳೆಗೂ ಸರಸ ಭಾಷಣ ಮಾಡಬಲ್ಲ, ಮಗನ ಅಪಘಾತದ ಸುದ್ದಿ ಬಂದಾಗಲೂ ನಡೆಯುತ್ತಿದ್ದ ಸಭೆಯಲ್ಲಿ ಜನ ನಕ್ಕು ನಲಿಯುವಂತೆ ಮಾತನಾಡಿ ಮತ್ತೆ ಮೈಸೂರಿಗೆ ತೆರಳಿದ, ನೂರು ನೋವುಗಳ ನಡುವೆ ಕೂಡಾ ಸಾವಿರ ಬಗೆಯ ನಗೆಗಳನ್ನು ಚೆಲ್ಲಿದ ಪ್ರೊಫೆಸರ್ ಅವರ ವಿದ್ವತ್ತು, ಸಾಹಿತ್ಯ-ಸಾಧನೆಗಳು ಅವರ ಸಜ್ಜನಿಕೆಯ, ಸರಳತೆಯ, ಅತಿ ಉದಾರತೆಯ ಗುಣಗಳ ನಡುವೆ ಬಹಳ ಮಂದಿಗೆ ಕಾಣದೆ ಹೋದುದು ಕನ್ನಡ ಸಾಹಿತ್ಯ ಚರಿತ್ರೆಯಲ್ಲಿನ ಒಂದು ವ್ಯಂಗ್ಯ.

ತಮ್ಮ ಬಗ್ಗೆ ಪತ್ರಿಕೆಗಳಲ್ಲಾಗಲೀ, ಬೇರೆಲ್ಲಾಗಲೀ, ಒಳ್ಳೆಯ ವರದಿಗಳು ಬಂದಾಗ, ಭಾವಚಿತ್ರಗಳು ಬಂದಾಗ 'ನೋಡಿ ಈ ಭಟ್ಟ ಹೇಗಿದ್ದಾನೆ?' ಎಂದು ವಿದ್ಯಾರ್ಥಿಗಳೊಂದಿಗೆ ಸಂತೋಷ ಪ್ರಕಟಿಸುತ್ತಿದ್ದರು. ಬಹಳ ಒತ್ತಡಗಳು, ಸಮಸ್ಯೆಗಳು ಬಂದಾಗಲೂ ಅವರಿಗೆ ಮತ್ತು ಜೊತೆಗಿದ್ದವರಿಗೆ ಅವರು ಹೇಳುತ್ತಿದ್ದ ಸಾಂತ್ವನ 'ದೇವರಿದ್ದಾನೆ ನೋಡೋಣ'. ಈ ಮಾತು ದೇವರ ಅಸ್ತಿತ್ವಕ್ಕಿಂತಲೂ ಹೆಚ್ಚಾಗಿ ಭರವಸೆಯ, ಸಾಂತ್ವನದ ಮಾತಾಗಿ ಜನಪ್ರಿಯವಾಗಿತ್ತು.

ತಾನು ನಗುವುದರೊಂದಿಗೆ ಇತರರನ್ನೂ ನಗಿಸುವಂತೆ ಮಾಡುವಲ್ಲಿ ಎಸ್‌ವಿಪಿ ಅವರಿಗಿದ್ದ ಮುಖ್ಯ ಕಾಳಜಿಯೆಂದರೆ ನಿರ್ಮಲ ಪರಿಸರ, ಶುದ್ಧ ನಡವಳಿಕೆ, ಪ್ರೀತಿಯ ಆವರಣ. ಇಂತಹ ಪರಿಸರಕ್ಕೆ ಒಮ್ಮೆ ಒಳಹೊಕ್ಕವರು, ಮತ್ತೆ ಆ ಸುಖವನ್ನು ಎಂದಿಗೂ ಮರೆಯಲಾರರು ಉಡುಪಿಯಲ್ಲಿ ಎಸ್‌ವಿಪಿಯವರ ಶಿಷ್ಯರು, ಅಭಿಮಾನಿಗಳು ಅವರನ್ನು ಮೈಸೂರಿಗೆ ಬೀಳ್ಕೊಟ್ಟಾಗ 'ನಾನು ನೂರು ವರ್ಷ ಬದುಕುತ್ತೇನೆ' ಎಂದಿದ್ದರು. ೧೯೬೮ರಿಂದ ೧೯೭೫ರವರೆಗೆ ಮಂಗಳೂರಿನಲ್ಲಿ ಎಸ್‌ವಿಪಿಯವರ ಸಂಪರ್ಕಕ್ಕೆ ಬಂದ ಯಾರೇ ಆದರೂ ಹೇಳಬಹುದಾದ ಮಾತು ಅವರು ನೂರಲ್ಲ, ಸಾವಿರಾರು ವರ್ಷಗಳ ಕಾಲ ನಮ್ಮ ಕನ್ನಡ ಜಿಲ್ಲೆಗಳ ಜನಮನದಲ್ಲಿ ಬದುಕಿರುತ್ತಾರೆ–ಎಂಬುದು.

ಅಧಿಕಾರ, ಪ್ರಶಸ್ತಿ, ಬಹುಮಾನ ಇವುಗಳ ಆಸೆ ಎಳ್ಳಷ್ಟೂ ಎಸ್‌ವಿಪಿಯವರಿಗೆ ಇರಲಿಲ್ಲ. ಆದರೆ ಯಾವುದೇ ಪ್ರಶಸ್ತಿ ಬಂದಾಗಲೂ–ತಮಗಾಗಲಿ, ಇತರರಿಗಾಗಲಿ ಅವರು ಹೆಮ್ಮೆಪಡುತ್ತಿದ್ದರು. ತಮ್ಮೊಡನೆ ಇರುವವರೆಲ್ಲ ಸಂತೋಷಪಡುವಂತೆ ಮಾಡುತ್ತಿದ್ದರು. ಹಾಗೆ ನೋಡಿದರೆ ಅವರಿಗೆ ದೊರೆತಿರುವ ಪ್ರಶಸ್ತಿಗಳು ಬಹಳವೇನೂ ಇಲ್ಲ. ಸಣ್ಣ ಸಣ್ಣ ಊರುಗಳಲ್ಲಿ ತಮಗೆ ಮಾಡಿದ ಸನ್ಮಾನಗಳನ್ನು ಅವರು ಸಂಭ್ರಮದಿಂದ ದಾಖಲಿಸುತ್ತಿದ್ದರು. ಜನರ ಪ್ರೀತಿಯನ್ನು ಬಹಳ ದೊಡ್ಡ ಪ್ರೀತಿಯೆಂದು ಭಾವಿಸುತ್ತಿದ್ದರು. ಎಸ್‌ವಿಪಿ ಈ ಅರ್ಥದಲ್ಲೂ ಕನ್ನಡದ ಅಪರೂಪದ ಸಾಹಿತಿ.

ಮಂಗಳೂರಿನ ಕಡಲು ಎಸ್‌ವಿಪಿಯವರ ಬಹಳ ಪ್ರೀತಿಯ ಭಾವಕೋಶದ ಭಾಗ. ಅದು ಅವರ ಬದುಕಿನ ರೂಪಕ. ಅವರ 'ಉಪ್ಪು ಕಡಲು' ವಚನ ಸಂಕಲನದಲ್ಲಿ ತಾವು ಕಂಡ, ಉಂಡ ಉಪ್ಪನ್ನು, ಋಣದ ಕಲ್ಪನೆಯನ್ನು ಬಗೆ ಬಗೆಯಾಗಿ ಹೇಳಿಕೊಂಡಿದ್ದಾರೆ. ಕಡಲು ಮತ್ತು ಒಡಲಿನ ಬಗ್ಗೆ ಅವರು ಹೇಳಿಕೊಂಡ ಈ ವಚನ ಒಡಲನ್ನು ನೀಗಿಕೊಂಡು ಬಳಿಕವೂ ಎಸ್‌ವಿಪಿಯವರನ್ನು ಕಣ್ಣಿಗೆ ಕಟ್ಟಿಕೊಡುವ, ಮನಕ್ಕೆ ಮುಟ್ಟಿಸುವ ವಚನ:

ನಿನ್ನ ಕಡಲು ಉಪ್ಪಾದರು ಅದರೊಳಗೆ
ನಿನ್ನದೆಂಬ ಮುತ್ತುಂಟು ರತ್ನವುಂಟು
ನನ್ನ ಈ ಒಡಲು ಮುಪ್ಪಾದರು
ಇದರೊಳಗೆ ನೀನೆಂಬ ಮುತ್ತುಂಟು ರತ್ನವುಂಟು

ಇದು ಕಾರಣ ಆ ಕಡಲೂ ಭವ್ಯ ಈ ಒಡಲೂ ಭವ್ಯ ಸದಾಶಿವ ಗುರು.

ಅಕ್ಟೋಬರ್ ೨೦೦೦

ಕನ್ನಡದ ಮಾನ ಎತ್ತರಿಸಿದ ಹಾಮಾನಾ

ಡಾ. ಹಾ ಮಾ ನಾಯಕ (೧೨ ಸಪ್ಟಂಬರ್ ೧೯೩೧ – ೧೦ ನವಂಬರ ೨೦೦೦) ಅವರನ್ನು ನಾನು ಮೊದಲು ನೋಡಿದ್ದು ೧೯೬೮ರಲ್ಲಿ ಮಂಗಳೂರಿನ ಸ್ನಾತಕೋತ್ತರ ಕೇಂದ್ರದಲ್ಲಿ ನಾನು ಕನ್ನಡ ಎಂ ಎ ವಿದ್ಯಾರ್ಥಿಯಾಗಿದ್ದಾಗ; ನನ್ನ ಗುರುಗಳಾದ ಪ್ರೊ.ಎಸ್.ವಿ. ಪರಮೇಶ್ವರ ಭಟ್ಟರು ಅವರನ್ನು ನಮ್ಮ ವಿಭಾಗಕ್ಕೆ ಮೊದಲ ಬಾರಿ ಕರೆಸಿದಾಗ. ಆಗ ಅವರು ಮೈಸೂರು ವಿಶ್ವವಿದ್ಯಾನಿಲಯದ ಕನ್ನಡ ಅಧ್ಯಯನ ಸಂಸ್ಥೆಯಲ್ಲಿ ಪ್ರಾಧ್ಯಾಪಕರಾಗಿದ್ದರು. ನಡೆನುಡಿಯಲ್ಲಿ ಹಿತಮಿತ ಗುಣ, ಸ್ಪಷ್ಟತೆ, ಗಾಂಭೀರ್ಯ– ಅದು ಅವರ ಬಗೆಗಿನ ಆಕರ್ಷಣೆಯೂ ಹೌದು, ಭಯವೂ ಹೌದು. ೧೯೬೯ರಲ್ಲಿ ಮಂಗಳೂರಿನಲ್ಲಿ ಅಖಿಲ ಕರ್ನಾಟಕ ಜಾನಪದ ಸಮ್ಮೇಳನ ನಡೆಯಿತು. ಆಗ ನಾನು ಎರಡನೆಯ ವರ್ಷದ ಎಂ ಎ ವಿದ್ಯಾರ್ಥಿ. ಸಿಂಪಿ ಲಿಂಗಣ್ಣ ಸಮ್ಮೇಳನಾಧ್ಯಕ್ಷರು. ಎಚ್.ಎಲ್. ನಾಗೇಗೌಡರು ದಕ್ಷಿಣ ಕನ್ನಡ ಜಿಲ್ಲಾಧಿಕಾರಿ ಆಗಿ ಸಮ್ಮೇಳನದ ಜವಾಬ್ದಾರಿ ಹೊತ್ತವರು. ದೇಜಗೌ, ಹಾಮಾನಾ, ಜೀಶಂಪ ಮೊದಲಾಗಿ ಕರ್ನಾಟಕದ ಜಾನಪದ ವಿದ್ವಾಂಸರೆಲ್ಲ ಒಟ್ಟು ಸೇರಿದ ಮಹಾಸಮ್ಮೇಳನ. ಗೊರು ಚನ್ನಬಸಪ್ಪ ಮತ್ತು ತರೀಕೆರೆಯ ಕೆ.ಆರ್.ಲಿಂಗಪ್ಪ ಕಾರ್ಯದರ್ಶಿಗಳು. ಇಡೀ ಸಮ್ಮೇಳನದಲ್ಲಿ ಪ್ರಬಂಧ ಮಂಡಿಸಲು ಇಬ್ಬರು ವಿದ್ಯಾರ್ಥಿಗಳಿಗೆ ಅವಕಾಶ ಕಲ್ಪಿಸಲಾಗಿತ್ತು. ಮೈಸೂರು ಕೇಂದ್ರದಿಂದ ತೀ ನಂ ಶಂಕರನಾರಾಯಣ ಮತ್ತು ಮಂಗಳೂರು ಕೇಂದ್ರದಿಂದ ನಾನು ಆಯ್ಕೆ ಆಗಿದ್ದೆವು. ನನ್ನ ಪ್ರಬಂಧದ ವಿಷಯ 'ದಕ್ಷಿಣ ಕನ್ನಡ ಜಿಲ್ಲೆಯ ಜನಪದ ಕಲಾತ್ಮಕ ವಿನೋದಗಳು'. ನನ್ನ ಬದುಕಿನ ಮೊದಲನೆಯ ರಾಜ್ಯ ಮಟ್ಟದ ಸಮ್ಮೇಳನದ ಭಾಗವಹಿಸುವಿಕೆ ಅದು. ನನ್ನ ಪ್ರಬಂಧ ಮಂಡನೆಯ ಬಳಿಕ ಅನೇಕ ಹಿರಿಯರು ನನ್ನ ಬೆನ್ನು ತಟ್ಟಿದರು. ಹಾಮಾನಾ ನನ್ನಲ್ಲಿ ಬಂದು ಮೆಚ್ಚುಗೆಯ ಎರಡು ಮಾತು ಹೇಳಿದಾಗ ಪ್ರತಿಕ್ರಿಯೆ ಹೇಳಲು ನನಗೆ ಮಾತುಗಳು ಬರಲಿಲ್ಲ.

೧೯೭೦ ಎಪ್ರಿಲ್. ನನ್ನ ಕನ್ನಡ ಎಂ ಎ ಅಂತಿಮ ಪರೀಕ್ಷೆಯ ಬಳಿಕ ಮೌಖಿಕ ಪರೀಕ್ಷೆ. ನಮ್ಮ ಪ್ರೊಫೆಸರ್ ಎಸ್‌ವಿಪಿ ಅವರಲ್ಲದೆ ಹೊರಗಿನಿಂದ ಪ್ರಾಧ್ಯಾಪಕರು ಪರೀಕ್ಷಕರಾಗಿ ಬಂದಿದ್ದರು : ಮೈಸೂರಿನಿಂದ ಹಾ ಮಾ ನಾಯಕ, ಎಚ್. ತಿಪ್ಪೇರುದ್ರ ಸ್ವಾಮಿ ಮತ್ತು ಎಲ್. ಬಸವರಾಜು. ನನ್ನ ಸರದಿ ಬಂದಾಗ ಹಾಮಾನಾ ನನ್ನಲ್ಲಿ ಕೇಳಿದ ಒಂದು ಪ್ರಶ್ನೆ:

‘ರೈ ಪದದ ನಿಷ್ಪತ್ತಿ’. ನನ್ನ ಪಾಠಗಳ ಬಗ್ಗೆ ಸಾಕಷ್ಟು ಸಿದ್ಧತೆ ಮಾಡಿಕೊಂಡಿದ್ದ ನನಗೆ ಈ ಪ್ರಶ್ನೆ ಅನಿರೀಕ್ಷಿತವಾಗಿತ್ತು. ಆದರೆ ಸಮಯ ಸ್ಫೂರ್ತಿಯಿಂದ ‘ರಾಯ ಪದದಿಂದ ರೈ ಬಂದಿರಬಹುದು. ವಿಜಯನಗರ ಅರಸರು ತುಳುವ ವಂಶದವರಾಗಿದ್ದರು, ಅವರು ತುಳುನಾಡನ್ನು ಆಳಿರುವುದಕ್ಕೆ ಇತಿಹಾಸದಲ್ಲಿ ದಾಖಲೆಗಳಿವೆ. ಅವರ ಹೆಸರುಗಳ ಕೊನೆಯಲ್ಲಿ ‘ರಾಯ ಇದೆ. ಕೃಷ್ಣದೇವರಾಯ ಇತ್ಯಾದಿ’ ಎಂದೆ. ‘ಪ್ರತ್ಯೇಕ ತುಳುನಾಡು ಬೇಕು ಎನ್ನುವುದರ ಬಗ್ಗೆ ನಿಮ್ಮ ಅಭಿಪ್ರಾಯ ಏನು’?–ಹಾಮಾನಾ ಅವರ ಮರುಪ್ರಶ್ನೆ. ‘ಕರ್ನಾಟಕದಿಂದ ಪ್ರತ್ಯೇಕಗೊಳ್ಳುವ ತುಳುನಾಡು ಬೇಕಾಗಿಲ್ಲ. ಆದರೆ ತುಳು ಭಾಷೆ ಮತ್ತು ಸಾಹಿತ್ಯ ವಿಶಿಷ್ಟವಾಗಿ ಬೆಳೆಯಬೇಕು’– ನನ್ನ ಉತ್ತರ. ಎಲ್ಲರೂ ಒಪ್ಪಿಕೊಂಡಂತೆ ಭಾಸವಾಯಿತು. ನಾಯಕರೊಂದಿಗೆ ಎದುರಿನಲ್ಲಿ ಕುಳಿತು ಸ್ವಲ್ಪ ಧೈರ್ಯದಿಂದ ಮೊದಲು ಮಾತಾಡಿದ್ದು ಆಗಲೇ.

೧೯೭೦ ಜುಲೈ. ನನ್ನ ಕನ್ನಡ ಎಂ ಎ ಫಲಿತಾಂಶ ಪ್ರಕಟವಾಯಿತು. ಮಂಗಳೂರು ಕೇಂದ್ರಕ್ಕೆ ಮೊದಲನೆಯವನಾಗಿ, ಮಂಗಳೂರು ಮತ್ತು ಮೈಸೂರು ಕೇಂದ್ರಗಳು ಸೇರಿ ಎರಡನೆಯವನಾಗಿ ಮೊದಲ ದರ್ಜೆಯಲ್ಲಿ ಉನ್ನತ ಶ್ರೇಣಿಯಲ್ಲಿ ನಾನು ಪಾಸಾಗಿದ್ದೆ. ಮುಂದೆ ಏನು ಮಾಡಬೇಕು ಎನ್ನುವ ಕಲ್ಪನೆ ಇರಲಿಲ್ಲ. ಕಾಲೇಜು, ವಿಶ್ವವಿದ್ಯಾಲಯ ಸಂಸ್ಕೃತಿಗಳ ಹೊರಗೆ ಹಳ್ಳಿಯಲ್ಲಿ ಇದ್ದ ಕಾರಣ ಉದ್ಯೋಗದ ಅವಕಾಶಗಳು ಕ್ರಮಗಳು ಗೊತ್ತಿರಲಿಲ್ಲ. ಪುತ್ತೂರಿನ ಒಂದು ಕಾಲೇಜಿನಲ್ಲಿ ಕನ್ನಡ ಉಪನ್ಯಾಸಕ ಹುದ್ದೆ ಖಾಲಿ ಇದೆ ಎಂದು ಕೇಳಿ, ಅರ್ಜಿ ಹಾಕಿಕೊಂಡು ಸಂದರ್ಶನಕ್ಕೆ ಹೋದೆ. ಆದರೆ ಆಯ್ಕೆ ಆಗಲಿಲ್ಲ. ಎಂ ಎ ಯಲ್ಲಿ ಉತ್ತಮ ಶ್ರೇಣಿ ಇರುವ ಕಾರಣ, ಕಾಲೇಜು ಉಪನ್ಯಾಸಕ ಹುದ್ದೆಗೆ ಅರ್ಹತೆ ಜಾಸ್ತಿ ಆಯಿತು ಎಂದು ಹೇಳಿದರು ಎಂದು ಆ ಮೇಲೆ ತಿಳಿಯಿತು. ಆ ವೇಳೆಗೆ ಮೈಸೂರು ವಿವಿಗೆ ಪ್ರೊ.ದೇ.ಜವರೇ ಗೌಡರು ಕುಲಪತಿಗಳಾಗಿ ಬಂದಿದ್ದರು. ಹಾ ಮಾ ನಾಯಕರು ಅಲ್ಲಿ ಕನ್ನಡ ಅಧ್ಯಯನ ಸಂಸ್ಥೆಯ ನಿರ್ದೇಶಕರಾದರು. ಒಂದು ದಿನ ಆಕಸ್ಮಿಕವಾಗಿ ನನಗೆ ಒಂದು ಸಂದೇಶ ಬಂತು. ನಾನು ಮೈಸೂರಿನಲ್ಲಿ ಹಾ ಮಾ ನಾಯಕರನ್ನು ಹೋಗಿ ಕಾಣಬೇಕೆಂದು. ಯಾವುದಾದರೂ ಕಾಲೇಜಿನಲ್ಲಿ ತಾತ್ಕಾಲಿಕವಾಗಿ ಅಧ್ಯಾಪಕ ಕೆಲಸ ದೊರೆಯಬಹುದೇ ಎಂಬ ಆಸೆಯಿಂದ ನಾನು ಮೈಸೂರಿಗೆ ಹೊರಟೆ. ಇದು ೧೯೭೦ರ ಜುಲೈ ತಿಂಗಳಿನಲ್ಲಿ. ಆ ವೇಳೆಗೆ ಮೈಸೂರು ನನಗೆ ಅಪರಿಚಿತ ಊರು. ಎರಡು ಬಾರಿ ಮಾತ್ರ ಮೈಸೂರು ನೋಡಿದ್ದೆ. ನಾನು ಮಂಗಳೂರಲ್ಲಿ ಎಂ ಎ ವಿದ್ಯಾರ್ಥಿ ಆಗಿದ್ದಾಗ ೧೯೬೮ರಲ್ಲಿ ನಾಲ್ಕು ತಿಂಗಳ ಕಾಲ ನನ್ನ ಅಧ್ಯಾಪಕರಾಗಿದ್ದ ರಾಮೇಗೌಡ(ರಾಗೌ) ಅವರ ಮನೆಗೆ ಹೋದೆ. ಅಲ್ಲೇ ಉಳಿದುಕೊಂಡು, ಮರುದಿನ ಬೆಳಗ್ಗೆ ರಾಗೌ ಜೊತೆಗೆ ಜಯಲಕ್ಷ್ಮಿಪುರಂನಲ್ಲಿ ಇರುವ ಹಾಮಾನಾ ಮನೆ ‘ಗೋಧೂಳಿ’ಗೆ ಹೋದೆ. ಹಾಮಾನಾ ನೇರವಾಗಿ ವಿಷಯ ಪ್ರಸ್ತಾವಿಸಿದರು. ‘ಮಂಗಳೂರು ಸ್ನಾತಕೋತ್ತರ ಕೇಂದ್ರದಲ್ಲಿ ಕನ್ನಡ ಉಪನ್ಯಾಸಕ ಹುದ್ದೆಯೊಂದನ್ನು ಸೃಜಿಸುತ್ತಿದ್ದೇವೆ. ಈ ಕುರಿತು ಕುಲಪತಿ ದೇಜಗೌ ಜೊತೆ ಸಮಾಲೋಚಿಸಿದ್ದೇನೆ. ಆ ಪ್ರದೇಶದವರನ್ನೇ ಅಲ್ಲಿಗೆ ನೇಮಕ ಮಾಡಬೇಕು ಎನ್ನುವುದು ನಮ್ಮ ನಿಲುವು. ನೀವು ಅಲ್ಲಿನ ಮೊದಲ ತಂಡದಲ್ಲಿ ಮೊದಲ ಸ್ಥಾನ ಪಡೆದವರಾದ ಕಾರಣ ನಿಮ್ಮನ್ನು ಈಗ ಅಲ್ಲಿ ತಾತ್ಕಾಲಿಕ ನೆಲೆಯಲ್ಲಿ ಉಪನ್ಯಾಸಕರಾಗಿ ನೇಮಿಸುತ್ತೇವೆ. ಕುಲಪತಿಗಳು

ಈ ಅಭಿಪ್ರಾಯವನ್ನು ಕೊಟ್ಟಿದ್ದಾರೆ. ಮುಂದೆ ನಿಮ್ಮ ಕೆಲಸದ ಪ್ರಗತಿ ನೋಡಿಕೊಂಡು ಖಾಯಂ ನೇಮಕಾತಿ ಮಾಡಿಕೊಳ್ಳಬಹುದು. ಆದರೆ ಖಾಯಂ ಆಗುತ್ತದೆ ಎನ್ನುವ ಭರವಸೆ ಇಲ್ಲ.' ನನಗೆ ಏನು ಹೇಳಬೇಕೆಂದು ಗೊತ್ತಾಗಲಿಲ್ಲ. ಅವರೇ ಒಂದು ಬಿಳಿಯ ಹಾಳೆ ಕೊಟ್ಟರು. ಅರ್ಜಿ ಹೇಗೆ ಬರೆಯಬೇಕು ಎಂದು ತಿಳಿಸಿದರು. ಅವರ ಎದುರೇ ಅರ್ಜಿ ಬರೆದು ಸಹಿ ಹಾಕಿ, ಅಂಕ ಪಟ್ಟಿ ಸೇರಿಸಿ ಅವರ ಕೈಗೆ ಕೊಟ್ಟೆ. ಊರಿಗೆ ಹಿಂದಿರುಗಿದೆ. ಎರಡು ವಾರಗಳ ಬಳಿಕ ನೇಮಕಾತಿಯ ಆದೇಶ ಬಂತು. ಈಗ ನೆನಪಿಸಿಕೊಂಡರೂ ಕನಸಿನಂತೆ ಕಾಣುವ ಘಟನೆ. ಯಾವ ಸಂಪರ್ಕ, ಕೋರಿಕೆ, ಪ್ರಭಾವ ಇಲ್ಲದೆ ವಿಶ್ವವಿದ್ಯಾಲಯದಲ್ಲಿ ಕರೆದು ಕೆಲಸ ಕೊಟ್ಟ ಈ ಘಟನೆ ನನ್ನ ಮುಂದಿನ ಬದುಕಿನ ಗತಿಯನ್ನು ನಿರ್ಧರಿಸಿತು. ಜೊತೆಗೆ ನಾನು ಹೇಗೆ ಕೆಲಸ ಮಾಡಬೇಕು ಎನ್ನುವ ಪಾಠವನ್ನು ಕಲಿಸಿತು.

೧೯೭೦ರಿಂದ ಮಂಗಳೂರು ವಿಶ್ವವಿದ್ಯಾನಿಲಯ ಸ್ಥಾಪನೆ ಆದ ೧೯೮೦ರವರೆಗೆ ನಮ್ಮ ಸ್ನಾತಕೋತ್ತರ ಕನ್ನಡ ವಿಭಾಗ ಮೈಸೂರು ವಿವಿಯ ನೇರ ಆಡಳಿತದಲ್ಲಿದ್ದ ಕಾರಣ, ಆ ಅವಧಿಯಲ್ಲಿ ಡಾ.ಹಾ.ಮಾ ನಾಯಕರು ನಮ್ಮ ನಿರ್ದೇಶಕರು, ಅಧ್ಯಯನ ಮಂಡಳಿಯ ಅಧ್ಯಕ್ಷರು. ೧೯೭೩ರಲ್ಲಿ ಒಮ್ಮೆ ಮೈಸೂರಿಗೆ ನನ್ನನ್ನು ಬರಹೇಳಿ, ಮಂಗಳೂರಿನ ಕನ್ನಡ ವಿಭಾಗದಲ್ಲಿ ತುಳು ಭಾಷೆ, ಸಾಹಿತ್ಯ, ಇತಿಹಾಸವನ್ನು ಐಚ್ಛಿಕವಾಗಿ ಆರಂಭಿಸೋಣ, ಅದರ ಪಾಠಪಟ್ಟಿ ಸಿದ್ಧಪಡಿಸಿ ಕೊಡಿ ಎಂದರು. ಅದನ್ನು ಸಿದ್ಧಪಡಿಸಿ ಕೊಟ್ಟೆ. ತುಳುನಾಡಿನ ಇತಿಹಾಸ, ತುಳು ಭಾಷೆ, ಸಾಹಿತ್ಯ-ಜಾನಪದ ಮತ್ತು ಯಕ್ಷಗಾನ ಎನ್ನುವ ಮೂರು ಪತ್ರಿಕೆಗಳ ಪಾಠಪಟ್ಟಿ ಸಿದ್ಧಪಡಿಸಿ ಕೊಟ್ಟೆ. ಅದಕ್ಕೆ ಮೈಸೂರು ವಿವಿಯ ಅಧ್ಯಯನ ಮಂಡಳಿ ಮತ್ತು ಅಕಾಡೆಮಿಕ್ ಕೌನ್ಸಿಲ್‌ಗಳಿಂದ ಅನುಮೋದನೆ ಮಾಡಿಸಿಕೊಂಡರು. ಹೀಗೆ ವಿಶ್ವವಿದ್ಯಾಲಯದ ಎಂ ಎ ಪಾಠಪಟ್ಟಿಯಲ್ಲಿ ತುಳು ಭಾಷೆ ಸಾಹಿತ್ಯ ಜಾನಪದ ಮೊದಲ ಬಾರಿ ಸೇರ್ಪಡೆಯಾದದ್ದು ಹಾಮಾನಾ ಅವರ ಆಲೋಚನೆ ಮತ್ತು ಕಾರ್ಯಶಕ್ತಿಯಿಂದ ೧೯೭೩ರಲ್ಲಿ. ಇದರಿಂದಾಗಿ ಮುಂದೆ ಅನೇಕ ಮಂದಿ ಸಂಶೋಧಕರು ಈ ವಿಷಯಗಳಲ್ಲಿ ಹೆಚ್ಚಿನ ಅಧ್ಯಯನ ನಡೆಸಲು ಅವಕಾಶ ಆಯಿತು.

ನಾನು 'ತುಳು ಜನಪದ ಸಾಹಿತ್ಯ'ವನ್ನು ಕುರಿತು ಪಿ.ಎಚ್.ಡಿ. ಪದವಿಗಾಗಿ ಸಂಶೋಧನೆ ನಡೆಸಲು ಸೂಚಿಸಿದರು ಹಾಮಾನಾ. ಈ ವಿಷಯಕ್ಕೆ ಅವರೇ ನನಗೆ ಮಾರ್ಗದರ್ಶಕರಾಗಬೇಕು ಎಂದು ನಾನು ಕೇಳಿಕೊಂಡಾಗ ಮೊದಲು ಒಪ್ಪಿಕೊಳ್ಳಲಿಲ್ಲ. ತುಳು ತನಗೆ ಗೊತ್ತಿಲ್ಲ ಎನ್ನುವ ಕಾರಣ ಹೇಳಿದರು. ಆದರೆ ಜಾನಪದದಲ್ಲಿ ಹೊಸ ಅಧ್ಯಯನ ವಿಧಾನಗಳನ್ನು ತಿಳಿದುಕೊಂಡಿದ್ದ ಕಾರಣ ನನ್ನ ಒತ್ತಾಸೆಗೆ ಕೊನೆಗೂ ಒಪ್ಪಿಕೊಂಡರು. ಓದಬೇಕಾದ ಇಂಗ್ಲಿಶ್ ಪುಸ್ತಕಗಳ ವಿವರ ಕೊಟ್ಟರು. ಕೆಲವನ್ನು ಅವರೇ ತರಿಸಿಕೊಟ್ಟರು. ವೈಯಕ್ತಿಕ ಕಾರಣಗಳಿಂದ ನನ್ನ ಸಂಶೋಧನೆಯ ಕೆಲಸ ನಿಧಾನವಾದಾಗ ನೋಂದಣಿ ರದ್ದು ಮಾಡುವ ನೋಟಿಸು ಕಳುಹಿಸಿದರು. ಮತ್ತೆ ಪ್ರತೀ ಅಧ್ಯಾಯವನ್ನು ಓದಿ, ಟಿಪ್ಪಣಿಗಳನ್ನು ಬರೆದು, ಕೆಲವೆಡೆ ಹಸ್ತಪ್ರತಿಯಲ್ಲೇ ಮೆಚ್ಚುಗೆಯ ಮಾತುಗಳನ್ನು ಬರೆದರು.

೧೯೮೪ರಲ್ಲಿ ನಾನು ಮಂಗಳೂರು ವಿಶ್ವವಿದ್ಯಾನಿಲಯದ ಕನ್ನಡ ವಿಭಾಗದ ಮುಖ್ಯಸ್ಥ ಆದ ಬಳಿಕ ಹಾಮಾನಾ ಅವರು ನಾನು ಕರೆದಾಗಲೆಲ್ಲ ನಮ್ಮಲ್ಲಿಗೆ ಬಂದಿದ್ದಾರೆ. 'ಕಡೆಂಗೋಡ್ಲು ಸಾಹಿತ್ಯ' ಗ್ರಂಥದ ಬಿಡುಗಡೆಯನ್ನು ಮಾಡಿ (೧೯೮೭) ಹಿರಿಯ

ತಲೆಮಾರಿನ ಕನ್ನಡ ಸಾಹಿತಿಗಳನ್ನು ನಾವು ಗೌರವದಿಂದ ನೆನಯಬೇಕಾದ ಪಾಠವನ್ನು ನನಗೆ ಕಲಿಸಿಕೊಟ್ಟಿದ್ದಾರೆ. ನಾನು ಪ್ರಸಾರಾಂಗದ ನಿರ್ದೇಶಕನಾಗಿ ಪ್ರಕಟಿಸಿದ 'ಶಿವರಾಮ ಕಾರಂತರ ಲೇಖನಗಳು-ಸಂಪುಟ ೫ ಮತ್ತು ೬' ಇದನ್ನು ಕಾರಂತರ ಸಮ್ಮುಖದಲ್ಲಿ ೧೯೯೫ರಲ್ಲಿ ಬಿಡುಗಡೆ ಮಾಡಿದ್ದಾರೆ. ಅನೇಕ ಬಾರಿ ಮೈಸೂರಿನಿದ ಕಾರಿನಲ್ಲಿ ಮಂಗಳೂರು ವಿವಿಗೆ ಕಾರ್ಯಕ್ರಮಗಳಿಗೆ ಬಂದಾಗ, ವಿವಿಯ ನಿಯಮಾನುಸಾರ ಕಿಲೋಮೀಟರ್ ಲೆಕ್ಕದಲ್ಲಿ ಪ್ರಯಾಣ ಭತ್ಯ ಕೊಡುವಾಗ ಅವರು ಬಾಡಿಗೆ ಕಾರಿನವನಿಗೆ ಕೊಡಬೇಕಾದಷ್ಟು ಹಣ ಸಿಗದ ಸಂದರ್ಭಗಳು ನನಗೆ ನೆನಪಾಗುತ್ತವೆ. ಅಂತಹ ಸಂದರ್ಭಗಳಲ್ಲಿ ನಾನು ಮುಜುಗರ ಮತ್ತು ಅಸಹಾಯಕತೆಯನ್ನು ಅನುಭವಿಸುತ್ತಿದ್ದಾಗ ಹಾಮಾನಾ ನನಗೆ ಸಮಾಧಾನ ಮಾಡುತ್ತಿದ್ದರು; 'ಇರಲಿ ಸ್ವಾಮಿ, ಕನ್ನಡದ ಕೆಲಸಕ್ಕಾಗಿ ನಾವು ಅಷ್ಟೂ ಖರ್ಚು ಮಾಡದಿದ್ದರೆ ಹೇಗೆ?' ನೈತಿಕತೆಯ ಅನೇಕ ಪಾಠಗಳನ್ನು ಅವರಿಂದ ನಾನು ಕಲಿತಿದ್ದೇನೆ.

ಹಾಮಾನಾ ಗುಲ್ಬರ್ಗ ವಿಶ್ವವಿದ್ಯಾಲಯದ ಕುಲಪತಿಯಾಗಿ ಎರಡು ವರ್ಷ ಕೆಲಸಮಾಡಿ, ತಾತ್ವಿಕ ಕಾರಣಗಳಿಗಾಗಿ ಆ ಹುದ್ದೆಗೆ ರಾಜೀನಾಮೆ ಕೊಟ್ಟರು. ಅನೈತಿಕ ರಾಜಕಾರಣಿಗಳ ಆಳುವವರ ಜೊತೆಗೆ ಹೊಂದಾಣಿಕೆ ಮಾಡಿಕೊಳ್ಳಲು ಅವರ ಆತ್ಮಸಾಕ್ಷಿ ಒಪ್ಪಲಿಲ್ಲ. ಆದರೆ ತಮ್ಮ ರಾಜೀನಾಮೆಯನ್ನು ಅವರು ತಮ್ಮ ಇಮೇಜ್ ಹೆಚ್ಚಿಕೊಳ್ಳಲು ಪ್ರಚಾರಕ್ಕೆ ಬಳಸಿಕೊಳ್ಳಲಿಲ್ಲ. ಸಾರ್ವಜನಿಕವಾಗಿ ಅದನ್ನು ಚರ್ಚಿಸಲಿಲ್ಲ. ಆದರೆ ಒಂದು ನೈತಿಕ ದಿಟ್ಟ ನಿಲುವಿನ ಸಂದೇಶವನ್ನು ಆಳುವವರಿಗೆ ಮುಟ್ಟಿಸಿದರು. ಅವರ ಬದುಕಿನ ನಿಲುವುಗಳೆಲ್ಲವೂ ತಮ್ಮ ವ್ಯಕ್ತಿತ್ವದ ನೈತಿಕತೆಯ ಗಟ್ಟಿತನಕ್ಕೆ ಬಳಕೆಯಾದುವೆ ಹೊರತು, ಪ್ರದರ್ಶನಕ್ಕೆ ಪ್ರಚಾರಕ್ಕೆ ಆಹಾರವಾಗಲಿಲ್ಲ. ದೇವರು ಧರ್ಮದ ಬಗೆಗಿನ ಅವರ ನಿರ್ಲಿಪ್ತ ಧೋರಣೆ, ಜಾತಿ ಸಂಘಟನೆಗಳಿಂದ ಸಂಪೂರ್ಣವಾಗಿ ದೂರ ಉಳಿಯುವ ನಿಲುವು- ಇಂತಹ ಹಲವು ವೈಚಾರಿಕ ಸ್ಪಷ್ಟತೆಗಳು ಹಾಮಾನಾರಲ್ಲಿ ಇದ್ದವು. ಆದರೆ ಅದನ್ನು ಪ್ರಚಾರಕ್ಕೆ ತಮ್ಮ ವೈಭವೀಕರಣಕ್ಕೆ ಅವರು ಬಳಸಿಕೊಳ್ಳಲಿಲ್ಲ.

ಹಾಗಾಗಿಯೇ ಹಾಮಾನಾ ಅವರು ಮೈಸೂರು ವಿಶ್ವವಿದ್ಯಾನಿಲಯದ ಕನ್ನಡ ಅಧ್ಯಯನ ಸಂಸ್ಥೆಯ ನಿರ್ದೇಶಕರಾಗಿದ್ದಾಗ ನಡೆಸಿದ್ದ ಅನೇಕ ಯೋಜನೆಗಳು ಯಶಸ್ವಿಯಾಗಲು ಅವರು ಜಾತಿ ಪಂಥ ಪ್ರದೇಶಗಳ ಭೇದವಿಲ್ಲದೆ, ಪ್ರಭಾವಗಳ ಮಾಲಿನ್ಯವಿಲ್ಲದೆ ಸಮರ್ಪಕವಾಗಿ ಪ್ರಾಮಾಣಿಕವಾಗಿ ಕೆಲಸಮಾಡುವವರನ್ನು ಶೋಧಿಸಿ ಆಯ್ಕೆ ಮಾಡಿ ಸರಿಯಾಗಿ ಬಳಸಿಕೊಂಡದ್ದು ಮುಖ್ಯ ಕಾರಣ. ಕನ್ನಡ ವಿಶ್ವಕೋಶ, ಕನ್ನಡ ಸಾಹಿತ್ಯ ಚರಿತ್ರೆ, ಕನ್ನಡ ಛಂದಸ್ಸಿನ ಚರಿತ್ರೆ, ಶಾಸನ ಸಂಪುಟಗಳು, ಜಾನಪದ ವಸ್ತುಸಂಗ್ರಹಾಲಯ-ಹೀಗೆ ಹಲವಾರು ಯೋಜನೆಗಳು ಅಲ್ಲಿ ಕಾರ್ಯರೂಪಕ್ಕೆ ಬಂದವು. ಸಾಮೂಹಿಕ ನಾಯಕತ್ವದಲ್ಲಿ ಅವರಿಗೆ ವಿಶ್ವಾಸ ಇತ್ತು. ಅವರು ಕಾಯಕದ ಕರ್ಣಧಾರ ಆಗಿದ್ದರು.

ಕನ್ನಡಕ್ಕೆ ದೊರೆತ ಆರಂಭದ ಜ್ಞಾನಪೀಠ ಪ್ರಶಸ್ತಿಗಳು-ಕುವೆಂಪು, ಬೇಂದ್ರೆ, ಕಾರಂತ, ಮಾಸ್ತಿ, ಗೋಕಾಕರದ್ದು. ಅನುಭಾವಿಗಳ ಹಾಗೆ ಬದುಕಿದ ಮತ್ತು ಬರೆದ ಇವರಿಗೆ ಜ್ಞಾನಪೀಠದಂತಹ ರಾಷ್ಟ್ರೀಯ ಪ್ರಶಸ್ತಿ ದೊರೆಯಲು ಪರಿಶ್ರಮ ಪಟ್ಟವರು ಮತ್ತು ಬಹುತೇಕ ಕಾರಣರಾದವರಲ್ಲಿ ಡಾ.ಹಾ.ಮಾ.ನಾಯಕರು ಅಗ್ರಗಣ್ಯರು. ಹಾಮಾನಾ ೧೯೭೪-೧೯೮೩ರ ಅವಧಿಯಲ್ಲಿ ಭಾರತೀಯ ಜ್ಞಾನಪೀಠ ಕನ್ನಡ ಸಲಹಾ ಸಮಿತಿಯ

ಸದಸ್ಯ ಮತ್ತು ಸಂಚಾಲಕರಾಗಿದ್ದರು. ಅವರು ೧೯೮೪–೮೬ರ ಅವಧಿಯಲ್ಲಿ ಭಾರತೀಯ ಜ್ಞಾನಪೀಠ ಪ್ರಶಸ್ತಿ ಆಯ್ಕೆ ಸಮಿತಿಯ ಸದಸ್ಯರಾಗಿದ್ದರು. ಬೇಂದ್ರೆ, ಕಾರಂತ ಮತ್ತು ಮಾಸ್ತಿ ಅವರಿಗೆ ಜ್ಞಾನಪೀಠ ಪ್ರಶಸ್ತಿ ಬಂದದ್ದು ಈ ಅವಧಿಗಳಲ್ಲಿ. ಕಲ್ಕತ್ತಾ ವಿಶ್ವವಿದ್ಯಾಲಯದಿಂದ ಭಾಷಾವಿಜ್ಞಾನದಲ್ಲಿ ಎಂ.ಎ.ಪದವಿ (೧೯೫೮), ಅಮೇರಿಕಾದ ಇಂಡಿಯಾನಾ ವಿಶ್ವವಿದ್ಯಾಲಯದಿಂದ ಭಾಷಾವಿಜ್ಞಾನದಲ್ಲಿ ಪಿಎಚ್.ಡಿ. ಪದವಿ (೧೯೬೪) ಪಡೆದಿದ್ದ ಹಾಮಾನಾ ಅವರಿಗೆ ಬೆಂಗಾಲಿ ಲೇಖಕರ ಸಹಿತ ಭಾರತದ ಅನೇಕ ಭಾಷೆಗಳ ಹಿರಿಯ ಸಾಹಿತಿಗಳ ನೇರ ಸಂಪರ್ಕ ಇದ್ದಕಾರಣ ಆರಂಭದ ಜ್ಞಾನಪೀಠ ಪ್ರಶಸ್ತಿಗಳನ್ನು ಕನ್ನಡದ ಹಿರಿಯ ಸಾಧಕ ಸಾಹಿತಿಗಳು ಪಡೆಯಲು ಸಾಧ್ಯವಾಯಿತು. ಹೀಗೆ ಕನ್ನಡದ ಮಾನವನ್ನು ಎತ್ತರಿಸುವ ಕೆಲಸವನ್ನು ತಮ್ಮ ಕಾಯಕ ಮತ್ತು ಬರಹಗಳಿಂದ ನಿರಂತರವಾಗಿ ಮಾಡಿದವರು ಹಾಮಾನಾ.

ಹಾಮಾನಾ ಅವರು ಕನ್ನಡದ ಪತ್ರಿಕೆಗಳಲ್ಲಿ ನಿರಂತರವಾಗಿ ಅಂಕಣಗಳನ್ನು ಬರೆದು ಕನ್ನಡ, ಕರ್ನಾಟಕ ಮತ್ತು ಕನ್ನಡ ಸಂಸ್ಕೃತಿಯ ಬಗ್ಗೆ ಕನ್ನಡಿಗರಿಗೆ ಸಮರ್ಪಕ ಮಾಹಿತಿ ಮತ್ತು ಜ್ಞಾನವನ್ನು ಏಕಕಾಲಕ್ಕೆ ಕೊಡುತ್ತಲೇ ಸಾಂಸ್ಕೃತಿಕ ಕರ್ನಾಟಕವನ್ನು ಕಟ್ಟಲು ನೆರವಾದರು. 'ಸ' ಕಾರದರಿಂದ ಅರಂಭವಾಗುವ ಅವರ ಹೆಚ್ಚಿನ ಅಂಕಣಬರಹಗಳು ಶ್ರೀಸಾಮಾನ್ಯ ಕನ್ನಡಿಗರಲ್ಲಿ ಕನ್ನಡ ಭಾಷೆ ಮತ್ತು ಸಾಹಿತ್ಯದ ಪ್ರೀತಿಯನ್ನು ಬೆಳೆಸಿದವು. ಅಮೇರಿಕಾದ ಇಂಡಿಯಾನಾ ಮತ್ತು ಪೆನ್ಸಿಲ್ ವೇನಿಯಾ ವಿವಿಗಳಿಂದ ಭಾಷಾವಿಜ್ಞಾನ ಮತ್ತು ಜಾನಪದ ವಿಜ್ಞಾನ ತರಬೇತಿ ಪಡೆದ ಹಾಮಾನಾ, ಆ ತಿಳುವಳಿಕೆಯನ್ನು ಕನ್ನಡ ಭಾಷೆ ಮತ್ತು ಜಾನಪದಗಳ ವೈಜ್ಞಾನಿಕ ಅಧ್ಯಯನಕ್ಕೆ ಧಾರೆ ಎರೆದರು. ಅವರ 'ಜಾನಪದ ಸ್ವರೂಪ' ಕಿರುಗ್ರಂಥ ಕನ್ನಡದಲ್ಲಿ ಜಾನಪದ ಅಧ್ಯಯನದ ಹೊಸ ದಿಕ್ಕಿನ ಬಾಗಿಲು ತೆರೆಯಿತು. ಈ ರೀತಿ ಕನ್ನಡದ ಮಾನವನ್ನು ಎತ್ತರಿಸಿದ ಮತ್ತು ಕನ್ನಡದ ಅಭಿಮಾನವನ್ನು ತಮ್ಮ ಬರಹಗಳ ಮೂಲಕ ಬೆಳೆಸಿದ ಹಾಮಾನಾ ಅವರ ಅಂಕಣ ಬರಹಗಳ ಸಂಕಲನ 'ಸಂಪ್ರತಿ'ಗೆ ಕೇಂದ್ರ ಸಾಹಿತ್ಯ ಅಕಾಡೆಮಿಯ ಪ್ರಶಸ್ತಿ ೧೯೮೯ರಲ್ಲಿ ಬಂದಾಗ ಕನ್ನಡ ಸಾಹಿತಿಗಳ ಒಂದು ಗುಂಪು ನಡೆಸಿದ ಅಸೂಯೆಯ ಸಾಹಿತ್ಯಕ ರಾಜಕೀಯ ಈಗ ಇತಿಹಾಸಕ್ಕೆ ಸೇರಿದ್ದು. ಸಾಹಿತ್ಯದ ಶ್ರೇಷ್ಠತೆಯ ಕುರಿತು ಕನ್ನಡದ ಸಾಹಿತಿಗಳು ಮತ್ತು ವಿಮರ್ಶಕರು ಅನ್ನಿಸಿಕೊಂಡವರು ಕೆಲವರು ಅಂದು ನಡೆಸಿದ ಚರ್ಚೆಯು ಸಾಹಿತ್ಯೇತರ ಉದ್ದೇಶಗಳನ್ನು ಹೊಂದಿತ್ತು ಎನ್ನುವುದು ಆ ಬಳಿಕ ಎಲ್ಲರಿಗೂ ಗೊತ್ತಾದ ಬಹಿರಂಗ ಸತ್ಯ. ಆ ಚರ್ಚೆಯಲ್ಲಿ ಪಾಲುಗೊಂಡ ಕೆಲವರು ಇಂದು ನಮ್ಮೊಂದಿಗಿಲ್ಲ. ಉಳಿದವರು ಸಾಕಷ್ಟು ಮಾಗಿದ್ದಾರೆ. ಇಂತಹ ಸಂದರ್ಭದಲ್ಲಿ ಗೆಳೆತನಕ್ಕಿಂತ ಹೆಚ್ಚಾಗಿ ತನ್ನ ನಿಲುವಿನ ಬದ್ಧತೆಯನ್ನು ತೋರಿ ಕೆ.ವಿ.ಸುಬ್ಬಣ್ಣ ಅವರು ಬರೆದ 'ಶ್ರೇಷ್ಠತೆಯ ವ್ಯಸನ' ಇಂದಿಗೂ ಒಂದು ಮಹತ್ವದ ಚಿಂತನೆಯ ಲೇಖನವಾಗಿ ಉಳಿಯುತ್ತದೆ. ಆ ಬಳಿಕ ಕಾವೇರಿ ತುಂಗಭದ್ರಾ ಕೃಷ್ಣಾಗಳಲ್ಲಿ ಸಾಕಷ್ಟು ನೀರು ಹರಿದುಹೋಗಿದೆ. ಕೇಂದ್ರ ಮತ್ತು ರಾಜ್ಯ ಸಾಹಿತ್ಯ ಅಕಾಡೆಮಿಯ ಪ್ರಶಸ್ತಿಗಳನ್ನು ಅಂಕಣ ಬರಹಗಳ ಸಹಿತ ಚಿಂತನೆಯ ಲೇಖನಗಳಿಗೆ ನಮ್ಮ ಕನ್ನಡದ ಸಾಹಿತಿಗಳು ಪಡೆದುಕೊಂಡಿದ್ದಾರೆ. ಇಂತಹ ಕಾಲಘಟ್ಟದಲ್ಲಿ ನಮ್ಮೊಡನಿಲ್ಲದ ಹಾಮಾನಾ ನಮಗೆ ಮತ್ತೆ ಮತ್ತೆ ನೆನಪಾಗುತ್ತಾರೆ.

ಹಾಮಾನಾ ನನ್ನ ಪಿಎಚ್.ಡಿ.ಸಂಶೋಧನೆಯ ಮಾರ್ಗದರ್ಶಕರಾಗಿದ್ದರು: 'ತುಳು

ಜನಪದ ಸಾಹಿತ್ಯ' (ಮೈಸೂರು ವಿಶ್ವವಿದ್ಯಾನಿಲಯ. ೧೯೮೧) ನನ್ನ ಥೀಸಿಸ್‌ನ ಪ್ರಕಟಿತ ಗ್ರಂಥದ (ಕನ್ನಡ ಸಾಹಿತ್ಯ ಪರಿಷತ್ತು, ೧೯೮೫) ನನ್ನ ಮಾತಿನಲ್ಲಿ ಬರೆದ ಈ ಸಾಲುಗಳು ಈಗಲೂ ನನ್ನ ಪಾಲಿಗೆ ಜೀವಂತವಾಗಿವೆ: "ಯಾವ ಅಧಿಕಾರದಲ್ಲಿದ್ದರೂ ಮಾನವೀಯ ಸಂಬಂಧಗಳಿಗೆ ಎಳ್ಳಷ್ಟೂ ಕುಂದಾಗದಂತೆ ನಡೆದುಕೊಳ್ಳುವ ಡಾ.ಹಾ.ಮಾ.ನಾಯಕರ ವಿಶ್ವಾಸದ ಸುಖವನ್ನು ಬಹಳ ಅಮೂಲ್ಯವಾದುದೆಂದು ನಾನು ಎಲ್ಲ ಕಾಲಕ್ಕೂ ತಿಳಿದಿದ್ದೇನೆ. ಬದುಕಿನ ಶಿಸ್ತು, ಅಚ್ಚುಕಟ್ಟು, ಮೌಲ್ಯಗಳ ಬಗೆಗಿನ ಪ್ರಾಮಾಣಿಕ ಕಾಳಜಿ, ಒಳ್ಳೆಯ ಉದ್ದೇಶಕ್ಕಾಗಿ ಎಲ್ಲಾ ಅಡ್ಡಿಗಳನ್ನು ಎದುರಿಸುವ ಎದೆಗಾರಿಕೆ–ಇಂತಹ ಅನೇಕ ಅಂಶಗಳಲ್ಲಿ ಡಾ. ನಾಯಕರನ್ನು ಈ ನಿಬಂಧದ ವ್ಯಾಪ್ತಿಯ ಹೊರಗೂ ನನ್ನ ಮಾರ್ಗದರ್ಶಕರೆಂದು ನಾನು ತಿಳಿದಿದ್ದೇನೆ".

ಹಾಮಾನಾ ಅವರನ್ನು ನಾನು ಆಹ್ವಾನಿಸಿದ ಒಂದು ಕಾರ್ಯಕ್ರಮ 'ಕುಶಿ ಹರಿದಾಸ ಭಟ್ಟ ಅವರ ಸಂಸ್ಮರಣ'ಕ್ಕೆ ಮಂಗಳೂರು ವಿಶ್ವವಿದ್ಯಾನಿಲಯದ ಕನ್ನಡ ವಿಭಾಗಕ್ಕೆ. ಅದು ನಡೆದದ್ದು ೧೩ ಅಕ್ಟೋಬರ ೨೦೦೦ ದಂದು. ನಮ್ಮೆಲ್ಲರ ಹಿತೈಷಿ ಹಿರಿಯರು ಕುಶಿಯವರು ಹಾಮಾನಾ ಅವರ ಆಪ್ತ ಸ್ನೇಹಿತರು. ಅದೊಂದು ಸಂತಾಪದ ಮತ್ತು ಮರುನೆನಕೆಯ ಕಾರ್ಯಕ್ರಮ. ಹಿರಿಯ ಸಾಹಿತಿ ಅಮೃತ ಸೋಮೇಶ್ವರ ಮತ್ತು ಉಡುಪಿಯ ಹೇರಂಜೆ ಕೃಷ್ಣ ಭಟ್ ಅತಿಥಿಗಳಾಗಿ ವೇದಿಕೆಯಲ್ಲಿ ಇದ್ದರು. ನಾಯಕರು ಕುಶಿ ಜೊತೆಗಿನ ತಮ್ಮ ಸುದೀರ್ಘ ಸ್ನೇಹದ ಅನೇಕ ಅಪೂರ್ವ ಸಂಗತಿಗಳನ್ನು ತೆರೆಯುತ್ತಾ ಆರ್ದ್ರರಾದರು. ಸಾವಿನ ಬಗ್ಗೆ ಮಾತಾಡಿದರು. ಎಂದಿನಂತೆಯ ಹಾಮಾನಾ ಅವರ ಲವಲವಿಕೆ, ನಗು ಉತ್ಸಾಹ ಆ ದಿನ ಇರಲಿಲ್ಲ. ಕುಶಿ ಅವರಿಗೆ ಗೌರವ ಡಾಕ್ಟರೇಟ್ ಕೊಡದೆ ಮಂಗಳೂರು ವಿವಿ ತಪ್ಪು ಮಾಡಿದೆ ಎನ್ನುವುದನ್ನು ಕಟುವಾಗಿ ಹೇಳಿದರು.

ಇದು ನಮ್ಮ ಪಾಲಿಗೆ ಹಾಮಾನಾ ಅವರ ಕೊನೆಯ ದರ್ಶನ ಮತ್ತು ಕೊನೆಯ ಕಾರ್ಯಕ್ರಮ ಆಗುತ್ತದೆ ಎಂದು ನಾನು ಭಾವಿಸಿರಲಿಲ್ಲ. ಈ ಕಾರ್ಯಕ್ರಮ ನಡೆದು (೧೩ ಅಕ್ಟೋಬರ ೨೦೦೦) ಒಂದು ತಿಂಗಳ ಒಳಗೆ, ೧೦ ನವಂಬರ ೨೦೦೦ರಂದು ಅವರು ನಮ್ಮನ್ನು ಅಗಲಿದರು.

ಹಾಮಾನಾ ಅವರಿಗೆ ಅರುವತ್ತು ವರ್ಷ ತುಂಬಿದಾಗ ಅವರ ಸ್ನೇಹಿತರು ಅಭಿಮಾನಿಗಳು ಹೊರತಂದ ಅಭಿನಂದನಗ್ರಂಥ–'ಮಾನ' (ಸಂ.ಎಸ್.ಎಲ್.ಭೈರಪ್ಪ, ಜೆ.ಆರ್. ಲಕ್ಷ್ಮಣ ರಾವ್, ಪ್ರಧಾನ ಗುರುದತ್ತ–೧೯೭೨.) ಅದರಲ್ಲಿ ಶಿವರಾಮ ಕಾರಂತರು ಬರೆದ ಕೆಲವು ಮಾತುಗಳು ಇಲ್ಲಿವೆ:

"ವಿಶಾಲ ಪರಿಶೀಲನೆಯಿಂದ, ಆಗಾಗ ತಿಳಿದು ಬಂದುದನ್ನು ನಿರ್ದಾಕ್ಷಿಣ್ಯವಾಗಿ ಹೇಳುತ್ತಾ ಬಂದವರು ಡಾ.ಹಾ.ಮಾ.ನಾಯಕರು. ಅವರ ತಾಳ್ಮೆಯೂ ವಿಶೇಷ, ಅಭಿರುಚಿಯೂ ವಿಶೇಷ; ಅವುಗಳ ಪ್ರಕಟಣೆಯೂ ಧಾರಾಳ..... ಭಾರತೀಯ ಸಾಹಿತ್ಯ ಕ್ಷೇತ್ರದಲ್ಲಿ–ಕನ್ನಡದಲ್ಲಿ–ಏನಾಗಿದೆ, ಆಗುತ್ತಿದೆ ಎಂದು ಹೇಳಬಲ್ಲವರು ಇರುವುದಾದರೆ ಅದು ಹಾ.ಮಾ. ನಾಯಕರು" – ಡಾ. ಶಿವರಾಮ ಕಾರಂತ.

ಸಪ್ಟಂಬರ ೨೦೧೧

ಕಲಬುರ್ಗಿಯವರ ಒಡನಾಟ

ಪ್ರಿಯರೇ ಮತ್ತು ಸ್ನೇಹಿತರೇ,

ಧಾರವಾಡ ಸಾಹಿತ್ಯ ಸಂಭ್ರಮದ ಎರಡನೆಯ ಆವೃತ್ತಿ ೨೦೧೪ರ ಜನವರಿಯಲ್ಲಿ ನಡೆದಾಗ ನಾನು ಸಮಾರೋಪ ಭಾಷಣ ಮಾಡಿದ್ದೆ. ನಾನು ಸುಮಾರು ೩೫ ವರ್ಷಗಳಿಂದ ಧಾರವಾಡಕ್ಕೆ ಮಂಗಳೂರಿನಿಂದ, ಬೆಂಗಳೂರಿನಿಂದ, ಹಂಪಿಯಿಂದ ಬಂದಿದ್ದೇನೆ, ಲೆಕ್ಕ ಇಟ್ಟಿಲ್ಲ. ಆದರೆ ಇತ್ತೀಚೆಗಿನ ಎರಡು ಪ್ರಯಾಣಗಳು – ಒಂದು, ಕಳೆದ ಆಗಸ್ಟ್ ೩೦ರ ರಾತ್ರಿ ನಾನು ಧಾರವಾಡಕ್ಕೆ ಬಂದದ್ದು. ಇಡೀ ದಿನ ಇಲ್ಲಿ ಕರ್ನಾಟಕ ಕಾಲೇಜು ಆವರಣ, ವಿಶ್ವವಿದ್ಯಾಲಯದ ಆವರಣಕ್ಕೆ ಹೋದದ್ದು... ಮತ್ತೊಂದು ಇವತ್ತು ಬೆಳಿಗ್ಗೆ ಇಲ್ಲಿ (ಅಕ್ಟೋಬರ್ ೪, ೨೦೧೫) ಇರುವುದು. 'ಸಂಭ್ರಮ'ಕ್ಕೆ ಯಾವುದಾದರೂ ವಿರೋಧಪದ ಎಂದು ಇದ್ದರೆ ಅದನ್ನು 'ಸಂಕಟ' ಅಂತ ತಿಳೀರಿ, 'ನೋವು' ಅಂತ ತಿಳೀರಿ, ಅದನ್ನು ಕಳೆದ ಎರಡು ಬಾರಿಯ ಧಾರವಾಡದ ಪ್ರಯಾಣ ಮತ್ತು ಇಲ್ಲಿನ ಇರುವಿಕೆಯಲ್ಲಿ ನಾನು ಅನುಭವಿಸಿದ್ದೇನೆ. ಇವತ್ತು ಬೆಳಗಿನಿಂದ ಡಾ. ಎಂ.ಎಂ. ಕಲಬುರ್ಗಿ ಅವರನ್ನು ಬಹಳ ಹತ್ತಿರದಿಂದ ಕಂಡ ಸಹೋದ್ಯೋಗಿಗಳು, ಗೆಳೆಯರು, ಅಭಿಮಾನಿಗಳು, ಶಿಷ್ಯರು ಮಾತಾಡಿದರು. ಡಾ. ಗುರುಲಿಂಗ ಕಾಪಸೆ ಅವರು ಪ್ರಸ್ತಾವಮಾಡಿದಂತೆ ಕಲಬುರ್ಗಿ ಅವರು ಕನ್ನಡ ಅಧ್ಯಯನ ಪೀಠದ ಮುಖ್ಯಸ್ಥರಾಗಿದ್ದಾಗ, 'ಆಕಾಶ ಜಾನಪದ'ವನ್ನು ಕುರಿತು ನಡೆಸಿದ ಅಖಿಲ ಕರ್ನಾಟಕ ಜಾನಪದ ಸಮ್ಮೇಳನ – ನಾನೂ ಅದರಲ್ಲಿ ಒಂದು ಪ್ರಬಂಧ ಮಂಡಿಸಿದ್ದೆ. ಡಾ. ಅರವಿಂದ ಮಾಲಗತ್ತಿ ಅವರು ಪ್ರಸ್ತಾವ ಮಾಡಿದಂತೆ – ಜಾನಪದದಲ್ಲಿ 'ಆಕಾಶ ಜಾನಪದ' ಎಂಬ ಪರಿಕಲ್ಪನೆಯನ್ನು ಕಲಬುರ್ಗಿ ಅವರೇ ಕೊಟ್ಟರು. ಆ ಗೋಷ್ಠಿಯ ಅಧ್ಯಕ್ಷತೆಯನ್ನು ನಾನೇ ವಹಿಸಿದ್ದು. ಅದಕ್ಕೆ ಸಂಬಂಧಿಸಿದ ನನ್ನ ಎರಡೂ ಪ್ರಬಂಧಗಳು ಪ್ರಕಟ ಆಗಿವೆ. ಕಲಬುರ್ಗಿ ಅವರು ಇಡೀ ಕರ್ನಾಟಕಕ್ಕೆ, ಎಲ್ಲ ಕಡೆಯಿಂದಲೂ ಪ್ರಭಾವವನ್ನು ಬೀರುವಂಥ ಒಬ್ಬ ಸಂಶೋಧಕರು, ಪ್ರಾಧ್ಯಾಪಕರು, ಸಾಹಿತಿ. ನಿವೃತ್ತರಾದ ಬಳಿಕವೂ ಇಡೀ ಕರ್ನಾಟಕದಲ್ಲಿ ತನ್ನ ಸಂಪರ್ಕ, ಸಂಬಂಧ, ಪ್ರಭಾವ, ಯೋಜನೆ ಮತ್ತು ಅನುಷ್ಠಾನ–ಇವನ್ನು ಮಾಡಿದ ಉದಾಹರಣೆ ನಮ್ಮಲ್ಲಿ ಸಿಗುವುದು ಕಲಬುರ್ಗಿ ಅವರಲ್ಲಿ.

೧೯೯೮ರಲ್ಲಿ ಅವರು ಕನ್ನಡ ವಿಶ್ವವಿದ್ಯಾಲಯದ ಕುಲಪತಿಯಾಗಿ ಬಂದರು, ಅಂದರೆ ಈ ಕನ್ನಡ ಅಧ್ಯಯನ ಪೀಠದಿಂದ ಹೊರಗೆ ಹೋದರು, ೨೦೦೪ರಲ್ಲಿ ನಾನು ಮಂಗಳೂರು ವಿಶ್ವವಿದ್ಯಾನಿಲಯದಿಂದ ಹೊರಗೆ ಕನ್ನಡ ವಿ.ವಿ.ಗೆ ಹೋದೆ. ನಾನು ನಿವೃತ್ತನಾಗಿ ಈಗ ೧೧ ವರ್ಷ ಆಯಿತು. ಬಹುಶಃ ನಿನ್ನೆ-ಮೊನ್ನೆ ಅಂತ ಹೇಳುವವರೆಗೆ, ಕಳೆದ ಎರಡು-ಮೂರು ತಿಂಗಳುಗಳವರೆಗೆ ಕೂಡಾ ನಾನು ಮತ್ತು ಕಲಬುರ್ಗಿ ನಿರಂತರ ಸಂಪರ್ಕದಲ್ಲಿದ್ದೆವು ಮತ್ತು ಅನೇಕ ಸಂದರ್ಭಗಳಲ್ಲಿ ನಾವು ಪರಸ್ಪರ ಒಟ್ಟಿಗೆ ಕೆಲಸ ಮಾಡ್ತಾ ಇದ್ದೆವು. ೧೯೮೫ ಜನವರಿ ೩೦ರಂದು 'ಆಕಾಶ ಜಾನಪದ'ದ ಬೆಳಗಾವಿ ಸಮ್ಮೇಳನ ಆಯಿತು. ಆಗ ಅವರು ಕನ್ನಡ ಅಧ್ಯಯನ ಪೀಠದ ಮುಖ್ಯಸ್ಥರಾಗಿದ್ದರು. ಅನಂತರದಲ್ಲಿ ಅವರ ಮತ್ತು ನನ್ನ ಸಂಬಂಧ ಚೆನ್ನಾಗಿ ಬೆಳೆಯಿತು. ನಾನು ಎಷ್ಟು ಬಾರಿ ಇಲ್ಲಿನ ಕನ್ನಡ ಅಧ್ಯಯನ ಪೀಠಕ್ಕೆ ಬಂದಿದ್ದೇನೆ ಗೊತ್ತಿಲ್ಲ. ಆದರೆ ಅನೇಕರಿಗೆ ಗೊತ್ತಿಲ್ಲದಿರೋ, ಸ್ವಲ್ಪ ಸ್ವಾರಸ್ಯಕರ ಅಥವಾ ವಿಚಿತ್ರವಾದ ಸಂಗತಿಗಳನ್ನು ಹೇಳಬೇಕು. ೧೯೮೫ರಲ್ಲಿ ಮಂಗಳೂರು ವಿಶ್ವವಿದ್ಯಾನಿಲಯದಲ್ಲಿ ಕನ್ನಡ ಪ್ರೊಫೆಸರ್ ಹುದ್ದೆ ಖಾಲಿ ಆಯಿತು. ಆಗಿನವರಿಗೆ ಗೊತ್ತಿದೆ. ಈಗಿನವರ ಹಾಗಲ್ಲ, ಅದು ಒಂದೇ ಹುದ್ದೆ! ಆ ಹುದ್ದೆಯಲ್ಲಿದ್ದವರು ನಿವೃತ್ತರಾಗದೆ ಅಥವಾ ನಿಧನರಾಗದೆ ಹುದ್ದೆ ಖಾಲಿ ಆಗುತ್ತಿರಲಿಲ್ಲ. ಅಂಥ ಒಂದು ಹುದ್ದೆ ಖಾಲಿಯಾಗಿತ್ತು. ಅದಕ್ಕೆ ನಾನು ಅರ್ಜಿ ಹಾಕಿದ್ದೆ. ೧೯೮೫ರ ಜೂನ್‌ನಲ್ಲಿ ಮಂಗಳೂರಿನಲ್ಲಿ ಸಂದರ್ಶನ ಇತ್ತು. ಆ ಸಂದರ್ಶನದಲ್ಲಿ ಆಯ್ಕೆ ಸಮಿತಿಯಲ್ಲಿದ್ದ ಒಬ್ಬ ವಿಷಯತಜ್ಞರು ಡಾ. ಕಲಬುರ್ಗಿ ಅವರು. ಈಗಲೂ ನನಗೆ ನೆನಪಿದೆ, ನನ್ನ ಹತ್ತಿರ ಅವರು ಪ್ರಶ್ನೆ ಕೇಳಿರುವಂಥದು ಪಂಪನ ಬಗ್ಗೆ, ಪಂಪನ ಕಾವ್ಯಗಳ ಮೇಲೆ.

ನಾನು ಎಂ.ಎ. ಮಾಡಿದ ಬಳಿಕ ೧೯೭೦ರಲ್ಲಿ ಲೆಕ್ಚರರ್ ಆಗಿ ೮೦ರಲ್ಲಿ ರೀಡರ್ ಆದ ಮೇಲೆ ಅನೇಕ ವರ್ಷ ಪಂಪಭಾರತ, ಆದಿಪುರಾಣ ಪಾಠ ಮಾಡಿದ ಕಾರಣ, ಕಲಬುರ್ಗಿ ಅವರ ಪ್ರಶ್ನೆಗಳಿಗೆ ಉತ್ತರ ಕೊಡಲು ನನಗೆ ಕಷ್ಟವಾಗಲಿಲ್ಲ. ಆದ್ದರಿಂದ ಅವರು ಸಂತೋಷಪಟ್ಟರು. ಅದನ್ನು ನಾನು ಯಾವಾಗಲೂ ಹೇಳುತ್ತಾ ಇದ್ದೆ. 'ನಾನು ಪ್ರೊಫೆಸರ್ ಆಗಿರುವುದಕ್ಕೆ ಡಾ. ಕಲಬುರ್ಗಿ ಅವರು ಕಾರಣ' ಎಂದು. ನಾವೆಲ್ಲ ಸ್ನೇಹಿತರಾಗಿ ಮಾತನಾಡುತ್ತ ಇದ್ದೆವು... ನನಗಿಂತ ವಯಸ್ಸಿನಲ್ಲಿ ಅವರು ಎಂಟು ವರ್ಷ ಹಿರಿಯರು. ಆದರೆ ನಾನು ಒಂದು ವಿಷಯ ಹೇಳಿಕೊಳ್ಳಬೇಕು. ನಾನು ಎಷ್ಟೋ ಬಾರಿ ಅವರನ್ನು ತಮಾಷೆಯಾಗಿ ಪೀಡಿಸಿದಾಗಲೂ ಸಹ ಅವರು ನಗುತ್ತಾ ಇದ್ದರು. ನನ್ನನ್ನು ಎಷ್ಟೋ ಬಾರಿ ಪ್ರೀತಿಯಿಂದ ಮೂದಲಿಸುತ್ತಾ ಇದ್ದರು; ನಾನು ನಗುತ್ತಾ ಇದ್ದೆ. ಅಂತಹ ಸಂಬಂಧ ನಮ್ಮಲ್ಲಿ ಬಹಳ ಚೆನ್ನಾಗಿತ್ತು. ಇಂತಹ ಸ್ನೇಹವನ್ನ ವಯಸ್ಸಿನ ಮತ್ತು ಅಂತಸ್ತಿನ ಅಂತರ ಇದ್ದಾಗಲೂ ಸಹ ನಾವು ಇಬ್ಬರೂ ಉಳಿಸಿಕೊಂಡಿದ್ದೆವು.

ನಾನು ಹೇಳಲಿಕ್ಕಿರುವುದು ಇದಕ್ಕಿಂತ ಭಿನ್ನವಾದ ಮತ್ತು ಸ್ವಾರಸ್ಯಕರವಾದ ಘಟನೆಯನ್ನು. ನಾನು ಪ್ರೊಫೆಸರ್ ಹುದ್ದೆಗೆ ಅರ್ಜಿ ಹಾಕಿದಾಗ ಆಯ್ಕೆ ಮಾಡಲಿಕ್ಕೆ ಡಾ. ಕಲಬುರ್ಗಿ ಇದ್ದರು. ನಾನು ೧೯೮೫ರಲ್ಲಿ ಪ್ರೊಫೆಸರ್ ಆದಾಗ ನನಗೆ ೩೯ ವರ್ಷ. ಹಾಗಾಗಿ ನಾನು ಎಲ್ಲ ಯುನಿವರ್ಸಿಟಿಗಳ ಕನ್ನಡ ವಿಭಾಗದ ಪ್ರೊಫೆಸರ್‌ಗಳ ಆಯ್ಕೆ ಸಮಿತಿಯಲ್ಲಿದ್ದೆ. ಹೀಗಿದ್ದಾಗ ೧೯೮೮ರಲ್ಲಿ ಕರ್ನಾಟಕ ವಿಶ್ವವಿದ್ಯಾಲಯದಿಂದ ನನಗೊಂದು ಪತ್ರ ಬಂತು. "ಕಾನ್ಫಿಡೆನ್ಸಿಯಲ್! ಪ್ರೊಫೆಸರ್ ಹುದ್ದೆಗೆ ನೀವು ಎಕ್ಸ್‌ಪರ್ಟ್ ಆಗಿ ಬರಬೇಕು" ಅಂತ.

ನಾನು ಬಂದೆ, ಇಲ್ಲಿ ಗೆಸ್ಟ್‌ಹೌಸ್‌ನಲ್ಲಿ ಉಳಕೊಂಡೆ. ಆಮೇಲೆ ಗೊತ್ತಾಯ್ತು ಕಲಬುರ್ಗಿ ಅವರು ಪ್ರೊಫೆಸರ್ ಹುದ್ದೆಗೆ ಅಭ್ಯರ್ಥಿ ಅಂತ. ನನಗೆ ಇದು ಅರ್ಥವೇ ಆಗಲಿಲ್ಲ. ನನ್ನನ್ನ ಪ್ರೊಫೆಸರನ್ನಾಗಿ ಆಯ್ಕೆ ಮಾಡಿದವರನ್ನ ನಾನು 'ಆಯ್ಕೆ' ಮಾಡಲಿಕ್ಕೆ ಬಂಪದ್ದು! ಏನಿದು ವಿಚಿತ್ರ? ಕೊನೆಗೆ, ಆ ಹೊತ್ತಿಗೆ ಅವರ ಶಿಷ್ಯರೊಬ್ಬರು ಸಿಕ್ಕಿದರು... ಅವರು ಹೇಳಿದರು "ಇಲ್ಲ ಸಾರ್, ಅವರು ನಿಮ್ಮನ್ನು ಆಯ್ಕೆ ಮಾಡುವಾಗ ಬಸವ ಪೀಠದ ಪ್ರೊಫೆಸರ್ ಆಗಿದ್ದರು. ಆದರೆ ಕನ್ನಡ ಪ್ರೊಫೆಸರ್ ಹುದ್ದೆ ಖಾಲಿ ಇತ್ತು". ಆಗ ಪೂರ್ಣಾವಧಿ ಪ್ರೊಫೆಸರ್ ಹುದ್ದೆಗಿರುವ ಸವಲತ್ತುಗಳು, ಮೆರಿಟ್ ಪ್ರೊಫೆಸರ್‌ಗೆ ಇರುವ ಸವಲತ್ತುಗಳಿಗಿಂತ ಹೆಚ್ಚಾಗಿದ್ದವು. ನಾನು ಈಗ ಹೇಳ್ತಾ ಇರೋದು ೧೯೮೮ರ ಕಾಲದ್ದು. ನಾರಾಯಣ ರೆಡ್ಡಿ ಆಗ ಕುಲಪತಿ ಆಗಿದ್ದರು. ಆಮೇಲೆ ಅಭ್ಯರ್ಥಿಗಳ ಎಲ್ಲ ಪುಸ್ತಕಗಳು, ಥೀಸಿಸ್‌ಗಳನ್ನು ಅಲ್ಲಿ ತಂದು ಇಟ್ಟಿದ್ದರು. ಕಲಬುರ್ಗಿ ಅವರು ಬಂದು ಎದುರಿಗೆ ಕೂತುಕೊಂಡರು. ನಾರಾಯಣ ರೆಡ್ಡಿ ನನ್ನ ಹತ್ತಿರ ಹೇಳಿದರು – "ರೈ ಅವರೇ ಡಾ. ಕಲಬುರ್ಗಿ ಬಂದಿದ್ದಾರೆ. ಪ್ರಶ್ನೆ ಕೇಳಿ" ಅಂತ. ನಾನು ಒಂದು ಮಾತನ್ನು ಕುಲಪತಿ ಅವರಿಗೆ ಹೇಳಿದೆ, "ಸರ್, ಕಲಬುರ್ಗಿ ಅಂಥ ಹಿರಿಯರನ್ನ ನಾವು ಪ್ರಶ್ನೆ ಕೇಳುವುದು ಸರಿಯಲ್ಲ. ಕನ್ನಡ ಮೇಷ್ಟ್ರಾಗಿ ಅವರ ಸಂಶೋಧನಾ ಗ್ರಂಥಗಳನ್ನು ಓದಿದ್ದೇನೆ. ಅವರನ್ನು ಪ್ರೊಫೆಸರರನ್ನಾಗಿ ಮಾಡುವುದು ಈ ವಿಶ್ವವಿದ್ಯಾಲಯಕ್ಕೇ ಗೌರವ". ತತ್‌ಕ್ಷಣದಲ್ಲಿ ಎಲ್ಲ ಆಯಿತು. ಪ್ರಶ್ನೆ ಉತ್ತರ ಅಲ್ಲಿ ಆಗಲಿಲ್ಲ. ಆಮೇಲೆ ನಾನು ಕಲಬುರ್ಗಿ ಅವರಿಗೆ ಫೋನ್ ಮಾಡಿದೆ "ಈಗ ನೀವು ಕ್ಯಾಂಡಿಡೇಟ್ ಅಲ್ಲ, ನಿಮ್ಮ ಮನೆಗೆ ನಾನು ಊಟಕ್ಕೆ ಬರಬಹುದಲ್ಲ?" ಅಂತ.

ಇನ್ನೊಂದು ಸಂಗತಿ ಹೇಳಬೇಕು ನಾನು. ಇದನ್ನ ಹೇಗೆ ಹೇಳಬೇಕು? ಗೊತ್ತಾಗ್ತಾ ಇಲ್ಲ! ಕಲಬುರ್ಗಿ ಅವರಿಗೆ ೫೦ ವರ್ಷ ತುಂಬಿದಾಗ ಮಾರ್ಗ ೧ ಮತ್ತು ೨ ಸಂಪುಟ ಬಿಡುಗಡೆಗೆ ನಾನು ಅತಿಥಿ ಆಗಿದ್ದೆ. ಕಲಬುರ್ಗಿ ಅವರಿಗೆ ೬೦ ಆದಾಗಲೂ ನಾನು ಅತಿಥಿ ಆಗಿದ್ದೆ. ೭೦ರ ಹತ್ತಿರ ಆಗಿದ್ದಾಗ ಬಿಜಾಪುರದಲ್ಲಿ ಅವರ ಸಾಹಿತ್ಯದ ಬಗ್ಗೆ ಸೆಮಿನಾರ್ ಆದಾಗಲೂ ನಾನು ಅತಿಥಿ ಆಗಿದ್ದೆ. ನಾನು ಎಷ್ಟೋ ಸಲ ತಮಾಷೆ ಮಾಡಿದ್ದುಂಟು. "ಕಲಬುರ್ಗಿ ಅವರೇ ನಾನು ನಿಮ್ಮ ೮೦ರ ಹೊತ್ತಿಗೆ ಅತಿಥಿ ಆಗಿ ಖಂಡಿತ ಬರ್ತೇನೆ" ಅಂತ. ಅವರು ನಗುತ್ತಾ ಇದ್ದರು. ವ್ಯಂಗ್ಯ! ಕ್ರೂರ ವ್ಯಂಗ್ಯ! ಅದು ಸಾಧ್ಯ ಆಗಲಿಲ್ಲ! ಆದರೆ ಇಲ್ಲಿ ನಾನು ನಿಂತುಕೊಂಡಿದ್ದೇನೆ ಅನ್ನುವಂಥಾದ್ದು. ಮಾರ್ಗ ೧–೨ರ ಬಿಡುಗಡೆಯದ್ದು ಒಂದು ಸ್ವಾರಸ್ಯ ಹೇಳಬೇಕು. ಆ ಕಾಲಕ್ಕೆ ಮೊಬೈಲ್‌ಗಳು ಏನೂ ಇರಲಿಲ್ಲ. ನಾನು ಕಾರ್ಯಕ್ರಮದ ಹಿಂದಿನ ದಿನ ಬೆಂಗಳೂರಿನ ರವೀಂದ್ರ ಕಲಾಕ್ಷೇತ್ರದ ಕಾರ್ಯಕ್ರಮದಲ್ಲಿ ಭಾಗವಹಿಸಲಿಕ್ಕೆ ಬಂದೆ. ಆ ಕಾರ್ಯಕ್ರಮದಲ್ಲಿ ಡಾ. ಚಿದಾನಂದಮೂರ್ತಿ ಅವರೂ ಅತಿಥಿಯಾಗಿ ಬಂದಿದ್ದರು. ಆ ದಿನ ಧಾರವಾಡದಿಂದ ನನಗೊಂದು ಟೆಲಿಗ್ರಾಂ ಬಂತು. ಏನೆಂದರೆ, 'ಪ್ರೋಗ್ರಾಂ ಪೋಸ್ಟ್‌ಪೋನ್ಡ್ ಬ್ರದರ್ ಎಕ್ಸ್‌ಪಾಯರ್ಡ್' ಅಂತ. ನಾನು ಇಂಥ ಪರಿಸ್ಥಿತಿಯಲ್ಲಿ ಡಾ. ಚಿದಾನಂದ ಮೂರ್ತಿ ಅವರಲ್ಲಿ ಕೇಳಿದೆ "ಏನ್ ಸಾರ್, ಏನು ಮಾಡುವುದು? ಹೋಗುವುದೋ ಬೇಡವೋ?" ಅಂತ. ಕೊನೆಗೆ "ಇಲ್ಲ... ನಾವು ಟ್ರೈನ್ ಬುಕ್ ಮಾಡಿ ಆಗಿದೆ. ರಾತ್ರಿ ಟ್ರೈನ್‌ನಿಂದ ಹೊರಡುವುದು – ಬೆಂಗಳೂರಿನಿಂದ ಧಾರವಾಡಕ್ಕೆ." ಚಿದಾನಂದಮೂರ್ತಿ ಅವರು ಹೇಳಿದರು : "ಇಲ್ಲರಿ, ನಾವು ಹೋಗಿಬರೋಣ. ಅವರ ಮನೆಗೆ ಹೋಗಿ ಸಂತಾಪ

ಹೇಳಿದರಾಯ್ತು." ಹೀಗಾಗಿ ನಾವು ಅವರಿಗೆ ಫೋನ್ ಮಾಡ್ಲಿಲ್ಲ. ನಮಗ್ಯಾರೂ ಫೋನ್‌ನಲ್ಲಿ ಸಿಗಲಿಲ್ಲ. ಆ ರಾತ್ರಿ ಟ್ರೈನ್‌ನಲ್ಲಿ ಹೊರಟು, ಬೆಳಿಗ್ಗೆ ಧಾರವಾಡದಲ್ಲಿ ಇಳಿದಾಗ ನಮ್ಮನ್ನು ಸ್ವಾಗತ ಮಾಡಲಿಕ್ಕೆ ಕಲಬುರ್ಗಿ ಅವರೇ ಅಲ್ಲಿ ಕಾಣಿಸಿಕೊಳ್ತಾರೆ. ಸಂತೋಷದಿಂದ ನಮ್ಮನ್ನು ಅಪ್ಪಿಕೊಳ್ತಾರೆ. ಮೊದಲನೇ ಸಲ ಅವರ ಅಪ್ಪುಗೆಯನ್ನು ಅನುಭವಿಸಿದ್ದು ಆ ದಿನ ನಾವು ಅಲ್ಲಿ ರೈಲ್ವೇ ಸ್ಟೇಷನ್‌ನಲ್ಲಿ ಬಂದು ಇಳಿದಾಗ – ಮುಂದೆ ಇಡೀ ದಿನ ಸಂಭ್ರಮ – ನಾವೆಲ್ಲ ಸಂತೋಷಪಟ್ಟೆವು.

ಅವರಿಗೆ ೬೦ ಆದಾಗಲೂ ಸಹ ಅವರ ಸಂಪುಟ ಬಿಡುಗಡೆಗೆ ನಾನು ಅತಿಥಿಯಾಗಿ ಬಂದಿದ್ದೆ. ಒಂದರ್ಥದಲ್ಲಿ ಅನೇಕ ಬಾರಿ ಅವರ ವಿದ್ಯಾರ್ಥಿಗಳ ಪಿಎಚ್.ಡಿ.ಗಳ ವೈವಾಕ್ಕೆ ನಾನು ಬಂದಿದ್ದು ಇದೆ. ಸಾಮಾನ್ಯವಾಗಿ ಅವರು ಹೇಳುತ್ತಾ ಇದ್ದರು "ಒಬ್ಬ ಪ್ರೊಫೆಸರನನ್ನ ನಾವು ಅಳೆಯುವಂಥಾದ್ದು. ಅವರು ಪರೀಕ್ಷೆ ಮಂಡಳಿಯ ಸದಸ್ಯರಾಗಿ ಅಲ್ಲ. ಅವರ ಉಪನ್ಯಾಸ ಕೊಡಿಸಿದಾಗ ನಮಗೆ ನಿಜವಾದ ಅರ್ಹತೆ ಗೊತ್ತಾಗುತ್ತೆ." ಅದಕ್ಕೆ ನನ್ನನ್ನು ಅವರು ಮೂರು ನಾಲ್ಕು ಬಾರಿ ಉಪನ್ಯಾಸಗಳಿಗೆ ಕರೆಸ್ತಾ ಇದ್ದರು... ಅಲ್ಲಿ ಉಪನ್ಯಾಸವನ್ನು ನಾನು ಕೊಡುತ್ತಾ ಇದ್ದೆ.

೧೯೮೭ರಲ್ಲಿ ಮಂಗಳೂರು ವಿಶ್ವವಿದ್ಯಾನಿಲಯದಲ್ಲಿ ನಾವು ಒಂದು ರಾಷ್ಟ್ರೀಯ ಮಟ್ಟದ 'ಕನ್ನಡ ಸಂಶೋಧನಾ ಶಿಬಿರ' ಅಂತ ಮೂರು ದಿನದ್ದು ಮಾಡಿದೆವು. ಅದರಲ್ಲಿ ಭಾಗವಹಿಸಿದ ಅನೇಕ ಮಂದಿ – ಡಾ. ಅರವಿಂದ ಮಾಲಗತ್ತಿ ಸಹಿತ ಅನೇಕರು ಇಲ್ಲಿ ಇದ್ದಾರೆ... ಕನ್ನಡದ ಎಲ್ಲಾ ಹಿರಿಯ ಸಂಶೋಧಕರೂ ಅಲ್ಲಿ ಭಾಗವಹಿಸಿದ್ದರು. ಚಿದಾನಂದಮೂರ್ತಿ, ಎಂ.ಎಂ. ಕಲಬುರ್ಗಿ, ಟಿ.ವಿ. ವೆಂಕಟಾಚಲ ಶಾಸ್ತ್ರೀ, ಎಂ.ಜಿ. ಬಿರಾದಾರ, ಮುಂಬಯಿಗೆ ಆಗತಾನೇ ಹೋಗಿದ್ದ ಶ್ರೀನಿವಾಸ ಹಾವನೂರ, ಸುಮಾರು ೧೫೦ ಮಂದಿ ಸಂಶೋಧನಾ ವಿದ್ಯಾರ್ಥಿಗಳು, ಸಂಶೋಧಕರು ಮತ್ತು ಪ್ರೊಫೆಸರುಗಳು ಬಂದಿದ್ದರು. ಅಲ್ಲಿ ಒಂದು ಗೋಷ್ಠಿಯಲ್ಲಿ ಆದ ಚರ್ಚೆ – ಡಾ. ಕಲಬುರ್ಗಿ ಅವರು ಬಹಳ ಆಕ್ಟೀವ್ ಆಗಿ ಅದರಲ್ಲಿ ಭಾಗವಹಿಸಿದ್ದರು... ಅರ್ಧ ದಿನದ ಒಂದು ಗೋಷ್ಠಿಯಲ್ಲಿ ಮೂರು ಗಂಟೆಗಳ ಕಾಲದ ಚರ್ಚೆ ಇದ್ದದ್ದು. ಸಂಶೋಧನೆ ಮತ್ತು ವಿಮರ್ಶೆಗಳ ಸಮನ್ವಯದ ಚರ್ಚೆ. ಅಲ್ಲಿ ಎಷ್ಟು ಬಿಸಿ ಬಿಸಿ ಚರ್ಚೆ ಆಯಿತು ಅಂದರೆ ಮೂರು ಗಂಟೆಗಳಲ್ಲಿ ಎರಡು ಗುಂಪುಗಳಾದವು. ಒಂದು ಗುಂಪಿನಲ್ಲಿ ಕಲಬುರ್ಗಿ, ವೆಂಕಟಾಚಲ ಶಾಸ್ತ್ರಿ, ಎಂ. ಚಿದಾನಂದಮೂರ್ತಿ, ಹಾವನೂರರು ಮತ್ತು ಅನೇಕರು... ಅವರೆಲ್ಲ ಹೇಳುತ್ತಿದ್ದರು ಸಂಶೋಧನೆ ಅನ್ನೋದು ಬೇರೆ, ವಿಮರ್ಶೆ ಅನ್ನೋದು ಬೇರೆ; ಅವೆರಡೂ ಒಂದೇ ಅಲ್ಲ. ಇನ್ನೊಂದು ಸಣ್ಣ ಮೈನಾರಿಟಿ ಗುಂಪಿನಲ್ಲಿ ನಾನು. ಅವರಿಗಿಂತ – ನಾನು ಆ ಕಾಲಕ್ಕೆ ಸಣ್ಣವ, ತರುಣ ಅಂತ ಹೇಳಬಹುದು. ನಾನು, ಸಿ.ಎನ್. ರಾಮಚಂದ್ರನ್, ಕೆ.ವಿ. ನಾರಾಯಣ, ನಾವೆಲ್ಲ ಏನು ಹೇಳಿದೆವು, ಅವೆರಡೂ ಒಂದೇ ಅಂತ ವಾದಿಸಿದೆವು. ಮೂರು ಗಂಟೆ ಚರ್ಚೆ ಮಾಡಿ, ಕೊನೆಗೂ ಕೂಡ ಏನಾಯ್ತು ಅಂದರೆ ನಾವು ಎರಡು ಪಂಗಡಗಳವರು ಪರಸ್ಪರ ಒಪ್ಪಿಕೊಳ್ಳಲಿಲ್ಲ. ಆಮೇಲೆ ಡಾ. ಕಲಬುರ್ಗಿ ಅವರು ತಮ್ಮ 'ಮಾರ್ಗ ಸಂಪುಟ' ಮೂರರ ಪ್ರಸ್ತಾವನೆಯಲ್ಲಿ ಬರೆದದ್ದನ್ನು ಓದುತ್ತಾ ಇದ್ದೆ. ಇವತ್ತು ಬೆಳಿಗ್ಗೆ ಗಿರಡ್ಡಿ ಅವರೊಂದಿಗೆ ಬಹಳ ಹೊತ್ತು ಅದನ್ನು ಪ್ರಸ್ತಾವ ಮಾಡಿದೆ. ನಾನು ಓದಬೇಕು ಅದನ್ನು – "ಪ್ರಬುದ್ಧ ವರ್ಗದ ಇಂಥ ಲೇಖನಗಳನ್ನು ಸ್ಥೂಲವಾಗಿ

ಸಂಶೋಧನಾ–ವಿಮರ್ಶನಾ ಬರಹಗಳೆಂದು ವರ್ಗೀಕರಿಸಬಹುದು. ನನ್ನ ದೃಷ್ಟಿಯಲ್ಲಿ ಇವು ಒಂದಕ್ಕೊಂದು ವಿರುದ್ಧ ಶಿಸ್ತುಗಳಲ್ಲ. ಇವು ಪೂರಕ ಶಿಸ್ತುಗಳು. ಸಂಶೋಧನೆ ಎನ್ನುವುದು ವಿಶ್ಲೇಷಣಾತ್ಮಕ ವಿಮರ್ಶೆ. ವಿಮರ್ಶೆ ಎನ್ನುವುದು ವ್ಯಾಖ್ಯಾನಾತ್ಮಕ ಸಂಶೋಧನೆ. ಹೀಗಾಗಿ ನನ್ನ ಅನೇಕ ಲೇಖನಗಳು ಸಂಶೋಧನೆ ಆಗುತ್ತಲೇ ವಿಮರ್ಶೆಯಾಗಿ ಕೂಡ ಬೆಳೆದಿದೆ". ಇಡೀ ಸಂಶೋಧನೆಯ ಕರ್ನಾಟಕಕ್ಕೆ ಕಲಬುರ್ಗಿ ಅವರ ಬಹಳ ಮುಖ್ಯ ಕೊಡುಗೆ ಏನೆಂದರೆ, ಇವತ್ತು ಮಧ್ಯಾಹ್ನ ಕೂಡ ಚರ್ಚೆ ಆಯಿತು. ಧಾರ್ಮಿಕ ವಿಷಯಗಳು ಬಂದಾಗ. ಎಲ್ಲೋ ಒಂದು ಕಡೆ ನಾವು ಒಂದು ಅಭಿಪ್ರಾಯವನ್ನು ಸ್ಪಷ್ಟವಾಗಿ ಹೇಳದೇ ಹೋದರೆ, ಕಮೆಂಟ್ ಮಾಡದೇ ಹೋದರೆ, ಸಂಶೋಧನೆಗೆ ಯಾವುದೇ ತರಹದ ತಳಹದಿ ಇರೋದಿಲ್ಲ ಅಂತ. ಸಾಹಿತ್ಯ, ಶಾಸನ, ಜಾನಪದ, ಸಂಸ್ಕೃತಿ ಯಾವುದೇ ಇರಲಿ. ಈ ದೃಷ್ಟಿಯಿಂದಲೂ ಕೂಡ ನಮ್ಮ ಇಡೀ ಕನ್ನಡ ಸಂಶೋಧನಾ ಕ್ಷೇತ್ರದಲ್ಲಿ ಕಲಬುರ್ಗಿಯವರು ಯಾಕೆ ಭಿನ್ನರಾಗಿ ಉಳಿಯುತ್ತಾರೆ ಅಂದರೆ, ನಾವು ಯಾವುದನ್ನ ಸಾಹಿತ್ಯಕ ಶೈಲಿಯಲ್ಲಿ 'ಕಲ್ಚರಲ್' ಅಂತ ಕರೀತೇವೆಯೋ, ಅಂತಹ ಯಾವುದೇ ಇಂಗ್ಲೀಷಿನ ಪರಿಭಾಷೆಯ ಪ್ರಭಾವ ಇಲ್ಲದೇನೇ ಎಂ.ಎಂ. ಕಲಬುರ್ಗಿ ಅವರು ತಮ್ಮ ಬರಹಗಳಿಗೆ ಈ ಅರ್ಥವನ್ನು ಕೊಟ್ಟಿದ್ದಾರೆ. ಬಹಳ ಮುಖ್ಯವಾದ ಕಲ್ಚರಲಿಸಂನ ಅನೇಕ ಮಾದರಿಗಳನ್ನ ನಾವು ಪಡೀಲಿಕ್ಕೆ ಸಾಧ್ಯವಾಗ್ತದೆ.

ಇನ್ನೊಂದು ಮಾತನ್ನೂ ಇಲ್ಲಿ ಹೇಳಬೇಕು – ಡಾ. ಎಂ.ಎಂ. ಕಲಬುರ್ಗಿ ಅವರು ಇಡೀ ಕರ್ನಾಟಕವನ್ನು ತಮ್ಮ ಸಂಶೋಧನೆಯ ವಲಯವನ್ನಾಗಿಸಿಕೊಂಡಿದ್ದರು. ನಾನು ಮುಖ್ಯವಾಗಿ ಕರಾವಳಿಯ ಬಗ್ಗೆ ಹೇಳುತ್ತೇನೆ. ಕರಾವಳಿ ಭಾಗದಲ್ಲಿ ಹಿಂದೆ ಇದ್ದ ಸಂಶೋಧಕರೆಲ್ಲರೂ ಒಂದರ್ಥದಲ್ಲಿ ತಮ್ಮ ಊರಿನ ಒಳಗಡೆಯೇ ಇದ್ದುಕೊಂಡೇ, ದೇಸೀ ಅಧ್ಯಯನದಲ್ಲಿ ಕರ್ನಾಟಕದಲ್ಲಿ ಹೆಸರು ಪಡೆದವರು: ಮಂಜೇಶ್ವರ ಗೋವಿಂದ ಪೈ ಮತ್ತು ಮುಳಿಯ ತಿಮ್ಮಪ್ಪಯ್ಯ. ಆಮೇಲೆ ಇನ್ನೊಬ್ಬ ದೇಸೀ ಸಂಶೋಧಕರಿದ್ದರು. ಅವರು ಎಲ್ಲಿಯೂ ಶಾಲೆ ಕಾಲೇಜುಗಳಿಗೆ ಹೋಗದೆ ಇದ್ದರೂ ಕೂಡ ಸ್ಥಳೀಯ ಜನಪದ ಮತ್ತು ಇತಿಹಾಸದ ಕುರಿತು ಬರೆದವರು: ಪೊಳಲಿ ಶೀನಪ್ಪ ಹೆಗಡೆ ಅಂತ. ಇಂತಹ ಮೂವರು ಸಂಶೋಧಕರಿಗೆ ಸಂಬಂಧಪಟ್ಟ ಕಾರ್ಯಕ್ರಮಗಳಲ್ಲಿಯೂ ಡಾ. ಎಂ.ಎಂ. ಕಲಬುರ್ಗಿ ಅವರು ಭಾಗವಹಿಸಿದ್ದಾರೆ. ಮಂಗಳೂರಿಗೆ ಬಂದಿದ್ದಾರೆ. ಹಾಗೆಯೇ ಉಡುಪಿಗೆ ಬಂದಿದ್ದಾರೆ. ೨೦೦೧ರಲ್ಲಿ ಗೋವಿಂದ ಪೈ ಅವರ ಸಂಶೋಧನಾ ಸಂಪುಟ ಬಂದಾಗ, ಅದಕ್ಕೆ ಒಂದು ದೀರ್ಘವಾದ ಸಂಶೋಧನೆಯ ಪ್ರಸ್ತಾವನೆ ಬರೆದು, ಸಂಪಾದನೆಯಲ್ಲಿ ಸಹಾಯ ಮಾಡಿದವರು ಡಾ. ಎಂ.ಎಂ. ಕಲಬುರ್ಗಿ ಅವರು. ಆ ಸಂಪುಟ ಉಡುಪಿಯ ಗೋವಿಂದ ಪೈ ಸಂಶೋಧನಾ ಕೇಂದ್ರ ಪ್ರಕಟ ಮಾಡಿರುವ ಬಹಳ ಮುಖ್ಯವಾಗಿರುವಂಥದ್ದು. ಇನ್ನೊಂದು ಬಹಳ ಮುಖ್ಯವಾದುದು – ಅದು ಮುಳಿಯ ತಿಮ್ಮಪ್ಪಯ್ಯನವರ ಶತಮಾನೋತ್ಸವ (೧೯೮೮ ಮಾರ್ಚ್) ಮಂಗಳೂರಿನಲ್ಲಿ ನಡೆಯಿತು. ನಾನು ಅದರಲ್ಲಿ ಉಪಾಧ್ಯಕ್ಷನಾಗಿದ್ದೆ ಮತ್ತು ಡಾ. ಕಲಬುರ್ಗಿ ಅವರ ಸಂಪರ್ಕ ಬೆಳೆಸಿ ಬರಲಿಕ್ಕೆ ಹೇಳಿದಾಗ ಒಪ್ಪಿಕೊಂಡು ಬಂದರು; ಗೋಷ್ಠಿಯ ಅಧ್ಯಕ್ಷತೆ ವಹಿಸಿದ್ದರು. ಮುಳಿಯ ತಿಮ್ಮಪ್ಪಯ್ಯನವರ ಸಂಶೋಧನೆ ಹೇಗೆ ದೇಸೀರೂಪದ ಸಂಶೋಧನೆ ಅನ್ನೋದರ ಬಗ್ಗೆ ಭಾಷಣ ಅವರು ಮಾಡಿದ್ದು. ಅದರ ನಂತರದ ವರ್ಷ, ನನಗೆ ಆಶ್ಚರ್ಯ ಅಂದರೆ,

ಕರ್ನಾಟಕದಲ್ಲಿ ಯಾರಿಗೂ ಪರಿಚಯವಿಲ್ಲದ ಒಬ್ಬ ದೇಶೀಯ ವ್ಯಕ್ತಿಯ, ಹತ್ತನೆಯ ಕ್ಲಾಸು ಓದಿದ ಶೀನಪ್ಪ ಹೆಗಡೆ ಅನ್ನುವವರು ಸ್ಥಳೀಯ ಆಕರಗಳ ಮೂಲಕ ಗ್ರಂಥವನ್ನು ಕನ್ನಡದಲ್ಲಿ ಬರೆದವರು. ಆ ಶತಮಾನೋತ್ಸವ ಕಾರ್ಯಕ್ರಮಕ್ಕೆ ಕಲಬುರ್ಗಿ ಬಂದರು. ಪೊಳಲಿಯಲ್ಲಿ ಆ ಕಾರ್ಯಕ್ರಮ ನಡೆಯಿತು ೧೯೯೦ರಲ್ಲಿ. ಅದರಲ್ಲಿಯೂ ಬಾದಾಮಿಯ ಚಾಲುಕ್ಯರ ಬಗ್ಗೆ ಮತ್ತು ಕರಾವಳಿಯ ಎಲ್ಲ ಸಂಶೋಧಕರ ಬಗೆಗೆ ನಡೆದ ಗೋಷ್ಠಿಯ ಅಧ್ಯಕ್ಷತೆ ವಹಿಸಿ, ಈ ಪ್ರತಿಯೊಬ್ಬ ದೇಸೀ ಸಂಶೋಧಕರ ಬದುಕಿನ ಜಿಜ್ಞಾಸೆಗಳು ಯಾಕೆ ನಮಗೆ ಮುಖ್ಯ ಅನ್ನುವುದರ ಬಗ್ಗೆ ಮಾತಾಡಿದರು. ಆ ಕಾರ್ಯಕ್ರಮದಲ್ಲಿ ನನ್ನದೊಂದು ಪ್ರಬಂಧ ಕೂಡಾ ಇತ್ತು. ಕಲಬುರ್ಗಿ ಅವರು ಅಧ್ಯಕ್ಷತೆ ವಹಿಸಿದ್ದರು (೧೯೯೦ ಮಾರ್ಚ್). ಈಗಲೂ ಕೂಡಾ ಇಡೀ ಕರಾವಳಿಯಲ್ಲಿ ಸಂಶೋಧಕರ ವಲಯದಲ್ಲಿ ಕಲಬುರ್ಗಿಯವರ ಛಾಪು ಇದೆ.

ಆಮೇಲೆ ಕಲಬುರ್ಗಿ ಅವರು ಕನ್ನಡ ವಿಶ್ವವಿದ್ಯಾಲಯಕ್ಕೆ ಬಂದರು. ಈಗ ನಾನು ಹೇಳುವುದನ್ನು ಅವರು ಇದ್ದಾಗಲೇ ಹೇಳುತ್ತಿದ್ದೆ. ೧೯೯೮ರಲ್ಲಿ ಡಾ. ಕಂಬಾರರ ಅವಧಿ ಮುಗಿದ ಬಳಿಕ ಕುಲಪತಿ ಆಯ್ಕೆಯ ಹೊತ್ತಿಗೆ, ಪ್ರೊಫೆಸರುಗಳೆಲ್ಲ ನನ್ನಲ್ಲಿ ಹೇಳಿದರು – "ನೀವೂ ಒಂದು ಅರ್ಜಿ ಕಳಿಸಿ". ಆಗ ನಾನು ಹಿರಿಯ ಪ್ರೊಫೆಸರ್ ಆಗಿದ್ದೆ. ಪತ್ರಿಕೆಯಲ್ಲಿ ಬಂದ ಸುದ್ದಿ ಪ್ರಕಾರ ಕಲಬುರ್ಗಿಯವರು ಕನ್ನಡ ವಿವಿಯ ಕುಲಪತಿ ಹುದ್ದೆಗೆ ಅಭ್ಯರ್ಥಿಯಾಗಿದ್ದರು. ನಾನು ಬಹಳ ಸ್ಪಷ್ಟವಾಗಿ ಹೇಳಿದೆ: "ಇಲ್ಲ, ನಾನು ಬಯೋಡೆಟಾ ಕಳಿಸಲ್ಲ". ಆಮೇಲೆ ನಾನು ಕಲಬುರ್ಗಿಯವರಿಗೆ ಲ್ಯಾಂಡ್‌ಲೈನ್‌ಗೆ ಫೋನ್ ಮಾಡಿದೆ. "ಸರ್, ನಿಮ್ಮ ಹೆಸರು ಕುಲಪತಿ ಹುದ್ದೆಗೆ ಕೇಳಿ ಬರತಾ ಇದೆ. ನಾನು ನನ್ನ ಬಯೋಡೆಟಾ ಕೊಡುತ್ತಾ ಇಲ್ಲ. ಆ ತರಹ ಯಾವುದನ್ನೂ ತಿಳಿಕೋಬೇಡಿ. ನೀವು ಕುಲಪತಿ ಆಗಬೇಕು. ನೀವಾದರೆ ನಾನು ಬಹಳ ಸಂತೋಷಪಡ್ತೇನೆ" ಅಂತ. ಆಮೇಲೆ ಖಾಸಗಿ ಮಾತನಾಡುವಾಗಲೆಲ್ಲ ನಾವು ಇದನ್ನು ಹಂಚಿಕೊಳ್ಳುತ್ತಾ ಇದ್ದೆವು. ಕಲಬುರ್ಗಿಯವರು ಕುಲಪತಿ ಆದರು. ಅವರು ಮೊದಲು ಕರೆದ ಸಭೆಗೆ ನಾನು ಹಂಪಿಗೆ ಹೋದೆ... ಆಗ ನಾನೂ ಮುಂದೆ ಅಲ್ಲಿ ಕುಲಪತಿ ಆಗುತ್ತೇನೆ ಎಂಬ ಯಾವ ಕಲ್ಪನೆಯೂ ಇರಲಿಲ್ಲ.

ಆಗ ಹೊಸಪೇಟೆಯಲ್ಲಿ ಕಲಬುರ್ಗಿ ಅವರ ಮನೆ ಇತ್ತು. ನನ್ನ ಪರಿಚಯದ ಜರ್ಮನ್ ಪ್ರೊಫೆಸರ್ ಹೈಡ್ರೂನ್ ಬ್ರೂಕ್ನರ್ ಅವರ ಜೊತೆಗೆ ನಾನು, ನನ್ನ ಹೆಂಡತಿ ಅವರ ಮನೆಗೆ ಹೋದೆವು. ಊಟ ಮಾಡಿ, ನನ್ನನ್ನು ವಿವಿಗೆ ಕರೆದುಕೊಂಡು ಹೋದರು. ಆಮೇಲೆ ನನಗೊಂದು ಕೆಲಸ ಹಚ್ಚಿದರು. "ನೋಡಿ, ಇಲ್ಲಿ ಅನೇಕ ಜನರು ಕೆಲಸ ಮಾಡ್ತಾ ಇಲ್ಲ. ನೀವು ಡಿಪಾರ್ಟ್‌ಮೆಂಟಿಗೆ ಹೋಗಿರಿ. ಅವರ ಕೆಲಸದ ಬಗ್ಗೆ ವಿಚಾರಿಸಿ" ಎಂದರು. ನಾನು ಎರಡು ಡಿಪಾರ್ಟ್‌ಮೆಂಟ್‌ಗಳಿಗೆ ಹೋದೆ. ಆಗ ಅಧ್ಯಾಪಕರಿಗೆ ಅನಿಸಿತು "ಇವರು ನಮಗೆ ಯಾಕೆ ಇನ್ಸ್‌ಪೆಕ್ಷನ್ ಮಾಡುತಾರೆ" ಅಂತ. ಆ ಬಳಿಕ ೨೦೦೪ ಸೆಪ್ಟೆಂಬರ್‌ಗೆ ನಾನು ಸಹ ಹಂಪಿ ಕನ್ನಡ ವಿಶ್ವವಿದ್ಯಾಲಯಕ್ಕೆ ಕುಲಪತಿಯಾಗಿ ಹೋದೆ. ಸಾಮಾನ್ಯವಾಗಿ ಕುಲಪತಿ ಆದ ಮೇಲೆ ನನಗೆ ಹಿರಿಯರಾಗಿದ್ದ ಮೂರು ಮಂದಿ ವಿಶ್ರಾಂತ ಕುಲಪತಿಗಳ ಮನೆಗಳಿಗೆ ಹೋದೆ. ಬೆಂಗಳೂರಲ್ಲಿ ಕಂಬಾರರು ಮತ್ತು ಲಕ್ಕಪ್ಪ ಗೌಡರ ಮನೆಗಳಿಗೆ, ಧಾರವಾಡಕ್ಕೆ ಬಂದಾಗ ಕಲಬುರ್ಗಿ ಅವರು ಊಟ ಹಾಕಿದರು. ಮತ್ತೆ ಒಂದೆರಡು ಗಂಟೆ ಹಂಪಿ ಕನ್ನಡ ವಿಶ್ವವಿದ್ಯಾಲಯದ ಎಲ್ಲಾ ಸಮಸ್ಯೆಗಳ ಬಗ್ಗೆ ಹೇಳಿದರು. ತುಂಬಾ ಸಲಹೆಗಳನ್ನೂ ಕೊಟ್ಟರು.

ಹಂಪಿಗೆ ಹೋದಾಗ ಕಲಬುರ್ಗಿಯವರ ಬಗ್ಗೆ ಅನೇಕ ಐತಿಹ್ಯಗಳನ್ನು ಜನರು ಹೇಳ್ತಾ ಇದ್ದರು. ಅಧ್ಯಾಪಕರು ಮಧ್ಯಾಹ್ನದ ವೇಳೆಯಲ್ಲಿ ಮನೆಗೆ ಹೋಗುವಾಗ ಬಸ್ ನಿಲ್ಲಿಸಿ, ಬಸ್ಸಿನಿಂದ ಪ್ರೊಫೆಸರ್‌ಗಳನ್ನೆಲ್ಲಾ ಇಳಿಸ್ತಾ ಇದ್ದರು... ಹಿಂಭಾಗದ 'ಬಿ' ಗೇಟ್ ಬಳಿ ಸ್ಕೂಟರ್‌ನಲ್ಲೇ ವಾಪಾಸು ಕಳುಹಿಸುತ್ತಿದ್ದರು. ನಾನು ಕಡತ ನೋಡಿದೆ... ಕಲಬುರ್ಗಿಯವರು ಮಾಡಿದ್ದನ್ನು ನಾನು ಬಹಳ ಸ್ಪಷ್ಟವಾಗಿ ನೋಡಿದೆ... ಸಂಶೋಧನಾ ವಿಶ್ವವಿದ್ಯಾಲಯಕ್ಕೆ ಬೇಕಾದ ಇಡೀ ತಳಹದಿಯನ್ನು ಡಾ. ಕಲಬುರ್ಗಿ ಅವರು ಹಾಕಿದ್ದರು. ಏನು ಮಾಡಿದ್ದರು ಅಂದರೆ ಪ್ರತಿ ವಿಭಾಗಕ್ಕೆ ಒಂದು ಸಾಂಸ್ಥಿಕ ಯೋಜನೆ ಮತ್ತೊಂದು ವೈಯಕ್ತಿಕ ಯೋಜನೆ ಅಂತ. ನಾಲ್ಕು ಜನರಿದ್ದರೆ ಡಿಪಾರ್ಟ್‌ಮೆಂಟ್‌ಗೆ ಒಂದು ಕೊಡಬೇಕು. ವ್ಯಕ್ತಿಯೊಬ್ಬರಿಗೆ ಒಂದು ಪ್ರಾಜೆಕ್ಟ್ ಅಂತ ಮಾಡಿದ್ದರು. ದೇವಾಲಯ ಕೋಶ, ಶಾಸನ ಸಂಪುಟ, ಹಸ್ತಪ್ರತಿಗಳದ್ದು, ಸಮ್ಮೇಳನಗಳಲ್ಲದೆ, ಹೀಗಾಗಿ ಒಂದು ಶಿಸ್ತು ಮಾಡಿ, ಯಾರೂ ಕೆಲಸ ಮಾಡದೇ ಇರಲು ಸಾಧ್ಯವಿಲ್ಲ ಅನ್ನುವ ಹಾಗೆ ಮಾಡಿದ್ದರು. ಇದು ನನಗೆ ತುಂಬಾ ಅನುಕೂಲ ಆಯಿತು. ಏನೆಂದರೆ ಇದರ ಆಧಾರದ ಮೇಲೆಯೇ ನಾನು ಪ್ರತಿಯೊಬ್ಬರನ್ನು ವಿಚಾರಿಸಿಕೊಂಡೆ. ಯಾಕೆ ಕೆಲಸ ಮಾಡಲಿಲ್ಲ ಅಂತ ಪ್ರಶ್ನಿಸಲಿಕ್ಕೆ. ಕೇಳಲಿಕ್ಕೆ ಸಾಧ್ಯ ಆಯಿತು. ಹಣ ಇರಲಿಲ್ಲ ಅಂತ ಹೇಳಿದ್ದು... ಆಗ ನಾನು ಅಲ್ಲಿಗೆ ಹೋಗುವಾಗಲೂ ಸಹ ಒಂದು ಕೋಟಿ ಸಾಲ ಇತ್ತು. ಅದನ್ನು ತೀರಿಸಿದೆ. ಅದು ಬೇರೆ ಮಾತು. ಆದಾಗ್ಯೂ ಒಂದು ಸಂಶೋಧನೆಯ ನಕಾಶೆಯನ್ನು ಬಹಳ ಸ್ಪಷ್ಟವಾಗಿ ಹಾಕಿಕೊಟ್ಟವರು ಡಾ. ಕಲಬುರ್ಗಿ ಅವರು.

ಆದರೆ ನಿವೃತ್ತಿಯಾಗಿ ಹೋಗುವಾಗ ಸಂಜೆಗೆ ಕಾರು ಬಿಟ್ಟು ಅವರು ಕೆಂಪು ಬಸ್ಸು ಹತ್ತಿ ಹೋದರಂತೆ ಧಾರವಾಡಕ್ಕೆ. ಏನೋ ಬೇಜಾರು ಮಾಡಿಕೊಂಡರಂತೆ, ಬರತಾ ಇಲ್ವಂತೆ. ನಾನು ಅವರಿಗೆ ಫೋನ್ ಮಾಡಿದೆ. ನನ್ನ ಜೊತೆಗೆ ಬಹಳ ಸ್ನೇಹ ಇತ್ತು ಅವರಿಗೆ. ಒಮ್ಮೆ ಬಳ್ಳಾರಿಗೆ ಬಂದಿದ್ದರು ಅವರು ಮತ್ತು ಅವರ ಶ್ರೀಮತಿಯವರು. ಅವರು ಅಂದ್ರು "ಇಲ್ಲ ಇವತ್ತು ನಿಮ್ಮ ಮನೆಗೆ ಬರುತ್ತೇವೆ" ಅಂತ. ನಾನು ಹೇಳಿದೆ: "ಆಯ್ತು ಊಟಕ್ಕೆ ಬನ್ನಿ". ನಾನು ನನ್ನ ಹೆಂಡತಿ ಇದ್ದೆವು... ವಿ.ಸಿ. ಕ್ವಾರ್ಟರ್ಸ್‌ಗೆ ಬಂದರು. ಅವರ ಶ್ರೀಮತಿಯವರೂ ಬಂದರು. ಊಟ ಮಾಡಿದರು. ಹರಟೆ ಹೊಡೆದರು. ಆಗ "ರೈ ಅವರೇ ಒಂದೆರಡು ಕೆಲಸ ಮಾಡಬೇಕಲ್ಲ" ಅಂದರು. "ಏನು ಹೇಳಿ ಸಾರ್" ಅಂತ ನಾನು ಅಂದೆ. "ನೋಡಿ, ಆ ಕೂಡಲಸಂಗಮ ಇದೆ. ಆ ಪ್ರಾಧಿಕಾರ ಏನೂ ಕೆಲಸ ಮಾಡ್ತಾ ಇಲ್ಲ. ಅಲ್ಲಿ ನಾವು ವಚನಕ್ಕೆ ಸಂಬಂಧಪಟ್ಟಂತಹ ಕೇಂದ್ರ ಮಾಡಬೇಕು. 'ಅಂತಾರಾಷ್ಟ್ರೀಯ ವಚನ ಕೇಂದ್ರ' ಅಂತ. ಇನ್ನೊಂದು ಆ ಫ.ಗು. ಹಳಕಟ್ಟಿ ಅವರ ಬಿ.ಎಲ್.ಡಿ.ಇ. ಸಂಸ್ಥೆ ಇದೆ, ಬಿಜಾಪುರದಲ್ಲಿ. ಪಾಪ ಅಲ್ಲಿ ಒಂದು ಶಿಸ್ತುಬದ್ಧವಾಗಿ ಅದನ್ನು ನಡೆಸಲಿಕ್ಕೆ ಆಗುತ್ತಾ ಇಲ್ಲ. ಅದಕ್ಕೆ ಒಂದು ಮಾನ್ಯತೆ ಕೊಡಲಿಕ್ಕೆ ನೀವು ಬರಬೇಕು". ನಾನು ಅಂದೆ – "ಆಯಿತು ಸರ್ ಮಾಡೋಣ. ಒಂದು ಕಂಡೀಶನ್! ಅವುಗಳಲ್ಲಿ ನೀವು ಇರಬೇಕು." "ಆಯಿತು ಬರುತ್ತೇನೆ" ಅವರು ಅಂದರು. ೨೦೦೫ರಲ್ಲಿ ನಾನು ಮೊದಲನೇ ಬಾರಿ ಕೂಡಲಸಂಗಮ ನೋಡಿದ್ದು... ಅಲ್ಲಿ ಒಬ್ಬ ಆಡಳಿತಾಧಿಕಾರಿ ಇದ್ದರು. ಅಲ್ಲಿ ಒಂದು ಪ್ರಾಧಿಕಾರ ಇತ್ತು. ಆದರೆ, ಸರಕಾರದ ಕ್ರಮ, ಒಂದು ವರ್ಷವಾದರೂ ಏನೂ ಮಾಡ್ತಾ ಇಲ್ಲ...!" ಕೊನೆಗೆ ನಾವು ಮೂರು ಬಾರಿ ಕೂಡಲಸಂಗಮಕ್ಕೆ ಹೋಗಿ, ಎರಡು ದಿನ ಅಲ್ಲಿ ನಿಂತು, ಅಲ್ಲಿ ಅಂತಾರಾಷ್ಟ್ರೀಯ

ಭಾಷೆಗಳಲ್ಲಿ ವಚನಗಳನ್ನು ಅನುವಾದ ಮಾಡಿಸಬೇಕು. ಈ ಎಲ್ಲ ಪ್ರಾಜೆಕ್ಟನ್ನ ನಾನು ಮತ್ತು ಡಾ. ಕಲಬುರ್ಗಿ ಅವರು ಸೇರಿ ತುಂಬಾ ಒಳ್ಳೆಯ ಪ್ರಾಜೆಕ್ಟ್ ಮಾಡಿದ್ದೆವು. ಎರಡನೆಯದು, ಫ.ಗು. ಹಳಕಟ್ಟಿ ಅಧ್ಯಯನ ಕೇಂದ್ರದ ಬಗ್ಗೆ ನಾನು–ಕಲಬುರ್ಗಿ ಅವರು ಬಿಜಾಪುರಕ್ಕೆ ಹೋದೆವು, ನೋಡಿದೆವು... ಮೂರು ಮೀಟಿಂಗ್ ಮಾಡಿದೆವು ಅಲ್ಲಿ. ಬಿ.ಎಲ್.ಡಿ.ಇ. ಸಂಸ್ಥೆಯಿಂದ ಸಹಕಾರ ಎಲ್ಲ ಇತ್ತು. ನಾನು ಅಲ್ಲಿನ ಅಧ್ಯಯನ ಕೇಂದ್ರಕ್ಕೆ ಅನುಮತಿಯನ್ನು ಕೊಟ್ಟೆ. ಆಮೇಲೆ ಎಲ್ಲರೂ ಅಂದ್ರು ತುಂಬಾ ಒಳ್ಳೆಯ ಕೆಲಸ ಆಗ್ತಾ ಇದೆ ಅಂತ. ಆದರೆ ಇದೆಲ್ಲವನ್ನೂ ಡಾ. ಕಲಬುರ್ಗಿ ಅವರು ನನ್ನ ಬೆನ್ನ ಹಿಂದೆ ಇಲ್ಲದೇ ಹೋಗಿದ್ದರೆ ಮಾಡಲು ನನ್ನಿಂದ ಆಗುತ್ತಿರಲಿಲ್ಲ. ಅಂದರೆ ಒಬ್ಬ ಕುಲಪತಿಗೆ ಒಳ್ಳೆಯ ಹೆಸರು ಬರುವುದಿದ್ದರೆ... ಅದರ ಹಿಂದುಗಡೆಗೆ ಡಾ. ಕಲಬುರ್ಗಿ ಅವರು ಒಂದು ಚಾಲಕ ಶಕ್ತಿಯಾಗಿ ಕೆಲಸ ಮಾಡಿದ್ದರು.

ನಾನು ಸರಕಾರದಿಂದ ಶ್ರವಣಬೆಳಗೊಳ ಮಹಾಮಸ್ತಕಾಭಿಷೇಕದ ಹೊತ್ತಿಗೆ ಹಣ ಕೇಳಿದೆ. ಮೂವತ್ತು ಜೈನಕಾವ್ಯಗಳ ಇಪ್ಪತ್ತು ಸಂಪುಟಗಳನ್ನು ಹೊರತರಬೇಕು. ಕರ್ನಾಟಕ ಸರಕಾರದಿಂದ ಅನುದಾನ ದೊರೆಯಿತು. ನಾನು ಕಲಬುರ್ಗಿ ಅವರಿಗೆ ಹೇಳಿದೆ: ನೀವು ಇದಕ್ಕೆ ಸದಸ್ಯರಾಗಿರಬೇಕು. 'ಆಯಿತು' ಅಂತ ಹೇಳಿದರು. ಮೂರು ನಾಲ್ಕು ಸಮಿತಿ ಸಭೆಗೆ ಬಂದ್ರು. ಮಾರ್ಗ ೪ ಬಂದಾಗ ಹೇಳಿದೆ. "ಈಗ ನಿಮಗೆ ಸನ್ಮಾನ ಮಾಡ್ತಾ ಇಲ್ಲ. ಮಾರ್ಗ ೪ ಬಿಡುಗಡೆಯ ದೃಷ್ಟಿಯಿಂದ ಬರಬೇಕು" ಅಂತ. ಅವರು ಬಂದರು, ನಾನೇನು ಮಾಡಿದೆ ಆ ಹೊತ್ತಿಗೆ ಕನ್ನಡ ವಿವಿಯ ಉಳಿದಿಬ್ಬರು ವಿಶ್ರಾಂತ ಕುಲಪತಿಗಳನ್ನು ಬರಿಸಲು ಪ್ರಯತ್ನ ಮಾಡಿದೆ. ಲಕ್ಕಪ್ಪ ಗೌಡರು ಬಂದರು. ಕಂಬಾರರು ಬರಲು ಅನಾನುಕೂಲ ಆಯಿತು. ಅವರನ್ನು ಒಟ್ಟಿಗೆ ಇಟ್ಟುಕೊಂಡು ಕಲಬುರ್ಗಿ ಅವರೊಂದಿಗೆ ಸಂವಾದ, ಅವರ ಮಾರ್ಗ ಸಂಪುಟದ ಬಗ್ಗೆ, ಮುಕ್ತವಾದ ಸುಮಾರು ಎರಡು ಗಂಟೆಗಳ ಕಾಲ ಕಾರ್ಯಕ್ರಮ ನಡೀತು. ಮಾರ್ಗದ ಬಗ್ಗೆ ಸಂವಾದ ಮತ್ತು ಅವರಿಗೊಂದು ಸನ್ಮಾನ ಇತ್ತು. ಆಮೇಲೆ ಹೇಳಿದರು "ನಾನು ಬೇಂದ್ರೆ ಟ್ರಸ್ಟಿನಲ್ಲಿದ್ದೇನೆ, ನಾವು ಕುವೆಂಪು–ಬೇಂದ್ರೆ ಕಾವ್ಯಗಳ ಒಂದು ಸಂವಾದ ಮಾಡಿದರೆ ಹೇಗೆ? ಎಷ್ಟೋ ಬಾರಿ ಬೇಂದ್ರೆ ಹಾಗೂ ಕುವೆಂಪು ಅವರ ಬೇರೆ ಬೇರೆ ಸಂವಾದ ಆಗಿರಬಹುದು. ಈಗ ಒಟ್ಟಿಗೆ ಮಾಡೋಣ" ಅಂತ ಹೇಳಿದರು. "ಆಯಿತು ಸರ್" ಅಂತ ಹೇಳಿದೆ. ಕೊನೆಗೆ ಅದು ಧಾರವಾಡದಲ್ಲಿ ಆಯಿತು. ಕಲಬುರ್ಗಿ ಅವರು ಆಗ ಸಂಭ್ರಮದಿಂದ ಓಡಾಡಿದ್ದರು. ನನಗೆ ಇದೆಲ್ಲ ಯಾಕೆ ನೆನಪಾಗ್ತದೆ ಅಂದರೆ, ಎಲ್ಲೋ ಒಂದು ಕಡೆ ಅವರು ಇದ್ದರು ಅಂದ್ರೆ ಪಾದರಸದಂತೆ ಚುರುಕಾಗಿ ಓಡಾಡುವವರು... ನಿವೃತ್ತರಾದ ಮೇಲೆಯೂ ಕೂಡಾ ಅನೇಕ ಚಟುವಟಿಕೆಗಳನ್ನು ಮಾಡ್ತಾ ಬಂದರು.

ಹಿಂದಿನ ವರ್ಷ ನಾನೊಂದು ಬಾರಿ ಧಾರವಾಡಕ್ಕೆ ಬಂದಾಗ ಬೇಂದ್ರೆ ಟ್ರಸ್ಟ್‌ನಲ್ಲಿ ಅವರು ಅಧ್ಯಕ್ಷರಾಗಿದ್ದಾಗ ಆ ಬಿಲ್ಡಿಂಗ್ ತೋರಿಸಿ, ಅದರೆದುರಿನ ಕೆರೆಯನ್ನು ಪೂರ್ತಿಯಾಗಿ ಸುತ್ತುಹಾಕಿ, ಆ ಉದ್ಯಾನವನವನ್ನು ಮಾಡಿದ ಕ್ರಮ, ಸೌಂದರ್ಯ ಎಲ್ಲ ಹೇಳಿದರು. ಮತ್ತೇನಿಲ್ಲ ಯಾರಾದರೂ ನಿಮ್ಮ ಸ್ನೇಹಿತರು ವಿದೇಶದಿಂದ ಬಂದವರಿಗೆ, ಧಾರವಾಡಕ್ಕೆ ಬಂದರೆ 'ಬಾರೋ ಸಾಧನಕೇರಿಗೆ ಉದ್ಯಾನ'ವನ್ನು ತೋರಿಸಿ "ಇಂಥ ಉದ್ಯಾನವನ ಎಲ್ಲೂ ಇಲ್ಲ! ಅಂತ ಹೇಳಿ" ಅಂದರು. ಅವರು ಪ್ರತಿಯೊಂದನ್ನು ಕೂಡ ಸಂಭ್ರಮದಿಂದ ಮಾಡುತ್ತಾ ಇದ್ದರು.

ಒಂದು ವರ್ಷದ ಹಿಂದೆ ಅಂದರೆ ೨೦೧೪ರ ಮಾರ್ಚ್ ತಿಂಗಳಿನಲ್ಲಿ ನನಗೆ ಫೋನ್ ಮಾಡಿದ್ದರು. "ರೈ ಅವರೇ, ಏನು ಮಾಡುತ್ತಾ ಇದ್ದೀರಿ? ನಿಮ್ಮಿಂದ ಒಂದು ಉಪಕಾರ ಆಗಬೇಕಲ್ಲ" ಹೀಗೆ ಏನೋ ಒಂದು ಪೀಠಿಕೆ ಹಾಕ್ತಾರೆ. ನಾನು 'ಏನು?' ಅಂದರೆ, "ಈಗ ನೋಡಿ, ಬಸವ ಸಮಿತಿಯಲ್ಲಿ, ನಾವು ವಚನಗಳ ಅನುವಾದ ಮಾಡಿದ್ದೇವೆ. ೧೦ ಭಾಷೆಗಳ ಅನುವಾದದ ಸಂಪುಟಗಳು ಮುಗಿದು ಅದನ್ನೀಗ ಉಪರಾಷ್ಟ್ರಪತಿಯವರು ಬಿಡುಗಡೆ ಮಾಡ್ತಾರೆ. ಇನ್ನೂ ೧೧ನ್ನ ತೆಗೆದುಕೊಳ್ಳಬೇಕು ಅಂತ ಮಾಡಿದ್ದೇವೆ. ಅದರಲ್ಲಿ ತುಳು ಕೂಡಾ ಬರ್ತದೆ. ಅದನ್ನ ರೈ ಬಿಟ್ಟರೆ ಜಗತ್ತಿನಲ್ಲಿ ಬೇರೆ ಯಾರೂ ಕೂಡಾ ಮಾಡಲಿಕ್ಕೆ ಸಾಧ್ಯ ಇಲ್ಲ. ಹಾಗಾಗಿ ನೀವು ಅದರ ಸಂಪಾದಕರಾಗಬೇಕು". ಆರಂಭದಲ್ಲಿ ನಾನು 'ಆಗುವುದಿಲ್ಲ' ಅಂತ ಹೇಳಿದೆ. ನನಗೆ ಗೊತ್ತಿತ್ತು ಕಲಬುರ್ಗಿ ಅವರೊಟ್ಟಿಗೆ ವಾದ ಮಾಡಲಿಕ್ಕೆ ಆಗೋಲ್ಲ. "ಏನೂ ಬೇಡ. ನೀವು ಅನುವಾದ ಮಾಡುವುದು ಬೇಡ, ಬೇರೆಯವರಿಂದ ಅನುವಾದ ಮಾಡಿಸಿಕೊಂಡಿರಿ. ಎಲ್ಲವನ್ನೂ ನಾನು ಮಾಡಿಸ್ತೇನೆ. ಮಂಗಳೂರಿಗೆ ಬರುತ್ತೇನೆ. ನಾನಿರುತ್ತೇನೆ. ಅಲ್ಲಿ ವರ್ಕ್‌ಶಾಪ್ ಮಾಡಿಸುತ್ತೇನೆ." ಹೀಗೆ ೧೫ ನಿಮಿಷ ಮಾತನಾಡಿದರು. ಕೊನೆಗೆ ನಾನು 'ಆಯಿತು' ಅಂತ ಹೇಳುವವರೆಗೆ ಅವರು ಫೋನ್ ಇಡಲಿಲ್ಲ. ಕೊನೆಗೆ ವಚನಗಳನ್ನು ಕೊಟ್ರು. ಇದರ ಅನುವಾದ ಮಾಡಿಸಬೇಕು ಅಂತ. ತೆಗೆದು ನೋಡಿದರೆ, ಅದರಲ್ಲೆ ಶೇ. ೪೦ರಷ್ಟು ವಚನಗಳು, ನಾನು ಇದುವರೆಗೂ ಓದದವು. ಯಾವುದೋ ಹೆಸರು ಇಲ್ಲದಿರೋ ಮಹಿಳೆಯರದ್ದು, ಈವರೆಗೆ ಎಲ್ಲಿಯೂ ಕೂಡ ಕಾಣಿಸಿಕೊಳ್ಳದಿರುವವರದು ವಚನಗಳಿವೆ. ಕೊನೆಗೆ ನಾನು ೧೦ ಮಂದಿ ತುಳು ಸಾಹಿತಿಗಳನ್ನು ಇಟ್ಟುಕೊಂಡು ತುಳುವಿಗೆ ಅನುವಾದ ಮಾಡಿಸಿದೆ. ಆಮೇಲೆ ೨೦೧೪ರ ಮೇಯಲ್ಲಿ ಕಲಬುರ್ಗಿ ಅವರು ಮಂಗಳೂರಿಗೆ ಬಂದು ಎರಡು ದಿವಸ ನಿಂತು ಆ ಹತ್ತು ಮಂದಿ ಅನುವಾದಕರ ಜೊತೆಗೆ ಸಂವಾದ ಮಾಡಿದರು. ಪ್ರತಿ ವಚನವನ್ನು ಓದೋದು, ಅರ್ಥ ಹೇಳೋದು ಆಮೇಲೆ ವಿವರಣೆ ಕೊಡೋದು... ಇದು ಎರಡು ದಿನ ಪೂರ್ಣವಾಗಿ ನಡೆಯಿತು. ಆಮೇಲೆ ಆಗ ಹೇಳಿದರು "ರೈ ಅವರೇ, ಈ ತುಳು ಅನುವಾದ ಸಂಪುಟದ ಬಿಡುಗಡೆ ಮಂಗಳೂರಿನಲ್ಲಿ ಆಗಬೇಕು." ೨೦೧೫ರಲ್ಲಿ ವಾರಕ್ಕೆ ಒಮ್ಮೆ ಅಥವಾ ಎರಡು ವಾರಕ್ಕೆ ಒಮ್ಮೆ ಫೋನ್ ಎತ್ತುತ್ತಾ ಇದ್ದೆ. ಕೊನೆಗೆ ನಾನೇನು ಮಾಡಿದೆ... ಎಪ್ರಿಲ್‌ನಲ್ಲಿ ಎಲ್ಲಾ ಅನುವಾದ ಮಾಡಿಸಿ ಡಿಟಿಪಿ ಮಾಡಿಸಿ ಹೋಗಿ ನಾವು ಭೇಟಿ ಆದೆವು. ಆಗ ಅವರು ಮೂಲವನ್ನು ಹಿಡಕೊಂಡ್ರು, ನೋಡಿದ್ರು, ಮಧ್ಯದಲ್ಲಿ ಎರಡು ಸಾಲುಗಳು ಕಡಿಮೆ ಆಗಿವೆ. ಅಂದ್ರು, ಇದು ಆಶ್ಚರ್ಯ! ತುಳುವಿನಲ್ಲಿ ಇರುವುದು ಅದರಲ್ಲಿ ಎಲ್ಲೋ ಒಂದು ಕಡೆ ಎರಡು ಸಾಲು ಬಿಟ್ಟು ಹೋಗಿರುವುದನ್ನು ತೋರಿಸಿ, ಮಧ್ಯದಲ್ಲಿ ಯಾವುದೋ ಒಂದು ಪ್ಯಾರಾ ಬಿಟ್ಟು ಹೋದದ್ದೂ ತೋರಿಸಿ 'ಬಿಟ್ಟುಹೋಗಿದೆ' ಅಂತ ಅಂದ್ರು. ನನಗೆ ಆಶ್ಚರ್ಯ! ಇವರ ಕಣ್ಣು ಹೇಗೆಲ್ಲಾ ಹೋಗ್ತದೆ? ಅಂತ. "ಸರಿ ಅದೆಲ್ಲ ನಾನು ಮಾಡಿಸ್ತೇನೆ" ಅಂತ ಹೇಳಿದೆ.

ನಾನು ಮೇ ೧೩ಕ್ಕೆ ಜರ್ಮನಿಗೆ ಹೋಗಬೇಕಾಗಿತ್ತು. ನಾನು ಮೇ ೨ನೇ ತಾರೀಕಿನಂದು ಕಲಬುರ್ಗಿಯವರಿಗೆ ಫೋನ್ ಮಾಡಿದೆ. "ಸರ್ ನಾನು ಜರ್ಮನಿಗೆ ಹೋಗುತ್ತಾ ಇದ್ದೇನೆ. ನಾನು ಹೋಗುವ ಮೊದಲು ಸಂಪೂರ್ಣ ಒಪ್ಪಿಸಿಕೊಡಬೇಕು. ಎಲ್ಲ ತಿದ್ದಿ, ಡಿಟಿಪಿ ಮಾಡಿಸಿ ನಾನು ಮೂರು ಸಲ ಕರೆಕ್ಷನ್ ನೋಡಿದ್ದೇನೆ. ನಿಮ್ಮ ಕೈಯಲ್ಲಿ ಕೊಡಬೇಕು. ಮೇ ೧೨ಕ್ಕೆ

ನೀವು ಬೆಂಗಳೂರಿಗೆ ಬಂದರೆ ಸಂತೋಷ". ಅವರು ಬೇರೆ ಯಾವುದೋ ಕೆಲಸದಲ್ಲಿದ್ದರು ಅಂತ ಕಾಣುತ್ತೆ. "ನೀವು ಹೇಳಿದರೆ ಖಂಡಿತ ಬರ್ತೇನೆ" ಅಂತ ಹೇಳಿದರು. ೨೦೧೫ ಮೇ ೧೨ – ನಾನು ಆ ದಿನ ಬೆಂಗಳೂರಿಗೆ ಹೋದೆ. ಬಸವ ಸಮಿತಿಯಲ್ಲಿ ಸಭೆ. ನಾನು ಚಾಲುಕ್ಯ ಹೊಟೇಲಲ್ಲಿ ಉಳಕೊಂಡೆ. ನಾನು ಕಲಬುರ್ಗಿ ಅವರು ಸುಮಾರು ೩ ಗಂಟೆ ಒಟ್ಟಿಗಿದ್ದೆವು. ೧೦ರಿಂದ ೧ ಗಂಟೆಯವರೆಗೆ ನಾವಿಬ್ಬರೂ ಒಟ್ಟಿಗೆ ಇದ್ದೆವು. ಆಶ್ಚರ್ಯ ಅಂದರೆ ತುಳುವಿನ ಒಂದು ವಚನ ಹೇಳಿ "ಈ ವಚನ ಓದ್ರಿ" ಅಂತ ಹೇಳಿದರು. ತುಳುವಿನಿಂದ ನಾನು ಓದುವವನು, ಅವರು ಕೇಳೋರು. ಆಗ ಈ ಕನ್ನಡ ಶಬ್ದಕ್ಕೆ ಏನು ತುಳು ಶಬ್ದ ಹಾಕಿದ್ದೀರಿ ಅಂತ ಕೇಳೋರು. ಒಂದೇ ಒಂದು ತುಳುಶಬ್ದ ಗೊತ್ತಿಲ್ಲದ ಕಲಬುರ್ಗಿ ಅವರು ಅದನ್ನ ಅರ್ಥ ಮಾಡಿಕೊಂಡು ಸಂತೋಷಪಟ್ಟರು. ಇದೆಲ್ಲ ಸರಿ ಆಯಿತು. ಆಮೇಲೆ ಯಾವುದೇ ಒಂದು ಅನಾಮಧೇಯ ವಚನಕ್ಕೆ ಹೋದ್ರು ನಾ ಓದಿದೆ. ಆಮೇಲೆ ಆ ಮುನ್ನುಡಿಯ ಭಾಗ ನೋಡಿದ್ರು, ಈ ಸಾಲು ಸಾಲು ನೋಡಿ 'ಎಲ್ಲ ಸರಿ ಇದೆ' ಅಂದರು. ಆಮೇಲೆ ಹೇಳಿದರು. "ನಾವು 'ಚಾಲುಕ್ಯ'ಕ್ಕೆ ಊಟಕ್ಕೆ ಹೋಗೋಣ" ಅಂತ. ನಾವಿಬ್ಬರೂ ರಸ್ತೆ ದಾಟಿ ಬಂದೆವು. ಆಮೇಲೆ ನಾನು ಹೇಳಿದೆ "ನನ್ನ ಶ್ರೀಮತಿ ರೂಮಲ್ಲಿದ್ದಾಳೆ. ಊಟಕ್ಕೆ ಅಲ್ಲಿಯೇ..." "ಏನಿಲ್ಲ ಅವರನ್ನೂ ಕರೀರಿ" ಅವರು ಹೇಳಿದರು. ಆಮೇಲೆ ಚಾಲುಕ್ಯ ಹೋಟೆಲ್‌ನ ಮಾಳಿಗೆಯಲ್ಲಿ ಕುಳಿತು ನಾವು ಮೂವರೂ ಊಟ ಮಾಡಿದೆವು. ಆಗ ಒಂದು ಮಾತು ಹೇಳಿದರು: "ನೋಡ್ರಿ, ಕಿಟೆಲ್ ಅವರದು ಒಂದು ಜರ್ಮನ್ ಲೇಖನ ಇದೆ. ನೀವು ಹೇಗೂ ಜರ್ಮನಿಗೆ ಹೋಗಿ ಸಂಪರ್ಕ ಇದೆ. ಅದನ್ನೊಂದು ಅನುವಾದ ಮಾಡಿಸಿ." ಅವರನ್ನು ನಾನು ಮುಖತಃ ಕಂಡದ್ದು ಅದೇ ಕೊನೆಯದು. ಅದು ಮೇ ೧೨. ನನ್ನ ಭಾಗ್ಯ ಅಂದರೆ ಮೂರು ಗಂಟೆಗಳ ಕಾಲ ನಾವು ಒಟ್ಟಿಗಿದ್ದೆವು. ಆಮೇಲೆ ನಾನು ಊರಿಗೆ ಬಂದದ್ದು ಜುಲೈ ಮಧ್ಯಭಾಗಕ್ಕೆ, ಸುಮಾರು ೨ ತಿಂಗಳುಗಳ ನಂತರ. ಫೋನ್‌ನಲ್ಲಿ ಮಾತಾಡಿದೆವು. ಅವರು ಏನು ಮಾಡಿದರು ಅಂದರೆ ಪ್ರೆಸ್ಸಿನವರದು ಬಿಲ್ ಕಳಿಸಿದರು. ಪ್ರಿಂಟ್‌ನವರ, ಡಿಟಿಪಿಯವರ ಚೆಕ್ ಕಳಿಸಿದರು. ಹತ್ತು ಮಂದಿ ಸಂಪಾದಕರ ಸಂಭಾವನೆಯ ಚೆಕ್ ಕಳಿಸಿದರು. ಅಂದರೆ ಇನ್ನೂ ಪ್ರಿಂಟ್‌ಗೆ ಹೋಗುವಂತಾದ್ದು. ಇನ್ನು ಪ್ರಿಂಟಿಗೆ ಹೋಗುವುದು ತಡಾ ಆಗುತ್ತಿತ್ತು ಕಾಣುತ್ತೋ ಗೊತ್ತಿಲ್ಲ. ಆದರೆ ಅವರು ಮೇ ೧೨ಕ್ಕೆ ಏನು ಹೇಳಿದರು ಅಂದರೆ "ರೈ ಅವರೆ ಇದರ ಬಿಡುಗಡೆ ಡಿಸೆಂಬರ್‌ನಲ್ಲಿ ಮಂಗಳೂರಿನಲ್ಲಿ ಮಾಡೋಣ." ಇಂಥ ಅನೇಕ ಕನಸುಗಳನ್ನ, ಅನೇಕ ರೀತಿಯ ಪ್ರೇರಣೆಗಳನ್ನು ಕೊಟ್ಟಿರುತ್ತಾರೆ ಕಲಬುರ್ಗಿ ಅವರು.

ಗಿರಡ್ಡಿ ಗೋವಿಂದರಾಜ ಅವರು ಇಂದು ಕಲಬುರ್ಗಿ ನೆನಪಿನ ಈ ಕಾರ್ಯಕ್ರಮಕ್ಕೆ ಬರಬೇಕು ಅಂತ ಹೇಳಿದಾಗ ಏನು ಮಾಡುವುದು? ನೆನಪುಗಳು ಇವೆ, ಮಾತಾಡ್ಲಿಕ್ಕೆ ನೂರಾರು ನೆನಪುಗಳು ಇವೆ. ಆದರೆ ಮನಸ್ಸಿನಲ್ಲಿ ಒಂದು ರೀತಿಯ ವಿಷಾದ, ಆಕ್ರೋಶ ಆಗ್ತಾ ಇದೆ. ಅವರ ಹತ್ಯೆಯಾಗಿ ಒಂದು ತಿಂಗಳು ಕಾಲ ಆದರೂ ಕೂಡ ನಮಗೆ ಅಪರಾಧಿಗಳು ಯಾರು ಅಂತ ಗೊತ್ತಾಗಲಿಲ್ಲ. ಅಪರಾಧಿಗಳಿಗೆ ಶಿಕ್ಷೆ ಆಗಲಿಲ್ಲ. ಕಲಬುರ್ಗಿ ಅವರ ಆತ್ಮಕ್ಕೆ ನಾನು ಹೇಗೆ ಶಾಂತಿಯನ್ನು ಕೋರುವಂಥದು ಅಂಥ ಒಂದು ಮಾನಸಿಕವಾದ ಕ್ರೋಧ ನನ್ನ ಮನಸ್ಸಿನಲ್ಲಿದೆ. ಕಳೆದ ಬಾರಿ ಮಂಗಳೂರಿಗೆ ಬಂದಾಗ ನಮ್ಮ ಮನೆಯಲ್ಲಿ ಕಾಫಿ, ತಿಂಡಿ ಮಾಡಿ ಅವರೊಡನೆ ಎರಡು ಗಂಟೆ ಕುಳಿತುಕೊಂಡು

ಮಾತನಾಡಿದ ನೆನಪು ಜೀವಂತವಾಗಿದೆ. ನಾವಿಬ್ಬರು ಎಂದೂ ಯಾವಾಗಲೂ ಕಾಲಹರಣ ಮಾಡಿದವರಲ್ಲ. ಮುಂದೆ ಏನು ಮಾಡಬೇಕು, ನನ್ನ ಬಳಿ ಇದ್ದದ್ದು ಅವರಿಗೆ ಹೇಳುವುದು! ಅವರ ಬಳಿ ಇದ್ದದ್ದು ನನಗೆ ಹೇಳುವುದು. ಆದಿಲ್‌ಶಾಹಿ ಬರಹಗಳ ಬಗ್ಗೆ ಎರಡು ಮೂರು ಬಾರಿ ನನ್ನ ಹತ್ತಿರ ಮಾತಾಡಿದ್ದರು ಮತ್ತು ಸಾಮಗ್ರಿಯನ್ನು ತೋರಿಸಿದ್ದಾರೆ. ಆ ತರಹದ್ದು ಪರ್ಶಿಯನ್ ಭಾಷೆಯಲ್ಲಿರುವುದು ಕನ್ನಡಕ್ಕೆ ಬರುವುದು ಅನ್ನೋದು ಒಂದು ತರಹದ ಜಾಗತಿಕ ವಿದ್ಯಮಾನ. ಅದನ್ನು ಮಾಡಿಸಿದವರು ಅವರು.

ಆದರೆ ಇವತ್ತು ಒಂದು ಶೂನ್ಯ ನಮ್ಮನ್ನು ಆವರಿಸಿದೆ. ಇದ್ದುದರಲ್ಲಿ ಸಂತೃಪ್ತಿ ಏನೆಂದರೆ ಅವರ ಶಿಷ್ಯರನೇಕರು ಇಲ್ಲಿ ಇದ್ದಾರೆ, ಪ್ರೇರಣೆ ಪಡೆದವರಿದ್ದಾರೆ... ತರುಣರಿದ್ದಾರೆ... ಆದ್ದರಿಂದ ಬಹುಶಃ ನಾವೆಲ್ಲ ಸೇರಿ ಕಲಬುರ್ಗಿಯಂಥ ಒಂದು ಶಕ್ತಿ ಆಗದೇ ಹೋದರೂ ಕೂಡಾ, ಒಬ್ಬೊಬ್ಬರೂ ಒಂದೊಂದು ಹಣತೆಯನ್ನು ನಮ್ಮ ನಮ್ಮ ಊರಲ್ಲಿ ನಾವು ಹಚ್ಚುತ್ತೇವೆ. ಧಾರವಾಡದಲ್ಲಿ ಈ ತರಹದ ಸಾಹಿತ್ಯ ಸಂಭ್ರಮದ ಟ್ರಸ್ಟ್ ಹೆಸರಿನಲ್ಲಿ ಕಲಬುರ್ಗಿ ಅವರ ಅದೇ ತರಹದ ಸಹೃದಯತೆ ಉಳಿಸಿಕೊಳ್ತೇವೆ ಅನ್ನುವುದಕ್ಕೆ ನಾವೆಲ್ಲ ಇಲ್ಲಿ ಸೇರಿದ್ದೇವೆ. ನಮಸ್ಕಾರ!

ಅಕ್ಟೋಬರ ೪, ೨೦೧೫, ಧಾರವಾಡ

ಮಹಾಕಾವ್ಯಗಳ ಮಹಾನ್ ನಾಯಕ ಲೌರಿ ಹಾಂಕೋ

ತುಳು ಜನಪದ ಮಹಾಕಾವ್ಯಗಳಾದ ಪಾಡ್ದನಗಳ ಸಂಗ್ರಹ ಮತ್ತು ಅಧ್ಯಯನ ಆರಂಭವಾದದ್ದು ವಿದೇಶಿ ವಿದ್ವಾಂಸರಿಂದ. ರೆವರೆಂಡ್ ಎ. ಮ್ಯಾನರ್‌ನ 'ಪಾಡ್ದನೊಳು' (೧೮೮೬)ವಿನ ಪ್ರಕಟನೆಯಿಂದ ತೊಡಗಿ ಎ.ಸಿ. ಬರ್ನೆಲ್‌ನಿಂದ ಮುಂದುವರಿದ ಪರಂಪರೆಯು ಈ ಶತಮಾನದ ಎಪ್ಪತ್ತರ ದಶಕದಲ್ಲಿ ಅಮೇರಿಕಾದ ಪ್ರೊ. ಪೀಟರ್ ಜೆ. ಕ್ಲಾಸ್, ಜರ್ಮನಿಯ ಪ್ರೊ. ಹೈಡ್ರೂನ್ ಬ್ರೂಕ್ನರ್‌ರವರ ಸಂಗ್ರಹ ಅಧ್ಯಯನಗಳಲ್ಲಿ ಸಂಶೋಧನೆಯ ಹಾದಿಯನ್ನು ಕೈಕೊಂಡಿತು. ಈ ಪರಂಪರೆಗೆ ಕಳೆದ ಒಂದು ದಶಕದ ಮಹಾನ್ ಸೇರ್ಪಡೆ ಫಿನ್ಲೆಂಡಿನ ಪ್ರೊ. ಲೌರಿ ಹಾಂಕೋ. ಫಿನ್ಲೆಂಡಿನ ತುರ್ಕು ವಿಶ್ವವಿದ್ಯಾನಿಲಯದ ಜಾನಪದ ವಿಜ್ಞಾನ ಹಾಗೂ ತೌಲನಿಕ ಧರ್ಮ ಅಧ್ಯಯನ ವಿಭಾಗದಲ್ಲಿ ಪ್ರಾಧ್ಯಾಪಕರಾಗಿದ್ದ ಲೌರಿ ಹಾಂಕೋ (೬ ಮಾರ್ಚ್ ೧೯೩೨ – ೧೫ ಜುಲೈ ೨೦೦೨) ಜಗತ್ತಿನ ಜಾನಪದ ವಿದ್ವಾಂಸರಲ್ಲಿ ಮುಂಚೂಣಿಯಲ್ಲಿ ಇದ್ದ ಹೆಸರು. ಇವರದು ಬಹುಮುಖ ಸಾಧನೆಯ ವೈವಿಧ್ಯಮಯ ಶೈಕ್ಷಣಿಕ ಬದುಕು. ಅನ್ವೇಷಕರಾಗಿ, ಹೊಸ ಸಂಸ್ಥೆಗಳ ಸ್ಥಾಪಕರಾಗಿ ಮಾನವೀಯ ದೃಷ್ಟಿಯ ಕ್ಷೇತ್ರಕಾರ್ಯಕರ್ತರಾಗಿ, ಹೊಸ ಸಿದ್ಧಾಂತಗಳ ಪರಿಕಲ್ಪನೆಗಳ ಪ್ರತಿಪಾದಕರಾಗಿ, ಫಿನ್ನೊ ಉಗ್ರಿಕ್ ವಿದ್ವಾಂಸರಾಗಿರುವುದರ ಜೊತೆಗೆಯೇ ಜಾಗತಿಕ ಜಾನಪದ ತಜ್ಞರಾಗಿ, ಸಾಂಸ್ಕೃತಿಕ ಸಂಶೋಧನ ತಾತ್ವಿಕತೆಯ ಪ್ರವರ್ತಕವಾಗಿ ಹಾಗೂ ಅನ್ವಯಿಕರಾಗಿ, ಜಾನಪದ ಪ್ರಕ್ರಿಯೆಯ ಪ್ರತಿಪಾದಕರಾಗಿ ಲೌರಿ ಹಾಂಕೋ ಅವರು ಒಬ್ಬ ಜಾನಪದ ದೈತ್ಯ.

ಪ್ರೊ. ಹಾಂಕೋ ಅವರಿಗೆ ತುಳುವಿನ ಸಂಬಂಧವೇರ್ಪಟ್ಟದ್ದು ೧೯೮೮ರಲ್ಲಿ. ಪ್ರೊ. ಕು.ಶಿ ಹರಿದಾಸ ಭಟ್ಟರು ೧೯೮೮ರಲ್ಲಿ ಫಿನ್ಲೆಂಡಿನ ತುರ್ಕುವನ್ನು ಸಂದರ್ಶಿಸಿದಾಗ ಅಲ್ಲಿ ಹಾಂಕೋ ಅವರ ಭೇಟಿಯಾಯಿತು. ಪಾಡ್ದನಗಳ ತುಳುನಾಡು ಮತ್ತು ಕಲೇವಾಲದ ಫಿನ್ಲೆಂಡ್‌ಗಳ ನಡುವೆ ಬಂಧುತ್ವ ಏರ್ಪಟ್ಟಿತು. ಇದರ ಪರಿಣಾಮ ೧೯೮೫ರ ಅಕ್ಟೋಬರ್ ೧೨ರಂದು ಉಡುಪಿಯ ಆರ್‌ಆರ್‌ಸಿ ಆಶ್ರಯದಲ್ಲಿ ಫಿನ್ಲೆಂಡಿನ ಮಹಾಕಾವ್ಯ ಕಲೇವಾಲದ ೧೫೦ನೇ ವಾರ್ಷಿಕೋತ್ಸವವನ್ನು ಆಚರಿಸಲಾಯಿತು. ಈ ಸಂದರ್ಭದಲ್ಲಿ 'Folk epics of Tulunad' ಎಂಬ ವಿಚಾರಗೋಷ್ಠಿಯನ್ನು ನಡೆಸಲಾಯಿತು. ಹಾಂಕೋ ಈ ಗೋಷ್ಠಿಯ

ಅಧ್ಯಕ್ಷತೆ ವಹಿಸಿ, ಕಲೇವಾಲ ಮಹಾಕಾವ್ಯದ ಬಗ್ಗೆ ಪ್ರಬಂಧ ಮಂಡಿಸಿದರು. ಈ ಸಂದರ್ಭದಲ್ಲಿ ಹಾಂಕೋ ಅವರು Nordic Institute of Folklore(NIF)ನ ನಿರ್ದೇಶಕರಾಗಿದ್ದರು. ಹಾಗಾಗಿ ಅವರು ತಮ್ಮ ಸಂಸ್ಥೆಯ ವತಿಯಿಂದ ಉಡುಪಿಯ ಆರ್‌ಆರ್‌ಸಿಯು ನೆರವಿನಿಂದ ತುಳು ಜಾನಪದ ಕ್ಷೇತ್ರಕಾರ್ಯದಲ್ಲಿ ತರಬೇತಿ ಶಿಬಿರವೊಂದನ್ನು ನಡೆಸಲು ಯೋಜನೆಯನ್ನು ಸಿದ್ಧಪಡಿಸಿದರು.

ನಾರ್ಡಿಕ್ ಇನ್‌ಸ್ಟಿಟ್ಯೂಟ್ ಆಫ್ ಫೋಕ್‌ಲೋರ್, ಫಿನ್ಲೆಂಡ್, ಆರ್‌ಆರ್‌ಸಿ ಉಡುಪಿ, ಶ್ರೀಕ್ಷೇತ್ರ ಧರ್ಮಸ್ಥಳದ ಶ್ರೀ ವೀರೇಂದ್ರ ಹೆಗ್ಗಡೆ–ಹೀಗೆ ಮೂರು ಶಕ್ತಿಗಳ ಸಂಗಮದ ಫಲವಾಗಿ ೧೯೮೯ರ ಫೆಬ್ರವರಿ ೧೨ರಿಂದ ೧೫ರವರೆಗೆ ಉಡುಪಿ ಮತ್ತು ಧರ್ಮಸ್ಥಳದಲ್ಲಿ 'Finnish- Indian training and fieldwork course in oral folklore' ನಡೆಯಿತು. ಪ್ರೊ. ಲೌರಿ ಹಾಂಕೋ ಅವರು ಈ ಶಿಬಿರದ ನಿರ್ದೇಶಕರಾಗಿ ಇದರ ಶೈಕ್ಷಣಿಕ ಮತ್ತು ಕ್ಷೇತ್ರಕಾರ್ಯದ ರೂಪುರೇಖೆಗಳನ್ನು ಸಿದ್ಧಪಡಿಸಿ, ಶಿಬಿರದ ಉದ್ದಕ್ಕೂ ತಾವೂ ಕ್ಷೇತ್ರಕಾರ್ಯ ನಡೆಸಿ, ತುಳು ಜಾನಪದ ಸಂಶೋಧಕರಿಗೆ ಹೊಸ ವಿಧಾನಗಳನ್ನು ತೋರಿಸಿಕೊಟ್ಟರು. ತುರ್ಕುತಂಡ, ಬರ್ಗೆನ್ ತಂಡ ಮತ್ತು ಹೆಲ್ಸಿಂಕಿ ತಂಡಗಳನ್ನಾಗಿ ವಿಭಜಿಸಿ, ಪ್ರತಿಯೊಂದು ತಂಡದಲ್ಲೂ ಫಿನ್ನಿಷ್/ನಾರ್ವೆಜಿಯನ್ ಮತ್ತು ತುಳು/ಕನ್ನಡ ವಿದ್ವಾಂಸರು ಹಾಗೂ ದಾಖಲಾತಿ ತಜ್ಞರು ಇರುವಂತೆ ನೋಡಿಕೊಂಡರು. ದಾಖಲಾತಿಗೆ ಸಂಬಂಧಿಸಿದಂತೆ ಮೂರು ಮುಖ್ಯ ಅಂಶಗಳನ್ನು ಅಳವಡಿಸಲಾಯಿತು: ಉತ್ತಮ (good), ಸಮಗ್ರ (full) ಮತ್ತು ದಟ್ಟ (Thick). ದಾಖಲಾತಿಯ ತಾಂತ್ರಿಕ ಗುಣಮಟ್ಟಕ್ಕೆ ಸಂಬಂಧಿಸಿದಂತೆ (ದೃಶ್ಯ ಮತ್ತು ಶ್ರವ್ಯ ದಾಖಲಾತಿ) 'ಉತ್ತಮ', ಪೂರ್ಣ ಆರಾಧನೆಯ ದಾಖಲಾತಿಯ ದೃಷ್ಟಿಯಿಂದ 'ಸಮಗ್ರ', ಬಹುದಾಖಲಾತಿ (ಎರಡು ವೀಡಿಯೋ ಕೆಮರಾಗಳು, ಅನೇಕ ಟೇಪ್‌ರೆಕಾರ್ಡರ್‌ಗಳು, ಸ್ಲೈಡ್ ವರ್ಣದ ಫೋಟೋ, ಸಂದರ್ಶನ, ಟಿಪ್ಪಣಿ–ಎಲ್ಲವು ಏಕಕಾಲದಲ್ಲಿ)ಯ ದೃಷ್ಟಿಯಿಂದ 'ದಟ್ಟ'– ಈ ರೀತಿಯ ದಾಖಲಾತಿಯ ಮಹತ್ವ ಮತ್ತು ಅಗತ್ಯವನ್ನು ತುಳು ಜಾನಪದ ಸಂಶೋಧಕರಿಗೆ ಈ ತರಬೇತಿ ಶಿಬಿರ ಮನವರಿಕೆ ಮಡಿಕೊಟ್ಟಿತು. ಸಂದರ್ಶನ ಮಾಹಿತಿಗಳನ್ನು ವ್ಯವಸ್ಥಿತವಾಗಿ ದಾಖಲಿಸಿ, ಕಂಪ್ಯೂಟರಿಗೆ ಅಳವಡಿಸಲು ಅನುಕೂಲಕರವಾದ collcardನ್ನು ಈ ಶಿಬಿರದಲ್ಲಿ ಬಳಸಿಕೊಳ್ಳಲಾಯಿತು. ಧರ್ಮಸ್ಥಳದ ಪರಿಸರದ ಬೆಳ್ತಂಗಡಿ ತಾಲೂಕಿನಲ್ಲಿ ನಡೆಸಿದ ಈ ಕ್ಷೇತ್ರಕಾರ್ಯ, ತರಬೇತಿ ಶಿಬಿರದಲ್ಲಿ ತುಳು ಜಾನಪದದ ಬಹುತೇಕ ಎಲ್ಲ ಪ್ರಕಾರಗಳನ್ನು (ಪಾಡ್ದನ, ಕಬಿತ, ಗಾದೆ, ಒಗಟು, ಭೂತಾರಾಧನೆ, ಸಿರಿ ಆರಾಧನೆ, ಜನಪದ ವೈದ್ಯ, ಕೈ ಕಸುಬು, ಕ್ರೀಡೆಗಳು, ಜನಪದ ಬದುಕು) ದಾಖಲಿಸಿಕೊಳ್ಳಲಾಯಿತು. ಇದರಿಂದ ಸಂಗ್ರಹವಾದ ಸಾಮಗ್ರಿಗಳು: ೧೧೦ ಗಂಟೆಗಳ ಹೈಬ್ಯಾಂಡ್ ವೀಡಿಯೋ ಟೇಪ್, ೩೦ ಗಂಟೆಗಳ ಸೂಪರ್ ವಿಎಚ್‌ಎಸ್ ವೀಡಿಯೋ ಟೇಪ್, ೩೬ ಗಂಟೆಗಳ ವಿಎಚ್‌ಎಸ್ ವೀಡಿಯೋ ಟೇಪ್, ೧೬೦ ಗಂಟೆಗಳ ವೀಡಿಯೋ ಟೇಪ್, ಸುಮಾರು ೫೦೦೦ ಫೋಟೋಗಳು ಸುಮಾರು ೬೦೦ ಕಾಲ್‌ಕಾರ್ಡ್‌ಗಳು, ಅನೇಕ ಟಿಪ್ಪಣಿ ಪುಸ್ತಕಗಳು, ನಕ್ಷೆಗಳು–ಇತ್ಯಾದಿ. ಈ ಎಲ್ಲಾ ಸಾಮಗ್ರಿಗಳ ಒಂದೊಂದು ಪ್ರತಿಯನ್ನು ಉಡುಪಿಯ ಆರ್‌ಆರ್‌ಸಿಯಲ್ಲಿ ಸಂರಕ್ಷಿಸಿ ಇಡಲಾಗಿದೆ.

೧೯೮೯ರಲ್ಲಿ ಧರ್ಮಸ್ಥಳ ಪರಿಸರದಲ್ಲಿ ತುಳು ಜಾನಪದ ಕ್ಷೇತ್ರಕಾರ್ಯ ಶಿಬಿರ ನಡೆಸಿದಾಗ ತುರ್ಕು ತಂಡದ ನಾಯಕರಾಗಿದ್ದ ಪ್ರೊ. ಲೌರಿ ಹಾಂಕೋ ಅವರ ಗಮನವನ್ನು ವಿಶೇಷವಾಗಿ

ಸೆಳೆದದ್ದು ಸಿರಿ ಆರಾಧನೆ. ಧರ್ಮಸ್ಥಳದ ಬಳಿಯ ಮಾಚಾರಿನ ಗೋಪಾಲ ನಾಯ್ಕರು ಕುಮಾರ ಆಗಿ ಭಾಗವಹಿಸಿದ ಸಿರಿದಲ್ಯದ ಉತ್ಸವವು ಕಲೇವಾಲದ ನಾಡಿನ ಜನಪದ ಮಹಾಕಾವ್ಯಗಳ ತಜ್ಞ ಹಾಂಕೋ ಅವರನ್ನು ಸಮ್ಮೋಹಿನಿಗೆ ಒಳಗುಮಾಡಿತು. ಆಗ ಸಂಗ್ರಹ ಮಾಡಿದ ಸಿರಿ ಸಂಧಿಯ ಪಠ್ಯ ಮತ್ತು ಪ್ರದರ್ಶನಗಳನ್ನು ಕುತೂಹಲದಿಂದ ಪರಿಶೀಲಿಸಿದ ಹಾಂಕೋ ಅವರಲ್ಲಿ 'ತುಳು ಜಾನಪದ ಕುಮಾರನ' ದರ್ಶನ ಆರಂಭವಾಯಿತು.

ಪ್ರೊ. ಲೌರಿ ಹಾಂಕೋ ಅವರ ೧೯೮೫ರ ಮತ್ತು ೧೯೮೯ರ ತುಳುನಾಡು ಸಂದರ್ಶನದ ಫಲವಾದ ತುಳುವ ದರ್ಶನವು ಪೂರ್ಣ ಪ್ರಮಾಣದಲ್ಲಿ ಕಾಣಿಸಿಕೊಂಡದ್ದು ೧೯೯೦ರ ದಶಂಬರದಲ್ಲಿ. ಹಾಂಕೋ ಅವರು Oral Epics Projectನಲ್ಲಿ ತುಳು ಜನಪದ ಮಹಾಕಾವ್ಯಗಳನ್ನು ಸಂಗ್ರಹಿಸಿ, ದಾಖಲಿಸಿ, ಪ್ರಕಟಿಸುವ ನಿರ್ಧಾರ ಕೈಗೊಂಡರು. ಇದಕ್ಕೆ ಪೂರಕವಾಗಿ ಮಂಗಳೂರು ವಿಶ್ವವಿದ್ಯಾನಿಲಯ ಕನ್ನಡ ವಿಭಾಗದಲ್ಲಿ ೧೯೯೦ರ ದಶಂಬರ ೧೦-೧೨ರಂದು ನಡೆದ 'ಜನಪದ ಮಹಾಕಾವ್ಯಗಳು' ಎಂಬ ಅಂತಾರಾಷ್ಟ್ರೀಯ ವಿಚಾರ ಸಂಕಿರಣವನ್ನು ಹಾಂಕೋ ಉದ್ಘಾಟಿಸಿ, ತುಳು ಪಾಡ್ದನಗಳ ಅಧ್ಯಯನಕ್ಕೆ ಚಾಲನೆಯನ್ನು ಕೊಟ್ಟರು. ಅದರ ಬೆನ್ನಿಗೇ ಆರಂಭವಾಯಿತು ಗೋಪಾಲ ನಾಯ್ಕರ ಸಿರಸಂಪದವನ್ನು ದಾಖಲಿಸುವ ಮಹಾಯೋಜನೆ. Oral Epics Projectನಲ್ಲಿ ಪ್ರೊ. ಲೌರಿ ಹಾಂಕೋ ಅವರ ನೇತೃತ್ವದಲ್ಲಿನ ಈ ಯೋಜನೆಯಲ್ಲಿ ಅವರ ಜೊತೆಗೆ ಅವರ ಭಾಷಾತಜ್ಞೆ ಶ್ರೀಮತಿ ಅನೇಲಿ ಹಾಂಕೋ ಮತ್ತು ಮಂಗಳೂರು ವಿಶ್ವವಿದ್ಯಾನಿಲಯದಿಂದ ನಾನು ಮತ್ತು ಡಾ. ಕೆ. ಚಿನ್ನಪ್ಪ ಗೌಡರು- ಹೀಗೆ ನಾಲ್ಕು ಮಂದಿಯ ಈ ತಂಡ ೧೯೯೦ ದಶಂಬರ ಮೂರನೆಯ ವಾರ ಉಜಿರೆಯ ದೇವಪ್ಪ ಗೌಡರ ತೋಟದಲ್ಲಿ ಗೋಪಾಲ ನಾಯ್ಕರಿಂದ ಸಿರಿ ಸಂಧಿಯನ್ನು ಸಮಗ್ರವಾಗಿ ಸಂಗ್ರಹಿಸಿ ದಾಖಲಿಸುವ ಕೆಲಸವನ್ನು ಆರಂಭಿಸಿತು. ಇದು ಹಾಂಕೋ ಅವರ ಪರಿಭಾಷೆಯಲ್ಲಿ ಉತ್ತಮ, ಸಮಗ್ರ ಮತ್ತು ದಟ್ಟ ದಾಖಲಾತಿ. ಇದರ ಜೊತೆಗೆ ಸಿರಿದಲ್ಯ, ಸಿರಿಜಾತ್ರೆ, ಆರಾಧನೆ ಮತ್ತು ಸಿರಿ ಸಂದಿಯನ್ನು ಕಲಿತ ಪ್ರಕ್ರಿಯೆಯ ಬಗ್ಗೆ ಗೋಪಾಲ ನಾಯ್ಕರೊಂದಿಗೆ ಸುದೀರ್ಘ ಚರ್ಚೆ ನಡೆಸಿ, ದಾಖಲಾತಿ ಮಾಡಲಾಯಿತು. ಆ ಬಳಿಕ ಫಿನ್ಲೆಂಡಿಗೆ ಹಿಂದಿರುಗಿದ ಹಾಂಕೋ ದಂಪತಿಗಳು ೧೦ ವಾರಗಳ ಬಳಿಕ ಮತ್ತೆ ಧರ್ಮಸ್ಥಳಕ್ಕೆ ಬಂದರು. ಈ ಬಾರಿ ನಿಡ್ಗಲ್ಲಿನಲ್ಲಿ ನಡೆಯುವ ವಾರ್ಷಿಕ ಸಿರಿಜಾತ್ರೆಯನು ದಾಖಲಾತಿ ಮಾಡುವ ಯೋಜನೆ ಹಾಕಲಾಯಿತು. ಫಿನ್ಲೆಂಡಿನಿಂದ ಸಕಾರಿ ರಿಮೆನನ್ ಮತ್ತು ಉಡುಪಿಯ ಆರ್‌ಆರ್‌ಸಿಯಿಂದ ಹರ್ಷವರ್ಧನ ಭಟ್ ಎರಡು ವೀಡಿಯೋ ಕ್ಯಾಮರಾಗಳೊಂದಿಗೆ ಸಿರಿಜಾತ್ರೆಯ ದಾಖಲಾತಿ ನಡೆಸಿದರು. ಹಾಂಕೋ, ಅನೇಲಿ, ನಾನು, ಚಿನ್ನಪ್ಪ ಗೌಡ -ಕ್ಯಾಮರಾಗಳು, ಟೇಪ್‌ರೆಕಾರ್ಡ್‌ರ್‌ಗಳು, ಸಂದರ್ಶನಗಳು-ಇವುಗಳಲ್ಲಿ ಮಗ್ನರಾದೆವು. ನಿಡ್ಗಲ್ ಸಿರಿಜಾತ್ರೆಯಲ್ಲಿ ಗೋಪಾಲ ನಾಯ್ಕರ ಕುಮಾರರಾಗಿರುವ ೭೦ ಹೆಂಗಸರು ಸಿರಿಗಳಾಗಿರುವ ತಂಡವನ್ನು ಕೇಂದ್ರೀಕರಿಸಿ ದಾಖಲಾತಿ ಮಾಡಿದೆವು.

೧೯೯೨ರ ಜನವರಿಯಲ್ಲಿ ಹಾಂಕೋ ದಂಪತಿಗಳು ಮತ್ತೆ ಧರ್ಮಸ್ಥಳಕ್ಕೆ ಬಂದರು. ಈ ಬಾರಿ ಗೋಪಾಲ ನಾಯ್ಕರ ನೆನಪಿನ ಕೋಶದ ಎಲ್ಲಾ ಪಾಡ್ದನ, ಕಬಿತಗಳನ್ನು ಸಂಗ್ರಹಿಸಲಾಯಿತು. ಕೋಟಿಚೆನ್ನಯ ಪಾಡ್ದನವನ್ನು ಮೂರು ದಿನಗಳ ಕಾಲ ಹಾಡಿಸಿ,

ದಾಖಲಾತಿ ಮಾಡಲಾಯಿತು. ಒಬ್ಬ ಗಾಯಕನಾಗಿ ಗೋಪಾಲ ನಾಯ್ಕರ ಲೋಕದೃಷ್ಟಿಯನ್ನು, ಅವರು ಪಾಡ್ದನವನ್ನು ಹಾಡುತ್ತಾ ರಚಿಸುವ ಕಾರ್ಯತಂತ್ರವನ್ನು ಅವರೊಡನೆಯೇ ವಿವರವಾಗಿ ಚರ್ಚಿಸಿದವರು ಹಾಂಕೋ. Dialogic field-methodology –ಎನ್ನುವ ವಿಧಾನವನ್ನು ಹಾಂಕೋ ಸಾಕ್ಷಾತ್ಕಾರ ಮಾಡಿಕೊಂಡದ್ದು ತುಳು ಗಾಯಕ ಗೋಪಾಲ ನಾಯ್ಕರ ಮೂಲಕ.

೧೯೯೩ರ ಜನವರಿಯಲ್ಲಿ ಹಾಂಕೋ ದಂಪತಿಗಳು ಮತ್ತೆ ಧರ್ಮಸ್ಥಳಕ್ಕೆ ಬಂದರು. ಈ ಬಾರಿ ಕೊಡಮಣ್‌ತ್ತಾಯ, ಪಂಜುರ್ಲಿ ಮುಂತಾದ ಪಾಡ್ದನಗಳನ್ನು ಗೋಪಾಲ ನಾಯ್ಕರಿಂದ ಸಂಗ್ರಹಿಸಲಾಯಿತು. ಕಬಿತಗಳನ್ನು ಸಂಗ್ರಹಿಸಲಾಯಿತು. ಭತ್ತದ ಗದ್ದೆಗಳಿಗೆ ಹೋಗಿ ಆಯಾ ಪರಿಸರಗಳಲ್ಲಿ ದಾಖಲಾತಿ ಮಾಡಲಾಯಿತು.

'Sir Epic as Performed by Gopala Naika' - Folklore Fellows Communications, Finland (FFC 265)ನ ೧೯೯೭ರ ಪ್ರಕಟನೆ. ೧೫೬೮೨ ಸಾಲುಗಳ 'ಸಿರಿಪಾಡ್ದನ'ದ ಮೂಲ ಪಠ್ಯವನ್ನು ಅಂತಾರಾಷ್ಟ್ರೀಯ ಧ್ವನಿಲಿಪಿಯಲ್ಲಿ ಕೊಡಲಾಗಿದೆ. ಪ್ರತೀ ಪುಟದ ಪಕ್ಕದ ಪುಟದಲ್ಲಿ ಈ ತುಳು ಪಠ್ಯದ ಇಂಗ್ಲಿಷ್ ಅನುವಾದಗಳನ್ನು ಮೂಲ ಪಠ್ಯದ ಸಾಲು, ಧಾಟಿ ಆಶಯಗಳಿಗೆ ಧಕ್ಕೆ ಬರದಂತೆ ಕೊಡಲಾಗಿದೆ. ಹೀಗೆ ಸುಮಾರು ೧೦೦೦ ಪುಟಗಳ ಪಠ್ಯ ಇಲ್ಲಿ ಸಿದ್ಧವಾಗಿದೆ. ಸುಮಾರು ಇಷ್ಟೇ ಪುಟಗಳ ಪ್ರಸ್ತಾವನೆ, ಅಧ್ಯಯನ ಸಾಂಸ್ಕೃತಿಕ ಪದಕೋಶ ಇಂಗ್ಲೀಷ್‌ನಲ್ಲಿ ಇದೆ. ಇದನ್ನು ಹಾಂಕೋ ಸಿದ್ಧಪಡಿಸಿದ್ದಾರೆ. Textualising Siri Epic : Lauri Honko, (FFC 1997). ಹೀಗೆ ಸುಮಾರು ೨೦೦೦ ಪುಟಗಳ ವ್ಯಾಪ್ತಿಯ ಒಂದು ತುಳು ಪಾಡ್ದನದ ಮೂಲ ವಸ್ತು ಇಂಗ್ಲಿಷ್ ಅನುವಾದ ಹಾಗೂ ಅದರ ಅಧ್ಯಯನ–ಈ ರೀತಿಯ ಪ್ರಕಟನೆ ಜಗತ್ತಿನ ಜಾನಪದದಲ್ಲಿ ಈವರೆಗೆ ಕಾಣಿಸಿಕೊಂಡಿಲ್ಲ. ತುಳುವಿನ ಈ ಭಾಗಕ್ಕೆ ಪ್ರೊ. ಲೌರಿ ಹಾಂಕೋ ಮತ್ತು ಶ್ರೀಮತಿ ಹಾಂಕೋ ಅವರ ತುಳುಪ್ರೇಮ, ಜಾನಪದನಿಷ್ಠೆ, ಕಠಿಣಶ್ರಮ ಮತ್ತು ಅಧ್ಯಯನಶಿಸ್ತು ಕಾರಣ.

ಲೌರಿ ಹಾಂಕೋ ೧೯೯೦ರಿಂದ ೧೯೯೮ರವರೆಗೆ ಪ್ರತಿ ವರ್ಷ ತುಳುನಾಡಿಗೆ ಬರುತ್ತಿದ್ದಾರೆ. ಇವರು ಇಲ್ಲಿ ಕನಿಷ್ಠ ಎರಡು ತಿಂಗಳುಗಳ ಕಾಲ ವಾಸಿಸುತ್ತಿದ್ದರು. ಅವರು ತುಳು ಜಾನಪದ ಇತಿಹಾಸ, ಭಾಷೆಯ ಅಧ್ಯಯನ ನಡೆಸಿದ್ದಾರೆ. ೧೯೯೦ರಿಂದ ೧೯೯೬ರವರೆಗೆ ಫಿನ್ಲೆಂಡಿನ ತುರ್ಕುವಿನಲ್ಲಿ ಜನಪದ ಮಹಾಕಾವ್ಯಗಳ ಬಗ್ಗೆ ಪ್ರತಿ ವರ್ಷ ಬೇಸಗೆಯಲ್ಲಿ ಅಂತಾರಾಷ್ಟ್ರೀಯ ವಿಚಾರಸಂಕಿರಣ ಏರ್ಪಡಿಸಿದ್ದಾರೆ. ಇದರಲ್ಲಿ ಭಾರತದ ಪ್ರತಿನಿಧಿಗಳಾಗಿ ನಾನು ಮತ್ತು ಡಾ। ಚಿನ್ನಪ್ಪ ಗೌಡ ಭಾಗವಹಿಸಿದ್ದೇವೆ. ನಾವು ತುಳು ಪಾಡ್ದನಗಳ ಕುರಿತು ಪ್ರಬಂಧಗಳನ್ನು ಮಂಡಿಸಿದ್ದೇವೆ. ೧೯೯೬ರಲ್ಲಿ ಉಳಿದವರೂ ಭಾಗವಹಿಸಿದ್ದಾರೆ. ಹಾಂಕೋ ದಂಪತಿಗಳು ಅಲ್ಲಿ ತಮ್ಮ ಸಿರಿಯೋಜನೆಯ ಅನುಭವಗಳನ್ನು, ವಿವರಗಳನ್ನು, ಫಲಿತಗಳನ್ನು ಪ್ರಬಂಧಗಳ ರೂಪದಲ್ಲಿ ವೀಡಿಯೋ ಚಿತ್ರಗಳ ಮೂಲಕ ಪ್ರದರ್ಶಿಸಿದ್ದಾರೆ. ಹೀಗಾಗಿ ಈಗ ಫಿನ್ಲೆಂಡಿನ ಮತ್ತು ಜಾಗತಿಕ ಜಾನಪದ ವಿದ್ವಾಂಸರಿಗೆ ತುಳು ಜಾನಪದದ ಬಗ್ಗೆ ವಿಶೇಷ ಆಸಕ್ತಿ ಗೌರವ ಮೂಡಿದೆ. ತುಳುವಿಗೆ ವಿದೇಶಗಳಲ್ಲಿ ಭಾರತ ದೇಶದ ಪ್ರತಿನಿಧಿ ಎನ್ನುವ ಮನ್ನಣೆ ದೊರೆತಿರುವುದು ಹಾಂಕೋ ಅವರ ವಿಚಾರ ಗೋಷ್ಠಿಗಳಿಂದ, ದೃಶ್ಯ ದಾಖಲಾತಿ ಪ್ರದರ್ಶನಗಳಿಂದ.

ಪ್ರೊ. ಲಾರಿ ಹಾಂಕೋ ಅವರ 'INTIAN PAIVAKIRJA' (Indian Diary) (Helsinki 1995) ಎನ್ನುವುದು ಫಿನ್ನಿಷ್ ಭಾಷೆಯಲ್ಲಿ ಇರುವ ಪ್ರಕಟನೆ. ಇದರಲ್ಲಿ ಹಾಂಕೋ ಅವರು ತುಳುನಾಡಿನಲ್ಲಿ ೧೯೮೯ರಿಂದ ೧೯೯೪ರವರೆಗೆ ತಾವು ನಡೆಸಿದ ತುಳು ಜಾನಪದ ಸಂಶೋಧನೆಗಳ ದೈನಂದಿನ ವಿವರಗಳನ್ನು ಫೋಟೋಗಳ ಸಹಿತ ದಾಖಲೆಗಳ ಸಹಿತ ಸ್ವಾರಸ್ಯಕವಾಗಿ ವಿವರಿಸಿದ್ದಾರೆ. ಫಿನ್ನಿಷ್ ಭಾಷೆ ಬಲ್ಲವರಿಗೆ ತುಳುನಾಡು, ಭಾಷೆ, ಜಾನಪದದ ಸರಿಯಾದ ಚಿತ್ರವನ್ನು ಕೊಡುವ ಈ ಗ್ರಂಥ ತುಳುವಿಗೆ ಹಾಂಕೋ ಅವರ ಹೆಮ್ಮೆಯ ಕೊಡುಗೆ.

'ಜಾನಪದ ಪ್ರಕ್ರಿಯೆ' (Folklore Process) ಎನ್ನುವ ವಿಶಿಷ್ಟ ಪರಿಕಲ್ಪನೆಯನ್ನು ಜಗತ್ತಿನ ಜಾನಪದ ಅಧ್ಯಯನಕ್ಕೆ ಕೊಟ್ಟವರು ಪ್ರೊ. ಲೌರಿ ಹಾಂಕೋ (FFSS. Turuku 1991.) ಇಂತಹ ವಿದ್ವಾಂಸರು 'ತುಳುವ ಜಾನಪದ ಪ್ರಕ್ರಿಯೆ'ಗೆ ಸೇರಿಕೊಂಡದ್ದು. ಅದರ ಅವಿಭಾಜ್ಯ ಭಾಗವಾದದ್ದು, ಅದನ್ನು ಹೊಸ ದಿಕ್ಕಿನಲ್ಲಿ ಮುನ್ನಡೆಸಿದ್ದು ತುಳುವಿನ ಭಾಗ್ಯ. ಕಾರ್ಕಳದ ಪ್ರೊ. ಜಾನ್ ಆಲ್ಫೋನ್ಸಾ, ಕಾರ್ಕಳ (ಈಗ ಅಮೇರಿಕಾದಲ್ಲಿದ್ದಾರೆ) ಅವರು ಫಿನ್ಲೆಂಡಿನ ಹೆಣ್ಣನ್ನು ಮದುವೆಯಾದರು. ಅವರು ಕು.ಶಿ. ಅವರಿಗೆ ಫಿನ್ಲೆಂಡ್ ಬಗ್ಗೆ ಮತ್ತು ಹಾಂಕೋ ಬಗ್ಗೆ ಕೇಳಿದರು. ಕು.ಶಿ. ಅವರು ೧೯೮೪ರಲ್ಲಿ ಫಿನ್ಲೆಂಡಿಗೆ ಹೋದರು, ಹಾಂಕೋ ಅವರನ್ನು ಕಂಡರು; ಕಲೇವಾಲವನ್ನು ತುಳುನಾಡಿಗೆ ಬರಮಾಡಿಕೊಂಡರು. ಹಾಂಕೋ ೧೯೮೫ರಲ್ಲಿ ತುಳುನಾಡಿಗೆ ಬಂದರು, ಸಿರಿ-ಕೋಟಿಚೆನ್ನಯ ಬಗ್ಗೆ ಕೇಳಿದರು. ೧೯೮೯ರಲ್ಲಿ ಹಾಂಕೋ ಮತ್ತೆ ತುಳುನಾಡಿಗೆ ಬಂದರು. ತಮ್ಮ ತಂಡವನ್ನೇ ತಂದರು. ಸಿರಿಗಳನ್ನು ಕಂಡರು, ಕುಮಾರರನ್ನು ಕಂಡರು; ತುಳುವ ದರ್ಶನ ಪಡೆದರು. ಮತ್ತೆ ಅದರಿಂದ ಅವರು ಹೊರಬರಲೇ ಇಲ್ಲ. 'ನಾನು ಸಿರಿಯ ಜಗತ್ತಿನಲ್ಲಿ ಬದುಕುತ್ತಿದ್ದೇನೆ' ಎನ್ನುತ್ತಾರೆ ಗೋಪಾಲ ನಾಯ್ಕ. 'ಜನಪದ ಮಹಾಕಾವ್ಯಗಳ ಬಗೆಗಿನ ನನ್ನ ಸಮಗ್ರ ಆಲೋಚನೆಯನ್ನು ಸಿರಿ ಪಾಡ್ದನ ಬದಲಾಯಿಸಿತು. ಗೋಪಾಲ ನಾಯ್ಕ ಬದಲಾಯಿಸಿದರು'- ಎನ್ನುತ್ತಾರೆ ಪ್ರೊ. ಲೌರಿ ಹಾಂಕೋ. ಸಿರಿ ಪ್ರಕ್ರಿಯೆಯಿಂದ ತೊಡಗಿ ತುಳುವ ಜಾನಪದ ಪ್ರಕ್ರಿಯೆಗೆ ಹೊಸ ಚೇತನ ಮೂಡಿಸಿದ ಜಾನಪದ ದೈತ್ಯ ಜಂಗಮ 'ಪ್ರೊ. ಲೌರಿ ಹಾಂಕೊ'.

ಪ್ರೊ. ಲೌರಿ ಹಾಂಕೊ (೧೯೩೨-೨೦೦೨) ಫಿನ್‌ಲೆಂಡ್ ದೇಶದ ತುರ್ಕು ವಿಶ್ವವಿದ್ಯಾಲಯದಲ್ಲಿ ಜಾನಪದ ವಿಜ್ಞಾನ ಮತ್ತು ತೌಲನಿಕ ಧರ್ಮದ ಪ್ರಾಧ್ಯಾಪಕರಾಗಿ ಜಾಗತಿಕ ಜಾನಪದ ವಿದ್ವಾಂಸರ ಸಾಲಿನಲ್ಲಿ ಮೊದಲನೆಯ ಸ್ಥಾನದಲ್ಲಿ ಇದ್ದವರು. ಜನಪದ ನಂಬಿಕೆಗಳು ವೈದ್ಯ, ಶೋಕ ಗೀತೆಗಳಿಂದ ತೊಡಗಿ ಸಂಸ್ಕೃತಿ ಅನನ್ಯತೆ ಮತ್ತು ಜಾನಪದದ ಅರ್ಥದಂತಹ ಸೈದ್ಧಾಂತಿಕ ವಿಷಯಗಳಲ್ಲಿ ಮಹತ್ವದ ಕೊಡುಗೆ ಕೊಟ್ಟವರು. ಅವರು ಫಿನ್‌ಲೆಂಡ್ ದೇಶದ ಜನಪದ ಮಹಾಕಾವ್ಯ 'ಕಲೆವಾಲ'ವನ್ನು ಹೊಸತಾಗಿ ಅಧ್ಯಯನ ಮಾಡಿದಂತೆಯೇ ಕರೆಲಿಯ, ತಾಂಜಾನಿಯ ದೇಶಗಳ ಜನಪದ ಚಿಕಿತ್ಸೆಗಳ ಬಗ್ಗೆ ಕೂಡಾ ವಿಶೇಷ ಕೆಲಸ ಮಾಡಿದವರು. ಚೀನ, ಬಾಂಗ್ಲಾದೇಶ ಮತ್ತು ಭಾರತದ ಕರ್ನಾಟಕದಲ್ಲಿ ಯುವ ಸಂಶೋಧಕರಿಗೆ ಜಾನಪದ ಅಧ್ಯಯನ ಮತ್ತು ಕ್ಷೇತ್ರಕಾರ್ಯದ ಬಗ್ಗೆ ಆಯಾ ದೇಶಗಳಿಗೆ ಹೋಗಿ ತರಬೇತಿ ಕೊಟ್ಟವರು. ತುಳುವಿನ ಜನಪ್ರಿಯ ಸಂದಿ 'ಸಿರಿ'ಯನ್ನು ಬಹು

ಮಾಧ್ಯಮಗಳ ಮೂಲಕ ಸಮಗ್ರವಾಗಿ ದಾಖಲಾತಿ ಮಾಡಿ, ತುಳುವಿಗೆ ಅಂತಾರಾಷ್ಟ್ರೀಯ ಮನ್ನಣೆ ಸಿಗಲು ಕಾರಣರಾದವರು. ತುಳುನಾಡಿನ ಬೆಳ್ತಂಗಡಿ ತಾಲೂಕಿನ ಉಜಿರೆ ಬಳಿಯ ಮಾಚಾರಿನ ಗೋಪಾಲ ನಾಯ್ಕ ಅವರಿಂದ ಸಮಗ್ರ ಸಿರಿ ಸಂದಿಯನ್ನು ಸಂಗ್ರಹಿಸಿ ಅದನ್ನು ಇಂಗ್ಲಿಷಿಗೆ ಅನುವಾದ ಮಾಡಿ, ಅದನ್ನು ಎರಡು ಸಂಪುಟಗಳಲ್ಲಿ ಫಿನ್‌ಲೆಂಡಿನ ಪ್ರಸಿದ್ಧ ಪ್ರಕಾಶನ ಸಂಸ್ಥೆಯಿಂದ ಪ್ರಕಟಿಸಿದವರು. ಅವರ ಈ ಯೋಜನೆಯಲ್ಲಿ ನಾನು ಸಂಪೂರ್ಣವಾಗಿ ತೊಡಗಿಸಿಕೊಂಡಿದ್ದೆ. ನನ್ನ ಜೊತೆಗೆ ನನ್ನ ಸಹೋದ್ಯೋಗಿ ಆಗಿದ್ದ ಡಾ. ಚಿನ್ನಪ್ಪ ಗೌಡರು ಇದ್ದರು. ಹಾಂಕೊ ಅವರ ಜೊತೆಗೆ ಅವರ ಪತ್ನಿ ಅನೇಲಿ ಅವರು ಈ ಯೋಜನೆಯಲ್ಲಿ ತಮ್ಮನ್ನು ಸಂಪೂರ್ಣವಾಗಿ ತೊಡಗಿಸಿಕೊಂಡಿದ್ದರು. ಈ ಯೋಜನೆಯು ೧೯೯೦ರಿಂದ ೧೯೯೮ರವರೆಗೆ ನಿರಂತರ ನಡೆಯಿತು.

೨೦೦೨ ಜುಲೈ ೧೫: ಹಾಂಕೊ ಬೆಳಗ್ಗೆ ಜಾನಪದ ಬೇಸಗೆ ಶಿಬಿರದಲ್ಲಿನ ತನ್ನ ಉಪನ್ಯಾಸದ ಬರವಣಿಗೆ ಸಿದ್ಧಪಡಿಸಿ, ವಾಕಿಂಗ್ ಹೋದವರು ಅಲ್ಲೇ ಹೃದಯಾಘಾತದಿಂದ ಕುಸಿದು ಬಿದ್ದು ಕೊನೆಯುಸಿರೆಳೆದರು. ಅವರು ನಿಧನರಾದ ಹತ್ತನೇ ವರ್ಷದ ನೆನಪಿಗೆ ಅವರು ಕೆಲಸ ಮಾಡಿದ ಸಂಸ್ಥೆ– ತುರ್ಕು ವಿಶ್ವವಿದ್ಯಾನಿಲಯದ ಜಾನಪದ ವಿಜ್ಞಾನ ಮತ್ತು ತೌಲನಿಕ ಧರ್ಮ ವಿಭಾಗದವರು ಅಲ್ಲಿನ ಅಬೊ ಅಕಾಡೆಮಿಯವರ ಸಹಯೋಗದಲ್ಲಿ ೨೦೧೫ ಆಗಸ್ಟ್ ೨೧–೨೫ರಂದು 'ಹಾಂಕೊ ಸಮ್ಮೇಳನ'ವನ್ನು ಆಯೋಜಿಸಿದ್ದರು. ಸಮ್ಮೇಳನದ ಆಶಯ ವಿಷಯ: 'ಜಾನಪದ ವಿಜ್ಞಾನ ಮತ್ತು ತೌಲನಿಕ ಧರ್ಮದಲ್ಲಿ ಸಿದ್ಧಾಂತದ ಪಾತ್ರ'. ವಿಶೇಷ ಉಪನ್ಯಾಸ ಕೊಡಲು ಬೇರೆ ಬೇರೆ ದೇಶಗಳಿಂದ ಆರು ಮಂದಿ ಹಿರಿಯ ವಿದ್ವಾಂಸರನ್ನು ಆಹ್ವಾನಿಸಿದ್ದರು. ಅವರಲ್ಲಿ ನಾನೂ ಒಬ್ಬನಾಗಿದ್ದೆ ಎನ್ನುವುದು ನನಗೆ ಅಭಿಮಾನದ ಸಂಗತಿ. ಭಾರತದ ಪ್ರತಿನಿಧಿಯಾಗಿ ನಾನು ಒಬ್ಬನೇ ಇದ್ದೆ. ನಾನು ಕನ್ನಡ ಮತ್ತು ತುಳು ಜನಪದ ಮಹಾಕಾವ್ಯಗಳ ಪಠ್ಯ, ಸಂದರ್ಭ ಮತ್ತು ಪ್ರದರ್ಶನಗಳ ಸಂಕೀರ್ಣತೆಯ ಬಗ್ಗೆ ದೃಶ್ಯ ದಾಖಲೆಗಳ ಸಹಿತ ವಿಷಯ ಮಂಡಿಸಿದೆ. ಒಟ್ಟು ಹದಿನಾರು ದೃಶ್ಯ ತುಣುಕುಗಳನ್ನು ಬಳಸಿಕೊಂಡೆ. ತುಳುವಿನ ಸಿರಿ, ಕೋಟಿ ಚೆನ್ನಯ ಮತ್ತು ಭೂತಗಳ ಸಂದಿಗಳು, ಕನ್ನಡದ ಮಲೆ ಮಾದೇಶ್ವರ, ಮಂಟೇಸ್ವಾಮಿ, ಜುಂಜಪ್ಪ ಜನಪದ ಮಹಾಕಾವ್ಯಗಳು, ಕುಂದಾಪುರ ಪರಿಸರದ ಪಾಣಾರಾಟ, ಯಲ್ಲಾಪುರದ ಸಿದ್ದಿಗಳ ಬಯಲಾಟ– ಇವನ್ನು ದೃಶ್ಯ ದಾಖಲಾತಿಗಳ ಮೂಲಕ ವಿವರಿಸಿದೆ. ಜೊತೆಗೆ ಹಾಂಕೊ ಅವರ ಜೊತೆಗಿನ ನನ್ನ ಒಡನಾಟದ ವಿವರಗಳನ್ನು ಹಂಚಿಕೊಂಡೆ. ಹಾಂಕೊ ಅವರು ತಾವು ನಿಧನರಾಗುವ ಸುಮಾರು ಐದು ತಿಂಗಳ ಮೊದಲು ತುಳುನಾಡಿಗೆ ಬಂದಿದ್ದರು. ಸಿರಿಯ ಬದುಕಿಗೆ ಸಂಬಂಧಿಸಿದಂತೆ ಜನರು ಗುರುತಿಸುವ ದೈಲೊಟ್ಟು, ಸೊನ್ನೆಗುರಿಗಳಿಗೆ ಹೋಗಿ ಮಾಹಿತಿ ಸಂಗ್ರಹಿಸಿ ದಾಖಲಾತಿ ಮಾಡಿಕೊಂಡಿದ್ದರು. ಅದರ ದೃಶ್ಯಗಳನ್ನೂ ಅಲ್ಲಿ ತೋರಿಸಿದಾಗ ಇಡೀ ಸಭೆ ಭಾವುಕವಾಯಿತು. ಅಳಿದ ಮೇಲೆ ಉಳಿಯುವುದು ನಾವು ಮಾಡಿದ ಅಪೂರ್ವ ಸಾಧನೆಯ ಕೆಲಸಗಳು ಮಾತ್ರ. ಹದಿನಾಲ್ಕು ವರ್ಷಗಳ ಬಳಿಕ ಹಾಂಕೊ ಇಲ್ಲದ ಆ ಕಾರ್ಯಕ್ರಮದ ಮೂರು ದಿನವೂ ಹಾಂಕೊ ಹೆಸರಿನ ಪ್ರಾಣವಾಯು ಅಲ್ಲೆಲ್ಲ ಸುತ್ತಿ ಸುಳಿಯುತ್ತಿತ್ತು.

ಅಗೋಸ್ತು ೨೦೧೫

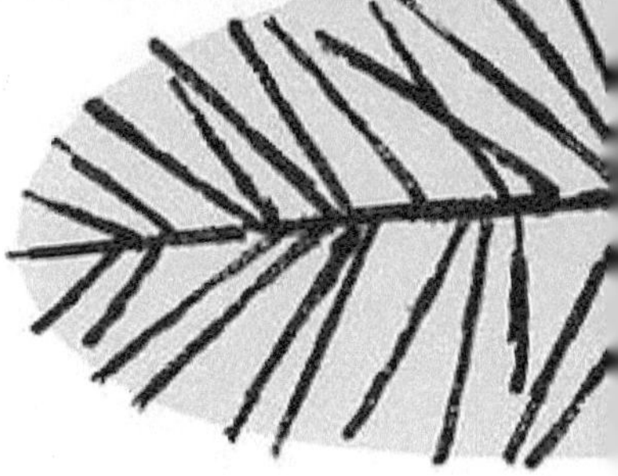

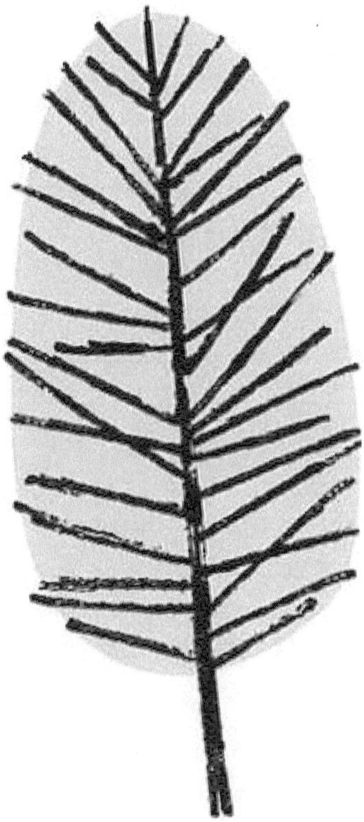

ಭಾಗ 5

ಫೆಡೆರಿಕೊ ಗಾರ್ಸಿಯ ಲೋರ್ಕ
(1898 - 1936)

ಫೆಡೆರಿಕೊ ಗಾರ್ಸಿಯ ಲೋರ್ಕ ೧೮೯೮ರಲ್ಲಿ ಸ್ಪೇನ್‌ನ ಫ್ಯುಯೆಂತೆ ವ್ಯಾಕೆರೋಸ್‌ನಲ್ಲಿ ಸಣ್ಣ ಭೂಮಾಲೀಕ ವಿದ್ಯಾವಂತ ಕುಟುಂಬದಲ್ಲಿ ಜನಿಸಿದ. ಕವಿಯಾಗಿ ನಾಟಕಕಾರನಾಗಿ ಸಂಗೀತಗಾರನಾಗಿ ಕಲಾವಿದನಾಗಿ ಲೋರ್ಕ ಜನಪ್ರಿಯನಾದ. ಅವನ ತಾಯಿ ವಿಸೆಂಟಾ ಲೋರ್ಕ ರೊಮೆರೊ ಶಾಲಾ ಶಿಕ್ಷಕಿಯಾಗಿ ಸ್ವಲ್ಪ ಕಾಲ ಕೆಲಸ ಮಾಡಿದಳು. ಅವನ ತಂದೆ ಫೆಡೆರಿಕೊ ಗಾರ್ಸಿಯ ರಾಡ್ರಿಗಸ್ ಒಬ್ಬ ಭೂಮಾಲೀಕ ಆಗಿದ್ದ. ಸ್ಪೇನ್‌ನಲ್ಲಿ ಸಕ್ಕರೆ ಕೈಗಾರಿಕೆ ಪ್ರವರ್ಧಮಾನವಾದಂತೆ ಅವನ ಅದೃಷ್ಟ ಕೂಡಾ ಖುಲಾಯಿಸಿತು. ಲೋರ್ಕ ಹನ್ನೊಂದು ವರ್ಷದ ಹುಡುಗನಾಗಿದ್ದಾಗ ಅವರ ಕುಟುಂಬ ಹಳ್ಳಿಯಿಂದ ಗ್ರೆನಾದೆ ನಗರಕ್ಕೆ ವಲಸೆ ಬಂದಿತು. ಆದರೂ ತನ್ನ ಬೇಸಿಗೆ ರಜೆಯನ್ನು ಲೋರ್ಕ ಕಳೆಯುತ್ತಿದ್ದದ್ದು ತನ್ನ ಹಳ್ಳಿಯಲ್ಲಿಯೇ. ಹಾಗಾಗಿ ಮ್ಯಾಡ್ರಿದ್ ನಗರದಲ್ಲಿ ಬಹಳ ವರ್ಷ ವಾಸಿಸಿದ ಬಳಿಕ ಕೂಡಾ ಲೋರ್ಕನ ಮನಸ್ಸು ತುಡಿಯುತ್ತ ಇದ್ದದ್ದು ತನ್ನ ಹಳ್ಳಿಯ ಕಡೆಗೆ, ಅಲ್ಲಿಯ ಮಣ್ಣಿನ ವಾಸನೆಗೆ.

ತನ್ನ ಹದಿಹರೆಯದ ಉದ್ದಕ್ಕೂ, ೧೯೧೬-೧೭ರವರೆಗೆ ಲೋರ್ಕ ಸಾಹಿತ್ಯಕ್ಕಿಂತ ಹೆಚ್ಚಾಗಿ ಸಂಗೀತದ ಕಡೆಗೆ ಆಸಕ್ತನಾಗಿದ್ದ. ಹುಡುಗನಾಗಿದ್ದಾಗಲೇ ಆತ ನಾಟಕದ ಬಗ್ಗೆ ಆಕರ್ಷಿತನಾಗಿದ್ದ. ಆಗಲೇ ಅವನಿಗೆ ಪಿಯಾನೊ ನುಡಿಸುವುದರಲ್ಲಿ ಒಳ್ಳೆಯ ತರಬೇತಿ ಸಿಕ್ಕಿತ್ತು. ಅವನ ಕಲೆಯ ಆಸಕ್ತಿ ಆರಂಭವಾದದ್ದು ಪುಸ್ತಕಗಳ ಓದಿಗಿಂತ ಮೊದಲೇ ಪಿಯಾನೊ ನುಡಿಸುವುದರ ಮೂಲಕ. ಆತ ತನ್ನದೇ ಆದ ಪಿಯಾನೊ ಸಂಗೀತ ರಚನೆಯನ್ನೂ ಮಾಡಿದ್ದ. ಸಂಗೀತವನ್ನು ಸಾಹಿತ್ಯದಲ್ಲಿ ಬಳಸುವುದರ ಬಗ್ಗೆ ಆತ ಆಸಕ್ತನಾಗಿದ್ದ.

ಗ್ರೆನಾದೆ ವಿಶ್ವವಿದ್ಯಾನಿಲಯದಲ್ಲಿ ಶಿಕ್ಷಣ ಪಡೆದು ಲೋರ್ಕ ಸಾಹಿತ್ಯದ ಅಭಿರುಚಿಯನ್ನು ಬೆಳೆಸಿಕೊಂಡ. ೧೯೧೯ರಲ್ಲಿ ಮಾಡ್ರಿದ್‌ಗೆ ಬಂದ ಲೋರ್ಕ ಅಲ್ಲಿ ತನ್ನ ವಾಸ್ತವ್ಯದಲ್ಲಿ ಆ ಕಾಲದ ಮಹತ್ವದ ಲೇಖಕರನ್ನು ವಿಮರ್ಶಕರನ್ನು ವಿದ್ವಾಂಸರನ್ನು ಭೇಟಿಯಾದ. ೧೯೨೮ರಲ್ಲಿ ಅವನ ಕವನ ಸಂಕಲನ 'ಜಿಪ್ಸಿ ಬ್ಯಾಲೆಡ್ಸ್' ಸಾರ್ವಜನಿಕ ಮನ್ನಣೆಯನ್ನು ಪಡೆಯಿತು. ೧೯೨೯ರಲ್ಲಿ ಲೋರ್ಕ ನ್ಯೂಯಾರ್ಕ್‌ಗೆ ಹೋದ. ಅಲ್ಲಿನ ಅನುಭವಗಳನ್ನು ಒಳಗೊಂಡ ಅವನ ಕವನ ಸಂಕಲನ 'ಪೊಯೆಟ್ ಇನ್ ನ್ಯೂಯಾರ್ಕ್' ಅದು ಅವನ ಮರಣದ ಬಳಿಕ ೧೯೪೦ರಲ್ಲಿ ಪ್ರಕಟವಾಯಿತು.

ಮ್ಯಾಡ್ರಿಡ್‌ನಲ್ಲಿ ಬೌದ್ಧಿಕ ಸಾಹಚರ್ಯದ ಕಾರಣವಾಗಿ ಲೋರ್ಕ ಸಮಾಜವಾದಿ ಚಿಂತನೆಯನ್ನು ಬೆಳೆಸಿಕೊಂಡ. ೧೯೨೪ರಲ್ಲಿ ಮ್ಯಾಡ್ರಿಡ್‌ನಲ್ಲಿ ಸ್ಥಾಪನೆಗೊಂಡ ಒಂದು ಉಪನ್ಯಾಸ ಸಂಸ್ಥೆಯಲ್ಲಿ ಅನೇಕ ಸಾಹಿತಿಗಳು ವಿದ್ಯಾವಂತರು ಮತ್ತು ಕಲಾವಿದರನ್ನು ಭೇಟಿಯಾಗುವ ಮತ್ತು ಅಭಿಪ್ರಾಯಗಳನ್ನು ವಿನಿಮಯ ಮಾಡಿಕೊಳ್ಳುವ ಅವಕಾಶ ಲೋರ್ಕನಿಗೆ ದೊರೆಯಿತು. ಲೋರ್ಕ ತತ್ತ್ವಜ್ಞಾನ ಮತ್ತು ಕಾನೂನನ್ನು ಅಭ್ಯಾಸ ಮಾಡಿದ. ಆದರೆ ಅವನ ನಿಜವಾದ ಪ್ರೀತಿ ಇದ್ದದ್ದು ಕಾವ್ಯ, ನಾಟಕ ಮತ್ತು ಸಂಗೀತದಲ್ಲಿ. ೧೯೨೮ರವರೆಗೆ ಆತನ ಐದು ಮುಖ್ಯ ಗ್ರಂಥಗಳು ಪ್ರಕಟವಾದವು. ಅವೆಲ್ಲವೂ ಕಾವ್ಯ ಸಂಕಲನಗಳು.

ಅಮೆರಿಕದಿಂದ ತನ್ನ ದೇಶ ಸ್ಪೇನ್‌ಗೆ ಬಂದ ಬಳಿಕ ಲೋರ್ಕ ತನ್ನ ಸಮಯ ಮತ್ತು ಶಕ್ತಿಯನ್ನು ರಂಗಭೂಮಿಗೆ ಮುಡಿಪಾಗಿಟ್ಟ. ಸರಕಾರದಿಂದ ಸಹಾಯ ಪಡೆಯುತ್ತಿದ್ದ ವಿದ್ಯಾರ್ಥಿಗಳ ನಾಟಕ ಕಂಪೆನಿ 'ಲಾ ಬರಾಕ'ದ ನಿರ್ದೇಶಕನಾಗಿ ಆತ ದೇಶವೆಲ್ಲ ಸಂಚಾರ ಮಾಡಿದ. ಆತ ಕವನಗಳನ್ನು ಬರೆದ. ನಾಟಕಗಳನ್ನು ರಚಿಸಿದ. ಅವನ ಮೂರು ಮುಖ್ಯ ದುರಂತ ನಾಟಕಗಳು – 'ಬ್ಲಡ್ ವೆಡಿಂಗ್' (೧೯೩೩), ಎರ್ಮಾ (೧೯೩೪), ದಿ ಹೌಸ್ ಆಫ್ ಬೆರ್ನಾರ್ದ ಆಲ್ಬ (೧೯೩೬). ೧೯೩೬ರಲ್ಲಿ ಸ್ಪೇನ್‌ನಲ್ಲಿ ಫ್ಯಾಸಿಸ್ಟ್ ಧೋರಣೆಯ ರಾಷ್ಟ್ರೀಯವಾದಿ ಪಕ್ಷದವರಿಂದ ಲೋರ್ಕ ಕೊಲೆಯಾದ.

ಲೋರ್ಕ ಜನಿಸಿದ ವರ್ಷ ೧೮೯೮. ಅದು ಸ್ಪೇನ್‌ನ ಸಾಂಸ್ಕೃತಿಕ ಮತ್ತು ರಾಜಕೀಯ ಇತಿಹಾಸದಲ್ಲಿ ಬಹಳ ಮುಖ್ಯವಾದ ವರ್ಷ. ಸ್ಪೇನ್ ದೇಶದ ದಾರುಣ ಮತ್ತು ಹತಾಶ ಸನ್ನಿವೇಶದಲ್ಲಿ ಅಲ್ಲಿನ ಜನರಿಗೆ ತಮ್ಮ ದೇಶವನ್ನು ಬದಲಾಯಿಸಬೇಕು ಎನ್ನುವ ಹೊಸ ಹುರುಪನ್ನು ಹೊಸ ಜನಾಂಗದ ತರುಣ ಲೇಖಕರು ಕೊಟ್ಟದ್ದು ಆ ವರ್ಷ. ಆ ತರುಣ ಜನಾಂಗದ ಲೇಖಕರನ್ನು ೧೮೯೮ರ ಜನಾಂಗದವರು ಎಂದು ಕರೆಯಲಾಯಿತು.

ಈ ಆಂದೋಲನಕ್ಕೆ ಪ್ರೇರಣೆಯನ್ನು ಕೊಟ್ಟ ಐತಿಹಾಸಿಕ ಘಟನೆಯೆಂದರೆ ಸ್ಪೇನ್‌ನ ಕಟ್ಟಕಡೆಯ ವಸಾಹತು ಪ್ರದೇಶವಾದ ಕ್ಯೂಬಾವನ್ನು ಅಮೆರಿಕದ ಜತೆಗಿನ ಯುದ್ಧದಲ್ಲಿ ಸ್ಪೇನ್ ಕಳೆದುಕೊಂಡದ್ದು. ಈ ಘಟನೆಯು ಲೋರ್ಕನ ಮೇಲೆ ಅಪಾರವಾದ ಪರಿಣಾಮವನ್ನು ಉಂಟು ಮಾಡಿತು. ಕ್ಯೂಬಾವು ಸ್ಪೇನ್ ದೇಶದ ಸಕ್ಕರೆ ಉತ್ಪಾದನೆಯ ಮುಖ್ಯ ಸಂಪನ್ಮೂಲ ಪ್ರದೇಶವಾಗಿತ್ತು. ಲೋರ್ಕನ ತಂದೆ ತನ್ನ ಭೂಮಿಯಲ್ಲಿ ಬೀಟ್‌ರೂಟ್‌ಗಳನ್ನು ಬೆಳೆಸುತ್ತಿದ್ದನು. ಹೆಚ್ಚು ಹೆಚ್ಚು ಭೂಮಿಗಳನ್ನು ಖರೀದಿಸಿ ಅವನು ಸ್ಪೇನ್‌ನ ಫ್ಯುಯೆಂಟೆ ವಾಕ್ಯುರೋಸ್ ಜಿಲ್ಲೆಯಲ್ಲಿ ಶ್ರೀಮಂತರಲ್ಲಿ ಗಣ್ಯನಾಗಿದ್ದನು.

ಅಪ್ಪನ ಶ್ರೀಮಂತಿಕೆಯಿಂದಾಗಿ ಲೇಖಕನಿಗೆ ಜೀವನೋಪಾಯಕ್ಕೆ ಯಾವುದೇ ಕೊರತೆಯಿರಲಿಲ್ಲ. ಆದರೆ ಆತನ ಕುಟುಂಬದ ಶ್ರೀಮಂತಿಕೆಯ ಹಿನ್ನೆಲೆ ಅವನ ಕಲಾತ್ಮಕ ರಚನೆಗಳಿಗೆ ಯಾವ ರೀತಿಯಲ್ಲಿಯೂ ಅಡ್ಡಿ ಬರಲಿಲ್ಲ. ಆತನ ನಾಟಕ 'ನೆತ್ತರ ಮದುವೆ' ಬಹಳ ಯಶಸ್ವಿಯಾಗಿ ಪ್ರದರ್ಶನ ಕಂಡಿತು. ಆ ಕಾಲದ ವಾಣಿಜ್ಯ ಉದ್ದೇಶದ ರಂಗಭೂಮಿಯ ಹಂಗು ಇಲ್ಲದೆ ಲೋರ್ಕ ನಾಟಕಗಳನ್ನು ಬರೆದ. ಏಕೆಂದರೆ ಲೇಖಕನಾಗಿ ಅವನಿಗೆ ಹಣದ ಅಗತ್ಯವಿರಲಿಲ್ಲ.

ಆದರೆ ತರುಣ ಲೋರ್ಕನ ಮೇಲೆ ಬೀರಿದ ಗಾಢ ಪ್ರಭಾವವೆಂದರೆ ಒಬ್ಬ ಶ್ರೀಮಂತ ಭೂಮಾಲೀಕನ ಶ್ರೀಮಂತ ಮಗನಾಗಿ ಆತ ತನ್ನ ಬಾಲ್ಯವನ್ನು ಕಳೆದದ್ದು ಬಡತನವೇ ತುಂಬಿಕೊಂಡಿದ್ದ ಒಂದು ಹಳ್ಳಿಯಲ್ಲಿ.

ತನ್ನ ಹಳ್ಳಿಯ ಸುತ್ತಮುತ್ತಲಿನ ಜನರ ಬಡತನದ ನಡುವೆ ಶ್ರೀಮಂತನ ಮಗನಾಗಿ ಬದುಕುವ ವೈರುಧ್ಯ ಲೋರ್ಕನ ಮೇಲೆ ವಿಶೇಷ ಪ್ರಭಾವವನ್ನು ಬೀರಿತು. ಸಂಪತ್ತು ಮತ್ತು ಬಡತನಗಳು ಜತೆಜತೆಗೆ ಬದುಕುವ ದುರಂತವನ್ನು ತನ್ನದೇ ಹಳ್ಳಿಯಲ್ಲಿ ಲೋರ್ಕ ಕಂಡ. ಇದನ್ನು ಲೋರ್ಕ ತನ್ನ ಆತ್ಮಚರಿತ್ರೆಯ ಲೇಖನ 'ನನ್ನ ಊರು'ವಿನಲ್ಲಿ ವಿವರಿಸಿದ್ದಾನೆ.

ತಾನು ಕಂಡ ಒಂದು ಕುಟುಂಬದ ಪಾಡು ಲೋರ್ಕನನ್ನು ಬಹಳವಾಗಿ ಕಲಕಿತು. ಆ ಹಳ್ಳಿಯಲ್ಲಿ ಅವನ ಸ್ನೇಹಿತರ ಕುಟುಂಬದಲ್ಲಿದ್ದ ಒಬ್ಬಳು ಚಿಕ್ಕ ಹುಡುಗಿಯ ತಂದೆ ದಿನಗೂಲಿ ನೌಕರನಾಗಿದ್ದು, ಗುಣವಾಗದ ಕಾಯಿಲೆಯಿಂದ ನರಳುತ್ತಿದ್ದ. ಆ ಹುಡುಗಿಯ ತಾಯಿ ಪ್ರತಿವರ್ಷ ಗರ್ಭಿಣಿಯಾಗಿ ಮಕ್ಕಳನ್ನು ಹೆತ್ತುಹೆತ್ತು ಕಂಗಾಲಾಗಿದ್ದಳು. ವಾರದಲ್ಲಿ ಒಂದು ದಿನ ಅವರ ಮನೆಗೆ ಹೋಗಲು ಫೆಡೆರಿಕೊನಿಗೆ ಅವಕಾಶವಿರಲಿಲ್ಲ. ಆ ದಿನ ಎಂದರೆ ಆ ಮನೆಯವರು ತಮ್ಮ ಬಟ್ಟೆಗಳನ್ನು ಒಗೆಯುವ ದಿನ. ಅವರೆಲ್ಲರಲ್ಲೂ ಇದ್ದದ್ದು ಉಟ್ಟುಕೊಳ್ಳುವುದಕ್ಕೆ ಒಂದೇ ಜತೆ ಬಟ್ಟೆಗಳು. ಅವರು ತಮ್ಮ ಬಟ್ಟೆಗಳನ್ನು ಒಗೆದುಕೊಳ್ಳುವಾಗ ಬೆತ್ತಲೆಯಾಗಿದ್ದ ಅವರು ಎಲ್ಲೂ ಕಾಣಿಸಿಕೊಳ್ಳುತ್ತಿರಲಿಲ್ಲ ಮತ್ತು ಮನೆಗೆ ಯಾರೂ ಬರಲು ಅವಕಾಶವಿರಲಿಲ್ಲ. ಇದರ ಕುರಿತು ಲೋರ್ಕ ಒಂದು ಕಡೆ ಈ ರೀತಿ ಬರೆಯುತ್ತಾನೆ:

"ಆ ಸಂದರ್ಭಗಳಲ್ಲಿ ನಾನು ನನ್ನ ಮನೆಗೆ ಹಿಂದಿರುಗಿದಾಗ ನನ್ನ ಮನೆಯ ಕಪಾಟಿನಲ್ಲಿ ಸ್ವಚ್ಛವಾಗಿ ಪರಿಮಳಭರಿತವಾಗಿ ತೂಗುಹಾಕಿದ್ದ ಬಟ್ಟೆಗಳ ಸಾಲುಗಳನ್ನು ನೋಡುತ್ತಿದ್ದೆ. ಆ ದೃಶ್ಯ ನನ್ನ ಮನಸ್ಸಿನಲ್ಲಿ ಭಯಾನಕ ಆತಂಕವನ್ನು ಉಂಟು ಮಾಡುತ್ತಿತ್ತು. ನನ್ನ ಹೃದಯ ಭಾರದಿಂದ ಕುಗ್ಗಿ ಹೋಗುತ್ತಿತ್ತು"

ಈ ರೀತಿಯ ಅನ್ಯಾಯ ಮತ್ತು ತಾರತಮ್ಯಗಳ ನೋವಿನ ಸಂವೇದನೆಯೊಂದಿಗೆ ಲೋರ್ಕ ತನ್ನ ಬಾಲ್ಯ ಮತ್ತು ತಾರುಣ್ಯದ ದಿನಗಳನ್ನು ಕಳೆದ. ಆತ ಒಂದೆಡೆ ಈ ರೀತಿ ಬರೆಯುತ್ತಾನೆ: "ಯಾರೊಬ್ಬರೂ ತನಗೆ ಏನು ಬೇಕು ಎಂದು ಕೇಳುವ ಧೈರ್ಯವನ್ನು ಮಾಡುತ್ತಿಲ್ಲ. ಯಾರೊಬ್ಬರೂ ಒಂದು ತುಂಡು ಬ್ರೆಡ್ಡನ್ನು ಕೇಳುವ ಧೈರ್ಯವನ್ನು ಮಾಡುತ್ತಿಲ್ಲ. ಇಂತಹ ಶೋಷಿತ ಜೀವಗಳ ನಡುವೆ ನಾನು ಬೆಳೆದೆ. ನೆಲದಲ್ಲಿ ದುಡಿಯುವ ಜನರಿಗಾಗುವ ಇಂತಹ ಅನ್ಯಾಯದ ವಿರುದ್ಧ ನಾನು ಪ್ರತಿಭಟಿಸುತ್ತೇನೆ"

ಲೋರ್ಕ ಪ್ರತಿಭಟನೆಯ ಈ ಮಾತುಗಳನ್ನು ಬರೆದದ್ದು ತನ್ನ ಹದಿಹರೆಯದ ಕೊನೆಯಲ್ಲಿ ಮತ್ತು ಈ ಸಿಟ್ಟನ್ನು ಆತ ತನ್ನ ಬದುಕಿನ ಕೊನೆಯವರೆಗೂ ಉಳಿಸಿಕೊಂಡು ಬಂದ. ೧೯೩೬ರಲ್ಲಿ ಒಂದು ಸಂದರ್ಶನದಲ್ಲಿ ಆತ ಈ ರೀತಿ ಹೇಳುತ್ತಾನೆ: "ಈ ಜಗತ್ತಿನಲ್ಲಿ ಆರ್ಥಿಕ ಅಸಮಾನತೆ ಇರುವಷ್ಟು ಕಾಲ ಜಗತ್ತು ಸ್ವತಂತ್ರವಾಗಿ ಯೋಚಿಸುವ ಶಕ್ತಿಯನ್ನು ಹೊಂದಲಾರದು"

ಸಂದರ್ಶನವನ್ನು ಮುಂದುವರಿಸುತ್ತ, ಆರ್ಥಿಕ ಅಸಮಾನತೆಯ ಸನ್ನಿವೇಶದಲ್ಲಿ ನಿಜವಾದ ಕಲಾಕೃತಿಯನ್ನು ನಿರ್ಮಿಸುವ ಕಷ್ಟವನ್ನು ಕುರಿತು ಆತ ಒಂದು ಕತೆಯನ್ನು

ಹೇಳುತ್ತಾನೆ:

"ಒಂದು ನದಿಯ ದಂಡೆಯಲ್ಲಿ ಇಬ್ಬರು ಗಂಡಸರು ನಡೆಯುತ್ತ ಇದ್ದರು. ಅವರಲ್ಲಿ ಒಬ್ಬ ಶ್ರೀಮಂತ. ಇನ್ನೊಬ್ಬ ಬಡವ. ಶ್ರೀಮಂತನ ಹೊಟ್ಟೆ ತುಂಬಿತ್ತು. ಇನ್ನೊಬ್ಬ ಬಡವ, ಗಾಳಿಯಿಂದ ಹೊಟ್ಟೆ ತುಂಬಿಸಿಕೊಳ್ಳುತ್ತಿದ್ದ. ಶ್ರೀಮಂತ ನದಿ ಕಡೆ ನೋಡುತ್ತ ಹೇಳಿದ – 'ನೀರಿನ ಮೇಲೆ ಆ ಸುಂದರವಾದ ಚಿಕ್ಕ ದೋಣಿ ಎಷ್ಟು ಚೆನ್ನಾಗಿ ತೇಲುತ್ತ ಇದೆ! ನದಿಯ ದಂಡೆಯಲ್ಲಿ ಅರಳುತ್ತಿರುವ ಆ ತಾವರೆಯನ್ನು ನೋಡು.' ಆ ಬಡವ ಗೋಳಿಡುತ್ತಾನೆ – 'ನನಗೆ ಹಸಿವಾಗ್ತಾ ಇದೆ; ತುಂಬ ಹಸಿವಾಗ್ತಾ ಇದೆ.' "ಹೌದು. ಯಾವಾಗ ಹಸಿವು ನಿವಾರಣೆಯಾಗುತ್ತದೋ ಆಗ ಜಗತ್ತಿನಲ್ಲಿ ಈವರೆಗೆ ಸಂಭವಿಸದ ಅತಿದೊಡ್ಡ ಆಧ್ಯಾತ್ಮಿಕ ಸ್ಫೋಟ ಸಂಭವಿಸುತ್ತದೆ. ನಾನು ಒಬ್ಬ ನಿಜವಾದ ಸಮಾಜವಾದಿಯ ಹಾಗೆ ಮಾತಾಡ್ತಾ ಇದ್ದೇನೆ. ನಾನೂ ಹಾಗೆ ಇಲ್ಲವೆ?"

ಲೋರ್ಕನ ಪಾಲಿಗೆ ರಂಗಭೂಮಿಯನ್ನು ನಿರ್ಮಾಣ ಮಾಡುವ ಕಲೆ ಎನ್ನುವುದು ಒಂದು ಉತ್ತಮ ಸಮಾಜವನ್ನು ನಿರ್ಮಾಣ ಮಾಡುವ ಪ್ರಕ್ರಿಯೆಯ ಭಾಗ. "ಕಲೆಗಾಗಿ ಕಲೆ ಎನ್ನುವ ಚಿಂತನೆ ಕ್ರೂರ ಮತ್ತು ಹಾಸ್ಯಾಸ್ಪದ. ಯಾವುದೇ ಸಂಭಾವಿತ ಮನುಷ್ಯನಾದರೂ ಶುದ್ಧ ಕಲೆ, ಕಲೆಗಾಗಿ ಕಲೆ ಎನ್ನುವ ಅಸಂಬದ್ಧಗಳನ್ನು ಒಪ್ಪುವುದಿಲ್ಲ. ನಮ್ಮ ಕಾಲದ ಈ ನಾಟಕೀಯ ಕ್ಷಣದಲ್ಲಿ ಕಲಾವಿದನೊಬ್ಬ ತನ್ನ ಜನಗಳ ಜತೆಗೆ ನಗಬೇಕು ಮತ್ತು ಅಳಬೇಕು. ನಾವು ನೈದಿಲೆ ಹೂಗಳ ಗುಚ್ಛಗಳನ್ನು ಕೆಳಕ್ಕೆ ಎಸೆದು ನೈದಿಲೆಗಾಗಿ ಹಾತೊರೆಯುತ್ತಿರುವ ಜನರಿಗಾಗಿ ಸೊಂಟದವರೆಗೆ ಕೆಸರಿನಲ್ಲಿ ಮುಳುಗಬೇಕು. ಆರ್ತರೊಂದಿಗೆ ಸಂವಹನ ಮಾಡುವ ಪ್ರಾಮಾಣಿಕ ಅಗತ್ಯ ನನ್ನ ಪಾಲಿಗಿದೆ. ಅದಕ್ಕಾಗಿಯೇ ನಾನು ರಂಗಭೂಮಿಯ ಬಾಗಿಲು ತಟ್ಟಿದೆ ಮತ್ತು ನನ್ನೆಲ್ಲ ಪ್ರತಿಭೆಯನ್ನು ಈಗ ಅದಕ್ಕಾಗಿ ಮುಡಿಪಾಗಿಟ್ಟಿದ್ದೇನೆ."

ಮಾನವ ಸಮಾಜದ ಅಸಮಾನತೆಯ ಬಗ್ಗೆ ಸಾತ್ವಿಕ ಆಕ್ರೋಶ ಮತ್ತು ಅದನ್ನು ಸರಿಮಾಡಲು ಕಲೆಯನ್ನು ನಿರ್ಮಿಸುವ ಹುಮ್ಮಸ್ಸಿನ ನಿರ್ಧಾರ ತರುಣ ಲೋರ್ಕನಲ್ಲಿ ಬೆಳೆಯುತ್ತ ಬಂತು. ತರುಣ ವಯಸ್ಸಿನಲ್ಲಿ ಆತ ನ್ಯೂಯಾರ್ಕ್‌ಗೆ ಪ್ರಯಾಣ ಮಾಡಿದ. ನ್ಯೂಯಾರ್ಕ್‌ನಲ್ಲಿ ವಾಲ್‌ಸ್ಟ್ರೀಟ್ ಹಣಕಾಸಿನ ಸಂಸ್ಥೆ ಉಂಟು ಮಾಡಿದ ಭಯಾನಕ ಪರಿಣಾಮಗಳನ್ನು ಆತ ಕಣ್ಣಾರೆ ಕಂಡ.

"ಇದು ಜಗತ್ತಿನ ಸಮಸ್ತ ಸಂಪತ್ತು ತನ್ನ ಹುಚ್ಚುಖೋಡಿಯಲ್ಲಿ ಮತ್ತು ಕ್ರೌರ್ಯದಲ್ಲಿ ಪ್ರದರ್ಶನಗೊಳ್ಳುವ ಒಂದು ದೃಶ್ಯ. ಹಣ ಮಾಡಲು ಹೋರಾಡುವ ಮಂದೆಯಂತಹ ಜನ ನಿಜಜೀವನದಲ್ಲಿ ಹೇಗಿರುತ್ತಾರೆ ಎನ್ನುವ ಸ್ಪಷ್ಟ ಕಲ್ಪನೆ ನನಗೆ ದೊರೆತಿರುವುದು ಇಲ್ಲಿ. ಸತ್ಯ ಏನೆಂದರೆ, ಸೌಜನ್ಯದ ತೆಳು ಹೊರಕವಚದ ಒಳಗೆ ಇಲ್ಲಿ ನಡೆಯುತ್ತಿರುವುದು ಒಂದು ಅಂತಾರಾಷ್ಟ್ರೀಯ ಯುದ್ಧ. ನಾನು ಈ ಕಟ್ಟಡದ ೩೨ನೆಯ ಮಾಳಿಗೆಯಲ್ಲಿ ಒಬ್ಬ ಆಕರ್ಷಕ ಬ್ಯಾಂಕಿನ ಮುಖ್ಯಸ್ಥನ ಜೊತೆಗೆ ಬೆಳಗ್ಗಿನ ತಿಂಡಿ ಮಾಡಿದೆ. ಜನ ಇಲ್ಲಿ ದುಡ್ಡು ಕೊಟ್ಟು ಒಳಗೆ ಬಂದರು. ಅವರೆಲ್ಲರು ಡಾಲರ್‌ಗಳನ್ನು ಲೆಕ್ಕ ಹಾಕುತ್ತಿದ್ದರು. ಡಾಲರ್ ನೋಟುಗಳನ್ನು ಹಿಡಿದುಕೊಂಡ ಅವರ ಕೈಗಳು ನಡುಗುತ್ತಿದ್ದವು. ನನ್ನ ಗೆಳೆಯ ಕೊಲಿನ್‌ನ ಪರ್ಸಿನಲ್ಲಿ

ಕೇವಲ ಐದು ಡಾಲರ್‌ಗಳಿದ್ದವು; ಮತ್ತು ನನ್ನಲ್ಲಿ ಮೂರು ಡಾಲರ್ ಮಾತ್ರ. ಹಾಗಿದ್ದೂ, ಅವನು ನನ್ನಲ್ಲಿ ಹೇಳಿದ– 'ನಾವಿಬ್ಬರು ಈಗ ಮಿಲಿಯಾಧೀಶರ ನಡುವೆ ಇದ್ದೇವೆ. ಆದರೆ ಇಲ್ಲಿರುವವರಲ್ಲಿ ಸಂಭಾವಿತ ವ್ಯಕ್ತಿಗಳೆಂದರೆ ನಾವಿಬ್ಬರೇ– ನೀನು ಮತ್ತು ನಾನು'"

ಹಣದ ಸಾಮ್ರಾಜ್ಯದಲ್ಲಿ ಬದುಕುವ ಶೋಷಿತರ ಬದುಕಿನ ಬಗ್ಗೆ ಸಿಟ್ಟಿನಿಂದ ಬರೆಯುವಾಗ ಲೋರ್ಕನು ಯೋಚಿಸುತ್ತಿದ್ದದ್ದು, ಹಳ್ಳಿಯ ಬಡವರ ದುಃಸ್ಥಿತಿಯನ್ನು ಮಾತ್ರ ಅಲ್ಲ, ಜತೆಗೆ ತಾನು ಮತ್ತು ತನ್ನಂತಹ ಬೂರ್ಶ್ವಾ ವರ್ಗದ ಬಗ್ಗೆ ಕೂಡಾ ಆತ ಚಿಂತಿಸುತ್ತಿದ್ದ.

ಲೋರ್ಕನು ಶ್ರೀಮಂತ ಮಧ್ಯಮ ವರ್ಗದವರು ತಮಗಿಂತ ಕೆಳಗಿನ ಸಾಮಾಜಿಕ ವರ್ಗದವರ ಮೇಲೆ ಉಂಟುಮಾಡುತ್ತಿದ್ದ ನೋವಿನ ಬಗ್ಗೆ ಮಾತ್ರ ಗಮನ ಕೊಡದೆ, ಆ ಮಧ್ಯಮ ವರ್ಗ ತನ್ನ ಮೇಲೆಯೇ ತಾನು ತಂದುಕೊಳ್ಳುವ ನರಳಾಟಗಳ ಬಗ್ಗೆ ಕೂಡಾ ಗಮನಹರಿಸಿದ್ದ. ತನ್ನ ಊರಿನಲ್ಲಿ ಆತ ಕಂಡ ಶೋಷಿತ ಸಮಾಜ ಎನ್ನುವುದು ಕೇವಲ ಬಡವರದ್ದು ಮಾತ್ರ ಆಗಿರಲಿಲ್ಲ.

ಲೋರ್ಕ ಇದನ್ನು ಬಹಳ ಸ್ಪಷ್ಟವಾಗಿ ಗ್ರಹಿಸಿದ್ದ. 'ನೆತ್ತರ ಮದುವೆ' ನಾಟಕದಲ್ಲಿ ಮದುವೆಯ ಒಪ್ಪಂದದಲ್ಲಿ ಒಳಗೊಳ್ಳುವ ಕುಟುಂಬಗಳು ಹೊಂದಿದ್ದ ಸಂಪತ್ತು ಅವರಿಗೆ ಸುಖ ಸಂತೃಪ್ತಿಯನ್ನು ತಂದುಕೊಡುವುದಿಲ್ಲ. ಈ ನಾಟಕದ ಎಲ್ಲ ಮುಖ್ಯ ಪಾತ್ರಗಳು ತಾವು ಬದುಕುತ್ತಿರುವ ಸಮಾಜದ ಸಂಪ್ರದಾಯಗಳು ಮತ್ತು ಒತ್ತಡಗಳು ತಂದೊಡ್ಡುವ ಬಲೆಗಳಲ್ಲಿ ಸಿಕ್ಕಿಹಾಕಿಕೊಳ್ಳುತ್ತವೆ.

೨೦೧೩

ಅಂಕ ೨ ದೃಶ್ಯ ೧

(ಮದುಮಗಳ ಮನೆಯ ಮೊಗಸಾಲೆ. ಹಿಂಭಾಗದಲ್ಲಿ ಒಂದು ಬಾಗಿಲು. ರಾತ್ರಿಯ ಸಮಯ. ಮದುಮಗಳು ಒಳಗೆ ಪ್ರವೇಶಿಸುತ್ತಾಳೆ. ಮಡಿಕೆ ಮಡಿಕೆ ಇರುವ ಲೇಸ್ ಅಲಂಕಾರದ ಪೆಟ್ಟಿಕೋಟ್ ಧರಿಸಿದ್ದಾಳೆ. ತೋಳಿಲ್ಲದ ಬಿಳಿಯ ರವಿಕೆ ತೊಟ್ಟಿದ್ದಾಳೆ. ಅವಳ ಜೊತೆಗೆ ಸೇವಕಿ.)

ಸೇವಕಿ : ನಾನು ನಿನ್ನ ತಲೆ ಬಾಚುವ ಕೆಲಸ ಮುಗಿಸಿ ಬಿಡುತ್ತೇನೆ.

ಮದುಮಗಳು : ಇಲ್ಲಿ ಮನೆಯೊಳಗೆ ತುಂಬ ಸೆಕೆ. ತಡೆಯಲಿಕ್ಕೆ ಆಗಲ್ಲ.

ಸೇವಕಿ : ಈ ಭಾಗದಲ್ಲಿ ಮುಂಜಾನೆ ಕೂಡಾ ತಂಪು ಇರೋಲ್ಲ.

(ಮದುಮಗಳು ತಗ್ಗಿನ ಆಸನವೊಂದರಲ್ಲಿ ಕುಳಿತುಕೊಳ್ಳುತ್ತಾಳೆ. ಒಂದು ಕೈಕನ್ನಡಿಯಲ್ಲಿ ತನ್ನ ಮುಖ ನೋಡುತ್ತ ಇರುತ್ತಾಳೆ. ಸೇವಕಿ ಅವಳ ತಲೆ ಬಾಚುತ್ತ ಇರುತ್ತಾಳೆ.)

ಮದುಮಗಳು : ನನ್ನ ತಾಯಿಯ ಊರಿನಲ್ಲಿ ತುಂಬಾ ಮರಗಳಿದ್ದವು. ಒಳ್ಳೆಯ

ಫಲವತ್ತಾದ ಭೂಮಿ, ಸಮೃದ್ಧವಾದ ನೀರು.

ಸೇವಕಿ : ಅವಳು ಸುಖದ ಜೋಕಾಲಿಯಲ್ಲಿದ್ದಾಳೆ.

ಮದುಮಗಳು : ಆದರೆ ಇಲ್ಲಿ ಎಲ್ಲವೂ ಬರಡು ಬರಡು.

ಸೇವಕಿ : ಇದು ಇರುವುದೇ ಹೀಗೆ.

ಮದುಮಗಳು : ಇಲ್ಲಿ ಎಲ್ಲವೂ ಕರಟಿ ಹೋಗಿದೆ. ಇದೊಂದು ಒಲೆ ಇದ್ದ ಹಾಗೆ. ಗೋಡೆಗಳಿಂದ ಬೆಂಕಿ ಚಿಮ್ಮುತ್ತಿದೆ. ಓ! ತಲೆಗೂದಲನ್ನು ಅಷ್ಟು ಜೋರಾಗಿ ಎಳೀಬೇಡ.

ಸೇವಕಿ : ಈ ಗುಂಗುರು ಕೂದಲು ಬಲಬದಿಯಲ್ಲಿ ಬೀಳುವಂತೆ ಬಾಚುತ್ತಿದ್ದೇನೆ. ಅದು ನಿನ್ನ ಹಣೆಯ ಮೇಲೆ ಬೀಳಬೇಕು.

(ಮದುಮಗಳು ಕನ್ನಡಿಯಲ್ಲಿ ತನ್ನ ಮುಖ ನೋಡಿಕೊಳ್ಳುತ್ತಾಳೆ)

ನೀನು ತುಂಬ ಚೆಲುವೆ. (ಸೇವಕಿ ಮದುಮಗಳನ್ನು ಜೋರಾಗಿ ಚುಂಬಿಸುತ್ತಾಳೆ)

ಮದುಮಗಳು : (ಗಂಭೀರವಾಗಿ) ತಲೆ ಬಾಚುವುದನ್ನು ನಿಲ್ಲಿಸಬೇಡ.

ಸೇವಕಿ : (ಅವಳ ತಲೆ ಬಾಚುತ್ತ) ನೀನು ತುಂಬ ಅದೃಷ್ಟವಂತೆ. ನೀನು ಒಬ್ಬ ಗಂಡಸನ್ನು ಚುಂಬಿಸುತ್ತೀಯ. ನೀನು ಅವನನ್ನು ಅಪ್ಪಿಕೊಳ್ಳುತ್ತೀಯ. ಅವನ ಭಾರದ ಸುಖವನ್ನು ನೀನು ಅನುಭವಿಸುತ್ತೀಯ.

ಮದುಮಗಳು : ಬಾಯಿಮುಚ್ಚು.

ಸೇವಕಿ : ತುಂಬಾ ಸಂತೋಷದ ಸಂಗತಿಯೆಂದರೆ ನಿನಗೆ ಎಚ್ಚರಾದಾಗ ನಿನ್ನ ಬಳಿಯಲ್ಲಿ ಅವನಿರುತ್ತಾನೆ. ಅವನ ಬಳಿಯಲ್ಲಿ ನೀನು ಸುಖವನ್ನು ಅನುಭವಿಸುತ್ತೀಯ. ನಿನ್ನ ಹೆಗಲನ್ನು ಅವನು ಸವರುವ ಸುಖ, ನಿನ್ನ ಹೆಗಲನ್ನು ಅವನ ಉಸಿರು ಸೋಂಕುವ ಸುಖ. ಒಂದು ಬುಲ್‌ಬುಲ್ ಹಕ್ಕಿಯ ಗರಿಯ ಮೃದುವಾದ ಸ್ಪರ್ಶದ ಸುಖ.

ಮದುಮಗಳು : (ಕೋಪದಿಂದ) ನಾನು ಹೇಳಿದ್ದು ಬಾಯ್ಮುಚ್ಚು ಎಂದು.

ಸೇವಕಿ : ಆದರೆ ಇಲ್ಲಿ ಸ್ವಲ್ಪ ಕೇಳು. ಮದುವೆ ಎಂದರೆ ಏನು ಎಂದು ತಿಳ್ಕೊಂಡಿದ್ದೀಯಾ? ಮದುವೆ ಎಂದರೆ ಇವೆಲ್ಲ ಇಷ್ಟೆಲ್ಲ, ಬೇರೇನೂ ಅಲ್ಲ. ಮದುವೆ ಎಂದರೆ ಒಂದು ಚಪ್ಪರ, ಹೂವಿನ ಅಲಂಕಾರ ಅಷ್ಟೇ ಎಂದು ತಿಳಿದಿದ್ದೀಯ. ಅದು ಒಂದು ಗಂಡು ಮತ್ತು ಒಂದು ಹೆಣ್ಣನ್ನು ತನ್ನೊಳಗೆ ಸೇರಿಸಿಕೊಂಡು ಮಿರಮಿರನೆ ಮಿಂಚುವ ಒಂದು ಹಾಸಿಗೆ.

ಮದುಮಗಳು : ನೀನು ಅಂತಹ ವಿಷಯವೆಲ್ಲವನ್ನು ಹೇಳಬೇಡ.

ಸೇವಕಿ : ಇನ್ನೂ ಇದೆ. ಅದು ಸುಖ ತುಂಬಿದ ಒಂದು ಕೊಡ.

ಮದುಮಗಳು : ಅಥವಾ ಸಂಕಷ್ಟ ತುಂಬಿದ್ದು.

ಸೇವಕಿ : ನಾನು ಈಗ ಹೂವಿನ ಮಾಲೆಯನ್ನು ಇಲ್ಲಿ ತೊಡಿಸುತ್ತೇನೆ.. ಇದರಿಂದ ನಿನ್ನ ಕೂದಲು ತುಂಬಾ ಚಂದ ಕಾಣುತ್ತದೆ. (ಕಿತ್ತಳೆ ಬಣ್ಣದ ಹೂವಿನ ಮಾಲೆಯನ್ನು ಅವಳ ತಲೆಯಲ್ಲಿ ತೊಡಿಸುತ್ತಾಳೆ)

ಮದುಮಗಳು : (ತನ್ನನ್ನು ಕನ್ನಡಿಯಲ್ಲಿ ನೋಡುತ್ತ) ಅದನ್ನು ತೆಗೆದು ಎಸೆ.

(ಆ ಹೂಮಾಲೆಯನ್ನು ತೆಗೆಯುತ್ತಾಳೆ. ದಿಟ್ಟಿಸಿ ನೋಡುತ್ತಾಳೆ. ಆಮೇಲೆ ಸೋತವಳಂತೆ ತಲೆತಗ್ಗಿಸಿ ಕುಳಿತುಕೊಳ್ಳುತ್ತಾಳೆ)

ಸೇವಕಿ : ಇದೇನು ಮಾಡ್ತಾ ಇದ್ದೀಯಾ ನೀನು?

ಮದುಮಗಳು : ನನ್ನನ್ನು ನನ್ನ ಪಾಡಿಗೆ ಬಿಟ್ಟು ಬಿಡು.

ಸೇವಕಿ : ಇದು ಖಿನ್ನಳಾಗುವ ಸಮಯ ಅಲ್ಲ. (ಅವಳನ್ನು ಉಲ್ಲಾಸಗೊಳಿಸಲು ಪ್ರಯತ್ನಿಸುತ್ತ) ಆ ಹೂಮಾಲೆಯನ್ನು ಕೊಡು. (ಮದುಮಗಳು ಆ ಮಾಲೆಯನ್ನು ಎಸೆಯುತ್ತಾಳೆ) ಹೀಗೆ ಮಾಡಬೇಡ. ಹಾಗೆ ಹೂಮಾಲೆಯನ್ನು ನೆಲಕ್ಕೆ ಎಸೆದರೆ ಅದು ಅಪಶಕುನ. ಅದರಿಂದ ಏನೋ ಕೆಟ್ಟದಾಗುತ್ತದೆ. ನಿನ್ನ ತಲೆಯನ್ನು ಮೇಲೆತ್ತು. ನನ್ನ ಕಡೆ ಸ್ವಲ್ಪ ನೋಡು. ನಿನಗೆ ಮದುವೆಯಾಗಲು ಇಷ್ಟವಿಲ್ಲವೆ? ನನ್ನಲ್ಲಿ ಹೇಳು. ಈ ಮದುವೆಯಿಂದ ಹಿಂದಕ್ಕೆ ಸರಿಯಲು ಹೆಚ್ಚೇನೂ ತಡವಾಗಿಲ್ಲ.

ಮದುಮಗಳು : ಇದೆಲ್ಲ ಕೇವಲ ರಗಳೆಗಳು. ಮೋಡಗಳು. ಎದೆಯೊಳಗೆ ತಣ್ಣನೆಯ ಬಿರುಗಾಳಿ. ಎಲ್ಲರಿಗೂ ಹೀಗೆಯೇ ಆಗುತ್ತದೆಯಾ?

ಸೇವಕಿ : ನೀನು ಮದುವೆಯಾಗುವವನನ್ನು ಪ್ರೀತಿಸುತ್ತಿರುವಿ ತಾನೆ?

ಮದುಮಗಳು : ನಾನು ಅವನನ್ನು ಪ್ರೀತಿಸುತ್ತೇನೆ.

ಸೇವಕಿ : ಹೌದು ಹೌದು. ಅದು ನನಗೆ ಗೊತ್ತು.

ಮದುಮಗಳು : ಆದರೆ, ನಾನು ಇಡುತ್ತಿರುವುದು ಇದೊಂದು ದೊಡ್ಡ ಹೆಜ್ಜೆ.

ಸೇವಕಿ : ನೀನು ಅದನ್ನು ಇಡಲೇ ಬೇಕು.

ಮದುಮಗಳು : ಇದಕ್ಕೆ ನಾನು ಬದ್ಧಳಾಗಿದ್ದೇನೆ.

ಸೇವಕಿ : ನಾನು ನಿನ್ನ ಮುಖಪರದೆಯನ್ನು ಸಿಕ್ಕಿಸುತ್ತೇನೆ.

ಮದುಮಗಳು : (ಕುಳಿತುಕೊಳ್ಳುತ್ತ) ಬೇಗನೆ ಮುಗಿಸು. ಅವರು ಇಷ್ಟರಲ್ಲಿ ಇಲ್ಲಿ ಬಂದು ಬಿಡುತ್ತಾರೆ.

ಸೇವಕಿ : ಅವರು ಇಲ್ಲಿಗೆ ಬಂದು ತಲುಪಲು ಇನ್ನೂ ಕನಿಷ್ಠ ಎರಡು ಗಂಟೆ ಬೇಕು.

ಮದುಮಗಳು : ಇಲ್ಲಿಂದ ಚರ್ಚ್‌ಗೆ ಎಷ್ಟು ದೂರ ಇದೆ?

ಸೇವಕಿ : ನದಿ ದಂಡೆಯಲ್ಲಿ ಹೋದರೆ ಐದು ಮೈಲು. ರಸ್ತೆಯಲ್ಲಿ ಹೋದರೆ ಅದರ ಇಮ್ಮಡಿ ದೂರ ಆಗುತ್ತದೆ. (ಮದುಮಗಳು ಎದ್ದು ನಿಲ್ಲುತ್ತಾಳೆ. ಅವಳ ಚೆಲುವನ್ನು ನೋಡಿ ಸೇವಕಿ ಸಂತೋಷ, ಉದ್ವೇಗಕ್ಕೆ ಒಳಗಾಗಿ ಹಾಡುತ್ತಾಳೆ)

ಪುಟ್ಟ ಮದುಮಗಳೆ, ಪುಟ್ಟ ಮದುಮಗಳೆ ಕಣ್ಣು ತೆರೆಯೆ

ಇಂದಿನ ದಿನ ನಿನ್ನಯ ಮದುವೆ ಬೇಗನೆ ಎದ್ದೇಳೆ

ನದಿಯ ಜೋರು ಸೆಳೆತ ನದಿಯ ಆಳ ವಿಶಾಲ

ಮದುಮಗಳ ಮುಖಪರದೆಯ ತೇಲಿಸುವ ಜಾಲ

ಮದುಮಗಳು : (ನಸುನಗುತ್ತ) ನಾವು ಹೋಗೋಣ.

ಸೇವಕಿ : (ಸಂತೋಷದಿಂದ ಮದುಮಗಳನ್ನು ಚುಂಬಿಸುತ್ತ, ಅವಳ ಸುತ್ತ ಕುಣಿಯುತ್ತ ಹಾಡುತ್ತಾಳೆ)

ಏಳೆ ಎದ್ದೇಳೆ ಪುಟ್ಟ ಮದುಮಗಳೆ
ಮರಗಳೆಲ್ಲ ಹಸುರಾಗಿವೆ ಹೂಗಳೆಲ್ಲ ಅರಳಿವೆ
ಕಿತ್ತಳೆಯ ಮರದಲ್ಲಿ ಹೂ ಗೊಂಚಲು ತುಂಬಿವೆ
ಸೂರ್ಯನ ಬೆಳಕಿನಲ್ಲಿ ಹೂಗಳೆಲ್ಲ ನಗುತಿವೆ
ಅಂತಃಪುರವ ಅಲಂಕರಿಸಲು ಹೂಗಳೆಲ್ಲ ಕಾದಿವೆ.

(ಕೋಣೆಯ ಬಾಗಿಲನ್ನು ಯಾರೋ ಬಡಿದ ಶಬ್ದ)

'ನೆತ್ತರ ಮದುವೆ' ನಾಟಕದ ಆಯ್ದಭಾಗ,
ಅಭಿನವ, ೨೦೧೩

ಚಿಲಿಯಲ್ಲಿ ಭೂಕಂಪ

೧೬೪೭. ಚಿಲಿ ರಾಜ್ಯದ ರಾಜಧಾನಿ ಸಾಂಟಿಯಾಗೋದಲ್ಲಿ ಮಾರಿ ಭೂಕಂಪದ ಆ ಕ್ಷಣ. ಸಾವಿರಾರು ಮಂದಿ ಜೀವ ಕಳೆದುಕೊಂಡ ದುರ್ಬಲರ ಬದುಕಿನ ದಾರುಣ ಕ್ಷಣ. ಆ ಕ್ಷಣದಲ್ಲಿಯೇ ಎರೋನಿಮೋ ರುಗೆರ ಎನ್ನುವ ಯುವಕ, ಕ್ರಿಮಿನಲ್ ಅಪರಾಧದಲ್ಲಿ ಆಪಾದಿತನಾದವ ಅಲ್ಲಿ ಜೈಲಿನಲ್ಲಿ ಒಂದು ಕಂಬದ ಬಳಿ ನಿಂತುಕೊಂಡಿದ್ದ. ಆತ ಆ ಜೈಲಿನಲ್ಲಿಯೇ ನೇಣು ಹಾಕಿಕೊಂಡು ಸಾಯಲು ನಿರ್ಧರಿಸಿದ್ದ. ಆತನನ್ನು ಒಂದು ವರ್ಷದ ಹಿಂದೆ ತನ್ನ ಮನೆಯಿಂದ ಹೊರಗಟ್ಟಿದ್ದು ಆ ನಗರದ ಭಾರಿ ಶ್ರೀಮಂತ ಡಾನ್ ಎನ್ರಿಕೊ ಅಸ್ತೆರೋನ್. ತನ್ನ ಮಗಳು ಡಾನ್ ಯೋಸೆಫಾಳಿಗೆ ಟ್ಯೂಟರ್ ಆಗಿದ್ದ ಎರೋನಿಮೋ ಅವಳೊಂದಿಗೆ ಅತಿ ಸಲುಗೆಯಿಂದ ಇದ್ದ ಎನ್ನುವುದು ಆತನ ಮೇಲಿನ ಆಪಾದನೆ. ಯೋಸೆಫಾಳ ಪ್ರೀತಿಯ ಅಣ್ಣ ಈ ರಹಸ್ಯವನ್ನು ಗುಟ್ಟಿನಲ್ಲಿ ತಿಳಿದುಕೊಂಡು ಅಪ್ಪನಿಗೆ ತಿಳಿಸಿದ. ಅಪ್ಪ ಮಗಳನ್ನು ದಬಾಯಿಸಿ ಮನೆಯಿಂದ ದೂರ ಮಾಡಿ, ಬೆಟ್ಟದಲ್ಲಿರುವ ಕಾರ್ಮೆಲೈತ್ ಕಾನ್ವೆಂಟಿಗೆ ಕಳುಹಿಸಿಕೊಟ್ಟಿದ್ದ.

ಇಲ್ಲಿ ಎರೋನಿಮೋ ಮತ್ತೆ ಯೋಸೆಫಾಳೊಂದಿಗೆ ಸಂಬಂಧ ಬೆಳೆಸಿದ. ಕಾನ್ವೆಂಟಿನ ತೋಟದಲ್ಲಿ ಅವರ ಸರಸ ಸಲ್ಲಾಪ ಸಾಗಿತು. ಕಾರ್ಪಸ್ ಕ್ರಿಸ್ಟಿ ಔತಣದ ವೇಳೆ, ನನ್‌ಗಳ ಪವಿತ್ರ ಮೆರವಣಿಗೆಯ ಸನ್ನಿವೇಶದಲ್ಲಿ ಇನ್ನೇನು ಮೆರವಣಿಗೆ ಆರಂಭವಾಗಬೇಕು ಎನ್ನುವಷ್ಟರಲ್ಲಿ ಗಂಟೆಗಳು ಮೊಳಗುತ್ತಿದ್ದಂತೆಯೇ ಬಡಪಾಯಿ ಯೋಸೆಫಾ ಕುಸಿದುಬಿದ್ದಳು ಕೆಥಡ್ರಲ್‌ನ ಮೆಟ್ಟಿಲುಗಳ ಮೇಲೆ. ಅವಳನ್ನು ಹೆರಿಗೆಮನೆಗೆ ಸಾಗಿಸಲಾಯಿತು.

ಈ ಒಂದು ಘಟನೆ ಅಸಾಧ್ಯ ಕೋಲಾಹಲಕ್ಕೆ ಕಾರಣವಾಯಿತು. ಆ 'ಪಾಪಿ' ತರುಣಿಯನ್ನು ಅವಳ ದೈಹಿಕ ಸ್ಥಿತಿಗತಿ ನೋಡದೆ ಜೈಲಿಗೆ ಎಸೆಯಲಾಯಿತು. ಆರ್ಚ್ ಬಿಷಪ್ ಅವಳನ್ನು ಕಠಿಣ ಶಿಕ್ಷೆಗೆ ಒಳಪಡಿಸುವ ಆಜ್ಞೆ ಮಾಡಿದ. ಪಟ್ಟಣದೆಲ್ಲೆಡೆ ಈ ಹಗರಣದ ಬಗ್ಗೆ ಕಟುವಾದ ಟೀಕೆ ಚರ್ಚೆ ನಡೆಯಿತು. ಈ ಘಟನೆ ನಡೆದ ಕಾನ್ವೆಂಟ್ ಅವಳನ್ನು ಕಟು ಶಬ್ದಗಳಿಂದ ಟೀಕಿಸಿತು. ಅವಳು ಬೆಳೆದು ಬಂದ ಅಸ್ತೆರೋನ್ ಕುಟುಂಬವಾಗಲೀ ಅವಳನ್ನು ಪ್ರೀತಿಯಿಂದ ಸಾಕಿದ ಹಿರಿಯರಾಗಲೀ ಮೃದು ಸ್ವಭಾವದ ಅವಳ ಮೇಲೆ ನಡೆಯುತ್ತಿದ್ದ ಕ್ರೌರ್ಯದ ಆಘಾತಕ್ಕೆ ಅಡ್ಡಿಪಡಿಸಲಿಲ್ಲ. ಧರ್ಮದ ಕಾನೂನಿನ ಕ್ರೌರ್ಯ

ಎಲ್ಲರನ್ನೂ ಮೌನವಾಗಿಸಿತು. ವೈಸರಾಯಿಯು ಯೋಸೆಫಾಳಿಗೆ ಕೊಡುವ ಶಿಕ್ಷೆಯಲ್ಲಿ ಮಾಡಿದ ಬದಲಾವಣೆ ಎಂದರೆ ಅವಳನ್ನು ಕಂಬಕ್ಕೆ ಕಟ್ಟಿ ಸುಡುವುದರ ಬದಲು ಅವಳ ತಲೆ ಕತ್ತರಿಸಿ ಕೊಲ್ಲುವುದು.

ಇಂತಹ ದೈವಿಕ ಶಾಪವನ್ನು ಜ್ಯಾರಿಗೊಳಿಸುವ ದೃಶ್ಯದ ಪೂರ್ವಭಾವಿ ಮೆರವಣಿಗೆಯನ್ನು ನೋಡಲು ನಗರದ ಕಾರ್ಮಿಕ ಹೆಣ್ಣುಮಕ್ಕಳು ಕಿಟಕಿಗಳ ಪಕ್ಕದಲ್ಲಿ ಕಾದುನಿಂತರು.

ಜೈಲಿನಲ್ಲಿ ಇದ್ದ ಎರೋನಿಮೋ ಈ ಸುದ್ದಿ ತಿಳಿದು ಅಲ್ಲೇ ಮೂರ್ಛೆ ಹೋಗಿ ಕುಸಿಯುವಂತಾದ. ಅವಳನ್ನು ಆ ಕಠಿಣ ಶಿಕ್ಷೆಯಿಂದ ಪಾರುಮಾಡುವ ಉಪಾಯಗಳು ಅವನ ಮನಸ್ಸಿನಲ್ಲಿ ಸುಳಿದಾಡಿದವು. ಅವನ ಯೋಚನೆಯ ರೆಕ್ಕೆಗಳು ಅವನನ್ನು ಎಲ್ಲೆಲ್ಲೋ ಹಾರಾಡಿಸಿದರೂ ಕೊನೆಗೂ ಅವನಿಗೆ ಎದುರಾದದ್ದು ಅವನಿದ್ದ ಜೈಲಿನ ಗೋಡೆಗಳು ಮತ್ತು ಬಾಗಿಲುಗಳ ಬೋಲ್ಟುಗಳು. ಆತ ಅಲ್ಲಿ ಇದ್ದ ಪವಿತ್ರ ಮೇರಿಯ ಮೂರ್ತಿಯ ಮುಂದೆ ಪ್ರಾರ್ಥಿಸಿದ – ಅವಳೊಬ್ಬಳು ಮಾತ್ರ ಯೋಸೆಫಾಳನ್ನು ಉಳಿಸಬಲ್ಲಳು ಎಂದು.

ಕೊನೆಗೂ ಆ ಕರಾಳ ದಿನ ಬಂದೇಬಿಟ್ಟಿತು. ಅದರೊಂದಿಗೆ ಆತನ ಕರಾಳ ನಿರಾಶೆಯ ಕ್ಷಣ ಕೂಡಾ. ಯೋಸೆಫಾಳನ್ನು ವಧೆ ಮಾಡುವ ಸ್ಥಳಕ್ಕೆ ಕೊಂಡೊಯ್ಯುವ ಗಂಟೆಗಳು ಬಾರಿಸಿದವು. ಜೈಲಿನೊಳಗೆ ಚಡಪಡಿಸುತ್ತಿದ್ದ ಎರೋನಿಮೋ ತನ್ನ ಬದುಕನ್ನೇ ದ್ವೇಷಿಸಿ ತನ್ನ ಸಾವನ್ನು ಆಹ್ವಾನಿಸಲು ನಿರ್ಧರಿಸಿದ. ಜೈಲಿನ ಕೋಣೆಯೊಂದರಲ್ಲಿ ಆಕಸ್ಮಿಕವಾಗಿ ದೊರೆತ ಹಗ್ಗದ ಸಹಾಯದಿಂದ ನೇಣು ಹಾಕಿಕೊಳ್ಳಲು ಆತ ಸಿದ್ಧನಾದ. ಕಂಬಕ್ಕೆ ಒರಗಿ ನಿಂತುಕೊಂಡು ಹಗ್ಗವನ್ನು ಮೇಲಿನಿಂದ ಬಿಗಿಗೊಳಿಸುತ್ತಾ ಅದೇ ತನ್ನನ್ನು ಈ ಕೆಟ್ಟ ಜಗತ್ತಿನಿಂದ ಪಾರುಮಾಡುತ್ತದೆ ಎಂದು ಆಶಿಸುತ್ತಾ ಆ ಘಳಿಗೆಗಾಗಿ ಕಾಯುತ್ತಿದ್ದ. ಆ ವೇಳೆಗೆ ಅವನು ನೋಡುತ್ತಿದ್ದಂತೆಯೇ ಜೈಲಿನ ಕಬ್ಬಿಣದ ತೊಲೆ ಕೆಳಕ್ಕೆ ಬೀಳುತ್ತಿರುವುದನ್ನು ಕಂಡ. ಏನೆಂದು ಗ್ರಹಿಸುವ ಮೊದಲೇ ಇಡೀ ನಗರದ ಬಹುಭಾಗ ಜಾರಿ ಕುಸಿಯುತ್ತಿದೆ. ಅವಶೇಷಗಳ ಅಡಿಯಲ್ಲಿ ಸಮಸ್ತ ಜೀವಿಗಳು ಹೂತುಹೋಗುತ್ತಿವೆ. ಎರೋನಿಮೋ ಭಯದಿಂದ ತತ್ತರಿಸುತ್ತಲೇ ಎದ್ದುನಿಂತ. ತನ್ನ ಮನಸ್ಸಿನಿಂದ ಎಲ್ಲ ಯೋಚನೆಗಳನ್ನು ಬಿಸಾಡಿ ಆ ಕಂಬವನ್ನು ಗಟ್ಟಿಯಾಗಿ ಅಪ್ಪಿಕೊಂಡ. ಕೆಲವೇ ಕ್ಷಣಗಳ ಹಿಂದೆ ಯಾವ ಕಂಬಕ್ಕೆ ನೇಣು ಹಾಕಿಕೊಂಡು ಸಾಯಲು ಹೊರಟಿದ್ದನೋ ಈಗ ಅದೇ ಕಂಬವನ್ನು ಆತುಕೊಂಡು ನಿಂತುಕೊಂಡಿದ್ದಾನೆ ಎರೋನಿಮೋ. ಆತನ ಕಾಲಿನ ಅಡಿಯ ಭೂಮಿ ಅದುರುತ್ತಿತ್ತು. ಜೈಲಿನ ಗೋಡೆಗಳು ಪುಡಿಪುಡಿಯಾಗಿ ಉದುರುತ್ತಿದ್ದವು. ಎರೋನಿಮೋ ಗಡಗಡನೆ ನಡುಗುತ್ತಾ ತನ್ನ ಮೊಣಕಾಲುಗಳನ್ನು ಮಡಚುತ್ತಾ ಇಳಿಜಾರು ನೆಲದಲ್ಲಿ ಜಾರುತ್ತಾ ಜೈಲಿನ ಕಟ್ಟಡ ಎರಡು ಹೋಳಾಗಿ ಸೀಳಿಗೊಂಡ ಸಂದಿನ ಮೂಲಕ ಹೊರಕ್ಕೆ ಬಂದ.

ಎರೋನಿಮೋ ಜೈಲಿನ ಕಟ್ಟಡದಿಂದ ಹೊರಬರುವಷ್ಟರಲ್ಲಿಯೇ ಆಗಾಗಲೇ ನೆಲ ಕಚ್ಚಿದ್ದ ಆ ಇಡೀ ಬೀದಿ ಎರಡನೆಯ ಕಂಪನದಿಂದ ಪುಡಿಪುಡಿಯಾಯಿತು. ಇಂತಹ ಸರ್ವನಾಶದಿಂದ ತನ್ನನ್ನು ಹೇಗೆ ರಕ್ಷಿಸಿಕೊಳ್ಳುವುದು ಎನ್ನುವ ಕಲ್ಪನೆಯೇ ಇಲ್ಲದೆ ಆತ ಛಿದ್ರ ಛಿದ್ರವಾಗಿ ಬಿದ್ದಿದ್ದ ಮರದ ತುಂಡುಗಳನ್ನು ಹಿಡಿದುಕೊಂಡು ತೆವಳಿಕೊಂಡು ಮೇಲಕ್ಕೆ ಹತ್ತಿದ. ಸಾವು ಎಲ್ಲ ಕಡೆಗಳಿಂದಲೂ ಅವನ ಮೇಲೆ ಧಾಳಿ ಮಾಡಿ ಅವನನ್ನು ಹತ್ತಿರದ

ನಗರವೊಂದರ ಗೇಟಿನ ಕಡೆಗೆ ಎಳೆದೊಯ್ಯುತ್ತಿತ್ತು. ಅಲ್ಲಿ ಇನ್ನೊಂದು ಮನೆ ಉರುಳಿಬಿತ್ತು. ಅದರ ಹೊಡೆತದ ರಭಸ ಆತನನ್ನು ಪಕ್ಕದ ಬೀದಿಯೊಂದಕ್ಕೆ ಎಸೆಯಿತು. ಬೆಂಕಿಯ ಜ್ವಾಲೆಗಳು ಎಲ್ಲ ದಿಕ್ಕುಗಳಿಂದಲೂ ಉರಿಯತೊಡಗಿದವು. ಎಲ್ಲೆಡೆ ಹೊಗೆಯ ಕಾರ್ಮೋಡಗಳು ಕವಿದವು. ಅದರಿಂದ ಘಾಸಿಕೊಂಡ ಅವನನ್ನು ಅಲ್ಲಿಂದ ಅದು ಇನ್ನೊಂದು ಬೀದಿಗೆ ಬೆನ್ನಟ್ಟಿತು. ಅಲ್ಲಿ ಮೇರೆ ಮೀರಿ ಉಕ್ಕಿ ಹರಿಯುತ್ತಿದ್ದ ನದಿಯೊಂದು ಭೋರ್ಗರೆಯುತ್ತಾ ಅವನನ್ನು ಇನ್ನೊಂದು ಬೀದಿಗೆ ತಳ್ಳಿತು. ಮತ್ತೆ ಅಲ್ಲಿ ನೋಡಿದರೆ ಹೆಣಗಳದ್ದೇ ರಾಶಿ ರಾಶಿ. ಅವಶೇಷಗಳ ಅಡಿಯಿಂದ ಎಲ್ಲೆಲ್ಲೂ ಆರ್ತನಾದ. ಉರಿಯುತ್ತಿರುವ ಮನೆಯ ಚಾವಡಿಗಳಿಂದ ಜನರ ರೋದನದ ಧ್ವನಿ. ಮನುಷ್ಯರು ಮತ್ತು ಪ್ರಾಣಿಗಳು ಸೆಣಸಾಡುತ್ತಿದ್ದವು ಪ್ರವಾಹದ ಅಲೆಗಳೊಂದಿಗೆ. ಧೈರ್ಯಶಾಲಿ ರಕ್ಷಕನೊಬ್ಬ ಸಹಾಯಹಸ್ತ ಚಾಚಿದ. ಅಲ್ಲಿ ಇನ್ನೊಬ್ಬ ಸಾವಿನಷ್ಟೇ ಬಿಳಿಚಿಕೊಂಡು ಸ್ವರ್ಗದೆಡೆಗೆ ತನ್ನ ನಡುಗುವ ಕೈಗಳನ್ನು ಚಾಚುತ್ತಾ ನಿಂತಿದ್ದ. ಎರೋನಿಮೋ ಗೇಟನ್ನು ತಲುಪಿ ಅದರ ಆಕಡೆಗಿರುವ ಬೆಟ್ಟವನ್ನು ಏರುತ್ತಲೇ ಮೂರ್ಛೆ ಹೋಗಿ ಭೂಮಿಗೆ ಕುಸಿದು ಬಿದ್ದ.

ಎರೋನಿಮೋ ಸುಮಾರು ಹದಿನೈದು ನಿಮಿಷಗಳ ಕಾಲ ಗಾಢವಾದ ಅಪ್ರಜ್ಞಾವಸ್ಥೆಯಲ್ಲಿ ಮಲಗಿದ್ದ. ಎಚ್ಚರವಾಗಿ ಅವನು ಕಣ್ಣು ತೆರೆದು ನೋಡಿದರೆ ಅವನ ಹಿಂದೆಯೇ ನಗರದ ಅರ್ಧಭಾಗ ಕುಸಿದು ನೆಲಕಚ್ಚಿದೆ. ಹಣೆಯ ಮೇಲೆ ಎದೆಯ ಮೇಲೆ ಕೈಯಿಂದ ಚಚ್ಚಿಕೊಂಡ. ಏನು ಮಾಡುವುದೆಂದು ತೋಚದೆ ಯೋಚಿಸುತ್ತಾ ಇರುವಾಗಲೇ ವರ್ಣಿಸಲಾಗದ ಶಾಂತಿ ಅವನನ್ನು ಆವರಿಸಿತು. ಸಮುದ್ರದ ಕಡೆಯಿಂದ ಬೀಸಿದ ಪಶ್ಚಿಮದ ಗಾಳಿ ಅವನ ಬದುಕಿಗೆ ಮರುಜೀವ ಕೊಟ್ಟಿತು. ಸಾಂತಿಯಾಗೋದ ಅರಳುತ್ತಿದ್ದ ಪ್ರದೇಶವನ್ನು ಎಲ್ಲ ಕಡೆಯಿಂದಲೂ ದೃಷ್ಟಿಹಾಯಿಸಿ ನೋಡಿದ. ಎಲ್ಲೆಲ್ಲೂ ಕಾಣಿಸುತ್ತಿದ್ದ ಕ್ಷೋಭೆಗೊಂಡ ಜನಸಂದಣಿ ಅವನ ಮನಸ್ಸನ್ನು ಕಲಕಿತು. ತನ್ನನ್ನು ಅಷ್ಟು ಮಂದಿಯನ್ನು ಇಲ್ಲಿಯವರೆಗೆ ಕರೆದುಕೊಂಡು ತಂದದ್ದು ಯಾವುದು? ಆತ ಒಮ್ಮೆ ಒಂದು ಸುತ್ತು ತಿರುಗಿ ನೋಡಿದಾಗ ತನ್ನ ಕಾಲ ಬುಡದಿಂದ ಕೆಳಗೆ ಇಡೀ ನಗರ ಭೂಕಂಪದ ಆ ಭಯಾನಕ ಕ್ಷಣದಿಂದ ಸಂಪೂರ್ಣ ನುಂಗಿಹೋಗಿತ್ತು. ಆತ ತಲೆಬಾಗಿ ಭೂಮಿಗೆ ಹಣೆ ತಾಗಿಸಿ, ತನ್ನ ಪವಾಡಸದೃಶ ಪಾರಾಗುವಿಕೆಗಾಗಿ ದೇವರಿಗೆ ವಂದನೆ ಸಲ್ಲಿಸಿದ. ಆ ಭಯಾನಕ ನೆನಪು ಅವನ ಮನಸ್ಸಿನ ತುಂಬಾ ಹರಿದಾಡಿತು. ಬಹುರೂಪಿ ಬದುಕೊಂದು ತನಗೆ ಅನುಭವಿಸಲು ಉಳಿದುದಕ್ಕಾಗಿ ಆತ ಸಂತೋಷದ ಕಣ್ಣೀರು ಹರಿಸಿದ.

ತನ್ನ ಕೈಬೆರಳಲ್ಲಿರುವ ಉಂಗುರ ನೋಡುತ್ತಲೇ ಎರೋನಿಮೊಗೆ ತತ್ಕ್ಷಣ ಮೊದಲು ನೆನಪಾದದ್ದು ಯೋಸೆಫಾ, ಬಳಿಕ ತನ್ನ ಜೈಲು, ಆಮೇಲೆ ಒಂದೇ ಸವನೆ ಬಾರಿಸುತ್ತಿದ್ದ ಗಂಟೆಗಳು, ಮತ್ತೆ ಆ ಕಟ್ಟಡ ಕುಸಿದು ಬಿದ್ದ ಹಿಂದಿನ ಗಳಿಗೆಗಳು. ಗಾಢವಾದ ದುಃಖ ಮತ್ತೆ ಅವನ ಹೃದಯವನ್ನು ಆವರಿಸಿತು. ತಾನು ಮಾಡಿದ ಪ್ರಾರ್ಥನೆಗಾಗಿ ಈಗ ಅವನಿಗೆ ವಿಷಾದ ಅನ್ನಿಸಿತು. ಎಲ್ಲವನ್ನೂ ಆಳುವ ಮೋಡಗಳ ಮೇಲ್ಗಡೆ ಇರುವ ಆ ಶಕ್ತಿಯ ಬಗ್ಗೆ ಆತ ಸಿಟ್ಟುಗೊಂಡ. ಅಲ್ಲಿ ನೆರೆದಿದ್ದ ಜನರೊಂದಿಗೆ ಅವನು ಬೆರೆಯಲು ಆರಂಭಿಸಿದ. ಅವರೆಲ್ಲ ತಮ್ಮ ಸೊತ್ತುಗಳನ್ನು ಸಂರಕ್ಷಿಸುತ್ತಾ ಒಟ್ಟುಗೂಡಿಸುತ್ತಾ, ನಗರದ ಗೇಟುಗಳಿಂದ ಹೊರನುಸುಳುತ್ತಿದ್ದರು. ಎರೋನಿಮೋ ಅವರಲ್ಲಿ ಸಿಕ್ಕವರಲ್ಲೆಲ್ಲ ಯೋಸೆಫಾಳ ಬಗ್ಗೆ

ವಿಚಾರಿಸುತ್ತಾ ಬಂದ. 'ಅಸ್ತೆರೋನ್ ನ ಮಗಳಿಗೆ ಶಿಕ್ಷೆಯನ್ನು ಜ್ಯಾರಿ ಮಾಡಲಾಯಿತೇ' ಎಂದು ಯಾರನ್ನು ಕೇಳಿದರೂ ಯಾರಿಂದಲೂ ಸರಿಯಾದ ಉತ್ತರ ಅವನಿಗೆ ದೊರೆಯಲಿಲ್ಲ. ಮನೆಯ ಸಾಮಾನುಗಳ ದೊಡ್ಡ ಹೊರೆಯೊಂದನ್ನು ತನ್ನ ಹೆಗಲಲ್ಲಿ ಹೊತ್ತುಕೊಂಡು ಪೂರ್ಣವಾಗಿ ಬಾಗಿಹೋಗಿದ್ದ ಹೆಂಗುಸೊಬ್ಬಳು ಎರಡು ಮಕ್ಕಳನ್ನು ಎದೆಯಲ್ಲಿ ಅಪ್ಪಿಕೊಂಡು ಕಾಲು ಹಾಕುತ್ತಿದ್ದಳು. ಆಕೆ ಮುಂದೆ ಸಾಗುತ್ತಿದ್ದಂತೆಯೇ ತಾನು ಸ್ವತಃ ಅಲ್ಲಿ ಹಾಜರಿದ್ದೆ ಎನ್ನುವಷ್ಟರ ಮಟ್ಟಿಗೆ, ಯೋಸೆಫಾಳ ತಲೆ ಕಡಿಯಲಾಯಿತೆಂದು ಹೇಳಿದಳು. ಇದನ್ನು ಕೇಳುತ್ತಲೇ ಎರೋನಿಮೋ ಹಿಂದಕ್ಕೆ ತಿರುಗಿದ. ಯೋಸೆಫಾಳ ಮರಣದಂಡನೆಯ ಶಿಕ್ಷೆಯ ಅವಧಿ ಮೀರಿರುವ ಕಾರಣ ಅದು ನಿಜವೆಂದೇ ಆತ ನಂಬಿದ. ಒಂದು ಒಂಟಿ ಮರದ ಕೆಳಗೆ ಕುಳಿತುಕೊಂಡು ರೋದಿಸಲು ತೊಡಗಿದ. ಅಲ್ಲೇ ಮೈಮರೆತ. ಭೂಕಂಪದಂತಹ ಪ್ರಕೃತಿಯ ಸರ್ವನಾಶದ ಆಘಾತ ತನ್ನ ಮೇಲೆ ಇನ್ನೊಮ್ಮೆ ಎರಗಬಾರದೇ ಎಂದು ಕನವರಿಸಿದ. ತಾನು ಯಾಕೆ ಸಾವಿನಿಂದ ತಪ್ಪಿಸಿಕೊಂಡೆ, ತನ್ನ ಹೀನ ಆತ್ಮ ಯಾಕೆ ಆ ರೀತಿ ಬದುಕುವ ಆಸೆ ಮಾಡಿದ್ದು, ಅದೇ ಸಾವು ಈ ಕ್ಷಣದಲ್ಲಿ ಮೋಕ್ಷವನ್ನು ಕೊಡುತ್ತದೆ – ಹೀಗೆಲ್ಲ ಆತ ಯೋಚಿಸುತ್ತಾ ಹೋದ. ಈಗ ಅವನು ಗಟ್ಟಿ ನಿರ್ಧಾರ ಮಾಡಿದ – ಅಲ್ಲಿನ ಓಕ್ ಮರಗಳು ಬೇರು ಕಿತ್ತುಕೊಂಡು ತನ್ನ ಮೈಮೇಲೆ ಬಿದ್ದರೂ ತಾನು ಅಲ್ಲಿಂದ ಕದಲುವುದಿಲ್ಲ ಎಂದು. ಮರುಕ್ಷಣವೇ ದುಃಖದ ಕಣ್ಣೀರಿನ ನಡುವೆಯೇ ಮತ್ತೆ ಅವನಲ್ಲಿ ಆಶಾಭಾವನೆ ಮೊಳೆಯಿತು. ಆತ ಆಳುವುದನ್ನು ನಿಲ್ಲಿಸಿದ. ಮತ್ತೆ ಕಾಲು ಎಳೆಯುತ್ತಾ ಪ್ರತಿಯೊಂದು ದಿಕ್ಕಿನ ಮೂಲೆ ಮೂಲೆಗಳನ್ನು ಶೋಧಿಸಲು ಸುರುಮಾಡಿದ. ಜನರು ನೆರೆದಿದ್ದ ಪ್ರತಿಯೊಂದು ಬೆಟ್ಟದ ತುದಿಯನ್ನು ಏರಿ ಹುಡುಕಿದ. ದಾರಿಯುದ್ದಕ್ಕೂ ನ್ಯಾಯಾಲಯದ ಶಿಕ್ಷೆಯಿಂದ ತಲೆ ತಪ್ಪಿಸಿಕೊಂಡ ಜನರ ಮೇಲೆ ಕಣ್ಣಿಡುತ್ತಾ ಬಂದ. ಗಾಳಿಯಲ್ಲಿ ಹೆಣ್ಣಿನ ಯಾವುದಾದರೂ ಒಂದು ಬಟ್ಟೆ ಪರಪರ ಸದ್ದು ಮಾಡಿದರೆ ನಡುಗುತ್ತಾ ಆ ಕಡೆಗೆ ಓಡುತ್ತಿದ್ದ. ಆದರೆ ಅದು ಯಾವುದೂ ಆತನ ನಲ್ಲೆ ಯೋಸೆಫಾ ಉಟ್ಟ ವಸ್ತ್ರ ಆಗಿರಲಿಲ್ಲ. ಸೂರ್ಯ ನಿಧಾನವಾಗಿ ಮುಳುಗುತ್ತಿದ್ದ. ಅದೇ ರೀತಿ ಎರೋನಿಮೋನ ಆಸೆಗಳು ಕೂಡಾ. ಅವನು ಒಂದು ಶಿಖರದ ಬದಿಯಲ್ಲಿ ನಿಂತುಕೊಂಡು ವಿಶಾಲವಾದ ಕಣಿವೆಯ ಕಡೆಗೆ ಕಣ್ಣು ಹಾಯಿಸಿದಾಗ, ಅಲ್ಲಿ ಕೆಲವೇ ಮಂದಿ ಗುಂಪು ಸೇರಿದ್ದು ಕಂಡುಬಂತು. ಏನು ಮಾಡುವುದೆಂದು ತೋಚದೆ ಒಂದು ಗುಂಪಿನಿಂದ ಇನ್ನೊಂದು ಗುಂಪಿನ ಕಡೆಗೆ ಅಲೆದಾಡತೊಡಗಿದ. ಯಾವ ಭರವಸೆಯ ಸುಳುಹೂ ಇಲ್ಲ ಎಂದಾದ ಮೇಲೆ ಇನ್ನೇನು ಹೊರಡಬೇಕು ಎನ್ನುವಷ್ಟರಲ್ಲಿ ನೀರಿನ ಸಣ್ಣ ಝರಿಯಲ್ಲಿ ಮಗುವನ್ನು ತೊಳೆಯುತ್ತಿದ್ದ ಯುವತಿಯೊಬ್ಬಳನ್ನು ಕಂಡ. ಆ ದೃಶ್ಯವನ್ನು ಕಂಡೊಡನೆಯೇ ಅವನ ಎದೆ ಜೋರಾಗಿ ಬಡಿದುಕೊಳ್ಳಲು ತೊಡಗಿತು. ಅವನು ಬಂಡೆಯಿಂದ ಬಂಡೆಗೆ ಜಿಗಿಯುತ್ತಾ 'ಓ, ದೇವರ ಪವಿತ್ರ ತಾಯಿ' ಎಂದು ಮೊರೆಯಿಡುತ್ತಾ ಕಣ್ಣರಳಿಸಿ ನೋಡುತ್ತಾನೆ – ಹೌದು ಅವನು ಗುರುತಿಸಿದ, ಅದು ಯೋಸೆಫಾ. ಅವನು ಹತ್ತಿರ ಬರುತ್ತಲೇ ಅವಳು ನಾಚಿಕೊಂಡಳು. ದೈವಿಕ ಪವಾಡದಿಂದ ಬದುಕುಳಿದ ಆ ಪ್ರಿಯ ಜೋಡಿ ಒಟ್ಟಾದದ್ದು ಅಗಲಿಕೆಯ ಆಲಿಂಗನದ ಮೂಲಕ.

ಸಾವಿನ ದಾರಿಯಲ್ಲಿ ಯೋಸೆಫಾ ಮರಣದಂಡನೆಯ ಸ್ಥಳಕ್ಕೆ ತುಂಬಾ ಹತ್ತಿರ ಬಂದಿದ್ದಳು. ಆ ವೇಳೆಗೆ ಆಕಸ್ಮಿಕವಾಗಿ ಕಟ್ಟಡಗಳು ಕುಸಿಯತೊಡಗಿದವು. ಅವಳನ್ನು

ವಧಾಸ್ಥಾನಕ್ಕೆ ಒಯ್ಯುತ್ತಿದ್ದ ಮೆರವಣಿಗೆ ಚೆಲ್ಲಾಪಿಲ್ಲಿಯಾಯಿತು. ಗಾಬರಿಗೊಂಡ ಅವಳು ಆ ನೂಕಾಟದಲ್ಲಿ ದೂಡಲ್ಪಟ್ಟದ್ದು ನಗರದ ಹತ್ತಿರದ ಗೇಟಿನ ಬಳಿಗೆ. ತಕ್ಷಣ ಪ್ರಜ್ಞಾಸ್ಥಿತಿಗೆ ಬಂದ ಆಕೆ ನೆನಪಿಸಿಕೊಳ್ಳುತ್ತಾಳೆ ತನ್ನ ಮಗು ಕಾನ್ವೆಂಟಿನಲ್ಲಿ ಇದೆ ಎಂದು. ಆಕೆ ತನ್ನ ಅಸಹಾಯಕ ಮಗುವನ್ನು ಹುಡುಕಲು ಕಾನ್ವೆಂಟಿಗೆ ಓಡುತ್ತಾಳೆ. ಅಲ್ಲಿ ಹೋಗಿ ನೋಡಿದರೆ ಇಡೀ ಕಾನ್ವೆಂಟ್ ಬೆಂಕಿಯಲ್ಲಿ ದಗದಗಿಸುತ್ತಿದೆ.

ಈ ದೃಶ್ಯವನ್ನು ಕಾಣುತ್ತಲೇ ತಲೆ ಸುತ್ತಿದಂತಾಗಿ ಯೋಸೆಫಾ ಬೀದಿಯ ಮೂಲೆಯೊಂದರಲ್ಲಿ ಮೂರ್ಛೆಹೋಗುವಂತಾದಳು. ಆ ಕ್ಷಣದಲ್ಲೇ ಸಡಿಲವಾಗಿದ್ದ ತಳಪಾಯದ ಕಟ್ಟಡವು ಅವಳ ಹಿಂದಿನಿಂದಲೇ ಪುಡಿಪುಡಿಯಾಗಿ ಕೆಳಕ್ಕೆ ಬಿತ್ತು. ಅದು ನೆಲಕ್ಕೆ ಅಪ್ಪಳಿಸುವ ರಭಸಕ್ಕೆ ಆಕೆ ಕಕ್ಕಾಬಿಕ್ಕಿಯಾಗಿ ಹೊರಕ್ಕೆ ತಳ್ಳಲ್ಪಟ್ಟಳು. ತನ್ನ ಮಗುವಿನ ಮುಖ ನೋಡುತ್ತಲೇ ಅದಕ್ಕೆ ಮುತ್ತಿಟ್ಟು ಕಣ್ಣೀರನ್ನು ಒರಸಿಕೊಂಡಳು. ತನ್ನ ಸುತ್ತಮುತ್ತಲಿನ ಘೋರ ದೃಶ್ಯಗಳನ್ನು ನಿರ್ಲಕ್ಷಿಸಿ ನಗರದ ಹೆಬ್ಬಾಗಿಲಿನ ಬಳಿಗೆ ಬಂದಳು. ಹೊರಗೆ ಬಂದು ಬಯಲಿನಲ್ಲಿ ನಿಂತು ನೋಡಿದಾಗ, ಆಗ ತಾನೇ ಕವಚಿ ಬಿದ್ದ ಆ ಬೃಹತ್ ಕಟ್ಟಡದ ಒಳಗೆ ಉಳಿದ ಎಲ್ಲರೂ ಅಲ್ಲೇ ಕೊನೆಯುಸಿರೆಳೆದಿದ್ದಾರೆ ಎಂದು ಗ್ರಹಿಸಲು ಅವಳಿಗೆ ಹೆಚ್ಚು ಹೊತ್ತು ಬೇಕಾಗಲಿಲ್ಲ.

ಮಗುವನ್ನು ಎತ್ತಿಕೊಂಡು ಮುಂದೆ ಸಾಗಿ ಬೀದಿಗಳ ಕೂಡುಸ್ಥಳಕ್ಕೆ ಬಂದಾಗ, ತನ್ನ ಪ್ರಿಯತಮ ಅಲ್ಲೆಲ್ಲಾದರೂ ಕಾಣಿಸಿಕೊಳ್ಳಬಹುದೇ ಎಂದು ಕಾತರದಿಂದ ಕಾದಳು ಯೋಸೆಫಾ. ಜನಸಾಗರ ಹೆಚ್ಚುತ್ತಾ ಮುಂದೆ ಮುಂದೆ ನುಗ್ಗಿದಂತೆ, ಆಕೆಯೂ ಮುಂದಕ್ಕೆ ಮುಂದಕ್ಕೆ ಕಾಲೆಳೆಯುತ್ತಾ ಮತ್ತೆ ಮತ್ತೆ ಹಿಂದಕ್ಕೆ ತಿರುಗಿ ತಿರುಗಿ ನೋಡುತ್ತಾ, ಆತನಿಗಾಗಿ ಕಾಯುತ್ತಾ, ಕಣ್ಣೀರು ಸುರಿಸುತ್ತಾ, ಗತಿಸಿಹೋಗಿರಬಹುದಾದ ಆತನ ಆತ್ಮಕ್ಕೆ ಶಾಂತಿ ಕೋರಿ ಪ್ರಾರ್ಥನೆ ಸಲ್ಲಿಸಲು ಕಣಿವೆಯೊಂದಕ್ಕೆ ಜಾರಿದಳು. ಆ ಕಣಿವೆಯಲ್ಲೇ ಆಕೆ ಕಂಡದ್ದು ಅವಳ ಪ್ರಿಯತಮನನ್ನು ಎರೋನಿಮೋನನ್ನು. ಅವಳ ಪಾಲಿಗೆ ಆಗ ಆ ಕಣಿವೆಯೇ ಈಡನ್ ತೋಟವಾಗಿತ್ತು. ತಲ್ಲಣ ಸಂಭ್ರಮಗಳ ಗದ್ಗದ ಕಂಠದಲ್ಲೇ ಎರೋನಿಮೋನಿಗೆ ಸಕಲ ವೃತ್ತಾಂತವನ್ನು ಬಿತ್ತರಿಸಿದಳು ಯೋಸೆಫಾ. ತಂದೆಯಾಗಿ ಮೊದಲ ಬಾರಿ ಮಗುವನ್ನು ಎತ್ತಿಕೊಂಡವನೇ ಅದನ್ನು ಅತ್ಯುತ್ಸಾಹದಿಂದ ಅಪ್ಪಿಕೊಂಡನು ಎರೋನಿಮೋ. ಆತನ ಅಪರಿಚಿತ ಮುಖವನ್ನು ಕಂಡು ಅದು ಅಳತೊಡಗಿದಾಗ ಆತ ಅದರ ಮೈ ಮೇಲೆಲ್ಲಾ ಮುತ್ತುಗಳ ಮಳೆಯನ್ನೇ ಕರೆದು ಅದು ಶಾಂತವಾಗುವಂತೆ ಮಾಡಿದ.

ಅದೊಂದು ಪ್ರಶಾಂತವಾದ ಪರಿಸರ. ಆ ಹೊಳೆಯ ದಂಡೆಯಲ್ಲಿ ಹೊಳೆಯುವ ಬೆಳದಿಂಗಳಲ್ಲಿ ನಿರಾಶ್ರಿತ ಜನ ಬಂದು ಬಂದು ಸೇರುತ್ತಿದ್ದರು. ಆ ಭಯಾನಕ ದಿನದ ಸಂಕಷ್ಟದ ಸರಮಾಲೆಯ ಬಳಿಕ ಹಾವಸೆ ಮತ್ತು ಎಲೆಗಳ ಗೊಂಚಲಿನ ಮೃದು ಹಾಸಿಗೆಗಳನ್ನು ಸಿದ್ಧಪಡಿಸುತ್ತಿದ್ದರು. ಒಬ್ಬೊಬ್ಬರೂ ತಮ್ಮ ತಮ್ಮ ಒಂದೊಂದು ವಿಧದ ಸಂಕಷ್ಟಗಳಿಗಾಗಿ ಗೋಳಿಡುತ್ತಿದ್ದರು. ಮನೆಯನ್ನು ಕಳೆದುಕೊಂಡವನೊಬ್ಬ, ಹೆಂಡತಿ ಮತ್ತು ಮಗುವನ್ನು ಕಳೆದುಕೊಂಡವ ಇನ್ನೊಬ್ಬ, ತನ್ನ ಸರ್ವಸ್ವವನ್ನು ಕಳೆದುಕೊಂಡವ ಮತ್ತೊಬ್ಬ – ಹೀಗೆ ಗೋಳಾಟದ ಆ ಆವರಣದಿಂದ ಎರೋನಿಮಾ ಮತ್ತು ಯೋಸೆಫಾ ಮೆಲ್ಲನೆ ಆಚೆ ಕಡೆಗೆ ಚಲಿಸಿದರು. ಅಲ್ಲೊಂದು ದಾಳಿಂಬೆ ಮರ. ಅದರ ರೆಂಬೆ ಕೊಂಬೆಗಳಲ್ಲಿ

ಸುವಾಸನೆ ಭರಿತ ಹಣ್ಣುಗಳು ತೊನೆದಾಡುತ್ತಿದ್ದುವು. ಮರದ ತುತ್ತ ತುದಿಯಲ್ಲಿ ಬುಲ್ ಬುಲ್ ಹಕ್ಕಿಯೊಂದು ಇಂಪಾದ ಹಾಡನ್ನು ಹಾಡುತ್ತಿತ್ತು. ಎರೋನಿಮೋ ಆ ದಾಳಿಂಬೆ ಮರದ ಕೆಳಗೆ ಕಾಲು ಚಾಚಿದ. ಅವನ ತೊಡೆಯ ಮೇಲೆ ಯೋಸೆಫಾ, ಅವಳ ಮಡಿಲಲ್ಲಿ ಆ ಹಸುಳೆ ಫೆಲಿಪೆ ವಿಶ್ರಾಂತಿ ಪಡೆದರು. ಅವರೆಲ್ಲರ ಮೇಲೆ ಆ ಮರದ ನೆರಳು ಚಾಚಿಕೊಂಡಿತು. ಅವರು ನಿದ್ರಿಸುವ ಮೊದಲೇ ಚಂದ್ರ ತನ್ನ ಕಾಂತಿಯನ್ನು ಕುಗ್ಗಿಸಿದ. ಆದರೆ ಅವರಿಬ್ಬರ ಮಾತುಕತೆಯ ಓಟಕ್ಕೆ ಕೊನೆಯೇ ಇರಲಿಲ್ಲ – ಕಾನ್ವೆಂಟಿನ ತೋಟ, ಜೈಲು, ಅವನು ಅನುಭವಿಸಿದ ಸಂಕಷ್ಟಗಳು....

ಭೂಕಂಪದ ಕಂಪನಗಳು ನಿಂತ ಬಳಿಕ ಅವರು ಲಾ ಕಾನ್ಸೆಪ್ಸಿಯೋನ್‌ಗೆ ಹೋಗುವುದು ಎಂದು ನಿರ್ಧರಿಸಿದರು. ಅಲ್ಲಿ ಯೋಸೆಫಾಳ ಆತ್ಮೀಯ ಗೆಳತಿ ಇದ್ದಳು. ಅವಳಿಂದ ಸ್ವಲ್ಪ ಸಾಲ ಪಡೆದು, ಅಲ್ಲಿಂದ ಸ್ಪೇನ್‌ಗೆ ಹೋಗಿ, ಅಲ್ಲೇ ತಮ್ಮ ಬದುಕಿನ ಕೊನೆಯ ವರೆಗೆ ವಾಸಿಸುವುದು ಎಂದು ನಿರ್ಧಾರ ಮಾಡಿದರು. ಹೀಗೆ ಮಾತಾಡುತ್ತಾ ಮಾತಾಡುತ್ತಾ ಕೊನೆಗೂ ಅವರಿಬ್ಬರೂ ನಿದ್ದೆ ಹೋದರು.

ಅವರಿಗೆ ಎಚ್ಚರವಾದಾಗ ಸೂರ್ಯ ಆಕಾಶದಲ್ಲಿ ಆಗಲೇ ಮೇಲೇರಿದ್ದ. ಸುತ್ತಮುತ್ತೆಲ್ಲ ಅನೇಕ ನಿರಾಶ್ರಿತ ಕುಟುಂಬದವರು ಬೆಂಕಿ ಕಾಯಿಸಿ ಬೆಳಗ್ಗಿನ ತಿಂಡಿ ಮಾಡುವ ಸಿದ್ಧತೆಯಲ್ಲಿ ಇದ್ದಾರೆ. ತಮ್ಮ ಕುಟುಂಬಕ್ಕೆ ತಿನ್ನಲು ಏನಾದರೂ ಹೇಗೆ ಪಡೆಯುವುದು ಎಂಬ ಚಿಂತೆಯಲ್ಲಿ ಇರುವಾಗಲೇ ಎರೋನಿಮೋ ಯೋಸೆಫಾ ಬಳಿಗೆ ಒಬ್ಬ ಯುವಕ ಬಂದ. ಆತನ ತೋಳಿನಲ್ಲಿ ಒಂದು ಪುಟ್ಟ ಮಗು. ಈ ಮಗುವನ್ನು ನೀವು ಸ್ವಲ್ಪ ಹೊತ್ತು ನೋಡಿ ಕೊಳ್ಳಬಹುದೇ ಎಂದು ಆ ಯುವಕ ಯೋಸೆಫಾಳಲ್ಲಿ ಕೇಳಿದ. ಆ ಮಗುವಿನ ತಾಯಿ ಗಾಯಗೊಂಡು ಮರದ ಕೆಳಗೆ ಮಲಗಿದ್ದಳು. ತನ್ನನ್ನು ಆ ಯುವಕ ಗುರುತಿಸಿದ್ದನ್ನು ಕಂಡು ಯೋಸೆಫಾ ನಿರಾಸಕ್ತಿ ತಾಳಿದಳು. ಆತ ಮತ್ತೆ ಕೇಳಿಕೊಂಡ : “ಸ್ವಲ್ಪ ಹೊತ್ತು ಮಾತ್ರ. ಯೋಸೆಫಾ, ಈ ದುರಂತ ಆದ ಬಳಿಕ ಮಗುವಿಗೆ ತಿನ್ನಲು ಏನೂ ಕೊಟ್ಟಿಲ್ಲ”. ಯೋಸೆಫಾ ಒಪ್ಪಿಕೊಂಡಳು. ಆಕೆ ತನ್ನ ಮಗುವನ್ನು ಆ ಯುವಕನ ಕೈಗೆ ಕೊಟ್ಟು, ಆ ಅಪರಿಚಿತ ಮಗುವನ್ನು ಎತ್ತಿಕೊಂಡು ಎದೆಗೆ ಆನಿಸಿಕೊಂಡು ಮೊಲೆಯೂಡಿಸಿದಳು. ಆ ಯುವಕ ಡಾನ್ ಫೆರ್ನಂದೋ ಅವಳ ಮಮತೆಗೆ ಧನ್ಯವಾದ ಹೇಳುತ್ತಾ ಅವರನ್ನು ತಾನು ತಯಾರಿಸಿದ ಬೆಳಗ್ಗಿನ ತಿಂಡಿಗೆ ಆಹ್ವಾನಿಸಿದ. ಎರೋನಿಮೋ ಯೋಸೆಫಾ ಆ ಗುಂಪಿನೊಂದಿಗೆ ಸೇರಿಕೊಂಡರು. ಡಾನ್ ಫೆರ್ನಂದೋನ ಹೆಂಡತಿ ಡಾನ್ ಎಲ್ವಿರ ಕಾಲಿಗೆಲ್ಲ ಗಾಯಗಳಾಗಿ ನೆಲದಲ್ಲಿ ಮಲಗಿಕೊಂಡಿದ್ದಳು. ತನ್ನ ಪುಟ್ಟ ಮಗುವನ್ನು ಯೋಸೆಫಾಳ ಎದೆಯಲ್ಲಿ ಕಂಡವಳೇ ಅವರನ್ನು ಪ್ರೀತಿಯಿಂದ ಬರಮಾಡಿಕೊಂಡಳು. ಎಲ್ವಿರಳ ತಂದೆ ಡಾನ್ ಪೆದ್ರೊನಿಗೆ ಹೆಗಲಲ್ಲಿ ಸಾಕಷ್ಟು ಗಾಯಗಳಾಗಿ ಇದ್ದು, ಆತ ಅವಳ ಕಡೆಗೆ ತಿರುಗಿ ಅಕ್ಕರೆಯಿಂದ ತಲೆಯಲ್ಲಾಡಿಸಿದ.

ಎರೋನಿಮೋ ಮತ್ತು ಯೋಸೆಫಾ ಅವರ ಮನಸ್ಸಿನಲ್ಲಿ ವಿಚಿತ್ರ ಯೋಚನೆಗಳು ಸುತ್ತಿ ಸುಳಿಯಲಾರಂಭಿಸಿದವು. ಇಲ್ಲಿ ತಮಗೆ ದೊರೆತ ಪ್ರೀತಿ, ಕರುಣೆ ಮತ್ತು ಆತ್ಮೀಯತೆಗಳನ್ನು ಕಂಡಾಗ ಹಿಂದಿನ ಘೋರ ಅನುಭವಗಳನ್ನು ಹೇಗೆ ಗ್ರಹಿಸಬೇಕೆಂದು ಅವರಿಗೆ ತೋಚಲಿಲ್ಲ.

ಕಠಿಣ ಶಿಕ್ಷೆಗೆ ಒಳಗಾದ ಆ ಸ್ಥಳ, ಆ ಜೈಲು, ಅಲ್ಲಿನ ಗಂಟೆಗಳು – ಇವೆಲ್ಲ ಕನಸುಗಳಂತೆ ಅವರಿಗೆ ಕಾಣಿಸತೊಡಗಿದವು. ಆ ಭೂಕಂಪ ಭೂಮಿಯನ್ನು ಒಡೆದು, ಜನರನ್ನು ಒಂದುಗೂಡಿಸುತ್ತಿತ್ತು. ಅವರ ನೆನಪುಗಳು ಎಷ್ಟೇ ಹಿಂದಕ್ಕೆ ಓಡಿದರೂ ಅವು ಮತ್ತೆ ಮತ್ತೆ ಬಂದು ನಿಲ್ಲುತ್ತಿದ್ದದ್ದು ಭೂಕಂಪದ ಬುಡದಲ್ಲೇ. ಭೂಕಂಪದ ಮೊದಲ ಕಂಪನದ ಬಳಿಕ ಆ ಕಟ್ಟಡದಲ್ಲಿ ನಡೆದ ಘಟನೆಗಳ ಕುರಿತು ಅನೇಕ ಕತೆಗಳು ಹರಿದಾಡಿದವು. ಸಾರ್ವಜನಿಕವಾಗಿ ಗಂಡುಸರ ಎದುರೇ ಗರ್ಭಿಣಿ ಹೆಂಗುಸರು ಮಕ್ಕಳನ್ನು ಹೆತ್ತದ್ದು, ಶಿಲುಬೆಯನ್ನು ಕೈಯಲ್ಲಿ ಹಿಡಿದುಕೊಂಡ ಪಾದ್ರಿಗಳು ಹಿಂದೆ ಮುಂದೆ ಓಡುತ್ತಾ ಜಗತ್ತಿನ ಕೊನೆಯಾಯಿತೆಂದು ಕೂಗಿಕೊಂಡದ್ದು, ವೈಸರಾಯಿಯ ಕಾವಲುಗಾರನು ಚರ್ಚಿನಲ್ಲಿ ಇದ್ದ ಜನರನ್ನು ಹೊರಗಟ್ಟುತ್ತಿದ್ದವನಿಗೆ ಇನ್ನು ಮುಂದೆ ಅಲ್ಲಿ ವೈಸರಾಯಿಯೇ ಇಲ್ಲ ಎಂಬ ಭಯಾನಕ ಸತ್ಯ ಗೊತ್ತಾದದ್ದು, ಭೂಕಂಪದ ಅತ್ಯಂತ ದುರ್ಬರ ಕ್ಷಣದಲ್ಲಿಯೂ ಕೊಳ್ಳೆ ಹೊಡೆಯುವವರನ್ನು ತಡೆಯುವುದಕ್ಕಾಗಿ ವೈಸರಾಯಿಯು ನೇಣುಗಂಭವನ್ನು ನೆಟ್ಟದ್ದು, ಉರಿಯುತ್ತಿದ್ದ ಮನೆಯೊಂದರ ಹಿಂಬಾಗಿಲಿಂದ ತಪ್ಪಿಸಿಕೊಂಡು ಓಡುತ್ತಿದ್ದ ಮುಗ್ಧನೊಬ್ಬನನ್ನು ಅತ್ಯಾಸೆಯ ಮನೆಯೊಡೆಯನೊಬ್ಬನು ಕಟ್ಟಿಹಾಕಿದ್ದು... ಹೀಗೆ ಎಷ್ಟೋ ಎಷ್ಟೋ ಕತೆಗಳು.

ಎಲ್ವಿರಾಳ ಗಾಯಗಳಿಗೆ ಯೋಸೆಫಾ ಆರೈಕೆ ಮಾಡುತ್ತಿದ್ದಾಗ ಈ ಎಲ್ಲ ಕತೆಗಳನ್ನು ಕಾತರ ಉದ್ವೇಗದಿಂದ ಹೇಳಲಾಯಿತು. ಆ ಭಯಾನಕ ದಿನವನ್ನು ತಾನು ಹೇಗೆ ಕಳೆದೆ ಎಂದು ಯೋಸೆಫಾ ಹೇಳುತ್ತಿದ್ದಂತೆಯೇ ಆ ಹೆಂಗುಸಿನ ಕಣ್ಣಲ್ಲಿ ನೀರು ತುಂಬಿ ಬಂತು. ಆಕೆ ಯೋಸೆಫಾಳ ಕೈಯನ್ನು ಗಟ್ಟಿಯಾಗಿ ಅದುಮಿಕೊಂಡು ಹಿಡಿದು ಒಂದು ಕ್ಷಣ ಮೌನವಾದಳು. ಹಿಂದಿನ ದಿನದ ಸಂಗತಿಗಳು ವಿಚಿತ್ರ ಭಾವನೆಗಳಾಗಿ ಯೋಸೆಫಾಳ ಮನಸ್ಸನ್ನು ಸಂಪೂರ್ಣವಾಗಿ ಆವರಿಸಿದ್ದುವು. ಜಗತ್ತಿನ ಎಲ್ಲ ದುಷ್ಟ ಮತ್ತು ಕೆಡುಕಿನ ಶಕ್ತಿಗಳ ನಡುವೆಯೂ ಲೌಕಿಕ ಸಂಪತ್ತು ನಾಶವಾಗುತ್ತಿದ್ದರೂ ಮನುಷ್ಯರ ಹೃದಯದ ಅಪೂರ್ವ ಶಕ್ತಿಯೊಂದು ಸುಂದರವಾದ ಹೂವುಗಳಂತೆ ಅರಳುತ್ತಿರುತ್ತದೆ. ರಾಜರು ಮತ್ತು ಭಿಕ್ಷುಕರು, ಶ್ರೀಮಂತ ಮಹಿಳೆಯರು ಮತ್ತು ರೈತರ ಹೆಣ್ಣುಮಕ್ಕಳು, ಸರಕಾರೀ ಅಧಿಕಾರಿಗಳು ಮತ್ತು ಕಾರ್ಮಿಕರು, ಪಾದ್ರಿಗಳು ಮತ್ತು ನನ್‌ಗಳು – ಎಲ್ಲರೂ ಒಬ್ಬರು ಇನ್ನೊಬ್ಬರ ಬಗ್ಗೆ ಕರುಣೆ ತೋರುತ್ತಾ, ಒಬ್ಬರು ಇನ್ನೊಬ್ಬರಿಗೆ ಸಹಾಯ ಮಾಡುತ್ತಾ, ತಾವು ಉಳಿಸಿದ್ದನ್ನು ಇನ್ನೊಬ್ಬರೊಡನೆ ಹಂಚಿಕೊಳ್ಳುತ್ತಾ ಇದ್ದ ಅಸಂಭಾವ್ಯ ವಿದ್ಯಮಾನಗಳು – ಭೂಕಂಪದಂತಹ ಒಂದು ಅನಾಹುತವು ಬದುಕಿ ಉಳಿದವರೆಲ್ಲರನ್ನು ಒಂದೇ ಕುಟುಂಬದಂತೆ ಒಂದುಗೂಡಿಸಿದ ಕತೆಗಳು ನೂರಾರು ಅಲ್ಲೆಲ್ಲ ಹರಡಿದ್ದುವು.

ಎಲ್ಲರೂ ತಾವು ಬದುಕಿ ಉಳಿದ ಸಾಹಸದ ಗಾಥೆಗಳನ್ನು ಹೇಳುತ್ತಿದ್ದಾಗ ಸಮಾಜದಲ್ಲಿ ಆವರೆಗೆ ಗಮನಕ್ಕೆ ಬಾರದ ವ್ಯಕ್ತಿಗಳು ಅಚಾನಕ್ ಆಗಿ ರೋಮ್ ಇತಿಹಾಸದ ಸಾಹಸದ ಯೋಧರಂತೆ ಕಾಣಿಸಿಕೊಂಡಿದ್ದರು. ಭಯದ ಸೋಂಕಿಲ್ಲದ ನಿದರ್ಶನಗಳು, ಅಪಾಯವನ್ನು ಲೆಕ್ಕಿಸದೆ ಧೈರ್ಯದ ಪ್ರಸಂಗಗಳು, ಸ್ವಾರ್ಥರಹಿತ ಸಂತ ಪ್ರವೃತ್ತಿಯ ಬಲಿದಾನ, ಎಡರುತೊಡರುಗಳನ್ನು ಲೆಕ್ಕಿಸದೆ ಬದುಕನ್ನು ಪಣ ವಾಗಿಡುವುದು – ಇವೆಲ್ಲವನ್ನೂ ಕಣ್ಣು ಮಿಟುಕಿಸುವಷ್ಟರಲ್ಲಿ ಆಗು ಮಾಡುವ ಸಾಮರ್ಥ್ಯದ ಕಥನಗಳು. ಅಲ್ಲಿ ಸೇರಿದ್ದ

ಪ್ರತಿಯೊಬ್ಬರೂ ಇಂತಹ ಸಾಹಸಗಾಥೆಯಲ್ಲಿ ಪಾಲುಗೊಂಡು ಬದುಕಿ ಉಳಿದುಬಂದವರು ಆದ ಕಾರಣ ಅವರೆಲ್ಲರ ಹೃದಯಗಳಲ್ಲಿ ನೋವು ಮತ್ತು ಸಂತಸಗಳು ಭಾವಗಳ ಅಪೂರ್ವ ಬೆಸುಗೆ ಇತ್ತು. ದುರಂತದ ಗರ್ಭದ ಒಳಗಿನಿಂದಲೇ ಮಾನವೀಯತೆಯ ಶಿಶುವಿನ ಹುಟ್ಟು!

ಹೀಗೆ ಮೌನವಾಗಿಯೇ ಎಲ್ಲವನ್ನೂ ಮೆಲುಕುಹಾಕುತ್ತಾ ಎರೋನಿಮೋ, ಯೋಸೆಫಾಳ ತೋಳನ್ನು ಹಿಡಿದುಕೊಂಡು ದಾಳಿಂಬೆ ಮರದ ನೆರಳಿಗೆ ಬಂದ. ಸದ್ಯದ ಮನಸ್ಥಿತಿಯಲ್ಲಿ ಯುರೋಪಿಗೆ ಪ್ರಯಾಣ ಮಾಡುವ ಮನಸ್ಸಿಲ್ಲ ಎಂದು ಆಕೆಯಲ್ಲಿ ಹೇಳಿದ. ವೈಸರಾಯಿ ಬದುಕಿ ಉಳಿದಿದ್ದರೆ ಆತನಲ್ಲಿ ಮನವಿ ಮಾಡಿಕೊಂಡು, ಅವಳೊಂದಿಗೆ ಚಿಲಿಯಲ್ಲಿಯೇ ಉಳಿಯುವ ತನ್ನ ಅಭಿಲಾಷೆಯನ್ನು ತೋಡಿಕೊಂಡ. ತನ್ನದೂ ಅದೇ ಬಯಕೆ ಎಂದಳು ಯೋಸೆಫಾ. ತನ್ನ ತಂದೆ ಬದುಕಿ ಉಳಿದಿದ್ದರೆ ಆತನನ್ನು ತಾನು ಸಮಾಧಾನಪಡಿಸಬಲ್ಲೆ ಎಂದಳು ಯೋಸೆಫಾ. ವೈಸರಾಯಿಗೆ ತಪ್ಪೊಪ್ಪಿಗೆ ಪತ್ರ ಬರೆದು ಶಿಕ್ಷೆಯಿಂದ ಪಾರಾಗುವ ಪ್ರಯತ್ನ ಮಾಡೋಣ ಎಂದಳು.

ಅಷ್ಟು ಹೊತ್ತಿಗಾಗಲೇ ಅಪರಾಹ್ನವಾಗಿತ್ತು. ಭೂಕಂಪದ ಕಂಪನಗಳು ಕೊನೆಗೂ ಸಂಪೂರ್ಣ ಸ್ತಬ್ಧವಾದುವು. ಅಲೆದಾಡುತ್ತಿದ್ದ ನಿರಾಶ್ರಿತ ಜನರು ಶಾಂತವಾಗುತ್ತಾ ಬಂದರು. ಆ ವೇಳೆಗೆ ಒಂದು ವಿಶೇಷ ಸುದ್ದಿ ಅಲ್ಲಿಗೆ ಬಂದು ತಲುಪಿತು. ಆ ಭೂಕಂಪದಲ್ಲಿ ನಾಶವಾಗದೇ ಉಳಿದ ಒಂದೇ ಒಂದು ಚರ್ಚ್, ಡೊಮಿನಿಕಲ್ ಚರ್ಚಿನಲ್ಲಿ ವಿಧ್ಯುಕ್ತ ಶಾಂತಿ ಪ್ರಾರ್ಥನೆ ನಡೆಯುತ್ತದೆ ಎಂದು. ಇಂತಹ ಭೂಕಂಪದಂತಹ ಅನಾಹುತಗಳು ಮುಂದೆ ನಡೆಯದಂತೆ ಸಾಮೂಹಿಕ ಪ್ರಾರ್ಥನೆ ಎಂದು.

ನಿರಾಶ್ರಿತ ಜನರು ಎಲ್ಲ ದಿಕ್ಕುಗಳಿಂದಲೂ ನಗರದ ಕಡೆಗೆ ಬರುತ್ತಿದ್ದರು. ಡಾನ್ ಫೆರ್ನಂದೋ ಗುಂಪಿನವರು ಎರೋನಿಮೋ ಯೋಸೆಫಾರಲ್ಲಿ ಕೇಳಿದರು : "ನೀವೂ ಯಾಕೆ ಆ ಶಾಂತಿ ಆಚರಣೆ ಮತ್ತು ಮೆರವಣಿಗೆಯಲ್ಲಿ ಸೇರಬಾರದು" ಎಂದು. ಫೆರ್ನಂದೋನಲ್ಲಿ ಆತನು ಆ ಗುಂಪನ್ನು ಮುನ್ನಡೆಸಲು ಹೇಳಿದಳು ಎಲ್ವಿರ. ಯೋಸೆಫಾ ಅವರ ಪುಟ್ಟ ಮಗುವನ್ನು ಎತ್ತಿಕೊಂಡಳು. ಎರೋನಿಮೋ ತಮ್ಮ ಮಗು ಫೆಲಿಪೆಯನ್ನು ಹೊತ್ತುಕೊಂಡ. ಇನ್ನು ಅನೇಕರು ಆ ಗುಂಪನ್ನು ಸೇರಿಕೊಂಡರು. ನಿರಾಶ್ರಿತರ ಈ ಗುಂಪಿನ ಮೆರವಣಿಗೆ ನಗರದ ಕಡೆಗೆ ಸಾಗಿತು.

ಡೊಮಿನಿಕನ್ ಚರ್ಚಿಗೆ ಇವರು ಬಂದಾಗ ದೊಡ್ಡ ಜನಸಂದಣಿ ಅಲ್ಲಿ ನೆರೆದಿತ್ತು. ವಾದ್ಯ ಮೊಳಗುತ್ತಿತ್ತು. ಕ್ಯಾಂಡಲ್‌ಗಳು ಉರಿಯುತ್ತಿದ್ದುವು. ಎಲ್ಲೆಡೆಯೂ ಪ್ರಶಾಂತ ಮೌನ ಆವರಿಸಿತ್ತು. ಪ್ರಾರ್ಥನೆಯ ಕಾರ್ಯಕ್ರಮ ಆರಂಭವಾಯಿತು. ಪಾದ್ರಿಯೊಬ್ಬ ವೇದಿಕೆಗೆ ಬಂದು ದೇವರ ದಯದಿಂದ ತಾವೆಲ್ಲ ಬದುಕಿ ಉಳಿದ ಬಗ್ಗೆ ಕೃತಜ್ಞತೆಯ ನುಡಿಗಳನ್ನು ಹೇಳಿದ. ದೇವರ ಅಣತಿಯಿಂದಲೇ ಇಂತಹ ಅವಘಡ ಸಂಭವಿಸಿದ ಬಗ್ಗೆ ಸಂದೇಶ ಬಿತ್ತರಿಸಿದ. ಚರ್ಚಿನ ಗೋಡೆಯಲ್ಲಿರುವ ಬಿರುಕೊಂದನ್ನು ತೋರಿಸಿ, ಅದು ಆ ಭಯಾನಕ ದಿನದ ಬಳಿಕದ ಶಾಂತಿಯ ಮುನ್ಸೂಚನೆ ಎಂಬ ಭವಿಷ್ಯ ವಾಣಿ ನುಡಿದ. ದೇವರ ದಯೆಯಿಂದಾಗಿಯೇ ಇಡೀ ನಗರ ಸಂಪೂರ್ಣವಾಗಿ ನಾಶವಾಗಲಿಲ್ಲ ಎಂದು ಸಾರಿದ. ಮುಂದುವರಿಸುತ್ತಾ ಆತ ಕಾರ್ಮೆಲೈಟ್ ಕಾನ್ವೆಂಟಿನ ತೋಟದಲ್ಲಿ ನಡೆದ ಘಟನೆಯನ್ನು

ನೆನಪುಮಾಡಿಕೊಂಡು ಆ ಇಬ್ಬರು ಪಾಪಿಗಳ ಆತ್ಮಗಳು ನರಕಕ್ಕೆ ಹೋಗಿವೆ ಎಂಬ ತೀರ್ಮಾನವನ್ನು ಹೇಳಿದ. ಈ ಮಾತನ್ನು ಕೇಳುತ್ತಲೇ ಡಾನ್ ಫೆರ್ನಂದೋ ಅಲ್ಲಿಂದ ತಪ್ಪಿಸಿಕೊಂಡು ಹೋಗುವ ಉಪಾಯ ಯೋಚಿಸಿದ. ಅದನ್ನು ಕಾರ್ಯರೂಪಕ್ಕೆ ತರುವ ಮೊದಲೇ ಪಾದ್ರಿಯ ಪ್ರವಚನವನ್ನು ಮಧ್ಯದಲ್ಲೇ ತಡೆದು ಧ್ವನಿಯೊಂದು ಕೂಗಿ ಹೇಳಿತು : "ಶಾಂತಿಯಗೋದ ನಾಗರಿಕರೇ, ಅಲ್ಲೇ ನಿಲ್ಲಿರಿ. ಇಲ್ಲಿ ಇದ್ದಾರೆ ಆ ದೇವರಿಲ್ಲದ ಇಬ್ಬರು ಪಾಪಿಗಳು". ಆ ಜನಸಂದಣಿ ಬೆಚ್ಚಿ ಬೀಳುವಷ್ಟರಲ್ಲಿಯೇ ಇನ್ನೊಂದು ಕ್ರೂರ ಧ್ವನಿ ಕೇಳಿತು. "ಎಲ್ಲಿ?" ಮೂರನೆಯ ವ್ಯಕ್ತಿಯೊಬ್ಬ ಹೇಳಿದ" ಇಲ್ಲಿ!"

ಆ ವ್ಯಕ್ತಿ ನೀಚತನ ಮತ್ತು ಬರ್ಬರತೆಯಿಂದ ಯೋಸೆಫಾಳ ತಲೆಕೂದಲನ್ನು ಹಿಡಿದು ಎಳೆಯುವಾಗ ಅವಳ ಕೈಯಲ್ಲಿದ್ದ ಡಾನ್ ಫೆರ್ನಂದೋನ ಮಗು ನೆಲಕ್ಕೆ ಬೀಳುವುದರಲ್ಲಿ ಇತ್ತು. "ನೀನೇನು ಹುಚ್ಚನೇ? ನಾನು ನಿಮಗೆಲ್ಲ ಪರಿಚಯದ ಈ ನಗರದ ಕಮಾಂಡೆಂಟ್‌ನ ಮಗ ಡಾನ್ ಫೆರ್ನಂದೋ" ಎಂದು ಹೇಳುತ್ತಾ ಯೋಸೆಫಾಳನ್ನು ಬಳಸಿಕೊಂಡು ನಿಂತನು ಡಾನ್ ಫೆರ್ನಂದೋ. ಆ ವೇಳೆಗೆ ಅಲ್ಲಿಗೆ ಬಂದ ಒಬ್ಬ ಸಮಗಾರ ಕಿರಿಚಿಕೊಂಡ. "ಈ ಮಗುವಿನ ತಂದೆ ಯಾರು?" ಆ ಸಮಗಾರನಿಗೆ ಯೋಸೆಫಾಳ ಪರಿಚಯವಿತ್ತು. ಸಮಗಾರನಾಗಿ ಆತ ಅವಳ ಪಾದಗಳನ್ನು ಗುರುತಿಸಬಲ್ಲವನಾಗಿದ್ದ. ಡಾನ್ ಫೆರ್ನಂದೋನ ಮುಖ ಬಿಳಿಚಿಕೊಂಡಿತು. ಈ ಭಯಾನಕ ಸನ್ನಿವೇಶದಲ್ಲಿ ಯೋಸೆಫಾ ಕಿರಿಚಿಕೊಂಡಳು. "ಇದು ನನ್ನ ಮಗ ಅಲ್ಲ. ಈ ತರುಣ ನಿಮಗೆಲ್ಲ ಪರಿಚಯ ಇರುವ ಈ ನಗರದ ಕಮಾಂಡೆಂಟ್‌ನ ಮಗ ಡಾನ್ ಫೆರ್ನಂದೋ". ಆಗ ಆ ಸಮಗಾರ ಪ್ರಶ್ನಿಸಿದ : "ನಿಮ್ಮಲ್ಲಿ ನಾಗರಿಕರಿಗೆ ಈ ತರುಣ ಯಾರೆಂದು ಗೊತ್ತೆ?" ಅಲ್ಲಿ ನೆರೆದಿದ್ದ ಅನೇಕರು ಆತನ ಮಾತನ್ನೇ ಪುನರುಚ್ಚರಿಸಿದರು: "ಎರೋನಿಮೋನನ್ನು ಬಲ್ಲವರು ಮುಂದೆ ಬನ್ನಿ." ಆ ವೇಳೆಗೆ ಈ ಗಲಾಟೆಯಿಂದ ಬೆದರಿದ ಮಗು ಯುಯಿನ್, ಯೋಸೆಫಾಳ ತೋಳಿನಿಂದ ಡಾನ್ ಫೆರ್ನಂದೋನ ತೋಳಿಗೆ ದಾಟಲು ಹೊರಳಾಡಿದ. ಆಗ ಧ್ವನಿಯೊಂದು ಕೂಗಿಕೊಂಡಿತು: "ಅವನೇ ಆ ಮಗುವಿನ ತಂದೆ." "ಅವನೇ ಯುರೋನಿಮೋ" ಇನ್ನೊಂದು ಧ್ವನಿ ಕಿರುಚಿಕೊಂಡಿತು. ಮೂರನೆಯ ಧ್ವನಿ ಆರ್ಭಟಿಸಿತು: "ಅವರು ಪಾಷಂಡಿಗಳು." ಆಗ ಯೇಸುವಿನ ದೇವಾಲಯದ ಆ ಎಲ್ಲ ಕ್ರಿಶ್ಚಿಯನ್ನರು ಒಟ್ಟಾಗಿ ಬೊಬ್ಬಿಟ್ಟರು: "ಅವರಿಗೆಲ್ಲ ಕಲ್ಲು ಎಸೆಯಿರಿ." ಆಗ ಎರೋನಿಮೋ ದೊಡ್ಡ ಗಂಟಲಲ್ಲಿ ಕೂಗಿ ಹೇಳಿದ: "ತಡೆಯಿರಿ, ರಾಕ್ಷಸರೇ, ನೀವು ಎರೋನಿಮೋನಿಗಾಗಿ ಹುಡುಕುತ್ತೀರಾದರೆ ಅವನು ಇಲ್ಲಿದ್ದಾನೆ. ಆ ಮನುಷ್ಯನನ್ನು ಬಿಡುಗಡೆ ಮಾಡಿ. ಆತ ಮುಗ್ಧ."

ಎರೋನಿಮೋನ ಮಾತುಗಳಿಂದ ಗಲಿಬಿಲಿಗೊಂಡ ಆ ಪ್ರಕ್ಷುಬ್ಧ ಜನಸಂದಣಿಗೆ ತನ್ನ ತಪ್ಪಿನ ಅರಿವಾಗಿ ಡಾನ್ ಫೆರ್ನಂದೋನನ್ನು ಬಿಡುಗಡೆ ಮಾಡಿತು. ಈಗ ಆ ಜನರ ಗಮನ ಯೋಸೆಫಾಳ ಕಡೆಗೆ ಹರಿಯಿತು. "ಅವಳೇ, ಅವಳೇ, ಅವಳನ್ನು ಕೊಲ್ಲಿರಿ" ಕಿರಿಚಿಕೊಂಡಿತು ಆ ಹುಚ್ಚು ಜನಸಮೂಹ. ಎರೋನಿಮೋ ಕೈಯಿಂದ ಮಗು ಫೆಲಿಪೆಯನ್ನು ಮತ್ತು ಮಗು ಯುಯಿನ್‌ನನ್ನು ಡಾನ್ ಫೆರ್ನಂದೋ ಕೈಗೆ ಕೊಟ್ಟ ಯೋಸೆಫಾ ಹೇಳಿದಳು: "ಇಲ್ಲಿಂದ ನಡೆ, ಡಾನ್ ಫೆರ್ನಾಂದೋ. ನಿನ್ನ ಇಬ್ಬರು ಮಕ್ಕಳನ್ನು ಕಾಪಾಡು. ನಮ್ಮನ್ನು ನಮ್ಮ ಅದೃಷ್ಟದ ಪಾಲಿಗೆ ಬಿಡು".

ಡಾನ್ ಫೆರ್ನಾಂದೋ ಆ ಇಬ್ಬರು ಮಕ್ಕಳನ್ನು ಎತ್ತಿಕೊಂಡ. ಪಕ್ಕದಲ್ಲಿ ಇದ್ದ ಒಬ್ಬ ನೇವಲ್ ಅಧಿಕಾರಿಯಿಂದ ಖಡ್ಗವನ್ನು ತೆಗೆದುಕೊಂಡು ಎರೋನಿಮೋ ಯೋಸೆಫಾರನ್ನು ಹಿಂದಕ್ಕೆ ಇಟ್ಟುಕೊಂಡು ತನ್ನನ್ನು ಹಿಂಬಾಲಿಸಲು ಹೇಳಿದ. ಅವರು ಚರ್ಚಿನಿಂದ ಹೊರಬಂದರು. ಇನ್ನೇನು ಅವರು ಅಂಗಳದಲ್ಲಿ ಕಾಲಿಡಬೇಕು ಎನ್ನುವಷ್ಟರಲ್ಲಿ ಆ ಹುಚ್ಚು ಜನಸಂದಣಿಯಿಂದ ಧ್ವನಿಯೊಂದು ಕೂಗಿಕೊಂಡಿತು: "ನಾಗರಿಕರೇ, ಇವನೇ ಎರೋನಿಮೋ.. ನಾನೇ ಅವನ ತಂದೆ." ಹೀಗೆ ಹೇಳುತ್ತಲೇ ಎರೋನಿಮೋನ ತಲೆಗೆ ದೊಣ್ಣೆಯಿಂದ ಹೊಡೆದ. ಅದು ಪಕ್ಕದಲ್ಲಿ ಇದ್ದ ದೋನ ಕೊನ್ಸ್ಟನ್ಜಳಿಗೆ ತಾಗಿತು. ಆಕೆ ಕಿರುಚಿಕೊಂಡಳು: "ಯೇಸು ಮೇರಿ!" ಎರಡನೆಯ ಹೊಡೆತವೊಂದು ಅವಳನ್ನು ನೆಲಕ್ಕೆ ಉರುಳಿಸಿತು. ಆಗ ಮೂಲೆಯೊಂದರಿಂದ ಧ್ವನಿಯೊಂದು ಕೇಳಿಸಿತು: "ಪಿಶಾಚಿಗಳು, ಇವಳು ದೋನ ಕೋನ್ಸ್ಟನ್ಜ." ಆಗ ಸಮಗಾರನ ಮರು ಏಟು. "ಮತ್ತೆ ಯಾಕೆ ಅವಳು ಸುಳ್ಳು ಹೇಳಿದ್ದು?" "ನಿಜವಾದ ಪಾಪಿಯನ್ನು ಹುಡುಕಿ. ಅವಳನ್ನು ಕೊಲ್ಲಿರಿ." ದೋನ ಕೊನ್ಸ್ಟನ್ಜಳ ಹೆಣವನ್ನು ಕಂಡ ಡಾನ್ ಫೆರ್ನಂದೋ ಸಿಟ್ಟಿನಿಂದ ತನ್ನ ಖಡ್ಗವನ್ನು ಸೆಳೆದ, ಆ ಕೊಲೆಗಡುಕನನ್ನು ಕತ್ತರಿಸಿ ಹಾಕಿದ. ಯೋಸೆಫಾ ಕೂಗಿ ಹೇಳಿದಳು: "ಬೀಳ್ಕೊಡುಗೆ ಡಾನ್ ಫೆರ್ನಂದೋ. ಮಕ್ಕಳಿಗೆ ಬೀಳ್ಕೊಡುಗೆ! ರಕ್ತ ಪಿಪಾಸುಗಳೇ, ನನ್ನನ್ನು ಕೊಲ್ಲಿರಿ". ಈ ಜಗಳವನ್ನು ಕೊನೆಗಾಣಿಸಬೇಕೆಂದು ಅವಳು ಮುಂದಕ್ಕೆ ಬಂದಳು. ಕಟುಕ ಪೆದ್ರಿಲ್ಲೋ ಅವಳ ತಲೆಗೆ ಹೊಡೆದು ಅವಳನ್ನು ನೆಲಕ್ಕೆ ಉರುಳಿಸಿದ. ತಲೆಯಿಂದ ಕಾಲಿನ ವರೆಗೆ ರಕ್ತ ಹರಿಯುತ್ತಿದ್ದ ಯೋಸೆಫಾಳನ್ನು ನೋಡುತ್ತಾ ಆ ಕ್ರೂರಿ ಗರ್ಜಿಸಿದ : "ಆ ಬೇವಾರ್ಸಿ ಗಂಡನ ಜೊತೆಗೆ ಇವಳನ್ನೂ ನರಕಕ್ಕೆ ಕಳುಹಿಸಿರಿ."

ಡಾನ್ ಫೆರ್ನಾಂದೋ, ಆ ದೇವರಂಥ ಮನುಷ್ಯ ಚರ್ಚಿನ ಗೋಡೆಗೆ ವಾಲುತ್ತ ನಡೆದ. ಆತನ ಎಡ ತೋಳಿನಲ್ಲಿ ಎರಡು ಹಸುಳೆಗಳನ್ನು ಆತುಕೊಂಡು ಬಲದ ಕೈಯಲ್ಲಿ ಖಡ್ಗವನ್ನು ಎತ್ತಿಕೊಂಡು ಆತ ಮುಂದೆ ಸಾಗುತ್ತಿದ್ದ. ದಾರಿಯುದ್ದಕ್ಕೂ ಬಲದ ಕೈಯಲ್ಲಿ ಹಿಡಿದುಕೊಂಡ ಖಡ್ಗದಿಂದ ಒಬ್ಬೊಬ್ಬ ಕಟುಕನನ್ನು ಕತ್ತರಿಸುತ್ತ ಮುನ್ನಡೆದ. ಸಿಂಹವು ಕೂಡಾ ತನ್ನ ಆತ್ಮರಕ್ಷಣೆಯ ಹೋರಾಟದಲ್ಲಿ ಈ ರೀತಿ ಮಾಡಿರಲಾರದು. ಏಳು ಮಂದಿ ಕೊಲೆಗಡುಕರು ಅವನ ಕಾಲಬುಡದಲ್ಲೇ ಸತ್ತು ಬಿದ್ದರು. ಆ ಸೈತಾನ ಗುಂಪಿನ ನಾಯಕ ಗಾಯಗೊಂಡಿದ್ದ. ಆದರೆ ಕಟುಕ ಪೆದ್ರಿಲ್ಲೋ ಆ ಮಕ್ಕಳನ್ನು ಸಾಯಿಸದೆ ತನ್ನ ರಕ್ತದಾಹವನ್ನು ತಣಿಸದೆ ಸುಮ್ಮನಿರಲಾರದವನಾಗಿದ್ದ. ಪೆದ್ರಿಲ್ಲೋ ಆ ಹಸುಳೆಗಳಲ್ಲಿ ಒಂದನ್ನು ಸೆಳೆದುಕೊಂಡು ಗರಗರನೆ ತಿರುಗಿಸಿ ನಿಷ್ಕರುಣೆಯಿಂದ ಚರ್ಚಿನ ಕಂಬಕ್ಕೆ ಅಪ್ಪಳಿಸಿದ. ಇಡೀ ಜನಸಮೂಹ ಈ ಅಮಾನುಷ ದೃಶ್ಯವನ್ನು ಮೂಕವಾಗಿ ದಿಗ್ಭ್ರಮೆಯಿಂದ ನೋಡುತ್ತಾ ನಿಂತಿತ್ತು. ತನ್ನ ಕಾಲಬುಡದಲ್ಲೇ ತನ್ನ ಮುದ್ದು ಮಗು ಯುಯನ್ ತಲೆಬುರುಡೆ ಒಡೆದು ರಕ್ತದ ಮಡುವಿನಲ್ಲಿ ಬಿದ್ದದ್ದನ್ನು ಕಂಡು ಡಾನ್ ಫೆರ್ನಂದೋ ತನ್ನ ಕ್ರೋಧ ಮತ್ತು ನೋವಿನ ಕಣ್ಣುಗಳನ್ನು ತೆರೆದು ಮೇಲಕ್ಕೆ ತಲೆ ಎತ್ತಿ ಶಾಂತಿಯನ್ನು ಕೋರಿದ.

ಚರ್ಚಿನಲ್ಲಿ ರಾಶಿ ಬಿದ್ದಿದ್ದ ಹೆಣಗಳನ್ನು ಹೊರಕ್ಕೆ ಸಾಗಿಸಲಾಯಿತು. ಡಾನ್ ಫೆರ್ನಂದೋ ತನ್ನ ದುಃಖದ ಕಣ್ಣೀರನ್ನು ಬದುಕಿ ಉಳಿದ ಒಂದೇ ಮಗು ಫೆಲಿಪೆಯ ಮುಖದ ಮೇಲೆ ಸುರಿಸುತ್ತಾ, ಆತನನ್ನು ತನ್ನ ತೋಳ ತೊಟ್ಟಿಲಲ್ಲಿ ಆಡಿಸಿದ. ಕಣಿವೆಯಲ್ಲಿ ಬಿಟ್ಟು ಬಂದಿದ್ದ

ತನ್ನ ಹೆಂಡತಿ ಎಲ್ವಿರ, ಭೂಕಂಪದ ಗಾಯಗಳಿಂದ ಈಗಾಗಲೇ ಜರ್ಜರಿತಳಾದವಳು, ಈ ಎಲ್ಲ ದುರಂತದ ಸಂಕಷ್ಟಗಳಿಗೆ ಹೇಗೆ ಸ್ಪಂದಿಸುತ್ತಾಳೆ ಎನ್ನುವ ಆತಂಕ ಆತನಲ್ಲಿ ಇತ್ತು. ಆದರೆ ಅದಕ್ಕಿಂತ ಮೊದಲೇ ಆಕೆ ದಾರಿಹೋಕನಿಂದ ನಡೆದ ದುರ್ಘಟನೆಗಳ ಮಾಹಿತಿ ಪಡೆದಿದ್ದಳು. ತನ್ನ ಮಗುವನ್ನು ಕಳೆದುಕೊಂಡ ಆ ಹೆತ್ತ ತಾಯಿಯ ದುಃಖ ಹೇಳತೀರದು. ಅವಳು ಒಂದೇ ಸವನೆ ಅಳುತ್ತಿದ್ದಳು. ಡಾನ್ ಫೆರ್ನಂದೋ ಅಲ್ಲಿಗೆ ಬಂದ, ಹಸುಳೆ ಫೆಲಿಪೆಯನ್ನು ಎತ್ತಿಕೊಂಡು. ಫೆರ್ನಂದೋ ಮತ್ತು ಎಲ್ವಿರ, ಆ ಅಪರಿಚಿತ ಪುಟ್ಟ ಮಗುವನ್ನು ತಮ್ಮ ಮಗನೆಂದೇ ಸ್ವೀಕರಿಸಿದರು. ಮಗು ಫೆಲಿಪೆಯೊಂದಿಗೆ ಕಳೆದುಕೊಂಡ ತಮ್ಮ ಮಗು ಯುಯನ್‌ನನ್ನು ಹೋಲಿಸುತ್ತಾ, ಆ ಎರಡು ಮಕ್ಕಳನ್ನು ಪಡೆದ ಬಗೆಗಳನ್ನು ನೆನಪಿಸಿಕೊಳ್ಳುತ್ತಾ ಡಾನ್ ಫೆರ್ನಂದೋ ಸಮಾಧಾನದ ಧನ್ಯತೆಯ ಮಂದಹಾಸ ಬೀರಿದ.

ಹೀನ್ರಿಶ್ ಕ್ಲೈಯಿಸ್ಟ್‌ನ The Earthquake in Chile
ನೀಳ್ಗತೆಯ ಕನ್ನಡ ಅನುವಾದ - ೨೦೧೫

ವಿಮರ್ಶಕನ ಹೆಂಡತಿಗೆ ಕತೆಗಾರ ಓದಿ ಹೇಳಿದ ಕತೆ

ಜರ್ಮನ್ ಮೂಲ: **ಸಿಯೆಗ್ ಫ್ರೈಡ್‌ಲೆಂಜ್**

ವಿಮರ್ಶಕನ ಹೆಂಡತಿ ಜ್ಯುರಿಚ್ ಸರೋವರದಲ್ಲಿನ ದೊಡ್ಡ ಕ್ಯಾಬಿನ್ ಮಾದರಿಯ ತನ್ನ ಮನೆಯಲ್ಲಿ ಏಕಾಂಗಿಯಾಗಿ ಇದ್ದ ಒಂದು ದಿನ. ಆ ಮನೆಯನ್ನು ತಲುಪಲು ಇದ್ದುದು ಒಂದು ಖಾಸಗಿ ದಾರಿ ಮಾತ್ರ. ಆದ್ದರಿಂದ ಯಾರೂ ಕೂಡಾ ಸುಲಭವಾಗಿ ಅಲ್ಲಿಗೆ ಬಂದು ಅವರ ಏಕಾಂತಕ್ಕೆ ಭಂಗ ತರಲು ಸಾಧ್ಯ ಇರಲಿಲ್ಲ. ಆ ದಿನ ವಿಮರ್ಶಕನ ಹೆಂಡತಿ ಚಹಾ ಮಾಡುತ್ತಿರುವಾಗ ಯಾರೋ ಅವಳನ್ನು ಗಮನಿಸುತ್ತಾ ಇದ್ದಾರೆ ಎಂದು ಅವಳಿಗೆ ಭಾಸವಾಯಿತು. ಅವಳು ತಲೆ ಎತ್ತಿ ನೋಡಿದಾಗ ಕಿಟಕಿಯಲ್ಲಿ ಒಬ್ಬ ಅಪರಿಚಿತ ವ್ಯಕ್ತಿಯ ಮುಖ ಕಾಣಿಸಿತು. ತರುಣನ ಹಾಗೆ ಕಾಣುತ್ತಿದ್ದ ಅವನ ಮುಖದಲ್ಲಿ ಗಡುಸಾದ ಬಿಗುವಾದ ಚಹರೆ ಎದ್ದು ಕಾಣುತ್ತಿತ್ತು. ಅವಳು ಬಾಗಿಲನ್ನು ತೆರೆದಳು. ನಮಸ್ಕಾರವನ್ನೂ ಮಾಡದೆ ಯಾವ ವಿವರಣೆಯನ್ನೂ ಕೊಡದೆ ಆ ಅಪರಿಚಿತ ವ್ಯಕ್ತಿ ಅವಳನ್ನು ಪಕ್ಕಕ್ಕೆ ಸರಿಸಿ ಮನೆಯೊಳಗೆ ಕಾಲಿರಿಸಿದ. ಒಳಗೆ ಬಂದವನೇ ಅಲ್ಲಿ ಯಾವುದೇ ಧ್ವನಿ ಕೇಳಿಸದ ಕಾರಣ ಬೆದರಿಕೆಯ ಧಾಟಿಯಲ್ಲಿ ಆತ ಕೇಳಿದ–

'ಅವನು ಎಲ್ಲಿದ್ದಾನೆ?'

ವಿಮರ್ಶಕನ ಹೆಂಡತಿ ಮಾರುತ್ತರ ಕೊಡದೆ ಆತ್ಮೀಯ ಮುಗುಳ್ನಗೆ ಬೀರಿ ಅವನಿಗೆ ಕುಳಿತುಕೊಳ್ಳಲು ಸೂಚಿಸಿದಳು. ಅವನ ಹರಕುಮುರುಕಾದ ಬ್ರೀಫ್‌ಕೇಸ್‌ನ ಮೇಲೆ ಕಣ್ಣಾಡಿಸಿ, ಅವನ ಒದ್ದೆಯಾದ ಕೋಟನ್ನು ಕಳಚಲು ಹೇಳಿದಳು. ಆ ಅಪರಿಚಿತನು ಅಸಮಾಧಾನದಿಂದಲೇ ಅವಳ ಸಲಹೆಯನ್ನು ಪಾಲಿಸಿದನು. ಅವಳು ಕೇಳಿದಳು–

'ಆತನು ಒಬ್ಬ ಲೇಖಕನೇ' ಎಂದು. ಅವನು ಯಾವುದೇ ಬಗೆಯ ಆಶ್ಚರ್ಯವನ್ನು ಪ್ರಕಟಿಸದೆ ಅಸಮಾಧಾನದಿಂದಲೇ ತನ್ನ ಹೆಸರನ್ನು ಹೇಳಿದನು–

'ಬೀಟ್ ರೊಬೆಲ್'. ತಾನು ಯಾವ ಊರಿನಿಂದ ಬಂದೆ ಎಂದು ಊರಿನ ಹೆಸರನ್ನೂ ಹೇಳಿದನು– 'ಬಾದೆನ್ ಬಾದೆನ್.' ತಾನು ಒಬ್ಬ ಲೇಖಕ ಎಂಬುದನ್ನೂ ಖಚಿತಪಡಿಸಿದನು. ತನ್ನನ್ನು ಸಂಕಷ್ಟಕ್ಕೆ ಒಳಗುಮಾಡಿದ ಘೋರ ಅಪರಾಧದ ಬಗ್ಗೆ ಅವಳ ವಿಮರ್ಶಕ ಗಂಡನಿಂದ ಸೂಕ್ತ ವಿವರಣೆಯ ಹಕ್ಕೊತ್ತಾಯಕ್ಕಾಗಿ ತಾನು ಅಲ್ಲಿಗೆ ಧಾವಿಸಿ ಬಂದುದಾಗಿ ತಿಳಿಸಿದನು.

ವಿಮರ್ಶಕನ ಹೆಂಡತಿ ಸಹಾನುಭೂತಿಯಿಂದ ಮುಗುಳ್ನಗೆ ನಕ್ಕು ಆ ಆಗಂತುಕನಿಗೆ ಚಹಾ ಮಾಡಿಕೊಟ್ಟಳು. ಚಹಾ ಕುಡಿಯುವ ಮೊದಲು ಆತನು ವಿಮರ್ಶಕನ ಹೆಂಡತಿಯಲ್ಲಿ ಅವಳ ಗಂಡ ಎಷ್ಟು ಹೊತ್ತಿಗೆ ಮನೆಗೆ ಬರಬಹುದು ಎಂದು ಕೇಳಿದನು. ಅವಳು ಹೇಳಿದಳು–

'ನನ್ನ ಗಂಡ ಅವನ ಗೆಳೆಯ ಮ್ಯಾಕ್ಸ್‌ಫ್ರಿಶ್‌ನ ಜೊತೆಗೆ ಹರಟೆ ಹೊಡೆಯಲು ಹೋಗಿದ್ದಾನೆ. ಅವನ ಆ ಗೆಳೆಯನಾದರೋ ತನ್ನ ಯೋಜನೆಗಳ ಬಗ್ಗೆ ಉತ್ಸಾಹದಿಂದ ಬಹಳ ಮಾತಾಡುವ ಸ್ವಭಾವದವನು. ಹಾಗಾಗಿ ಅವರ ಮಾತುಕತೆ ಯಾವಾಗ ಮುಗಿಯಬಹುದು ಎಂದು ಹೇಳಲು ಸಾಧ್ಯವಿಲ್ಲ.' ಇದನ್ನು ಕೇಳಿದ ಆ ಆಗಂತುಕ ಒಂದು ಗುಟುಕು ಚಹಾ ಹೀರಿ, ತನ್ನ ವಾಚ್‌ನ ಕಡೆಗೆ ಕಣ್ಣು ಹಾಯಿಸಿ ಚಿಂತಾಕ್ರಾಂತನಾಗಿ, ವಿಮರ್ಶಕನ ಹೆಂಡತಿಯನ್ನು ದಿಟ್ಟಿಸಿ ನೋಡಿದನು. ಸ್ವಲ್ಪ ಹೊತ್ತು ಅವಳ ನಿರಾಳವಾದ ಪ್ರಸನ್ನತೆಯ ಮುಖವನ್ನು ನೋಡುತ್ತಾ ಯಾವುದೇ ಬಗೆಯ ತೀರ್ಮಾನಕ್ಕೆ ಬಾರದ ಮನಸ್ಥಿತಿಯಲ್ಲಿ ಇದ್ದನು.

ಕೂಡಲೇ ಮತ್ತೆ ಕೋಪೋದ್ರಿಕ್ತನಾಗಿ ಜಿಗಿದು ಮುಂಬಾಗಿಲ ದಿಕ್ಕಿನ ಕಡೆಗೆ ನೋಡುತ್ತಾ ಆಪಾದನೆಯ ಧ್ವನಿಯಲ್ಲಿ ಅವಳಲ್ಲಿ ಕೇಳಿದನು–

'ಅವನು ಹಾಗೆ ಮಾಡಬಹುದೇ? ಒಬ್ಬ ವಿಮರ್ಶಕನು ಒಂದು ಕೃತಿಯ ಸಂರಚನೆ, ಸಂಘರ್ಷ, ಪಾತ್ರಗಳ ಮನೋವಿಜ್ಞಾನ ಇವನ್ನೆಲ್ಲಾ ಗಮನಿಸದೆ, ಕೃತಿಯ ಸಂವಿಧಾನವನ್ನು ಮಾತ್ರ ಆಧರಿಸಿಕೊಂಡು ವಿಮರ್ಶೆ ಮಾಡಬಹುದೇ? ತನ್ನ ವ್ಯಕ್ತಿಗತ ಓದಿನ ಪೂರ್ವಗ್ರಹದಿಂದ ಆ ಕೃತಿ ಅತ್ಯಂತ ಬೋರ್ ಹೊಡೆಸುವಂತಾದ್ದು ಎಂದಷ್ಟೇ ಟಿಪ್ಪಣಿ ಮಾಡಬಹುದೇ? ಅಂತಿಮವಾಗಿ ಅದು ಬೇಜಾರಿನ ಬಗ್ಗೆ ಇರುವ ಕೃತಿ, ಬೋರ್ ಹೊಡೆಸುತ್ತದೆ ಎಂದು ಆ ಕೃತಿಯ ಲೇಖಕನನ್ನು ನಿಂದಿಸಬಹುದೇ?'

ಕಹಿಭಾವನೆಯ ಕಂಪನದಿಂದಲೇ ಆತ ವಿಮರ್ಶಕನ ಹೆಂಡತಿಯ ಕಡೆಗೆ ತಿರುಗಿ ನೋಡಿ ಕೇಳಿದ –

'ಅವನು ನಿಜವಾಗಿಯೂ ಹಾಗೆ ಮಾಡಬಹುದೇ?' ವಿಮರ್ಶಕನ ಹೆಂಡತಿ ಅವನಿಗೆ ಮತ್ತಷ್ಟು ಚಹಾ ಕುಡಿಯಲು ಉತ್ತೇಜನ ಕೊಟ್ಟಳು. ಅದು ಅರ್ಲ್‌ಗ್ರೇ ಟೀ. ಹಡಗೊಂದು ಬಿರುಗಾಳಿಯಲ್ಲಿ ಅಪಘಾತಕ್ಕೆ ಸಿಕ್ಕಿದ ಪರಿಣಾಮವಾಗಿ ದೊರೆತ ಚಾ ಹುಡಿ. ಅವಳು ಒಂದು ಸಿಗರೇಟನ್ನು ನೈಲ್ ಕಟ್ಟರ್‌ನಿಂದ ಮೂರು ತುಂಡು ಮಾಡಿದಳು. ಅವುಗಳಲ್ಲಿ ಒಂದು ತುಂಡನ್ನು ಸಿಗರೇಟ್ ನಳಿಗೆಯಲ್ಲಿ ತುರುಕಿ ಸೇದಲು ಸುರು ಮಾಡಿದಳು. ಆಗಂತುಕನು ತನ್ನ ಬ್ರೀಫ್‌ಕೇಸನ್ನು ತೆರೆದಾಗ ಅವಳಿಗೆ ಆಶ್ಚರ್ಯವಾಗಲಿಲ್ಲ. ಅವನು ಆ ಬ್ರೀಫ್‌ಕೇಸಿನಿಂದ ಒಂದು ಹಸ್ತಪ್ರತಿಯನ್ನು ಹೊರಗೆ ತೆಗೆದನು. ಅದರ ಹಾಳೆಗಳನ್ನು ತಿರುವಿ ಸರಿಯಾಗಿ ಜೋಡಿಸಿದನು. ಇಂತಹ ಸಂದರ್ಭದಲ್ಲಿ ವಿಮರ್ಶಕನು ಮನೆಯಲ್ಲಿ ಇಲ್ಲದಿರುವುದಕ್ಕೆ ಬೇಸರವನ್ನು ಪ್ರಕಟಿಸಿದನು. ತಾನು ಬರೆದ ಕತೆಯನ್ನು ಆ ವಿಮರ್ಶಕನ ಮುಂದೆ ಓದಿ ಆತನು ತಾನು ಮಾಡಿದ ತಪ್ಪು ತೀರ್ಮಾನವನ್ನು ಹಿಂದಕ್ಕೆ ಪಡೆಯುವಂತೆ ಮಾಡುವ ಉದ್ದೇಶದಿಂದ ಅವನು ಅಲ್ಲಿಗೆ ಬಂದಿದ್ದನು. ಆ ವಿಮರ್ಶಕನು ತನ್ನ ಬರಹದ ಬಗ್ಗೆ

ಮಾಡಿದ ತಪ್ಪು ಟೀಕೆಗಾಗಿ ಅವನ ಸಮಯವನ್ನು ಹಾಳು ಮಾಡುವ ಹಕ್ಕು ತನಗಿದೆ ಎನ್ನುವುದು ಅವನ ಧೋರಣೆಯಾಗಿತ್ತು. ವಿಮರ್ಶಕನ ಹೆಂಡತಿ ತಲೆ ಅಲ್ಲಾಡಿಸಿದಳು; ತಾನು ಸಿದ್ಧಮಾಡಿದ ಸಾಲ್ಮನ್ ಸ್ಯಾಂಡ್‌ವಿಚ್ ಮತ್ತು ಚಿಕನ್ ಸಲಾಡ್‌ನ್ನು ಅವನಿಗೆ ತಿನ್ನಲು ಕೊಟ್ಟಳು. ತನ್ನ ಗಂಡ ತಡವಾಗಿ ಬಂದರೆ ಅವನಿಗಾಗಿ ತಾನು ತಯಾರಿಸಿದ್ದು ಇದು ಎಂದಳು. ಆಗಂತುಕನು ಒಂದು ಸ್ಯಾಂಡ್‌ವಿಚ್‌ನ್ನು ಸ್ವಲ್ಪ ಕಚ್ಚಿ ಕೂಡಲೇ ಅದನ್ನು ತಟ್ಟೆಯಲ್ಲಿ ಇಟ್ಟನು. ಮೊದಲ ಬಾರಿ ಕಚ್ಚಿದಾಗಲೇ ಅವನಲ್ಲಿ ಅನಿರೀಕ್ಷಿತವಾಗಿ ಯಾವುದೋಒಂದು ಬಗೆಯ ಸ್ಫೂರ್ತಿ ಬಂದಂತೆ ಆಯಿತು. ಅವನು ವಿಮರ್ಶಕನ ಹೆಂಡತಿಯನ್ನು ಅನ್ವೇಷಣೆಯ ದೃಷ್ಟಿಯಿಂದ ಅಳೆದು ನೋಡುವ ರೀತಿಯಲ್ಲಿ ಅವಲೋಕಿಸಿ, ಯಾವುದೇ ಆಕ್ಷೇಪಣೆಯ ಮುಖಭಾವ ಇಲ್ಲದ ಧ್ವನಿಯಲ್ಲಿ ಹೇಳಿದನು– 'ನಾನು ಓದುವುದನ್ನು ನೀನು ಕೇಳುತ್ತೀಯಲ್ಲಾ? ನಾನು ಬರೆದ ಹಸ್ತಪ್ರತಿಯನ್ನು ಓದುತ್ತೇನೆ. ನೀನು ಕೇಳು. ಈ ಕತೆಯ ಹೆಸರು 'ಒಂದು ದಾರಿಯ ವರ್ಣನೆ' ಅರ್ಥ ಆಯಿತೇ?' ವಿಮರ್ಶಕನ ಹೆಂಡತಿ ಆತ್ಮೀಯತೆಯಿಂದ ತಲೆ ಅಲ್ಲಾಡಿಸಿದಳು. –'ದಯವಿಟ್ಟು ಓದು. ಅರ್ಥ ಮಾಡಿಕೊಳ್ಳಲು ನಾನು ಪ್ರಯತ್ನಿಸುತ್ತೇನೆ.' ಪ್ರೋತ್ಸಾಹದ ಧ್ವನಿಯಲ್ಲಿ ಅವಳು ಹೇಳಿದಳು. ಆಗಂತುಕನು ತನ್ನ ಕತೆಯನ್ನು ಓದಲು ಸುರು ಮಾಡಿದನು.

"ಹ್ಯಾಂಬರ್ಗ್ ಪಟ್ಟಣದಲ್ಲಿ ಮಧ್ಯಾಹ್ನದ ಹೊತ್ತು ಒಬ್ಬ ಮುದುಕನು ಒಂದು ಪಾರ್ಕ್‌ನ ದಾರಿಯಲ್ಲಿ ಏನನ್ನೋ ಹುಡುಕುತ್ತಾ ನಡೆಯುತ್ತಿದ್ದನು. ಆ ಪಾರ್ಕಿನಲ್ಲಿ ಒಂದು ಬೆಂಚನ್ನು ಕಂಡ ಕೂಡಲೇ ಆ ಕಡೆಗೆ ಹೆಜ್ಜೆ ಹಾಕಿದನು. ಅವನು ಬೆಂಚಿನ ಹತ್ತಿರಕ್ಕೆ ಬಂದಾಗ ಅಲ್ಲಿ ಬೆಂಚಿನ ಮೇಲೆ ಶುಭ್ರವಾದ ಬಟ್ಟೆಗಳನ್ನು ತೊಟ್ಟಿರುವ ಮಧ್ಯ ವಯಸ್ಸಿನ ವ್ಯಕ್ತಿಯೊಬ್ಬನನ್ನು ಕಂಡನು. ಆ ವ್ಯಕ್ತಿ ಒಂದು ಫೈಲ್‌ನ್ನು ನೋಡುತ್ತಾ, ಅದರಲ್ಲಿ ಅಲ್ಲೊಂದು ಕಡೆ ಇಲ್ಲೊಂದು ಕಡೆ ಗುರುತು ಮಾಡಿಕೊಳ್ಳುತ್ತಾ ಇದ್ದನು.

ಆ ಮುದುಕನು ಬೆಂಚಿನಲ್ಲಿ ಕುಳಿತವನನ್ನು ಉದ್ದೇಶಿಸಿ ಮಾತನಾಡುತ್ತಾ ಬಾಲ್ಡ್‌ವಿಯ ಇನ್ಸೂರೆನ್ಸ್ ಕಂಪೆನಿಯ ಪ್ರಧಾನ ಕಚೇರಿಯ ಕಟ್ಟಡಕ್ಕೆ ಹೋಗುವ ದಾರಿ ಯಾವುದು ಎಂದು ಕೇಳಿದನು. ಆ ಕಟ್ಟಡವು ಮುಖ್ಯ ಸ್ಟೇಷನ್‌ನ ಪೂರ್ವ ಪ್ರವೇಶ ದ್ವಾರದಿಂದ ಬಹಳ ದೂರ ಇಲ್ಲ ಎಂದು ತಾನು ಕೇಳಿದ್ದೇನೆ ಎಂದು ಹೇಳಿದನು. ಬಾಲ್ಡ್‌ವಿಯ ಇನ್ಸೂರೆನ್ಸ್ ಕಂಪೆನಿಯ ಹೆಸರನ್ನು ಕೇಳಿದೊಡನೆಯೇ ಬೆಂಚಿನಲ್ಲಿ ಕುಳಿತಿದ್ದವನು ತಲೆ ಎತ್ತಿ ನೋಡಿದನು, ಪ್ರಶ್ನಿಸಿದವನನ್ನು ಒಂದು ಕ್ಷಿಪ್ರ ನೋಟದಿಂದ ಒಟ್ಟಾರೆಯಾಗಿ ಗ್ರಹಿಸಿದನು; ಫೈಲನ್ನು ಮುಚ್ಚಿ ತನ್ನಷ್ಟಕ್ಕೇ ಒಂದು ಕ್ಷಣ ಯೋಚಿಸಿ, ಬಳಿಕ ಅಲ್ಲಿಗೆ ಹೋಗಬೇಕಾದ ದಾರಿಯ ವಿವರಗಳನ್ನು ಕೊಟ್ಟನು.

'ಈ ಪಾರ್ಕಿನ ಗುಲಾಬಿ ಹೂಗಳ ಎರಡನೆಯ ಪಾತಿಯ ಪಕ್ಕದಿಂದ ಹೊರಗೆ ಹೋಗಿ, ರಿಂಗ್ ರೋಡಿಗೆ ಬಂದು, ಆ ರಸ್ತೆಯಲ್ಲಿ ದೊಡ್ಡ ಸರ್ಕಲ್‌ವರೆಗೆ ನಡೆಯಬೇಕು. ಅಲ್ಲಿ ಬಹಳ ಎಚ್ಚರ ವಹಿಸಬೇಕು. ಅದು ನಗರದ ಅತ್ಯಂತ ಅಪಾಯಕಾರಿ ಸ್ಥಳ. ಜನದಟ್ಟಣೆಯ ಮೂರು ರಸ್ತೆಗಳು ಆ ಸರ್ಕಲ್‌ನಲ್ಲಿ ಒಟ್ಟು ಸೇರುತ್ತವೆ. ಆ ಸರ್ಕಲ್‌ನಲ್ಲಿ ಬಹುಸಂಖ್ಯೆಯಲ್ಲಿ ಬೀದಿದೀಪಗಳು ಇದ್ದರೂ ಇಲ್ಲಿ ಯಾರೊಬ್ಬರ ಪ್ರಾಣದ ರಕ್ಷಣೆಯ

ಭರವಸೆ ಸಂಪೂರ್ಣವಾಗಿ ಇಲ್ಲ.' 'ಸರಿ' ಎಂದ ಆ ಮುದುಕ, 'ಆ ಟ್ರಾಫಿಕ್ ಸರ್ಕಲ್ ಬಳಿಕ ಹೇಗೆ ಮುಂದಕ್ಕೆ ಹೋಗಬೇಕು?' 'ಬಳಿಕ ಒಂದು ಪೆಟ್ರೋಲ್ ಸ್ಟೇಷನ್ ದಾಟಿ ಮುಂದಕ್ಕೆ ಹೋಗಬೇಕು. ಅದು ಪೂರ್ಣಪ್ರಮಾಣದ ಸ್ವಯಂ ಸೇವೆಯ ಪೆಟ್ರೋಲ್ ಬಂಕ್. ಅಲ್ಲಿ ಪ್ರತೀ ವಾರ ಒಂದಲ್ಲ ಒಂದು ರೀತಿಯ ದರೋಡೆ ನಡೆಯುತ್ತಿರುತ್ತದೆ. ಈಗಾಗಲೇ ಎರಡು ಮಂದಿಯನ್ನು ಅಲ್ಲಿ ಗುಂಡಿಕ್ಕಿ ಕೊಲ್ಲಲಾಗಿದೆ. ಆದರೆ ಅದು ನಡೆದದ್ದು ಸುಮಾರು ಮಧ್ಯರಾತ್ರಿಯ ಹೊತ್ತು. ಆದರೂ ಆ ಸ್ಥಳವನ್ನು ದಾಟಿ ಹೋಗುವಾಗ ತಮ್ಮ ತಮ್ಮ ರಕ್ಷಣೆ ಮಾಡಿಕೊಳ್ಳುವುದು ಒಳ್ಳೆಯದು."

ಆ ಆಗಂತುಕ ತನ್ನ ಕತೆ ಓದುವುದನ್ನು ಅರ್ಧಕ್ಕೆ ನಿಲ್ಲಿಸಿ, ವಿಮರ್ಶಕನ ಹೆಂಡತಿಯ ಕಡೆಗೆ ಚೇಷ್ಟೆಯ ನೋಟವನ್ನು ಬೀರಿದನು. ಅವಳಾದರೋ ಆಸಕ್ತಿಯಿಂದ ಆಲಿಸುತ್ತಿದ್ದಳು. ಅವಳಲ್ಲಿ ಆತ ಕೇಳಿದ– 'ನಾನು ಸರಿಯಾಗಿ ಓದುತ್ತಿದ್ದೇನಲ್ಲವೇ?' 'ಬಹಳ ಸರಿಯಾಗಿ' ಪ್ರೋತ್ಸಾಹದ ಧಾಟಿಯಲ್ಲಿ ಅವಳು ಹೇಳಿದಳು 'ದಯವಿಟ್ಟು ಓದುವುದನ್ನು ಮುಂದುವರಿಸು'. ಸಹಜವಾಗಿಯೇ ಅವಳ ಮಾತಿನಿಂದ ಸಂತುಷ್ಟನಾದ ಆತ ತನ್ನ ಕತೆ 'ಒಂದು ದಾರಿಯ ವರ್ಣನೆ'ಯ ಓದನ್ನು ಮುಂದುವರಿಸಿದನು.

"ಆ ಪೆಟ್ರೋಲ್ ಬಂಕ್‌ನ ಬಳಿಕ ನೀನು ಬಾಲ್ಡ್ವಿಯ ಕಟ್ಟಡಕ್ಕೆ ಹೋಗುವ ದಾರಿಯಲ್ಲಿ ಒಂದು ಮೀನಿನ ಹೋಟೆಲ್‌ನ್ನು ದಾಟುತ್ತಿ. ಆ ಹೋಟೆಲ್ ಈ ಹೊತ್ತಿಗೆ ಮುಚ್ಚಿರುತ್ತದೆ. ಅಲ್ಲಿ ಆಫ್ರಿಕನ್ ಸರೋವರದಲ್ಲಿ ಹಿಡಿದ ಪರ್ಚ್ ಮೀನುಗಳನ್ನು ಬೇಯಿಸಿ ಕೊಡುತ್ತಾರೆ. ಅಲ್ಲಿಂದ ಮುಂದೆ ಹೋದರೆ ಎಡಬದಿಗೆ ತಿರುಗಿದರೆ ನೀನು ಒಂದು ಸುರಂಗವನ್ನು ಪ್ರವೇಶ ಮಾಡುತ್ತಿ. ಪಟ್ಟಣದ ಅನೇಕ ಭಿಕ್ಷುಕರು ಆ ಸುರಂಗವನ್ನು ತಮ್ಮ ವಾಸಸ್ಥಾನ ಮಾಡಿಕೊಂಡಿದ್ದಾರೆ. ಅವರು ಬಹಳ ಆಸೆಬುರುಕರೇನೂ ಅಲ್ಲ. ಕೇವಲ ಒಂದು ಮಾರ್ಕ್ ಹಣವನ್ನು ಕೇಳುತ್ತಾರೆ. ಆದ್ದರಿಂದ ಕಿಸೆಯಲ್ಲಿ ಕೆಲವು ಮಾರ್ಕ್ ನಾಣ್ಯಗಳನ್ನು ಇಟ್ಟುಕೊಳ್ಳುವುದು ಒಳ್ಳೆಯದು. ಆ ಬಳಿಕ ಮುಂದೆ ಹೋದರೆ ಒಂದು ಸೇತುವೆ ಸಿಗುತ್ತದೆ. ಅದನ್ನು ದಾಟಿ ಮುಂದಕ್ಕೆ ಹೋದರೆ ಕೆಲವು ಉಗ್ರಾಣ ಕಟ್ಟಡಗಳಿಂದ ಮೇಲುಗಡೆ ಎತ್ತರದಲ್ಲಿ ಮುಖ್ಯ ಕಟ್ಟಡದ ಮಾಡಿನ ಮೇಲೆ 'ಬಾಲ್ಡ್ವಿಯ' ಹೆಸರಿನ ಅಕ್ಷರಗಳು ದೊಡ್ಡದಾಗಿ ಕಾಣಿಸುತ್ತವೆ."

ಆಗಂತುಕ ಮತ್ತೆ ಕತೆ ಓದುವುದನ್ನು ನಿಲ್ಲಿಸಿದ. ವಿಮರ್ಶಕನ ಹೆಂಡತಿಯ ಕಡೆಗೆ ಬೆರಗಿನಿಂದ ನೋಡಿದ. ಅವಳಲ್ಲಿ ಅಸಹನೆ ಅಥವಾ ಅಸಮಾಧಾನದ ಯಾವ ಲಕ್ಷಣವೂ ಕಾಣಿಸಲಿಲ್ಲ. ಆಕೆ ತುಂಬಾ ಸಹಾನುಭೂತಿಯಿಂದ ಕತೆಯಲ್ಲಿ ಸಂಪೂರ್ಣವಾಗಿ ಮಗ್ನಳಾಗಿದ್ದವಳು ಒಂದು ಪ್ರಶ್ನೆಯನ್ನು ಕೇಳಿದಳು– 'ಆ ಮುದುಕನು ಆ ಎಲ್ಲಾ ಲ್ಯಾಂಡ್ ಮಾರ್ಕ್‌ಗಳನ್ನು ದಾಟಿಕೊಂಡು ಹೋದನಲ್ಲವೇ? ಆ ಟ್ರಾಫಿಕ್ ಸರ್ಕಲ್, ಪೆಟ್ರೋಲ್ ಸ್ಟೇಷನ್, ಮೀನಿನ ಹೋಟೆಲ್, ಸುರಂಗ ಮತ್ತು ಕೊನೆಯಲ್ಲಿ ಸೇತುವೆ. ಇವೆಲ್ಲವೂ ಅನಿವಾರ್ಯ ತಾನೇ?' ಆಗಂತುಕ ಆಶ್ಚರ್ಯದಿಂದ ಹೇಳಿದ – 'ಆ ಮುದುಕನು ಈ ಎಲ್ಲಾ ಲ್ಯಾಂಡ್ ಮಾರ್ಕ್‌ಗಳನ್ನು ಪುನರಾವರ್ತಿಸಿದನು. ಆದರೆ ಆ ಭಾಗವನ್ನು ಓದುವುದನ್ನು

ನಾನು ಕೈಬಿಡುತ್ತಿದ್ದೇನೆ.' 'ದಯವಿಟ್ಟು ಮುಂದಕ್ಕೆ ಓದು' ವಿಮರ್ಶಕನ ಹೆಂಡತಿಯ ಒತ್ತಾಸೆ. ಆತ ಓದನ್ನು ಮುಂದುವರಿಸಿದ. ಆದರೆ ಅವನ ಓದುವಿಕೆಯಲ್ಲಿ ಉತ್ಸಾಹದ ಕೊರತೆಯನ್ನು ಅವಳು ಗುರುತಿಸಿದಳು. ಅವನು ಅವಸರದಲ್ಲಿ ಓದುತ್ತಿದ್ದನು. ಓದುವ ಧಾಟಿಯಲ್ಲಿ ಏಕತಾನತೆ ಇತ್ತು. ಅವನು ಮತ್ತೆ ಸ್ವಲ್ಪ ಚಾ ಕುಡಿದ ಬಳಿಕವೂ ಅವನ ಓದುವ ಧಾಟಿಯಲ್ಲಿ ಬದಲಾವಣೆ ಆಗಲಿಲ್ಲ. ಅವನ ವಿವರಣೆಯು ಆ ಲ್ಯಾಂಡ್‌ಮಾರ್ಕ್‌ಗಳನ್ನು ಬಡಬಡಿಸುವುದಕ್ಕಷ್ಟಕ್ಕೆ ಸೀಮಿತವಾಯಿತು. ಸ್ವಲ್ಪ ಹೊತ್ತಿನ ಬಳಿಕ ಮತ್ತೆ ಅವನು ತನ್ನ ಶಾಂತ ಮನಸ್ಥಿತಿಗೆ ಬಂದು, ಬೆಂಚಿನಲ್ಲಿ ಕುಳಿತ ವ್ಯಕ್ತಿಯ ಬಗ್ಗೆ ಮತ್ತು ಆತನು ಹೇಳುವ ದಾರಿಯ ವರ್ಣನೆಯ ಬಗ್ಗೆ ಕತೆಯನ್ನು ಮುಂದುವರಿಸಿದನು.

'ಈ ಎಲ್ಲ ಮಾಹಿತಿ ಕೇಳಿದ ಮುದುಕನಿಗೆ ಬೆಂಚಿನಲ್ಲಿ ಕುಳಿತ ವ್ಯಕ್ತಿ ಕೊಟ್ಟ ಶಿಫಾರಸು ಏನೆಂದರೆ, ಅವನು ಉಗ್ರಾಣಗಳನ್ನು ದಾಟಿ ಒಂದು ಚರ್ಚ್‌ನ ಕಡೆಗೆ ಹೋಗಬೇಕು. ಆ ಚರ್ಚ್‌ನ್ನು ದಾಟಿಕೊಂಡು ಹೋದರೆ ಮುಂದೆ ಲೂಥರ್ ಸ್ಕ್ವೈರ್ ಸಿಗುತ್ತದೆ. ಈ ಲೂಥರ್ ಸ್ಕ್ವೈರ್‌ನಲ್ಲಿ ಪ್ರತೀದಿನ ಒಂದಲ್ಲ ಒಂದು ಬಗೆಯ ಚಳುವಳಿಗಳು ಪ್ರತಿಭಟನೆಯ ಪ್ರದರ್ಶನಗಳು ನಡೆಯುತ್ತಿರುತ್ತವೆ. ಈ ಸ್ಕ್ವೈರ್‌ನಲ್ಲಿ ಸಿಕ್ಕಿಬಿದ್ದವರು ತಮ್ಮ ತಮ್ಮ ಪಂಥ ಬಣ್ಣ ಪಕ್ಷಗಳನ್ನು ಘೋಷಿಸಬೇಕು. ಇವುಗಳಿಗೆ ಸಂಬಂಧಿಸಿದಂತೆ ತಮ್ಮ ನಿರ್ದಿಷ್ಟ ಅಭಿಪ್ರಾಯಗಳನ್ನು ಕೊಡದೆ ಯಾರೂ ಮುಂದೆ ಹೋಗುವಂತಿಲ್ಲ. ಇದನ್ನು ಗಮನಿಸಿಯೇ ಸರಕಾರವು ಲ್ಯೂಥರ್ ಸ್ಕ್ವೈರ್‌ನ ಬಳಿಯಲ್ಲಿ ವೈದ್ಯಕೀಯ ಚಿಕಿತ್ಸೆಯ ಒಂದು ವಿಶಾಲವಾದ ಟೆಂಟ್‌ನ್ನು ಹಾಕಿದೆ. ಆ ಚಿಕಿತ್ಸಾ ಕೇಂದ್ರದಲ್ಲಿ ತರಬೇತಿ ಪಡೆದ ಸಿಬ್ಬಂದಿಯವರು ಪ್ರಥಮ ಚಿಕಿತ್ಸೆಯನ್ನು ಕೊಡುತ್ತಾರೆ. ಇದನ್ನು ಕೇಳುತ್ತಲೇ ಮುದುಕನ ಮುಖದಲ್ಲಿ ಆತಂಕದ ಛಾಯೆ ಕಾಣಿಸಿಕೊಂಡಿತು. ಬೆಂಚಿನಲ್ಲಿ ಕುಳಿತ ವ್ಯಕ್ತಿಯು ಹೇಳಿದ ದಾರಿಯ ಹೆಜ್ಜೆ ಗುರುತುಗಳನ್ನು ಮುದುಕನು ನೆನಪು ಮಾಡಿಕೊಳ್ಳುತ್ತಿದ್ದನು; ಬಾಲ್ಡೊವಿಯ ಕಟ್ಟಡಕ್ಕೆ ಹೋಗುವ ದಾರಿಯಲ್ಲಿನ ಅಪಾಯಗಳನ್ನು ಕುರಿತು ಅವನು ಚಿಂತಿಸುತ್ತಿದ್ದನು.'

ಮಾತಿನ ನಡುವೆ ಆಗಂತುಕನು ಥಕ್ಕನೆ ತನ್ನ ಹಸ್ತಪ್ರತಿಯ ಹಾಳೆಗಳನ್ನು ಒಟ್ಟು ಮಾಡಿ ಮೇಜಿನ ಮೇಲೆ ಇಟ್ಟನು. ಅವನ ಮುಖದಲ್ಲಿ ನಿರಾಶೆಯ ಛಾಯೆ ಕಾಣಿಸುತ್ತಿತ್ತು. 'ಏನು ವಿಷಯ? ಯಾಕೆ ನಿನ್ನ ಕತೆಯ ಓದನ್ನು ಮುಂದುವರಿಸುತ್ತಿಲ್ಲ?' ವಿಮರ್ಶಕನ ಹೆಂಡತಿ ಕೇಳಿದಳು. ತಾನು ಓದುವುದನ್ನು ನಡುವಿನಲ್ಲಿ ನಿಲ್ಲಿಸಿದ್ದಕ್ಕೆ ಕಾರಣವನ್ನು ಅವಳಿಗೆ ಕೊಡುವುದಕ್ಕೆ ಮೊದಲು ಅವನು ಒಮ್ಮೆ ತಲೆಯನ್ನು ಕೊಡಹಿಕೊಂಡನು; ಸಿಗರೇಟಿನ ಒಂದು ತುಂಡನ್ನು ಉರಿಸಿ, ಅವಳ ಕಡೆ ತಿರುಗಿ ಕೇಳಿದನು– 'ನೀನು ಇನ್ನೂ ಬಹಳಷ್ಟು ಕೇಳಬೇಕಾಗಿದೆ, ಆಗಬಹುದು ತಾನೇ?' 'ಓ, ಆಗಬಹುದು. ನಾನು ಕೇಳಲು ಇಷ್ಟಪಡುತ್ತೇನೆ. ಇದನ್ನು ಕೇಳುವುದಕ್ಕಿಂತ ಹೆಚ್ಚಿನ ಸಂತೋಷ ನನಗೆ ಬೇರೆ ಯಾವುದೂ ಇಲ್ಲ. ಸರಿಯಾಗಿ ಕೇಳುತ್ತಾ ಹೋದರೆ ನಾವು ಕತೆಯಲ್ಲಿ ಬಹಳ ಮುಂದಕ್ಕೆ ಹೋಗಿಬಿಡುತ್ತೇವೆ. ಕೇಳುವುದು ಎಂದರೆ ಮುಂದಕ್ಕೆ ಧಾವಿಸುವುದು, ಅದು ಕೆಲವೊಮ್ಮೆ ಸಂತೋಷ ಕೊಡದೆ ಹೋದರೂ ಕೂಡ.'

ಆಗಂತುಕನು ಅವಳ ಮಾತಿನ ಸೂಕ್ಷ್ಮ ಧ್ವನಿಯನ್ನು ಕುರಿತು ಯೋಚಿಸುತ್ತಾ ಅವಳಲ್ಲಿ ಕೇಳಿದನು– 'ಹಾಗಾದರೆ ನನ್ನ ಕತೆ ಯಾವ ಕಡೆಗೆ ಚಲಿಸುತ್ತದೆ ಎಂದು ನಿನಗೆ ಗೊತ್ತಾಗುತ್ತದೆಯೇ?' ಆಕ ಹೇಳಿದಳು– 'ಅದನ್ನು ನೀನು ಬಹಳ ಮೊದಲೇ ಹೇಳಿಬಿಟ್ಟಿದ್ದೀಯಲ್ಲ! ಹೋಗುವ ದಾರಿಯ ಸರಳ ವರ್ಣನೆ ಮಾಡುವಾಗ ದಾರಿಯಲ್ಲಿ ಎದುರಾಗಬಹುದಾದ ಅಪಾಯ ಸರಣಿಯ ಬೆದರಿಕೆಯನ್ನು ಮೊದಲೇ ಸೂಚಿಸಿದ್ದಿಯಲ್ಲ! ಆದ್ದರಿಂದ ಬಹಳ ಉತ್ತಮವಾದ ಸಲಹೆ ಎಂದರೆ ಆ ಮುದುಕ ಒಂದು ಜೀವವಿಮಾ ಪಾಲಿಸಿಯನ್ನು ತೆಗೆದುಕೊಳ್ಳುವುದು. ಆ ಪಾರ್ಕಿನಲ್ಲಿ ಬೆಂಚಿನಲ್ಲಿ ಕುಳಿತು ಫೈಲ್ ಹಿಡಿದುಕೊಂಡ ವ್ಯಕ್ತಿ ನನ್ನ ಊಹೆಯ ಪ್ರಕಾರ ಬಾಲ್ಡೊವಿಯ ಜೀವವಿಮಾ ಕಂಪೆನಿಯಲ್ಲಿ ಕಮಿಷನ್ ಆಧಾರದಲ್ಲಿ ಕೆಲಸಮಾಡುವ ಒಬ್ಬ ಏಜಂಟ್. ನನ್ನ ಊಹೆ ತಪ್ಪಲ್ಲದಿದ್ದರೆ ಅವನು ಆ ದಾರಿಹೋಕ ಮುದುಕನಿಗೆ ಕೊಟ್ಟ ಸಲಹೆ ಏನೆಂದರೆ 'ಅವನು ಆ ಇನ್‌ಶ್ಯುರೆನ್ಸ್ ಕಂಪೆನಿಯ ಕಟ್ಟಡದ ವರೆಗೆ ಹೋಗುವ ಕಷ್ಟ ತೆಗೆದುಕೊಳ್ಳಬೇಕಾಗಿಲ್ಲ.. ಅದರ ಬದಲು ಬೆಂಚಿನಲ್ಲಿ ಕುಳಿತ ಆ ವ್ಯಕ್ತಿಯ ಕೈಯಲ್ಲಿ ಇರುವ ಒಂದು ಅರ್ಜಿ ನಮೂನೆಯಲ್ಲಿ ಸಹಿ ಹಾಕಿದರೆ ಸಾಕು.'

ವಿಮರ್ಶಕನ ಹೆಂಡತಿಯ ಈ ಮಾತುಗಳನ್ನು ಕೇಳುತ್ತಲೇ ಆಗಂತುಕನು ಥಟ್ಟನೆ ಎದ್ದುನಿಂತನು. ತನ್ನ ಬಗ್ಗೆಯೇ ಅತೃಪ್ತಿಗೊಂಡ ಅವನು ಕತೆಯ ಹಸ್ತಪ್ರತಿಯ ಹಾಳೆಗಳನ್ನು ತನ್ನ ಬ್ರೀಫ್‌ಕೇಸ್‌ನಲ್ಲಿ ಒತ್ತಿ ತುಂಬಿಸಿ, ಅವಳ ಕಡೆ ಕಣ್ಣೆತ್ತಿ ಕೂಡಾ ನೋಡದೆ ಹೇಳಿದನು– 'ನಿನ್ನ ಗಂಡ ಮನೆಗೆ ಬಂದಾಗ ನಾನು ಇಲ್ಲಿಗೆ ಬಂದುಹೋದ ವಿಷಯ ತಿಳಿಸಬಹುದೇ?' 'ಖಂಡಿತ ತಿಳಿಸುತ್ತೇನೆ' ಎಂದಳು ಆಕೆ. 'ನಾನು ಈಗ ಹೋಗುವುದಕ್ಕೆ ನಿನ್ನ ಆಕ್ಷೇಪ ಇಲ್ಲ ತಾನೇ?' 'ನಾನು ನಿನ್ನನ್ನು ತಡೆಯಲಾರೆ' ವಿಮರ್ಶಕನ ಹೆಂಡತಿ ಹೇಳಿದಳು–'ಆದರೆ ನಿನ್ನ ದಾರಿಯ ಪ್ರಯಾಣಕ್ಕಾಗಿ ನಾನು ನಿನಗೆ ತಿಂಡಿಯನ್ನು ಕಟ್ಟಿಕೊಡುತ್ತೇನೆ. ನಮ್ಮ ಊರಿನಲ್ಲಿ ಇರುವ ಪದ್ಧತಿಯಂತೆ ಮನೆಗೆ ಬಂದ ಅತಿಥಿಗಳಿಗೆ ಅವರು ಹಿಂದಿರುಗುವಾಗ ಏನನ್ನಾದರೂ ಕಟ್ಟಿಕೊಡಬೇಕು.'

ಅವಳು ಮನೆಯಲ್ಲಿಯೇ ತಯಾರಿಸಿದ ಗಸಗಸೆ ಬೀಜದಿಂದ ಮಾಡಿದ ಕೇಕಿನ ಕೆಲವು ತುಂಡುಗಳನ್ನು ಕಟ್ಟಿಕೊಟ್ಟಳು. 'ಇದು ನನ್ನ ಗಂಡನಿಗೆ ಬಹಳ ಇಷ್ಟವಾದ ಕೇಕ್.' ಆಗಂತುಕ ಕೇಳಿದ – 'ಗಸಗಸೆಯದ್ದೋ?'

ಅವಳು ಹೇಳಿದಳು– 'ಹೌದು. ಗಸಗಸೆ ಸಹನೆಯ ಭಾವನೆಯನ್ನು ಉಂಟು ಮಾಡುತ್ತದೆ ಮತ್ತು ನೆನಪಿನ ಶಕ್ತಿಯನ್ನು ಹೆಚ್ಚಿಸುತ್ತದೆ.' ಆಗಂತುಕನು ಮರುಮಾತಾಡದೆ ಅವಳು ಕೊಟ್ಟ ಆ ಉಡುಗೊರೆಯನ್ನು ಸ್ವೀಕರಿಸಿದನು. ಅವನು ಹೊರಡುವಾಗಅವಳ ನಿರೀಕ್ಷೆಯನ್ನು ಮೀರಿದ ರೀತಿಯಲ್ಲಿ ಅವಳಿಗೆ ತಲೆಬಾಗಿ ನಮಸ್ಕರಿಸಿ ಬೀಳ್ಕೊಂಡನು.

೧ ಜುಲೈ ೨೦೧೮, 'ಪ್ರಜಾವಾಣಿ'

೮೦ ದಿನಗಳಲ್ಲಿ ವಿಶ್ವ ಪರ್ಯಟನ

ಅಸಹಾಯಕ ಹುಡುಗಿ

ಫಿಲಿಯಾಸ್ ಫಾಗ್ ಮತ್ತು ಪಸ್‌ಪಾರ್ತೂ ಆನೆಯ ಮೇಲೆ ಸವಾರಿ ಮಾಡುವುದು ಇದು ಮೊದಲನೇ ಬಾರಿ. ಆನೆ ಅಲ್ಲಾಡುವುದರಿಂದಾಗಿ ಅವರು ಅರ್ಧ ಸತ್ತಂತಾಗಿದ್ದರು. ಪಸ್‌ಪಾರ್ತೂವಿನ ಪಾಡಂತೂ ವಿಚಿತ್ರವಾಗಿತ್ತು. ಅವನಿಗೆ ಧೈರ್ಯದಿಂದ ಕುಳಿತು ಕೊಳ್ಳುವುದೇ ಕಷ್ಟವಾಗುತ್ತಿತ್ತು. ದೇವರೇ ದೇವರೇ ಎನ್ನುತ್ತಾ ಅರ್ಧ ಹಾದಿ ಸವೆಸಿದರು. ರಾತ್ರಿ ಎಂಟು ಗಂಟೆಗೆ ಈ ಆಯಾಸದಿಂದ ಬೆಂಗೆಟ್ಟ ಪ್ರಯಾಣಿಕರು ಆನೆಯಿಂದ ಇಳಿದು ನಿರ್ಜನ ಬಂಗಲೆಯಲ್ಲಿ ಬಿಡಾರ ಹೂಡಿದರು. ಅಲಹಾಬಾದ್ ತಲುಪಲು ಇನ್ನು ೨೫ ಮೈಲುಗಳ ಪ್ರಯಾಣ ಬಾಕಿ ಇತ್ತು. ಭಾರಿ ಚಳಿ. ಮಾವುತನು ಬಂಗಲೆಯಲ್ಲಿ ಬೆಂಕಿ ಉರಿಸಿ ಬಿಸಿ ಮಾಡತೊಡಗಿದ. ಬಳಿಕ ತನ್ನ ಊಟದ ವ್ಯವಸ್ಥೆ ಮಾಡತೊಡಗಿದ. ತಾನು ತಂದ ವಸ್ತುಗಳನ್ನು ತಿಂದು ನಿದ್ದೆಹೋದ.

ಮರುದಿನ ಬೆಳಗ್ಗೆ ೬ ಗಂಟೆಗೆ ಪ್ರಯಾಣ ಪುನಃ ಪ್ರಾರಂಭವಾಯಿತು. ಈ ರೀತಿಯಲ್ಲಿಯೇ ಹೋದರೆ ಸಾಯಂಕಾಲ ಅಲಹಾಬಾದಿಗೆ ತಲುಪಬಹುದೆಂದು ಮಾವುತನ ಅಭಿಪ್ರಾಯವಾಗಿತ್ತು. ಈ ಪ್ರಯಾಣಕ್ಕೆ ಬಹಳ ಕಡಿಮೆ ಸಮಯ ತಗಲಿದ್ದರಿಂದ ಫಿಲಿಯಾಸ್‌ರು ಬಹಳ ಸಂತೋಷದಲ್ಲಿದ್ದರು.

ಸಾಯಂಕಾಲಕ್ಕೆ ಮೊದಲೇ ಅಲಹಾಬಾದ್ ತಲುಪಲು ಇನ್ನು ಕೆಲವು ಗಂಟೆಗಳು ಮಾತ್ರ ಅಗತ್ಯವಿದ್ದುವು. ಫಿಲಿಯಾಸ್‌ರಿಗೆ ಸುಯೇಜ್ ಮತ್ತು ಬೊಂಬಾಯಿ ಮಧ್ಯದಲ್ಲಿ ಮೊದಲೇ ನಲುವತ್ತೆಂಟು ಗಂಟೆಗಳ ಉಳಿತಾಯವಾಗಿದ್ದುದರಿಂದ ಅವರು ನಿಶ್ಚಿಂತರಾಗಿದ್ದರು.

ಮಧ್ಯಾಹ್ನ ಎರಡು ಗಂಟೆಗೆ ಅವರು ಒಂದು ದಟ್ಟವಾದ ಕಾಡನ್ನು ಪ್ರವೇಶಿಸಿದರು. ಮಾವುತನು ಬೇಕೆಂದೇ ಕಾಡಿನ ದಾರಿ ಹಿಡಿದಿದ್ದ. ಹೀಗೆ ಮಾಡುವುದರಿಂದ ಅವರು ಜನರ ಕಣ್ಣುತಪ್ಪಿಸಿ ಪ್ರಯಾಣ ಮಾಡಬಹುದಾಗಿತ್ತು. ಸ್ವಲ್ಪ ದೂರ ಹೋಗುತ್ತಲೇ ಆನೆ ಒಂದೇ ಸವನೆ ನಿಂತುಬಿಟ್ಟಿತು. ಸರ್ ಫ್ರಾನ್ಸ್ ಅಂಬಾರಿಯಿಂದ ಹೊರಗೆ ಬಂದು ಮಾವುತನಲ್ಲಿ ಸಂಗತಿಯೇನೆಂದು ವಿಚಾರಿಸಿದರು.

ಮಾವುತ ಹೇಳಿದ – "ಜನರಲ್ ಸಾಹೇಬ್, ಪರಿಸ್ಥಿತಿ ಏನೆಂದೇ ತಿಳಿಯುತ್ತಿಲ್ಲ. ಕಿವಿಗೊಟ್ಟು ಕೇಳಿರಿ. ಏನೋ ಶಬ್ದ ಕೇಳಿಸುತ್ತಿದೆ. ಇದೆಂತಹ ಗದ್ದಲ? ನಿಲ್ಲಿರಿ, ನಾನು ಈಗ ನೋಡಿಕೊಂಡು ಬರುತ್ತೇನೆ."

ಇಷ್ಟು ಹೇಳಿ ಅವನು ಆನೆಯಿಂದ ಕೆಳಗೆ ಹಾರಿ ಬೇಗ ಬೇಗನೆ ಕಾಡಿನಲ್ಲಿ ಕಣ್ಮರೆಯಾಗಿ ಬಿಟ್ಟ. ಕೆಲವು ನಿಮಿಷಗಳಲ್ಲಿ ಹಿಂದಕ್ಕೆ ಬಂದು ಗಾಬರಿಯಿಂದ ಹೇಳಿದ, "ಬ್ರಾಹ್ಮಣರ ಒಂದು ಮೆರವಣಿಗೆ ಈ ಕಡೆ ಬರುತ್ತಾ ಇದೆ. ತ್ವರೆ ಮಾಡಿರಿ, ಕೂಡಲೇ ಅಡಗಿ ಕುಳಿತುಕೊಳ್ಳಿರಿ."

ಮೂವರೂ ಆದಷ್ಟು ಬೇಗನೆ ಆನೆಯನ್ನು ಬಿಟ್ಟು ಪೊದರುಗಳಲ್ಲಿ ಅಡಗಿ ಕುಳಿತರು. ಸ್ವಲ್ಪ ಹೊತ್ತಿನಲ್ಲಿ ವಾದ್ಯಗಳ ಘೋಷವೂ ಘಂಟೆಗಳ ಗದ್ದಲವೂ ಬಹಳ ಸಮೀಪದಿಂದ ಕೇಳಿಸತೊಡಗಿತು. ಕೆಲವು ನಿಮಿಷಗಳಲ್ಲಿ ಮೆರವಣಿಗೆಯು ಫಿಲಿಯಾಸ್ ಮತ್ತು ಅವರ ಸಂಗಡಿಗರು ಅಡಗಿದ್ದ ಸ್ಥಳದ ಸಮೀಪ ಬಂದಿತು. ಆ ಮೆರವಣಿಗೆಯ ಮುಂದುಗಡೆಯಲ್ಲಿ ಪೂಜಾರಿಗಳು ಇದ್ದರು. ಅವರು ತಲೆಗಳಲ್ಲಿ ದೊಡ್ಡ ದೊಡ್ಡ ಮುಂಡಾಸುಗಳನ್ನು ಕಟ್ಟಿದ್ದರು. ದೇಹದಲ್ಲಿ ಜರಿಯ ಉದ್ದವಾದ ನಿಲುವಂಗಿಗಳನ್ನು ಧರಿಸಿದ್ದರು. ಆ ಜನರ ಹಿಂದೆ ಭರ್ಜರಿಯಾದ ಉಡುಪು ಧರಿಸಿದ ಗಂಡಸರು, ಹೆಂಗಸರು ಮತ್ತು ಮಕ್ಕಳು ಡೋಲು ಬಾರಿಸುತ್ತಾ ಭಜನೆ ಮಾಡುತ್ತಾ ಹೋಗುತ್ತಿದ್ದರು. ಅವರ ಹಿಂದೆ ನಾಲ್ಕು ಚಕ್ರದ ಒಂದು ಗಾಡಿ ಇತ್ತು. ಅದರಲ್ಲಿ ಒಂದು ಭಯಾನಕ ರೂಪದ ಮೂರ್ತಿ ಇಟ್ಟಿದ್ದರು. ಆ ಮೂರ್ತಿಗೆ ನಾಲ್ಕು ಕೈಗಳಿದ್ದುವು. ಕಣ್ಣುಗಳಲ್ಲಿ ಬೆಂಕಿ ಕಿಡಿಹಾರುತ್ತಿತ್ತು. ನಾಲಗೆಯು ಬಾಯಿಯಿಂದ ಸುಮಾರು ಒಂದು ಗೇಣು ಹೊರಗೆ ಬಂದಿತ್ತು. ತುಟಿಗಳು ರಕ್ತದಂತೆ ಕೆಂಪಡರಿದ್ದುವು. ಅದರ ಕುತ್ತಿಗೆಯಲ್ಲಿ ತಲೆಬುರುಡೆಗಳ ಮಾಲೆಯೂ ಸೊಂಟದ ಸುತ್ತಲೂ ಮನುಷ್ಯರ ಕೈಮೂಳೆಗಳ ಒಂದು ಡಾಬೂ ಇದ್ದುವು.

ಸರ್ ಫ್ರಾನ್ಸ್ ಈ ಮೂರ್ತಿಯನ್ನು ಮೊದಲೇ ನೋಡಿದ್ದರು. ತಮ್ಮ ಸಂಗಡಿಗರಲ್ಲಿ ಈ ರೀತಿ ವರ್ಣಿಸಿದರು, –"ಇದು ಕಾಳಿ ದೇವಿಯ ವಿಗ್ರಹ. ಕಾಳಿಯು ಪ್ರೀತಿ ಮತ್ತು ನಾಶದ ದೇವರು."

ಪಸ್‌ಪಾರ್ತೂ ಕೇಳಿದ– "ಇಂತಹ ಹೆದರಿಸುವ ಮುಖದ ಭಯಾನಕ ಮೂರ್ತಿ ಪ್ರೀತಿಯ ದೇವಿ ಎಂದಿಗೂ ಆಗಲಾರದು. ಆದರೆ ಇದು ಮೃತ್ಯು ಮತ್ತು ನಾಶದ ಮೂರ್ತಿಯಂತೂ ಖಂಡಿತ."

ಮಾವುತನು ಕೈಸನ್ನೆಯಿಂದ ಅವರನ್ನು ಸುಮ್ಮನಿರಲು ಹೇಳಿದ. ಮೆರವಣಿಗೆ ಇನ್ನೂ ಅಲ್ಲಿಂದ ಹೋಗುತ್ತಿತ್ತಷ್ಟೆ. ಮೂರ್ತಿಯ ಹಿಂದೆ ಪೂಜಾರಿಗಳ ಒಂದು ಗುಂಪು ಬಣ್ಣದ ಬಟ್ಟೆಗಳನ್ನು ತೊಟ್ಟು ಹಾಡುತ್ತಾ ಬಾರಿಸುತ್ತಾ ಒಬ್ಬಳು ಯುವತಿಯನ್ನು ಮುತ್ತಿಕೊಂಡು ಬರುತ್ತಿತ್ತು. ಬಡಪಾಯಿ ಹೆಂಗಸು ಹೆಜ್ಜೆ ಹೆಜ್ಜೆಗೆ ಬೀಳುತ್ತಿದ್ದಳು. ಅವಳೋ ಒಬ್ಬಳು ಯೌವನ ಭರಿತ ಸುಂದರಿ. ಅವಳ ಕೋಮಲ ಶರೀರವು ಆಭರಣ ಮತ್ತು ರತ್ನ ಸಮೂಹದಿಂದ ಹೇರಲ್ಪಟ್ಟಿತ್ತು. ಅವಳ ಹಿಂದೆಯೇ ಸಿಪಾಯಿಗಳ ಒಂದು ದಳ. ಅವರು

ಎಲ್ಲಾ ವಿಧದ ಆಯುಧಗಳಿಂದ ಸುಸಜ್ಜಿತರಾಗಿದ್ದರು. ಅಲ್ಲದೆ ಒಂದು ಹೆಣವನ್ನು ಹೆಗಲಲ್ಲಿ ಹೊತ್ತುಕೊಂಡಿದ್ದರು.

ಮೆರವಣಿಗೆ ದಾಟುತ್ತಲೇ ಸರ್ ಫ್ರಾನ್ಸ್ ಮಾವುತನಲ್ಲಿ ಇದರ ಕುರಿತು ಸಂಭಾಷಣೆ ಸುರು ಮಾಡಿದರು.

ಸರ್ ಫ್ರಾನ್ಸ್ : ಇಲ್ಲಿ ಸಹಗಮನವಾಗಲಿದೆಯೆಂದು ನನ್ನ ಅಭಿಪ್ರಾಯ.

ಫಿಲಿಯಾಸ್ : ಸಹಗಮನವೆಂದರೇನು?

ಸರ್ ಫ್ರಾನ್ಸ್ : ಫಿಲಿಯಾಸ್ ಸಾಹೇಬ್, ಸಹಗಮನವು ಒಂದು ಭಯಂಕರ ಮಾನವೀಯ ಬಲಿದಾನ. ತಾವೀಗ ಮೆರವಣಿಗೆಯಲ್ಲಿ ನೋಡಿದ ಆ ಯೌವನಭರಿತ ಸುಂದರಿ ಹುಡುಗಿಯು ತಾನಾಗಿ ಜೀವಂತ ಸುಟ್ಟುಕೊಳ್ಳಲು ಹೋಗುತ್ತಿದ್ದಾಳೆ.

ಮಾವುತ : ಆದರೆ ಸಾಹೇಬ್, ಈ ಸಹಗಮನವು ಸ್ವಲ್ಪ ಬೇರೆ ರೀತಿಯದ್ದು. ಈ ವಿಧವೆಯನ್ನು ಅವಳ ಇಚ್ಛೆಗೆ ವಿರುದ್ಧವಾಗಿ ಜೀವಂತ ಸುಡಲು ಕೊಂಡೊಯ್ಯುತ್ತಿದ್ದಾರೆ.

ಸರ್ ಫ್ರಾನ್ಸ್ : ನಿನಗಿದು ಹೇಗೆ ಗೊತ್ತು?

ಮಾವುತ : "ಬುಂದೇಲ್‌ಖಂಡದ ಮನೆಮನೆಗಳಲ್ಲಿ ಈ ವಿಷಯದ ಚರ್ಚೆ ನಡೆಯುತ್ತಿದೆ. ಈ ಅಸಹಾಯಕ ಸ್ತ್ರೀ ಬೊಂಬಾಯಿಯ ಒಬ್ಬ ವ್ಯಾಪಾರಿಯ ಮಗಳು. ಚೆನ್ನಾಗಿ ಕಲಿತ ಹುಡುಗಿ, ಇಂಗ್ಲಿಷ್ ಕೂಡಾ ಚೆನ್ನಾಗಿ ತಿಳಿದಿದೆ. ಇವಳ ಮದುವೆ ಇವಳ ಇಚ್ಛೆಗೆ ವಿರುದ್ಧವಾಗಿ ಬುಂದೇಲ್‌ಖಂಡದ ಒಬ್ಬ ಮುದುಕ ರಾಜನ ಸಂಗಡ ಮಾಡಿದರು. ಮದುವೆಯಾದ ಮೂರು ತಿಂಗಳಲ್ಲಿ ಆ ರಾಜ ತೀರಿಹೋದ. ಇವಳು ವಿಧವೆಯಾದಳು. ಇವಳಿಗೆ ಜೀವ ಉಳಿಸಿಕೊಳ್ಳುವ ಯೋಚನೆಯಾಯಿತು. ಬಹು ಕಷ್ಟದಿಂದ ಜೀವ ಉಳಿಸಿಕೊಳ್ಳಲು ಓಡಿದಳು. ಆದರೆ ರಾಜನ ಬಂಧುಗಳು ಅವಳನ್ನು ಹಿಡಿದು ಸಹಗಮನ ಮಾಡಲು ಒತ್ತಾಯ ಮಾಡಿದರು. ಈಗ ಬಲಾತ್ಕಾರದಿಂದ ಈ ಬಡಪಾಯಿಯನ್ನು ಜೀವಂತ ಸುಡಲು ಒಯ್ಯುತ್ತಿದ್ದಾರೆ."

ಸರ್ ಫ್ರಾನ್ಸ್ : ಆದರೆ, ಅವಳು ಸ್ವತಃ ತನ್ನ ಇಚ್ಛೆಯಿಂದಲೇ ಹೋಗುತ್ತಿದ್ದಾಳೆಂದು ಕಾಣಿಸುತ್ತಿದೆ.

ಮಾವುತ : ಇಲ್ಲ, ಅವಳಿಗೆ ಚೆನ್ನಾಗಿ ಬಂಗಿ ಮತ್ತು ಅಫೀಮು ತಿನ್ನಿಸಿದ್ದಾರೆ. ಅವಳಿಗೆ ಈಗ ಮೈಯಲ್ಲಿ ಎಚ್ಚರವಿಲ್ಲ.

ಸರ್ ಫ್ರಾನ್ಸ್ : ಈಗ ಈ ಜನರು ಈಕೆಯನ್ನು ಎಲ್ಲಿಗೆ ಕೊಂಡೊಯ್ಯುತ್ತಿದ್ದಾರೆ?

ಮಾವುತ : ಇಲ್ಲಿಂದ ಎರಡುಮೈಲು ದೂರದಲ್ಲಿ ಕಾಳಿಯ ದೇವಾಲಯವಿದೆ. ಅಲ್ಲಿಗೆ ಹೋಗಿ ಇವಳ ಸಹಗಮನದ ಪದ್ಧತಿಯನ್ನು ಪೂರ್ಣ ಮಾಡುತ್ತಾರೆ.

ಸರ್ ಫ್ರಾನ್ಸ್ ಮತ್ತು ಫಿಲಿಯಾಸರು ಇವೆಲ್ಲವನ್ನೂ ತಿಳಿದು ದೊಡ್ಡ ಯೋಚನೆಯಲ್ಲಿ

ಬಿದ್ದುಬಿಟ್ಟರು. ಮಾವುತನು ಆನೆಯನ್ನು ತಯಾರುಮಾಡಿ, ಅವರೆಲ್ಲರನ್ನೂ ಸವಾರಿ ಮಾಡಿಸಿ ಹೊರಡುವುದರಲ್ಲಿದ್ದ. ಅಷ್ಟರಲ್ಲಿ ಫಿಲಿಯಾಸ್ ಅವನನ್ನು ನಿಲ್ಲಿಸಿ, ಸರ್ ಫ್ರಾನ್ಸ್‌ರನ್ನೂ ಸಂಭೋದಿಸಿ ಹೇಳಿದರು – "ನಾವು ಈ ಅಸಹಾಯಕ ಯುಟುಗಿಯನ್ನು ಉಳಿಸಿದರೆ ಬಹಳ ಒಳ್ಳೆಯದಾಗುವುದು."

ಸರ್ ಫ್ರಾನ್ಸ್ : ಉಳಿಸುವುದು? ಫಿಲಿಯಾಸ್ ಸಾಹೇಬ್, ದೇವರು ಅನುಗ್ರಹಿಸಿದರೆ ಇದು ಸಾಧ್ಯವಾದೀತು!

ಫಿಲಿಯಾಸ್ : ನೀವು ನಿಲ್ಲುವುದಾದರೆ ಸರಿ. ನಾನು ಈ ಕಷ್ಟವನ್ನು ಪರಿಹರಿಸಲು ಅಗತ್ಯದ ಪ್ರಯತ್ನ ಮಾಡಿಯೇ ತೀರುವೆನು, ನನ್ನ ಸಮಯದಲ್ಲಿ ಹನ್ನೆರಡು ಗಂಟೆ ಹೆಚ್ಚು ಉಳಿದಿದೆ. ನಾನು ಈ ಸಮಯವನ್ನು ಈ ಕೆಲಸಕ್ಕಾಗಿ ಸಂತೋಷದಿಂದ ವ್ಯಯಿಸುತ್ತೇನೆ.

ಸರ್ ಫ್ರಾನ್ಸ್ : ನನ್ನ ಗೆಳೆಯರು ಈ ರೀತಿಯ ಸಹಾನುಭೂತಿ ಮತ್ತು ಹುಮ್ಮಸ್ಸುಳ್ಳವರು ಎಂದು ತಿಳಿದು ನನಗೆ ಅತ್ಯಾನಂದವಾಗುತ್ತಿದೆ.

ಮೂಲ: 'ಅಸ್ಸೀ ದಿನ್ ಮೇ ದುನಿಯಾ ಕಿ ಸೈರ್'
ಹಿಂದಿ ಕಾದಂಬರಿ ಆಯ್ದ ಭಾಗ (೧೯೬೪)

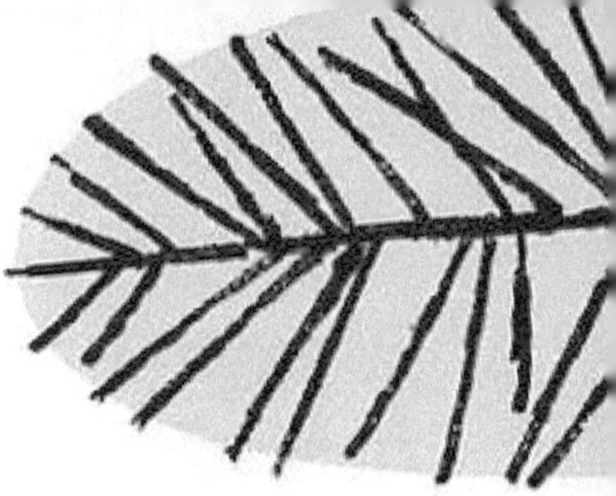

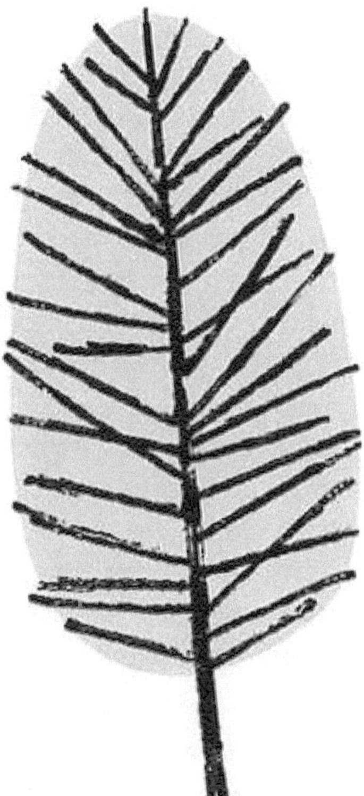

ಭಾಗ
6

ಮಕ್ಕಳಾಟದ ಪಾಠಗಳು ಮನೆಯ ಪ್ರಯೋಗಶಾಲೆಯಲ್ಲಿ

ದಕ್ಷಿಣ ಕನ್ನಡ ಜಿಲ್ಲೆಯ ಪುತ್ತೂರು ತಾಲೂಕಿನ ಪುಣಚಾ ಗ್ರಾಮ ಎಪ್ಪತ್ತೆರೆಡು ವರ್ಷಗಳ ಹಿಂದೆ ನಾನು ಹುಟ್ಟುವ ಕಾಲಕ್ಕೆ ವಿದ್ಯುತ್, ರಸ್ತೆ, ವಾಹನ, ಟೆಲಿಫೋನ್ ಇಂತಹ ಯಾವುದೇ ನಾಗರಿಕ ಸೌಲಭ್ಯಗಳಿಲ್ಲದ ಹಳ್ಳಿ. ನನ್ನ ಅಪ್ಪ ಅಗ್ರಾಳ ಪುರಂದರ ರೈ (೧೯೧೬-೨೦೦೧) ತಮ್ಮ ಹಿರಿಯರಿಂದ ಬಂದ ಪಾಲಿನ ಸಣ್ಣ ಕೃಷಿಭೂಮಿಯಲ್ಲಿ ಅಗ್ರಾಳದಲ್ಲಿ ಗುಡ್ಡದ ತಪ್ಪಲಿನಲ್ಲಿ ಮನೆ ಕಟ್ಟಿಕೊಂಡು ಭತ್ತ ಅಡಕೆಯ ಜೊತೆಗೆ ಹಣ್ಣುಗಳ ಕೃಷಿಯಲ್ಲಿ ಪ್ರಯೋಗ ಮಾಡುತ್ತಿದ್ದರು. ನಮ್ಮ ಮುಳಿಹುಲ್ಲಿನ ಮನೆಗೆ ದೊಡ್ಡಕ್ಕನ ಹೆಸರು ಇಟ್ಟಿದ್ದರು 'ಜೀವನ ಕುಟಿ' ಎಂದು. ಅದರ ಪಕ್ಕದಲ್ಲಿ ಇನ್ನೊಂದು ಸಣ್ಣ ಕಟ್ಟಡ 'ಉದ್ಯೋಗ ಮಂದಿರ'. ಅದು ಅಪ್ಪನ ಓದುವ ಮತ್ತು ಬರೆಯುವ ಮನೆ. ಹಳೆಯ ಕಾಂಗ್ರೆಸ್ಸಿಗ ಸ್ವಾತಂತ್ರ್ಯ ಹೋರಾಟಗಾರ ಗಾಂಧಿವಾದಿ ಅಪ್ಪನ ಜೀವನ ಮತ್ತು ಉದ್ಯೋಗ ಕೃಷಿ ಮತ್ತು ಸಾಹಿತ್ಯ ಕೃಷಿಗಳಲ್ಲಿ ಹಂಚಿಹೋಗಿತ್ತು. ನನಗೆ ನೆನಪಿನ ಶಕ್ತಿ ಬರುವ ಹೊತ್ತಿಗೆ ನನ್ನ ಕಣ್ಣುಗಳ ಮೂಲಕ ಗ್ರಹಿಸಿದ್ದು ನಮ್ಮ ಮುಳಿಹುಲ್ಲಿನ ಮನೆ, ಮನೆಯ ಪಕ್ಕದ ನೀರಿನ ತೋಡು, ಮನೆಯ ಮುಂದಿನ ಬಾನಬೆಟ್ಟು ಗದ್ದೆಗಳು, ಮಾವು ಹಲಸು ಚಿಕ್ಕುವಿನ ಗಿಡ ಮರಗಳು, ತೆಂಗು ಕಂಗು ಬಾಳೆಗಳ ಕೂಡು ಕುಟುಂಬದ ತೋಟ, ತೋಟದ ಪಕ್ಕದ ಎರಡು ಕೆರೆಗಳು, ಮನೆಯ ಹಿಂದಿನ ಹಟ್ಟಿ ತುಂಬಾ ದನ ಕರು ಎತ್ತುಗಳ ಸಂಸಾರ-ಹೀಗೆ ಎಲ್ಲವನ್ನೂ ಬೆರಗಿನಿಂದ ನೋಡುತ್ತಾ ಅಂಗುಲ ಅಂಗುಲವಾಗಿ ಒಳಗೆ ಸೆಳೆದುಕೊಂಡು ಕಲಿತ ಮನೆಯೆಂಬ ಪಾಠಶಾಲೆಯ ಅನುಭವ ಅಪಾರ.

ಪುತ್ತೂರು ಬಾಲವನದಲ್ಲಿದ್ದ ಶಿವರಾಮ ಕಾರಂತರ ಮಕ್ಕಳ ಕೂಟದ ಸದಸ್ಯ ಆಗಿ ಆರಂಭವಾದ ಕಾರಂತರ ಜೊತೆಗಿನ ನನ್ನ ಅಪ್ಪನ ಸಂಬಂಧ ಬಾಲವನ ಕುಟುಂಬದ ಸದಸ್ಯನ ರೂಪಕ್ಕೆ ತಿರುಗಿತ್ತು. ಕಾರಂತರ ಮನೆಯಿಂದ ಅಪ್ಪ ತರುತ್ತಿದ್ದ ಪುಸ್ತಕಗಳು ನಿಧಾನವಾಗಿ ನನ್ನ ಓದಿಗೂ ಎಟುಕತೊಡಗಿದವು. ಕಾರಂತರ ಹುಚ್ಚು ಮನಸ್ಸಿನ ಹತ್ತು ಮುಖಗಳು, ಹಳ್ಳಿಯ ಹತ್ತು ಸಮಸ್ತರು, ಚೋಮನ ದುಡಿ, ಗೀತನಾಟಕಗಳು ಇವುಗಳ ಓದು ಹೊಸಲೋಕಕ್ಕೆ ನನ್ನನ್ನು ಕೊಡೊಯ್ದಿತು. ಅಪ್ಪ ಮನೆಗೆ ತರಿಸುತ್ತಿದ್ದ ಪುಸ್ತಕ

ಪ್ರಪಂಚ, ವಿದ್ಯಾದಾಯಿನಿ, ಕೊರವಂಜಿ, ಸಂಗಾತಿ ಪತ್ರಿಕೆಗಳನ್ನು ಓದಲು ಸುರುಮಾಡಿದೆ. ೧೯೫೨ರಲ್ಲಿ ಪ್ರಕಟವಾದ ಅಪ್ಪನ 'ರಸಾಯನ' ಕತಾಸಂಕಲನದ ಕತೆಗಳು ಅನುಭವದ ಕಥನಗಳಾಗಿ ಸತ್ಯದಮಾರ್ಗದ ಬದುಕಿನ ಪಾಠಗಳನ್ನು ಕಲಿಸಿದವು. ಇವತ್ತು ಸಮಾಜವಾದಿ ಎನ್ನುವ ಆದರ್ಶಗಳ ಪಾಠ ಅಪ್ಪನ ಬದುಕು ಬರಹಗಳಿಂದ ಆಯಿತು. ಅಪ್ಪನಿಂದ ನಾನು ಕಲಿತದ್ದು ಹಣ ಚಿನ್ನ ಐಶ್ವರ್ಯಗಳನ್ನು ತಿರಸ್ಕರಿಸುವ ಧೈರ್ಯ, ಹಿಡಿದ ಕೆಲಸವನ್ನು ಯಶಸ್ವಿಯಾಗಿ ಕೊನೆ ಮುಟ್ಟಿಸುವ ಛಲ ಮತ್ತು ಯಾವುದೇ ಕೆಲಸವನ್ನು ಮಾಡುವಾಗಲೂ ಅದರ ಸಾಧುತ್ವವನ್ನು ಪ್ರಶ್ನಿಸುವ ವಿಮರ್ಶಕ ಮನೋಧರ್ಮ.

ಅಮ್ಮ ಯಮುನಾ (೧೯೨೧-೨೦೧೦) ಮನೆಯ ಒಳಗೆ ಮತ್ತು ಹೊರಗೆ ಸದಾ ದುಡಿಯುವ ಸವ್ಯಸಾಚಿ. ಅಡುಗೆಮನೆ, ಭತ್ತದ ಗದ್ದೆ, ಅಡಿಕೆ ತೋಟ, ತರಕಾರಿ ಹಿತ್ತಿಲು, ಹಟ್ಟಿ ಕೊಟ್ಟಿಗೆ ಎಲ್ಲ ಕಡೆ ಅಮ್ಮ ಕೆಲಸಮಾಡುವ ಕ್ರಮ ನನ್ನ ಪಾಲಿಗೆ ಅಚ್ಚರಿ. ದೇಹವನ್ನು ಮತ್ತು ಮನಸ್ಸನ್ನು ಬಹುರೂಪಿಯಾಗಿ ಬಳಸಬಹುದು ಎನ್ನುವ ಪಾಠವನ್ನು ನಾನು ಕಲಿತದ್ದು ಅಮ್ಮನಿಂದ. ಐದನೆಯ ತರಗತಿಯವರೆಗೆ ಓದಿದ ಅಮ್ಮ ಗ್ರಂಥಗಳ ನೆರವಿಲ್ಲದೆಯೇ ಕುಮಾರವ್ಯಾಸ ಭಾರತ ಮತ್ತು ಜೈಮಿನಿ ಭಾರತದ ಪದ್ಯಗಳನ್ನು ಸುಶ್ರಾವ್ಯವಾಗಿ ವಾಚನದ ಧಾಟಿಯಲ್ಲಿ ಹಾಡುತ್ತಿದ್ದರು. ಕಿಲ್ಲೆಯವರ 'ಕಾನಿಗೆ' ಕವನಸಂಕಲನದ ತುಳು ಪದ್ಯಗಳನ್ನು, ಕಾರಂತರ ಗೀತನಾಟಕಗಳ ಸಾಲುಗಳನ್ನು ರಾಗ ಎಳೆದು ಹಾಡುವ ಅವರ ಕಂಠಮಾಧುರ್ಯ ಅಪೂರ್ವ. ಅಮ್ಮನಿಂದ ನಾನು ಕಲಿತದ್ದು ಸಹನೆ ಮತ್ತು ದುಡಿಮೆಯ ಸಾಧ್ಯತೆಯನ್ನು.

ಅಗ್ರಾಳದ ನಮ್ಮ ಮನೆಯ ಅಂಗಳದಲ್ಲಿ ಸ್ಟೇಜ್ ಕಟ್ಟಿ ಪರಿಸರದ ಎಲ್ಲ ಜಾತಿಯ ಮಕ್ಕಳನ್ನು ಒಟ್ಟುಸೇರಿಸಿ ವರ್ಷಕ್ಕೊಮ್ಮೆ ಹಾಡು ಕುಣಿತ ನಾಟಕ ಹೀಗೆ ಬಹುಮುಖಿ ಚಟುವಟಿಕೆಗಳನ್ನು ಅಪ್ಪ ಮತ್ತು ಅಮ್ಮ ನಡೆಸುತ್ತಿದ್ದರು. ಮನೆಯ ಮಕ್ಕಳು ನಾವು-ಜೀವನಕ್ಕ, ಆಶಕ್ಕ, ನಾನು ಮತ್ತು ತಮ್ಮ ಉಲ್ಲಾಸ-ಅಮ್ಮ ಮತ್ತು ಲೀಲಾ ಕಾರಂತರ ನಿರ್ದೇಶನದಲ್ಲಿ ಪಾಲುಗೊಂಡ ಮಸುಕಾದ ನೆನಪುಗಳು ಇವೆ. ಅಮ್ಮನ ಆಪ್ತ ಗೆಳತಿ ಆಗಿದ್ದ ಲೀಲಾ ಕಾರಂತರು ಆ ಕಾರ್ಯಕ್ರಮಗಳಲ್ಲಿ ಭಾಗವಹಿಸಿ ಮಾರ್ಗದರ್ಶನ ನೀಡುತ್ತಿದ್ದರು. ನರ್ಕಳ ಮಾರಪ್ಪ ಶೆಟ್ಟರು ಹವ್ಯಕ ಭಾಷೆಯಲ್ಲಿ ರಚಿಸಿದ 'ಕೂಸಕ್ಕನ ಮದುವೆ' ಹಾಸ್ಯನಾಟಕ ನಮ್ಮ ಮನೆಯ ಅಂಗಳದಲ್ಲಿ ಪ್ರದರ್ಶನವಾದ ನೆನಪು ಇದೆ.

ಮನೆಯಿಂದ ಕೆಳಕ್ಕೆ ಇಳಿದು ಎಡಕ್ಕೆ ತಿರುಗಿದರೆ ನೀರಿನ ಒಂದು ಚಿಕ್ಕ ತೋಡು. ಆ ತೋಡಿಗೆ ತಾಗಿಕೊಂಡು ಆಚೆ ಬದಿಯಲ್ಲಿ ಸೋಗೆ ಹೊದಿಸಿದ ನಮ್ಮ ಬಚ್ಚಲು ಕೊಟ್ಟಿಗೆ. ಅದರ ಹಿಂದುಗಡೆ ಒಂದು ತೆರೆದ ಬಾವಿ. ಆ ಬಾವಿಗೆ ರಾಟೆ ಸಿಕ್ಕಿಸಿ, ಅದರಲ್ಲಿ ಹಗ್ಗ ನೇತಾಡಿಸಿ, ಹಗ್ಗಕ್ಕೆ ಕೊಡಪಾನ ಸಿಕ್ಕಿಸಿ, ಹಗ್ಗವನ್ನು ನಿದಾನವಾಗಿ ಬಾವಿಯೊಳಗೆ ಇಳಿಸಿ, ಕೊಡಪಾನದಲ್ಲಿ ನೀರು ಗುಳುಗುಳು ಎಂದು ತುಂಬುವವರೆಗೆ ಕಾದು, ಎಡದ ಕಾಲನ್ನು ಬಾವಿಯ ಘಟ್ಟನೆಗೆ ಆನಿಸಿ ಒತ್ತಿ, ಒಂದರ ಬಳಿಕ ಒಂದು ಕೈಯಿಂದ ಬಾವಿಯ ಹಗ್ಗವನ್ನು ಮೇಲಕ್ಕೆ ಎಳೆಯುತ್ತಾ, ನೀರು ತುಂಬಿದ ಕೊಡಪಾನ ಮೇಲಕ್ಕೆ ಬಂದಾಗ ಸಮತೋಲನ ತಪ್ಪದಂತೆ ಬಲದ ಕೈಯಿಂದ ನೀರು ತುಂಬಿದ ಕೊಡಪಾನವನ್ನು ಎಳೆದು, ಅದರ

ಕುತ್ತಿಗೆಯ ಹಗ್ಗದ ಬಂಧನವನ್ನು ಬಿಡಿಸಿ, ಬಲದ ಕೈಯಿಂದ ಕೊಡಪಾನದ ಕುತ್ತಿಗೆಯನ್ನು ಹಿಡಿದುಕೊಂಡು ಎಡದ ಕೈಯನ್ನು ಅದರ ತಳಭಾಗಕ್ಕೆ ಒತ್ತಿ, ಕುಂಭಮೇಳದ ಯಾತ್ರೆಯ ಅನುಭವದಿಂದ ಕಲಿತದ್ದು ಬಾಗದೆ ವಾಲದೆ ನಡೆಯುವ ಸಮತೋಲನದ ಪಾಠವನ್ನು.

ತೋಟದ ಬದಿಯ ಕೆರೆಗಳಲ್ಲಿ ಬಾಳೆದಿಂಡನ್ನು ಆನಿಸಿಕೊಂಡು ಎರಡು ಕಾಲುಗಳನ್ನು ನೀರಲ್ಲಿ ಬಡಿದುಕೊಂಡು ಈಜಲು ಕಲಿತಾಗ, ಬಾಳೆದಿಂಡು ಜಾರಿ, ನಾನು ನೀರಿನೊಳಗೆ ಮುಳುಗಿ, ಬಾಯಿ ಮೂಗಿಗೆ ನೀರು ತುಂಬಿ, ಉಸಿರುಕಟ್ಟಿ ಚೆಂಡಿನಂತೆ ಮೇಲಕ್ಕೆ ಜಿಗಿದು ಮತ್ತೆ ಧೈರ್ಯದಿಂದ ಯಾವುದೇ ನೆರವಿಲ್ಲದೆ ಮುಂದಕ್ಕೆ ಈಜುವುದನ್ನು ಕಲಿತೆ. ಆ ಕೆರೆಗಳಲ್ಲಿ ಅಗ್ರಾಳದ ಮನೆಯವರೆಲ್ಲಾ ಸಾಮೂಹಿಕವಾಗಿ ಮೀನು ಹಿಡಿಯುವ ಸಂಭ್ರಮದಲ್ಲಿ ನಾನು ಹಿಡಿದ ಮಕ್ಕೆರಿಗೆ ತರು ಮೊರಂಟೆ ಮೀನುಗಳ ಜೊತೆಗೆ ಒಳ್ಳೆಹಾವು ಸೇರಿಕೊಂಡು ನನ್ನ ಮೈಮೇಲೆ ಜಿಗಿದಾಗ, ಅಲ್ಲಿದ್ದ ಹುಡುಗಿಯರು 'ಒಳ್ಳೆಯವರಿಗೆ ಒಳ್ಳೆಹಾವು ಸಿಗುತ್ತದೆ' ಎಂದು ತಮಾಷೆ ಮಾಡಿದಾಗ, 'ನಿಮಗೆ ಒಳ್ಳೆ ಗಂಡ ಸಿಗಲಿ' ಎಂದು ಕೀಟಲೆ ಮಾಡಿದೆ. ವಿಷವಿಲ್ಲದ ಒಳ್ಳೆಹಾವು ಮನುಷ್ಯರ ಮಾದರಿಯೊಂದರ ರೂಪಕ.

ಅಗ್ರಾಳದ ನಮ್ಮ ಮನೆಯ ಹಿಂದುಗಡೆ ಗುಡ್ಡದ ಮೇಲೊಂದು ಗುಡ್ಡ. ಅದರ ಆಚೆಗೆ ಮತ್ತೊಂದು. ಹೀಗೆ ಏರುತ್ತಾ ಏರುತ್ತಾ ಹೋಗುವ ಗುಡ್ಡ ಸಾಲುಗಳಲ್ಲಿ ಅಲೆದಾಡಿದ ಸುತ್ತಾಟಗಳ ಅನುಭವಗಳು ರೋಮಾಂಚಕ. ಬೆಟ್ಟದ ತುದಿಯ ನೆಲ್ಲಿಕಾಯಿಗಳನ್ನು ಕೀಳುತ್ತಾ, ದಾರಿಯಲ್ಲಿ ಸಿಕ್ಕಿದ ಕೇಪುಳಹಣ್ಣು, ಕುಂಟಾಲು, ಮುಳ್ಳಂಕೊಳ್ಳೆ, ನೇರಳೆಹಣ್ಣುಗಳನ್ನು ತಿನ್ನುತ್ತಾ ನಾಲಗೆಯನ್ನು ಹಸುರು ಕೆಂಪು ನೇರಳೆ ಮಾಡುತ್ತಾ ದಟ್ಟ ಕಾಡಿನ ಒಳಹೊಕ್ಕು, ದೂರದಲ್ಲಿ ಎಲ್ಲೋ ಹುಲಿಯ ಗರ್ಜನೆ ಕೇಳಿ, ನಡೆದು ಬಂದ ದಾರಿಯ ಕಡೆಗೆ ತಿರುಗಿ ನೋಡದೆ, ನವ್ಯಮಾರ್ಗವನ್ನು ತುಳಿದು ಪಲಾಯನ ಮಾಡಿದ ಅನುಭವಗಳು ಬದುಕಿನ ಹೊಸಮಾರ್ಗಗಳ ಶೋಧಗಳಿಗೆ ಪ್ರೇರಣೆ ಕೊಟ್ಟವು. ನಮ್ಮ ಮನೆಯ ಹಿಂಬದಿಯಲ್ಲಿ ಮಲಗಿದ್ದ ನಮ್ಮ ನಾಯಿಯನ್ನು ರಾತ್ರಿ ವೇಳೆ ಹುಲಿ ಬಂದು ಕಚ್ಚಿಕೊಂಡು ಹೋದದ್ದು, ಮುಂದೊಂದು ದಿನ ಅಗ್ರಾಳದ ಬೇಟೆಗಾರ ರಾಮಣ್ಣ ರೈ ಹುಲಿಯೊಂದನ್ನು ಬೇಟೆಯಾಡಿದ್ದು, ಸತ್ತ ಹುಲಿಯನ್ನು ಕಾಣಲು ಊರಿನ ಜನರೆಲ್ಲ ನೆರೆದದ್ದು, ನಾವು ಮಕ್ಕಳು ಹತ್ತಿರದಿಂದ ಸತ್ತ ಹುಲಿಯ ಭೀಮಕಾಯವನ್ನು ಕಂಡು ಬೆರಗಾದದ್ದು ನೆನಪಿನಲ್ಲಿ ಗಾಢವಾಗಿದೆ. ಹೀಗೆ ಮನೆಯಿಂದ ಹೊರಗೆ ಗದ್ದೆಯಲ್ಲಿ ತೋಟದಲ್ಲಿ ಕೆರೆಯಲ್ಲಿ ಗುಡ್ಡದಲ್ಲಿ ಕಾಡಿನಲ್ಲಿ ಪಡೆದ ಅನುಭವಗಳಿಂದ ಕಲಿತ ವಿದ್ಯೆಗಳು ಮುಂದೆ ಬದುಕಿನ ಬೇರೆ ಬೇರೆ ರಂಗಗಳಲ್ಲಿ ಸವಾಲುಗಳನ್ನು ಎದುರಿಸಲು ಆತ್ಮವಿಶ್ವಾಸವನ್ನು ತಂದುಕೊಟ್ಟುವು.

ಶಾಲೆಗೆ ಹೋಗುವ ಮೊದಲಿನ ವರ್ಷಗಳಲ್ಲಿ ನನ್ನನ್ನು ಸದಾ ಎತ್ತಿಕೊಂಡು ಕತೆ ಹಾಡು ಹೇಳುತ್ತಿದ್ದ ರಾಮು ನಾಯ್ಕೆದಿ, ಹೆಗಲ ಮೇಲೆ ನನ್ನನ್ನು ಕೂರಿಸಿಕೊಂಡು ಮೈಲುಗಟ್ಟಲೆ ದೂರದ ಕೇಪುವಿನ ಕಜಂಬುವಿಗೆ ಹೊತ್ತುಕೊಂಡ ಹೋದ ಚೋಮ ಗೌಡ, ನಮ್ಮ ಮನೆಯ ಎರಡು ತಾಳೆಮರಗಳನ್ನು ಗುತ್ತಿಗೆಗೆ ತೆಗೆದುಕೊಂಡು ಮೂರ್ತೆಮಾಡಿ, ಓಲೆಬೆಲ್ಲ ತಯಾರಿಸಿ, ಬೆಲ್ಲದ ಕಟ್ಟಗಳನ್ನು ಮನೆಗೆ ತಂದುಕೊಡುವಾಗ ನಮಗೆ ಮಕ್ಕಳಿಗೆ

ತಿನ್ನಲು ಅಕ್ಕಿ ಬೆರಸಿದ ಚಿಕ್ಕ ಬೆಲ್ಲವನ್ನು ತರುತ್ತಿದ್ದ ರಾಮ ಪೂಜಾರಿ, ನಮ್ಮ ಮನೆಯಿಂದ ಬಾಲವನದ ಕಾರಂತರ ಮನೆಗೆ ಹಲಸಿನ ಹಣ್ಣು ತೆಂಗಿನಕಾಯಿ ಕೊಂಡುಹೋಗಿ ಬರುವಾಗ ಅಲ್ಲಿಂದ ಚಿಕ್ಕು ಮತ್ತು ಕಸಿಮಾವಿನಹಣ್ಣು ತಂದು ನಮಗೆ ಕೊಡುತ್ತಿದ್ದ ಮುದ್ದ ಮೇರ– ಇಂತಹ ಹಲವರು ಅಗ್ರಾಳ ಪರಿಸರದಲ್ಲಿ ನನಗೆ ಹೊಸಜಗತ್ತನ್ನು ತೋರಿಸಿದವರು.

ಅಗ್ರಾಳದ ನಮ್ಮ ಮನೆಯಿಂದ ಪರಿಯಾಲ್ತಡ್ಕ ಶಾಲೆಗೆ ಹೋಗುವ ದಾರಿಯಲ್ಲಿ ಪರಿಯಾಲ್ತಡ್ಕದ ಕೇಂದ್ರದಲ್ಲಿ ಇದ್ದುದು ಒಂದೇ ಒಂದು 'ಅಂಗಡಿ'. ನಮಗೆ 'ಅಂಗಡಿ' ಎನ್ನುವ ಪದಕ್ಕೆ ಗೊತ್ತಿದ್ದ ಅರ್ಥವೆಂದರೆ ಅದು ಯು.ಟಿ. ಅವರ ಅಂಗಡಿ. ಯು.ಟಿ. ಮೊಹಮ್ಮದ್ ಕುಂಞಿ ಎಂಬ ಹಿರಿಯರೊಬ್ಬರು ನಡೆಸುತ್ತಿದ್ದ ಅಂಗಡಿ ಅದು. ಆ ಅಂಗಡಿಯಲ್ಲಿ ಇರುತ್ತಿದ್ದ ಅವರ ಮೂವರು ಮಕ್ಕಳ ನೆನಪು ಚೆನ್ನಾಗಿದೆ. ಯು.ಟಿ. ಮೊಹಮ್ಮದ್ ಅವರ ಹಿರಿಯ ಮಗ ಯು. ಟಿ ಪೆರಿಯ ಕುಂಞಿ (ಪೆರಿಯ/ಪರಿಯ ಬ್ಯಾರಿ). ಅವರ ಇಬ್ಬರು ತಮ್ಮಂದಿರು ಅಂಗಡಿಯಲ್ಲಿ ಕ್ರಿಯಾಶೀಲರಾಗಿ ಇರುತ್ತಿದ್ದವರು– ಯು.ಟಿ. ಮೊಯಿದಿನಬ್ಬ (ಮೋನು ಬ್ಯಾರಿ). ಕಿರಿಯವರು ಮೂಸೆ ಬ್ಯಾರಿ.

ಪರಿಯ ಬ್ಯಾರಿ ಅವರ ಹಿರಿಯ ತಮ್ಮ ಯು. ಟಿ. ಫರೀದ್ ಲಾ ಕಲಿತು ಮಂಗಳೂರಲ್ಲಿ ವಕೀಲರು ಆಗಿದ್ದರು. ಮುಂದೆ ಅವರು ಕಾಂಗ್ರೆಸ್ ಪಕ್ಷದಿಂದ ಸ್ಪರ್ಧಿಸಿ ಉಳ್ಳಾಲ ಕ್ಷೇತ್ರದಿಂದ ಶಾಸಕರಾಗಿದ್ದರು. ಯು ಟಿ ಅವರ ಅಂಗಡಿ ನಮ್ಮ ಗ್ರಾಮದ ಕೃಷಿಕರಿಗೆ ಮತ್ತು ಎಲ್ಲ ವರ್ಗದ ಜನರಿಗೆ ಆಗಿನ ಕಾಲದ ಸೂಪರ್ ಮಾರ್ಕೆಟ್ ಆಗಿತ್ತು. ನಮ್ಮ ಮನೆಯ ಅಡಿಕೆ, ಬಾಳೆಕಾಯಿ, ತೆಂಗಿನಕಾಯಿ ಎಲ್ಲವನ್ನೂ ಅವರಿಗೆ ಮಾರುತ್ತಿದ್ದದ್ದು. ನಮ್ಮ ಮನೆಗೆ ಬೇಕಾದ ಜೀನಸು, ಅಚ್ಚುಬೆಲ್ಲ, ಉಪ್ಪು, ಚಿಮಿಣಿ ಎಣ್ಣೆ, ಸಾಬೂನು, ಬೆಂಕಿಪೆಟ್ಟಿಗೆ, ಕೊಡೆ, ಬಾವಿಹಗ್ಗ, ಹಿಂಡಿ, ಒಣಮೀನು–ಎಲ್ಲ ಅಲ್ಲಿಂದಲೇ. ಜೊತೆಗೆ ಅಲ್ಲಿ ನಮಗೆ ಬೇಕಾದ ಬಟ್ಟೆಗಳೂ ಸಿಗುತ್ತಿದ್ದುವು, ನಮ್ಮ ಚಡ್ಡಿ ಮತ್ತು ಅಂಗಿಯ ಬಟ್ಟೆಗಳನ್ನು ತೆಗೆದುಕೊಂಡು ಅಂಗಡಿಯಲ್ಲಿಯೇ ಇದ್ದ ಟೈಲರ್‌ನವರಲ್ಲಿ ಹೊಲಿಸುತ್ತಿದ್ದೆವು.

ನನ್ನ ಅಪ್ಪ ಮತ್ತು ಪರಿಯ ಬ್ಯಾರಿ ಬಹಳ ಸ್ನೇಹಿತರಾಗಿದ್ದರು. ಇಬ್ಬರೂ ಕಾಂಗ್ರೆಸ್ ರಾಜಕೀಯ ಪಕ್ಷದವರೆಂಬುದಷ್ಟೇ ಅಲ್ಲದೆ, ಅಪ್ಪನ ತಿಳುವಳಿಕೆಯ ಬಗ್ಗೆ ಪರಿಯ ಬ್ಯಾರಿ ಅವರಿಗೆ ವಿಶೇಷ ಗೌರವ ಇತ್ತು. ಅನೇಕ ವಿಷಯಗಳಲ್ಲಿ ಪರಿಯ ಬ್ಯಾರಿಯವರು ಅಪ್ಪನ ಜೊತೆಗೆ ಅಂಗಡಿಯಲ್ಲಿ ಕುಳಿತು ಸಮಾಲೋಚಿಸುವುದನ್ನು ನೋಡಿದ್ದೇನೆ. ನಾನು ಅಂಗಡಿಗೆ ಸಾಮಾನು ತರಲು ಹೋದಾಗ ಅಪ್ಪನ ಮೇಲಿನ ಗೌರವದಿಂದ ನನಗೆ ಖರ್ಜೂರ ಕೊಡುತ್ತಿದ್ದ ಅವರ ಪ್ರೀತಿಯನ್ನು ಮರೆಯಲಾರೆ. ಪರಿಯಾಲ್ತಡ್ಕ ಶಾಲೆಯಲ್ಲಿ ಯು ಟಿ ಫರೀದ್‌ರು ಶಾಸಕರಾಗಿದ್ದಾಗ, ಮಂಗಳೂರು ವಿವಿಯ ಸೆನೆಟ್ ಸದಸ್ಯರಾಗಿದ್ದಾಗ ಸಿಕ್ಕಿದಾಗಲೆಲ್ಲ ನನ್ನಲ್ಲಿ ಮೊದಲು ಕೇಳುತ್ತಿದ್ದದ್ದು 'ಅಮ್ಮೆರ್ ಎಂಚ ಉಲ್ಲೆರ್?' (ತಂದೆಯವರು ಹೇಗೆ ಇದ್ದಾರೆ) ಎಂದು. ರಸ್ತೆ ಮತ್ತು ವಾಹನ ಸೌಕರ್ಯ ಇಲ್ಲದ ಆ ಕಾಲದಲ್ಲಿ ಸಾಮಾನ್ಯ ಕೃಷಿಕರ ಕೃಷಿ ಉತ್ಪನ್ನಗಳನ್ನು ಕೊಂಡುಕೊಳ್ಳುವ ಮತ್ತು ಹಳ್ಳಿಗರಿಗೆ ದಿನನಿತ್ಯದ ವಸ್ತುಗಳನ್ನು ಒದಗಿಸುವ ಪುಣ್ಯದ ಕೆಲಸವನ್ನು ಮಾಡಿದ ಯು.ಟಿ. ಕುಟುಂಬದವರ ಸೇವೆ ಅಪೂರ್ವ.

ಧರ್ಮ ಜಾತಿಗಳ ಛಿದ್ರೀಕರಣದ ಈ ಕಾಲಘಟ್ಟದಲ್ಲಿ ತಿಳುವಳಿಕೆ, ಕೊಡುಕೊಳೆ ಮತ್ತು ಸೇವೆಯೇ ಗಟ್ಟಿಸಂಬಂಧವನ್ನು ಉಳಿಸಬಲ್ಲುದು ಎನ್ನುವ ದೊಡ್ಡ ಪಾಠವನ್ನು ನಾನು ಕಲಿತದ್ದು ಪರಿಯಾಲ್ತಡ್ಕ ಅಂಗಡಿಯವರಿಂದ.

ನಾನು ಮನೆಯಿಂದ ಹೊರಟು ಪರಿಯಾಲ್ತಡ್ಕ ಶಾಲೆಗೆ ಹೋಗುವ ದಾರಿಯಲ್ಲಿ ಗದ್ದೆಗಳ ಬದುಗಳನ್ನು ತೋಟದ ಬದಿಗಳನ್ನು ಹಾದು ಮುಂದೆ ಹೋಗುವಾಗ ಎದುರಾಗುತ್ತಿದ್ದವು ಪಾಪುಗಳು (ಮರದ ಕಾಲುಸಂಕ) ಮತ್ತು ತಡಮ್ಮೆ (ತಡವೆ)ಗಳು. ಚಿಕ್ಕ ತೋಡುಗಳನ್ನು ದಾಟಲು ಸಪೂರವಾದ, ಕೆಲವೊಮ್ಮೆ ಒಂದೇ ಅಡಕೆಮರದ ಪಾಪು. ಅದರಲ್ಲಿ ಹೆಜ್ಜೆಯ ಮೇಲೆ ಹೆಜ್ಜೆಯನಿಕ್ಕುತ ಕೆಳಗೆ ಬೀಳದಂತೆ ಸರ್ಕಸ್ಸಿನವರಂತೆ ನಡೆದುಕೊಂಡು ಆಚೆದಡ ಸೇರಬೇಕು. ಇನ್ನೊಂದು ಬಗೆಯ ದಾಟುವಿಕೆ ಎಂದರೆ ಅಡ್ಡಿಮಾಡಲು ಅಡ್ಡವಾಗಿ ಇಟ್ಟ ಕೋಲುಮರಗಳ ತಡೆಯನ್ನು ಸಾವಧಾನದಿಂದ ಒಂದೊಂದು ಹೆಜ್ಜೆಯನ್ನು ಇಟ್ಟು ಮೇಲಕ್ಕೆ ಏರಿ ವ್ಯವಧಾನದಿಂದ ಆಚೆಬದಿಗೆ ಕಾಲನ್ನು ಕೆಳಕ್ಕೆ ಚಾಚಿ ನೆಲವನ್ನು ಮುಟ್ಟಬೇಕು. ಇಂತಹ 'ಪಾಪು' ಮತ್ತು 'ತಡಮ್ಮೆ' ಇವು ಬದುಕಿನಲ್ಲಿ ದಾಟುವಿಕೆಯ ಅದ್ಭುತ ರೂಪಕಗಳು.

ಶಿಕ್ಷಣ ಸಂಸ್ಥೆಗಳಲ್ಲಿ ಸಿದ್ಧಾಂತ ಮತ್ತು ಪ್ರಯೋಗ ಎಂಬ ಎರಡು ಅವಯವಗಳು ಇರುತ್ತವೆ. ವಿಜ್ಞಾನ ತಂತ್ರಜ್ಞಾನದ ವಿಷಯಗಳಲ್ಲಿ ಪ್ರಯೋಗಶಾಲೆಗೆ ವಿಶೇಷ ಮಹತ್ವ ಇದೆ. ಅಗ್ರಾಳದ ಮನೆ ಮತ್ತು ಪರಿಸರದಲ್ಲಿ ನಾನು ಪಡೆದ ನೂರಾರು ಚಿಕ್ಕಪುಟ್ಟ ಅನುಭವಗಳು ನರಮಂಡಲದ ಎಡೆಎಡೆಗಳಲ್ಲಿ ಸೇರಿಕೊಂಡು ಬದುಕು ಎಂಬ ಪ್ರಯೋಗಶಾಲೆಯ ಕಠಿಣ ಪರೀಕ್ಷೆಗಳಲ್ಲಿ ಉದ್ದಕ್ಕೂ ನನ್ನ ನೆರವಿಗೆ ಬಂದಿವೆ.

'ಉದಯವಾಣಿ', ೧೯ ಆಗಸ್ಟ್ ೨೦೧೮

ನನ್ನ ಮೊದಲ ಪಾಠಶಾಲೆ:

ನೀರಿನಂತೆ ಹರಿಯಲು ಕಲಿಸಿದ ಪರಿಯಾಲ್ತಡ್ಕ

ದಕ್ಷಿಣ ಕನ್ನಡ ಜಿಲ್ಲೆಯ ದಕ್ಷಿಣದಲ್ಲಿ ಇದ್ದ ತಾಲೂಕು–ಪುತ್ತೂರು. ನಾನು ಹುಟ್ಟುವ ಕಾಲಕ್ಕೆ ಮಂಗಳೂರಿನಿಂದ ದಕ್ಷಿಣಕ್ಕೆ ಇದ್ದದ್ದು ಅದು ಒಂದೇ ತಾಲೂಕು. ಈಗಿನ ಬಂಟ್ವಾಳ, ಬೆಳ್ತಂಗಡಿ, ಸುಳ್ಯ–ಈ ಯಾವ ತಾಲೂಕುಗಳೂ ಆಗ ಇರಲಿಲ್ಲ. ಪುತ್ತೂರು ತಾಲೂಕಿನ ಕೇಂದ್ರ ಪುತ್ತೂರು ಪೇಟೆ. ಪುತ್ತೂರು ಪೇಟೆಯಿಂದ ಸುಮಾರು ಆರು ಮೈಲು ದೂರದಲ್ಲಿ ಇದ್ದ ಹಳ್ಳಿ 'ಪುಣಚಾ'. ಕಂದಾಯ ದಾಖಲೆಗಳಿಂದಾಗಿ 'ಪುಣಚಾ ಗ್ರಾಮ'. ಅದರ ಕೇಂದ್ರ ಸ್ಥಳ ಪರಿಯಾಲ್ತಡ್ಕ. ಪರಿಯಾಲ್ತಡ್ಕದ ಎತ್ತರದ ಪದವಿನಲ್ಲಿ ನಮ್ಮ ಶಾಲೆ–ಹೈಯರ್ ಎಲಿಮೆಂಟರಿ ಶಾಲೆ ಇದ್ದದ್ದು. ಅದು ಎಯಿಡೆಡ್ ಅಂದರೆ ಸರಕಾರದ ಸಣ್ಣ ಅನುದಾನ ದೊರೆಯುತ್ತಿದ್ದ, ಎಂಟನೆ ತರಗತಿವರೆಗೆ ಕಲಿಯಲು ಅವಕಾಶ ಇದ್ದ ಖಾಸಗಿ ಶಾಲೆ. ನಾನು ಓದುತ್ತಿದ್ದ ಕಾಲಕ್ಕೆ (೧೯೫೨–೧೯೬೦) ಅಲ್ಲಿ ಒಂದರಿಂದ ಎಂಟರವರೆಗೆ ಪ್ರಾಥಮಿಕ ಮತ್ತು ಮಾಧ್ಯಮಿಕ ಶಿಕ್ಷಣದ ಅವಕಾಶ ಇತ್ತು. ಎಂಟನೆಯ ತರಗತಿಯ ಕೊನೆಗೆ ಪಬ್ಲಿಕ್ ಪರೀಕ್ಷೆ ಇತ್ತು. ಆಗ ನಮಗೆ ದೊರೆಯುತ್ತಿದ್ದ ಸರ್ಟಿಫಿಕೆಟ್ – ಇಎಸ್‌ಎಲ್‌ಸಿ (ಎಲಿಮೆಂಟರಿ ಸ್ಕೂಲ್ ಲೀವಿಂಗ್ ಸರ್ಟಿಫಿಕೆಟ್). ೧೯೫೨ರಲ್ಲಿ ಒಂದನೆಯ ತರಗತಿಗೆ ಆ ಶಾಲೆಗೆ ಸೇರಿದ ನಾನು ಎಂಟನೆಯ ತರಗತಿ ಮುಗಿಸಿ ಇಎಸ್‌ಎಲ್‌ಸಿ ತೇರ್ಗಡೆ ಆದದ್ದು ೧೯೬೦ರಲ್ಲಿ.

ನಮ್ಮ ಶಾಲೆಯನ್ನು ನಡೆಸುತ್ತಿದ್ದವರು ಪುಣಚಾ ಗ್ರಾಮದ ಮಣಿಲ ಮನೆಯವರು. 'ಮಣಿಲ' ಮನೆ ಚಕ್ರಕೋಡಿ ಶಾಸ್ತ್ರಿಗಳ ಮನೆತನದ ಒಂದು ಮುಖ್ಯ ಶಾಖೆ. ಪಂಚಾಗ, ಜ್ಯೋತಿಷ್ಯ ಶಾಸ್ತ್ರ, ಸಾಹಿತ್ಯ, ಯಕ್ಷಗಾನ, ಕೃಷಿ ಕ್ಷೇತ್ರಗಳ ಜೊತೆಗೆ ಎಲ್ಲ ಸೌಲಭ್ಯಗಳಿಂದ ವಂಚಿತವಾದ ಪುಣಚಾಕ್ಕೆ ಶಿಕ್ಷಣದ ಭಾಗ್ಯವನ್ನು ಒದಗಿಸಿದ ಪುಣ್ಯವನ್ನು ಕಟ್ಟಿಕೊಂಡ ಮನೆತನ ಅದು. ನಾನು ಓದುವ ಕಾಲದಲ್ಲೂ ರಸ್ತೆ, ವಾಹನ, ವಿದ್ಯುತ್ ಸೌಕರ್ಯ ಇಲ್ಲದಿದ್ದ ಆ ಹಳ್ಳಿಯ ಎಲ್ಲ ವರ್ಗ ಜಾತಿಗಳ ಮಕ್ಕಳಿಗೆ ವಿದ್ಯೆಯ ಮುಖ ತೋರಿಸಿದ ಸಾಹಸಿ ಕುಟುಂಬ ಮಣಿಲ ಶಾಸ್ತ್ರಿಗಳದ್ದು. ನನ್ನ ತಂದೆ ಓದಿದ್ದು ಇದೇ ಶಾಲೆಯಲ್ಲಿ. ನನ್ನ ಇಬ್ಬರು ಅಕ್ಕಂದಿರು ಮತ್ತು ನನ್ನ ತಮ್ಮ ಶಿಕ್ಷಣ ಪಡೆದದ್ದು ಈ ಶಾಲೆಯಲ್ಲಿ. ನಾನು ಬಹಳ ಬಾರಿ ಯೋಚಿಸುತ್ತೇನೆ –ಮಣಿಲ ಮನೆಯವರು ಪರಿಯಾಲ್ತಡ್ಕದಲ್ಲಿ ಈ ಶಾಲೆಯನ್ನು

ಆರಂಭಿಸದೆ ಇರುತ್ತಿದ್ದರೆ ನಾನು ಎಲ್ಲಿರುತ್ತಿದ್ದೆ, ಏನಾಗಿ ಇರುತ್ತಿದ್ದೆ ಎನ್ನುವುದನ್ನು. ನಮ್ಮ ಕುಟುಂಬದ ಆಗಿನ ಆರ್ಥಿಕ ಸ್ಥಿತಿಯಲ್ಲಿ ಪುತ್ತೂರಿಗೆ ಹೋಗಿ ಶಿಕ್ಷಣ ಪಡೆಯುವ ಸಾಧ್ಯತೆ ನನಗೆ ಖಂಡಿತ ಇರಲಿಲ್ಲ. ಇದು ನನ್ನದು ಮಾತ್ರ ಅಲ್ಲ, ಪುಣಚ ಮತ್ತು ಸುತ್ತುಮುತ್ತಲಿನ ಎಲ್ಲ ಬಡ ಕುಟುಂಬಗಳ ಕತೆಯೂ ಆಗಿತ್ತು. ನಮ್ಮೆಲ್ಲರ ಭಾಗ್ಯದ ಬಾಗಿಲು ತೆರೆದು, ಚಿಕ್ಕ ಹಳ್ಳದಿಂದ ಕಣಿ ಹೊಳೆಗಳನ್ನು ಹಾದು ನದಿಗಳನ್ನು ದಾಟಿ, ಸಮುದ್ರ ನೋಡಲು ಮತ್ತು ದಾಟಲು ಸಾಧ್ಯವಾದದ್ದು – ಹರಿಯುವ ಅಡ್ಕದಲ್ಲಿನ ಪರಿಯಾಲ್ತಡ್ಕ ಶಾಲೆಯಿಂದ.

ನಾನು ಈ ಶಾಲೆಯಲ್ಲಿ ಓದಿದ ಅವಧಿ ೧೯೫೨–೧೯೬೦ರಲ್ಲಿ ಮಣಿಲದ ಮನೆಯ ಐದು ಮಂದಿ ಅಣ್ಣ ತಮ್ಮಂದಿರು ಆಗ ಅಲ್ಲಿ ಅಧ್ಯಾಪಕರಾಗಿದ್ದರು. ಈ ಐವರಲ್ಲಿ ಹಿರಿಯರಾದ ರಾಮಕೃಷ್ಣ ಶಾಸ್ತ್ರಿ ಅವರು ಹೆಡ್‌ಮಾಸ್ತರು. ಅವರ ತಮ್ಮಂದಿರಾದ ಶಿವಶಂಕರ ಶಾಸ್ತ್ರಿ, ಮರಿಯಪ್ಪ ಶಾಸ್ತ್ರಿ, ವೆಂಕಟರಮಣ ಶಾಸ್ತ್ರಿ, ಪದ್ಮನಾಭ ಶಾಸ್ತ್ರಿ ಇತರ ಅಧ್ಯಾಪಕರು. ಮಣಿಲ ಮನೆಯ ಬಂಧುಗಳಾದ ನೀರ್ಕಜೆಯ ಅಣ್ಣ ತಮ್ಮ ಸುಬ್ರಾಯ ಭಟ್ಟ ಮತ್ತು ರಾಮಕೃಷ್ಣ ಭಟ್ಟ –ಇನ್ನಿಬ್ಬರು ಅಧ್ಯಾಪಕರು. ಒಂದನೆಯ ತರಗತಿಗೆ ವಿಷ್ಣು ಶಿಬರೂರಾಯರು. ಅವರೊಬ್ಬರಿಗೆ ಮಾತ್ರ ಜುಟ್ಟು ಇದ್ದ ಕಾರಣ ಮಕ್ಕಳ ಪಾಲಿಗೆ ಅವರು ಜುಟ್ಟಿನ ಮಾಸ್ತರು. ಎರಡನೆಯ ತರಗತಿಗೆ ಗೋವಿಂದರಾಯರು. ಅವರದ್ದು ಬೋಳುಮಂಡೆ .ಅವರು ಬಾರಿಸುತ್ತಿದ್ದದ್ದು ಯಕ್ಷಗಾನ ಆಟ ಕೂಟಗಳಲ್ಲಿ ಚೆಂಡೆ ಮದ್ದಲೆ. ಹಾಗಾಗಿ ಅವರು ಮಕ್ಕಳ ಬಾಯಲ್ಲಿ ಚೆಂಡೆ ಮಾಸ್ತರು. ಅವರ ಪೆಟ್ಟು ಚೆಂಡೆಗೆ ಮಾತ್ರ ಅಲ್ಲ, ಮಕ್ಕಳಿಗೂ ಸಿಗುತ್ತಿದ್ದ ಕಾರಣ ಅದು ಅವರ ಅನ್ವರ್ಥ ನಾಮ. ಹೆಡ್‌ಮಾಸ್ತರು ರಾಮಕೃಷ್ಣ ಶಾಸ್ತ್ರಿಗಳು ನಮಗೆ ಇಂಗ್ಲಿಷ್ ಮತ್ತು ಲೆಕ್ಕ ಪಾಠ ಮಾಡುತ್ತಿದ್ದರು. ಆಗಿನ ಕಾಲಕ್ಕೆ ನಮಗಂತೂ ಹೆದರಿಕೆ ಬಹಳ ಇದ್ದದ್ದು ಅವರ ಬಗ್ಗೆ. ಕೋಪ ಜಾಸ್ತಿ, ಪೆಟ್ಟು ಹೆಚ್ಚು, ಶಿಸ್ತು ಬಹಳ. ಅವರ ಇನ್ನೊಂದು ಮುಖ ಏನೆಂದರೆ ಅವರು ಶಾಲೆಯ ಯಕ್ಷಗಾನದ ತಾಳಮದ್ದಲೆ ಮತ್ತು ಪ್ರದರ್ಶನದ ಕಾರ್ಯಕ್ರಮಗಳಲ್ಲಿ ಭಾಗವತರು. ಜಾಗಟೆ ಹಿಡಿದುಕೊಂಡು ಅವರು ಅದಕ್ಕೆ ಕೋಲಿನಲ್ಲಿ ಬಾರಿಸುತ್ತಿದ್ದರೆ, ನಮಗೆ ಅದನ್ನು ಕೇಳಲು ನೋಡಲು ಆನಂದ. ನನಗೆ ಕನ್ನಡ ಕಲಿಸಿದವರು, ಸಾಹಿತ್ಯದ ಪ್ರೀತಿ ಮೂಡಿಸಿದವರು ಶಿವಶಂಕರ ಶಾಸ್ತ್ರಿಗಳು. ಹಸನ್ಮುಖಿ, ಸ್ವಾರಸ್ಯವಾದ ಪಾಠ–ಈಗಲೂ ಕನ್ನಡದ ನನ್ನ ಬೆಳವಣಿಗೆಯಲ್ಲಿ ನಾನು ಮೊದಲು ನೆನಪಿಸಿಕೊಳ್ಳುವುದು ಮನೆಯ ಪಾಠ– ನನ್ನ ಅಪ್ಪ ಅಗ್ರಾಳ ಪುರಂದರ ರೈ ಅವರದ್ದು, ಶಾಲೆಯ ಮೊದಲ ಪಾಠ– ಶಿವಶಂಕರ ಶಾಸ್ತ್ರಿಗಳದ್ದು. ಅವರು ಶಿವಶಂಕರ ಮಣಿಲ ಎಂಬ ಹೆಸರಿನಲ್ಲಿ ಲೇಖನ ಬರೆಯುತ್ತಿದ್ದರು. ಯಕ್ಷಗಾನದಲ್ಲಿ ಅರ್ಥ ಹೇಳುತ್ತಿದ್ದ, ವೇಷ ಹಾಕುತ್ತಿದ್ದ ಅವರು ರಚಿಸಿದ 'ಜಾಪಾನಿ ಕೃಷಿ ವಿಜಯ' ಎನ್ನುವ ಯಕ್ಷಗಾನ ಪ್ರಸಂಗ ಪ್ರಕಟವಾಗಿ ಜನಪ್ರಿಯ ಆಗಿತ್ತು. ಅದರ ಯಕ್ಷಗಾನ ಪ್ರದರ್ಶನದಲ್ಲಿ ಅವರು ಪಾತ್ರ ಕೂಡಾ ವಹಿಸಿದ್ದರು. ವೆಂಕಟರಮಣ ಶಾಸ್ತ್ರಿ ಅವರು ವೃತ್ತಿ ಮಾಸ್ತರು. ಶಾಲೆಯಲ್ಲಿ ಹೊಲಿಗೆ ಸಹಿತ ಅನೇಕ ಕರಕುಶಲ ಕಲೆಗಳನ್ನು ನಮಗೆ ಕಲಿಸುತ್ತಿದ್ದದ್ದು ಆ ವೃತ್ತಿ ಮಾಸ್ತರು.

ಶಾಲೆಯ ಒಂದು ಚಿಕ್ಕ ಕೋಣೆಯಲ್ಲಿ ಮಕ್ಕಳಿಗೆ ಪ್ರಾಯೋಗಿಕ ತರಬೇತಿಗೆ ಬೇಕಾದ ಸಾಮಗ್ರಿಗಳು ಇದ್ದುವು. ಮಕ್ಕಳಿಗೆ ಲೆಕ್ಕ ಮಾಡಲು ಕಲಿಸಲು ಹೊಂಗೆಕಾಯಿ ಬೀಜ, ಮಂಜೊಟ್ಟಿ ಕಾಯಿ ಇವನ್ನು ಚೀಲಗಳಲ್ಲಿ ತುಂಬಿಸಿ ಇಡುತ್ತಿದ್ದರು. ಅಲ್ಲಿ ಹೊಯಿಗೆ,

ಕಡಿ–ಇವನ್ನು ರಾಶಿಹಾಕಿರುತ್ತಿದ್ದರು. ಒಂದು ಮತ್ತು ಎರಡನೆಯ ತರಗತಿಗಳ ಕೋಣೆಗಳ ಗೋಡೆಗಳಲ್ಲಿ ಪ್ರಾಣಿ ಪಕ್ಷಿ ಸರೀಸೃಪಗಳ ಚಿತ್ರಗಳನ್ನು ರಟ್ಟಿಗೆ ಅಂಟಿಸಿ ನೇತುಹಾಕುತ್ತಿದ್ದರು. ಮ್ಯಾಪ್‌ಗಳು, ಗೋಳಗಳು, ಆಟಿಕೆಗಳು ಅಲ್ಲಿ ನಮಗೆ ಹೊಸ ಪಾಠವನ್ನು ಕೊಡಲು ನೆರವಾಗುತ್ತಿದ್ದವು.

ಈ ಶಾಲೆಯಲ್ಲಿ ವಿದ್ಯೆಯ ಜೊತೆಗೆ ಓದುವಿಕೆ ಸಾಹಿತ್ಯ ಕಲೆ ಕ್ರೀಡೆ ಮುಂತಾದ ಅನೇಕ ಚಟುವಟಿಕೆಗಳಿಗೆ ಅವಕಾಶ ಕಲ್ಪಿಸಲಾಗಿತ್ತು. ಶಾಲೆಯಲ್ಲಿ ಒಂದು 'ಬಾಲಕ ವಾಚನಾಲಯ' ಇತ್ತು. ಇದರಲ್ಲಿ ಮಕ್ಕಳ ಸಾಹಿತ್ಯದ ಆಗಿನ ಹೆಚ್ಚಿನ ಪುಸ್ತಕಗಳು ದೊರೆಯುತ್ತಿದ್ದುವು. ನಮಗೆ ವಾಚನಾಲಯದಲ್ಲಿ ಓದುವುದನ್ನು ಕಡ್ಡಾಯ ಮಾಡಿದ್ದರು. ಮಂಗಳೂರಿನ ಬಾಲಸಾಹಿತ್ಯ ಮಂಡಳಿಯ ಎಲ್ಲ ಪುಸ್ತಕಗಳನ್ನು ಆ ಕಾಲದಲ್ಲೇ ಅಲ್ಲಿ ನಾನು ಓದಿ ಮುಗಿಸಿದ್ದೆ. ಪಂಜೆ ಮಂಗೇಶರಾಯರ ಕವನಗಳು ಕತೆಗಳು ನಮಗೆ ಬಹಳ ಪ್ರಿಯವಾಗಿದ್ದುವು. ಕೋಟಿ ಚೆನ್ನಯ, ಅಗೋಳಿ ಮಂಜಣ್ಣ, ಗುಡು ಗುಡು ಗುಮ್ಮಟ ದೇವರು, ಕಾಗೆ ಸತ್ತು ಹೇನು ಬಡವಾಯಿತು, ಅರ್ಗಣೆ ಮುದ್ದೆ, ಕೋ ಕೋ ಕೋ ಕೋಳಿ – ಇವೆಲ್ಲ ಆಗ ಓದಿ ಮತ್ತೆ ಮತ್ತೆ ಮೆಲುಕು ಹಾಕಿದ ಕತೆ ಪುಸ್ತಕಗಳು. 'ಚಂದಮಾಮ' ಕತಾಸಂಚಿಕೆ ನಮ್ಮ ನಿಗದಿತ ಓದಿಗೆ ಸಿಗುತ್ತಿತ್ತು. ಅದರ ಒಂದು ವರ್ಷದ ಎಲ್ಲ ಸಂಚಿಕೆಗಳನ್ನು ಬೈಂಡ್ ಮಾಡಿ, ಒಂದೊಂದು ಸಂಪುಟಗಳನ್ನು ಒಟ್ಟುಮಾಡಿ ಇಡುತ್ತಿದ್ದರು. ಕಾರಂತರ ಪುಸ್ತಕಗಳನ್ನು ನಾನು ಮೊದಲು ಓದಿದ್ದು ಇಲ್ಲಿಯೇ.

ನಮ್ಮ ಶಾಲೆಗೆ ಸಾಹಿತಿಗಳನ್ನು ಕಲಾವಿದರನ್ನು ಕರೆಸಿ ಭಾಷಣ ಮಾಡಿಸುತ್ತಿದ್ದರು. ಶಿವರಾಮ ಕಾರಂತರ ಭಾಷಣವನ್ನು ನಾನು ಮೊದಲು ಕೇಳಿದ್ದು ನಮ್ಮ ಈ ಶಾಲೆಯಲ್ಲಿಯೇ. ಆಗ ಕಾರಂತರು ಪುತ್ತೂರಿನ ಬಾಲವನದಲ್ಲಿ ವಾಸಿಸುತ್ತಿದ್ದರು. ನಮ್ಮ ಶಾಲೆಯಲ್ಲಿ ಯಕ್ಷಗಾನ ತಾಳಮದ್ದಲೆ ಮತ್ತು ಪ್ರದರ್ಶನಗಳು ಬಹಳ ನಡೆಯುತ್ತಿದ್ದವು. ನಮ್ಮ ಹೆಡ್‌ಮಾಸ್ತರರು ಭಾಗವತರು. ಸ್ಥಳೀಯ ಕಲಾವಿದರಾಗಿ ಶಿವಶಂಕರ ಶಾಸ್ತ್ರಿ, ವೆಂಕಟರಮಣ ಶಾಸ್ತ್ರಿ, ಗುಂಡ್ಯಡ್ಕ ಮಹಾಬಲ ರೈ, ಬಣ್ಣದ ವೇಷಕ್ಕೆ ಉಗ್ರಾಣಿ ಮಾಧವ ಹೆಚ್ಚಾಗಿ ಇರುತ್ತಿದ್ದರು. ಕೆಲವೊಮ್ಮೆ ಹೊರಗಿನಿಂದಲೂ ಪ್ರಸಿದ್ಧ ಯಕ್ಷಗಾನ ಕಲಾವಿದರು ನಮ್ಮ ಶಾಲೆಯ ಕಾರ್ಯಕ್ರಮಗಳಲ್ಲಿ ಭಾಗವಹಿಸುತ್ತಿದ್ದರು. ದೇರಾಜೆ ಸೀತಾರಾಮಯ್ಯ, ಪೆರ್ಲ ಕೃಷ್ಣ ಭಟ್ಟ, ಕುರಿಯ ವಿಠಲ ಶಾಸ್ತ್ರಿ, ಮುಳಿಯ ಮಹಾಬಲ ಭಟ್ಟ, ಮಾಮ್ಬಾಡಿ ನಾರಾಯಣ ಭಾಗವತರು, ಪುತ್ತಿಗೆ ಜೋಯಿಸರು ಭಾಗವತರು ಮುಂತಾದವರು –ಇವರನ್ನೆಲ್ಲ ನಾನು ಮೊದಲು ನೋಡಿದ್ದು, ಅವರ ಮಾತುಗಳನ್ನು ಹಾಡುಗಾರಿಕೆಯನ್ನು ಕೇಳಿದ್ದು ನನ್ನ ಈ ಮೊದಲ ಪಾಠಶಾಲೆಯಲ್ಲಿ.

ಶಾಲೆಯಲ್ಲಿ ಮಕ್ಕಳಿಗೆ ತಮ್ಮ ಪ್ರತಿಭೆಯನ್ನು ಪ್ರಕಟಿಸಲು ಸಾಕಷ್ಟು ಅವಕಾಶಗಳು ಇದ್ದುವು. ನನ್ನ ಮಾತಿನ ಉದ್ಯೋಗಕ್ಕೆ ನಾಂದಿ ಆದದ್ದು ಇಲ್ಲಿಯೇ. ಮಕ್ಕಳ ಚರ್ಚಾ ಸ್ಪರ್ಧೆ ಅಂತಹ ಒಂದು ಕಾರ್ಯಕ್ರಮ. ಅದರ ವಿಷಯಗಳೂ ವೈವಿಧ್ಯಮಯ – ಹಳ್ಳಿ ಮೇಲೋ ಪೇಟೆ ಮೇಲೋ, ಚಿನ್ನ ಮೇಲೋ ಕಬ್ಬಿಣ ಮೇಲೋ ಇತ್ಯಾದಿ. ಶಾಲೆಯ ವಾರ್ಷಿಕೋತ್ಸವ ಎಂದರೆ ಅಲ್ಲಿ ಒಂದರಿಂದ ಎಂಟನೆಯ ತರಗತಿಯ ಪ್ರತಿ ಒಬ್ಬರಿಗೂ ಒಂದಲ್ಲ ಒಂದು ರೀತಿಯ ಪಾತ್ರ ಇರುತ್ತಿತ್ತು. ಅಧ್ಯಾಪಕರಾದ ಮರಿಯಪ್ಪ ಶಾಸ್ತ್ರಿ, ಶಿವಶಂಕರ ಶಾಸ್ತ್ರಿ, ವೆಂಕಟರಮಣ ಶಾಸ್ತ್ರಿಗಳ ಮುಂದಾಳುತನದಲ್ಲಿ ಮಕ್ಕಳಿಂದ ನಾಟಕ, ಏಕಪಾತ್ರಾಭಿನಯ,

ಹಾಡು, ಕುಣಿತ, ಕತೆ ಹೇಳುವುದು – ಇಂತಹ ಬಗೆ ಬಗೆಯ ಕಾರ್ಯಕ್ರಮಗಳು ನಡೆಯುತ್ತಿದ್ದುವು. ಅಂತಹ ಅನೇಕ ಚಟುವಟಿಕೆಗಳಲ್ಲಿ ಭಾಗವಹಿಸಿದ ನನಗೆ ಅದರ ಪ್ರಯೋಜನ ಮುಂದೆ ಬದುಕಿನ ಅನೇಕ ಸಂದರ್ಭಗಳಲ್ಲಿ ದೊರೆತಿದೆ. ನಾನು ಎಂಟನೆಯ ತರಗತಿಯಲ್ಲಿ ಭಾಗವಹಿಸಿದ ಒಂದು ನಾಟಕ ಮತ್ತು ಅದರ ಪಾತ್ರ ಈಗಲೂ ನೆನಪಿದೆ. ಅದು ಎಸ್.ಆರ್. ಚಂದ್ರ ಅವರು ಬರೆದ 'ಒಗ್ಗರಣೆ' ಎಂಬ ವಿನೋದ ಪ್ರಬಂಧಗಳ ಸಂಕಲನದ ಒಂದು ಪ್ರಬಂಧದ ಆಧಾರದಲ್ಲಿ ರೂಪಿತವಾದ, ಸಾಹಿತ್ಯದ ಕುರಿತ ವಿದ್ವಾಂಸರ ಜಗಳದ ಒಂದು ನಾಟಕ ರೂಪ.ಆ ನಾಟಕ ರೂಪವನ್ನು ಸಿದ್ಧಪಡಿಸಿ, ನಮಗೆ ತರಬೇತು ಕೊಟ್ಟವರು ಶಿವಶಂಕರ ಶಾಸ್ತ್ರಿಯವರು. ನನ್ನದು ಅದರಲ್ಲಿ ಸಾಂಪ್ರದಾಯಿಕ ಕವಿಪಂಡಿತರ ಮಗ ನವ್ಯಕವಿಯ ಪಾತ್ರ. ಅದು ಅರೆಬರೆ ಇಂಗ್ಲಿಶ್ ಕಲಿತ ಒಬ್ಬ ತರುಣ ಕವಿಯ ವ್ಯಂಗ್ಯ ಪಾತ್ರ. ನಾನು ಸಾಹಿತ್ಯ ರಂಗಕ್ಕೆ ಬರುತ್ತೇನೆ ಎನ್ನುವ ಕಲ್ಪನೆಯೇ ಇಲ್ಲದ ಆ ಕಾಲದಲ್ಲಿ ನಾಟಕರಂಗದಲ್ಲಿ ನಾನು ನಿರ್ವಹಿಸಿದ ಸಾಹಿತಿಯ ಪಾತ್ರ!

ಶಾಲೆಯಲ್ಲಿ ನಾಟಕ, ಯಕ್ಷಗಾನಗಳಂತೆ ಹರಿಕತೆಗಳೂ ನಡೆಯುತ್ತಿದ್ದುವು. ಆ ಕಾಲಕ್ಕೆ ಹರಿದಾಸರಾಗಿ ಪ್ರಸಿದ್ಧಿಗೆ ಬರುತ್ತಿದ್ದ ಶೇಣಿ ಗೋಪಾಲಕೃಷ್ಣ ಭಟ್ಟರ ಹರಿಕತೆಯನ್ನು ನಾನು ಮೊದಲು ಕೇಳಿದ್ದು ಇಲ್ಲಿ ವಿದ್ಯಾರ್ಥಿಯಾಗಿ. ಆಗ ಶೇಣಿಯವರು ಯಕ್ಷಗಾನ ಕ್ಷೇತ್ರಕ್ಕೆ ಪ್ರವೇಶ ಮಾಡಿರಲಿಲ್ಲ. ಮಲ್ಪೆ ಶಂಕರನಾರಾಯಣ ಸಾಮಗರ ಹರಿಕತೆಯನ್ನೂ ಅದೇ ಅವಧಿಯಲ್ಲಿ ಆಲಿಸಿದ್ದು.

ಮಣಿಲದ ಮನೆಗೆ ನಮ್ಮನ್ನು ವಿದ್ಯಾರ್ಥಿಗಳನ್ನು ಒಂದು ಬಾರಿ ಕರೆದುಕೊಂಡು ಹೋಗಿ, ಅವರ ಅಡಕೆ ತೋಟದ ಕೃಷಿ, ಅದರ ನೀರಾವರಿ ವ್ಯವಸ್ಥೆ ತೋರಿಸಿ, ನಮಗೆಲ್ಲ ಅವರ ಮನೆಯಲ್ಲಿ ಲೋಟದಲ್ಲಿ ಒಳ್ಳೆಯ ಕಾಫಿ ಕೊಟ್ಟಿದ್ದರು. ನಾವು ಅಲ್ಲಿ ಕುಡಿದ ಕಾಫಿಯ ಲೋಟಗಳನ್ನು ನಾವು ಮಕ್ಕಳು ಯಾರೂ ತೊಳೆಯಲಿಲ್ಲ. ನಾವು ಬೆಳಗ್ಗೆ ಮನೆಯಿಂದ ಶಾಲೆಗೆ ಬರುವಾಗ ಮಧ್ಯಾಹ್ನದ ಊಟಕ್ಕೆ ಬುತ್ತಿ ಕಟ್ಟಿಕೊಂಡು ಬರುತ್ತಿದ್ದೆವು. ಅದನ್ನು ಇಡುವುದಕ್ಕೆ ಬುತ್ತಿಯ ಒಂದು ಸಣ್ಣ ಕೋಣೆ ಇತ್ತು. ನಮ್ಮ ಬುತ್ತಿಯಲ್ಲಿ ಅನೇಕ ಬಾರಿ ಮೀನಿನ ಪದಾರ್ಥ (ಬಂಗುಡೆ, ಬೂತಾಯಿ) ಇರುತ್ತಿತ್ತು. ಅದನ್ನು ತರುವುದಕ್ಕಾಗಲೀ ಇತರರ ಎದುರು ಉಣ್ಣುವುದಕ್ಕಾಗಲೀ ಯಾವುದೇ ಕಟ್ಟುಪಾಡು ಇರಲಿಲ್ಲ.

ಪ್ರತಿಯೊಬ್ಬರಿಗೂ ಒಂದು ವ್ಯಕ್ತಿಗತ ಬದುಕು ಇರುತ್ತದೆ, ಒಂದು ಕೌಟುಂಬಿಕ ಜಗತ್ತು ಇರುತ್ತದೆ, ಒಂದು ಸಮುದಾಯದ ನಿಯಮಾವಳಿ ಇರುತ್ತದೆ, ಒಂದು ಸಂಸ್ಕೃತಿಯ ನೆಲೆ ಇರುತ್ತದೆ. ಆದರೆ ಅದು ಇನ್ನೊಬ್ಬರ ನಂಬಿಕೆ, ಸಂಸ್ಕೃತಿ ಮತ್ತು ಲೋಕದೃಷ್ಟಿಯನ್ನು ಗೌರವಿಸುವ ಸಹನೆಯ ಪಾಠವನ್ನು ಕಲಿಸಿದಾಗ, ಅದು ಮುಂದಿನ ಬದುಕಿನುದ್ದಕ್ಕೂ ನಮ್ಮನ್ನು ಕಾಪಾಡಿಕೊಂಡು ಬರುತ್ತದೆ. ಅದು ನಿರಂತರ ಹರಿಯುವ ನದಿಯಂತೆ; ಅದರ ನೀರು ಎಂದೂ ಜಡವಾಗುವುದಿಲ್ಲ, ಕೊಳೆಯುವುದಿಲ್ಲ. ಅದು ಶುದ್ಧ ಮತ್ತು ಮುಕ್ತ.

ಪರಿಯಾಲ್ತಡ್ಕ ಹೈಯರ್ ಎಲಿಮೆಂಟರಿ ಶಾಲೆ ನನ್ನ ಪಾಲಿಗೆ ಅಂತಹ ಶುದ್ಧ ನೀರು ಹರಿಸಿದ ನನ್ನ ಬದುಕಿನ ಮೊದಲ 'ಅಡ್ಕ.'

'ಉದಯವಾಣಿ', ೧೨ ಆಗಸ್ಟ್ ೨೦೧೮

ಅಮ್ಮಂದಿರ ನೆನಪಿನಲ್ಲಿ ಸರ್ವರಿಗೆ ಸಮಬಾಳು

ಈ ಬಾರಿ ಜರ್ಮನಿಗೆ ಬಂದು ಒಂದು ವಾರದಲ್ಲಿ 'ಮದರ್ಸ್ ಡೇ'ಯ ದಿನ (೧೮ ಮೇ ೨೦೧೧) ನಾವು ಐವರು ವ್ಯೂರ್ತ್ಸ್‌ಬುರ್ಗ್ ಹೊರಗಣ ಚಿಕ್ಕ ಊರು ಫಾಲ್ಕ ಬಳಿಗೆ ತಿರುಗಾಟ ಹೊರಟೆವು. ಪ್ರೊಫೆಸರ್ ಬ್ರೂಕ್ನರ್, ಅಮೇರಿಕಾದ ಅರಿಜೋನ ವಿಶ್ವವಿದ್ಯಾಲಯದ ಪ್ರೊ. ಅನ್ನೇ ಫೆಲ್ಡ್‌ಹೌಸ್, ಅವರ ಗಂಡ ಅದೇ ವಿಶ್ವವಿದ್ಯಾಲಯದ ಪ್ರೊ.ಸ್ಟೀವ್, ಕೋಕಿಲ ಮತ್ತು ನಾನು. ದಾರಿಯಲ್ಲಿ ನದಿಯನ್ನು ಕಾರಿನಲ್ಲಿ ಕಡವು ಮೂಲಕ ದಾಟಿ, ಸಣ್ಣ ಹಳ್ಳಿಯೊಂದರಲ್ಲಿ ರೆಸ್ಟೋರೆಂಟ್‌ನಲ್ಲಿ ಊಟಕ್ಕೆ ಹೋದರೆ, ಅಲ್ಲಿ ಜನಸಾಗರ. ಮದರ್ಸ್ ಡೇಯ ಸಂಭ್ರಮ ಆಚರಣೆಯ ಜನ ಸಮುದಾಯ. ಕೊನೆಗೂ ಜಾಗ ಪಡೆದು, ಊಟಕ್ಕೆ ಕುಳಿತಾಗ, ಅಮ್ಮಂದಿರ ನೆನಪು. ಸ್ಟೀವ್ ಅವರ ಅಮ್ಮ ತೊಂಬತ್ತನಾಲ್ಕು ವರ್ಷದ ಹೆಲೆನ್ ವಿಗ್ಲೆಸ್ ವರ್ತ್ ಸ್ವತಂತ್ರವಾಗಿ ಅಮೇರಿಕಾದ ಮಯಾಮಿ ಬೀಚ್ ಬಳಿ ಚೆನ್ನಾಗಿ ಬದುಕುತ್ತಿರುವ ಸಂಗತಿ ಹೇಳುತ್ತಾ ತನ್ನ ಅಮ್ಮನ ಅಪೂರ್ವ ಗುಣಗಳ ಕಥನಗಳನ್ನು ಹೇಳತೊಡಗಿದರು. ಅಮ್ಮನ ಹಳೆಯ ನೆನಪುಗಳ ಸಂಗತಿಗಳನ್ನು ಬಿತ್ತರಿಸಿದರು. ಈಗಲೂ ತನ್ನನ್ನು ಮಗುವಿನಂತೆ ವಿಚಾರಿಸಿಕೊಳ್ಳುವ ಸಾಂತ್ವನದ ಮನೋಧರ್ಮವನ್ನು ವಿವರಿಸಿದರು. ಅನ್ನೇ ಫೆಲ್ಡ್‌ಹೌಸ್ ತೊಂಬತ್ತು ವರ್ಷ ಬದುಕಿ ೨೦೦೦ದಲ್ಲಿ ತೀರಿಹೋದ ತನ್ನ ಅಮ್ಮನ ನೆನಪು ಮಾಡಿಕೊಂಡರು. ಬ್ರೂಕ್ನರ್ ಅವರು ೮೮ ವರ್ಷ ದಾಟಿ ಈಗಲೂ ತನ್ನ ಊರಿನಲ್ಲಿ ಸ್ವತಂತ್ರವಾಗಿ ಬದುಕುತ್ತ ಎಲ್ಲ ಜೀವನಾಸಕ್ತಿ ಉಳ್ಳ ತನ್ನ ಅಮ್ಮನೊಡನೆ ಬೆಳಗ್ಗೆ ತಾನೇ ಫೋನಿನಲ್ಲಿ ಮಾತಾಡಿದ ವಿಷಯ ತಿಳಿಸುತ್ತಾ, ಈಗಲೂ ಅಮ್ಮನ ಜೀವನಾಸಕ್ತಿಯ ಕಥನವನ್ನು ಬಿಚ್ಚಿಟ್ಟರು. ಕೋಕಿಲ ಮಂಗಳೂರಿನ ಬಳಿ ಕಾವೂರಿನಲ್ಲಿ ಇರುವ ಎಪ್ಪತ್ತೈದರ ವಯಸ್ಸಿನ ತನ್ನ ಅಮ್ಮನ ಬಗ್ಗೆ ಹೇಳುತ್ತಾ ತಾನು ಬೆಳಗ್ಗೆ ಫೋನಿನಲ್ಲಿ ಅಮ್ಮನ ಆರೋಗ್ಯ ವಿಚಾರಿಸಿದ ಸುದ್ದಿ ಹೇಳಿದಳು.ಕೊನೆಯದ್ದು ನನ್ನ ಸರದಿ. ಕಳೆದ ವರ್ಷ ಇದೇ ತಿಂಗಳು ನಾನು ಮತ್ತು ಕೋಕಿಲ ವ್ಯೂರ್ತ್ಸ್‌ಬುರ್ಗ್‌ನಲ್ಲಿ ಇದ್ದ ಸಂದರ್ಭ ಮೇ ಹತ್ತೊಂಬತ್ತರಂದು ಅಮ್ಮನನ್ನು ಕಳೆದು ಕೊಂಡದ್ದು. ಮೇ ೨೭ರಂದು ನನ್ನ ಬ್ಲಾಗಿನಲ್ಲಿ ಬರೆದ 'ನೋವಿನ ಒಂದು ವಾರ' ಬರಹದ ಸಾರಾಂಶವನ್ನು ಅವರಿಗೆ ಹೇಳಿದೆ.

ನಾನು ಈ ಬಾರಿ ಕರ್ನಾಟಕದಲ್ಲಿ ಇದ್ದಾಗ, ನನ್ನ ಬ್ಲಾಗ್ ಬರಹಗಳ ಸಂಕಲನ 'ಬ್ಲಾಗಿಲನು ತೆರೆದು' ಬೆಂಗಳೂರಲ್ಲಿ ಸರಿಯಾಗಿ ಒಂದು ತಿಂಗಳ ಹಿಂದೆ ಎಪ್ರಿಲ್ ೧೮ರಂದು ಬಿಡುಗಡೆ ಆಯಿತು. ಪುಸ್ತಕ ಬಿಡುಗಡೆ ಮಾಡಿದ ಯು.ಆರ್. ಅನಂತಮೂರ್ತಿ, ಅತಿಥಿಗಳಾಗಿದ್ದ ಸಿ.ಎನ್. ರಾಮಚಂದ್ರನ್ ಮತ್ತು ನಾ. ದಾಮೋದರ ಶೆಟ್ಟಿ ಎಲ್ಲರೂ ಆ ಪುಸ್ತಕದ 'ನೋವಿನ ಒಂದು ವಾರ' ಲೇಖನದ ಬಗ್ಗೆ ವಿಶೇಷವಾಗಿ ಉಲ್ಲೇಖ ಮಾಡಿದರು. ಬಹುತೇಕ ಲಘು ಧಾಟಿಯ, ಹಾಸ್ಯದ, ವಿಡಂಬನೆಯ, ವಿಮರ್ಶೆಯ ಬರಹಗಳ ನಡುವೆ ವಿಷಾದದ ಆರ್ದ್ರವಾದ ಈ ಲೇಖನ ಬೇರೆಯಾಗಿ ನಿಲ್ಲುತ್ತದೆ ಎನ್ನುವ ಅಭಿಪ್ರಾಯಗಳು ಪ್ರಕಟ ಆದುವು. ಒಂದು ಅರ್ಥದಲ್ಲಿ ಅವರು ಹೇಳಿದ್ದು ಸರಿಯೇ. ಆದರೆ ನನ್ನ ಅಂತಹ ಬರಹಗಳ ಹಿಂದಿನ ಪ್ರೇರಣೆ ಮತ್ತು ಶಕ್ತಿ ಕೂಡ ನನ್ನ ಅಮ್ಮ ಮತ್ತು ಅಪ್ಪ.

ಸಾಮಾಜಿಕತೆ, ಸಾಮುದಾಯಿಕತೆ, ಸಮಾನತೆ–ಇವನ್ನು ಆಧುನಿಕ ಪ್ರಜಾಪ್ರಭುತ್ವದ ತತ್ವಗಳೆಂದು ಭಾವಿಸಲಾಗುತ್ತದೆ. ಆದರೆ ಜಗತ್ತಿನಾದ್ಯಂತ ಅಮ್ಮಂದಿರು ಇವುಗಳನ್ನು ಬದುಕಿದ್ದಾರೆ ಮತ್ತು ತಮ್ಮ ಮಕ್ಕಳಿಗೆ ಬಿಟ್ಟುಹೋಗಿದ್ದಾರೆ. ಇದಕ್ಕೆ ಗ್ರಂಥಗಳ, ಸಂವಿಧಾನದ, ಪ್ರಣಾಳಿಕೆಗಳ, ಪ್ರವಚನಗಳ, ಸಿದ್ಧಾಂತಗಳ ಸಾಕ್ಷಿಗಳು ಇಲ್ಲ. ನಾವು ಇವತ್ತು ಹೇಳುವ ಮೌಲ್ಯಗಳು, ಆದರ್ಶಗಳು ಇವನ್ನು ತುಂಬಾ ಸಹಜವಾಗಿ ಅವರೆಲ್ಲ ಬದುಕಿದ್ದಾರೆ. ಸಕಲ ಜೀವರಾಶಿಗಳನ್ನು ಪ್ರೀತಿಯಿಂದ ಕಾಣುವುದು, ಯಾರಲ್ಲೂ ಭೇದಭಾವ ಮಾಡದಿರುವುದು, ದ್ವೇಷ ಇಲ್ಲದೆ ಮನೆ ಊರು ಕಟ್ಟುವುದು, ತನ್ನ ಮಕ್ಕಳಂತೆ ಎಲ್ಲ ಮಕ್ಕಳನ್ನು ಕಾಣುವುದು–ಇವನ್ನು ಅನೇಕ ಅಮ್ಮಂದಿರು 'ಸಾಧನೆ' ಎಂದು ಪರಿಗಣಿಸದೆ, ಇನ್ನೊಬ್ಬರೊಡನೆ ಹೆಚ್ಚುಗಾರಿಕೆ ಎಂದು ಹೇಳಿಕೊಳ್ಳದೆ ಆಗುಮಾಡಿದ್ದಾರೆ.

ಬಹುತೇಕ ಅಮ್ಮಂದಿರಂತೆ ನನ್ನ ಅಮ್ಮ ಯಮುನಾ ಕೂಡ ಧಾರ್ಮಿಕರಾಗಿದ್ದರು. ದೇವರನ್ನು ನಂಬುತ್ತಿದ್ದರು, ಪ್ರಾರ್ಥನೆ ಮಾಡುತ್ತಿದ್ದರು, ವಿಶೇಷ ದಿನಗಳಂದು ದೇವಸ್ಥಾನಗಳಿಗೆ ಹೋಗುತ್ತಿದ್ದರು. ಅವರ ಬದುಕಿನಲ್ಲಿ ಅವರು ಅಪಾರ ಕಷ್ಟ ನೋವು ಅನುಭವಿಸಿದ್ದರು. ಹಿರಿಯರಿಗೆ ಆಸ್ತಿ ಇದ್ದರೂ ಅದು ದೊರೆಯದೆ ಮಕ್ಕಳನ್ನು ಸಾಕಲು ಪಟ್ಟ ಪಾಡು, ಸಣ್ಣ ಕೃಷಿಯಲ್ಲಿ ಬದುಕುವ ಒದ್ದಾಟ, ಹಸು ಕಟ್ಟಿ ಹಾಲು ಮಾರಿ ರೇಶನ್ ಅಕ್ಕಿ ಪಡೆಯಲು ಪಟ್ಟ ಕಷ್ಟಗಳು–ಇವು ಯಾವುವೂ ಅವರ ಜೀವನಶ್ರದ್ಧೆಯನ್ನು ಕುಗ್ಗಿಸಲಿಲ್ಲ. ನಾನು ಪುತ್ತೂರಿನಲ್ಲಿ ಹೈಸ್ಕೂಲು ವಿದ್ಯಾರ್ಥಿಯಾಗಿದ್ದಾಗ, ಅವರಿಗೆ ಆದ ಮಾನಸಿಕ ಆಘಾತದ ಒತ್ತಡವನ್ನು ತಡೆಯಲಾರದೆ ಸತ್ಯಸಾಯಿ ಬಾಬಾ ಮೊರೆ ಹೋದದ್ದು. ಸಾಂತ್ವನಕ್ಕೆ ಭರವಸೆಯ ಹುಲ್ಲುಕಡ್ಡಿ ಸಿಕ್ಕಿದರೂ ಅದೇ ದೇವರಾಗುತ್ತದೆ. ಆದರೆ ಇವು ಎಲ್ಲವುಗಳ ನಡುವೆಯೂ ದುಡಿಮೆ ಮತ್ತು ಎಲ್ಲರನ್ನೂ ಸಮಾನವಾಗಿ ಕಾಣುವ, ತನಗೆ ಉಣ್ಣಲು ಇಲ್ಲದಾಗಲೂ ಬೇರೆಯವರಿಗೆ ಕೊಡುವ ಔದಾರ್ಯ ಇವನ್ನು ದೇವರ ಬಗೆಗಿನ ನಂಬಿಕೆಗಿಂತ ಹೆಚ್ಚು ನಿಷ್ಠೆಯಿಂದ ವ್ರತದಂತೆ ನಡೆಸಿಕೊಂಡು ಬಂದರು. ನಮಗೆ ಅವರು ಸದಾ ಹೇಳುತ್ತಿದ್ದ ಮಾತು 'ಸೋಮಾರಿಯಾಗಿ ಬದುಕಬಾರದು' ಎಂದು.

ಅಮ್ಮ ಧಾರ್ಮಿಕರಾಗಿಯೂ, ಜಾತ್ಯತೀತರಾಗಿದ್ದರು. ಐದನೆಯ ತರಗತಿವರೆಗೆ ಮಾತ್ರ ಶಾಲೆಗೆ ಹೋಗಿದ್ದ ಅಮ್ಮ, ನಾನು ಮುಂದಿನ ದಿನಗಳಲ್ಲಿ ಪುಸ್ತಕಗಳಿಂದ ಓದಿದ

ಅನೇಕ ವಿಷಯಗಳನ್ನು ನನಗೆ ಬಾಲ್ಯದಲ್ಲೇ ಹೇಳಿಕೊಟ್ಟಿದ್ದರು ಮತ್ತು ತನ್ನ ಬದುಕಿನ ಉದ್ದಕ್ಕೂ ಆಚರಿಸಿ ದಾರಿ ತೋರಿಸುತ್ತಿದ್ದರು. ಜಾತಿಗಳ ಅಸ್ಪೃಶ್ಯತೆಯನ್ನು ಬಹಳ ಹಿಂದೆಯೇ ದೂರ ಮಾಡಿದ್ದರು. ಧರ್ಮದ ಭೇದಗಳನ್ನು ಸಹಿಸಿಕೊಳ್ಳುತ್ತಿರಲಿಲ್ಲ. ಮಂಗಳೂರಿನ ಮಾರ್ನಮಿಕಟ್ಟೆಯ ಬಳಿ ನಮ್ಮ ಮನೆಯಲ್ಲಿ ಇರುವಾಗ ಬೆಳಗ್ಗೆ ಆರು ಗಂಟೆಗೆ ವಾಕಿಂಗ್ ಹೊರಟರೆ ಮಂಗಳಾದೇವಿ ದೇವಸ್ಥಾನಕ್ಕೆ ಹೋಗಿ, ಬರುವಾಗ ಕಾಸಿಯಾ ಚರ್ಚಿಗೆ ಬಂದು ಎರಡೂ ಕಡೆ ನಮಸ್ಕರಿಸಿ ವಾಕಿಂಗ್ ಮುಗಿಸುತ್ತಿದ್ದರು. ಮಂಗಳೂರಲ್ಲಿ ಕೋಮುಗಲಭೆಗಳು ಆದಾಗ ಅವರು ಅನುಭವಿಸುತ್ತಿದ್ದ ನೋವು, ಅಸಮಾಧಾನವನ್ನು ಮಾತಿನಲ್ಲಿ ನೇರವಾಗಿ ವ್ಯಕ್ತಪಡಿಸುತ್ತಿದ್ದರು. ಮನುಷ್ಯರ ಬದುಕಿಗಿಂತ ಧರ್ಮದೇವರು ದೊಡ್ಡದಲ್ಲ ಎನ್ನುತ್ತಿದ್ದರು. ಸರಿಯಾಗಿ ನಲುವತ್ತು ವರ್ಷಗಳ ಹಿಂದೆ, ಕಳೆದ ಶತಮಾನದ ಎಪ್ಪತ್ತರ ದಶಕದ ಆರಂಭದಲ್ಲೇ ಮಾನವವಿಜ್ಞಾನದ ನನ್ನ ಓದು, ತುಳುನಾಡಿನ ಭೂತಗಳ ಬಗ್ಗೆ ನಾನು ನಡೆಸಿದ ಅಧ್ಯಯನ, ಕರಾವಳಿ ಕರ್ನಾಟಕದ ಹಳ್ಳಿ ಹಳ್ಳಿಗಳಲ್ಲಿ ಸುತ್ತಾಡಿ ನಾನು ಪಡೆದ ಅನುಭವಗಳು – ಇವೆಲ್ಲ ಒಟ್ಟು ಸೇರಿ, ವಿಚಾರ ಸಾಹಿತ್ಯದ ಓದಿಗೆ ಮೊದಲೇ, ಧರ್ಮ ದೇವರುಗಳ ಬಗೆಗಿನ ನನ್ನ ನೋಟಗಳನ್ನು ನಾನು ಮರುರೂಪಿಸಿದಾಗ, ಆರಂಭದಲ್ಲಿ ಅಮ್ಮ ಬೇಸರಗೊಂಡದ್ದು ಉಂಟು. ಆದರೆ ಅದು ಉಳಿದವರ ಬದುಕಿನ ಕ್ರಮಕ್ಕೆ ಅಡ್ಡಿಪಡಿಸದಿರುವ ಸ್ವಾಯತ್ತತೆ ಎಂದು ಗೊತ್ತಾದ ಬಳಿಕ ಅಮ್ಮ ನನ್ನ ನಿಲುವನ್ನು ಒಪ್ಪಿಕೊಂಡರು. ತಾನು ಮಾಡುವ ಕೆಲಸ ಮತ್ತು ಪ್ರಾಮಾಣಿಕತೆ ಶ್ರದ್ಧೆ ಎಲ್ಲ ಧರ್ಮಕ್ಕಿಂತ ಮುಖ್ಯ ಎನ್ನುವ ಅಮ್ಮನ ನಂಬಿಕೆ ನನ್ನ ಬಗೆಗಿನ ಅವರ ಪ್ರೀತಿಯನ್ನು ಇನ್ನಷ್ಟು ಗಾಢವಾಗಿಸಿದ್ದು, ಅದು ನನಗೆ ಬದುಕಿನುದ್ದಕ್ಕೂ ಆಸರೆ ಯಾಗಿತ್ತು.

ಅಮ್ಮ, ಕುಮಾರವ್ಯಾಸ ಮತ್ತು ಜೈಮಿನಿ ಭಾರತದ ಪದ್ಯಗಳನ್ನು ಗಮಕದ ಮಾದರಿಯಲ್ಲಿ ಪುಸ್ತಕ ನೋಡದೆಯೇ ಗಂಟೆಗಟ್ಟಲೆ ಹಾಡುತ್ತಿದ್ದರು. ಅವರು ಸಂಗೀತ, ಗಮಕ ಅಭ್ಯಾಸ ಮಾಡಿದವರು ಅಲ್ಲ. ಆದರೆ ಅವರ ಕನ್ನಡ ಉಚ್ಚಾರಣೆಯ ಸ್ಪಷ್ಟತೆ, ಹಾಡಿನ ಧಾಟಿ ಅನುಪಮ. ಕುಮಾರವ್ಯಾಸ ಭಾರತದ 'ವಿಧುರ ನೀತಿ' ಅವರಿಗೆ ತುಂಬಾ ಪ್ರಿಯವಾದ ಭಾಗ. ಅದು ಅವರ ಬದುಕಿನ ನಿಜವಾದ ನೀತಿ ಕೂಡ ಆಗಿತ್ತು. ತುಳುಕವಿ ಎನ್.ಎಸ್. ಕಿಲ್ಲೆ ಅವರ 'ಕಾನಿಗೆ' ತುಳು ಕವನ ಸಂಕಲನದ ಕವನಗಳನ್ನು ಅಮ್ಮ ಭಾವಪೂರ್ಣವಾಗಿ ಸುಶ್ರಾವ್ಯವಾಗಿ ಹಾಡುತ್ತಿದ್ದರು. 'ತೂಂಕುವೆ ತೊಟ್ಟಿಲ್ ಮಾನಾವೆ ಬಾಲೆ', 'ಪತ್ತವತಾರ' ಅವರಿಗೆ ಹೆಚ್ಚು ಇಷ್ಟವಾದ ಕವನಗಳು. ಶಿವರಾಮ ಕಾರಂತರ ಪತ್ನಿ ಲೀಲಾ ಕಾರಂತ ಮತ್ತು ನನ್ನ ಅಮ್ಮ ಪ್ರಾಣ ಗೆಳತಿಯರು. ನಾವು ಚಿಕ್ಕ ಹುಡುಗರಾಗಿದ್ದಾಗ ಲೀಲಾ ಕಾರಂತರು ಮಕ್ಕಳೊಡನೆ ಪುಣಚಾದ ಅಗ್ರಾಳದ ನಮ್ಮ ಮನೆಗೆ ಬಂದು ಅಮ್ಮನೊಡನೆ ಸಾಹಿತ್ಯ ಸಂಗೀತ ಮಾತಾಡುತ್ತಾ, ಅಮ್ಮನಿಗೆ ಬಗೆ ಬಗೆಯ ಸಸ್ಯಾಹಾರಿ ಅಡುಗೆ ಕಲಿಸುತ್ತಾ ಇರುತ್ತಿದ್ದರು. ಲೀಲಾ ಕಾರಂತರು ತೀರಿಹೋದಾಗ ಅಮ್ಮ ಊಟ ಮಾಡದೆ ಕಣ್ಣೀರು ಹಾಕುತ್ತಾ ಕುಳಿತಿದ್ದರು. ವಿ. ಸೀತಾರಾಮಯ್ಯ ಅವರ 'ವಿಶ್ವಾಸ' ಕವನವನ್ನು ಲೀಲಾ ಕಾರಂತರಿಂದ ಹಾಡಲು ಕಲಿತ ಅಮ್ಮ ಅದನ್ನು ಹಾಡಿದ ಸಾಲುಗಳು ಈಗಲೂ ಅನುರಣಿಸುತ್ತಿವೆ.

ಅಮ್ಮನ ಬಗ್ಗೆ ಹೇಳಲು ಸಾಕಷ್ಟು ಸಂಗತಿಗಳು ಇವೆ. ಬಡತನವನ್ನು ಒಂದು

ವರವನ್ನಾಗಿ ನೋಡಿದ ಅಮ್ಮ ನನಗೆ ಕಲಿಸಿದ್ದು ಅಪಾರ, ಬಿಟ್ಟುಹೋದದ್ದು ಬಹಳ. ಇದು ಅನೇಕ ಅಮ್ಮಂದಿರ ಸಂಕಥನ ಕೂಡಾ. 'ಅಮ್ಮಂದಿರ ದಿನ' ಮಕ್ಕಳು ತಮ್ಮ ತಮ್ಮ ಅಮ್ಮಂದಿರಿಗೆ ಶುಭಾಶಯ ಹೇಳುತ್ತಾರೆ, ಆಶೀರ್ವಾದ ಕೇಳುತ್ತಾರೆ, ಉಡುಗೊರೆ ಕೊಡುತ್ತಾರೆ. ಅದರೊಂದಿಗೆ ಅಮ್ಮಂದಿರ 'ನೆನಪು'ಗಳ ನೆನಪು ಮಾಡಿಕೊಂಡರೆ ಮತ್ತು ಅವನ್ನು ತಮ್ಮ ಬದುಕಿನಲ್ಲಿ ಆ ದಿನ ಮಾತ್ರ ಅಲ್ಲ, ದಿನ ದಿನ ನೆನಪು ಮಾಡಿಕೊಂಡರೆ, ಸಾಂತ್ವನಕ್ಕೆ ಮತ್ತೆ ಬೇರೆಯೇ ಗುರು, ಸ್ವಾಮಿ, ಬಾಬಾ ಬೇಕಾಗದಿರಬಹುದು: ಇಂದು ನಮಗೆ ಬೇಕಾಗಿರುವುದು ನಮಗೆ ಮತ್ತು ಎಲ್ಲರಿಗೆ ಜೊತೆಯಾಗಿಯೇ ಸಾಂತ್ವನ. 'ಸರ್ವರಿಗೆ ಸಮಪಾಲು, ಸರ್ವರಿಗೆ ಸಮಬಾಳು' ಕುವೆಂಪು ಅವರ ಈ ಸಂದೇಶ–ಅಮ್ಮಂದಿರ ಮೂಲಕ ನಮಗೆಲ್ಲರಿಗೆ.

೧೯ ಮೇ ೨೦೧೧

ಭಾಗ
7

ಗಿರಿಯವರ 'ಗತಿ ಸ್ಥಿತಿ'

ಸಮಕಾಲೀನ ನಾಗರಿಕ ಸಮಾಜದಲ್ಲಿ ಸ್ವತಂತ್ರ ವ್ಯಕ್ತಿತ್ವವಿಲ್ಲದೆ ಬದುಕುವ ಸಾವಿರಾರು ಜನರ ನಡುವೆ ಅನಿಶ್ಚಿತತೆಗೆ ಒಳಗಾಗಿರುವ- ಅವಸರ ಉದ್ವೇಗ ಪ್ರವೃತ್ತಿಯ ಇಂದಿನ ಯುವಕ ಪೀಳಿಗೆಯ ಸ್ಥಿತಿಯ ಗತಿಯನ್ನು ಬಿಂಬಿಸುವ ಕಾದಂಬರಿ ಗಿರಿಯವರ 'ಗತಿ ಸ್ಥಿತಿ'.

ಕಾದಂಬರಿಯ ಆರಂಭದಲ್ಲಿ ಆಟೋ ಹಿಡಿಯುವಾಗಿನಿಂದ ಸುರುವಾಗಿ, ಜೋಗದ ಕ್ಯಾಂಟೀನಿನಲ್ಲಿ ಮಾಣಿ ತರುವ 'ನೀರು' ತನ್ನ ಬಾಯಿಗೆ ಬೀಳುವುದು ಇನ್ನು ಯಾವ ಕಾಲಕ್ಕೋ ಅನ್ನಿಸುವಲ್ಲಿ ಕೊನೆಯಾಗುವ(?)ವರೆಗೆ ಅನಿಶ್ಚಿತತೆಯೇ 'ಆತ'ನನ್ನು ಒಂದೆಡೆಯಿಂದ ಇನ್ನೊಂದೆಡೆಗೆ ಓಡಿಸಿ, ಸುಸ್ತುಹೊಡೆಸುತ್ತದೆ. ಸ್ಥಾಯಿ ಸಂಗತಿಗಳ ಬಗ್ಗೆ ಭಯ, ನಿರಾಸಕ್ತ ವಿಚಾರದ ಬಗ್ಗೆ ಆಸಕ್ತಿ, ನಿರ್ಜೀವತೆಯ ಬಗ್ಗೆ ಆತಂಕ, definitenessನ ಬಗ್ಗೆ uncertainity – ಇದಕ್ಕೆ ಕಾರಣ ಆತನ ಮನಸ್ಸು ಸಂಚಾರಿ ಆಗಿರುವುದು. ಸಂಗತಿಗಳನ್ನು ಆತನ ಮನಸ್ಸು ವಿವರ ವಿವರವಾಗಿ ಗ್ರಹಿಸುವ ಕಾರಣದಿಂದಲೇ ಆತನಿಗೆ ಅವುಗಳ ಬಗ್ಗೆ ಆತಂಕ, ಸಂಶಯ. ಬೌದ್ಧಿಕ ಮಟ್ಟಕ್ಕೆ ಏರದ ಜನಗಳಿಗೆ ಹೊಂದಿಕೊಳ್ಳಲಾಗದ ಮನಸ್ಥಿತಿಯೇ ಆತನ ಪ್ರಮುಖ ದೋಷ. ಅದೇ ಆತನ ಅಸಹನೆಗೆ ಕಾರಣ.

ಆತನ ಮನಸ್ಸಿನ ಚಲನೆಯ ಜೊತೆ ಉಳಿದವರ ಮನಸ್ಸು ಚಲಿಸುವುದಿಲ್ಲವಾದ ಕಾರಣ ಅದಕ್ಕೆ ವಿರುದ್ಧವಾದ ದಿಕ್ಕಿನಲ್ಲಿ ಆತ ಓಡ ಬಯಸುತ್ತಾನೆ. ಆದರೆ ಇವನು ತಪ್ಪಿಸಿಕೊಳ್ಳಲೆಳಸುವ ಸಮಾಜವೆಲ್ಲಾ ಒಂದೇ ಸ್ಥಿತಿಯಲ್ಲಿದ್ದು, ಇವನ ಮನಸ್ಥಿತಿಗೆ ವಿರುದ್ಧವಾಗಿರುವ ಕಾರಣ, ಇವನು ಅದರಿಂದ ತಪ್ಪಿಸಿಕೊಳ್ಳಲು ಎಷ್ಟು ಪ್ರಯತ್ನಿಸಿದರೂ, ಅದರ ವಲಯದಿಂದ ಹೊರಗೆ ನಿಲ್ಲಲು ಶಕ್ತನಾಗುವುದಿಲ್ಲ.

ಪರಿಮಿತ ಸಮಾಜವನ್ನು ಒಂದು 'ಬಿಂದು' ಎಂದು ಗ್ರಹಿಸಿದರೆ, 'ಆತ' ಆ ಬಿಂದುವಿನಿಂದ ನಿಶ್ಚಿತ ದೂರದಲ್ಲಿದ್ದು ಅದರಿಂದ ದೂರ ಹೋಗಬಯಸುವ 'ಸರಳ ರೇಖೆ' ಎಂದು ಇಟ್ಟುಕೊಳ್ಳಬಹುದು. ಬಿಂದುವು ಆ ರೇಖೆಯನ್ನು ತನ್ನೆಡೆಗೆ ಸೆಳೆಯುವ ಶಕ್ತಿ ಹಾಗೂ ಆ ಸರಳರೇಖೆಗೆ ಇರುವ ಸ್ವಂತ ಚಲನ ಶಕ್ತಿ–ಇವುಗಳ ಸಂಯುಕ್ತ ಶಕ್ತಿಯ ಪರಿಣಾಮವಾಗಿ

ಆ ಸರಳರೇಖೆ ವಕ್ರ ರೇಖೆಯಾಗಿ ಆ ಬಿಂದುವಿನ ಸುತ್ತ ಸುತ್ತುತ್ತದೆ. (ಬಿಂದುವಿನಂತೆ ಸಮಾಜವೂ 'finite' ಅದೇ ರೀತಿ, 'ಆತ' ಪರಿಮಿತ ಸಮಾಜದ ವಿರುದ್ಧವಾಗಿ ಓಡ ಬಯಸಿದರೂ ಅದೇ ಅನಿಶ್ಚಿತತೆಗೆ ವಾಪಸಾಗಿ, ಸುಮ್ಮನೇ ಸುತ್ತುತ್ತಿರುತ್ತಾನೆ. ಕೊನೆಯಿಲ್ಲದ ಈ ಭ್ರಮಣ ಹೊಸತೆಂದು ಕಂಡುಬಂದರೂ ಅದರ ಹಿಂದಿನ motif ಒಂದೇ ಆಗಿರುವುದೇ (ಅದನ್ನೇ ನಾಯಕ 'ಬೋರ್' 'ಬೇಜಾರು' ಎನ್ನುವ ಮಾತುಗಳಿಂದ ವ್ಯಕ್ತಪಡಿಸುತ್ತಾನೆ.) ಆತನಿಗೆ ಯಾವುದೂ significant ಆಗದೆ ಕಾಣಿಸಲು ಕಾರಣ. ಆದ್ದರಿಂದಲೇ ಆಕೆಯೊಡನೆ ಆ ಊರಿಗೆ ಹೊರಡುವಾಗ ಆಕೆಯ ಆತಂಕಕ್ಕೆ ಉತ್ತರಿಸುತ್ತಾನೆ: "ಹೊಸಬರು ಹಳಬರು ಎಲ್ಲಾ ಒಂದೇ ಕಣೇ. ಕೆಲವು ಸಾರಿ ಹಳಬರೇ ಹೊಸಬರಾಗಲೂ ಬಹುದು".

ಗಾಳಿ ಚಲಿಸದ, ಧೂಳು ಸೆಖೆ ಬೆವರಿನ ಪ್ರಪಂಚ ಬಿಟ್ಟು ಬೇರೇನೂ ಪ್ರಜ್ಞೆಗೆ ಬಾರದ ಆ ಊರು ಹೊಸ ಮೌಲ್ಯಗಳನ್ನು ಸ್ವೀಕರಿಸದೆ, ಉಸಿರಾಡುವುದೊಂದನ್ನು ಬಿಟ್ಟು ಜೀವಂತಿಕೆಯ ಬೇರಾವ ಲಕ್ಷಣವನ್ನೂ ಸೂಚಿಸದ ಜನರಿಗೆ ಸಂಕೇತವಾಗಿರಬಹುದು. ಅಲ್ಲಿನ ಹೋಟೆಲೊಂದರಲ್ಲಿ ಮಲಗಿದ್ದ ಜನರ ಬಗ್ಗೆ ಆತ ಆಕೆಗೆ ಹೇಳುತ್ತಾನೆ;

"ಅವರಲ್ಲಿ ಯಾರಿಗೂ ಜೀವವಿಲ್ಲ. ಎಲ್ಲಾ ಸತ್ತು ಹೋಗಿದ್ದಾರೆ. ಇಲ್ಲಿ ಏನು ಗೊತ್ತೇನು? ಈ ಹೋಟೇಲಿನವನು ಇಲ್ಲಿಗೆ ಬಂದವರಿಗೆಲ್ಲ ಈ ಹಾಲಿನಲ್ಲಿ ಜಾಗಕೊಡುತ್ತಾನೆ. ರಾತ್ರಿ ಇಲ್ಲಿ ಮಲಗಿದವರೆಲ್ಲರ ಕತ್ತನ್ನೂ ಕುಯ್ದು ಸಾಯಿಸುತ್ತಾನೆ. ಇವರೆಲ್ಲರೂ ಹಾಗೆ ಸತ್ತವರೇ. ಆದ್ದರಿಂದ ಅವರಿಂದ ನಮಗೇನೂ ತೊಂದರೆಯಾಗಲ್ಲ."

ಜೀವಂತ ಬದುಕು ಸಾಗಿಸುವವರಿಗೆ ಆಶ್ರಯಕೊಟ್ಟು ಅವರ ಮೌಲ್ಯಗಳನ್ನು ನಾಶ ಮಾಡುವ ಸ್ವಾರ್ಥಿ (ಆತ ಯಾವ ರಂಗದವನೇ ಆಗಿರಬಹುದು)ಗೆ ಈ ಹೋಟೇಲಿನವ ಸಂಕೇತವಾಗಿರಬಹುದು. 'ಆತ'ನಿಗೆ ಎಲ್ಲ ಹೋಟೆಲು, ಆಫೀಸುಗಳ ಕೊಠಡಿಗಳ ಗೋಡೆಗಳ ಬಣ್ಣ–ಭಯಂಕರ ನೀಲಿ, ತೀಕ್ಷ್ಣ ಹಳದಿ ಇತ್ಯಾದಿ–ಕಣ್ಣು ಕುಕ್ಕುತ್ತದೆ, ಅಸಹ್ಯವಾಗುತ್ತದೆ, ಜುಗುಪ್ಸೆ ಹುಟ್ಟಿಸುತ್ತದೆ. ಆದರೆ ಎಲ್ಲಿಯೂ ಬಿಳಿಬಣ್ಣದ ಶುಭ್ರಗೋಡೆ ಕಾಣಿಸುವುದಿಲ್ಲ. ಇಲ್ಲಿನ ಭಯಂಕರ, ತೀಕ್ಷ್ಣ ಬಣ್ಣಗಳು ಸಮಾಜದ ಜನರಲ್ಲಿ ಎದ್ದು ಕಾಣುವ ಕೃತಕತೆ, ಸೋಗು ಮುಖವಾಡತನಕ್ಕೆ ಸಂಕೇತವಾಗಿರಬಹುದು. ಅದನ್ನು ಆತ ಸಹಿಸುವುದಿಲ್ಲ. ಆದರೆ, ಅಂತಹ ರೂಮಿನಲ್ಲಿರುವ ಅನಿವಾರ್ಯತೆಗೆ ಒಳಗಾಗಿ ಅಸಹನೆಯಿಂದ ಚಡಪಡಿಸುತ್ತಾನೆ.

ಕಕ್ಕಸಿನ ಪುಟ್ಟ ಕಿಟಕಿಯಿಂದ ಆತ ಕಾಣುವ ಒಂದು ಭಯಂಕರವಾದ, ಅಗಾಧವಾದ, ನುಣುಪು ನುಣುಪಾದ ಬಂಡೆ ಚಿಕ್ಕ ಕಲ್ಲೊಂದರ ಮೇಲೆ ಇನ್ನೇನು ಜಾರಿ ಬಿತ್ತು, ಸಣ್ಣದೊಂದು ಗಾಳಿ ಬಂದರೆ ಸಾಕು ಎಂಬಂತೆ ನಿಂತದ್ದು– ಆ ಊರಿನ ಸಮಾಜದ ಅನಿಶ್ಚಿತತೆಗೆ ಸಂಕೇತ. ಆ ಊರಿನ ಆಫೀಸುಗಳಲ್ಲಿನ ಬಾಸ್, ಪ್ರಿನ್ಸಿಪಾಲ್, ಪ್ರೊಫೆಸರ್, ಗುಮಾಸ್ತ, ಜವಾನ ಎಲ್ಲರ ಮಾತುಗಳು ಆ ಬಂಡೆಯಂತೆ ಸ್ಪಷ್ಟವಾಗಿ ನಯವಾಗಿ ಉಚ್ಚರಿತವಾದರೂ, ಚಿಕ್ಕ ಕಲ್ಲೊಂದರಲ್ಲಿ ಆ ಬಂಡೆ ನಿಂತಂತೆ ಆ ಮಾತುಗಳ ಸ್ಥಿತಿ ಅನಿಶ್ಚಿತವಾಗಿಯೇ ಇರುತ್ತದೆ. ಆಸ್ಪತ್ರೆಗೆ ಡ್ಯೂಟಿ

ರಿಪೋರ್ಟ್ ಮಾಡಲು ಬಂದಾಗ ಆತನಿಗೆ ಟೆಲಿಗ್ರಾಂ ಕೊಟ್ಟ ಬಗ್ಗೆ ಗುಮಾಸ್ತ ಏನೋ ಹೇಳಿದಾಗ– 'ಅಂತೂ ಏನೋ ಇದೆ ಎಂಬುದು ಅಸ್ಪಷ್ಟವಾಗಿ ಇಬ್ಬರಿಗೂ ಅನ್ನಿಸಿತು'. ಆ ವಾತಾವರಣದಲ್ಲಿ ಇವರ ಅನ್ನಿಸಿಕೆಗಳೂ ಅಸ್ಪಷ್ಟವಾಗಿಯೇ ಗೋಚರವಾಗುತ್ತವೆ. 'ಅವಸರ'ದಲ್ಲಿ ಅಂಗಾಲು ಕೂಡ ಟಪಟಪ ಬಡಿದುಕೊಳ್ಳುತ್ತಿದ್ದ ಗುಮಾಸ್ತ 'ಅವಸರ'ದಲ್ಲಿ ಮರೆತು ವಾರ್ಡಿಗೆ ಹೊರಟು ಹೋದ ಬಾಸ್, 'ಅವಸರ'ದಲ್ಲಿ ಫೈಲುಗಳನ್ನು ಕಿತ್ತೆಳೆಯುವ ಗುಮಾಸ್ತ ರತ್ನ ಸ್ವಾಮಿ–ಇವರ ನಡುವೆ ಸರಿಯಾಗಿ ಜೋಡಿಸಿಟ್ಟೂ ಮಿಸ್‌ಪ್ಲೇಸ್ ಆದ ಫೈಲಿನಂತೆ 'ಆತ' ಕಾಣಿಸುತ್ತಾನೆ.

ನ್ಯೂರಾಲಜಿ ಆಫೀಸಿನ ಗುಮಾಸ್ತನ ಮಾತು ಕಾದಂಬರಿಯಲ್ಲಿ ಅನಿಶ್ಚಿತತೆಯನ್ನು ಐರನಿಯ ಮಾಧ್ಯಮದ ಮೂಲಕ ಹೊರಗೆ ಹಾಕುತ್ತದೆ: "ಮಧ್ಯಾಹ್ನ ನೀವು ಎರಡು ಎರಡೂವರೆ ಮೂರು ಘಂಟೆಗೆ ಬನ್ನಿ". "ಎರಡು ಅಥವಾ ಎರಡೂವರೆ, ಮೂರರ ಒಳಗೆ ಬಂದು ಬಿಡ್ತಾರೆ". "ಹೇಳಿದ್ನಲ್ಲಾ ಸಾರ್, ಎರಡು ಎರಡೂವರೆ ಮೂರರ ಒಳಗೆ ಅಂತ". "ಬನ್ನೀ ಸಾರ್." "ನೀವು ಬನ್ನೀ ಸಾರ್".

ಇಂಥ ವ್ಯಕ್ತಿತ್ವರಹಿತ ಅಸ್ಪಷ್ಟ ಜನರನ್ನು ಕಂಡಾಗ ಅನ್ನಿಸುತ್ತದೆ: "ಈ ಊರಲ್ಲಿ ಗಾಳಿ ಇರುವುದಕ್ಕೆ ಹೇಗೋ ಉಸಿರಾಟ ಸಾಧ್ಯವಾಗಿರುವುದನ್ನು ಬಿಟ್ಟರೆ ಬೇರೆ ಸೂಚನೆಗಳೇನೂ ಇಲ್ಲ". ಕೂತೇ ಇದ್ದರೆ ಒಂದು ಥರಾ ಹಂತಹಂತವಾಗಿ ಇಂದ್ರಿಯ ಪ್ರಜ್ಞೆಯೇ ಶೂನ್ಯವಾಗುವಂತೆ ಕಾಣುವ ಆ 'ಚಿಕ್ಕ ರೂಮು' ಆ ಊರಿಗೆ–ಅಂತಹ ಹಲವು ಊರುಗಳಿಗೆ–ಇಂದ್ರಿಯ ಪ್ರಜ್ಞೆ ಶೂನ್ಯವಾದಂತೆ ಕಾಣುವ ಇಂದಿನ ಸಮಾಜಕ್ಕೆ ಸಂಕೇತ.

ಕೆಟ್ಟ ನೀಲಿ, ಅಸಹ್ಯ ಹಳದಿ, ವಿಕಾರ ಗುಲಾಬಿ, ಕೊಳಕು ಹೂಜಿ, ಗ್ಲಾಸು, ಮುರುಕಲು ಕುರ್ಚಿ, ರಾಚುವ ಮೇಜು, ಬಿಸಿಲಿನ ತಾಪ, ಕೋಪ, ಬೇಸರ, ಹಸಿವು, ಭಯ–ಅಂತೂ ಅರ್ಥವಾಗದ ಅಸ್ತವ್ಯಸ್ತ ಭಾವನೆಗಳು ಆತನನ್ನು ಕಾಡುತ್ತವೆ. ಇಂದಿನ ತರುಣರನ್ನು ಮುತ್ತಿಕೊಂಡಿರುವ ಅಸ್ತವ್ಯಸ್ತತೆಯನ್ನು ಆತ ಪ್ರತಿನಿಧಿಸುತ್ತಾನೆ.

ಈ ಗಲೀಜುತನ, ಬೆರಕೆ ಭಾವಗಳಿಗೆ ಆತನಿರುವ ಪರಿಸರ ಮುಖ್ಯ ಕಾರಣವೆಂದು ಇಲ್ಲಿ ಗೋಚರವಾಗುತ್ತದೆ. ಎಂತಹ ಪ್ರಜ್ಞಾವಂತನೂ ಇಂತಹ ವಾತಾವರಣದಲ್ಲಿ ಉಸಿರಾಡುವುದನ್ನು ಬಿಟ್ಟು, ಬೇರೆ ಯಾವ ವಿಧದಲ್ಲೂ ತನ್ನತನವನ್ನು ತೋರಲು ಸಾಧ್ಯವಾಗದೆ, ತನ್ನ ಇಂದ್ರಿಯ ಪ್ರಜ್ಞೆಯನ್ನು ಕಳೆದುಕೊಂಡು, ಅಂತಹ ಜನರ ಮೊತ್ತಕ್ಕೆ ಸೇರಿಬಿಡುತ್ತಾನೆ. ಬೆಟ್ಟ, ಅಲ್ಲಿನ ಕಲ್ಲು, ಸೆಕೆ, ಧೂಳು, ಗಲೀಜು, ಅಸ್ತವ್ಯಸ್ತತೆ, ಅಸ್ಪಷ್ಟತೆ–ಇವುಗಳಿಗೆಲ್ಲಾ ಏನೋ ಸಂಬಂಧವಿದೆಯೆಂದು ಆತ ಭಾವಿಸುತ್ತಾನೆ.

ಆ ಬೆಟ್ಟ ಮತ್ತು ಕಲ್ಲು 'ಅಚಲ'ವೆಂದು ಕಂಡುಬರುವ ಕಾರಣವೇ 'ಸಂಚಾರಿ' ವ್ಯಕ್ತಿತ್ವದ ಆತನಿಗೆ ಅವುಗಳ ಬಗ್ಗೆ ಅಸಹನೆ ಉಂಟಾಗಿರಬಹುದು. ಕಾಲ ಬದಲಾದಂತೆ ಬದಲಾಗಲು ಅಶಕ್ತವಾಗಿರುವ ಆ ಬಂಡೆ, ಸತ್ತುಹೋದ ಆದರೂ ಬಾಹ್ಯದೃಷ್ಟಿಯಿಂದ ಮರೆಯಾಗದ

ಪ್ರಗತಿರಹಿತ ಜಡ ಮೌಲ್ಯಗಳನ್ನು ಪ್ರತಿನಿಧಿಸುತ್ತಿರಬಹುದು. ಆದ್ದರಿಂದಲೇ ಪರಿವರ್ತನಶೀಲ ವ್ಯಕ್ತಿತ್ವದ ಆತನಿಗೆ ಆ ಗೊಡ್ಡು ಬಂಡೆ ಅಸಹನೀಯವಾಗಿರಬಹುದು.

ಇಂಟರ್‌ವ್ಯೂನಲ್ಲಿ ಹೇಳಿದ ವಿಚಾರಕ್ಕೆ ವಿರುದ್ಧವಾಗಿ ಮಾತಾಡಿದ ಡೀನ್‌ರನ್ನು ಆಕೆ ಪ್ರಶ್ನಿಸಿದಾಗ "ಇರುತ್ತೆ ನೋಡಿ, ಹೀಗೇ" ಎಂದು ಕಿಟಕಿಯಾಚೆ ನೋಡುತ್ತ ಕೊಂಚವೂ ತೊಂದರೆಪಟ್ಟುಕೊಳ್ಳದೆ ಸಿಗರೇಟ್ ಸೇದುವ ಡೀನ್ ಕಾಳಜಿ ಇಲ್ಲದಿರುವಿಕೆಯ ರೂಪದ ಬೇಜವಾಬ್ದಾರಿತನಕ್ಕೆ ಪ್ರತೀಕ. ನ್ಯೂರಾಲಜಿಯ ಸಿಬ್ಬಂದಿ ಸತಾಯಿಸಿದಾಗ ಆಗುವ ಕಷ್ಟ, ತಡೆಯಲಾರದ ಉರಿಯಿಂದಾಗುವ ಪ್ರಯಾಸ ಸಮಾನವಾಗಿ ಆತನಿಗೆ ಅನುಭವಕ್ಕೆ ಬರುತ್ತದೆ.

ಬಿಸಿಲು, ಸೆಕೆ, ಬೆವರಿನ ಈ ಸಾಮ್ರಾಜ್ಯದಲ್ಲಿ ಸುಖವಾಗಿರುವ ಹುಡುಗಿಯರು, ಹುಣಿಸೆಮರಗಳು ಮತ್ತು ಗ್ರೇಪ್ ಜ್ಯೂಸ್ ಆತನಿಗೆ ಬಹಳ ಆಕರ್ಷಕ. "ಇಂತಹ ಬಿಸಿಲು ಬೆವರಿನಲ್ಲೂ ಹುಡುಗಿಯರು ಮಾತ್ರ ಎಷ್ಟು ಸ್ವಚ್ಛವಾಗಿ ಕಳಕಳಿಸುತ್ತಾರೆ. ಹುಡುಗಿಯರು ಬೆವರುವುದಿಲ್ಲ. ಮುಖ ಬಾಡುವುದಿಲ್ಲ. ಬಿಳಿ ಸೀರೆ, ಬಿಳಿ ಕುಪ್ಪಸ. ಅರಳುವ ಮೊಲೆಗಳು ಗಂಡಸರಿಗೇನಾದರೂ ಇದ್ದಿದ್ದರೆ ಆ ಬಿಗಿದ ಬ್ರಾದೊಳಗೆ ಬೆಂದು ಹೋಗುತ್ತಿದ್ದುವು" ಎನ್ನುವ ಆತನ ಅನ್ನಿಸಿಕೆಯಲ್ಲಿ ಆ ಹುಡುಗಿಯರ ಬಿಳಿ ವಸ್ತ್ರ, ಅರಳುವ ಮೊಲೆ-ಇವು ಸಾಚಾತನ, ವಿಕಾಸಶೀಲ ವ್ಯಕ್ತಿತ್ವಗಳ ಸಂಕೇತಗಳಾಗಿ ಕಾಣಿಸುತ್ತವೆ. ಆದಕಾರಣವೇ ಅವರನ್ನು ಕಂಡರೆ ಆತನಿಗೆ ಏನೋ ಖುಷಿ.

ಈ ಹುಡುಗಿಯರ ತೋರಿಕೆಗೆ ಅವರ ಆರೋಗ್ಯ ಅಥವಾ ನಾಲ್ಕು ಕಾಸು ಅಥವಾ ಬಿಸಿಲಿನ ಅಭ್ಯಾಸ ಕಾರಣವಾಗಿರಬಹುದು. ಊಟಿಗೆ ಹೋದರೆ ಅವರು ಒದ್ದಾಡಬಹುದು. ಬಿಸಿಲು ಉಪಟಳದ ಪರಿಸರಕ್ಕೆ ಸುಲಭವಾಗಿ ಒಗ್ಗಿಕೊಂಡು ಅದರಲ್ಲೂ ಸುಖಪಡುವ ಆ ಊರಿನ ಜನರು-ಅದರಲ್ಲೂ ಬಹಳ ಬೇಗನೆ ಹೊಂದಿಕೊಳ್ಳುವ ಹುಡುಗಿಯರ- ಬದುಕು ಮಾರ್ಗದ ಬದಿಯಲ್ಲಿ ಬಿಸಿಲಿನ ಝಳವನ್ನು ಸಹಿಸಿಕೊಂಡು ಸೊಂಪಾಗಿ ಬೆಳೆದುನಿಂತಿರುವ ಹುಣಿಸೆಮರಗಳ ಹಾಗೆ.

ನೋಡುತ್ತ ಹೋದರೆ ಏನೊಂದೂ ಅನ್ನಿಸದ ಬೇಜಾರು ಬರಿಸುವ ಊರು. "ನೋಡಿದರೆ ಏನನ್ನಾದರೂ ನೋಡುತ್ತಿದ್ದೇನೆ ಅಂತ ಅನ್ನಿಸುವುದಿಲ್ಲ. ಕೋಪವೂ ಇಲ್ಲ, ಖುಷಿಯೂ ಇಲ್ಲ". "ಥೂ ಏನು ಇಲ್ವಲ್ಲೆ ಇಲ್ಲಿ" ಹೇಳುತ್ತಾನೆ ಆತ. "ಈ ಊರು ಏನೂ ಇಲ್ಲ" ಎನ್ನುತ್ತಾಳೆ ಆಕೆ. ಏನೊಂದು Significant ಅನ್ನಿಸದೆ, ಬೋರ್‌ಡಂ ಹೊಡೆಸುವ ಆ ಪರಿಸರವನ್ನು ಅವರ ಈ ಮಾತುಗಳು ವ್ಯಕ್ತಪಡಿಸುತ್ತವೆ.

"ಹೋಗೋದೆಂದ್ರೆ ಒಂದೇ ಈ ಊರಿನಿಂದ ಹೊರಗೆ" ಎನ್ನುವ ಆತ ಆ ವಾತಾವರಣದಿಂದ ತಪ್ಪಿಸಿಕೊಂಡು ಹೊರಗೆ ಓಡುವ ಇರಾದೆ ವ್ಯಕ್ತಪಡಿಸಿದರೂ, ತನ್ನ ಕೆಲಸದ ಅನಿವಾರ್ಯತೆಗಾಗಿ 'ಸದ್ಯಕ್ಕೆ ಆಗಲ್ಲ' ಎಂದು ತನ್ನ ಇಚ್ಛೆಯ ವಿರುದ್ಧವಾಗಿ ನಡೆದುಕೊಳ್ಳುತ್ತಾನೆ.

ರೀಸರ್ಚ್ ಪ್ರೊಫೆಸರರೊಬ್ಬರು ಆತನಿಗೆ ಈ ವಿಚಾರದಲ್ಲಿ ಹೇಳಿಬಿಡುತ್ತಾರೆ: Weather ಬಹಳ ಮುಖ್ಯ. ತಡೆಯಕ್ಕಾಗದಿದ್ರೆ ತುಂಬಾ ತೊಂದರೆಯಾಗುತ್ತೆ. Body ಬಲುಬೇಗ ಎಂತಹ ಪರಿಸ್ಥಿತಿಗೂ adjust ಆಗುತ್ತೆ, ಅನ್ನಿ. ಮನುಷ್ಯ ಎಂತಹ ಪರಿಸ್ಥಿತಿಗೂ ಹೊಂದಿಕೊಳ್ಳಬಲ್ಲ. ಪ್ರತಿಯೊಬ್ಬರಿಗೂ ಇದು ಸಾಧ್ಯ. ತಂತಾನೇ ದೇಹ ಹೊಂದಿಕೊಂಡುಬಿಡುತ್ತೆ. ಆದ್ರೂ ನೀವು ಕೊಂಚ ಯೋಚನೆ ಮಾಡಿ, ಆಗುತ್ತೊ ಇಲ್ಲವೋ. ಎಲ್ಲರಿಗೂ ಆಗುತ್ತೆ. ಆದ್ರೂ ನೋಡಿ, ನಿಮಗೆ ಆಗದೆ ಹೋದರೆ". ಇವರ ದೃಷ್ಟಿಯಲ್ಲಿ ಮನುಷ್ಯ ಎಂದರೆ 'ದೇಹ' ಮಾತ್ರ; ಆತನಿಗೆ 'ಮನಸ್ಸು' ಎನ್ನುವುದು ಇದೆ ಎಂಬ ಪರಿವೆಯೇ ಇಲ್ಲದಂತೆ ಇವರು ಮಾತಾಡುತ್ತಾರೆ. "ಎಲ್ಲರಿಗೂ ಆಗಿಯೇ ಆಗುತ್ತೆ ಅಂದ್ರೆ ನನಗೂ ಆಗುತ್ತೆ ಸರ್" ಎಂದು ಈತ ಹೇಳುವಾಗ ತನ್ನ ಸ್ವಭಾವಕ್ಕೆ ವಿರುದ್ಧವಾಗಿ–ಆದರೆ ಕೆಲಸದ ಅನಿವಾರ್ಯತೆಗಾಗಿ– ಬೋಳೆತನವನ್ನು ಪ್ರದರ್ಶಿಸುತ್ತಾನೆ. 'ತಮ್ಮ ಸುತ್ತಲಿನ ವಾತಾವರಣದ ಪ್ರಜ್ಞೆ ಅವರನ್ನು ಯಾವ ರೀತಿಯಲ್ಲೂ ಬಾಧಿಸುತ್ತಿರುವಂತೆ ಇಲ್ಲ' ಎಂದು ಭಾವಿಸುತ್ತ ಅವರ ಖಾಲಿತನವನ್ನು ಗುರುತಿಸುತ್ತಾನೆ. ಆ ಊರಿನ ಪ್ರೈಡ್ ಎಂದು ಅವರು ಹೇಳುವ ಕೋಟೆಯ ಬಗ್ಗೆ ಅವರಿಗೆ ಮಾಹಿತಿ ಇಲ್ಲದಿರುವುದು– ವೈಚಾರಿಕತೆಯ ಅಭಾವದಿಂದ ಕೆಲವು ಪ್ರಾಚೀನ ಸಂಗತಿಗಳನ್ನು ತಮ್ಮ ಹಿರಿಮೆಯೆಂದು ಬರಿದೆ ಭಾವಿಸುವ ಜನರ ವಿಡಂಬನೆ.

ನಮ್ಮ ಇಂದಿನ ಸಮಾಜ ಫಾರ್ಮಾಲಿಟೀಸ್‌ನ ಮೊಟ್ಟೆಯೊಳಗೆ ಎಷ್ಟು ಮಟ್ಟಿಗೆ indefinite, uncertain, vague ಆಗಿದೆ ಎಂಬುದನ್ನು ಗುಮಾಸ್ತ, ಬಾಸ್, ಪ್ರೊಫೆಸರ್ ಮುಂತಾದವರ ಮಾತುಗಳ ಮೂಲಕ ಐರನಿಯ ರೂಪದಲ್ಲಿ ಹೇಳಲಾಗಿದೆ.

"ಆದ್ರೂ ಅವರು ಡೈರೆಕ್ಟರಿಗೋಸ್ಕರ wait ಮಾಡಿದ್ರೂ ಮಾಡಬಹುದು. ತಾವೇ ಡಿಸಿಶನ್ ತೊಗೊಂಡ್ರೂ ತೊಗೋಬಹುದು," ಎಂದು ಸ್ಪಷ್ಟಪಡಿಸುವ ಬಾಸ್, ಡೈರೆಕ್ಟರಿಗೋಸ್ಕರ ಕಾಯೋದೇ ಬೇಡ್ವೆ ಎಂಬುದನ್ನೇ ತೀರ್ಮಾನಿಸದೆ ಯೋಚಿಸುತ್ತ Certain ಆಗಿಲ್ಲದ ರೀಸರ್ಚ್ ಪ್ರೊಫೆಸರ್, "ಅವರು ತಾವಾಗಿಯೇ ಅಪ್ಪಾಂಟ್ ಮಾಡಿಕೊಂಡ್ರೂ ಮಾಡಿಕೋಬಹುದು. ಇಲ್ಲವೇ ಡೈರೆಕ್ಟರ್ ಬರಲಿ ಅಂತ wait ಮಾಡಿದ್ರೂ ಮಾಡಬಹುದು" ಎಂದು ವಿಷಯವನ್ನು ಸ್ಪಷ್ಟಪಡಿಸುವ ಪ್ರಿನ್ಸಿಪಲ್, "ನಾ ಹೇಳಿದ್ದನ್ನೇ ಅವರೂ ಹೇಳಿದ್ರು. ಎಷ್ಟು vague ನೋಡಿ. ಒಂದರಲ್ಲೂ certainity ಇಲ್ಲ. ಹೇಳಿದರೆ definite ಆಗಿ ಏನಾದ್ರೂ ಹೇಳಿಬಿಡಬೇಕು. ಇಲ್ಲ ಅಂದರೆ ಸುಮ್ಮನೆ ಇರಬೇಕು" ಎಂದು ಕಿಟಕಿಯಾಚೆ ಓಡಾಡುವ ಹುಡುಗಿಯರನ್ನು ನೋಡುತ್ತಾ certain ಆಗಿ ಮಾತಾಡುವ ಬಾಸ್–ಸ್ವತಂತ್ರ ವ್ಯಕ್ತಿತ್ವವಿಲ್ಲದ, ಖಾಲಿತನ ಚಿಲ್ಲರೆತನದ ಇಂತಹ ಜನರನ್ನು ಕುರಿತು ಆತ ಸೊಗಸಾಗಿ ಹೇಳುತ್ತಾನೆ: "ಇವರೆಲ್ಲ ಬಾಯಿಂದ ಶಬ್ದಗಳನ್ನು ಆಚೆ ಹಾಕ್ತಾರೆ ಅಷ್ಟೆ. ವಾಕ್ಯವಿಲ್ಲ, ಅರ್ಥವಿಲ್ಲ, ಅನ್ನಿಸಿಕೆ ಇಲ್ಲ. ಒಂದು ನಿರ್ಧಾರವಿಲ್ಲ, ಒಂದು ಯೋಚನೆ ಇಲ್ಲ, ವಿಚಾರವಿಲ್ಲ. ಅವರ ಹಲುಬಿನ ಹಿಂದೆ ಕತ್ತೆತನವನ್ನು ಬಿಟ್ಟರೆ ಬೇರೇನೂ ಇಲ್ಲ." "ಅವರದೊಂದು ಮಾತು. ಧ್ವನಿ ಪೆಟ್ಟಿಗೆ ಇದೆ ಶಬ್ದ ಹೊರಡಿಸುತ್ತೆ. ಶ್ವಾಸಕೋಶ ಇದೆ, ಗಾಳಿ ಊದುತ್ತೆ.

ನಾಲಿಗೆ ಅಲ್ಲಾಡುತ್ತೆ. ನಮಗದು ಮಾತಾಗಿ, promise ಆಗಿ ಆಸೆಯಾಗಿ ಕೇಳತ್ತೆ". "ಈ ತಲೆಯೊಂದನ್ನು ಕಡಿದು ಆಚೆ ಇಡುವುದು ಸಾಧ್ಯವಿದ್ದಿದ್ದರೆ ಆ ಸೆಖೆಯಲ್ಲೂ ಹಾಯಾಗಿ ನಿದ್ದೆ ಮಾಡಬಹುದು" ಎನ್ನುವುದು ಆತನ ಅನ್ನಿಸಿಕೆ– "ತಲೆ" ಇಲ್ಲದೆ ಬದುಕುವ ಜನರಿಗೆ ಯಾವ ಮಾನಸಿಕ ಅಸ್ವಾಸ್ಥ್ಯವೂ ಇರುವುದಿಲ್ಲ.

ಆ ಗುಡ್ಡದಿಂದಾಗಿ ದೂರದೃಷ್ಟಿ ಇಲ್ಲದ ಆ ಜನ, ಹೋಗುವುದಾದರೂ ಎಲ್ಲಿಗೆ ಎಂಬ ಖಾಲಿತನವನ್ನು ಉಂಟುಮಾಡುವ ಆ ಊರು, ಬೇಸರವನ್ನು ಮೂಕ ವ್ಯಥೆಯನ್ನು ಹೆಚ್ಚಿಸುವ ಚಿಲ್ಲರೆತನ– ಇಂತಹ ಕಡೆ ಆತನ ಲೈಂಗಿಕ ಪ್ರಜ್ಞೆ ಮಾತ್ರ ಜಾಗೃತವಾಗುತ್ತದೆ. ಚೆನ್ನಾಗಿ ಕಾಣುವ ಹುಡುಗಿಯರು ಆಕರ್ಷಕವಾಗಿದ್ದರೂ, ಆಫ್ರಿಕಾದ ಲೈಂಗಿಕ ಪುಸ್ತಕ ಆತನಿಗೆ ಸಮಾಧಾನ ತರುವುದಿಲ್ಲ. ಅಭ್ಯಾಸ ಬಲದ ಮುಂದೆ ವೈಚಾರಿಕತೆ ಕೆಲಸ ಮಾಡುವುದಿಲ್ಲವೆಂದು ತಿಳಿಯುತ್ತದೆ: "ಅರೆ, ಒಂದು ವಾರದಿಂದ ಮಾಡಿಕೊಂಡೇ ಇಲ್ಲ, ಅಂತ ಮುಷ್ಟಿಮೈಥುನ ಮಾಡಿಕೊಂಡ ಹಾಗೆ". ಸಮಯದ ಜೊತೆಗೆ ಆತ ಮಾಡುವ ಕುಸ್ತಿ, ಏನೂ ಮಾಡದೆ ಇರುವುದನ್ನು ಮಾಡಲು ಹೆಣಗಾಟ. ಪರಿಣಾಮ– ತಳಾಯಿಸುವುದು.

ಇಂತಹ ವಾತಾವರಣದಿಂದ ಹೊರಗೋಡಲು ಮಾನಸಿಕವಾಗಿ ಪ್ರಯತ್ನಿಸಿ ವಿಫಲನಾಗುತ್ತಾನೆ. (ಈ ದೃಶ್ಯ ಕನಸಿನ ಹಾಗೆ ಕಾಣಿಸುತ್ತದೆ.) ಮುಂದೆ ಈ ಊರಿನಿಂದ ಹೊರಗೆ ಬರುತ್ತಾನೆ. ಆದರೆ ಅದು ಮಾನಸಿಕ ಸ್ಥಿತಿಯಲ್ಲಿ ಅಲ್ಲ, ಕೇವಲ ದೈಹಿಕವಾಗಿ. ಏಕೆಂದರೆ ಆತ ಹೋಗುವ ಬೆಂಗಳೂರು, ಮೈಸೂರು, ತನ್ನ ಊರು ಎಲ್ಲಾ ಆ ಊರಿಗಿಂತ ಭಿನ್ನವಾದುವು ಏನೂ ಅಲ್ಲ. ಅಂದರೆ ಮಾನಸಿಕವಾಗಿ ಅಂತಹ ವಾತಾವರಣದಿಂದ ಹೊರಗೆ ಬರಲು ಆತ ಅಸಮರ್ಥ. ಅವನನ್ನು ಊರಿಂದ ಹೊರಗೆ ಸಾಗಿಸುವುದು ಮನಸ್ಸಲ್ಲ, ಬಸ್ಸು– "ಬಸ್ಸೇನು ನಮ್ಮ ಹಾಗೆ ಮನುಷ್ಯನೇ ಗೊತ್ತಿಲ್ಲ ಅನ್ನೋಕೆ? ಅದಕ್ಕೆ ಗೊತ್ತೇ ಇರುತ್ತೆ". ಎನ್ನುವಲ್ಲಿನ ಐರನಿಯನ್ನು ಗಮನಿಸಬಹುದು.

ಬೆಂಗಳೂರಿನ ಬಾರ್‌ನಲ್ಲಿ ಬಿಯರ್ ಸೇವಿಸುತ್ತಿರುವಾಗ ಆ ಊರಿನ ಬಗ್ಗೆ ಉಂಟಾದ ಬೋರ್ ಆತನಿಗೆ ಮೆಣಸಿನಕಾಯಿ ಖಾರವಾಗಿದೆ ಅಂದ ಹಾಗೆ ಅನ್ನಿಸಿದರೆ, ಮೂರ್ತಿ ಹೇಳುತ್ತಾನೆ. "ಬಿಯರ್ ತಣ್ಣಗಿದೆ ಅಂದ ಹಾಗೆ". ಯಾವುದೇ ವಿಶಿಷ್ಟತೆಯನ್ನು ಹೇಳುವುದಕ್ಕಾಗದೆ ಸಾಮಾನ್ಯ ಗುಣವನ್ನು ಮಾತ್ರ ಹೇಳುವಲ್ಲಿ ಬೇಜಾರುತನ ವ್ಯಾಪಕವಾಗಿ ಆವರಿಸಿರುತ್ತದೆ. ಅಭಾವ ವೈರಾಗ್ಯದ ಬಗ್ಗೆ ಆತ ಮೂರ್ತಿಗೆ ಹೇಳುತ್ತಾನೆ: "ಕೆಲವು ಬಾರಿ ನಾವು ಬಹಳ philosophical ಅಂತ ನಮ್ಮನ್ನೇ ನಾವು ನಂಬಿಸಿಕೊಳ್ಳಲು ಪ್ರಯತ್ನಿಸುವ ಸಮಸ್ಯೆಯ ಮೂಲ ಸುಮ್ಮನೇ ಖಾಲಿ ಜೇಬಾಗಿರುತ್ತೆ".

ಬಾರ್‌ನಲ್ಲಿ ಆತ ಮತ್ತು ಮೂರ್ತಿಗೆ ಗಂಟು ಬೀಳುವ ವ್ಯಕ್ತಿ ಇಂದಿನ ಬದುಕಿನ ಸೆಕ್ಸ್‌ನ ಒಂದು ಮುಖವನ್ನು ತೋರಿಸುತ್ತಾನೆ. ಆ ವ್ಯಕ್ತಿಯ ಹೆಂಡತಿ ಕೋ–ಆಪರೇಟ್ ಮಾಡದ ಕಾರಣ sex life ಚೆನ್ನಾಗಿಲ್ಲದ ಅವನಿಗೆ ಈತ ಅದರ ಇನ್ನೊಂದು ಮುಖದ ತಿಳಿವಳಿಕೆ ಕೊಡುತ್ತಾನೆ: "ಅವರು ಬೇರೆಯವರ ಜೊತೆ ಕೋ–ಆಪರೇಟ್ ಮಾಡ್ತಲೂ ಇರಬಹುದು.

ಆದ್ದರಿಂದ ಅವರ ಕೋ-ಆಪರೇಶನ್ನೇ ಪ್ರಾಬ್ಲಮ್ ಅಲ್ಲ. ನೀವು ಅದನ್ನು ಪಡೆಯುವುದು ಪ್ರಾಬ್ಲಮ್ ಅಷ್ಟೆ." - ಸೆಕ್ಸ್‌ಲೈಫ್‌ನಲ್ಲಿ ಆ ವ್ಯಕ್ತಿ ಇನ್ವಾಲ್ವ್ ಆಗದೆ ಚಡಪಡಿಸುವುದು ಕಾದಂಬರಿಯ ನಾಯಕ ಲೈಫ್‌ನಲ್ಲಿ ಇನ್ವಾಲ್ವ್ ಆಗದ ತೊಳಲಾಡುವುದರ ಬಿಂಬವಾಗಿ ಬರುತ್ತದೆ.

ಬೆಂಗಳೂರಿನ ಆಫೀಸಿನಲ್ಲಿನ ಫೈಲುಗಳು, ಗುಮಾಸ್ತರು, ಆಫೀಸರು, ಕನ್‌ಫ್ಯೂಶನ್ ಎಲ್ಲ ಹಿಂದಿನ ಊರಿನ ಹಾಗೆಯೇ. ಕನ್‌ಫ್ಯೂಶನ್‌ನಿಂದ ರೇಗಿದ ಆಫೀಸರ್ ಹೇಳುವ ಮಾತು— 'ಯಾರೋ ಒಬ್ಬರು, ಯಾವುದೋ ಒಂದು ಊರು' ಎಂಬುದು ಒಂದೇ ಅಚ್ಚಿನಲ್ಲಿ ಎರಕ ಹೊಯ್ದ, ಹೆಸರಿಲ್ಲದ ಅಂತಹ ಅನೇಕ ಊರುಗಳ, ವ್ಯಕ್ತಿಗಳ ಸ್ಥಿತಿಗತಿಯನ್ನೂ ತಿಳಿಸುತ್ತದೆ. ಆದ್ದರಿಂದ ಬೆಂಗಳೂರು ಆತನಿಗೆ ಬೇರೆ ಊರಾಗಿ ಕಾಣದೆ ಬೇಜಾರಾಯಿತು. ಕೂರುವುದು, ಹಗಲುಗನಸು ಕಾಣುವುದು, ಊರಲ್ಲಿ ಅಲೆಯುವುದು, ಪೋಲಿ ಪುಸ್ತಕ ಓದುವುದು- ಇವುಗಳನ್ನೆಲ್ಲಾ ಮಾಡಿ, ಮಾಡದೆ, ಮಾಡಲು ಸಾಧ್ಯವಾಗದೆ ಅವನಿಗೆ ಬೇಜಾರಾಯಿತು. ಮನೋಲಟನಿಯಿಂದ ಮನಸ್ಸು ಯಾವ ಹಿಂಸೆಗೆ ಒಳಗಾಗುತ್ತದೆ, ಅದು ಖಾಲಿತನಕ್ಕೆ ಹೇಗೆ ಆಸ್ಪದ ಕೊಡುತ್ತದೆ ಎಂದು ಇಲ್ಲಿ ಕಾಣಬಹುದು.

ಮೈಸೂರಿನ ಹೋಟೆಲಿನ ರೂಮಿನಲ್ಲಿ ಈತನಿಗೆ ಆಗುವ ಅನುಭವವೆಲ್ಲ ಹಿಂದಿನಂತೆಯೇ. 'ಹೊರಗಿನ ವಾಸ್ತವಿಕ ಪ್ರಪಂಚ ಮೆಲ್ಲನೆ ಕೈ ಜಾರುತ್ತಿದ್ದ ಅನುಭವ, ಕಣ್ಣು ಕೈಗೆ ಬಡಿದು ಮೆತ್ತಿಕೊಂಡ ಜೇಡನ ಬಲೆ, ನಿದ್ದೆ ಬಂದೀತೆಂಬ ನಿರೀಕ್ಷೆ ಇರಲಿಲ್ಲ.' ಯಾವ ಊರಿನಲ್ಲಿ ನೋಡಿದರೂ ಇದೇ ಬಿಜಿನೆಸ್ ವಾತಾವರಣದ ಜೇಡನ ಬಲೆ. ಅದರಿಂದ ತಪ್ಪಿಸಿಕೊಂಡು ಓಡಬಯಸಿದರೂ, ಹೊರಗೆ ಬರಲು ಅಸಾಧ್ಯವಾದುದರಿಂದ ಆತನಿಗೆ ನಿದ್ದೆ-ಮನಸ್ಸಿನ ಸ್ವಾಸ್ಥ -ಎಲ್ಲಿಯೂ ಇಲ್ಲ.

ಕೊಳೆತ ಎಲೆಕೋಸೊಂದನ್ನು ಕಿತ್ತೆಸೆದರೆ ಸುಖವಾಗಿ ನಿದ್ದೆಮಾಡಬಹುದೆಂದು ಭ್ರಮಿಸಿ, ಆ ಕಾರ್ಯಕ್ಕೆ ಹೋದಾಗ ಅದನ್ನು ಕಂಡುಹಿಡಿಯಲಾರದೆ, ಕೊಂಚ ಕೊಂಚ ಕೊಳೆತ ಹತ್ತಾರು ಕೋಸುಗಳಲ್ಲೆವನ್ನೂ ಮೇಲೆ ಬರಿಸಿ, ವಾಸನೆಯನ್ನು ಇನ್ನಷ್ಟು ಜಾಸ್ತಿಮಾಡಿ, ಉಳಿದವರೆಲ್ಲ-ತಲೆಯ ಬಗ್ಗೆ ತಲೆಕೆಡಿಸಿಕೊಳ್ಳದವರು- ಸುಖವಾಗಿ ನಿದ್ರಿಸುತ್ತಿರುವಾಗ ತಾನು ಮಾತ್ರ ಆರ್ಜಿತ ಪರದಾಟಕ್ಕೆ ಈಡಾಗುವುದಷ್ಟೇ ಕಾದಂಬರಿಯ ನಾಯಕನ ಗತಿ, ಸ್ಥಿತಿ.

ತನ್ನ ಊರಿಗೆ ಬಂದಾಗ ಅದೂ ಆತನ ಚಿತ್ತಸ್ಥಿತಿಯನ್ನು ಸ್ಥಿರವಾಗಿಡಲು ಸಾಧ್ಯವಾಗಲಿಲ್ಲ. ಮನೆಯ ಎದುರಿನ ಹಸಿರು ಬತ್ತದ ಗದ್ದೆ ಈಗ ಪೈರು ಕತ್ತರಿಸಿದ ಮೇಲೆ ಮೊಂಡುಗಿಡಗಳ ಒರಟು ಭೂಮಿ. ಹೋದ ಊರುಗಳಲ್ಲೆಲ್ಲ ಆತ ಕಾಣುವುದು ಇಂಥದೇ ಮೊಂಡುಗಿಡಗಳ ಒರಟು ಭೂಮಿಗಳನ್ನು ಮಾತ್ರ. 'ಬೇಸರ ಎಲ್ಲ ಊರಲ್ಲೂ ಒಂದೇ ಎಂದು ಅನ್ನಿಸಿದರೂ ಇಲ್ಲಿದ್ದಾಗ ಆ ಕಡೆ, ಅಲ್ಲಿದ್ದಾಗ ಈ ಕಡೆ ಮನಸ್ಸು ಎಳೆಯುವುದು ಅಷ್ಟೇ ಸತ್ಯದ ವಿಷಯ'.

ಬೇಜಾರು ಕಳೆಯಲು ಆತ ಜೋಗಕ್ಕೆ ಬಂದಾಗ, ಜಲಪಾತ ಆತನಿಗೆ ಬದುಕಿನ ಬಗ್ಗೆ

ಹೊಸ ಅರ್ಥವನ್ನು ತಂದುಕೊಡುತ್ತದೆ. ಬದಲಾವಣೆ ಮತ್ತು ಸ್ಥಿರತೆಗಳನ್ನು ಒಮ್ಮೇಲೆ ಕಂಡ ಆತ ಆ ಜಲಪಾತದಿಂದ ಪಾಠ ಕಲಿಯುತ್ತಾನೆ:

'ನಿಂತೇ ಇದ್ದರೂ ಕ್ಷಣಕ್ಷಣಕ್ಕೂ ರೂಪಾಂತರಗೊಳ್ಳುತ್ತಲೇ ಇದೆ.' ಜಲಪಾತದ ನೀರು ಇಲ್ಲಿ ಬದುಕಿನ ಮೌಲ್ಯಗಳನ್ನು ಸಂಕೇತಿಸುತ್ತದೆ. 'ಬೀಳುತ್ತಿರುವ ನೀರಿಗೂ ಬಿದ್ದ ನೀರಿಗೂ ಯಾವ ಸಂಬಂಧವೂ ಇದ್ದಂತೆ ಕಂಡುಬರುವುದಿಲ್ಲ.' 'ಹರಿಯುವ ನೀರು ಬೀಳುತ್ತಾ ನಿಂತ ನೀರಿಗೆ ಒಂದು ಖಚಿತವಾದ ಅದಕ್ಕೇ ಸಾಮಾನ್ಯವಾದ ಕೊನೆಯನ್ನು ಕಾಣಿಸಿ ಕೆಳಗೆ ನೋಡಿದರೆ ನಿರಾಸೆಯಾಗುತ್ತದೆ'.

ಹಳೆಯ ನೀರೇ ಕೆಳಗೆ ಬಿದ್ದು ಹರಿಯುವಾಗ, ಹೊಸ ನೀರಾಗಿ, ಬೀಳುತ್ತಿರುವ ನೀರಿಗಿಂತ ಬೇರೆಯಾಗಿ ಕಾಣುವುದು ಬದುಕು, ಸಾಹಿತ್ಯಗಳಲ್ಲಿನ ಪರಂಪರೆ ಹಾಗೂ ಹೊಸತನಗಳ ಸಂಬಂಧವನ್ನು ಹೇಳುತ್ತಿರಬಹುದು. ಅದು 'ಆತ'ನಿಗೆ 'ನಿರಾಸೆ'ಯನ್ನುಂಟು ಮಾಡುವುದು ಆತನ ಜೀವಂತಿಕೆಗೆ ಸಾಕ್ಷಿ. ಈ 'ಜಲಪಾತ' ಕಾದಂಬರಿಯ ನಾಯಕನ ಮನಸ್ಸಿಗೆ ಸಂಕೇತ. ಕಾದಂಬರಿಯಲ್ಲಿ ಅದನ್ನು ಹೀಗೆ ವಾಚ್ಯವಾಗಿ ಹೇಳಬೇಕಾಗಿರಲಿಲ್ಲ: ಜಲಪಾತ ತಲೆಯೊಳಗೆ ಇದೆಯೋ ಹೊರಗೆ ಅಲ್ಲಿ ಇದೆಯೋ! ಚಲನ ಪ್ರವೃತ್ತಿಯ ಆತನಿಗೆ ಸ್ಥಿರವಾದುದರಿಂದ ಯಾವಾಗಲೂ ಅಸಹನೆ, ಆಯಾಸ. ಜೋಗದ ಕಣಿವೆಯಿಂದ ಮೇಲಕ್ಕೆ ಹತ್ತುವಾಗ 'ಇನ್ನೂ ಕಾಲಿನ ಶಕ್ತಿ ಕುಂದುತ್ತಿರುವಾಗಿನ ಆಯಾಸಕ್ಕಿಂತ ಈ ನಿಂತಿರುವಾಗಿನ ಆಯಾಸ ಅಸಾಧ್ಯವಾಗಿತ್ತು'.

ವಸ್ತು ನಿಷ್ಠತೆಯ ಪರಮಾವಧಿಯಾಗಿ ಕಾಣುವ ನೀರು, ಬದುಕಿನ ಸಾರಾಂಶ ಒಂದು ಕ್ಷಣದಲ್ಲಿ ಮಿಂಚುವುದು, ಜಲಪಾತವನ್ನು ನೋಡಿ ಆ ಆಯಾಸದ ಶಮನಕ್ಕಾಗಿ ಒಂದು ಚೊಂಬು ನೀರು– ಕೊನೆಗೂ ಆತ ನೀರು ಕುಡಿಯಲು ಬರುವುದು ಜಲಪಾತದಿಂದ ಕ್ಯಾಂಟೀನಿಗೆ. ಜಲಪಾತ ಮತ್ತು ಕ್ಯಾಂಟೀನುಗಳ ನೀರು ಒಂದೇ. ಆದರೆ, ಅವನಿಗೆ ಆ ವಸ್ತು– ನೀರು–ವನ್ನು ಸೇವಿಸಲು ಆಸ್ಪದವಾಗುವುದು ಕ್ಯಾಂಟೀನಿನಲ್ಲಿ. ಅದೂ ಬಾಯಿಗೆ ಬೀಳುವ ಗ್ಯಾರಂಟಿ ಏನೂ ಇಲ್ಲ: 'ನೀರು ತನ್ನ ಬಾಯಿಗೆ ಬೀಳುವುದು ಇನ್ನು ಯಾವ ಕಾಲಕ್ಕೋ ಅನ್ನಿಸಿತು'. ಆಯಾಸ, ಅಸಹನೆ, ಅನಿಶ್ಚಿತತೆಗಳಲ್ಲೇ ಆತ ಸುಸ್ತಾಗುವುದರಲ್ಲೇ ಕಾದಂಬರಿ ಕೊನೆಯಾಗುತ್ತದೆ. ಆದರೆ 'ಆತ'ನ ಸ್ಥಿತಿಯ ಗತಿಗೆ ಕೊನೆ ಇಲ್ಲ; ಅದರ ಪಥ– ವರ್ತುಲ.

ಗಿರಿಯವರ ಈ ಕಾದಂಬರಿಯ ಪಾತ್ರಗಳ– ಆತ ಮತ್ತು ಆಕೆ–ಬೆಳವಣಿಗೆ– ಒಂದು ವೇಳೆ ಇದ್ದರೆ– ಮನಶ್ಶಾಸ್ತ್ರದ ಬೆಂಬಲದಿಂದ ಜೀವಂತವಾಗಿದ್ದು ಸಂಗತವೆಂದು ಕಂಡುಬರಬಹುದಾದರೂ, ವಾಸ್ತವಿಕ ಜಗತ್ತಿನಲ್ಲಿ ಅನೇಕ ಪ್ರಶ್ನೆಗಳಿಗೆ ಎಡೆಮಾಡಿಕೊಡುತ್ತದೆ. ಆತ ಮತ್ತು ಆಕೆಯ ಸಂಬಂಧ ಬಹಳ ಅಸ್ಪಷ್ಟವಾಗಿದ್ದು ಅಸಂಗತವಾಗಿದೆ. ಅವರೊಳಗೆ ಮದುವೆಯಾಗಿಲ್ಲದಿದ್ದರೂ, ಮದುವೆಯಾದವರಿಗಿಂತ ಅವರು ಯಾವ ವಿಧದಲ್ಲೂ ಭಿನ್ನರಾಗಿರಲಿಲ್ಲವೆಂದು ಒಂದೆಡೆಯ ಅವರ ಮಾತುಕತೆಯಿಂದ ಗೊತ್ತಾಗುತ್ತದೆ– 'ಬೇರೆಯವರ ದೃಷ್ಟಿಯೂ ಹೌದು, ನಮ್ಮ ದೃಷ್ಟಿಯೂ ಹೌದು''. ತಮ್ಮ ಮದುವೆಯ ಬಗ್ಗೆ

ಆಕೆ ಹೀಗೆ ಹೇಳಿದಾಗ, ಆತ ಹೇಳುತ್ತಾನೆ: "ನಮ್ಮ ದೃಷ್ಟಿಯಲ್ಲಿ ಯಾಕೆ? ನಿನಗೀಗ ಐದು ದಿನ ಯಾವುದೋ ಮಿಂಡನ ಜೊತೆ ಇದ್ದೆ ಅನ್ನಿಸ್ತೆ? ನನಗೆ ಐದು ದಿನ ಯಾವಳೋ ಒಬ್ಬಳನ್ನು ಹಾರಿಸಿಕೊಂಡು ಹೋಗಿ ಎಲ್ಲರ ಕಣ್ಣು ತಪ್ಪಿಸಿ ಮಝಾ ಮಾಡಿದೆ ಅನ್ನಿಸ್ತೆ?" ಅವರು ಆ ಊರಿಗೆ ಬಂದ ನಾಲ್ಕನೇ ದಿನ ನಿರುತ್ಸಾಹಗೊಂಡ ಆಕೆಯ ವರ್ತನೆ– "ಬಂದವಳೇ ಮುತ್ತಿಲ್ಲ ಮುದ್ದಿಲ್ಲ". ಅಂದರೆ ಉಳಿದ ದಿನಗಳಲ್ಲಿ ಅದು ಇತ್ತು ಎಂದು ಅರ್ಥತಾನೆ? ಮುಂದೆ ಆತ ಮೈಸೂರಿಗೆ ಬಂದು ಅವಳ ಮನೆಗೆ ಬರುತ್ತಾನೆ; ಅಲ್ಲೇ ಊಟ ಮಾಡುತ್ತಾನೆ. ಆದರೆ ಹೋಟೆಲಿನಲ್ಲಿ ರೂಮು ಹಿಡಿಯುತ್ತಾನೆ. ಆಕೆಯ ಮನೆಯಲ್ಲಿ ಬೇರಾರೂ ಇರಲಿಲ್ಲವೇ? ಆಕೆ ಒಬ್ಬಂಟಿಯೇ? ಐದು ದಿನ ಅಪರಿಚತ ಊರಿನಲ್ಲಿ ಒಂದೇ ರೂಮಿನಲ್ಲಿ ಆಕೆಯೊಡನೆ ಇದ್ದ– ಮಝಾ ಮಾಡಿದ– ಆತ ಮೈಸೂರಿಗೆ ಬಂದಾಗ ಆಕೆಯ ಮನೆಯಲ್ಲಿ ಊಟಮಾಡಿ, ಆದರೆ ತಂಗದೆ, ಕೊಳೆತ ಎಲೆಕೋಸಿನ ಗಲೀಜಿನ ಹೋಟೆಲಿನಲ್ಲಿ ಯಾಕೆ ಬವಣೆಪಟ್ಟ?

ಅವಿವಾಹಿತರಾಗಿದ್ದ ಅವರು ಅಪರಿಚಿತ ಊರಿನ ಹೋಟೆಲಿನ ಕೊಠಡಿಯಲ್ಲಿ ಐದು ದಿನ ಒಟ್ಟಿಗೆ ಇದ್ದಾಗ ಆಗಿರಬಹುದಾದ ಲೈಂಗಿಕ ಸೆಳೆತವನ್ನು ಮರೆಸಿಬಿಡುವಷ್ಟು ಆ ಊರಿನ ಸೆಕೆ, ಕೆಲಸದ ತಕರಾರು ಗಾಢವಾಗಿತ್ತೆ? ಅಥವಾ ಅದು ಚಿತ್ರಿಸುವಷ್ಟು ಎಲ್ಲ ಪ್ರಶ್ನೆಗಳೂ ಇಂತಹ ಕಾದಂಬರಿಗಳಲ್ಲಿ ಅಪ್ರಸ್ತುತವೆಂದು ಕೆಲವರು ಹೇಳಬಹುದು.

'ಕಥೆಯ ಅಂಶ ಕಾದಂಬರಿಯಲ್ಲಿ ಗೌಣ' ಎನ್ನುತ್ತಾರೆ ಯು. ಆರ್. ಅನಂತಮೂರ್ತಿ (ಸಾಕ್ಷಿ ೧೩). ಈ ರೀತಿಯ ಕಾದಂಬರಿಗಳು ಕಥೆತನದಿಂದ ದೂರವಾಗಿರುವುದು ಅವುಗಳ ಲಕ್ಷಣವೆಂದು ಬಲ್ಲೆ. ಇಲ್ಲಿ ಕಲ್ಪನೆಗಳು ಅಸಂಗತದಂತೆ ಕಂಡು ಬರುವುದೂ ಸಹಜ. ಆದರೆ ಕಾದಂಬರಿಯಲ್ಲಿ ವೈಚಾರಿಕತೆ ಈ ಮಟ್ಟದಲ್ಲೇ ಬಿದ್ದು ಹೋಗುವುದು ಅಪಾಯಕಾರಿ.

ಚಿತ್ರಣ, ವರ್ಣನೆಗಳ ಕಾರಣವಾಗಿ ಆಧುನಿಕ ಸಣ್ಣಕತೆಯೊಂದು ಕಾದಂಬರಿಯಾಗಿ ಬೆಳೆದ ಹಾಗಿದೆ ಅನ್ನಿಸುತ್ತದೆ. ಮೇಲೆ ಕೇಳುವ ಎಲ್ಲ ಪ್ರಶ್ನೆಗಳೂ ಈ ಕಾದಂಬರಿಯ ಬಗ್ಗೆ ಸುಳ್ಳಾಗುತ್ತವೆ. ಅದೇ ಇದರ ವಿಶಿಷ್ಟತೆಯೆಂದು ಜಾಣತನದ ಮಾತನ್ನು ಆಡಬಹುದೇನೋ. ಸಮಕಾಲೀನ ನಾಗರಿಕ ಬದುಕನ್ನು ಗಿರಿ ಸೂಕ್ಷ್ಮವಾಗಿ ಅವಲೋಕಿಸಿದ್ದಾರೆ. ಆದರೆ ಕಾದಂಬರಿಯ ನಾಯಕನಂತೆ ಅದೆಲ್ಲವೂ ಒಂದೇ ಬಿಂದುವಿನ ಕಡೆಗೆ atomise ಆಗಿರುವುದು ಬೋರ್‌ಡಂ ಹೊಡೆಸುವುದಕ್ಕಿಂತ ಹೆಚ್ಚಾಗಿ, ವೈಚಾರಿಕತೆಯ ದೃಷ್ಟಿಯಿಂದ monotonous ಆಗಿದೆ ಅನ್ನಿಸುತ್ತದೆ.

ಈ ಕಾದಂಬರಿಯ ವಿಶಿಷ್ಟತೆಯೆಲ್ಲಾ ಇರುವುದು ಗಿರಿಯವರ ಚಿತ್ರಕ ಭಾಷೆಯಲ್ಲಿ. ಭಾಷೆಯನ್ನು ಕಾದಂಬರಿಯ ವಸ್ತುವಿಗಿಂತ ಬೇರೆಯಾಗಿ ನೋಡದೆಯೇ ಈ ಮಾತನ್ನು ಹೇಳಬಹುದು. "ಗಿರಿಯವರ ಕೈಯಲ್ಲಿ ಬೆರಗುಗೊಳಿಸುವ ಸಾಧನವಾಗಿರುವ ಭಾಷೆ" (ಜಿ.ಎನ್. ರಂಗನಾಥ ರಾವ್ ಹೇಳುವಂತೆ ಸಂಕ್ರಮಣ–೪೬ರಲ್ಲಿ) ತನ್ನ ಚಿತ್ರಕ ಶಕ್ತಿಯ ಕಾರಣವಾಗಿ ಓದುಗರನ್ನು ಆವರಿಸಿಬಿಡುತ್ತದೆ.

ಇವುಗಳಲ್ಲಿ ಬಹಳ ವಿಶಿಷ್ಟವೆನ್ನಿಸಿ, ಕಣ್ಣಿಗೆ ಕಟ್ಟುವ ಚಿತ್ರಣ–ಬೀಡ ಕಟ್ಟುವ ಮನುಷ್ಯನದು. ಅದೇ ರೀತಿ ಗುಮಾಸ್ತ ಫೈಲು ಹುಡುಕುವುದು, ಹೋಟೆಲುಗಳ ಆಫೀಸುಗಳ ವರ್ಣನೆ, ಬೀದಿಗಳ ಚಿತ್ರ, ಹೋಟೆಲಿನಲ್ಲಿ 'ಆತ' ಕೊಳೆತ ಎಲೆಕೋಸು ಹುಡುಕುವುದು, ಮೈಸೂರಿನಿಂದ ತನ್ನ ಊರಿಗೆ ಹೋಗುವಾಗ ರೈಲಿನಲ್ಲಿನ ಸಹ ಪ್ರಯಾಣಿಕರ ಬಗ್ಗೆ ಆತನ ಕಲ್ಪನೆಯ ಚಿತ್ರಣ, ಆತ ಮತ್ತು ಆಕೆ ಆ ಊರಿನಿಂದ ಮಾನಸಿಕವಾಗಿ ಹೊರಗೋಡುವ ದೃಶ್ಯ, ಜೋಗದ ಜಲ ಪಾತದ ವರ್ಣನೆ– ಇಂತಹ ಹಲವನ್ನು ಪಟ್ಟಿಮಾಡಬಹುದು.

ಗಿರಿಯವರು ವ್ಯಕ್ತಿಗಳನ್ನು, ದೃಶ್ಯಗಳನ್ನು ಎಷ್ಟು ಸೂಕ್ಷ್ಮವಾಗಿ ಅವಲೋಕಿಸುತ್ತಾರೆ, ಅವಲೋಕಿಸಿದ್ದನ್ನು ಎಷ್ಟು ಚೆನ್ನಾಗಿ ತಮ್ಮ flexible ಭಾಷೆಯ ಮೂಲಕ ಚಿತ್ರಿಸುತ್ತಾರೆ, ಅಂತಹ ಚಿತ್ರಣಗಳಲ್ಲಿ ಐರನಿಯನ್ನು ಎಷ್ಟು ಸಲೀಸಾಗಿ ಬಳಸುತ್ತಾರೆ ಎಂಬುದಕ್ಕಾಗಿ ಈ ಕೃತಿ ವಿಶಿಷ್ಟ.

ಆಗಸ್ಟ್ ೧೯೭೨, 'ಮುಂಗಾರು' ಸಾಹಿತ್ಯ ತ್ರೈಮಾಸಿಕ

ನಿರಂಜನರ 'ಬುದ್ಧಿ ಭಾವ ಬದುಕು'

ನಿರಂಜನರು ೧೯೪೨ರಿಂದ ೧೯೮೪ರವರೆಗಿನ ಅವಧಿಯಲ್ಲಿ ಸಾಹಿತ್ಯ ವಿಷಯಗಳಿಗೆ ಸ್ಪಂದಿಸಿದ ರೀತಿಯ ಸಮಗ್ರ ಪರಿಚಯವನ್ನು ಕೊಡುವ ಗ್ರಂಥ 'ಬುದ್ಧಿ ಭಾವ ಬದುಕು'. ಮೂವತ್ತಾರು ಲೇಖನಗಳುಳ್ಳ ಈ ಸಂಕಲನ ಸುಮಾರು ೪೨ ವರ್ಷಗಳ ಕಾಲಾವಧಿಯ ಕನ್ನಡ ಸಾಹಿತ್ಯದ ಆಗುಹೋಗುಗಳ ಪ್ರಾತಿನಿಧಿಕ ಕೃತಿಯಾಗಿ ಮಹತ್ವದ್ದಾಗಿದೆ. ಕನ್ನಡ ಪ್ರಗತಿಶೀಲ ಸಾಹಿತ್ಯ ಚಳುವಳಿಯ ಪ್ರವರ್ತಕರಲ್ಲಿ ಮುಖ್ಯರಾಗಿ ಮತ್ತು ಕನ್ನಡ ಪ್ರಗತಿಶೀಲ ಸಾಹಿತ್ಯ ಸೃಷ್ಟಿಯ ಪ್ರಮುಖ ಲೇಖಕರಾಗಿ ಕೆಲಸ ಮಾಡಿದ ನಿರಂಜನರ ಕಾಲಕಾಲದ ವೈಚಾರಿಕೆ ನೆಲೆಗಳನ್ನು ಈ ಲೇಖನಗಳಲ್ಲಿ ಕಾಣಬಹುದು. ಎಡಪಂಥೀಯ ಧೋರಣೆಗಳ ಮೂಲಕ ಸಾಹಿತ್ಯದಲ್ಲಿ ಪ್ರಗತಿಯನ್ನು ಸಾಧಿಸಲು ಬಯಸಿದ ಪ್ರಯತ್ನದ ಮಹತ್ವಾಕಾಂಕ್ಷೆಯ ಗೊಂದಲ, ಇತಿಮಿತಿ, ಸಾಧನೆ, ತಾತ್ವಿಕ ಭಿನ್ನತೆ ಇವುಗಳನ್ನು ಇಲ್ಲಿನ ಲೇಖನಗಳು ಕೊಡುವ ಕಾರಣವಾಗಿಯೇ ಕನ್ನಡ ಸಾಹಿತ್ಯದ ಅಧ್ಯಯನದಲ್ಲಿ ಇವು ಬಹುಮುಖ್ಯ ಐತಿಹಾಸಿಕ ಮಹತ್ವವುಳ್ಳ ದಾಖಲೆಗಳಾಗಿವೆ. ಉತ್ಸಾಹ, ಕೆಚ್ಚು, ಆದರ್ಶಪ್ರಿಯತೆ, ಬಂಡಾಯ ಇಂತಹ ಗುಣಗಳ ನಿರಂಜನರು ಪ್ರಧಾನವಾಗಿ ಎಡಪಂಥೀಯ ಸಾಹಿತ್ಯ ಸಂಸ್ಕೃತಿಯಿಂದ ಪ್ರಭಾವಿತವಾಗಿದ್ದಾರೆ. ಅದು ನಿರ್ದಿಷ್ಟ ವೈಚಾರಿಕ ನೆಲೆಯಲ್ಲಿ ಬದುಕು ಮತ್ತು ಸಾಹಿತ್ಯಗಳನ್ನು ನೋಡುವ ಖಚಿತ ನಿಲುವನ್ನು ಉಳ್ಳದ್ದಾಗಿದೆ. ನಿರಂಜನರ ವೈಚಾರಿಕತೆಯ ಬೆಳವಣಿಗೆ ಮತ್ತು ಪಕ್ವತೆಯನ್ನು ಇಲ್ಲಿನ ಲೇಖನಗಳು ಹಂತ ಹಂತವಾಗಿ ದಾಖಲಿಸುತ್ತವೆ. 'ಬಿಡುಗಡೆಯ ಬೆಲೆ', 'ಕನ್ನಡ ಸಾಹಿತ್ಯದ ಪ್ರಗತಿಶೀಲರು ಎತ್ತ ಸಾಗಿದ್ದಾರೆ?', 'ಪ್ರಗತಿಶೀಲ ಸಾಹಿತ್ಯ– ಗೊತ್ತು ಗುರಿ', 'ಪ್ರಗತಿಶೀಲತೆಯ ಹುಟ್ಟು' ಇಂತಹ ಆರಂಭದ ಲೇಖನಗಳಲ್ಲಿ, 'ಕಮಿಟ್‌ಮೆಂಟ್ ಯಾರಿಗೆ? ಯಾವುದಕ್ಕೆ?', 'ಪ್ರಗತಿಪಂಥದ ಘೋಷಣೆ', 'ಕರ್ನಾಟಕ ಪ್ರಗತಿಪಂಥ ಸ್ಥಾಪನಾ ಸಮ್ಮೇಳನದ ಅಧ್ಯಕ್ಷ ಭಾಷಣ', 'ಪಂಥವೆಂದರೆ ದಾರಿ, ಮಾರ್ಗ, ಗುಂಪಲ್ಲ, ಮತವಲ್ಲ' ಈ ಲೇಖನಗಳಲ್ಲಿ ವಿಚಾರ ಮತ್ತು ಧೋರಣೆಗೆ ಇರುವ ಅಂತರ ಮತ್ತು ಬೆಳವಣಿಗೆಯನ್ನು ಗಮನಿಸಬೇಕು. ಸಾಹಿತ್ಯಪಂಥವನ್ನು ಒಂದು ಗುಂಪು ಅಥವಾ ಮತವನ್ನಾಗಿ ಮಾಡಿ ಪ್ರಗತಿಯನ್ನು ಸಾಧಿಸಲು ಸಾಧ್ಯವಿಲ್ಲ ಎನ್ನುವ ನಿಲುವು ನಿರಂಜನರ ಬಳಿಕದ ಬರಹಗಳಲ್ಲಿ ಹೆಚ್ಚು ಸ್ಪಷ್ಟವಾಗಿದೆ.

'ಸಾಹಿತ್ಯ ಮತ್ತು ಇತಿಹಾಸ ಪ್ರಜ್ಞೆ' ಎನ್ನುವ ಲೇಖನ ತಮ್ಮ ಸಾಹಿತ್ಯ ಮತ್ತು ಇತರ ಸಾಹಿತ್ಯಗಳನ್ನು ಆಧರಿಸಿಕೊಂಡು ಬಹಳ ತಾತ್ವಿಕವಾಗಿ ಬದುಕನ್ನು ಗ್ರಹಿಸುವ ಕೆಲಸವನ್ನು

ಮಾಡಿದೆ. 'ಉತ್ತಮ ಬದುಕಿನ ಎತ್ತರಕ್ಕೆ ಸಾಹಿತ್ಯದ ಏಣಿ' ಎನ್ನುವ ಲೇಖನದಲ್ಲಿ ತಮ್ಮ ಬದುಕಿನ ಏಣಿಯ ಮೆಟ್ಟಿಲುಗಳನ್ನು ಗುರುತಿಸುತ್ತಾ ಸಾಹಿತ್ಯ ಶಕ್ತಿಯ ಮಹತ್ವವನ್ನು ನಿರಂಜನರು ತಿಳಿಸಿದ್ದಾರೆ– 'ಬದುಕು ಎಷ್ಟೋ ಪಾಠಗಳನ್ನು ಕಲಿಸುತ್ತದೆ. ಬದುಕಿನಿಂದ ಪ್ರೇರಿತವಾದ ಸಾಹಿತ್ಯ ಕೂಡ. ಒಂದು ಕಾಲದ ಹುಚ್ಚು ಆದರ್ಶಗಳು ಬಾಳ್ವೆಯ ಮೂಸೆಯಲ್ಲಿ ಕರಕಾಗುತ್ತವೆ. ವಾಸ್ತವತೆಯೊಂದೇ ನಿತ್ಯ ಸವಾಲಾಗುತ್ತದೆ'. 'ಬಾಲ್ಯದ ಹುಚ್ಚು ಆವೇಶ ಈಗ ಇಲ್ಲ. ಆದರೆ ಆಸೆ ಆಗಿನದೇ. ಈಗಲೂ ಹೇಳುತ್ತೇನೆ: ಬದುಕನ್ನು ಒಳಿತಿಗೆ ಬದಲಾಯಿಸಲು ಸಾಹಿತ್ಯ ನೆರವಾಗಬೇಕು.' 'ಪ್ರಜ್ಞಾವಂತ ಬರೆಹಗಾರ–ಕಾಲ, ಇತಿಹಾಸ, ಸಮಾಜ, ಪ್ರಗತಿಗಳ ಪ್ರಜ್ಞೆ ಇರುವ ಬರೆಹಗಾರ–ಅರ್ಥಪೂರ್ಣ ಸಾಹಿತ್ಯವನ್ನು ನಿರ್ಮಿಸಲು ಶಕ್ತ. ಅಂತಹ ಸಾಹಿತ್ಯದಿಂದ ಬದುಕು ಹಸನಾಗುತ್ತದೆ, ಮಾನವ ಉನ್ನತ್ತಿಯತ್ತ ಸಾಗುತ್ತಾನೆ'.

ಆತ್ಮೀಯತೆ ಮತ್ತು ನೆನಪುಗಳು ಒಟ್ಟು ಸೇರಿದ ಲೇಖನ 'ಸಾಹಿತ್ಯ ಪ್ರೇರಣೆಯ ಮೊದಲ ಹೆಜ್ಜೆಗಳು' ನಿರಂಜನರ ಸಾಹಿತ್ಯ ಪ್ರೇರಣೆಯ ಹೆಜ್ಜೆ ಗುರುತುಗಳನ್ನು ಬಹಳ ಸ್ವಾರಸ್ಯಪೂರ್ಣವಾಗಿ ಸೂಚಿಸುತ್ತದೆ. ತನ್ನ ಹದಿಮೂರನೆಯ ವರ್ಷದಲ್ಲಿ ೧೯೩೭ರಲ್ಲಿ ತುಳುಭಾಷಾ ಲೇಖಕನಾದ ನಿರಂಜನರ ಸಾಹಿತ್ಯದ ಪೂರ್ವಜನ್ಮದ ವಿವರಗಳು ಬಹಳ ಅಮೂಲ್ಯವಾದುವು. ಗ್ರಂಥದ 'ಬಂಧ ಅನುಬಂಧ'ವು ಕಾಲಾನುಕ್ರಮಣಿಕೆಯ ರೂಪದಲ್ಲಿ ನಿರಂಜನರ ಬದುಕಿನ ಹೆಜ್ಜೆ ಗುರುತುಗಳನ್ನು ಎಲ್ಲಾ ವೈಯಕ್ತಿಕ ವಿವರಗಳ ಸಹಿತ ಕ್ರಮಕ್ರಮವಾಗಿ ತಿಳಿಸುತ್ತದೆ. ೧೯೨೪ರಲ್ಲಿ ದಕ್ಷಿಣ ಕನ್ನಡದ ಕುಳುಕುಂದ ಹಳ್ಳಿಯಲ್ಲಿ ಜನಿಸಿದ ಶಿವರಾಯ ೧೯೮೦ರವರೆಗೆ ನಿರಂಜನರಾಗಿ ಬೆಳೆದುಬಂದ ಅಪೂರ್ವ ವಿವರಗಳು ಆತ್ಮೀಯ ದಿನಚರಿಯ ರೂಪದಲ್ಲಿ ಇಲ್ಲಿ ದೊರೆಯುತ್ತವೆ.

ಲೇಖಕನೊಬ್ಬನ ವೈಚಾರಿಕ ನಿಲುವು, ಸಾಹಿತ್ಯದ ಬಗ್ಗೆ ಆತನ ಧೋರಣೆಗಳು, ತನ್ನ ಸಾಹಿತ್ಯಸೃಷ್ಟಿಯ ಬಗ್ಗೆ ಆತನೇ ಹೇಳಿಕೊಂಡ ಸಂಗತಿಗಳು, ತನ್ನ ಸಾಹಿತ್ಯಪ್ರೇರಣೆಯ ವಿವಿಧ ಮೂಲಗಳು ಮತ್ತು ಶಕ್ತಿಗಳು ಇಂತಹ ಅನೇಕ ಅಂಶಗಳು, ಸಾಹಿತಿಯೊಬ್ಬನ ಸಾಹಿತ್ಯ ಮೀಮಾಂಸೆಯನ್ನು ರೂಪಿಸುತ್ತವೆ. ಬೆಲಿನ್‌ಸ್ಕಿಯ ಕಾವ್ಯಮೀಮಾಂಸೆಯ ಕುರಿತ ಲೇಖನ ಬರೆದ ನಿರಂಜನರ ಸಾಹಿತ್ಯ ಮೀಮಾಂಸೆಯ ಸ್ವರೂಪವನ್ನು 'ಬುದ್ಧಿಭಾವ ಬದುಕು' ಸಂಕಲನದ ಲೇಖನಗಳು ಶ್ರುತಪಡಿಸುತ್ತವೆ. 'ಒಮ್ಮೊಮ್ಮೆ ವಿಚಾರಗಳು ಕೈ ಕೈ ಮಿಲಾಯಿಸಿ ನನ್ನ ಮೆದುಳು ತಪ್ತವಾಗುತ್ತದೆ; ಕೆಲವೊಮ್ಮೆ ಭಾವೋದ್ವೇಗದಿಂದಲೂ ಬಿಸಿಯೇರುತ್ತದೆ. ಈ ಗೊಂದಲದಲ್ಲೂ 'ಹದ' ಸಾಧ್ಯವಾದಾಗ 'ಸೃಷ್ಟಿಕಾರ್ಯ' ಮುದನೀಡುತ್ತದೆ. ಬದುಕಿಗೆ ನಾನು ಸದಾ ಬದ್ಧ. ಇದು ನನ್ನ ಬಂಡವಾಳ.' ಈ ಮಾತುಗಳನ್ನು ಹೇಳುವ ನಿರಂಜನರ ಬುದ್ಧಿ–ಭಾವಗಳು ಬದುಕಿನೊಡನೆ ಮಾಡಿದ ಸೆಣೆಸಾಟಗಳನ್ನು ಮತ್ತು ಸಾಧನೆಗಳನ್ನು ಇಲ್ಲಿನ ಲೇಖನಗಳು ಬಹಳ ಪ್ರಾಮಾಣಿಕವಾಗಿ ದಾಖಲಿಸುತ್ತವೆ ಎನ್ನುವುದು ಈ ಕೃತಿಯ ವೈಶಿಷ್ಟ್ಯ. ಆತ್ಮಕತೆಯ ಬರವಣಿಗೆಗಿಂತ ಭಿನ್ನವಾದ, ಸಾಹಿತ್ಯ ಮೀಮಾಂಸೆಯ ಲೇಖನಗಳಿಗಿಂತಲೂ ಪ್ರತ್ಯೇಕವಾದ, ಆದರೆ ಅವರೆಡರ ಗುಣಗಳನ್ನು ಬಹಳ ಸಮರ್ಪಕವಾಗಿ ಮೈಗೂಡಿಸಿಕೊಂಡಿರುವ ಇಂತಹ ಬರವಣಿಗೆ ಕನ್ನಡ ಸಾಹಿತ್ಯ ಚರಿತ್ರೆಯಲ್ಲಿ ಅಪೂರ್ವವಾದ ಮತ್ತು ಕನ್ನಡ ಸಾಹಿತ್ಯದ ಅಧ್ಯಯನಕ್ಕೆ ಅಮೂಲ್ಯವಾದ ಕೊಡುಗೆಯಾಗಿದೆ.

'ನಿರಂಜನ ಅಭಿನಂದನ', ೧೯೮೦

ಕನ್ನಡ ರೂಪಾಂತರದ ಸಂಕೇತ: ಸಿ. ಎನ್. ರಾಮಚಂದ್ರನ್

ನಮ್ಮ ಬದುಕಿನಲ್ಲಿ ಆಕಸ್ಮಿಕವಾಗಿ ಬಂದು ಪ್ರವೇಶ ಮಾಡುವ ಸಾವಿರಾರು ಜನರಲ್ಲಿ ಎಲ್ಲೋ ಕೆಲವರು ಮಾತ್ರ ಬಹಳ ಕಾಲ ಯಾಕೋ ಹಾಗೆಯೇ ನಮ್ಮೊಂದಿಗೆ ಉಳಿದುಬಿಡುತ್ತಾರೆ. ಕಾಲ ಸಾಗಿದರೂ ಊರು ದೇಶ ಬದಲಾದರೂ ಎಲ್ಲ ರೂಪಾಂತರಗಳು ಸಂಭವಿಸಿದರೂ ಕಾರಣ ಕೊಡಲು ಸಾಧ್ಯ ಆಗದೆ ಅಪೂರ್ವವಾಗಿ ಕೆಲವರು ಗಾಢವಾಗಿ ನಮ್ಮೊಡನೆ ಉಳಿದುಕೊಂಡು ಸ್ನೇಹ ಮತ್ತು ಬಂಧುತ್ವದ ಸರಳ ವ್ಯಾಖ್ಯೆಗಳಿಗೆ ಅತೀತರಾಗಿ ಉಳಿಯುತ್ತಾರೆ. ನನ್ನ ಬದುಕಿನಲ್ಲಿ ಬಹಳ ತಡವಾಗಿ ಆಕಸ್ಮಿಕವಾಗಿ ಪರಿಚಯವಾದ ಸಿ.ಎನ್. ರಾಮಚಂದ್ರನ್ ಇಂತಹ ಅಪೂರ್ವ ವರ್ಗಕ್ಕೆ ಸೇರಿದವರು. ಹಾಗೆ ನೋಡಿದರೆ ನಮ್ಮ ಬದುಕಿನ ಪೂರ್ವ ಭಾಗದಲ್ಲಿ ನಮ್ಮಿಬ್ಬರ ನಡುವೆ ಸಾಮ್ಯಗಳೇ ಕಡಮೆ. ಈಗಲೂ ಕೆಲವು ವಿಷಯಗಳಲ್ಲಿ ನಾವು ಸಮಾನ ಸ್ವಭಾವದವರು ಅಲ್ಲ. ಸಿಎನ್ಆರ್ ಸಂಸ್ಕೃತ ಹಿನ್ನೆಲೆಯಿಂದ ಬಂದವರು, ಶಾಸ್ತ್ರ ಪರಂಪರೆಯ ಜ್ಞಾನದ ಕುಟುಂಬದವರು, ಇಂಗ್ಲಿಷ್ ಸಾಹಿತ್ಯದಲ್ಲಿ ಎಂ.ಎ. ಮಾಡಿದವರು, ಅಮೇರಿಕಾದಲ್ಲಿ ಇಂಗ್ಲಿಷ್ ಸಾಹಿತ್ಯದ ಬಗ್ಗೆ ಪಿಎಚ್.ಡಿ. ಮಾಡಿದವರು, ವಿದೇಶಗಳಲ್ಲಿ ಅಧ್ಯಯನ-ಅಧ್ಯಾಪನ ಮಾಡಿದವರು. ನಾನಾದರೋ ಹಳ್ಳಿಯ ತುಳು ಕೃಷಿ ಸಂಸ್ಕೃತಿಯಿಂದ ಬಂದವನು. ಇಂಗ್ಲಿಷ್ ಜ್ಞಾನ ತೀರ ಕಡಮೆ ಇದ್ದು, ಕನ್ನಡದಲ್ಲಿ ಎಂ.ಎ. ಮಾಡಿ, ಸ್ಥಳೀಯ ಮಟ್ಟದಲ್ಲಿ ವಿಶ್ವವಿದ್ಯಾನಿಲಯದಲ್ಲಿ ಕನ್ನಡ ಅಧ್ಯಾಪಕನಾಗಿ ಅನುಭವ ಪಡೆದವನು. ಆದರೆ ನಾವಿಬ್ಬರೂ ಹಳ್ಳಿಯ ನೆಲದ ಸಂಸ್ಕೃತಿ ಯಿಂದಲೇ ಬಂದವರು.

ನಮ್ಮಿಬ್ಬರ ಮೊದಲ ಭೇಟಿ ಆದದ್ದು ೧೯೮೪ರಲ್ಲಿ ಮಂಗಳೂರು ವಿಶ್ವವಿದ್ಯಾನಿಲಯದಲ್ಲಿ. ೧೯೮೪ರ ಫೆಬ್ರವರಿಯಲ್ಲಿ ಮಂಗಳೂರು ವಿವಿಯ ಇಂಗ್ಲಿಷ್ ವಿಭಾಗದಲ್ಲಿ ಡಾ. ರಾಮಚಂದ್ರನ್ ರೀಡರ್ ಮತ್ತು ಮುಖ್ಯಸ್ಥ ಆಗಿ ಸೇರಿದಾಗ ನಾನು ಮಂಗಳೂರು ವಿವಿಯ ಕನ್ನಡ ವಿಭಾಗದಲ್ಲಿ ರೀಡರ್ ಅಗಿದ್ದೆ. ಮತ್ತೆ ಅದೇ ವರ್ಷ ಮೇ ತಿಂಗಳಲ್ಲಿ ಕನ್ನಡ ವಿಭಾಗದ ಮುಖ್ಯಸ್ಥ ಆದೆ. ಮಂಗಳೂರು ವಿವಿ ಆರಂಭವಾದ ಮೇಲೆ ಸ್ಥಾಪನೆ ಆದ ಇಂಗ್ಲಿಷ್ ವಿಭಾಗಕ್ಕೆ ಆವರೆಗೆ ಪೂರ್ಣ ಪ್ರಮಾಣದ ಮುಖ್ಯಸ್ಥರು ಇರಲಿಲ್ಲ. ಹಾಗಾಗಿ ಹೊಸ ಮುಖ್ಯಸ್ಥರ ಬಗ್ಗೆ ನಮಗೆಲ್ಲ ಬಹಳ ಕುತೂಹಲ ಇತ್ತು. ಹೊಸತಾಗಿ ಅಮೇರಿಕಾದಲ್ಲಿ

ಇಂಗ್ಲೀಷ್ ಅಧ್ಯಯನ-ಅಧ್ಯಾಪನ ಮಾಡಿದವರು ಎನ್ನುವ ಸುದ್ದಿ ಮೊದಲೇ ಹರಡಿತ್ತು, ಹಾಗಾಗಿ ಕುತೂಹಲದೊಂದಿಗೆ ಆತಂಕ, ಅನುಮಾನ ಕೂಡಾ ಮನೆ ಮಾಡಿತ್ತು. ಅದಕ್ಕೆ ಪೂರಕವಾಗಿ ಹೊಸ ಇಂಗ್ಲಿಷ್ ಪ್ರಾಧ್ಯಾಪಕರ ವೇಷಭೂಷಣ, ಹೊರ ನೋಟ, ಮಾತಿನ ಶೈಲಿ ಎಲ್ಲವೂ ನಮ್ಮಲ್ಲಿ ಇನ್ನಷ್ಟು ಅಳುಕು ಮತ್ತು ಅಂಜಿಕೆಯನ್ನು ಉಂಟು ಮಾಡಿದುವು. ಪಾಶ್ಚಾತ್ಯ ಶೈಲಿಯ ಸೂಟು ಬೂಟು, ಕೈಯಲ್ಲಿ ಹೊಗೆ ಸೇದುವ ಪೈಪ್, ಮಾತಿನಲ್ಲಿ ನಮಗೆ ಆ ಕಾಲಕ್ಕೆ ಅತಿ ಅನ್ನಿಸುತ್ತಿದ್ದ ಔಪಚಾರಿಕ ನುಡಿಗಟ್ಟು, ನಾವು ಆವರೆಗೆ ಕೇಳದ ಇಂಗ್ಲಿಷ್ ಉಚ್ಚಾರಣೆ – ಹೀಗೆ ಎಲ್ಲ ರೀತಿಯಲ್ಲೂ ಅಪರಿಚಿತರೊಬ್ಬರು ನಮ್ಮ ನಡುವೆ ಸೇರಿಕೊಂಡರು ಎನ್ನುವ ಭಾವನೆ ನಮ್ಮನ್ನು ಕವಿದಿತ್ತು. ಮಂಗಳಗಂಗೋತ್ರಿಯಲ್ಲಿ ನಮ್ಮ ಕನ್ನಡ ವಿಭಾಗದ ಕಟ್ಟಡದಲ್ಲೇ ಆಗ ಇಂಗ್ಲಿಷ್ ವಿಭಾಗ ಇದ್ದ ಕಾರಣ ನಾನು ಮತ್ತು ಸಿ.ಎನ್. ರಾಮಚಂದ್ರನ್ ಪರಸ್ಪರ ಭೇಟಿ ಆಗುವ, ಸಮಾಲೋಚನೆ ನಡೆಸುವ ಸಂದರ್ಭಗಳು ಹೆಚ್ಚಾದವು. ಅವರು ಕನ್ನಡದಲ್ಲಿ ಸರಳವಾಗಿ ಅಪ್ಪಟ ದೇಸಿ ಶೈಲಿಯಲ್ಲಿ ಮಾತಾಡುವುದನ್ನು ಕಂಡು ನನಗೆ ಸಂತೋಷ ಆಯಿತು. ತುಂಬಾ ವಿದ್ವತ್ ಇದ್ದರೂ ಸಹಜ ವಿನಯದಿಂದ ಮಾತಾಡುವ, ನಡೆದುಕೊಳ್ಳುವ ಅವರ ನಡವಳಿಕೆಯನ್ನು ನೋಡಿ ನನಗೆ ಅವರಲ್ಲಿ ಗೌರವ ಮತ್ತು ಆತ್ಮೀಯತೆ ಬೆಳೆಯಿತು. ನಾನು ಆಗ ಕನ್ನಡ ಎಂ.ಎ. ತರಗತಿಗಳಿಗೆ ಪಾಶ್ಚಾತ್ಯ ಸಾಹಿತ್ಯ ವಿಮರ್ಶೆ ಪಾಠ ಮಾಡುತ್ತಿದ್ದೆ. ಅಲ್ಲಿನ ಅನೇಕ ಪರಿಕಲ್ಪನೆಗಳ ಬಗ್ಗೆ ನನಗೆ ಸಮಸ್ಯೆಗಳು ಇದ್ದುವು. ಒಮ್ಮೆ ಈ ಕುರಿತು ಸಿ.ಎನ್.ಆರ್. ಅವರಲ್ಲಿ ಸಮಾಲೋಚಿಸಿದೆ; ಅವರು ತುಂಬಾ ತಾಳ್ಮೆಯಿಂದ ವಿವರವಾಗಿ ಚರ್ಚಿಸಿದರು. ಮುಂದೆ ಇದು ನನ್ನ ನಿರಂತರ ಸಂಪರ್ಕದ ಚಟುವಟಿಕೆ ಆಯಿತು. ತುಂಬಾ ತಾಳ್ಮೆಯಿಂದ ಎಲ್ಲ ಮಗ್ಗುಲಿನಿಂದ ಸಂಗತಿಗಳನ್ನು ವಿವರಿಸುವಾಗ ನಾನು ಅವರಲ್ಲಿ ಆರಂಭದಲ್ಲಿ ಕಂಡ ಗುಣ – ವಿನಯ ಮತ್ತು ಶೈಕ್ಷಣಿಕ ಸಿದ್ಧತೆ. ತಮಗೆ ಕೂಡಲೇ ತಿಳಿಸಲು ಸಾಧ್ಯ ಆಗದ ವಿಷಯಗಳ ಬಗ್ಗೆ ಒಂದೆರಡು ದಿನಗಳ ಕಾಲಾವಕಾಶ ಕೇಳಿ, ಮತ್ತೆ ಮೂಲ ಗ್ರಂಥಗಳಿಂದ ಟಿಪ್ಪಣಿಗಳನ್ನು ಮಾಡಿಕೊಂಡು ಬಂದು ತಿಳಿಸುತ್ತಿದ್ದರು. ಹೀಗೆ ಬೆಳೆದ ಆತ್ಮೀಯತೆ ಸ್ನೇಹಕ್ಕೆ ತಿರುಗಿ, ಬೌದ್ಧಿಕ ಸಾಹಚರ್ಯದ ಗಟ್ಟಿ ಬೆಸುಗೆ ಏರ್ಪಟ್ಟಿತು.

ನಾನು ಮಂಗಳೂರು ವಿವಿಯ ಕನ್ನಡದ ವಿಭಾಗದ ಮುಖ್ಯಸ್ಥನಾದ ಬಳಿಕ ನಡೆಸಿದ ಮಹತ್ವದ ರಾಜ್ಯ ಮಟ್ಟದ ಸಾಹಿತ್ಯ ವಿಚಾರ ಸಂಕಿರಣ ೧೯೮೮ರ ದಶಂಬರ ೮ ಮತ್ತು ೯ರಂದು ಮಂಗಳೂರಿನಲ್ಲಿ 'ಕನ್ನಡ ಕಾದಂಬರಿಯ ಮೊದಲ ಹೆಜ್ಜೆಗಳು'. ಶಿವರಾಮ ಕಾರಂತರಿಂದ ಉದ್ಘಾಟನೆ ಮಾಡಲ್ಪಟ್ಟ, ಕನ್ನಡದ ಹಿರಿಯ ಸಾಹಿತಿಗಳು ವಿಮರ್ಶಕರು ಭಾಗವಹಿಸಿದ ಈ ಸೆಮಿನಾರ್‌ನಲ್ಲಿ ಕನ್ನಡ ಕಾದಂಬರಿಗಳ ಬಗ್ಗೆ ಒಂದು ಪ್ರಬಂಧ ಮಂಡಿಸಲು ಸಿಎನ್‌ಆರ್ ಅವರನ್ನು ಕೇಳಿಕೊಂಡೆ. ಅವರು ಬಹಳ ಪರಿಶ್ರಮದಿಂದ ಕನ್ನಡದ ಮೊದಲ ಕಾದಂಬರಿಗಳ ವಸ್ತು ಮತ್ತು ಶಿಲ್ಪದ ಕುರಿತು ಮಾಹಿತಿಯುಕ್ತ, ವಿದ್ವತ್‌ಪೂರ್ಣ ಪ್ರಬಂಧವನ್ನು ಮಂಡಿಸಿದರು ಮತ್ತು ಸೆಮಿನಾರ್‌ನ ಚರ್ಚೆಯಲ್ಲಿ ಸಕ್ರಿಯವಾಗಿ ಪಾಲುಗೊಂಡರು. ಸಿಎನ್‌ಆರ್ ಅವರ ವಿಮರ್ಶಕ ಶಕ್ತಿ, ವ್ಯಾಪಕ ಅಧ್ಯಯನದ ಪರಿಚಯ ನನಗೆ ಮತ್ತು ಕನ್ನಡ ವಿದ್ವತ್ ಲೋಕಕ್ಕೆ ಆಯಿತು. ಅಂದಿನಿಂದ ಮುಂದಿನ ಸುಮಾರು ಹದಿನೈದು ವರ್ಷಗಳ ಕಾಲ ಮಂಗಳೂರು

ವಿವಿಯಲ್ಲಿ ಮತ್ತು ೧೯೯೬ರಲ್ಲಿ ಅವರ ನಿವೃತ್ತಿಯ ಬಳಿಕವೂ ನಾನು ಮತ್ತು ಸಿ.ಎನ್.ಆರ್ ಸಾಹಿತ್ಯ, ಶಿಕ್ಷಣ ಮತ್ತು ಲೌಕಿಕ ಬದುಕಿನಲ್ಲಿ ದಿನನಿತ್ಯದ ಸ್ನೇಹಿತರಾಗಿ ಬೆಳೆದೆವು. ಅವರು ಕನ್ನಡದಲ್ಲಿ ವಿಮರ್ಶೆಯ ಬರವಣಿಗೆಯನ್ನು ತುಂಬಾ ಗಂಭೀರವಾಗಿ ಮಾಡುತ್ತಾ ಬೆಳೆಯುತ್ತಾ ಹೋದರು. ತಮ್ಮ ಪಾಶ್ಚಾತ್ಯ ಸಾಹಿತ್ಯ ವಿಮರ್ಶೆಯ ಅಪಾರ ಓದಿನ ಲಾಭವನ್ನು ಕನ್ನಡ ಸಾಹಿತ್ಯದ ಅವಲೋಕನಕ್ಕೆ ಒಳನೋಟಗಳನ್ನಾಗಿ ಅವರು ಅದ್ಭುತವಾಗಿ ಬಳಸಿಕೊಂಡರು; ಅವರಲ್ಲಿ ಗಟ್ಟಿಯಾಗಿ ಇದ್ದ ಸಂಸ್ಕೃತ ಸಾಹಿತ್ಯದ ಅಭ್ಯಾಸವನ್ನು ಕೂಡಾ ಅವರು ಕನ್ನಡ ಸಾಹಿತ್ಯದ ಓದಿಗೆ ಪೂರಕವಾಗಿ ಬಳಸಿಕೊಂಡರು. ಅವರ 'ಸಾಹಿತ್ಯ ವಿಮರ್ಶೆ' ಎಂಬ ವಾಚಿಕೆ ಕನ್ನಡ ವಿಮರ್ಶೆಯ ತರಗತಿಗಳ ಒಳಗೆ ಮತ್ತು ಹೊರಗೆ ಉಂಟು ಮಾಡಿದ ಪಲ್ಲಟಗಳನ್ನು ಆ ರೀತಿಯ ಬೇರೆ ಯಾವ ವಾಚಿಕೆಯೂ ಮಾಡಿಲ್ಲ.

ರಾಮಚಂದ್ರನ್ ಮಂಗಳೂರು ವಿವಿಯಿಂದ ನಿವೃತ್ತರಾದ ಬಳಿಕ ತಮ್ಮ ಬರವಣಿಗೆಯ ಕಾಯಕವನ್ನು ಇನ್ನಷ್ಟು ವಿಸ್ತರಿಸಿದರು. ಒಂದು ಅರ್ಥದಲ್ಲಿ ಅವರು ಕರ್ನಾಟಕದಲ್ಲಿ ನಮ್ಮ ನಡುವಿನ ಪೂರ್ಣಾವಧಿಯ ಸಾಹಿತ್ಯ ವಿಮರ್ಶಕ ಆದರು. ಸಿಎನ್ಆರ್ ಪ್ರವೇಶಿಸಿದ ಇನ್ನು ಎರಡು ಮುಖ್ಯ ಕ್ಷೇತ್ರಗಳು – ಕನ್ನಡದಿಂದ ಇಂಗ್ಲಿಷಿಗೆ ಕನ್ನಡದ ಕೃತಿಗಳ ಅನುವಾದ; ಇನ್ನೊಂದು, ಕನ್ನಡ ಮೌಖಿಕ ಕಾವ್ಯಗಳ ಅಧ್ಯಯನ. ತಾವು ತೊಡಗಿಸಿಕೊಂಡ ಯಾವುದೇ ರಂಗದಲ್ಲಾದರೂ ಪೂರ್ಣವಾಗಿ ತಮ್ಮನ್ನು ತೊಡಗಿಸಿಕೊಳ್ಳುವುದು ಮತ್ತು ಅದರಲ್ಲಿ ಗಣನೀಯ ಸಾಧನೆ ಮಾಡಿ ವಿಶಿಷ್ಟ ಕೊಡುಗೆಗಳನ್ನು ಕೊಡುವುದು ಅವರದ್ದೇ ಆದ ಅನನ್ಯತೆ. ಛಲ, ಏಕಾಗ್ರತೆ, ಪಟ್ಟು ಹಿಡಿದು ಕೈಗೆತ್ತಿಕೊಂಡ ಯೋಜನೆಯನ್ನು ಸಕಾಲಕ್ಕೆ ಯಶಸ್ವಿಯಾಗಿ ಮುಗಿಸುವುದು ಅವರ ವ್ಯಕ್ತಿತ್ವದ ಅಪೂರ್ವ ಗುಣ. ಹೀಗಾಗಿಯೇ ಕನ್ನಡ ಮೌಖಿಕ ಕಾವ್ಯಗಳ ಅಧ್ಯಯನದಲ್ಲಿ ಅವರು ಹೊಸ ಆಯಾಮಗಳನ್ನು ತೋರಿಸಿಕೊಟ್ಟರು. 'ಮಲೆಯ ಮಾದೇಶ್ವರ' ಕನ್ನಡ ಜನಪದ ಮಹಾಕಾವ್ಯವನ್ನು ಇಂಗ್ಲಿಷಿಗೆ ಅನುವಾದ ಮಾಡಿದರು.

ನಾನು ಕನ್ನಡ ವಿಶ್ವವಿದ್ಯಾಲಯ, ಹಂಪಿಯಲ್ಲಿ ಇದ್ದಾಗ, ಕನ್ನಡ ಜನಪದ ಮಹಾಕಾವ್ಯಗಳ ಭಾಗಗಳ ಇಂಗ್ಲಿಷ್ ಅನುವಾದ ಯೋಜನೆಯನ್ನು ಕೈಗೆತ್ತಿಕೊಂಡಾಗ ಅದರ ಪೂರ್ಣ ಜವಾಬ್ದಾರಿಯನ್ನು ವಹಿಸಿಕೊಂಡು ಪದ್ಮ ಶರ್ಮರ ಜೊತೆಗೆ ಕನ್ನಡದ ಮೊತ್ತಮೊದಲ ಮೌಖಿಕ ಕಾವ್ಯಗಳ ಇಂಗ್ಲಿಷ್ ಅನುವಾದವನ್ನು 'ಖಣಡುಟಿರ ಂಟಿಜ ಅಥಿಟಭಚಿಟಥ' (೨೦೦೭) ಎಂಬ ಹೆಸರಿನಲ್ಲಿ ಮಾಡಿಕೊಟ್ಟರು. ಕನ್ನಡ ಸಾಹಿತ್ಯದ ಲೇಖಕರನ್ನು ಹಾಗೂ ಕೃತಿಗಳನ್ನು ಇಂಗ್ಲಿಷಿಗೆ ಅನುವಾದ ಮಾಡಿ ಮತ್ತು ಇಂಗ್ಲಿಷಿನಲ್ಲಿ ಪರಿಚಯಿಸಿ, ಕನ್ನಡಕ್ಕೆ ಜಾಗತಿಕ ವಿಸ್ತರಣೆಯನ್ನು ತಂದುಕೊಟ್ಟರು. ಡಾ.ಶಿವರಾಮ ಕಾರಂತ ಮತ್ತು ತ್ರಿವೇಣಿಯವರನ್ನು ಕುರಿತು ಇಂಗ್ಲಿಷಿನಲ್ಲಿ ಪುಸ್ತಕಗಳನ್ನು ರಚಿಸಿದರು. ವೀರಪ್ಪ ಮೊಯಿಲಿಯವರ 'ತೆಂಬರೆ' ಕಾದಂಬರಿ, ಕೆದಂಬಾಡಿ ಜತ್ತಪ್ಪ ರೈ ಅವರ 'ಬೇಟೆಯ ನೆನಪುಗಳು' ಮತ್ತು ಚಂದ್ರಶೇಖರ ಕಂಬಾರರ 'ಶಿವರಾತ್ರಿ' ನಾಟಕಗಳನ್ನು ಇಂಗ್ಲಿಷಿಗೆ ಅನುವಾದ ಮಾಡಿ ಕನ್ನಡ ದೇಸಿ ಪ್ರಪಂಚವನ್ನು ಹೊರಜಗತ್ತಿಗೆ ಪರಿಚಯಿಸಿದರು. ವೀರಪ್ಪ ಮೊಯಿಲಿಯವರ ಮಹಾಕಾವ್ಯ 'ಶ್ರೀ ರಾಮಾಯಣ ಮಹಾನ್ವೇಷಣಂ' ಬೃಹತ್ ಸಂಪುಟಗಳನ್ನು ಐದು ಮಂದಿ ಸಮಿತಿಯ

ಪ್ರಧಾನ ಸಂಪಾದಕರಾಗಿ ಅತ್ಯಂತ ಸಮರ್ಥವಾಗಿ ಇಂಗ್ಲಿಷಿಗೆ ಅನುವಾದ ಮಾಡಿ, ಮಾಡಿಸಿ ಹೊಸ ದಾಖಲೆಯನ್ನು ನಿರ್ಮಿಸಿದರು.

ಎಪ್ಪತ್ತೇಳು ದಾಟಿದ ಈ ವಯಸ್ಸಿನಲ್ಲೂ ರಾಮಚಂದ್ರನ್ ಪೂರ್ಣಾವಧಿಯನ್ನು ಓದು ಮತ್ತು ಬರಹಗಳಿಗೆ ಮಾತ್ರ ವಿನಿಯೋಗ ಮಾಡುತ್ತಿರುವ ಕನ್ನಡದ ಅಪೂರ್ವ ಬರಹಗಾರ. ವ್ಯಕ್ತಿಯಾಗಿ ರಾಮಚಂದ್ರನ್ ಶಿಸ್ತು, ಪ್ರಾಮಾಣಿಕತೆ, ಬದ್ಧತೆ ಮತ್ತು ಜಾತ್ಯತೀತತೆ ಗುಣಗಳನ್ನು ಪೂರ್ಣಪ್ರಮಾಣದಲ್ಲಿ ಅಳವಡಿಸಿಕೊಂಡವರು. ಇವುಗಳಲ್ಲಿ ಯಾವುದೇ ರಾಜಿ ಮಾಡಿಕೊಳ್ಳಲು ಸಿದ್ಧ ಇಲ್ಲದವರು. ಬಾಬ್ರಿ ಮಸೀದಿ ಧ್ವಂಸದ ವೇಳೆಗೆ ಪ್ರಾಯಶ್ಚಿತ್ತವಾಗಿ ಉಪವಾಸ ಕುಳಿತವರು. ಆ ಸಂದರ್ಭದಲ್ಲಿ ಕೋಮುಗಲಭೆ ಗಳಲ್ಲಿ ಸಂತ್ರಸ್ತರಾದವರಿಗೆ ತಮ್ಮ ಖರ್ಚಿನಲ್ಲಿ ಅಕ್ಕಿ ಖರೀದಿಸಿ, ಸೂಕ್ಷ್ಮ ಪ್ರದೇಶಗಳಿಗೆ ಹೋಗಿ ಅಕ್ಕಿ ಹಂಚಿದ ಮಾನವೀಯ ಪ್ರಾಧ್ಯಾಪಕರು. ರಾಮಾಯಣದ ಬಹುತ್ವದ ಬಗ್ಗೆ ಭಾಷಣ ಮಾಡಿ, ಕೋಮುವಾದಿಗಳಿಂದ ಟೀಕೆಗೆ ಒಳಗಾದರು. ಸಿಎನ್ಆರ್ ದೇವರು ಧರ್ಮದ ಬಗ್ಗೆ ಅದರ ಧನಾತ್ಮಕ ಮೌಲ್ಯಗಳಿಗಾಗಿ ನಂಬಿಕೆ ಉಳ್ಳವರು. ಆದರೆ ಮತ ಧರ್ಮ ಜಾತಿಗಳ ದುರುಪಯೋಗವನ್ನು ನಿರಂತರವಾಗಿ ಉಗ್ರವಾಗಿ ವಿರೋಧಿಸುತ್ತಾ ಬಂದವರು. ತಮ್ಮ ಗಾಂಭೀರ್ಯ ಮತ್ತು ಸೌಜನ್ಯದ ಕಾರಣಗಳಿಂದ ಸಾಹಿತ್ಯ ವಲಯದ ಆತ್ಮ ಪ್ರಶಂಸೆ, ಪ್ರಚಾರ ಮತ್ತು ಬಳಗ ಕಟ್ಟಿಕೊಂಡು ಮೆರೆಯುವ ಚಾಳಿಯಿಂದ ಮಾರು ದೂರ ಉಳಿದವರು. ಹಾಗಾಗಿಯೇ 'ಅಭಿನಂದನಗ್ರಂಥಗಳ ಉದಾರೀಕರಣ'ದ ಇಂದಿನ ಕನ್ನಡ ಜಗತ್ತಿನಲ್ಲಿ ರಾಮಚಂದ್ರನ್ ಅವರ ಬರಹಗಳನ್ನು ಅವಲೋಕಿಸುವ, ತೀರ ಅಪೂರ್ವವಾಗಿರುವ ಅವರ ಹಿಂದಿನ ಬದುಕಿನ ಪುಟಗಳನ್ನು ತೆರೆಯುವ ಮತ್ತು ರಾಮಚಂದ್ರನ್ ಅವರ ಅನಾವರಣ ಆಗದ ಸಮಗ್ರ ಬದುಕಿನ ಒಳಹೊಕ್ಕು ನೋಡುವ ಹೊಸ ಶೋಧ ಒಂದರ ಪ್ರಯತ್ನವಾಗಿ ಈ ಸಂಪುಟ ರೂಪ ತಾಳಿದೆ.

೨೦೧೨ರ ಮೇ ಒಂದರಂದು ಜರ್ಮನಿಗೆ ಹೊರಡಲು ಬೆಂಗಳೂರಿಗೆ ಬಂದವನು ಹಿಂದಿನ ದಿನ ಎಪ್ರಿಲ್ ಮೂವತ್ತರ ಸೋಮವಾರದಂದು ಸಂಜೆ ಹೆಂಡತಿ ಕೋಕಿಲ ಜೊತೆಗೆ ಡಾ. ಸಿ.ಎನ್. ರಾಮಚಂದ್ರನ್ ಅವರ ಮನೆಗೆ ಹೋದೆನು. ಸತ್ಕಾರ, ಮಾತುಕತೆಯ ಬಳಿಕ ಅವರ ಅಧ್ಯಯನದ ಕೊಠಡಿಯಲ್ಲಿ ಇಬ್ಬರೇ ಕುಳಿತು ಮಾತಾಡುವಾಗ, ಅವರ ಕುರಿತು, ಮುಖ್ಯವಾಗಿ ಅವರ ಸಾಹಿತ್ಯದ ಕುರಿತು ಒಂದು ಗ್ರಂಥವನ್ನು ತರುವುದರ ವಿಷಯ ಪ್ರಸ್ತಾವಿಸಿದೆ. ಈ ಯೋಜನೆಯ ಕುರಿತು ನನ್ನ ಅಭಿಪ್ರಾಯಗಳನ್ನು ಅವರಲ್ಲಿ ಅರೆಭಾವುಕ-ಅರೆ ವಾಸ್ತವಿಕ ನೆಲೆಯಲ್ಲಿ ಹಂಚಿಕೊಂಡೆ. ನನ್ನ ಉತ್ಸಾಹದ ಮಾತಿಗೆ ರಾಮಚಂದ್ರನ್ ಅವರಿಂದ ಯಾವುದೇ ಉತ್ಸಾಹದ ಪ್ರತಿಕ್ರಿಯೆ ಬರಲಿಲ್ಲ. ನಾನು ಜರ್ಮನಿಗೆ ಹೋದ ಬಳಿಕ ಇ-ಮೇಲ್ ಮಾಡಿ, ವಿವರ ತಿಳಿಸುತ್ತೇನೆ ಅಂದೆ. ಈ ವಿಷಯದಲ್ಲಿ ಅವರಿಗೆ ವಿಶೇಷ ಆಸಕ್ತಿ ಇದ್ದ ಹಾಗೆ ಕಾಣಿಸಲಿಲ್ಲ. ಜರ್ಮನಿಗೆ ಬಂದವನೇ ಮೇ ೩, ೨೦೧೨ರಂದು ಸಿಎನ್ಆರ್ ಅವರಿಗೆ ಒಂದು ಇ-ಮೇಲ್ ಕಳುಹಿಸಿದೆ. ಅದರಲ್ಲಿ ಹೀಗೆ ಬರೆದಿದ್ದೆ: "ನಮ್ಮ ಮಾತುಕತೆಯಲ್ಲಿ ನಾನು ಪ್ರಸ್ತಾವಿಸಿದ ವಿಷಯ – ಅದು ನಾನು ಅನೇಕ ಬಾರಿ ಒಬ್ಬನೇ ಯೋಚಿಸಿದ ಭಾವನೆ. ನಿಮ್ಮ ಬಗ್ಗೆ ಒಂದು ಗ್ರಂಥ ತರುವುದರ ಬಗ್ಗೆ ನೀವು ಮುಜುಗರಪಡಬೇಕಾಗಿಲ್ಲ. ನಿಮ್ಮ

ಸಾಧನೆಗೆ, ನಿಮ್ಮ ಪ್ರಾಮಾಣಿಕ ಬದುಕಿಗೆ ಇಂತಹ ಕನಿಷ್ಠ ನೆನಪು ಬೇಕಾಗಿದೆ. ವಿಷಯಗಳ ಸ್ವರೂಪ, ತಾತ್ವಿಕ ಚೌಕಟ್ಟು, ಲೇಖಕರ ಆಯ್ಕೆ - ಎಲ್ಲವುಗಳಲ್ಲಿ ನಿಮ್ಮ ಅಭಿಪ್ರಾಯ ಬೇಕು. 'ನಾನೆಂಬ ಪರಕೀಯ' ಎಂಬ ನೆಲೆಯಲ್ಲಿ ನೀವು ಖಾಸಗಿಯಾಗಿ ನನ್ನ ಜೊತೆಗೆ ಇರಿ." ಇದಕ್ಕೆ ಅದೇ ದಿನ ಅವರ ಉತ್ತರ ಇ- ಮೇಲ್‌ನಲ್ಲಿ ಬಂತು. ಅದರಲ್ಲಿ ಕೆಲವು ಅನುಮಾನಗಳ ಛಾಯೆ ಇದ್ದರೂ ಕೊನೆಗೆ ವಿಶ್ವಾಸದ ಒಪ್ಪಿಗೆಯ ಸೂಚನೆ ಇತ್ತು. ಕೂಡಲೇ ಮೇ ೯ರಂದು ಗೌರವ ಗ್ರಂಥದ ಬಗ್ಗೆ ನನ್ನ ಆಲೋಚನೆಗಳನ್ನು ಇ-ಮೇಲ್ ಮೂಲಕ ಅವರೊಂದಿಗೆ ಹಂಚಿಕೊಂಡೆ. ಅದರ ಒಕ್ಕಣೆ ಈ ರೀತಿ ಇತ್ತು: "ನಿಮ್ಮ ಹೆಸರಿನ ಗೌರವ ಗ್ರಂಥ ಈವರೆಗಿನ ಸಾಂಪ್ರದಾಯಿಕ ಅಭಿನಂದನಾ ಗ್ರಂಥಗಳಿಗಿಂತ ಭಿನ್ನ ಆಗಿರಬೇಕು. ನೀವು ನಿಮ್ಮ ಬದುಕಿನ ಮುಖ್ಯ ಅಪೂರ್ವ ಅನುಭವಗಳನ್ನು ದಾಖಲಿಸಿ ಒಂದು ದೀರ್ಘ ಬರಹವನ್ನು ಬರೆಯಬೇಕು. ಇದು ಗ್ರಂಥದ ಮೂರನೇ ಭಾಗದಷ್ಟು ಇರಬಹುದು. ನಿಮ್ಮ ಬಗ್ಗೆ ಬೇರೆ ಬೇರೆಯವರಿಂದ ಲೇಖನ ಬರೆಸಲಿಕ್ಕಿಲ್ಲ. ನಾನು ಗಮನಿಸಿದಂತೆ ಅವು ಬಹಳ ಔಪಚಾರಿಕ ಆಗಿರುತ್ತವೆ. ಬಹಳ ಬಾರಿ ಹೊಗಳಿಕೆ ಅತಿ ರಂಜನೆ ಇರುತ್ತದೆ. ಅದರ ಬದಲು ನಿಮ್ಮನ್ನು ಹತ್ತಿರದಿಂದ ಕಂಡ ಒಬ್ಬೊಬ್ಬ ಗೆಳೆಯ, ಸಹೋದ್ಯೋಗಿ, ಶಿಷ್ಯ ಇವರ ಬರಹಗಳನ್ನು ಹಾಕಬಹುದು. ನಿಮ್ಮ ಪ್ರತಿಯೊಂದು ಗ್ರಂಥದ ಬಗ್ಗೆ ಒಂದೊಂದು ಲೇಖನ ಬರೆಸುವುದು, ಇಲ್ಲವೇ ಈಗಾಗಲೇ ಪ್ರಕಟ ಆಗಿರುವ ಮುನ್ನುಡಿ ಮತ್ತು ವಿಮರ್ಶೆಯ ಬರಹಗಳನ್ನು ಬಳಸಿಕೊಳ್ಳುವುದು. ಗ್ರಂಥದ ಮೂರನೆಯ ಭಾಗದಲ್ಲಿ ಸಾಹಿತ್ಯ ವಿಮರ್ಶೆ, ಅನುವಾದ ಮತ್ತು ಮೌಖಿಕ ಸಾಹಿತ್ಯ - ಇವುಗಳ ಸೈದ್ಧಾಂತಿಕ ಚರ್ಚೆಯನ್ನು ನಿಮ್ಮ ಬರಹಗಳ ಹಿನ್ನೆಲೆಯಲ್ಲಿ ವಿಮರ್ಶಾತ್ಮಕವಾಗಿ ಮಾಡುವುದು. ಇದಕ್ಕಾಗಿ ಆಯಾ ಕ್ಷೇತ್ರದ ತಜ್ಞರನ್ನು ಕೋರುವುದು. ಕೆಲವು ಪ್ರಾಯೋಗಿಕ ಸಂಗತಿಗಳು: ಬೆಂಗಳೂರಿನಲ್ಲಿ ನಿಮ್ಮ ಬಗ್ಗೆ ಗೌರವ ಉಳ್ಳ ಪ್ರಕಾಶಕರು ಮುದ್ರಣದ ವೆಚ್ಚವನ್ನು ಭರಿಸಲು ಒಪ್ಪಿಕೊಳ್ಳಬೇಕು. ಗ್ರಂಥದ ಸಂಪಾದಕನಾಗಿ ಕೆಲಸ ಮಾಡಲು ನಾನು ಸಂತೋಷಪಡುತ್ತೇನೆ. ಆರು ತಿಂಗಳ ಅವಧಿಯಲ್ಲಿ ಇದನ್ನು ಸಿದ್ಧ ಮಾಡಿದರೆ ಒಳ್ಳೆಯದು. ಬಹಳ ಮುಖ್ಯವಾದದ್ದು 'ಇದು ನಿಮ್ಮದು ಎಂಬ ಭಾವನೆಯನ್ನು ಬಿಟ್ಟು ನೀವು ಈ ಯೋಜನೆಯಲ್ಲಿ ಸಂಪೂರ್ಣ ವಾಗಿ ಇರಬೇಕು.' ಇದಕ್ಕಾಗಿ ಸಂಪಾದಕ ಸಮಿತಿ, ಸಲಹಾ ಸಮಿತಿ, ಪ್ರಚಾರ, ನಿಧಿ ಸಂಗ್ರಹ ಯಾವುದೂ ಬೇಡ. ಮೌನವಾಗಿ ಸದ್ದಿಲ್ಲದೆ ಇದನ್ನು ಮಾಡೋಣ."

೨೦೧೨ರ ಮೇಯಿಂದ ಇಂದಿನವರೆಗಿನ ನನ್ನ ಇ-ಮೇಲ್ ಪೆಟ್ಟಿಗೆಯನ್ನು ತೆರೆದರೆ ಸುಮಾರು ನೂರಕ್ಕೂ ಹೆಚ್ಚು ಬಾರಿ ನಾನು ಮತ್ತು ಸಿ.ಎನ್.ಆರ್ ಮಾತುಗಳನ್ನು ಪದಗಳ ಮೂಲಕ ವಿನಿಮಯ ಮಾಡಿಕೊಂಡಿದ್ದೇವೆ. ಅದರ ಫಲವಾಗಿ ಅನೇಕ ರೂಪಾಂತರಗಳನ್ನು ಹೊಂದಿ, ಸಿಎನ್‌ಆರ್ ಬದುಕು ಬರಹದ ನಿಜವಾದ 'ರೂಪಾಂತರ' ಈಗ ನಮ್ಮ ಮುಂದೆ ಇದೆ.

ಜೂನ್ ೨೦೧೨ರಲ್ಲಿ ಗ್ರಂಥದ ಲೇಖನ ಬರೆಸುವ ಮತ್ತು ಸಂಗ್ರಹಿಸುವ ಕೆಲಸ ಆರಂಭ ಆಯಿತು. ಜುಲೈ ಕೊನೆಯವರೆಗೆ ಮತ್ತು ಸಪ್ಟೆಂಬರದಲ್ಲಿ ನಾನು ಜರ್ಮನಿಯಲ್ಲಿ ಇದ್ದ

ಕಾರಣ ಎಲ್ಲ ಸಂಪರ್ಕಗಳೂ ಇ-ಮೇಲ್ ಮೂಲಕವೇ. 'ರೂಪಾಂತರ'ದ ಭಾಗ ಎರಡು : ವಿಮರ್ಶಕರು ಕಂಡಂತೆ – ಈ ಗ್ರಂಥದ ಒಂದು ಮಹತ್ವದ ಬೌದ್ಧಿಕ ಅಂಗ. ಸಾಹಿತ್ಯ ವಿಮರ್ಶೆ, ಅನುವಾದ ಮತ್ತು ಮೌಖಿಕ ಸಾಹಿತ್ಯ ಅಧ್ಯಯನ – ಈ ಮೂರು ಸಿಎನ್‌ಆರ್ ಅವರ ತ್ರಿವಿಕ್ರಮ ಹೆಜ್ಜೆಗಳು. ಅವರ ಕೊಡುಗೆಗಳನ್ನು ನೆಲೆಯಾಗಿ ಇಟ್ಟುಕೊಂಡು, ಈ ಕ್ಷೇತ್ರಗಳ ಅಧ್ಯಯನ ಕ್ರಮಗಳ ಪುನರವಲೋಕನ ನಡೆಸಬೇಕು ಮತ್ತು ಈ ಸಂದರ್ಭದಲ್ಲಿ ಸಿ.ಎನ್. ಆರ್ ಅವರ ಅಧ್ಯಯನ ವಿಧಾನ ಹಾಗೂ ತಾತ್ತ್ವಿಕತೆಯ ಬಗ್ಗೆ ನಿರ್ದಾಕ್ಷಿಣ್ಯವಾಗಿ ವಿಮರ್ಶೆ ಮಾಡಬೇಕು ಎನ್ನುವ ಸೂಚನೆ ಕೊಡಲಾಗಿತ್ತು. ಸಾಹಿತ್ಯ ವಿಮರ್ಶೆಯ ಬಗ್ಗೆ ಡಾ.ಎಚ್. ಎಸ್ ರಾಘವೇಂದ್ರ ರಾವ್, ಮೌಖಿಕ ಸಾಹಿತ್ಯ ಅಧ್ಯಯನದ ಬಗ್ಗೆ ಡಾ. ಪುರುಷೋತ್ತಮ ಬಿಳಿಮಲೆ, ಅನುವಾದ ಸಾಹಿತ್ಯ ವ್ಯಾಪಕ ಇದ್ದ ಕಾರಣ ಅದರ ಬಗ್ಗೆ ಇಬ್ಬರು ವಿಮರ್ಶಕರು –ಡಾ.ಶಿವರಾಮ ಪಡಿಕ್ಕಲ್ ಮತ್ತು ಡಾ.ವಿ.ಬಿ. ತಾರಕೇಶ್ವರ್ ಅವರನ್ನು ಲೇಖನಗಳನ್ನು ಬರೆಯಲು ಕೇಳಿಕೊಂಡಾಗ, ಅವರೆಲ್ಲ ಸಂತೋಷದಿಂದ ಒಪ್ಪಿಕೊಂಡರು ಮತ್ತು ಸಕಾಲದಲ್ಲಿ ತಮ್ಮ ಅಧ್ಯಯನಪೂರ್ಣ ಬರಹಗಳನ್ನು ಕಳುಹಿಸಿಕೊಟ್ಟರು. ಡಾ. ಬಿಳಿಮಲೆ ಕಿಡ್ನಿ ಕಸಿಯ ಆಪರೇಷನ್ ಮಾಡಿಸಿಕೊಂಡು ವಿಶ್ರಾಂತಿಯ ಅವಧಿಯಲ್ಲೇ ತಮ್ಮ ಲೇಖನ ಸಿದ್ಧಪಡಿಸಿದರು. ಸ್ನೇಹ ಮತ್ತು ಗುರುತ್ವದ ಸಂಬಂಧದ ಸಲುಗೆಯನ್ನು ನಾನು ಚೆನ್ನಾಗಿ ಬಳಸಿಕೊಂಡೆ. ಕನ್ನಡದ ಸಾಹಿತ್ಯ ವಿಮರ್ಶೆ, ಅನುವಾದ ಮತ್ತು ಜಾನಪದ ಅಧ್ಯಯನದ ಪರಂಪರಾಗತ ನೆಲೆಗಳನ್ನು ಪ್ರಶ್ನಿಸುವ ಗಂಭೀರ ಚರ್ಚೆಯ ನಾಲ್ಕು ಲೇಖನಗಳು ಈ ಸಂಪುಟಕ್ಕಾಗಿಯೇ ಸಿದ್ಧವಾಗಿವೆ ಎನ್ನುವುದು ಸಿಎನ್‌ಆರ್ ಅವರಿಗೆ ಸಲ್ಲಿಸುವ ನಿಜವಾದ ಅರ್ಥದ ಗೌರವವೆಂದು ನಾನು ಭಾವಿಸುತ್ತೇನೆ.

ಭಾಗ-೧ : ಸ್ನೇಹಿತರು ಕಂಡಂತೆ. ಮಂಗಳೂರು ವಿಶ್ವವಿದ್ಯಾನಿಲಯದಲ್ಲಿ ಸಿ.ಎನ್. ಆರ್. ಅವರ ಆಪ್ತ ಸ್ನೇಹಿತರಾಗಿದ್ದ ಸಾಗರ ಭೂವಿಜ್ಞಾನಿ ಪ್ರೊ.ಕೆ.ಆರ್. ಸುಬ್ರಹ್ಮಣ್ಯ, ಶಿಷ್ಯೆ ಮತ್ತು ಸಹೋದ್ಯೋಗಿ ಡಾ. ಪರಿಣಿತಾ ಶೆಟ್ಟಿ, ಪಿಎಚ್.ಡಿ. ವಿದ್ಯಾರ್ಥಿ ಡಾ. ಪಿ. ಲಕ್ಷ್ಮೀನಾರಾಯಣ ಭಟ್, ಎಂ.ಎ. ವಿದ್ಯಾರ್ಥಿ ರವಿ ಭಟ್ ತಮ್ಮ ಸಂಪರ್ಕಗಳ ಅನುಭವ ಕಥನಗಳನ್ನು ಇಲ್ಲಿ ಬಿತ್ತರಿಸಿದ್ದಾರೆ. ಡಾ. ರಾಮಚಂದ್ರನ್ ಮಂಗಳೂರು ವಿವಿಗೆ ಅಧ್ಯಾಪಕರಾಗಿ ಬರುವ ಪೂರ್ವದಲ್ಲಿ ಅಧ್ಯಾಪಕರಾಗಿ ಕೆಲಸ ಮಾಡಿದ ಮಹಾರಾಷ್ಟ್ರದ ಸೊಲ್ಲಾಪುರ, ಸೌದಿ ಅರೇಬಿಯಾದ ರಿಯಾದ್, ಪಿಎಚ್.ಡಿ. ಸಂಶೋಧನೆ ಮತ್ತು ಅಧ್ಯಾಪನ ಮಾಡಿದ ಅಮೇರಿಕಾದ ಮಯಾಮಿ ವಿವಿಗಳಲ್ಲಿನ ಗೆಳೆಯರು ಮತ್ತು ಸಹೋದ್ಯೋಗಿಗಳು ಸುಮಾರು ಮೂವತ್ತು ವರ್ಷಗಳ ಹಿಂದಿನ ಅಪೂರ್ವ ನೆನಪುಗಳನ್ನು ಅನಾವರಣ ಮಾಡಿದ್ದಾರೆ. ಪ್ರೊ.ವಿ.ಕೃಷ್ಣಮೂರ್ತಿ ರಾವ್ ಅವರು ಸೊಲ್ಲಾಪುರದ ಹಳೆಯ ಸಹೋದ್ಯೋಗಿಯ ಸ್ನೇಹದ ಬಗ್ಗೆ, ಡಾ.ವಿಲಿಯಮ್ ಗ್ರೇಸಿ ಮಯಾಮಿಯ ತನ್ನ ಹಳೆಯ ವಿದ್ಯಾರ್ಥಿ ಬಗ್ಗೆ, ಡಾ.ಜೇಮ್ಸ್ ಫ್ಲೇವಿನ್ ತನ್ನ ಮಯಾಮಿಯ ಆ ಕಾಲದ ಸಹಪಾಠಿ ಗೆಳೆಯನ ಬಗ್ಗೆ, ಡಾ. ಕ್ಲಿಫರ್ಡ್ ಹ್ಯಾಲಮ್ ತನ್ನ ರಿಯಾದ್ ಸಹೋದ್ಯೋಗಿ ಗೆಳೆಯನ ಬಗ್ಗೆ ಬಹಳ ಅಪೂರ್ವ ನೆನಪುಗಳನ್ನು ಸುಪ್ತ ಪ್ರಜ್ಞೆಯಿಂದ ಉತ್ಖನನ ಮಾಡಿ, ಕನ್ನಡಿಗರಿಗೆ ಅಪರಿಚಿತವಾದ ಸಿ.ಎನ್.ಆರ್ ಅವರ ಪೂರ್ವಜನ್ಮವನ್ನು ಪರಿಚಯಿಸಿದ್ದಾರೆ. ಈ ಎಲ್ಲ ವಿಶಿಷ್ಟ ಲೇಖನಗಳು

ದೊರೆತದ್ದು ಸಿಎನ್ಆರ್ ಅವರ ಸ್ನೇಹ ಶೋಧದ ಪ್ರಯತ್ನದಿಂದ. ಅವರಿಗೆ ಮೂವತ್ತು ವರ್ಷಗಳಿಂದ ಸಂಪರ್ಕವೇ ಇಲ್ಲದ ಕೆಲವರು ಈ ಗ್ರಂಥಕ್ಕಾಗಿಯೇ ಬರೆದಿದ್ದಾರೆ.

ಭಾಗ ಮೂರು : ಪ್ರಕಟಿತ ವಿಮರ್ಶೆಗಳು–ಸಿಎನ್ಆರ್ ಅವರ ಎಲ್ಲ ಗ್ರಂಥಗಳ ಮುನ್ನುಡಿಗಳನ್ನು ಮತ್ತು ಅವುಗಳ ಕುರಿತು ಪ್ರಕಟವಾಗಿರುವ ವಿಮರ್ಶಾ ಬರಹಗಳನ್ನು ಇಲ್ಲಿ ಒಂದುಗೂಡಿಸಿ ಕೊಡಲಾಗಿದೆ. ಭಿನ್ನ ಕಾಲಘಟ್ಟಗಳಲ್ಲಿ ಭಿನ್ನ ವಿಷಯಗಳಿಗೆ ಸಂಬಂಧಿಸಿದಂತೆ ರಚನೆಯಾದ ಬರಹಗಳನ್ನು ಒಂದು ಕಡೆ ಸೇರಿಸಿ ಮುಖಾಮುಖಿ ಮಾಡುವ ಮೂಲಕ ಹೊಸ ಅರ್ಥಗಳನ್ನು ಮತ್ತು ಹೊಸ ಅಧ್ಯಯನ ವಿಧಾನಗಳನ್ನು ಶೋಧಿಸಲು ಅವಕಾಶ ಕಲ್ಪಿತವಾಗಿದೆ. ಇವನ್ನು ಮತ್ತೆ ಮುದ್ರಿಸಲು ಅನುಮತಿ ಇತ್ತ ಎಲ್ಲ ವಿಮರ್ಶಕರಿಗೆ ವಿಶೇಷ ಕೃತಜ್ಞತೆಗಳು. ಅದೇ ರೀತಿ ಭಾಗ ನಾಲ್ಕರಲ್ಲಿ ಸಿಎನ್ಆರ್ ಸಂದರ್ಶನದ ಬರಹಗಳನ್ನು ಮರು ಮುದ್ರಿಸಲಾಗಿದೆ. ಆ ಎಲ್ಲ ಸಂದರ್ಶಕ ಸ್ನೇಹಿತರಿಗೆ ಪ್ರೀತಿಯ ನಮಸ್ಕಾರಗಳು.

ರಾಮಚಂದ್ರನ್ ಅವರಲ್ಲಿ ತಮ್ಮ ಆತ್ಮಕಥನವನ್ನು ಬರೆಯಲು ನಾನು ಕೇಳಿಕೊಂಡ ಬಳಿಕ ಅವರು ಅದರ ಮೊದಲ ಭಾಗ 'ಚಿಲಕುಂದ'ವನ್ನು ಬರೆದು ನನಗೆ ಓದಲು ಕಳುಹಿಸಿ ಕೊಟ್ಟಿದ್ದರು. ಅದನ್ನು ಓದುತ್ತಾ ಹೋದ ಹಾಗೆಯೇ ಅಗೋಚರ ಜಗತ್ತಿನ ಅದ್ಭುತ ಸಾಹಸ ಕಥಾನಕವು ಚಿಲಕುಂದದ ಕಂದನ ಮೂಲಕ ರೂಪಾಂತರ ಹೊಂದುವ ಬಗೆಯನ್ನು ಕಂಡೆ; ಅವರು ಮುಂದುವರಿಸುತ್ತಾ ಬಂದರು. ಅದು ನಮ್ಮ ನಿರೀಕ್ಷೆಯನ್ನು ಪುಟಗಳಲ್ಲೂ ಮೀರಿದ ಕಾರಣ ಅದನ್ನು ಪ್ರತ್ಯೇಕ ಗ್ರಂಥವಾಗಿ ತರುವ ನಿರ್ಧಾರ ತೆಗೆದುಕೊಂಡೆವು. 'ನೆರಳುಗಳ ಬೆನ್ನು ಹತ್ತಿ' ಎನ್ನುವ ಈ ಸಂಕಥನವು 'ರೂಪಾಂತರ'ದ ಅವಳಿಯಾಗಿ ಜೊತೆಗೆ ಇದೆ.

ಬೆಂಗಳೂರಿನ ಅಂಕಿತ ಪ್ರಕಾಶನವು ಕರ್ನಾಟಕದ ಹೆಮ್ಮೆಯನ್ನು ಕನ್ನಡ ಪುಸ್ತಕಗಳ ಪ್ರಕಟಣೆಯ ಮೂಲಕ ದಾಖಲಿಸುತ್ತಾ ಬಂದಿದೆ. ನಾನು ಅಂಕಿತದ ಪ್ರಕಾಶ್ ಕಂಬತ್ತಳ್ಳಿ ಅವರಿಗೆ ಜರ್ಮನಿಯಿಂದ ಇ–ಮೇಲ್ ಮಾಡಿ, ಸಿಎನ್ಆರ್ ಅಭಿನಂದನಾ ಗ್ರಂಥದ ಪ್ರಕಟಣೆಯ ಬಗ್ಗೆ ಕೋರಿಕೆ ಸಲ್ಲಿಸಿದ್ದು ೨೦೧೭ರ ಮೇ ३೧ ರಂದು. ನನ್ನ ಮಿಂಚಂಚೆಗೆ ಮಿಂಚಿನ ವೇಗದಲ್ಲಿ ಪ್ರಕಾಶ್ ಕಂಬತ್ತಳ್ಳಿ ಸಂತೋಷದ ಸಮ್ಮತಿ ಸೂಚಿಸಿದರು. ಆಗ ನಾವು ಯೋಜಿಸಿದ್ದ ಒಂದು ಗ್ರಂಥವು ವಿಷಯ ಮತ್ತು ಗಾತ್ರದಲ್ಲಿ ಬೆಳೆದು ಎರಡು ಬೃಹತ್ ಹೊತ್ತಗೆಗಳಾಗಿವೆ. ಆದರೂ ಕಂಬತ್ತಳ್ಳಿ ಅವರು ಕನ್ನಡ ಸಂಸ್ಕೃತಿಯ ಪ್ರೀತಿಯಿಂದ ಇವನ್ನು ತುಂಬಾ ಅಚ್ಚುಕಟ್ಟಾಗಿ ಕಲಾತ್ಮಕವಾಗಿ ಪ್ರಕಾಶಪಡಿಸಿದ್ದಾರೆ. ಅವರಿಗೆ ವೈಯಕ್ತಿಕ ನೆಲೆಯಲ್ಲಿ ಮತ್ತು ಸಿಎನ್ಆರ್ ಅಭಿಮಾನಿಗಳ ಪರವಾಗಿ ಆತ್ಮೀಯ ಧನ್ಯವಾದಗಳು.

ಸಿಎನ್ಆರ್ ಬಗ್ಗೆಯೇ ಈ ಗ್ರಂಥ ಇದೆ. ೧೯೮೮ರಿಂದ ನಾನು ಮತ್ತು

ಡಾ. ರಾಮಚಂದ್ರನ್ ಒಟ್ಟಿಗೆ ಇದ್ದೇವೆ. ಮಂಗಳೂರು ವಿಶ್ವವಿದ್ಯಾನಿಲಯ ನಮ್ಮನ್ನು ಒಟ್ಟು ಸೇರಿಸಿತು. ಅವರು ನನಗಿಂತ ಮೊದಲು ೧೯೯೬ರಲ್ಲಿ ನಿವೃತ್ತರಾದರು. ನಾನು ೨೦೦೮ರಲ್ಲಿ ಅಲ್ಲಿಂದ ಹೊರಬಂದೆ. ಆದರೆ ಸ್ಥಳ ಮತ್ತು ಕಾಲ ನಮ್ಮನ್ನು ಎಂದೂ ಬೇರೆ ಮಾಡಿಲ್ಲ. ನಾವು ಪರಸ್ಪರ ಸೇರುವುದಕ್ಕೆ ಕಾರಣಗಳು ಬೇಕಾಗಿಲ್ಲ. ನಾವು ನೂರಾರು ಬಾರಿ ಬೇರೆ ಬೇರೆ ಕಡೆ ಸೇರಿದ್ದೇವೆ; ಸಂಸ್ಥೆಗಳಿಂದ ನಮ್ಮ ನಿವೃತ್ತಿ ನಮ್ಮ ಸಂಬಂಧಗಳಿಗೆ

ನಿವೃತ್ತಿಯನ್ನು ತಂದಿಲ್ಲ. ಲೌಕಿಕ ವೃತ್ತಿಗಳಿಂದ ನಿವೃತ್ತಿಯ ಬಳಿಕವೂ ನಾವು ಸತತವಾಗಿ ಇ-ಮೇಲ್ ಮತ್ತು ಫೋನ್ ಸಂಪರ್ಕದ ಮೂಲಕ, ಬಿಡುವು ಅದಾಗಲೆಲ್ಲಾ ಪರಸ್ಪರ ಭೇಟಿಯಾಗುತ್ತಾ ಬೆಳೆಯುತ್ತಾ ಬೆಸೆಯುತ್ತಾ ಬಂದಿದ್ದೇವೆ. ಮಾತಿನಲ್ಲಿ ಮತ್ತು ಬರಹದಲ್ಲಿ ನಾವು ಹೇಳುವ ಆದರ್ಶ ಮತ್ತು ಸತ್ಯಗಳನ್ನು ಬದುಕಿನಲ್ಲಿ ಪೂರ್ಣಪ್ರಮಾಣದಲ್ಲಿ ನಿಷ್ಠೆಯಿಂದ ಪಾಲಿಸಬೇಕೆಂಬ ಛಲ ನಮ್ಮಿಬ್ಬರನ್ನು ಬೆಸೆದಿದೆ. ಅದಕ್ಕೆ ಎಂದೂ ಮುಪ್ಪು ಅಡರಬಾರದು ಎನ್ನುವ ಪ್ರೀತಿ ಮತ್ತು ನೀತಿಗಾಗಿ ನಾವಿಬ್ಬರೂ ಈ ಗ್ರಂಥಗಳಲ್ಲಿ ಮತ್ತೊಮ್ಮೆ ಒಟ್ಟು ಸೇರಿದ್ದೇವೆ, ಒಟ್ಟಿಗೆ ಕಾಣಿಸಿಕೊಂಡಿದ್ದೇವೆ. ಯಾವುದೇ ರೂಪಾಂತರವೂ ನಮ್ಮ ನಿಜ ನೆರಳನ್ನು ಮರೆಮಾಚಲಾರದು ಎನ್ನುವ ಆತ್ಮವಿಶ್ವಾಸ ನಮ್ಮದು.

ಇದು ನಮ್ಮಿಬ್ಬರ ಬಂಧುತ್ವದ ಕಥನವಾಗಿ ಉಳಿಯದೆ, ಕನ್ನಡದ ಪ್ರಾಮಾಣಿಕ ಮತ್ತು ವೈಚಾರಿಕ ಮನಸ್ಸುಗಳ ಬಂಧುತ್ವದ ಅಂತರ್ಜಾಲವಾಗಬೇಕು ಎನ್ನುವ ಹಂಬಲದಿಂದ ಈ ಗ್ರಂಥವನ್ನು ಚಲನಶೀಲ ಜಗತ್ತಿಗೆ ಅನಾವರಣ ಮಾಡುತ್ತಿದ್ದೇನೆ.

ಡಾ. ಸಿ.ಎನ್. ರಾಮಚಂದ್ರನ್ ಅವರ ಮಾತೃಭಾಷೆ ಕನ್ನಡ ಅಲ್ಲ; ಅದು ಕರ್ನಾಟಕದ ವಿಶಿಷ್ಟ 'ಸಂಕೇತಿ' ಭಾಷೆ. ಸಿಎನ್‌ಆರ್ ಆಧುನಿಕ ಕನ್ನಡ ವಿಮರ್ಶೆ ಮತ್ತು ಕನ್ನಡ ಸಾಹಿತ್ಯದ ಇಂಗ್ಲಿಷ್ ಅನುವಾದಗಳ ರೂಪಾಂತರದ ಅನನ್ಯ ಸಂಕೇತಿ.

೨೦೧೩

ಕಲ್ಲು ಬೆಂಕಿಗಳಿಂದ ನಲಿವು ಬೆಳಕಿನೆಡೆಗೆ

ಪುರಾಣ ಸ್ತ್ರೀವಾದ ಎನ್ನುವುದು ಪುರಾಣಗಳ ನಿರ್ಮಾಣ ಮತ್ತು ಪುರಾಣಗಳ ನಿರಚನಕ್ಕೆ ಸಂಬಂಧಿಸಿದಂತೆ ಹೆಣ್ಣನ್ನು ಬಳಸಿಕೊಂಡ ವಿನ್ಯಾಸಗಳನ್ನು ಅನಾವರಣ ಮಾಡುವ, ಅಧ್ಯಯನ ಮಾಡುವ ಶಿಸ್ತು. ಪುರಾಣ ಎನ್ನುವುದು ಕೆಲವು ಗ್ರಹೀತಗಳ ಮೂಲಕ ಕಟ್ಟುವಿಕೆ. ಅದನ್ನು ಕಟ್ಟಿದವರು ಯಾರು ಮತ್ತು ಕಟ್ಟಿದವರ ಮನೋಧರ್ಮ ಹಾಗೂ ಉದ್ದೇಶಗಳು ಯಾವುವು ಎನ್ನುವುದರ ಮೇಲೆ ಅಂತಹ ಪುರಾಣಗಳ ರಚನೆ ಮತ್ತು ಕ್ರಿಯೆ ನಿರ್ಧರಿತವಾಗುತ್ತದೆ. ಪುರುಷರು ನಿರ್ಮಿಸಿದ ಪುರಾಣಗಳು ಮತ್ತು ಪುರುಷ ಚಿಂತನ ಕ್ರಮದ ಮಹಿಳೆಯರು ನಿರ್ಮಿಸಿದ ಪುರಾಣಗಳು ರಾಚನಿಕವಾಗಿ ಭಿನ್ನವಾಗಿರುವುದಿಲ್ಲ. ಸ್ತ್ರೀ ಸಂವೇದನೆಯ ಪುರುಷರು ಮತ್ತು ಸ್ತ್ರೀಯರು ನಿರ್ಮಿಸಿದ ಪುರಾಣಗಳು ಹೆಣ್ಣನ್ನು ಕಂಡ ಮತ್ತು ಕಂಡರಿಸಿದ ಬಗೆಗಳು ಭಿನ್ನವಾಗಿರುತ್ತವೆ. ಮತ್ತೆ ಸ್ತ್ರೀ ಸಂವೇದನೆ ಯೆಂದು ಹೇಳಿದಾಗಲೂ ಅದು ಏಕಾಕೃತಿಯ ಚಿಂತನಕ್ರಮ ಆಗಿರುವುದಿಲ್ಲ. ಸ್ತ್ರೀವಾದದ ವೈಚಾರಿಕ ಆಕೃತಿಗಳು ಭಿನ್ನವಾಗಿರುವಂತೆಯೇ ಸ್ತ್ರೀ ಸಂವೇದನೆಯ ಪುರಾಣ ಆಕೃತಿಗಳೂ ಭಿನ್ನವಾಗಿರುತ್ತವೆ. ಈ ದೃಷ್ಟಿಯಿಂದ 'ಪುರಾಣ ಸ್ತ್ರೀವಾದ' ಎನ್ನುವ ಅಧ್ಯಯನ ಶಿಸ್ತು ಹೊಸತು ಅಷ್ಟೇ ಅಲ್ಲ, ಸಂಕೀರ್ಣವಾದುದೂ ಹೌದು.

ಜಾಗತಿಕ ಮಟ್ಟದಲ್ಲಿ ಪುರಾಣ ಸ್ತ್ರೀವಾದವನ್ನು ಕುರಿತು ಸ್ವಲ್ಪಮಟ್ಟಿನ ಚರ್ಚೆ ನಡೆದಿದ್ದರೂ ಭಾರತೀಯ ಸಂದರ್ಭದಲ್ಲಿ ಹೆಚ್ಚಿನ ಅಧ್ಯಯನ ನಡೆದಿಲ್ಲ. ರಾಮಾಯಣ ಮತ್ತು ಮಹಾಭಾರತದಂತಹ ಭಾರತೀಯ ಪುರಾಣ ಮಹಾಕಾವ್ಯಗಳ ಸ್ತ್ರೀ ಪಾತ್ರಗಳನ್ನು ಆಧುನಿಕ ಸ್ತ್ರೀ ಸಂವೇದನೆಯ ಹಿನ್ನೆಲೆಯಲ್ಲಿ ಸಾಹಿತ್ಯದ ಕೇಂದ್ರಕ್ಕೆ ತಂದು ರಚಿಸಿದ ಕಾವ್ಯ, ಕತೆ, ಕಾದಂಬರಿ ಗಳು ಆಧುನಿಕ ಭಾರತೀಯ ಸಾಹಿತ್ಯದಲ್ಲಿ ದೊರೆಯುತ್ತವೆ. ಇಂತಹ ಸೃಜನಶೀಲ ಸಾಹಿತ್ಯಕೃತಿಗಳು ಭಾರತೀಯ ಪೌರಾಣಿಕ ಕಾವ್ಯಗಳಲ್ಲಿ

ನಿರ್ಮಿತವಾದ ಪುರಾಣ ಸ್ತ್ರೀ ಪಾತ್ರಗಳಿಗೆ ಆಧುನಿಕ ರೂಪಾಂತರವನ್ನು ಕೊಡುವ ಪ್ರಯತ್ನವನ್ನು ಮಾಡಿವೆ. ಅಹಲ್ಯೆ, ದ್ರೌಪದಿ, ಸೀತೆ, ಊರ್ಮಿಳೆ, ಗಾಂಧಾರಿ, ಮಂಡೋದರಿ,

ಅಂಬೆ ಇವೆಲ್ಲ ಅಂತಹ ಮುಖ್ಯ ಪುರಾಣ ಸ್ತ್ರೀ ಪಾತ್ರಗಳು. ಈ ರೀತಿ ಭಾರತೀಯ ಪುರಾಣ ಸ್ತ್ರೀ ಪಾತ್ರಗಳನ್ನು ಒಡೆದು ಮತ್ತೆ ಕಟ್ಟುವಾಗ ಆಯಾಯ ಲೇಖಕ ಅಥವಾ ಲೇಖಕಿಯರ ಸ್ತ್ರೀ ಚಿಂತನ ಆಲೋಚನಾ ಕ್ರಮಗಳು ಕೆಲಸ ಮಾಡಿರುತ್ತವೆ.

ಕನ್ನಡದಲ್ಲಿ ಪುರಾಣ ಸ್ತ್ರೀವಾದಕ್ಕೆ ಸಂಬಂಧಿಸಿದಂತೆ ಯಾವುದೇ ಸಂಶೋಧನ ಮಹಾಪ್ರಬಂಧಗಳು ನಿರ್ಮಾಣವಾಗಿರಲಿಲ್ಲ. ಈಗ ಪ್ರಕಟವಾಗುತ್ತಿರುವ ಡಾ.ಲತಾ ಅಭಯ್ ಅವರ ಈ ಸಂಶೋಧನ ಮಹಾಪ್ರಬಂಧ ಈ ಕ್ಷೇತ್ರದಲ್ಲಿ ಮೊದಲನೆಯದು ಎನ್ನುವ ದಾಖಲೆಯೊಂದಿಗೆ, ಪುರಾಣ ಸ್ತ್ರೀವಾದದ ಪರಿಕಲ್ಪನೆಯನ್ನು ಕನ್ನಡದ ಮಹಿಳಾ ಕಥನಗಳ ಮೂಲಕ ಶೋಧಿಸಿದ ಮಹತ್ವದ ಅಧ್ಯಯನ ಎನ್ನುವ ಹಿರಿಮೆಗೂ ಪಾತ್ರವಾಗುತ್ತದೆ. ಈ ಮಹಾಪ್ರಬಂಧದಲ್ಲಿ 'ಪುರಾಣ ಸ್ತ್ರೀವಾದ'ದ ನಿರ್ವಚನವನ್ನು ಈ ಕುರಿತು ಜಾಗತಿಕ ಮತ್ತು ಭಾರತೀಯ ಮಟ್ಟದಲ್ಲಿ ನಡೆದಿರುವ ಅಧ್ಯಯನಗಳ ಹಿನ್ನೆಲೆಯಲ್ಲಿ ವಿವೇಚಿಸಲಾಗಿದೆ. ಹಾಗೆ ನೋಡಿದರೆ ಪುರಾಣ ಸ್ತ್ರೀವಾದ ಎನ್ನುವ ಸ್ತ್ರೀವಾದದ ಶಾಖೆಯು ಜಾಗತಿಕ ಮಟ್ಟದಲ್ಲಿಯೂ ಒಂದು ಖಚಿತ ಸ್ವರೂಪದಲ್ಲಿ ಸಿಗುತ್ತಿಲ್ಲ. ಭಾರತೀಯ ಸಂದರ್ಭದಲ್ಲಿ ಪ್ರಧಾನವಾಗಿ ರಾಮಾಯಣ, ಮಹಾಭಾರತ ದಂತಹ ಪುರಾಣ ಕಾವ್ಯಗಳ ಸ್ತ್ರೀ ಪಾತ್ರಗಳ ಚರ್ಚೆಯೇ ಪ್ರಧಾನವಾಗಿದೆ. ಇಂತಹ ಸಂದರ್ಭದಲ್ಲಿ 'ಭಾರತೀಯ ಪುರಾಣ ಸ್ತ್ರೀವಾದ' ಎನ್ನುವ ಸೈದ್ಧಾಂತಿಕ ನೆಲೆಯೊಂದು ಸ್ಪಷ್ಟರೂಪದಲ್ಲಿ ನಿರ್ಮಿತಿಗೊಂಡಿಲ್ಲ. ನಿಜವಾದ ಅರ್ಥದಲ್ಲಿ ಸಂಶೋಧನೆಯ ಸೈದ್ಧಾಂತಿಕ ವೈಧಾನಿಕತೆ ಎನ್ನುವುದು ಸಾಮಗ್ರಿಗಳ ಅಧ್ಯಯನದ ಫಲಸ್ವರೂಪಿ ಯಾಗಿಯೇ ಹರಳುಗಟ್ಟಬೇಕಾದದ್ದು. ಸೈದ್ಧಾಂತಿಕ ವೈಧಾನಿಕತೆಯ ಬೆನ್ನು ಹತ್ತಿ ಸಾಮಗ್ರಿಗಳನ್ನು ಹುಡುಕುವ ಅಧ್ಯಯನಗಳು ಯಾಂತ್ರಿಕವಾಗಿಬಿಡುತ್ತವೆ ಮತ್ತು ಹೊಸ ತಿಳುವಳಿಕೆಗಳ ಕಡೆಗೆ ನಮ್ಮನ್ನು ಕೊಂಡೊಯ್ಯುವುದಿಲ್ಲ. ಈ ದೃಷ್ಟಿಯಲ್ಲಿ ಡಾ.ಲತಾ ಅವರ ಈ ಸಂಶೋಧನ ನಿಬಂಧ ಅನೇಕ ಹೊಸ ಹೆಜ್ಜೆಗಳನ್ನು ಇಟ್ಟಿದೆ ಎನ್ನುವುದು ತೃಪ್ತಿಕರವಾದ ಸಂಗತಿ.

ಹೊಸಗನ್ನಡ ಮಹಿಳಾ ಕಥನ ಸಾಹಿತ್ಯದಲ್ಲಿ ಪೌರಾಣಿಕ ಸ್ತ್ರೀ ಪಾತ್ರಗಳ ಮರುಸೃಷ್ಟಿಯ ಅನಿವಾರ್ಯತೆಯನ್ನು ಚರ್ಚಿಸಲಾಗಿದೆ. ಲೇಖಕಿಯರು ಮಾತ್ರವಲ್ಲದೆ ಲೇಖಕರೂ ಕೂಡ ಭಾರತೀಯ ಪುರಾಣಗಳಲ್ಲಿನ ಸ್ತ್ರೀ ಪಾತ್ರಗಳ ನೋವು, ದೈನ್ಯ, ದುರಂತಗಳ ಬಗ್ಗೆ ಸಹಜವಾಗಿ ಅಸಮಾಧಾನ ಹೊಂದಿದ್ದಾರೆ. ಅಸಮಗ್ರ ಹಾಗೂ ಅಸಮರ್ಪಕವಾದ ಇಂತಹ ಪಾತ್ರಗಳು ಒಂದು ಕಾಲದ ಸಮಾಜದ ಪ್ರಭುತ್ವದ ರೂಪಕಗಳಾಗಿ ಶೋಷಣೆಯ ಪ್ರತಿಫಲನವಾಗಿ ಕಾಣಿಸುತ್ತವೆ. ಆದ್ದರಿಂದಲೇ ಇವನ್ನು ಸರಿಮಾಡಬೇಕು ಅಥವಾ ಹೊಸದಾಗಿ ಬೇರೆಯೇ ಆಗಿ ರೂಪಿಸಬೇಕು ಎನ್ನುವುದು ಆಧುನಿಕ ಕಾಲದ ಚಿಂತನಶೀಲ ಮನಸ್ಸುಗಳ ತುಡಿತ. ಅದರ ಫಲವೇ ಹೊಸ ಪುರಾಣಗಳ ಸೃಷ್ಟಿ.

ಡಾ. ಲತಾ ಅವರು ಅಂಚಿನಲ್ಲಿದ್ದ ಪೌರಾಣಿಕ ಸ್ತ್ರೀ ಪಾತ್ರಗಳನ್ನು ಕೇಂದ್ರಕ್ಕೆ ತಂದು ಚರ್ಚಿಸಿದ ಮಹಿಳಾ ಕಥನಗಳನ್ನು ಅಧ್ಯಯನಕ್ಕೆ ಎತ್ತಿಕೊಳ್ಳುವಾಗ ಸ್ತ್ರೀ ಪಾತ್ರ ಗಳನ್ನು ಕೇಂದ್ರೀಕರಿಸಿಕೊಂಡು ಅವುಗಳ ಸುತ್ತ ಹೆಣೆದ ಸಂಕಥನಗಳನ್ನು ವಿಮರ್ಶೆಯ ನಿಕಷಕ್ಕೆ ಒಡ್ಡಿದ್ದಾರೆ. ಅಹಲ್ಯೆ, ದ್ರೌಪದಿ, ಶಕುಂತಳೆ, ಮಾಧವಿ, ಕುಂತಿ, ಸೀತೆ, ಊರ್ಮಿಳೆ –ಈ

ಪಾತ್ರಗಳು ಬೇರೆ ಬೇರೆ ಕಾರಣಗಳಿಗಾಗಿ ಚರ್ಚೆಗೆ ಗ್ರಾಸವಾದ ಹೆಣ್ಣಿನ ರೂಪಕಗಳು. ಲತಾ ಅವರು ಎತ್ತಿಕೊಂಡ ಇನ್ನೊಂದು ಮಾದರಿ ಎಂದರೆ, ಮೌನವಾಗಿದ್ದ ಅಥವಾ ತನ್ನ ಅಂತರಂಗವನ್ನು ತೆರೆದುಕೊಳ್ಳದ ಇದ್ದ ಕೆಲವು ಪೌರಾಣಿಕ ಸ್ತ್ರೀ ಪಾತ್ರಗಳನ್ನು ಮಾತನಾಡುವಂತೆ ಮಾಡಿದ, ತಮ್ಮ ಅಂತರಂಗವನ್ನು ತೆರೆದುಕೊಳ್ಳುವಂತೆ ಮಾಡಿದ ಕಥನಗಳನ್ನು ವಿಶ್ಲೇಷಣೆ ಮಾಡಿದ್ದು.

ಈ ಎರಡು ಮಾದರಿಯ ಸ್ತ್ರೀ ಪಾತ್ರಗಳನ್ನು ಪೌರಾಣಿಕ ಸ್ತ್ರೀವಾದದ ನೆಲೆಗಳಲ್ಲಿ ಶೋಧಿಸುವಾಗ ಪಾತಿವ್ರತ್ಯ, ಶೀಲ, ತಾಯ್ತನ, ನಿಯೋಗ, ವಂಶಗೌರವ, ಬಹುಪತ್ನಿತ್ವ, ಬಹುಪತಿತ್ವ, ಗಾಂಧರ್ವ ವಿವಾಹ, ಸ್ವಯಂವರ – ಇವುಗಳನ್ನು ಅಧ್ಯಯನದ ಪರಿಮಾಣ ಗಳು ಎಂದು ಗುರುತಿಸಿಕೊಂಡು ಚರ್ಚಿಸಲಾಗಿದೆ. ಒಂದು ಅರ್ಥದಲ್ಲಿ ಈ ಎಲ್ಲ ಪರಿಮಾಣಗಳು ಪುರುಷನಿರ್ಮಿತ ಸಾಂಪ್ರದಾಯಿಕ ಪರಿಮಾಣಗಳು. ಆದ್ದರಿಂದ ಇಂತಹ ಸಿದ್ಧ ಪರಿಮಾಣಗಳನ್ನು ಒಡೆಯುವುದು ಪೌರಾಣಿಕ ಸ್ತ್ರೀವಾದದ ಒಂದು ಮುಖ್ಯ ಗುರಿ. ಲತಾ ಅವರು ಈ ಕೆಲಸವನ್ನು ಸಾಕಷ್ಟು ಪರಿಶ್ರಮದ ಮೂಲಕ ನಿರ್ವಹಿಸಿದ್ದಾರೆ. ಈ ಅಧ್ಯಯನದ ನೆಲೆಯಲ್ಲಿ ಇನ್ನಷ್ಟು ಅವಕಾಶಗಳಿವೆ. ಭಾರತೀಯ ಪುರಾಣಗಳ ಈ ಸಿದ್ಧ ಪರಿಮಾಣಗಳನ್ನು ಸಂಪೂರ್ಣವಾಗಿ ಬದಲಿಸುವ, ಹೊಸ ಪರಿಮಾಣಗಳನ್ನು ರೂಪಿಸುವ ಮತ್ತು ಕಟ್ಟುವ ಅಧ್ಯಯನಗಳು ಇನ್ನಷ್ಟು ಆಗಬೇಕಾಗಿವೆ. ಏಕೆಂದರೆ ಪ್ರಾಚೀನ ಭಾರತದ ಪುರಾಣಗಳಲ್ಲಿ ಪ್ರಭುತ್ವಾತ್ಮಕವಾಗಿರುವ ಈ ಪರಿಮಾಣ ಗಳು ವಿವಾಹ ಮತ್ತು ಕುಟುಂಬದ ಸಾಂಪ್ರದಾಯಿಕ ಚೌಕಟ್ಟಿನ ಒಳಗೆಯೇ ಬಂಧಿತ ವಾಗಿವೆ. ಕೆಲವೊಮ್ಮೆ ಅವನ್ನು ಮೀರುವ ಪ್ರಯತ್ನ ಮಾಡಿದರೂ ಹೊಸ ಪರಿಮಾಣ ಗಳನ್ನು ಕೊಡಲು ಸಾಧ್ಯವಾಗಿಲ್ಲ. ಈ ದೃಷ್ಟಿಯಿಂದ ಅಧ್ಯಾಯ ೬ ಮತ್ತು ೭ರ ಸಂಶೋಧನೆಯ ಚರ್ಚೆ ಹೆಚ್ಚು ಮುಖ್ಯವಾಗುತ್ತದೆ. ಅಧ್ಯಾಯ ೭ರಲ್ಲಿ ಹೊಸಗನ್ನಡ ಮಹಿಳಾ ಕಥನಸಾಹಿತ್ಯದಲ್ಲಿ ನಿರ್ವಚಿತವಾದ ಪೌರಾಣಿಕ ಸ್ತ್ರೀ ಪಾತ್ರಗಳ ಪ್ರತಿಭಟನೆಯ ಸ್ವರೂಪ ಮತ್ತು ಧೋರಣೆಯನ್ನು ವಿಮರ್ಶಿಸಲಾಗಿದೆ. ಅಪ್ರಜ್ಞಾಪೂರ್ವಕ, ಮೌನ, ಸ್ವಗತ, ಸೌಮ್ಯನುಡಿ, ಖಚಿತ ನುಡಿ, ಉಗ್ರ ರೀತಿ, ವಿದ್ರೋಹ, ವ್ಯವಸ್ಥೆಯ ಸ್ವವಿಮರ್ಶೆ – ಇಂತಹ ನೆಲೆಗಳು ಬೇರೆ ಬೇರೆಯಂತೆ ತೋರಿಕೆಗೆ ಕಂಡರೂ ಅನೇಕ ಬಾರಿ ಇವು ಒಂದು ಇನ್ನೊಂದರೊಳಗೆ ಸೇರಿಕೊಂಡಿರುತ್ತವೆ. ಹಾಗಾಗಿ ಈ ರೀತಿಯ ಅಧ್ಯಯನಗಳಲ್ಲಿ ಪ್ರತಿಭಟನೆಯ ಸ್ವರೂಪವನ್ನು ಈ ರೀತಿ ಬಿಡಿಬಿಡಿಯಾಗಿ ಪರಿಕಲ್ಪಿಸಿಕೊಳ್ಳುವುದರಿಂದ ಅಧ್ಯಯನಕ್ಕೆ ಒಂದು ವ್ಯಾಪ್ತಿ ಸಿಗುವುದಾದರೂ ಒಟ್ಟು ತಾತ್ವಿಕ ನೆಲೆಗೆ ಕೊಂಡೊಯ್ಯಲು ಇವಷ್ಟೇ ಸಾಕಾಗುವುದಿಲ್ಲ. ಇವುಗಳನ್ನು ಇಟ್ಟುಕೊಂಡು ಇನ್ನಷ್ಟು ಮುಂದುವರಿದು ಪ್ರತಿಭಟನೆಯ ಸ್ವರೂಪದ ನೆಲೆಗಳನ್ನು ಶೋಧಿಸುವ ಅಗತ್ಯವಿದೆ. ಜೊತೆಗೆ ಆಧುನಿಕ ಸಂದರ್ಭದಲ್ಲಿ ಲೇಖಕಿಯರು ಅಥವಾ ಲೇಖಕರು ತಮ್ಮ ಮನೋಧರ್ಮದ ನೆಲೆಗಟ್ಟಿನಲ್ಲಿ ಪ್ರತಿಭಟನೆಯ ಸ್ವರೂಪವನ್ನು ನೆಲೆಗೊಳಿಸಲು ಬಯಸುತ್ತಾರೆ. ಈ ಕುರಿತೇ ಇನ್ನಷ್ಟು ಅಧ್ಯಯನ ಮತ್ತು ಚರ್ಚೆ ನಡೆಯುವ ಅಗತ್ಯ ಕನ್ನಡದ ಸಂದರ್ಭದಲ್ಲಿ ಇದೆ. ಆಧುನಿಕ ಭಾರತದಲ್ಲಿ ಮದುವೆ ಮತ್ತು ಕುಟುಂಬ ವ್ಯವಸ್ಥೆಗಳು ತೀವ್ರಗತಿಯಲ್ಲಿ ಬದಲಾಗುತ್ತಿರುವ ಸಂದರ್ಭಗಳಲ್ಲಿ ಇನ್ನಷ್ಟು ಪರ್ಯಾಯಗಳ ರೂಪದಲ್ಲಿ ಹೆಣ್ಣಿನ ಬದುಕಿನ

ಸಾಧ್ಯತೆಗಳನ್ನು ಕೊಡುವ ಕಥನಗಳು ನಿರ್ಮಾಣವಾಗಬೇಕು. ಇಂತಹ ಬಹುರೂಪಿ ಸಾಧ್ಯತೆಗಳ ಹೆಣ್ಣಿನ ಸಂಕಥನಗಳ ನಿರ್ಮಾಣಕ್ಕೆ ಪುರಾಣ ಸ್ತ್ರೀವಾದ ತುಂಬಾ ಮುಖ್ಯವಾದ ನೆಲೆಯನ್ನು ಕಲ್ಪಿಸಿಕೊಡಬಲ್ಲುದು. ಒಂದು ಅರ್ಥದಲ್ಲಿ ಎಲ್ಲ ಕಾಲಕ್ಕೂ ಹೆಣ್ಣನ್ನು ಒಳಗೊಂಡ ಸಾಮಾಜಿಕ ವ್ಯವಸ್ಥೆ ಪುರಾಣದ ರಚನೆ ಮತ್ತು ಪರಿಭಾಷೆಯಲ್ಲಿ ಕೆಲಸ ಮಾಡುತ್ತಿರುತ್ತದೆ. ಆದರ್ಶದ ಗುಂಗಿನಲ್ಲಿ ವಾಸ್ತವವನ್ನು ಕಟ್ಟುವ ಯಾವುದೇ ಪ್ರಕ್ರಿಯೆಯಾದರೂ ಪುರಾಣವೇ ಆಗುತ್ತದೆ.

ಈ ದೃಷ್ಟಿಯಿಂದ ಡಾ. ಲತಾ ಅವರ ಈ ಸಂಶೋಧನ ನಿಬಂಧ ಒಂದು ಹೊಸ ತಾತ್ವಿಕ ನೆಲೆಗಟ್ಟನ್ನು ಸಮರ್ಥವಾಗಿ ರೂಪಿಸಿದೆ. ಕನ್ನಡದಲ್ಲಿ ಪುರಾಣ ಸ್ತ್ರೀವಾದವನ್ನು ಕುರಿತು ರಚನೆಗೊಂಡ ಮೊದಲ ಪಿಎಚ್.ಡಿ. ಮಹಾಪ್ರಬಂಧ ಎನ್ನುವ ಚಹರೆಯೊಂದಿಗೆ ಆಧುನಿಕ ಸಂದರ್ಭದಲ್ಲಿ ಒಟ್ಟು ಸ್ತ್ರೀವಾದದ ತಾತ್ವಿಕ ನೆಲೆಯ ದಿಕ್ಕುದಿಸೆಗಳನ್ನು ಸೂಚಿಸುವ ಮತ್ತು ಬದಲಿಸುವ ಶಕ್ತಿ ಸಾಮರ್ಥ್ಯವನ್ನು ಈ ಅಧ್ಯಯನ ಹೊಂದಿದೆ. ಈ ರೀತಿಯ ಪ್ರಯತ್ನ ಕಲ್ಲಾದ ಅಹಲ್ಯೆ ಮಾತನಾಡಿದಂತೆ, ಅಗ್ನಿ ಪ್ರವೇಶಿಸಿದ ಸೀತೆ ರಾಮನಿಗೆ ಸವಾಲು ಹಾಕಿದಂತೆ, ಗಂಡಂದಿರ ನಿಸ್ಸಹಾಯಕತೆಯ ಸನ್ನಿವೇಶದಲ್ಲಿ ನಾಯಕತ್ವವನ್ನು ಕೈಗೆ ತೆಗೆದುಕೊಂಡ ದ್ರೌಪದಿಯಂತೆ, ದೌರ್ಜನ್ಯಗಳ ಕುಂಡದಿಂದ ಎದ್ದುಬಂದು ಮುನ್ನುಗ್ಗುವ ಮಾಧವಿಯಂತೆ, ಎಲ್ಲ ಕಾಲಕ್ಕೂ ತನ್ನ ದಿಟ್ಟತನದಿಂದ ಅನನ್ಯತೆಗೆ ರೂಪಕವಾಗಿರುವ ಅಂಬೆಯಂತೆ. ಹೀಗೆ ಅನೇಕ ಪೌರಾಣಿಕ ಎನ್ನುವ ಹೆಣ್ಣುಗಳು ಇಂದಿಗೂ ಮತ್ತು ಮುಂದಿಗೂ ತುಳಿಯಬೇಕಾದ ಬಹುದಾರಿಗಳ ಗಹನ ಅರಣ್ಯವೆಂಬ ಪುರಾಣ ಜಗತ್ತಿಗೆ ಈ ಸಂಶೋಧನೆ ಪ್ರವೇಶಿಸಿ ಹೊಸ ಬೆಳಕಿನ ಹಾದಿಗಳನ್ನು ಕಂಡುಕೊಂಡಿರುವುದಕ್ಕಾಗಿ ಡಾ. ಲತಾ ಅವರಿಗೆ ಅಭಿನಂದನೆಗಳನ್ನು ಸಲ್ಲಿಸುತ್ತಿದ್ದೇನೆ. ಇನ್ನಷ್ಟು ಆಧುನಿಕ ಹೆಣ್ಣುಗಳು ಪುರಾಣದ ಅರಣ್ಯದಲ್ಲಿ ಮೌನಿಗಳಾಗಿ ದಾರಿಕಾಣದೆ ಅಂಡಲೆಯುವ ಜಗತ್ತಿನಿಂದ ಆತ್ಮವಿಶ್ವಾಸದ ಹೊಸ ಬೆಳಕಿನೆಡೆಗೆ ಸಾಗಲು ಈ ಸಂಶೋಧನ ನಿಬಂಧದ ಚರ್ಚೆಗಳು ಮತ್ತು ಫಲಿತಗಳು ಅವಕಾಶ ಕಲ್ಪಿಸಲಿ ಎಂದು ಆಶಿಸುತ್ತೇನೆ.

೨೦೦೮

ಇನ್ನೊಂದು ಮುಖ : ಮುನ್ನುಡಿ

ತಮ್ಮ ಅಂಕಣಬರಹಗಳ ಸಂಕಲನ 'ಇನ್ನೊಂದು ಮುಖ' ಅನಾವರಣ ಗೊಳ್ಳುತ್ತಿರುವ ಸಂದರ್ಭದಲ್ಲಿ, ಅದರ ಸಮಗ್ರ ಓದಿನಿಂದ ನನಗೆ ದೊರೆತ ಸಂತೃಪ್ತಿ ಮತ್ತು ತಲ್ಲಣಗಳನ್ನು ಹಂಚಿಕೊಳ್ಳುವ ಅವಕಾಶ ಕಲ್ಪಿಸಿದ ಗೆಳೆಯ ಪ್ರಾಧ್ಯಾಪಕ ಮುಜಾಫರ್ ಅಸ್ಸಾದಿ ಒಬ್ಬ 'ಬಂಡಾಯ ಸಂತ' ನಂತೆ ಕಾಣಿಸುತ್ತಾರೆ. 'ಪ್ರಜಾವಾಣಿ' ಪತ್ರಿಕೆಯಲ್ಲಿ ಒಂದು ವರ್ಷದ ಅವಧಿಯಲ್ಲಿ ಅಸ್ಸಾದಿ ಅಂಕಣಗಳನ್ನು ಬಹುಮಟ್ಟಿಗೆ ನಿರಂತರವಾಗಿ ಓದುತ್ತಾ ಬಂದ ನನಗೆ ಈ ಮೂವತ್ತೆರಡು ಲೇಖನಗಳ ಸಂಕಲನದ ಮರುಓದು ನಿಜವಾಗಿಯೂ ನಮ್ಮದೇ ಆದ ಇನ್ನೊಂದು ಮುಖವನ್ನು ಕಾಣಲು ಅವಕಾಶ ಕಲ್ಪಿಸಿತು.

ಸಮಕಾಲೀನ ರಾಜಕೀಯಕ್ಕೆ ಪ್ರತಿಕ್ರಿಯೆಯನ್ನು ಕೊಡುವುದು ಎಂದರೆ, ಪ್ರಶ್ನೆಗಳನ್ನು ಕೇಳುತ್ತಾ ಹೋಗುವುದು ಮತ್ತು ಸಂಬಂಧವಿಲ್ಲ ಎಂದು ಸಾಮಾನ್ಯ ನೋಟಕ್ಕೆ ಕಾಣಿಸುವ ಸಂಗತಿಗಳನ್ನು ಮುಖಾಮುಖಿ ಯಾಗಿಸುತ್ತಾ ಚರ್ಚಿಸುವುದು. ಈ ರೀತಿ ಒಳಹೊಕ್ಕು ಸಾಂದರ್ಭಿಕ ಸನ್ನಿವೇಶ ಗಳನ್ನು ಹಿಡಿದು ಜೋರಾಗಿ ಕುಲುಕಿದಾಗ ಚೆಲ್ಲಾಪಿಲ್ಲಿಯಾಗಿ ಉದುರುವ ಚಿಂತನೆಗಳನ್ನು ಒಂದುಕಡೆ ರಾಶಿಹಾಕಿ ಆಯ್ದುಕೊಳ್ಳುತ್ತಾ ಬಂದರೆ, ಅಲ್ಲಿ ಭೂತ, ವರ್ತಮಾನ, ಭವಿಷ್ಯತ್‌ಗಳು ಒಂದು ಇನ್ನೊಂದರೊಡನೆ ಕಲಸು ಮೇಲೊಗರವಾಗಿ ನಮ್ಮ ಆತ್ಮಸಾಕ್ಷಿಯನ್ನು ಕೆದಕುತ್ತಾ ಕೆಣಕುತ್ತಾ ಬರುತ್ತವೆ.

ಇಂತಹ ಬರಹಗಳ ಮುಷ್ಟಿಗೆ ಸದ್ಯದ ಯಾವುದೇ ಘಟನೆ ಸಿಕ್ಕಬಹುದು. ಸಿದ್ಧರಾಜು ಮತ್ತು ಮಂಜುನಾಥ ಎಂಬ ರೈತರ ಆತ್ಮಹತ್ಯೆ, ರಂಗಾಯಣದ ಬಹುರೂಪಿಯಲ್ಲಿ ಕಂಡ ನಾಟಕ–ಸಿನಿಮಾಗಳು. ಖಾಸಗಿ ಕಂಪೆನಿಗಳು ರೈತರ ಕೃಷಿಭೂಮಿಯನ್ನು ಖರೀದಿಸಿದ್ದು, ಜಗತ್ತಿನ ಶ್ರೀಮಂತರಲ್ಲಿ ಭಾರತೀಯರು ಸೇರ್ಪಡೆಯಾದದ್ದು, ಹೊಸದಾಗಿ ತಲೆ ಎತ್ತುತ್ತಿರುವ ಮಾಲ್‌ಗಳು, ಆಹಾರವನ್ನು ಪಡೆಯಲು ನಡೆಯುವ ದೊಂಬಿಗಳು, ವೆನೆಜುವೆಲಾದ ಅಧ್ಯಕ್ಷ ಶ್ಯಾವೇಜ್‌ನ ಸಮಾಜವಾದ, ಮೀಸಲಾತಿಯ ಪರವಿರೋಧದ ಚರ್ಚೆಗಳು, ಮಥುರಾದಲ್ಲಿ ದಲಿತ ಹುಡುಗಿಯೊಬ್ಬಳನ್ನು ಬೆಂಕಿಗೆ ದೂಡಿದ್ದು, ಕರ್ನಾಟಕ ವಿಧಾನಸಭಾ

ಚುನಾವಣಾ ಫಲಿತಾಂಶ, ದೆಹಲಿಯಲ್ಲಿ ದಾರುಲ್ ಉಲೇಮಾ ಹೊರಡಿಸಿದ 'ಫತ್ವಾ', ಭೂಕಂಪಪೀಡಿತ ಮೈನ್‌ಮಾರ್ ಅಮೇರಿಕದ ಸಹಾಯಧನವನ್ನು ನಿರಾಕರಿಸಿದ್ದು, ಮುಸ್ಲಿಂ ಮಹಿಳಾ ಪರ್ಸನಲ್ ಲಾಬೋರ್ಡ್ ಸಿದ್ಧಪಡಿಸಿದ 'ನಿಖಾನಾಮ', ಜನಪ್ರತಿನಿಧಿಗಳನ್ನು ವಾಪಸ್ಸು ಕರೆಸುವ ಸ್ಪೀಕರ್ ಸೋಮನಾಥ ಚಟರ್ಜಿ ಅವರ ಪ್ರಸ್ತಾವ, ಭಾರತ – ಅಮೇರಿಕಗಳ ನಡುವಿನ ಅಣುಒಪ್ಪಂದ, ಭಾರತಕ್ಕೆ ಬಂದ ಬಿ.ಟಿ. ಬದನೇಕಾಯಿ, ಬಾಟಲಿ ನೀರಿನ ರಾಜಕೀಯ, ಗಾಂಧಿ ಜಯಂತಿಯ ದಿನ ಗಾಂಧಿಗೊಂದು ಪತ್ರ, ದಕ್ಷಿಣಕನ್ನಡದಲ್ಲಿ ಚರ್ಚ್‌ಗಳ ಮೇಲೆ ಧಾಳಿ, ಲಾ ವಿಯ ಸಂಘಟನೆಯ ಜಾಗತೀಕರಣ ವಿರೋಧಿ ಹೋರಾಟ, ಕಾರ್ಲ್‌ಮಾರ್ಕ್ಸ್‌ನ ನೆನಪು, ಮುಂಬೈ ಭಯೋತ್ಪಾದನೆಯ ಧಾಳಿ, ಹಿಂದುಳಿದ ಜಾತಿಗಳ ಜನಗಣತಿ, ಮುಸ್ಲಿಂ ಐಡೆಂಟಿಟಿಯ ತಾಕಲಾಟ, ಅಮೇರಿಕದ ಅಧ್ಯಕ್ಷ ಒಬಾಮಾಗೆ ಪತ್ರ, ಸ್ಲಂಡಾಗ್ ಸಿನಿಮಾ, ಮಂಗಳೂರಿನಲ್ಲಿ ಫ್ಯಾಸಿಸ್ಸಂ ಸಂಸ್ಕೃತಿ, ಹೊಸ ಭೂಮಾಲೀಕರ ಪ್ರವೇಶ, ಮತಾಂಧತೆಗೆ ಆಧುನಿಕತೆಯ ಸಂಬಂಧ, 'ಆವರಣ' ಕಾದಂಬರಿಯ ಅನಾವರಣ, ಭಯೋತ್ಪಾದನೆಯ ಸಾರ್ವತ್ರಿಕತೆ – ಹೀಗೆ ಘಟನೆ ಮತ್ತು ಸನ್ನಿವೇಶಗಳ ಜಾಡು ಹಿಡಿದು ಅದರ ಸಂಬಂಧ ಸೂಕ್ಷ್ಮಗಳ ಚರ್ಚೆ ನಡೆದು ಒಂದು ಪ್ರಶ್ನೆಯಾಗಿ, ಆತಂಕವಾಗಿ, ನಿಲುವೂ ಆಗಿ ಇಲ್ಲಿನ ಲೇಖನಗಳು ನಮ್ಮ ಮಿದುಳನ್ನು ತೊಳಸುತ್ತವೆ.

ವಿಶ್ವವಿದ್ಯಾನಿಲಯದ ಪ್ರಾಧ್ಯಾಪಕರು, ಬೌದ್ಧಿಕರು ತಮ್ಮ ಈ ರೀತಿಯ ಆಲೋಚನೆಗಳನ್ನು ವಿಚಾರಸಂಕಿರಣಗಳಲ್ಲಿ ಕಮ್ಮಟಗಳಲ್ಲಿ ಪ್ರಕಟಿಸುವ ಸಂದರ್ಭಗಳು ಅವಕಾಶಗಳು ಇರುತ್ತವೆ. ಆದರೆ ಹೆಚ್ಚಿನ ಜನಸಮುದಾಯ ಓದುವ. ಬಹುತೇಕ ಮಧ್ಯಮವರ್ಗ ತಮ್ಮ ಅನನ್ಯತೆಯನ್ನು ಗುರುತಿಸಿಕೊಳ್ಳುವ ಪತ್ರಿಕೆಯಂತಹ ಸಮೂಹ ಮಾಧ್ಯಮದಲ್ಲಿ ಈ ರೀತಿಯ ವಿಷಯಮಂಡನೆ ಮತ್ತು ಚರ್ಚೆ ನಡೆಯುವುದರಿಂದ ಬೌದ್ಧಿಕತೆಗೆ ಸಾಮಾಜಿಕ ಸಮುದಾಯದ ಆಯಾಮ ಪ್ರಾಪ್ತಿಯಾಗುತ್ತದೆ. ವಿಶ್ವವಿದ್ಯಾನಿಲಯದ ಪ್ರಾಧ್ಯಾಪಕರ ಅಪಾರವಾದ ಆಳವಾದ ಬೌದ್ಧಿಕ ಓದು ತರಗತಿಯ ಪ್ರವಚನಗಳಿಗೆ, ಸಂಪ್ರಬಂಧಗಳ ರಚನೆಗೆ, ಸಂಕಿರಣಗಳ ಮಂಡನೆಗೆ ಸೀಮಿತವಾದಾಗ, ಅದೊಂದು ಸಾಮಾಜಿಕ ಆಂದೋಲನದ ಸ್ವರೂಪವನ್ನು ಪಡೆಯಲು ಸಾಧ್ಯವಾಗುವುದಿಲ್ಲ. ಆದರೆ, ಕನ್ನಡದಂತಹ ಒಂದು ಪ್ರಾದೇಶಿಕ ಭಾಷೆಯ ದಿನಪತ್ರಿಕೆಯಲ್ಲಿ ಈ ಎಲ್ಲ ವಿಶೇಷ ತಿಳುವಳಿಕೆಯ ಸಂಗತಿಗಳು ಸದ್ಯದ ವರ್ತಮಾನದ ಜೊತೆಗೆ ಮುಖಾಮುಖಿಯಾಗಿ 'ಸ್ಥಾಪಿತ' ಎಂದು ಭಾವಿಸಲಾದ ಅಂಶಗಳು ಸಮಸ್ಯಾತ್ಮಕವಾದುವು ಎಂದು ಮನವರಿಕೆ ಯಾದಾಗ, ಒಂದೇ ಬಗೆಯ ಆಲೋಚನಾಕ್ರಮವನ್ನು ಒಪ್ಪಿಕೊಂಡ ಬಹುಪಾಲು ಸಾಮಾಜಿಕರು ಸಮಸ್ಯೆಯ ಇನ್ನೊಂದು ಮುಖದ ಕಡೆಗೆ ತಮ್ಮ ಗಮನವನ್ನು ಹರಿಸಲು ಸಾಧ್ಯವಾಗುತ್ತದೆ. ಸಾಮಾಜಿಕ ಸಂವಹನದ ದೃಷ್ಟಿಯಿಂದ ಇವತ್ತಿನ ಮುಖ್ಯ ಸಮಸ್ಯೆ ಯೆಂದರೆ, ನಾವು ವಿಷಯಗಳನ್ನು ಕಪ್ಪು ಬಿಳುಪಿನ ಮಾದರಿಯಲ್ಲಿ ಮಾತ್ರ ಮಂಡಿಸುವುದು ಮತ್ತು ಸ್ವೀಕರಿಸುವುದು. ಆದರೆ ಇದಕ್ಕೆ ಭಿನ್ನವಾಗಿ ವೈರುಧ್ಯದ ಸಂಕೀರ್ಣ ಸಂಗತಿಗಳು ನಮ್ಮ ನಡುವೆ ಇವೆ ಎನ್ನುವುದು ಅರ್ಥವಾದಾಗ ಸಮಸ್ಯೆಗಳನ್ನು ಬಹುರೂಪಗಳಲ್ಲಿ ಅರ್ಥ ಮಾಡಿಕೊಂಡು ಅವುಗಳಿಗೆ ಪರಿಹಾರದ ದಾರಿಗಳನ್ನು ಕಂಡುಕೊಳ್ಳಲು ಸಾಧ್ಯವಾಗುತ್ತದೆ.

ಕೋಮುವಾದ, ಜಾಗತೀಕರಣ, ಬಹುರಾಷ್ಟ್ರೀಯತೆ, ಜಾತಿವಾದ, ಆರ್ಥಿಕ ಉದಾರೀಕರಣ, ಭಯೋತ್ಪಾದನೆ. ರಾಜಕೀಯ ಪಾಳೆಯಗಾರಿಕೆ – ಈ ಎಲ್ಲ ಸಂಗತಿಗಳು ಇವತ್ತು ಪರ ಮತ್ತು ವಿರೋಧದ ಬಾಲಿಶ ಜಗಳದಲ್ಲಿ ಸಿಕ್ಕಿಕೊಳ್ಳುವ ವಸ್ತುಗಳಾಗಿವೆ. ಆದರೆ ಈ ರೀತಿಯ ಮನೋಧರ್ಮ ರೂಪುಗೊಳ್ಳುವ ಬಗೆಗಳು, ಅವುಗಳ ಶಕ್ತಿ ಮತ್ತು ದೌರ್ಬಲ್ಯಗಳು, ಅವುಗಳನ್ನು ಎದುರಿಸಲು ನಾವು ಬಳಸಿಕೊಳ್ಳಬೇಕಾದ ಸಾಧನಗಳು ಮತ್ತು ಕಾರ್ಯತಂತ್ರಗಳು ಇವೆಲ್ಲವನ್ನು ನಮ್ಮ ದೈನಂದಿನ ವಾಸ್ತವದ ಬದುಕಿನ ಮೂಲಕವೇ ವಿವರಿಸಬೇಕು. ಅಂತಹ ವಿಶಿಷ್ಟ ಮಾದರಿಗಳು ಅಸ್ಸಾದಿ ಅವರ ಬರಹಗಳಲ್ಲಿ ದೊರೆಯುತ್ತವೆ. ಯಾವುದೇ ಲೇಖನವನ್ನು ಬರೆಯುವಾಗಲೂ ಅಸ್ಸಾದಿ ತಮ್ಮ ಅಪಾರ ಓದಿನ ನೆರವಿನಿಂದ ಮಾಹಿತಿಗಳನ್ನು ತರುವುದರ ಜೊತೆಗೆಯೇ ಅಂತಹ ಮಾಹಿತಿಗಳನ್ನು ತಳದಲ್ಲಿಟ್ಟುಕೊಂಡು, ಅವುಗಳ ಮೇಲೆ ಅಭಿಪ್ರಾಯಗಳ, ಚಿಂತನೆಗಳ ಚರ್ಚೆಯನ್ನು ನಡೆಸುತ್ತಾರೆ. ಹೀಗಾಗಿ ಮಾಹಿತಿ ಮತ್ತು ಒಳನೋಟದ ಚರ್ಚೆಗಳು ಒಂದು ಸಮಕಾಲೀನ ಸಂಗತಿಯ ಸುತ್ತ ರೂಪಿತವಾಗಿ ಇಲ್ಲಿನ ಒಂದೊಂದು ಲೇಖನದಲ್ಲೂ ಓದುಗರೊಂದಿಗೆ ಸಂವಾದದ ಗುಣ ಪ್ರಾಪ್ತವಾಗುತ್ತದೆ.

ಗಾಂಧಿ, ಒಬಾಮಾರಿಗೆ ಬರೆಯುವ ಪತ್ರಗಳ ಆತ್ಮೀಯತೆ, ಮತಧರ್ಮಗಳ ಕುರಿತು ನಡೆಸುವ ಚರ್ಚೆಯಲ್ಲಿ ಇರುವ ಧೈರ್ಯ, ಆರ್ಥಿಕ ಮತ್ತು ರಾಜಕೀಯ ಯಜಮಾನಿಕೆಯನ್ನು ಕುರಿತು ಪ್ರತಿಕ್ರಿಯಿಸುವ ವ್ಯಂಗ್ಯ, ಸಿನಿಮಾ ಕಲೆಯ ನಿದರ್ಶನಗಳ ಮೂಲಕ ತನ್ನ ನಿಲುವುಗಳಿಗೆ ಕೊಡುವ ಸಾಂಸ್ಕೃತಿಕ ಸ್ಪರ್ಶ, ತುಂಬಾ ಅಪೂರ್ವವಾದ ಜಾಗತಿಕ ವಿದ್ಯಮಾನಗಳನ್ನು ಕನ್ನಡಿಗರೊಂದಿಗೆ ಹಂಚಿಕೊಳ್ಳುವ ಸಂಭ್ರಮ – ಹೀಗೆ ಅಸ್ಸಾದಿ ಆಯ್ಕೆ ಮಾಡಿಕೊಂಡಿರುವ ಬರಹಗಳು, ಅವರ ವಸ್ತು ಮತ್ತು ಬರವಣಿಗೆಗೆ ಹೊಸ ಶಕ್ತಿ ಮತ್ತು ಸೊಗಸನ್ನು ತಂದುಕೊಟ್ಟಿವೆ. ಇಲ್ಲಿನ ಮೂವತ್ತೆರಡು ಲೇಖನಗಳು ಒಂದು ಇನ್ನೊಂದರ ಜೊತೆಗೆ ಪರಸ್ಪರ ಮಾತನಾಡಿಕೊಳ್ಳುವ ಗುಣವನ್ನು ಹೊಂದಿವೆ. 'ಸಂಕಥನ' ಎಂದು ಕರೆಯಲಾಗುವ ದೊಡ್ಡ ಪರಿಭಾಷೆಯ ಒಳಗೆ ಈ ಎಲ್ಲ ಲೇಖನಗಳು ಸ್ನೇಹಿತರಂತೆ, ಕೆಲವೊಮ್ಮೆ ಸ್ಪರ್ಧಿಗಳಂತೆ, ಸ್ನೇಹ ಮತ್ತು ಜಗಳವನ್ನು ಮಾಡುವ ಸಾಮರ್ಥ್ಯವನ್ನು ಹೊಂದಿವೆ. 'ಐಡೆಂಟಿಟಿ' ಎನ್ನುವುದು ನಮ್ಮ ಸಮಾಜ ಮತ್ತು ದೇಶದಲ್ಲಿ ಯಾವ ಬಗೆಗಳಲ್ಲಿ ಹರಳುಗಟ್ಟಬೇಕು ಎನ್ನುವ ಸಂವಾದದಲ್ಲಿ ಮುಜಾಫರ್ ಆಸ್ಸಾದಿ ಅವರ ಲೇಖನಗಳು ಮುಖ್ಯ ಪರಿಮಾಣವಾಗುವ ಶಕ್ತಿಯನ್ನು ಹೊಂದಿವೆ.

ಸ್ನೇಹದ ಕಾರಣಕ್ಕಾಗಿ ಈ ಅವಕಾಶ ಕಲ್ಪಿಸಿದ ಗೆಳೆಯ, ಪ್ರಾಧ್ಯಾಪಕ ಮುಜಾಫರ್ ಅಸ್ಸಾದಿಗೆ ಅಭಿನಂದನೆ ಹೇಳುತ್ತಾ, ಕನ್ನಡದ ಎಲ್ಲ ವರ್ಗಗಳ ಓದುಗರು ಈ ಬರವಣಿಗೆಯಿಂದ ಪ್ರಭಾವಿತರಾಗಿ ಕರ್ನಾಟಕದಲ್ಲಿ ಹೊಸ ಸಮಾಜವಾದದ ಐಡೆಂಟಿಟಿಯನ್ನು ರೂಪಿಸಲು ಸಾಧ್ಯವಾಗಲಿ ಎಂದು ಬಯಸುತ್ತೇನೆ.

೨೦೦೯

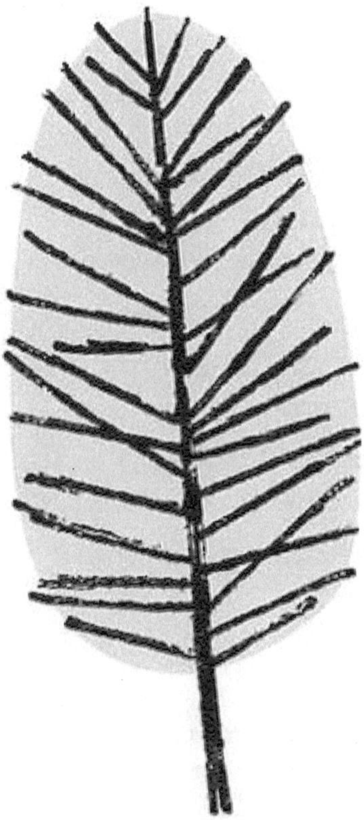

ಭಾಗ
8

ತುಳು ಗಾದೆಗಳು

- **ಅಕುಲಕುಲ್ನ ತರೆಕ್ಕ್ ಅಕುಲಕುಲ್ನ ಕೈ.**
  (ಅವರವರ ತಲೆಗೆ ಅವರವರ ಕೈ)

  ನಮ್ಮ ಕಾರ್ಯಕ್ಕಾಗಿ ಇನ್ನೊಬ್ಬರನ್ನು ನೆಚ್ಚಿ ಪ್ರಯೋಜನವಿಲ್ಲ.

- **ಅರಿ ಪಾಡ್ನಗ ಇಪ್ಪಯೆ, ಅಡ್ಯೆ ಮಲ್ಪುನಗ ತಪ್ಪಯೆ.**
  (ಅಕ್ಕಿ ರುಬ್ಬಲು ಹಾಕುವಾಗ ಇರಲಾರ, ತಿಂಡಿ ಮಾಡುವಾಗ ತಪ್ಪಲಾರ)

  ಕೆಲಸಕ್ಕೆ ತಪ್ಪಿಸಿ ತಿನ್ನುವಾಗ ಹಾಜರು

- **ಉಂಡ್‌ನಾಯಗ್ ಬಡವು ಹೆಚ್ಚ, ಮಿಾಯಿನಾಯಗ್ ಕುರೆ ಹೆಚ್ಚ.**
  ಉಂಡವನಿಗೆ ಹಸಿವು ಜಾಸ್ತಿ, ಮಿಂದವನಿಗೆ ಕೊಳೆ ಜಾಸ್ತಿ

- **ಉಂತ್‌ದ್ ಕಾರ್ ನೀರುನೆ ಅತ್ತ್, ಕುಳ್ಳ್‌ದ್ ಕಾರ್ ನೀರೊಡು.**
  (ನಿಂತುಕೊಂಡು ಕಾಲು ಚಾಚುವುದಲ್ಲ, ಕುಳಿತುಕೊಂಡು ಕಾಲು ಚಾಚಬೇಕು)

  ನಮ್ಮ ಸ್ಥಿತಿಗತಿಗಳನ್ನು ನೋಡಿಕೊಂಡು ಸೌಕರ್ಯ ಮಾಡಿಕೊಳ್ಳಬೇಕು.

- **ಎಂಕು ಪಣಂಬೂರುಗ್ ಪೋಯಿಲೆಕೊ.**
  (ಎಂಕು ಪಣಂಬೂರಿಗೆ ಹೋದ ಹಾಗೆ)

ಒಂದು ಮನೆಯಲ್ಲಿ 'ಎಂಕು' ಎಂಬ ಕೆಲಸದವನಿದ್ದ. ಒಂದು ದಿನ ಆ ಮನೆಯ ಒಡೆಯನು ತನ್ನ ಪತ್ನಿಯಲ್ಲಿ 'ನಾಳೆ ಎಂಕುವನ್ನು ಪಣಂಬೂರಿಗೆ ಕಳಹಿಸಬೇಕು' ಎಂದು ಹೇಳಿದ. ಈ ಮಾತನ್ನು ಕೇಳಿಸಿಕೊಂಡ ಎಂಕು ಮರುದಿನ ಮುಂಜಾನೆಯ ಹೊತ್ತಿಗೆ ಯಾರಿಗೂ ಹೇಳದೆ ಪಣಂಬೂರಿಗೆ ಹೋಗಿ ಹಾಗೆಯೇ ಹಿಂತಿರುಗಿದ. ಬಂದವನೇ ಒಡೆಯನಲ್ಲಿ 'ನಾನು ಪಣಂಬೂರಿಗೆ ಹೋಗಿ ಬಂದೆ' ಎಂದ, ಒಡೆಯನಿಗೆ ವಿಷಯ ಅರ್ಥವಾಯಿತು. ಅಂದಿನಿಂದ ನಿಷ್ಪ್ರಯೋಜಕವಾಗಿ ಒಂದು ಕಡೆ ಹೋಗಿ ಬರುವುದಕ್ಕೆ 'ಎಂಕು ಪಣಂಬೂರಿಗೆ ಹೋದ ಹಾಗೆ' ಎಂಬ ಗಾದೆ ಮಾತು ಬಳಕೆಯಾಯಿತು. ಜಿರಳೆ ಬೊಂಬಾಯಿಗೆ ಹೋದ ಹಾಗೆ ಎಂಬ ಮಾತಿನಂತೆಯೇ ಈ ಗಾದೆ ಕೂಡಾ.

- **ಅಂಡೆದ ಬಾಯಿ ಕಟ್ಟೊಲಿ, ದೊಂಡೆದ ಬಾಯಿ ಕಟ್ಟೆರೆ ಬಲ್ಲಿ.**
  (ಹಂಡೆಯ ಬಾಯಿಯನ್ನು ಕಟ್ಟಬಹುದು, ಮನುಷ್ಯರ ಗಂಟಲನ್ನು ಕಟ್ಟಲು ಸಾಧ್ಯವಿಲ್ಲ)
- **ಕಂಚೋಲು ಇತ್ತ್‌ನ ಎಂಚಲ ಉಣೊಲಿ.**
  (ಹಾಗಲಕಾಯಿ ಇದ್ದರೆ ಹೇಗೂ ಊಟ ಮಾಡಬಹುದು)
- **ಕಟ್ಟ್‌ದ್‌ನೆ ಕಲ್ಲುರ್ಟಿಗ್, ನುಡಿಗಟ್ಟ್ ಮಲ್‌ರಾಯನ.**
  (ಕಟ್ಟಿದ್ದು ಕಲ್ಲುರ್ಟಿ ಭೂತದ ವೇಷ, ನುಡಿಗಟ್ಟು ಹೇಳುವುದು ಮಲ್ಲರಾಯ ಭೂತದ್ದು)

  ಸಣ್ಣ ಮನುಷ್ಯ ದೊಡ್ಡ ವಿಷಯ ಮಾತಾಡುವುದು.
- **ಕಪ್ಪಲ್ ದಿಂಜಯೆರೆ ಪೋನಾಯೆ ಬತ್ತ್‌ದೆ,**
  ಬಂಜಿ ದಿಂಜಯೆರೆ ಪೋನಾಯೆ ಬತ್ತ್‌ಜ್ಜೆ.

  (ಹಡಗು ತುಂಬಿಸಲು ಹೋದವನು ಬಂದಿದ್ದಾನೆ, ಹೊಟ್ಟೆ ತುಂಬಿಸಲು ಹೋದವನು ಬಂದಿಲ್ಲ)
- **ಚೇವುದ ಕಾರ್‌ಡ್ ಕಂಜಿ ಕಟ್ಟ್‌ದ್ ಬತ್ತಿಲೆಕೊ.**
  (ಕೆಸುವಿನ ಗಿಡಕ್ಕೆ ಕರು ಕಟ್ಟಿ ಬಂದ ಹಾಗೆ)
  ಅವಸರದಲ್ಲಿ ಕೆಲಸ ಮಾಡುವುದು.
- **ತರೆತ್ತ್‌ದ್ ಮಾತೆರ್ಲಾ ಕೊರುವೆರ್,**
  ಪರಿಯೆರೆ ಆಯೆನೆ ಪರೊಡಾತೆ.
  (ಎಲ್ಲರೂ ಅರೆದು ಕೊಟ್ಟಾರು, ಆದರೆ ಕುಡಿಯಲಿಕ್ಕೆ ಅವನೇ ಕುಡಿಯಬೇಕಷ್ಟೆ)

  ಇನ್ನೊಬ್ಬರ ಪ್ರಚೋದನೆಗೆ ಒಳಗಾದರೆ ಅದರ ದುಷ್ಪರಿಣಾಮವನ್ನು ನಾವೇ ಅನುಭವಿಸಬೇಕು.
- **ಪುದೆಲ್‌ಗ್ ಕಲ್ಲ್‌ದಕ್ಕ್‌ದ್ ಪಾತೆರುನೆ.**
  (ಪೊದರಿಗೆ ಕಲ್ಲು ಬಿಸಾಡಿ ಮಾತನಾಡುವುದು)

  ಅನವಶ್ಯಕವಾಗಿ ಕರೆದು ಮಾತನಾಡುವುದು.
- **ಮರತ್ತ ಪುರಿ ಮರನೇ ತಿನ್ಪುನೆ.**
  (ಮರದ ಹುಳು ಮರವನ್ನೇ ತಿನ್ನುವುದು)

  ತನ್ನ ದುರ್ಗುಣ ತನಗೇ ವಿನಾಶಕಾರಿ.
- **ಮಾಮಿಗ್ ಮರ್ಮಾಲ್ ಮಗ್ತೆಗ್(ಮಾತ್‌ಗ್) ಕೊನತ್ತಿಲೆಕೊ.**

  (ಸೊಸೆ ಅತ್ತೆಗೆ ಎರಡನೇ ಬಾರಿ ಬಡಿಸಲು ತಂದ ಹಾಗೆ)

ಮಿತವಾಗಿ ಅಕ್ಕಿಯನ್ನು ಉಪಯೋಗಿಸುವ ಮನೆಯಲ್ಲಿ ನಡೆದ ಘಟನೆ. ಅತ್ತೆ ಸೊಸೆಯರಿಬ್ಬರೇ ಮನೆಯಲ್ಲಿರುವ ಹೆಂಗಸರು. ಸೊಸೆ ಇಲ್ಲದ ಸಮಯ ಸಾಧಿಸಿ ಅತ್ತೆ ಅನ್ನವನ್ನು ಕೊಂಡು ಹೋಗಿ ಒಂದು ಕತ್ತಲೆಯ ಮೂಲೆಯಲ್ಲಿ ಉಣ್ಣುತ್ತಿರುತ್ತಾಳೆ ಅದೇ ವೇಳೆ ಸೊಸೆಯು ಬಂದು ಅತ್ತೆ ಇಲ್ಲವೆಂದು ಗ್ರಹಿಸಿ, ಅನ್ನವನ್ನು ತೆಗೆದುಕೊಂಡು ಅತ್ತೆಯಿದ್ದ ಕತ್ತಲೆಯ ಮೂಲೆಗೆ ಬರುತ್ತಾಳೆ. ಅಲ್ಲಿ ಅತ್ತೆಯನ್ನು ಕಂಡಾಗ, ತನ್ನ ಕಾರ್ಯವನ್ನು ಸಮರ್ಥಿಸಿಕೊಳ್ಳುವುದಕ್ಕಾಗಿ ತಾನು ಅತ್ತೆಗೆ ಎರಡನೇ ಬಾರಿ ಬಡಿಸಲು ಅನ್ನವನ್ನು ತಂದಿದ್ದೇನೆ ಎನ್ನುತ್ತಾಳೆ. ತಾನು ಕಳ್ಳತನ ಮಾಡಿದ್ದರೂ, ಕಳ್ಳತನವನ್ನು ಪತ್ತೆ ಮಾಡಿದ ಸಮಯ ಸ್ಫೂರ್ತಿಯನ್ನು ಜಾಣ್ಮೆಯಿಂದ ಸಾಧಿಸುತ್ತಾಳೆ.

■ **ಸುರುತ್ತ ಒಣಸ್ ಎಡ್ಡೆ, ಕಡೆತ ಬೆಂದ್ರ್ ಎಡ್ಡೆ.**
(ಆರಂಭದ ಊಟ ಒಳ್ಳೆಯದು. ಕೊನೆಯ ಬಿಸಿನೀರು ಒಳ್ಳೆಯದು)

ಆರಂಭದ ಊಟ ಬಿಸಿಯಾಗಿದ್ದು ರುಚಿಕರವಾಗಿರುತ್ತದೆ; ಬಚ್ಚಲುಮನೆಯಲ್ಲಿ ಕಾಯಿಸಿದ ನೀರು ಕೊನೆಯಲ್ಲಿ ಚೆನ್ನಾಗಿ ಬಿಸಿಯಾಗಿರುತ್ತದೆ.

೧೯೭೧, 'ತುಳುಗಾದೆಗಳು'

ತುಳು ಒಗಟುಗಳು

ಪ್ರಶ್ನೋತ್ತರ ರೂಪದ ಒಗಟಿನಲ್ಲಿ ಉತ್ತರವು ಪ್ರಶ್ನೆಯ ರೂಪದಲ್ಲಿರುತ್ತದೆ. ಉದಾ:-

ಮೈದುನ : 'ತೆಡಿಲ್ ಮುಟ್ಟುಂಡು, ಮಿಂಚ್ ದಕ್ಕುಂಡು,
ಬರ್ಸೊ ದಾನೆದೆ ಬರ್ಪುಜಿ?'

[ಸಿಡಿಲು ಕೇಳುತ್ತದೆ, ಮಿಂಚು ಕಾಣಿಸುತ್ತದೆ, ಮಳೆ ಏನಪ್ಪಾ ಬರುವುದಿಲ್ಲ?]

ಅತ್ತಿಗೆ : 'ಬೈ ಪಾಡ್ದೆ, ಅರ್ಕಂಜಿ ಮಯಿತ್ತ್‌ದೆ,
ಎರು ದಾನೆದೆ ಪರ್ಪುಜಿ?'

[ಬೈ ಹುಲ್ಲು ಹಾಕಿದ್ದೇನೆ, ಕಲಗಚ್ಚು ಹೊಯ್ದಿದ್ದೇನೆ.
ಕೋಣ ಏನಪ್ಪಾ ಕುಡಿಯುವುದಿಲ್ಲ?]

ಇದೊಂದು ಸ್ವಾರಸ್ಯಪೂರ್ಣವಾದ ವ್ಯಾಖ್ಯಾನ ಅಪೇಕ್ಷಣೀಯವಾದ ಒಗಟು- ಅತ್ತಿಗೆ ಮೈದುನರಿಗೆ ಮನಸ್ತಾಪ. ಅವರೊಳಗೆ ಮಾತುಕತೆ ಇಲ್ಲ. ಮೈದುನ ಊಟಕ್ಕೆ ಕುಳಿತಿದ್ದಾನೆ. ಅತ್ತಿಗೆ ಮೊಸರು ಕಡೆಯುವ ಶಬ್ದ ಕೇಳಿಸುತ್ತದೆ, ಗುಡುಗಿನಂತೆ. ಮಜ್ಜಿಗೆಯ ಹನಿಗಳು

ಸಿಡಿಯುತ್ತಿವೆ, ಮಿಂಚಿನಂತೆ. "ಆದರೆ, ನನಗೆ ಏನು ಮಜ್ಜಿಗೆ (ಮಳೆ) ಬರುವುದಿಲ್ಲ?" ಎಂದು ಪ್ರಶ್ನಿಸುತ್ತಾನೆ ಮೈದುನ. ಆದರೆ ಅತ್ತಿಗೆ ಮೊದಲೇ ಬೇರೊಂದು ಲೋಟದಲ್ಲಿ ಆತನಿಗೆ ಮಜ್ಜಿಗೆ (ಕಲಗಚ್ಚು) ಹೊಯ್ದು ಇಟ್ಟಿದ್ದಾಳೆ. ಆದರೂ ಆತ (ಕೋಣ) ಏಕೆ ಕುಡಿಯುವುದಿಲ್ಲ? ಎಂದು ಪ್ರಶ್ನಿಸುತ್ತಾಳೆ. ಆಕೆಯ ಈ ಪ್ರಶ್ನೆಯಲ್ಲೇ ಮೈದುನನ ಪ್ರಶ್ನೆಗೆ ಉತ್ತರವೂ ಅಡಗಿದೆ.

- **ಅಜ್ಜಿಗ್ ಮೂಜಿ ಕಣ್ಣ್, ಅಜ್ಜಗ್ ಒಂಜೇ ಕಣ್ಣ್.**
  [ಅಜ್ಜಿಗೆ ಮೂರು ಕಣ್ಣು, ಅಜ್ಜನಿಗೆ ಒಂದೇ ಕಣ್ಣು]

  ಉತ್ತರ: ತಾರಾಯಿ; ಬಜ್ಜೆಯಿ. [ತೆಂಗಿನಕಾಯಿ; ಅಡಿಕೆ]

- **ಅಮ್ಮೆ ಆಕಾಸೊಗು ಪೋತೆ, ಅಪ್ಪೆ ಪಾತಾಳೊಗು ಪೋತಳ್, ಮಗೆ ಅಂಗಡಿಗ್ ಪೋತೆ, ಮಗಳ್ ದೇವಸ್ಥಾನೊಗು (ಮದಿಮ್ಮೆಗ್) ಪೋತಳ್.**
  [ತಂದೆ ಆಕಾಶಕ್ಕೆ ಹೋಗಿದ್ದಾನೆ, ತಾಯಿ ಪಾತಾಳಕ್ಕೆ ಹೋಗಿದ್ದಾಳೆ, ಮಗ ಅಂಗಡಿಗೆ ಹೋಗಿದ್ದಾನೆ, ಮಗಳು ದೇವಸ್ಥಾನಕ್ಕೆ (ಮದುವೆಗೆ) ಹೋಗಿದ್ದಾಳೆ]

  ಉತ್ತರ: ಕಂಗ್‌ದ ಕುಬೆ, ಬೇರ್, ಬಜ್ಜೆಯಿ, ಪಿಂಗಾರೊ.
  [ಅಡಿಕೆ ಮರದ ತುದಿ, ಬೇರು, ಅಡಿಕೆ, ಹೂವು]

- **ಎಂಕೊಂಜಿ ಅಜ್ಜಿ ಉಂಡು, ಐತ್ತ ಮೆಯಿಟ್ಟ್ ಮಾತ ಕಜ್ಜಿ.**
  [ನನಗೊಂದು ಅಜ್ಜಿ ಉಂಟು, ಅದರ ಮೈಯೆಲ್ಲಾ ಕಜ್ಜಿ]

  ಉತ್ತರ : ಕಂಚೊಲು [ಹಾಗಲಕಾಯಿ]

- **ಕಡಲ್ ಸುತ್ತಲ ಮಡಲ್ ಕಟ್ಟ್‌ದೆ.**
  [ಕಡಲಿನ ಸುತ್ತಲೂ ಗರಿ ಕಟ್ಟಿದ್ದೇನೆ]

  ಉತ್ತರ : ಕಣ್ಣು

- **ಕಲ್ಲ್ ಮುಳ್ಳು ಇದ್ಯಾಂದಿನ ಕಾಡ್‌ಡ್, ಎಲು ಮುಳ್ಳು ಇದ್ಯಾಂದಿನ ಮೃಗೊ ಉಂಡು.**
  [ಕಲ್ಲು ಮುಳ್ಳು ಇಲ್ಲದ ಕಾಡಿನಲ್ಲಿ ಎಲುಬು ಮುಳ್ಳು ಇಲ್ಲದ ಮೃಗ ಉಂಟು]

  ಉತ್ತರ : ತರೆಟ್ಟ್ ಪೇನ್ [ತಲೆಯಲ್ಲಿ ಹೇನು]

- **ಕಿನ್ನಿ ಕಿನ್ನಿ ಜೋಕುಳೆಗ್ ಕಿನ್ನಿ ಕಿನ್ನಿ ಮುಟ್ಟಾಳೆ.**
  [ಚಿಕ್ಕ ಚಿಕ್ಕ ಮಕ್ಕಳಿಗೆ ಚಿಕ್ಕ ಚಿಕ್ಕ ಟೊಪ್ಪಿಗೆ]

  ಉತ್ತರ : ಬಿರೆಳ್‌ಡ್ ಉಗುರು [ಬೆರಳಿನಲ್ಲಿ ಉಗುರು]

- **ಕೊಂಬರ್ ಕೂಳಿದ ಮಗೆ ಪುಟ್ಟ್‌ಂಡ ಅಪ್ಪೆಗ್ ಮರಣೊ.**
  [ಕೋರೆ ಹಲ್ಲಿನ ಮಗ ಹುಟ್ಟಿದರೆ ತಾಯಿಗೆ ಮರಣ]

  ಉತ್ತರ : ಬಾರೆದಕೈಲ್ [ಬಾಳೆಯ ಗೊನೆ]

- **ಕಾಸ್‌ದ ಕುದುರೆಗ್ ಬೀಲೊಡು ಲಗಾಮು.**
  [ಕಾಸಿನ ಕುದುರೆಗೆ ಬಾಲದಲ್ಲಿ ಜೀನು]

  ಉತ್ತರ : ಸೂಜಿ

- **ಚಿಞ ಚುಞ ಪಕ್ಕಿಗ್ ಸಾರತ್ತೊಂಜಿ ಕಣ್ಣ್.**
  [ಚಿಞ ಚುಞ ಹಕ್ಕಿಗೆ ಸಾವಿರದ ಒಂದು ಕಣ್ಣು]

  ಉತ್ತರ : ದೋಸೆ

- **ಪಾರ್ ಬತ್ತೆ, ಅಂಗಿ ದೆತ್ತೆ, ಗೂವೆಲ್‌ಗ್ ಲಾಯಿತ್ತೆ.**
  [ಓಡಿ ಬಂದೆ, ಅಂಗಿ ತೆಗೆದೆ, ಬಾವಿಗೆ ಹಾರಿದೆ]

  ಉತ್ತರ : ಬಾರೆದ ಪರ್‌ಂದ್ [ಬಾಳೆಹಣ್ಣು]

- **ಬೊಳ್ಳಿದ ಬುರ್ಡೆಡ್ ಬಂಗಾರ್‌ದ ಪೊಡಿ.**
  [ಬೆಳ್ಳಿಯ ಬರುಡೆಯಲ್ಲಿ ಬಂಗಾರದ ನಶ್ಯ]

  ಉತ್ತರ : ಕೋರಿದ ಕೆತ್ತಿ [ಕೋಳಿ ಮೊಟ್ಟೆ]

೧೯೭೧, 'ತುಳು ಒಗಟುಗಳು'

ಭಾಗ

9

ಬಾಟ್ಲಿ ಹೆಕ್ಕುವ ಹುಡುಗ

ಔರಾ* ನದಿಯ ತೀರದಲ್ಲಿ
ಅಲ್ಲಿ ಇಲ್ಲಿ ಎಲ್ಲೆಲ್ಲಿ
ಜನ ಜನ ಜನ

ಶಿಶಿರದ ಮಂಜುಗಡ್ಡೆ ಕರಗಿ ಎಲ್ಲೆಲ್ಲು ಚೆಲ್ಲಿದಂತೆ
ವಸಂತದ ಮರಗಿಡಬಳ್ಳಿ ಉಗುರು ಗೀರಿ ಚಿಗುರಿದಂತೆ
ವರ್ಷದ ತುಂತುರು ತುಂತುರು ಹನಿ ತೊರೆಯಾಗಿ ಹರಿದಂತೆ
ಮಧ್ಯರಾತ್ರಿಯ ಸೂರ್ಯ ಹೊಳೆ ಹೊಳೆ ಹೊಳೆದಂತೆ
ಹೊಳೆಯ ಆಚೆ ಈಚೆ ಎಲ್ಲ ಕಡೆ
ಜನ ಜನ ಜನ

ನಡುಬೇಸಗೆಯ ರಾತ್ರಿಯ ಬೆಳಕಿನ ಹಬ್ಬ
ಬೆಚ್ಚನೆ ಮುಚ್ಚಿದ ಕಾಮನಬಿಲ್ಲ ಹಬ್ಬ
ನಡುರಾತ್ರಿಯ ಮದುಮಗ ಸೂರ್ಯನ ದರ್ಶನ
ಹಾಡುತ್ತ ಕುಣಿಯುತ್ತ ನೋಡಬಂದ ಜನ
ಜನ ಜನ ಜನ

ಔರಾ ನದಿಯಲ್ಲಿ ಕಲಕಲಕಲ ಹರಿವ ನೀರು
ಕುಳಿತು ನಿಂತು ಕುಣಿದು ಹಾಡಿ ಕುಡಿವ ಬೀರು
ಕಿವಿ ತೆರೆದರೆ ಎಲ್ಲೆಲ್ಲು ಹೆಣ್ಣು ಗಂಡುಗಳ ಕಿಲಕಿಲ
ಕಣ್ಣು ಕಿವಿ ತೆರೆದು ಕುಳಿತ ನಾನು ಮತ್ತು ಕೋಕಿಲ
ನಮ್ಮದು ಬರೇ ಕೋಲ ಮತ್ತು ಕಿಲಕಿಲ

ಬಾಟ್ಲಿ ಹೆಕ್ಕುವ ಮುದುಕ ಬೀರ
ಬಾಟ್ಲಿ ಹೆಕ್ಕುವ ಮುದುಕ
ನದಿಯ ತೀರದಲ್ಲೆಲ್ಲ ಬಾಟ್ಲಿ ಹೆಕ್ಕಿ ಹೆಕ್ಕಿ
ತುಂಬಿಕೊಂಡಿದ್ದಾನೆ ನಾಲ್ಕು ಭಾರೀ ಚೀಲ
ಎತ್ತಲಾರದೆ ಎತ್ತುತ್ತ ಸಾಗಿದ್ದಾನೆ
ಮತ್ತ ಕುಕ್ಕುತ್ತಾ ಮತ್ತೆ ಹೆಕ್ಕುತ್ತಾ
ಖಾಲಿ ಬಾಟ್ಲಿಯ ಮುದುಕ
ತುಂಬು ಚೀಲದ ಧನಿಕ

ಮರುದಿನವೂ ಮತ್ತೆ ಅದೇ ಹಬ್ಬ
ಮತ್ತು ಮತ್ತೂ ಬಣ್ಣಬಣ್ಣದ ಕಬ್ಬ
ಅದೇ ಕುಣಿವ ಕಾಲುಗಳು ಅಪ್ಪಿದ ತೋಳುಗಳು
ಅಲೆದಾಟ ಓಲಾಟ ತೂಗಾಟ
ಮಕ್ಕಳು ಮರಿಗಳ ನಕ್ಕು ನಲಿದಾಟ
ಮತ್ತೆ ಎಲ್ಲೆಲ್ಲು ಕಿಲಕಿಲ
ನೋಡುತ್ತೇವೆ ಕೇಳುತ್ತೇವೆ ನಾನು ಮತ್ತು ಕೋಕಿಲ
ನಮ್ಮದು ಬರೇ ಕೋಲ ಮತ್ತು ಕಿಲಕಿಲ

ಬಾಟ್ಲಿ ಹೆಕ್ಕುವ ಹುಡುಗ ಬೀರ
ಬಾಟ್ಲಿ ಹೆಕ್ಕುವ ಹುಡುಗ
ಎಲ್ಲೆಂದರಲ್ಲಿ ಚೆಲ್ಲಾಪಿಲ್ಲಿ
ಬಿದ್ದ ಬಾಟ್ಲಿಗಳನೆಲ್ಲ ಹೆಕ್ಕಿ ಹೆಕ್ಕಿ
ತುಂಬುತ್ತಿದ್ದಾನೆ ಖಾಲಿ ಚೀಲಗಳಲಿ
ನಿನ್ನೆಯ ಮುದುಕ ಅಂತೆಯೇ
ಇಂದಿನ ಹುಡುಗ
ಹೆಕ್ಕುತ್ತಾನೆ ಖಾಲಿ ಬಾಟ್ಲಿಗಳ ಹೆಕ್ಕುತ್ತಾನೆ
ಖಾಲಿ ಚೀಲಗಳಲಿ ತುಂಬುತ್ತಾನೆ

ಕೋಲದ ಬಾಟ್ಲಿ ನೀಡುತ್ತಾ ಕುಶಲ ಕೇಳಿದೆ
ಬಾಟ್ಲಿ ಹೆಕ್ಕುವ ಮುದುಕ ಹುಡುಗನ ಕತೆಯ ಕೇಳಿದೆ.

ನಿನ್ನೆಯ ಮುದುಕ ಇಂದಿನ ಹುಡುಗನ ಅಪ್ಪನಂತೆ
ನಿನ್ನೆ ಹೆಕ್ಕಿದ ಖಾಲಿ ಬಾಟ್ಲಿಗಳ ಮಾರಿ
ಕಂಠಪೂರ್ತಿ ಬೀರ ಹೀರಿ ಹೀರಿ

ವಿಶ್ರಾಂತಿಯಲ್ಲಿದ್ದಾನಂತೆ ದಣಿವ ನೀಗಲು
ಕಳುಹಿಸಿದ್ದಾನಂತೆ ಮಗನನ್ನು ಬಾಟ್ಲಿ ಹೆಕ್ಕಲು

ನಾಳೆ ಮತ್ತೆ ನೀನಿನ್ನೇನು
ಅಪ್ಪನಂತೆಯೆ ಮಗನೇನು?
ಖಾಲಿ ಬಾಟ್ಲಿ ತುಂಬಿದ ಚೀಲ
ಹೊರುವವನೇನು
ಅಪ್ಪನಂತೆಯೆ ಹೊಟ್ಟೆ?
ಉಡುವವನೇನು ಹರಕಲು ಬಟ್ಟೆ?

ಹೌದು, ಹೊರೆಯುವವನು ನನ್ನದೇ ಹೊಟ್ಟೆ
ನನ್ನ ಬ್ರೆಡ್ಡು ಹಣ್ಣು ತಟ್ಟೆ
ನನ್ನ ಪುಸ್ತಕ ಪೆನ್ನು ಬಟ್ಟೆ
ತುಂಬುತ್ತೇನೆ ಖಾಲಿ ಬಾಟ್ಲಿಗಳಲಿ
ಹೌದು, ಒಂದೊಂದು ಖಾಲಿ ಬಾಟ್ಲಿಯಲ್ಲೂ
ನನ್ನ ಬ್ರೆಡ್ಡು ನನ್ನ ಹಣ್ಣು
ನನ್ನ ಪುಸ್ತಕ ನನ್ನ ಪೆನ್ನು
ನನ್ನ ಹೊಟ್ಟೆ ನನ್ನ ಬಟ್ಟೆ
ತುಂಬಿ ತುಂಬಿ ತೇಗುತ್ತೇನೆ

ಬಾನಿನಲಿ ಮಧ್ಯರಾತ್ರಿಯ ಸೂರ್ಯ
ಭೂಮಿಯಲಿ ಬಾಟ್ಲಿ ಹೆಕ್ಕುವ ಹುಡುಗ
ಸಾಗುತ್ತಾರೆ ತಮ್ಮ ಪಾಡಿಗೆ ತಮ್ಮ ಹಾಡಿಗೆ.

೨೬ ಸಪ್ಟಂಬರ ೧೯೯೯, 'ಜನವಾಹಿನಿ' ದಿನಪತ್ರಿಕೆ

* ಔರಾ : ಫಿನ್ಲೆಂಡ್ ದೇಶದ ತುರ್ಕು ಪಟ್ಟಣದ ನಡುವೆ ಹರಿಯುವ ನದಿ

ಎತ್ತಣ ಚಳಿ ಎತ್ತಣ ನಾಚಿಕೆ

ಏಕೆ ಉದುರಿಸುವಿರಿ ಬಟ್ಟೆಗಳನು ಹೀಗೆ
ತರುಗಳೇ ನಿಮಗಿದು ತರವೇ?
ಮರಗಟ್ಟುವ ಚಳಿಯಲಿ ಮರನಾಮಧಾರಿಗಳು ನೀವು
ಮರೆಯಿಲ್ಲದಿರುವುದು ಸರಿಯೇ?

ತರುಣ ತರುಣಿಯರು
ಸದಾ ಕಳಚುವ ಧ್ಯಾನಿಗಳು
ಬಟ್ಟೆಗಳ ಬೆಟ್ಟ ಕಟ್ಟಿಕೊಂಡು ಬಟ್ಟೆಗಾಣದೆ
ಜಂಗಮರಾಗಿಯೂ ಗುಹೆ ಸೇರುತ್ತಿರುವಾಗ
ತರುಸ್ಥಾವರರು ನೀವು
ದಿಗಂಬರರಾಗುವುದು ಸರಿಯೇ?

ಚಳಿಯ ನಾಚಿಕೆಯೇ ನಾಚಿಕೆಯ ಚಳಿಯೇ?
ಪಿಸುಗುಟ್ಟುತ್ತಿವೆ ಏನನು ನೀವು ಚೆಲ್ಲಿದ ಪತ್ರಗಳು?
ಒಂದೊಂದು ಪತ್ರಕ್ಕೂ ಒಂದೊಂದು ಕತೆಯುಂಟು
ಕತೆ ಮಾಡಿದವರು ಎಲ್ಲೋ, ಕತೆ ಕಟ್ಟಿದವರು ಎಲ್ಲೋ ಕಾಣೆ

ಒಂದು ಭವವ ಕಳೆದು ಇನ್ನೊಂದು ಹೊಸಭವಕೆ
ಸಾಗುವ ಸಡಗರದ ನಡುವಿನ ಅಂತರಧ್ಯಾನ ನಿಮ್ಮದು
ಭವ ಪರಿಭವದ ಗೊಡವೆ ಇಲ್ಲದೆ ಬೇಕೆನಿಸಿದಾಗ
ಹಾಸುವ ಹೊದ್ದುವ ಹೊಸೆಯುವ ಹೊಸಕುವ
ಅವಸರದ ಮಂದಿ ನಮಗೆ
ಎತ್ತಣ ಚಳಿ ಎತ್ತಣ ನಾಚಿಕೆ?

೨೨ ನವೆಂಬರ ೨೦೦೯

ಹುಣ್ಣಿಮೆಯ ರಾತ್ರಿ

ಜರ್ಮನ್ ಕಾದಂಬರಿಕಾರ ಕವಿ ಲೇಖಕ ಗಯತೆ (೧೭೪೯–೧೮೩೨) ೧೭೭೦ರಿಂದಲೇ ಕವನ ಬರೆಯಲು ತೊಡಗಿದ. ತರುಣ ಗಯತೆಯ ಕವನಗಳು ೧೭೮೬ರವರೆಗೆ ಒಂದು ಹಂತವಾದರೆ, ಬಳಿಕದ ೧೮೧೧ರವರೆಗಿನ ರಚನೆಗಳು ನಡು ವಯಸ್ಸಿನ ಎರಡನೆಯ ಹಂತ. ೧೮೩೨ರಿಂದ ೧೮೩೨ರ ಕೊನೆಯ ಅವಧಿಯಲ್ಲಿ ಗಯತೆ ಬರೆದ ಕವನಗಳು ಹಿಂದಿನ ಕಾಲಘಟ್ಟಗಳ ರೂಪಾಂತರಗಳಾಗಿ ಕಾಣಿಸುತ್ತವೆ. ಅಂತಹ ಒಂದು ಕವನದ ಕನ್ನಡ ಅನುವಾದ 'ಹುಣ್ಣಿಮೆಯ ರಾತ್ರಿ'.

ಪಿಸುಗುಟ್ಟುತ್ತಿರುವುದು ಏನನು ಹೇಳು ಹುಡುಗಿ
ಕಂಪಿಸುತಿವೆ ತುಟಿಗಳು ಗುನು
ಗುನಿಸುತಿರುವೆ ನಿನ್ನ ಪಾಡಿಗೆ ನೀನು
ಮೆಲುಗಾಳಿಯಂತೆ

ಇಷ್ಟು ಸಿಹಿ ಇರಲಿಲ್ಲ ಎಂದೂ
ವೈನ್‌ನ ಗುಟುಕು
ಅರಸುತಿರುವರೆ ನಿನ್ನ ಬಾಯಿಯ ಅವಳಿ ಸೋದರಿಯರು
ಸೆಳೆಯಲು ಅನುರೂಪದ ಸಂಗಾತಿಗಳನು?
'ಅವನಿಗೆ ಮುತ್ತಿಡಬೇಕು ನನಗೆ, ಅವನಿಗೆ ಮುತ್ತಿಡಬೇಕು'

ನೋಡು, ಈ ಸಂಶಯದ ಕತ್ತಲೆಯಲಿ
ರೆಂಬೆಕೊಂಬೆಗಳು ಹೊಳೆಯುತಿವೆ ಅರಳುತಿವೆ ಎಂತು!
ನಕ್ಷತ್ರಗಳ ಬೆಳಕಿನಾಟ, ಮಿನುಗು ಮಿನುಗೆಲೆ ನಕ್ಷತ್ರ!

ಗಿಡಗಂಟಿಯೊಳಗಿಂದ ಮರಕತದ ಹೊಳಪು
ಸಾವಿರದ ರತ್ನಗಳ ಮಿಂಚಿನಾಟ!
ಆದರೆ, ನಿನ್ನ ಭಾವಗಳೋ ಅಲೆದಾಡಿವೆ ದೂರ ದೂರ
'ಅವನಿಗೆ ಮುತ್ತಿಡಬೇಕು ನನಗೆ, ಅವನಿಗೆ ಮುತ್ತಿಡಬೇಕು'

ಈ ಸಿಹಿ-ಕಹಿಯಾದರೋ
ಗೊತ್ತು ಚೆನ್ನಾಗಿ ಅವನಿಗೆ, ನಿನ್ನ ದೂರದೂರಿನ ಇನಿಯಗೆ,
ಅನುಭವಿಸುತಾನೆ ನೋವಿನ ಸುಖವನು.
ಅಭಿನಂದಿಸಲು ಪರಸ್ಪರ ಆತ್ಮಸಾಕ್ಷಿಯಾಗಿ
ಪ್ರಮಾಣ ಮಾಡಿದಿರಿ ನೀವು
ಹುಣ್ಣಿಮೆಯ ಚಂದಿರನ ಉದಯದಲಿ
ಈಗ ಮತ್ತೆ ಬಂದಿದೆ ಅಪೂರ್ವ ಘಳಿಗೆ.
'ಅವನಿಗೆ ಮುತ್ತಿಡಬೇಕು ನನಗೆ, ಅವನಿಗೆ ಮುತ್ತಿಡಬೇಕು'

ಎಪ್ರಿಲ್ ೩, ೨೦೧೦

ಸೈನಿಕರು

ಫಿನ್ನಿಷ್ ಮೂಲ : **ರಿಸ್ತೊ ಅಪ್ಪಿ**

ಅವನು ಸತ್ತಾಗ ಕೂಗಿಕೊಂಡನು ಅವನು
'ಕ್ಷಮಿಸಿ! ಕ್ಷಮಿಸಿ!'

ತೊಡಗಿದವು ಕಂಪಿಸಲು ನಮ್ಮ ದೇಹಗಳು
ಅವನ ಕೂಗಿನ ಧ್ವನಿವರ್ಧಕಗಳು

ಚರ್ಮವೇ ಭೇರಿ, ನರಗಳು ಕತ್ತಲೆಯಲ್ಲಿ ಬತ್ತಲೆ
ಖಂಡಜೋಡಣೆಯ ಅನಾದರ ಹೊಕ್ಕಿತು ನರಭಕ್ಷಕನಾಗಿ ನಮ್ಮೊಳಗೆ

ರಾಶಿ ರಾಶಿ ಹೆಣಗಳು, ರಕ್ತ ಚೆಲ್ಲುವ ಕತ್ತರಿಸಿದ ಕೈಕಾಲುಗಳು
ಮತ್ತೆ ನಮ್ಮ ನಡುವೆ, ದುಮ್ಮಾನ ಹೊಂಬಣ್ಣದ ಬಾಲಿಶ ಸಾವು

ನಿಂತಿರುವುದು ಅಲ್ಲಿ ಬೆವರು ಹನಿಸುತ್ತಾ
ಮಾನವ ಧಾನ್ಯದ ಹೊಲದಲ್ಲಿ ಹೆಣದ ಬೆರ್ಚಪ್ಪ
ಉತ್ಸವ ಬೆಂಕಿಗೆ ಅಣಿಯಾಗಿ

೧೦ ಜನವರಿ ೧೯೯೯, 'ಉದಯವಾಣಿ'

ನೀರು ಚಿಮುಕಿಸು ತೋಟಕ್ಕೆ

ಮೂಲ : **ಬೆರ್ತೋಲ್ಟ್ ಬ್ರೆಕ್ಟ್** (೧೮೯೮-೧೯೫೬)

ನೀರು ಚಿಮುಕಿಸುವುದು ತೋಟಕ್ಕೆ, ಜೀವ ಕೊಡುವುದು ಹಸುರಿಗೆ !
ನೀರು ಕುಡಿಸುವುದು ಬಾಯಾರಿದ ಮರಗಳಿಗೆ
ಕುಡಿಸು ನೀರನ್ನು ಹೊಟ್ಟೆ ಬಿರಿಯುವಷ್ಟು
ಆದರೆ ಮರೆಯಬೇಡ ಪೊದೆಗಳನು ಅಷ್ಟು
ಕಾಯಿ ಬಿಡದವುಗಳನು,
ಬಸವಳಿದ ಕರಿಯ ಕೋಲುಗಳನು ಕೂಡಾ.
ಮರೆಯಬೇಡ ಹೂಗಿಡಗಳ ನಡುವೆ ಮೊಳೆತ ಕಳೆಗಿಡಗಳನು
ಪಾಪ, ಅವೂ ಬಾಯಾರಿವೆ ನೋಡು.
ನೀರು ಕೇವಲ ಹಸುರುಹುಲ್ಲಿಗೆ ಕೇವಲ ಬಾಡಿದವುಗಳಿಗೆ ಮಾತ್ರ ಅಲ್ಲ.
ಕುಡಿಸು ನೀರನು ಬಂಜರು ಭೂಮಿಗೆ ಕೂಡಾ
ತಣ್ಣಗಾಗಲಿ ಅದರ ಹೊಟ್ಟೆಯೂ ನೋಡಾ.

೨೦೧೨

ಬ್ರೆಕ್ಟ್

ಮೂಲ : **ಹೈನೆರ್ ಮುಲ್ಲರ್** (೧೯೨೯-೧೯೯೫)

ಹೌದು, ಆತ ಬದುಕಿದ್ದು ಕತ್ತಲೆಯ ದಿನಗಳಲ್ಲಿ
ಈಗ ದಿನಗಳು ಬೆಳಕು ಕಂಡಿವೆ
ಈಗ ದಿನಗಳು ಕತ್ತಲೆಯಲ್ಲೇ ಇವೆ.
ಬೆಳಕು ಹೇಳುತ್ತಿದೆ, 'ನಾನು ಕತ್ತಲೆ' ಎಂದು
ಹೌದು, ಅದು ಸತ್ಯ ಹೇಳುತ್ತಿದೆ !
ಕತ್ತಲೆ ಹೇಳುತ್ತಿದೆ, 'ನಾನು ಬೆಳಕು' ಎಂದು,
ಹೌದು, ಅದು ಸುಳ್ಳು ಹೇಳುತ್ತಿಲ್ಲ!

೨೦೧೨

ಭಾಗ
10

ಚುಟುಕಗಳು

ಸುಳ್ಳು–ಕಲ್ಲು

ಅಕ್ಕಿಯಲಿ ಕಲ್ಲುಂಟೆ? ಛೆ. ಬರಿಸುಳ್ಳು
ಅದರಲ್ಲಿ ತುಂಬಿಹುದು, ಅದು ಬರೇ ಕಲ್ಲು
ನಡುವಿನಲಿ ಸಿಗಬಹುದು ಒಂದೊಂದು ಅಕ್ಕಿ
ತಿನಬೇಕು ಅದನು ಬೇಗನೆ ಹೆಕ್ಕಿ ಹೆಕ್ಕಿ.

M.S.E.B.

ಮೈಸೂರು ಸ್ಟೇಟ್ ಇಲೆಕ್ಟ್ರಿಸಿಟಿ ಬೋರ್ಡು
ನಿಜವಾಗಿಯೂ ಅವರ ಕೆಲಸ ಬಲು ಹಾರ್ಡ್
ಮಧ್ಯಾಹ್ನ ಉರಿಯುತಿಹ ಸ್ಟ್ರೀಟ್ ಲೈಟ ನೋಡಿ
ತರಬೇಕು ರಾತ್ರಿಯಲಿ ಕೇಂಡಲಿನ ಸೂಡಿ.

ರೂಪಾಯಿ ಅಪಮೌಲ್ಯ

ಭಾರತದ ರೂಪಾಯಿಗಾಯ್ತು ಅಪಮೌಲ್ಯ
ಅರ್ಥಸಚಿವರು ಬಡಿಸಿದರು ಹಳೆಯ ಪಲ್ಯ!
ನಮಗೆ ಮತ್ತೂ ಬೇಕು ವಿಶ್ವದಾ ಶಾಂತಿ
ಮಂತ್ರಿವರ್ಯಗೆ ಬೇಕು ಪ್ರತ್ಯೇಕ ಬುತ್ತಿ.

ನಮ್ಮ ಗಡಿ ಪ್ರಶ್ನೆ

ಮೈಸೂರು ಮಹಾರಾಷ್ಟ್ರ ಗಡಿಗಳಿಗೆ ಒಂದು ಆಯೋಗ?
ಕಾಶ್ಮೀರ ಲಡಕ್ ಗಡಿಗಳ ಮರೆತೆವು ನಾವೆಷ್ಟು ಬೇಗ!
ಮಂತ್ರಿಗಳಿಗೆ ಬಂದರೂ ಒಂದೊಂದು ಲೋಡು
ಬರಲಾರದು ನಮ್ಮಯ ಕಾಸರಗೋಡು.

೧೯೬೬., ಸೈಂಟ್ ಫಿಲೋಮಿನಾ ಕಾಲೇಜು ಪುತ್ತೂರು ವಾಲ್ ಮ್ಯಾಗಜೀನ್

ಸತ್ಯವತಿ

ಓ ಮತ್ಸ್ಯಗಂಧಿ. ಹೌದು ಹಾಗೆಂದೆ ಕರೆವೆ ನಾ ನಿನ್ನ,
ದಾಶರಾಜನ ಮಗಳೆ, ಪರಾಶರನ ಪ್ರೇಯಸಿಯೆ,
ವ್ಯಾಸನನು ಹಡೆದವಳೆ, ಶಂತನು ಪತ್ನಿಯೆ,
ಚಿತ್ರ ವಿಚಿತ್ರವೀರ್ಯರ ಮಾತೆಯೆ,
ಮಹಾಭಾರತ ಕಥೆಯ ಕಾರಣ'ಪುರುಷ'ಳೆ,
ನಿನ್ನ ಹೆಸರೆಷ್ಟು ಚೆಂದ, ಸತ್ಯವತಿ!
ಮತ್ಸ್ಯಗಂಧಿಯಾಗಿಯೇ ನೀನು ಉಳಿದಿದ್ದರೆ
ಎಷ್ಟು ಚೆನ್ನಾಗಿತ್ತು!
ನಿನ್ನ ಎದೆಗಪ್ಪಿಕೊಂಡಾಗ,
ಬಿಸಿಯುಸಿರೆಲ್ಲ ಹೊರಗೆ
ಮೀನ ಪರಿಮಳವೆಲ್ಲ ಒಳಗೆ.
ಪಾಪ, ಆ ಬೆಪ್ಪ ಪರಾಶರ,
ಮೀನಿನ ಸುಗಂಧತ್ವವನು ಆತನೇನು ಬಲ್ಲ?
ಓ ಮತ್ಸ್ಯಗಂಧಿ,
ನೀನಾದೆ ಯೋಜನ ಗಂಧಿ!
ದೋಣಿಯೊಳಗೆ ನೀನು
ಕಾಂಡಪಟದಡ್ಡದಲಿ
ಆ ಗಡ್ಡಮುನಿಯೊಡನೆ ಕೂಡಿದೆಯೇನು?
ಆತನ ಕುರುಚಲು ಗಡ್ಡ
ನಿನ್ನ ಮುಖವ ಸವರುವಾಗ
ನಿನಗೆ ಹೇಸಿಕೆಯಾಗಲಿಲ್ಲವೇನು?
ಇರಲಿ ಬಿಡು, ಅದು ನಿನ್ನ ತಪ್ಪಲ್ಲ,

ಪ್ರಾಯದ ದೋಷ!
ಅಂತೂ ಕೃಷ್ಣದ್ವೈಪಾಯನ ಬರಲು
ನೀನೊಂದು ಮಾಧ್ಯಮವಾದೆ!
ಮುಂದೊಂದು ದಿನ ಶಂತನು
ನಿನ್ನ ಕೈಹಿಡಿದು 'ಬಾ ಪೋಪಂ' ಎಂದಾಗ
ನೀ ಹೇಳಿದುದೇನು?
"ಬೇಡುವೊಡೆ ನೀವೆಮ್ಮಯ್ಯನಂ ಬೇಡಿರೇ"
ನಿನಗೆ ಆತನಲಿ ಮನಸಿತ್ತು,
ಅದನೆ ಈ ಮಾತಿನಲಿ
ತೋರ್ಪಡಿಸಿದೆಯಾ ಜಾಣೆ!
ನೀನಂತೂ ಶಂತನು ರಾಣಿಯಾದೆ.
ಆದರೆ ನೋಡು, ನಿನ್ನಪ್ಪನ ಹಟದಿಂದ
ಭೀಷ್ಮ ಅಪ್ಪನೆನ್ನಿಸಿಕೊಳ್ಳಲಿಲ್ಲ.
ಅದರಿಂದಾದ ಅನರ್ಥಗಳಾದರೂ ಒಂದೆರಡೆ?
ನೀ ಹಿಡಿದ ದೇಸಿಯೆ ಮಾರ್ಗವಾಯಿತು, ನೋಡು.
ನಿನ್ನ ಸೊಸೆಯರು ಫಲವತಿಯರಾದದ್ದು,
ನೀನು ಪ್ರಥಮ ಬಾರಿ ಆದಂತೆಯೆ!
ಆದರೆ ಆಗ ಅಪ್ಪ, ಈಗ ಮಗ!
ನಿನ್ನ ಪರಂಪರೆ ಬೆಳೆಯುತ್ತ ಬಂತು!
ಗಾಂಧಾರಿಗೆ ಮಕ್ಕಳಾದ ಬಗೆ ನಿನಗೆ ಗೊತ್ತು,
ಕುಂತಿಯಾದಳು ನಾಲ್ಕು ಜನರ ಸೊತ್ತು,
ಪಾಪ, ಪಾಂಡು ಹೆಸರಿಗೆ ಮಾತ್ರ!
ಪಂಚವಲ್ಲಭೆಯೂ ಬಯಸಿದಳಂತೆ ಕರ್ಣನನು,
ಅವರು ಯಾರೂ ಕಾಯಲಿಲ್ಲ,
ಆದರೆ ನೀನೊಬ್ಬಳು ಕಾದಿದ್ದರೆ?

೧೯೭೦, 'ಮಂಗಳಗಂಗೆ' ಕವನಸಂಕಲನ

ಎಕ್ಕ ಸಕ್ಕ... ಎಕ್ಕ ಸಕ್ಕ....

ಎಕ್ಕ ಸಕ್ಕ ಎಕ್ಕ ಸಕ್ಕ ಎಕ್ಕ ಸಕ್ಕಲಾ
ಅಕ್ಕಾ ಪಂಡ್‌ದ್ ಲೆಪ್ಪುನಕುಲು ಬತ್ತೆರಿತ್ತೆಲಾ!

ಓ ರಾಮಾ ಓ ದೂಮಾ!
ರಾಮ ದೂಮ ಚೋಮಾ ಅವುಲು ಏರ್ ಉಲ್ಲೆರ್‌ಯಾ?
ಮಲ್ಲ ಮಲ್ಲ ಬೊಂಡೊ ದೆತ್ತ್‌ದ್ ಕೆತ್ತ್‌ದ್ ಕೊರ್ಲೆಯಾ!
ಮಂಡೆ ನಿಲಿಕೆ ನೀರ್ ಕೂಟುದು ಬೆಂದ್ರ್ ಕಾಯ್ಪೊಡು
ಕೋಟಿಚೆನ್ನಯ ಎಣ್ಣೆಪಾಡ್ದ್ ಮೀವೊಡು

ಎಕ್ಕ ಸಕ್ಕ ಎಕ್ಕ ಸಕ್ಕ ಎಕ್ಕ ಸಕ್ಕಲಾ
ಅಕ್ಕಾ ಪಂಡ್‌ದ್ ಲೆಪ್ಪುನಕುಲು ಬತ್ತೆರಿತ್ತೆಲಾ!

ಓ ಗಂಗೇ ಓ ಗೌರೀ!
ಗಂಗೆ ಗೌರಿ ಕಾಳಿ ಬೊಳ್ಳಿ ಇಂಚಿ ಬಲೆದೇ
ಚೆಂಬು ಮುಟ್ಟ ಮಂದ ಪೇರ್ ಕೊರೊಡು ಶಾರದೇ
ಓಲೋ ಇತ್ತಿ ನೆಲ್ಲಿಕಾಯಿ ಉಪ್ಪು ಸೇರ್‌ಲೆಕೊ
ಬದ್‌ಕ್ ಪನ್ಪಿ ಉಜ್ಜಾಲ್‌ಡ್ ನಮ ಕುಲ್ಲ್‌ಲೆಕೊ

ಎಕ್ಕ ಸಕ್ಕ ಎಕ್ಕ ಸಕ್ಕ ಎಕ್ಕ ಸಕ್ಕಲಾ
ಅಕ್ಕಾ ಪಂಡ್‌ದ್ ಲೆಪ್ಪುನಕುಲು ಬತ್ತೆರಿತ್ತೆಲಾ!

೧೯೭೨

ಎಕ್ಕ ಸಕ್ಕ... ಎಕ್ಕ ಸಕ್ಕ....

ಎಕ್ಕ ಸಕ್ಕ ಎಕ್ಕ ಸಕ್ಕ ಎಕ್ಕ ಸಕ್ಕವೂ
ಅಕ್ಕ ಎಂದು ಕರೆಯುವವರು ಬಂದರೀಗಲೂ!

ಓ ರಾಮಾ ಓ ದೂಮಾ!
ರಾಮ ದೂಮ ಚೋಮಾ ಅಲ್ಲಿ ಯಾರು ಇದ್ದೀರೋ?
ದೊಡ್ಡ ದೊಡ್ಡ ಎಳನೀರು ತೆಗೆದು ಸವರಿ ಕೊಡುವಿರೋ?
ಹಂಡೆ ತುಂಬ ನೀರು ಹೊಯ್ದು ಬಿಸಿನೀರು ಕಾಯಿಸಬೇಕು
ಕೋಟಿಚೆನ್ನಯೆ ಎಣ್ಣೆ ಹಾಕಿ ಮಿಂದು ಬರಬೇಕು

ಎಕ್ಕ ಸಕ್ಕ ಎಕ್ಕ ಸಕ್ಕ ಎಕ್ಕ ಸಕ್ಕವೂ
ಅಕ್ಕ ಎಂದು ಕರೆಯುವವರು ಬಂದರೀಗಲೂ!

ಓ ಗಂಗೇ ಓ ಗೌರೀ!
ಗಂಗೆ ಗೌರಿ ಕಾಳಿ ಬೊಳ್ಳಿ ಬನ್ನಿರೆಲ್ಲರೂ
ಚೆಂಬು ತುಂಬ ದಪ್ಪ ಹಾಲು ಕೊಡಬೇಕು ಶಾರದೇ
ಎಲ್ಲೋ ಇದ್ದ ನೆಲ್ಲಿಕಾಯಿ ಉಪ್ಪು ಸೇರುವಂತೆ
ಬದುಕು ಎಂಬ ಉಯ್ಯಾಲೆಯಲಿ ನಾವು ಕುಳಿತಂತೆ

ಎಕ್ಕ ಸಕ್ಕ ಎಕ್ಕ ಸಕ್ಕ ಎಕ್ಕ ಸಕ್ಕವೂ
ಅಕ್ಕ ಎಂದು ಕರೆಯುವವರು ಬಂದರೀಗಲೂ!

'ಕೋಟಿ ಚೆನ್ನಯ' ತುಳು ಸಿನಿಮಾಕ್ಕೆ ರಚಿಸಿದ ಪದ್ಯ, ೧೯೭೨
ಹಾಡಿದವರು : ಎಸ್. ಜಾನಕಿ, ಸಂಗೀತ ನಿರ್ದೇಶಕರು : ವಿಜಯ ಭಾಸ್ಕರ್
ಸಿನಿಮಾದ ನಿರ್ದೇಶಕರು : ವಿಶುಕುಮಾರ್

ಬಹುರೂಪಿ
ಪ್ರ ಕ ಟ ಣೆ ಗ ಳು

ರೂ. ೨೫

ಏನಿದು
ಲಿಂಗಾಯತ
ಸ್ವತಂತ್ರ ಧರ್ಮ?

ರೂ. ೩೦

ಚಿರಸ್ಮರಣೆಯ
ಕಯ್ಯೂರು

ರೂ. ೩೦

ದಲಿತರು
ಬರುವರು
ದಾರಿಬಿಡಿ...

ರೂ. ೩೦

ಕಿಚನ್
ಕವಿತೆಗಳು

ರೂ. ೫೦

ನನ್ನೊಳಗಿನ
ಹಾಡು ಕ್ಯೂಬಾ

ರೂ. ೧೫೦

ತುಂಗಾ

ನಿಮ್ಮ ಬಳಿಗೆ ಹಲವು ರೂಪಗಳಲ್ಲಿ...

www.ingramcontent.com/pod-product-compliance
Lightning Source LLC
LaVergne TN
LVHW102350051026
849518LV00017B/1988